संख्याशास्त्राची तोंडओळख

संख्याशास्त्राची तोंडओळख

तृतीय आवृत्ती

फ्रेडरिक एल. कुलीज

SAGE | bhasha

Los Angeles | London | New Delhi
Singapore | Washington DC | Melbourne

Originally Published in 2013 in English by
SAGE Publications, Inc as *Statistics: A Gentle Introduction, 3e*

This edition published in 2017 by

SAGE | bhasha

SAGE Publications India Pvt Ltd
B1/I-1 Mohan Cooperative Industrial Area
Mathura Road, New Delhi 110 044, India
www.sagepub.in

Published by SAGE Publications India Pvt Ltd, Translation Project Coordinated by TranslationPanacea, Pune and printed at Repro India Ltd., Mumbai.

ISBN: 978-93-515-0695-9 (PB)

Translator: Dr. Madhavi Kulkarni, Vice Principal and Associate Professor of Commerce SNDT Arts and Commerce College for Women, Pune and
Dr. Madhura Joshi, Head and Associate Professor, Department of Economics SNDT Arts and Commerce College for Women, Pune

SAGE Team: Sumona Kundu, Syed Husain Naqvi

मी माझे हे काम, माझी आई डोलोरेस जे. कुलीज,(Dolores J. Coolidge) जिने मला हवे असलेले कोणतेही पुस्तक नेहमी विकत घेऊन दिले; आणि माझे वडील, पॉल लॉरेन्स कुलीज (Paul Lawrence Coolidge) ज्यांनी मला शिक्षक होण्यासाठी प्रोत्साहन दिले, त्यांच्या स्मृतीस अर्पण करतो.

संक्षिप्त अनुक्रमणिका

सविस्तर अनुक्रमणिका

प्रस्तावना

माझ्या पदवी अभ्यासक्रमात, मला शिकविणाऱ्या उत्तम शिक्षकांपैकी एक मला संख्याशास्त्राची ओळख करून देणारे प्राध्यापक होते. मला संख्याशास्त्र या विद्याशाखेची जास्त आवड होती असे मला आठवत नाही; परंतु मला त्यांचा या विषयाबाबतचा उत्साह, जे शिकलो ते वास्तविक जगाशी जोडण्याची त्यांची हातोटी आणि व्यावसायिकता, या गोष्टी आवडल्या होत्या. त्यानंतर, मला एक मानसशास्त्राची पदवीधर विद्यार्थिनी थोडी आवडू लागल्याने, मी माझ्या पदवी अभ्यासात, ती शिकवत असलेला प्रगत संख्याशास्त्र हा एक अतिरिक्त विषय निवडला. मानसशास्त्राचा स्नातक म्हणून मी आणखी तीन संख्याशास्त्राचे विषय आणि त्यानंतर दोन संख्याशास्त्राचे वैकल्पिक विषय शिकलो. हे झाल्यावरही, मी चार वर्ष प्राध्यापक म्हणून शिकवेपर्यंत, मला संख्याशास्त्र शिकविण्यात विशेष स्वारस्य आहे, असे वाटलेच नाही; त्याचवेळी, एका प्राध्यापकाच्या राजीनाम्यामुळे, पदवीपूर्व विभागात कोणीतरी आपणहून संख्याशास्त्राचा पेपर शिकविण्यासाठी पुढाकार घेण्याची गरज निर्माण झाली; आणि शिकवायला सुरुवात केल्याबरोबर, लगेचच, मला पदवी अभ्यासक्रमातील संख्याशास्त्र विषय शिकविणे आवडू लागले. शेवटी, संख्याशास्त्र लोकांना माहितीवर आधारित योग्य निर्णय घेण्यास कसे मदत करते, हे माझे मलाच दिसून आले. मला हे देखील लक्षात आले की, संख्याशास्त्र वाईट पद्धतीने शिकविणे किती सोपे आहे; आणि जे विद्यार्थी संख्याशास्त्राला घाबरतात किंवा ज्यांनी संख्याशास्त्राचे वर्ग किती भयंकर असतात, याबाबत इतर विद्यार्थ्यांकडून भयावह गोष्टी ऐकलेल्या असतात, अशा विद्यार्थ्यांना गुंतागुंतीच्या संकल्पना समजतील अशा रितीने सोप्या करून शिकवणे, किती जास्त अवघड असते. विद्यार्थ्यांच्या मनातील भीती कमी करणे आणि संख्याशास्त्राचा अभ्यासक्रम किती आकर्षक असू शकतो हे त्यांना दर्शवून देणे, हेच माझे ध्येय झाले आणि मला संख्याशास्त्र शिकविण्याची गोडी लागली. ते, दर वर्षीच्या, माझ्या एकूण शिकविण्यातील अर्धा हिस्सा बनले, आणि त्यासाठी, नंतरच्या 11 वर्षात, कोलोराडो विश्वविद्यालयाच्या जीवन गौरव पुरस्कार, प्रेसिडेन्शियल टीचिंग स्कॉलर या बरोबर, मला तीनदा उत्कृष्ट शिक्षक पुरस्कार मिळाले. शिवाय, मी माझ्या पहिल्या पदवी संख्याशास्त्राच्या शिक्षणापासूनच संख्याशास्त्रीय चाचण्या आणि संकल्पना कशा उत्तम प्रकारे मांडाव्यात, याबाबत नोंदी ठेवत होतो. अशाप्रकारे, जेव्हा मी पहिल्यांदा संख्याशास्त्र शिकवायला सुरुवात केली, तेव्हा माझ्याकडे नोंदींचा भरपूर साठा होता ज्यातून शेवटी या पुस्तकाची पहिली आवृत्ती निर्माण झाली. मी असा निर्णय घेतला की, सर्व गणिती पुरावे वगळून, गणिते स्पष्ट पायऱ्यांच्या साहाय्याने सादर करून सूत्रांमधील गुंतागुंत, मी कमी करेन. मी निश्चित केले की विद्यार्थ्यांची अशी समजूत होती की, त्यांना संख्याशास्त्र आवडत नाही. मी निश्चितपणे ठरविले होते की, प्रत्यक्षात त्यांना संख्याशास्त्र वाईट पद्धतीने शिकविणाऱ्या शिक्षकांचा तिटकारा वाटत होता. त्यांना फक्त वर्गातील 5% विद्यार्थ्यांना शिकवणाऱ्या (ज्यांना सर्व संकल्पना व्यवस्थित माहिती असतात) शिक्षकाचा राग येत होता, यातील उपरोधाचा भाग असा की, हे 5% विद्यार्थी शिक्षकाशिवाय स्वतःचे स्वतः शिकू शकले असते. विद्यार्थ्यांना खरोखर संख्याशास्त्र आवडते हे जे त्यांना अजून माहितीही नाही, ते खरोखर आवडले पाहिजे, असा मी मनाशी निश्चय केला. उदाहरणार्थ, एखाद्या खेळाडूने किती होमरन्स काढल्या, त्या यादीत दुसऱ्या क्रमांकावर कोण आहे, एखाद्याची किती लग्ने झाली आहेत, त्यांना किती मुले आणि किती नातवंडे आहेत, आणि आपल्या रोजच्या जीवनातील अनेक प्रकारची सांख्यिकी यावर लोक बोलतात; ज्यामुळे आपला आयुष्यातील रस वाढतो. या पुढे जाऊन, जरी माझ्या एखाद्या विद्यार्थ्याने माझा अभ्यासक्रम पूर्ण केल्यानंतर एकही

संख्याशास्त्रीय चाचणी एकदाही वापरली नाही, तरी त्याचे अथवा तिचे कुटुंब कायमच संख्याशास्त्राचे वापरकर्ते राहणार आहेत. ते कार, घरे, शेअर्स, आणि सुचविलेली औषधे खरेदी करतील, आणि कोणीतरी संख्याशास्त्राच्या केलेल्या वापरावर अथवा गैर वापरावर आधारित इतर अनेक प्रकारचे निर्णय घेतील. म्हणून, मी माझ्या विद्यार्थ्यांना प्रत्येक सत्रात असे सांगतो की, मला असे वाटते की त्यांना इतरांनी घेतलेल्या संख्याशास्त्रीय निर्णयांचे परीक्षण करता यायला हवे. त्यांनी स्वतःच्या संपूर्ण आयुष्यात संख्याशास्त्रीय तत्वांवर आधारित योग्य निर्णय घ्यावेत, असे मला वाटते. तथापि, मी इतकाही भोळाभाबडा नाही. मी माझ्या या पुस्तकाच्या दुसऱ्या आवृत्तीत, एका विभागात असे नमूद केले आहे की, काहीवेळा, आपल्याला आयुष्यात अंतःप्रेरणेवर आधारित किंवा भावनेवर आधारित निर्णय घ्यावे लागतात, कारण दुर्दैवाने, लोक फसवतात, प्रचारकी भूमिका घेतात किंवा संख्याशास्त्राचा खोटा वापर देखील करतात. आणि शेवटी, मला माझ्या पुस्तकात सुधारणा करण्याची एक छान संधी तिसऱ्यांदा मिळाली, आणि मी या कामातील आनंद घेतला आहे. मी संख्याशास्त्र 32 वर्षे शिकविले आहे, आणि आजही मी, मागे वळून माझ्या पहिल्या वर्गाकडे आणि त्यानंतरच्या प्रत्येक दिवसाकडे पाहतो. मला अवघड (किचकट) गोष्टी सोप्या करण्याची आवड आहे. आणि शेवटी, विद्यार्थ्यांना संख्याशास्त्रीय कल्पनांचे आकलन झाले आहे आणि ते त्या कल्पनांचा वापर त्यांच्या आयुष्यात करत आहेत, हे पाहण्याची मला आवड आहे.

या तिसऱ्या आवृत्तीत नवीन काय आहे

पहिल्यांदाच, मी या पुस्तकात स्टॅटिस्टिकल पॅकेज फॉर सोशल सायन्सेस (Statistical Package for the Social Sciences (SPSS)) या संगणक प्रणालीचा समावेश केला आहे. या संपूर्ण पुस्तकात अनेक नवीन सारिण्या, आकृत्या, आलेख, आणि चित्रं देखील समाविष्ट केली आहेत. यात परिणाम आकार अधिक प्रमाणात समाविष्ट करण्यात आले आहेत आणि मी काही संख्याशास्त्रीय सैद्धांतिक संकल्पना अधिक नेमकेपणाने दिल्या आहेत. साध्या लिखित मजकुरापेक्षा/स्पष्टीकरणापेक्षा, SPSS मधील आज्ञा किंवा चले वेगळी दिसावीत म्हणून, ठळक किंवा तिरक्या अक्षरांचा वापर केला आहे. मी आणि माझ्या विद्यार्थ्यांनी दुसऱ्या आवृत्तीतील चुका दुरुस्त केल्या आहेत, आणि तिसऱ्या आवृत्तीच्या मसुद्यात सतर्क आलोचकांनी दिलेल्या अनेक सूचना तसेच टिप्पण्यांचा मी समावेश केला आहे. प्रकरणांमधील विशिष्ट बदल खालीलप्रमाणे आहेत:

- प्रकरण 1: अनुभवसिद्ध मोजमापनात वापरल्या जाणाऱ्या डेटा मापकांच्या (नाममात्र, क्रमवाचक, मध्यंतरीय, आणि गुणोत्तर) विभागात सुधारणा करण्यात आली आहे. हे प्रकरण डेटा फाईल तयार करणे, चल-दर्शन प्रारूप बदलणे, इत्यादी विषयांची माहिती देऊन, SPSS ची प्रणाली चालू करण्याची प्राथमिक सुरुवातसुद्धा करते.
- प्रकरण 2: या विभागात निरुपयोगी तक्त्यांसंबंधी ("chart junk") जास्तीची माहिती दिली आहे, आणि SPSS प्रकरणात वारंवारिता वितरणे, स्तंभालेख आणि वारंवारिता बहुभुजाकृती, झुकाव आणि कर्टोसिस, तसेच डेटाचे वर्णन, हा भाग घातला आहे.
- प्रकरण 3: संचात सम संख्या असलेले समसमान प्राप्तांक असतील तर योग्य सैद्धांतिक मध्यगा काढण्याबाबत स्पष्टीकरण वाढवून अधिक स्पष्ट आणि नेमकेपणाने दिले आहे. या प्रकरणाच्या SPSS मध्ये मध्यवर्ती प्रवृत्तीची परिमाणे आणि प्रचलन संख्याशास्त्र याबाबत माहिती दिली आहे.
- प्रकरण 4: प्रायोगिक गृहीतप्रमेय तपासणीत z वितरणाचा वापर हा विभाग अधिक स्पष्ट आणि नेमकेपणाने दिला आहे, आणि SPSS मध्ये कच्च्या प्राप्तांकांचे z प्राप्तांकात रूपांतर करणे आणि z प्राप्तांकांचे T प्राप्तांकात रूपांतर करणे, हा भाग समाविष्ट केला आहे.

- प्रकरण 5: हे प्रकरण, American Psychological Association (APA) यांची परिणाम आकार आणि विश्वासार्हता मध्यंतरे यांचे अहवाल देण्याबाबतची प्रमाणे देऊन, अद्ययावत करण्यात आले आहे. कलप्रवृत्तीचा अन्वयार्थ काढणे आणि अहवाल देणे याबाबत APA ची मार्गदर्शक तत्त्वे, तसेच नल गृहीतप्रमेय महत्त्वपूर्णता तपासणीबाबत समस्या यांचा या प्रकरणात समावेश केला आहे. या प्रकरणाच्या SPSS विभागात, केसेस, चले, आणि विश्लेषण परिस्थिती याबाबत माहिती देण्यात आली आहे.
- प्रकरण 6: या प्रकरणात महत्त्वपूर्णता पातळी, ताकदीचा गैरवापर, आणि स्कॅटर-प्लॉटस्‌चा अन्वयार्थ यासंबंधी सुधारित विवेचन दिले आहे. या प्रकरणाच्या SPSS मध्ये पिअर्सन यांचा गुणन-मूल्य सहसंबंध गुणांक आणि स्कॅटर-प्लॉटस् यांचा समावेश आहे.
- प्रकरण 7 आणि 8: या प्रकरणातील नल आणि पर्यायी गृहीतप्रमेये उपसंहितांचे वेगवेगळे प्रकार आणि स्पष्टीकरणे देऊन अद्ययावत करण्यात आली आहेत. t चाचणीची महत्त्वपूर्णता निश्चित करण्यासाठी आवश्यक पायऱ्यांचे अधिक स्पष्टीकरण या प्रकरणात दिले आहे. परिणामाच्या आकाराचे मापन, Cohen यांचा d तसेच Cohen यांची d चा अन्वयार्थ लावण्याबाबत मार्गदर्शक तत्त्वे यात समाविष्ट केली आहेत. या प्रकरणांमधील SPSS मध्ये स्वतंत्र आणि अवलंबी गटांसाठी t चाचण्यांची माहिती देण्यात आली आहे.
- प्रकरण 9: स्वतंत्रता पातळ्या ठरविण्यासाठी दिलेल्या स्पष्टीकरणात सुधारणा करण्यात आली आहे, आणि प्रकार 1 च्या चुकीचे स्पष्टीकरण वाढविले आहे. परिणाम आकाराचा मापक ओमेगा वर्ग, समाविष्ट केला आहे, तसेच ओमेगा वर्गाचा अन्वयार्थ लावण्यासाठी कोहेनने केलेले मार्गदर्शनही समाविष्ट केले आहे. जर नल गृहीतप्रमेय सत्य असेल तर काढलेल्या F मूल्याच्या सैद्धांतिक परिणामावरील विभागात सुधारणा केली आहे. प्रचलनाच्या एक घटक पूर्णतः यादृच्छिक विश्लेषण अनोवाचाचणीसाठी वापरली जाणारी पर्यायी नावे पुरविली आहेत, आणि या प्रकरणासाठीचा SPSS पाठ ही चाचणी कशी करायची ते दाखवितो.
- प्रकरण 10: गुणज तुलना चाचण्यांवरील चर्चा, तसेच अतिमहत्त्वाच्या तफावतींच्या तुकेच्या चाचणीच्या मापनासाठी दिलेले स्पष्टीकरणही अद्ययावत केले आहे. तुकेचे निकाल प्रदर्शित करण्यासाठी सामान्यतः वापरला जाणारा सारांश तक्त्याचा आराखडा समाविष्ट केला आहे. बरोबर असलेला SPSS पाठ गुणज तुलना चाचणी कशी करायची ते दाखवितो.
- प्रकरण 11 आणि 12: एक-घटक पुनरावृत्ती मापक अनोवाच्या निकालांचा अन्वयार्थ लावण्यासंबंधीचा आणि दोन-घटक पूर्णतः यादृच्छिक अनोवा विभाग अद्ययावत करण्यात आले आहेत व वाढविले आहेत. प्रकरण 11 साठी दिलेले चाचणी साहित्य अचूकतेसाठी अद्ययावत केले आहे. या प्रकरणांसाठी दिलेला SPSS पाठ SPSS वापरून एक-घटक पुनरावृत्ती मापक अनोवा आणि दोन-घटक पूर्णतः यादृच्छिक अनोवा यांचा समावेश करतो.
- प्रकरण 13: दोन पातळ्यांवरील प्रमुख परिणामांसाठी गुणज तुलना चाचण्यांची आवश्यकता का भासत नाही ह्याचे स्पष्टीकरण अद्ययावत केले आहे, तसेच गुणज तुलना चाचण्यांची आवश्यकता केव्हा भासते याचे स्पष्टीकरणही दिले आहे. जोडीनिहाय तुलनांच्या आलेखाच्या प्रदर्शनातून त्यांचा अन्वयार्थ लावण्यास मदत व्हावी म्हणून जास्तीचे प्लॉट आलेख दिले आहेत. बरोबर दिलेला SPSS पाठ घटकात्मक अनोवासाठी पोस्ट हॉक चाचणी करण्यावर भर देतो.
- प्रकरण 14: प्रकरण 14 साठीच्या चाचणी साहित्यात अचूकतेसाठी नवीन भर टाकली आहे. स्प्लिट प्लॉट आणि दोन-घटक पुनरावृत्ती मापन संरचनांसाठी अनोवा चाचण्या कशा करायच्या ते SPSS पाठ दाखवितो.
- प्रकरण 15: काइ-वर्ग नमूद करण्याचा विभाग वाढविला आहे, आणि बरोबर असलेला SPSS पाठ काइ-वर्ग चाचणी करण्यातील तपशील देतो.
- प्रकरण 16: हे प्रकरण अचूकतेसाठी दुरुस्त केले आहे आणि आताच्या कालाप्रमाणे अद्ययावत केले आहे.

आभारप्रदर्शन

मला माझ्या अनेक वर्षांच्या पदवीपूर्व विद्यार्थ्यांचे त्यांच्या चौकसपणाबद्दल आणि त्यांच्या अनेक प्रश्नांबद्दल आभार मानायचे आहेत, ज्यांच्यामुळे हे पुस्तक आकारास येण्यास मदत झाली. अनेक वर्षांपासून माझ्या पदवीच्या विद्यार्थ्यांनीही मला अनेक आवृत्त्यांची आणि ह्या तिसऱ्या आवृत्तीची उजळणी आणि दुरुस्ती करण्यासाठी मदत केली आहे, मी विशेषकरून ली ओव्हरमन आणि जिम हिक्स यांचे या पुस्तकाच्या सुरुवातीपासून अखेरपर्यंत त्यांनी केलेल्या अमूल्य मदतीबद्दल आणि केमिली ऱ्होड्स हिचे, तिच्या मखपृष्ठावरील चित्राच्या निवडीबद्दल आभार मानू इच्छितो.

मला काही व्यक्तींचे आभार मानायला आवडेल ज्यांनी तिसऱ्या आवृत्तीच्या मसुद्याचे काळजीपूर्वक परीक्षण केले आणि त्यात सुधारणा करण्यासाठी टीकात्मक भाष्य आणि अमूल्य सूचना केल्या: नॉरीन भुल्लर, वाईडनर विद्यापीठ; नॉर्म ब्रेगमन, लॉंगवुड विद्यापीठ; एविता जी. बायनम, मेरिलँड इस्टर शोअर विद्यापीठ; मर्सिया डीटमायर, नेवाडा लास वेगास विद्यापीठ; गेरी डीझीनो, सॅन अँटोनिओ येथील टेक्सास विद्यापीठ; कॅरेन एच. फ्रीथ, हंट्सवेल मधील अलाबामा विद्यापीठ; मेरीलीन गिबोन्स-अर्हेलगर, टेक्सास स्टेट विद्यापीठ, सॅन मार्कोस; डोनाल्ड एम. केलर, जॉर्ज वॉशिंग्टन विद्यापीठ; हिसानोरी कोबायाशी, ऱ्होड आयलंड विद्यापीठ; ब्रूस डब्लूएम पिगोझ्झी, मिशिगन स्टेट विद्यापीठ; होमर टोलसन, टेक्सास ए अँड एम विद्यापीठ; आणि लियाम विक्स, युनिव्हर्सिटी कॉलेज कॉर्क.

लेखकाविषयी

फ्रेडरिक एल. कुलीज यांनी युनिव्हर्सिटी ऑफ फ्लोरिडामधून मानसशास्त्रातील बीए, एमए, आणि पीएच डी या पदव्या मिळविल्या. शान्द्स टीचिंग हॉस्पिटल, फ्लोरिडामधून क्लिनिकल न्यूरोसायकोलॉजी मध्ये त्यांनी दोन वर्षांची पोस्टडॉक्टरल फेलोशिप पूर्ण केली. त्यांना भारतात तीन फुलब्राईट फेलोशिप प्रदान करण्यात आल्या (1987, 1992, आणि 2005). युनिव्हर्सिटी ऑफ कोलोराडो येथे तीन टीचिंग अवॉर्ड्जही त्यांना मिळाले (1884, 1887, आणि 1992), त्यात युनिव्हर्सिटी ऑफ कोलोराडोच्या प्रेसिडेंशियल टीचिंग स्कॉलर या लाइफटाइम टायटलचाही समावेश आहे. युनिव्हर्सिटी ऑफ कोलोराडो येथील दोन फॅकल्टी एक्सलंस अवॉर्ड्जही त्यांना मिळाले (2005 आणि 2007).

प्रोफेसर कुलीज बिहेविअर जेनेटिक्स, कॉग्निटिव्ह आर्किओलॉजी, आणि लाइफ स्पॅन पर्सनॅलिटी आणि न्युरोसायकोलॉजिकल ॲसेसमेंट या विषयांमध्ये संशोधन करतात. त्यांनी *बिहेविअर जेनेटिक्स, डेव्हलपमेंटल न्युरोसायकोलॉजी, जर्नल ऑफ पर्सनॅलिटी डिसऑर्डर्स, जर्नल ऑफ क्लिनिकल जेरोसायकोलॉजी, करंट ॲन्थ्रोपोलॉजी, केंब्रिज आर्किओलॉजिकल जर्नल, जर्नल ऑफ ह्युमन इव्होल्युशन, जर्नल ऑफ ॲन्थ्रोपोलॉजिकल रिसर्च*, आणि इतर जर्नल्समध्ये त्यांचे काम प्रसिद्ध केले आहे. आधुनिक विचारप्रणालीतील उत्क्रांती यासंबंधीचा त्यांचा (आर्किओलॉजिस्ट थॉमस विन यांच्यासह मांडलेला) सिद्धांत हा 2010 मधील सायन्स जर्नलमधील मुख्य आकर्षण असलेला लेख होता. त्यांचे बरेचसे लेख www.uccs.edu/~faculty/fcoolidg येथे उपलब्ध आहेत.

प्राध्यापक कुलीज यांच्या छंदांमध्ये वाचन, (प्रचंड मोठी हाडे आणि पडलेल्या उल्का) जमा करणे, लांब पल्ल्याचे सायकलिंग, रॉक बँडमध्ये वादन, आणि आजोबांची भूमिका यांचा समावेश होतो.

प्राध्यापक फ्रेडरिक एल. कुलीज यांची इतर पुस्तके

हाऊ टू थिंक लाईक ए निअँडरथल
How to Think Like a Neandertal

द राईज ऑफ होमो सेपिअन्सः द इव्होल्युशन ऑफ मॉडर्न थिंकिंग
The Rise of Homo sapiens: The Evolution of Modern Thinking

कॉग्निटिव्ह आर्किऑलॉजी अँड ह्युमन इव्होल्युशन
Cognitive Archaeology and Human Evolution

ड्रीम इंटरप्रिटेशन अॅज अ सायकोथेरप्यूटिक टेक्निक
Dream Interpretation as a Psychotherapeutic Technique

पर्सनॅलिटी डिसऑर्डर्स अँड ओल्डर अॅडल्टस
Personality Disorders and Older Adults

प्रकरण 1

तोंडओळख

प्रकरण 1 उद्दिष्टे

- संख्याशास्त्राचा सर्वसाधारण उद्देश जाणून घेणे
- संख्याशास्त्रज्ञांच्या विविध भूमिका समजावून घेणे
- वर्णनात्मक संख्याशास्त्र आणि निदानात्मक संख्याशास्त्र यांमधील फरक आणि साम्याचा अभ्यास करणे
- संख्याशास्त्र ही विद्याशाखा तात्त्विक युक्तिवाद करण्यास कशी उपयोगी पडते, हे जाणून घेणे
- कोणत्याही सर्वेक्षणात किवा अभ्यासात आवश्यक असलेल्या आठ प्रश्नांचा आढावा घेणे
- प्रायोगिक नियंत्रण आणि संख्याशास्त्रीय नियंत्रणातील फरक समजून घेणे
- योग्य आणि अयोग्य प्रायोगिक आराखड्यांचे मूल्यमापन करण्याची क्षमता विकसित करणे
- मापदंडाचे चार सर्वसामान्य प्रकार अभ्यासणे
- सर्वसामान्य संख्याशास्त्रीय चिन्हे जाणून घेणे आणि त्यांचा उपयोग करणे

हिचहायकर यांच्या *"गाईड टू गॅलेक्सी"* या पुस्तकाच्या मुखपृष्ठावर "घाबरू नका" हे शब्द आहेत. कदाचित, तुमच्यापैकी काहीजणांना संख्याशास्त्राच्या अभ्यासास सुरुवात करण्यासाठी प्रवृत्त करण्यास ते योग्य ठरतील. असे असले तरी, हा अभ्यासक्रम आणि हे लेखन, मनात एक वेगळी तात्त्विक भूमिका घेऊन तयार केले आहे, याची खात्री असूद्या. संख्याशास्त्र तुम्हाला तुमचे आजूबाजूचे जग समजावून घेऊन, माहितीच्या आधारे योग्य निर्णय घेण्यास कसे मदत करते, हे सांगणे, हा या लेखनामागील उद्देश आहे. दुर्दैवाने, संख्याशास्त्राबाबत अशा दंतकथा आहेत की ते शहाण्याला बुद्धीभ्रष्ट बनवते, किंवा थोडे कमी नाटकीपणाने बोलायचे झाले तर, ते असंख्य महाविद्यालयीन विद्यार्थ्यांच्या मनात अनावश्यक भीती निर्माण करते. खरेतर, संख्याशास्त्र हे निव्वळ संख्याच्या गटांचे संघटन आणि संकल्पनात्मक आकलन असते. आपल्या जगाचे संख्यांमध्ये रूपांतर करून संख्याशास्त्र आपल्याला आपले जग चटकन आणि कार्यक्षम पद्धतीने जाणून घेण्यास मदत करते. आपल्या जगाची माहिती इतरांपर्यंत पोहचविण्यासाठी आपल्यात संकल्पनात्मक जाणीव निर्माण करण्यास संख्याशास्त्र

आपल्याला मदत करते. तर्कशास्त्रातील व्यवहाराप्रमाणेच संख्याशास्त्र आपल्याला प्रस्थापित आणि विवेकशील तत्त्वांवर आधारित युक्तिवाद करण्याची मुभा देते, हे जास्त महत्त्वाचे आहे; आणि म्हणूनच, ते जाणीवपूर्वक आणि माहितीवर आधारित निर्णय घेण्यास मदत करते. कोणत्याही दुसऱ्या शास्त्रीय विद्याशाखेप्रमाणे संख्याशास्त्राला स्वतःची परिभाषा आहे म्हणून तुम्ही अनेक नवीन शब्दप्रयोग आणि चिन्हे शिकून घेणे अत्यंत महत्त्वाचे असेल. तसेच तुम्हाला माहीत असलेले काही सर्वसामान्य शब्द, संख्याशास्त्रीय संदर्भात, पूर्णतः निराळाच अर्थ धारण करताना तुम्हाला दिसतील.

संख्याशास्त्र शिकण्यासाठी मला गणिताची किती गरज भासेल?

तुम्हाला कॅलक्युलेटरच्या मदतीने बेरीज, वजाबाकी, गुणाकार आणि भागाकार करता येतो का? जर तुमचे उत्तर हो असे असेल, (जरी तुमचा गणिते करण्याचा वेग कमी असेल तरी), तर तुम्ही संख्याशास्त्र सहज हाताळू शकाल. जर तुमचे उत्तर नाही असे असेल, तर तुम्हाला मूलभूत गणित आणि साध्या बीजगणिताला जरा उजाळा द्यावा लागेल. संख्याशास्त्र हे खरे तर गणिताशी संबंधित नाही. वस्तुतः, गणिताचा वास्तव जगाशी फारच थोडा संबंध आहे ही वस्तुस्थिती काही गणितज्ञ गुप्तपणे कबूल करतात. याउलट, दुसऱ्या बाजूला, संख्याशास्त्र हे प्रत्यक्षपणे निर्णय घेण्याच्या प्रक्रियेशी संबंधित असते आणि म्हणून, संख्याशास्त्राने संकल्पनात्मकदृष्ट्या अर्थपूर्ण असलेच पाहिजे. या अभ्यासक्रमात समाविष्ट केलेल्या बऱ्याचशा कार्यपद्धती, Statistical Package for the Social Sciences (SPSS;www.spss.com) सारख्या एखाद्या विशिष्ट संगणक आज्ञावलीच्या साहाय्यानेही करता येतात. या पुस्तकातील प्रत्येक प्रकरणात त्या प्रकरणातील विश्लेषण प्रक्रिया करण्यासाठी विशिष्ट SPSS सूचना दिल्या आहेत. SPSS सारख्या संगणक आज्ञावली, संख्याशास्त्रीय आकडेमोड करतात, एवढेच नाही तर तुमचा वेगही प्रचंड वाढवतात. परंतु या आज्ञावली या प्रक्रियांचे फारच थोडे स्पष्टीकरण देतात किंवा स्पष्टीकरण देतच नाहीत. या अभ्यासक्रमाच्या इतर उद्देशांबरोबर हा ही एक छोटा उद्देश आहे.

संख्याशास्त्राचे सामान्य उद्देशः जग जाणून घेणे

गणितात संख्यांच्या एखाद्या गटाला संच असे म्हणतात. परंतु, संख्याशास्त्रात या गटाला अनेकवेळा डेटा (एका संख्येला डेटम) असे म्हणतात. साधारणतः, संख्या नैसर्गिकरित्या एखाद्या परीक्षेचे गुण किंवा एखाद्या प्रसंगाला उपस्थित व्यक्तींची संख्या या प्रकारची माहिती दर्शवितात. या सर्व संख्यांची एकत्रितपणे जास्त कार्यक्षम मांडणी करणे, हा संख्याशास्त्राचा उद्देश असतो. यापेक्षाही, संख्याशास्त्राचा जास्त महत्त्वाचा वापर, जरी काही लोकांची या विरुद्ध कल्पना असली तरी, सांख्यिकी माहितीची जास्त आकलनीय स्वरूपात मांडणी करण्यासाठी होतो. ज्या लोकांच्या मनात संख्याशास्त्राबाबत संभ्रम असतो, त्यांना नैतिकतेच्या दृष्टिकोनातून पाहता, खऱ्या अर्थाने संख्याशास्त्रज्ञ मानता येत नाही. या अभ्यासक्रमामुळे, एखादी वस्तू योग्य प्रकारे काम करत नसतानाही ती तसे करते अथवा एखादी वस्तू इतर वस्तूंपेक्षा जास्त चांगली नसतानाही ती तशी आहे, हे पटवून देण्याचा प्रयत्न करणाऱ्या लोकांपासून तुमचे संरक्षण होईल.

संख्याशास्त्राचा दुसरा उद्देश – एखादा युक्तिवाद करणे किंवा निर्णय घेणे

बऱ्याचवेळा लोक स्वतःचे मत इतरांना पटवून देण्यासाठी संख्याशास्त्राचा वापर करतात. फुफ्फुसाचा कर्करोग आटोक्यात आणण्याचा प्रयत्न करणारे लोक संख्याशास्त्राचा उपयोग सिगारेट ओढल्याने फुफ्फुसाच्या कर्करोगाची शक्यता वाढते हे पटविण्यासाठी करतात. कार आणि ट्रकचे निर्माते संख्याशास्त्राचा वापर कारची आणि ट्रकची विश्वासार्हता पटविण्यासाठी करतात. असेही म्हटले जाते

की, संख्याशास्त्रज्ञ हा एक प्रामाणिक वकीलच असतो. कोणीही संख्याशास्त्राचा उपयोग उत्पादन-विक्री यासाठी, स्वतःचे मत पटविण्यासाठी, मताला दुजोरा देण्यासाठी, उमेदवाराला निवडून देण्यासाठी, सामाजिक परिस्थितीत सुधारणा करण्यासाठी आणि अशाच प्रकारच्या अनेक कारणांसाठी करू शकतो. कारण, स्पष्टपणे मांडलेला संख्याशास्त्रीय युक्तिवाद हा कोणाच्याही बिनबुडाच्या मतापेक्षा अत्यंत प्रभावशाली ठरू शकतो. संख्याशास्त्र हे सामाजिक बदलातील एक महत्त्वपूर्ण अंग बनू शकते.

संख्याशास्त्रज्ञ नक्की कोण असतो?

तुमच्यापैकी अनेकजण संख्याशास्त्रज्ञ होण्यापेक्षा कदाचित टेकसावर बसणे पसंत करतील किंवा चौकस गुप्तहेर, किंवा प्रामाणिक वकील, किंवा एखादा चांगला कथाकथनकार या सारख्या उपजीविकेच्या चांगल्या संधींचा विचार करत असतील. समकालीन संख्याशास्त्रज्ञ रॉबर्ट पी. एबलसन (1998–2005; पाहा एबलसन, 1995, या पुस्तकातील संदर्भसूचीत) यांच्या मते, हेच नेहमी संख्याशास्त्रज्ञाचे काम असते. या भूमिकांमधील निर्णायक ठरणारे घटक आपण तपशिलात जाऊन तपासू या.

स्रोत: क्लिपआर्ट.कॉम (source: clipart.com)

पहिली भूमिका: चौकस गुप्तहेर

चौकस गुप्तहेरास माहिती असते की गुन्हा घडला आहे आणि तो गुन्ह्याच्या ठिकाणी जाऊन गुन्ह्याचे धागेदोरे किंवा पुरावे शोधतो. या पुराव्यांच्या आधारे तो गुप्तहेर संभाव्य गुन्हेगारावर संशय व्यक्त करतो. त्याचप्रमाणे, एखादा संख्याशास्त्रज्ञ संशयितांविषयी किंवा कोणते उत्पादन उत्तम आहे, अल्झायमर हा रोग कोणत्या कारणांनी होतो, किंवा संगीतामुळे खरेदीबाबतच्या वर्तणुकीवर परिणाम होतो की नाही, या सारख्या कारणीभूत घटकांबाबत संशय व्यक्त करतो. अल्झायमर या रोगाच्या बाबतीत रोग्यांचे आयुष्य संख्यामध्ये (डेटा) मोजले जाते. हा डेटा संख्याशास्त्रज्ञाचा धागादोरा किंवा पुरावा

बनतो आणि प्रायोगिक संरचना (डेटा कसा संकलित केला) हे गुन्ह्याचे दृश्य बनते. तुम्हाला माहीतच आहे की गुन्ह्याच्या दृश्याशिवाय पुराव्याचा उपयोग होत नाही; तसेच, डेटा कसा संकलित केला आहे हे माहिती नसल्यास तो निरुपयोगी ठरतो. आरोग्यक्षेत्रातील व्यावसायिक त्यानंतर डेटा विश्लेषण करून कारणीभूत घटकांबाबत निर्णय घेऊन योग्य प्रकारचे औषधोपचार निवडू शकतो. (उदाहरणार्थ, अन्नपदार्थामधील ॲल्युमिनियममुळे अल्झायमर होतो का?)

एक चांगला गुप्तहेरही संशयवादी असतो. जेव्हा इतर गुप्तहेर प्रथमतः त्यांचा गुन्हेगाराविषयी संशय व्यक्त करतात तेव्हा चांगला गुप्तहेर पुराव्याची तपासणी करेपर्यंत आणि गुन्ह्याचे दृश्य पाहण्यापूर्वी स्वतःचे मत व्यक्त करीत नाही. संख्याशास्त्रज्ञही असेच असतात; अशा अर्थाने की तेही लोकप्रिय मतांच्या अंमलाखाली दबत नाहीत. भविष्यकालीन फायदा किंवा तोटा यांच्या विचाराचा प्रभाव त्यांच्यावर पडू नये. संख्याशास्त्रज्ञाने डेटा आणि प्रायोगिक संरचना तपासून एखाद्या प्रक्रियेच्या किंवा उत्पादनाच्या परिणामकारकतेबाबत अथवा अपरिणामकारकतेबाबत स्वतःची गृहीतप्रमेये (अभ्यासपूर्ण अंदाज) मांडली पाहिजेत. संख्याशास्त्रज्ञाकडे त्यांची स्वतःची संशोधन संरचना (प्रस्थापित प्रक्रियेवर आधारित) विकसित करून तपासण्याची संपूर्ण क्षमता असते. बहुसंख्य संख्याशास्त्रज्ञ असे नीतीनियम पाळणारेच आढळतात. संख्याशास्त्राच्या स्वच्छ जगात अफरातफरीच्या काही घटना अपवादानेच आढळतात. असे असले तरी, संख्याशास्त्रज्ञ सर्वसामान्य लोकांसारखेच असतातः कधीतरी तेही नावलौकिक, पैसा, निष्ठा, आणि पूर्वग्रह या कारणांनी नकळत प्रभावित होऊ शकतात. त्यामुळे, या अभ्यासक्रमात संख्याशास्त्राची मूलभूत तत्त्वे पूर्णपणे समजावून घेणे महत्त्वाचे आहे. या आधीच नमूद केल्याप्रमाणे, जरी तुम्ही सांख्यिकीचे उत्पादक झाला नाहीत तरी तुम्ही, तुमचे मित्र, आणि परिवार कायमच संख्याशास्त्राचे ग्राहक नक्कीच व्हाल (जसे तुम्ही एखादे उत्पादन किंवा औषध विकत घेता). आणि म्हणून, सांख्यिकी कशी निर्माण होते आणि तिचा हेतुपुरस्सर, नकळत, किंवा शिताफीने कसा गैरवापर केला जाऊ शकतो, हे समजावून घेणे महत्त्वाचे ठरते. पण या मधील वापरून गुळगुळीत झालेला मुद्दा (cliché क्लिशे) असा आहे की, जर एखादी गोष्ट विश्वास न बसण्याइतकी खूप चांगली वाटत असेल तर ती खरी नसू शकते. ही जुनाट कल्पना संख्याशास्त्रालाही लागू होते. फक्त ती निर्माण होणाऱ्या सांख्यिकीला नाही. ती सांख्यिकी कशी गोळा केली आहे याला, म्हणजेच प्रायोगिक संरचनेला लागू होऊ शकते. या अभ्यासक्रमात संख्याशास्त्राची तत्त्वे आणि त्याबरोबर येणाऱ्या प्रायोगिक संरचना सादर करण्यात येणार आहेत. आणि, तुम्हाला लवकरच समजेल की, प्रायोगिक संरचनेची ताकद संख्याशास्त्रीय विश्लेषणापेक्षा जास्त असते.

स्रोतः आयस्टॉकफोटो.कॉम (Source: iStockphoto.com)

दुसरी भूमिकाः प्रामाणिक वकील

एखादा प्रामाणिक वकील प्रकरणासंदर्भात माहिती मिळवितो आणि त्यावरून, न्यायाधीश आणि पंच यांच्या समोर कायदेशीर युक्तिवाद करतो. एखाद्या पदासाठी किंवा जास्तकरून एखाद्या परिस्थितीसाठी तो वकिली करतो. अनेक वेळा, वास्तवातून पूर्ण संगतवार परिस्थिती समोर येत नाही किंवा वास्तवाची वेगवेगळी स्पष्टीकरणे असू शकतात. संख्याशास्त्रज्ञ याच प्रकारे काम करतात; ते डेटा तपासतात आणि त्याचे तर्कशुद्ध किंवा संभाव्य स्पष्टीकरण मिळविण्याचा प्रयत्न करतात.

आदर्शवादीपणे सांगायचे तर, संख्याशास्त्रज्ञ निष्क्रिय नाही तर सक्रिय शास्त्रज्ञ असतात. शास्त्रज्ञ चौकसवृत्तीचे असतात. त्यांच्या मनात आयुष्याचे स्वरूप किंवा वास्तव याबद्दल एक कल्पना असते. त्यांच्या मनात विविध चलांच्या संबंधांबाबत जिज्ञासा असते. उदाहरणार्थ, एखादा रोग कशाने होतो, लोक इतर वस्तू न घेता एकच लोकप्रिय वस्तू का घेतात, एखादे उत्पादन उपयुक्त आहे की घातक आहे; ते, ही गृहीतप्रमेये विविध प्रयोग अथवा सर्वेक्षणे करून तपासतात. त्यानंतर त्या प्रयोगाचे अथवा सर्वेक्षणाचे निकाल सांख्यिकी होतात आणि जेव्हा संख्याशास्त्रज्ञाला असे प्रामाणिकपणे वाटते की सांख्यिकी त्याच्या प्राथमिक अनुमानाला किंवा गृहीतप्रमेयांना पुष्टी देते तेव्हा ते वकिलासारखेच काम करतात. सांख्यिकी जर त्यांच्या गृहीतप्रमेयांना पुष्टी देत असेल, तर संख्याशास्त्रज्ञ न्यायाधिशांसमोर (नियतकालिकाचा संपादक, प्रशासक, इत्यादी) त्यांच्या अभ्यासाच्या बाजूने युक्तिवाद करतात. जर त्यांना त्यांचे निकाल प्रसिद्ध करावेसे वाटत असतील तर ते योग्य नियतकालिक निवडून त्यांचा लेख योग्य स्पष्टीकरणासह संपादकाकडे पाठवितात. तो संपादक तो लेख अभ्यास-विषयातील तज्ज्ञ व्यक्तींकडे पाठवितात (यालाच समस्तरीय आढावा असे ही म्हणतात). आढावा घेणाऱ्या व्यक्ती, गरज असल्यास, काही बदल किंवा दुरुस्त्या सुचवतात. त्यांनाच, बरेच वेळा, अभ्यास प्रसिद्ध करण्यासारखा आहे का, हे विचारले जाते. जर संशोधकाला संपादक आणि समीक्षकास हे पटवून देता आले की गृहीतप्रमेय हेच डेटाचे जास्त संभाव्य स्पष्टीकरण आहे, तर अभ्यास प्रसिद्ध होऊ शकतो. लेख पाठविला जाणे, स्वीकृत होणे, आणि प्रत्यक्षात प्रसिद्ध होणे या मध्ये 6 महिने ते 2 वर्षांचा कालावधी जाऊ शकतो; आणि त्याला प्रसिद्धीची दिरंगाई असे म्हणतात.

अर्थातच, जसे विवेकहीन आणि अतिभाबडे वकील असतात तसेच, दुर्दैवाने, या आधी नमूद केल्याप्रमाणे, विवेकहीन आणि अतिभाबडे संख्याशास्त्रज्ञही असतात. या प्रकारचे लोक, हेतुपुरस्सर अथवा अनवधानाने, माहिती किंवा डेटा गृहीतप्रमेयाला ओढूनताणून जोडतात. याहीपेक्षा अत्यंत वाईट परिस्थितीत, ते जी माहिती त्यांच्या अभ्यासास पूरक नसते ती नजरेआड करतात किंवा त्या पुढे जाऊन, त्यांचा डेटा बदलतात सुद्धा. शास्त्रशाखेबाबत, जरी संपूर्ण अफरातफरीच्या घटना कमी आढळत असल्या, तरी आपण अनेक वेळा असे बघतो की एखादा निष्कर्ष काढण्यासाठी, पुर्वानुग्रहातून डेटा ओढूनताणून जोडला आहे. अशा परिस्थितीत, संशयी गुप्तहेराची भूमिका करावी लागते. आपण स्वतःलाच हा प्रश्न विचारावा लागतो की हे डेटा इतके चांगले आहेत का की ते खरे असू शकत नाहीत? याला काही पर्यायी स्पष्टीकरणे आहेत का? सुदैवाने, इथे शास्त्र आणि न्यायालय यात मोठा फरक पडतो. आपल्याला माहीत असते आपले गृहीतप्रमेय कधीच फक्त एका सोप्या अभ्यासावरून ठरणार नाही. असे म्हटले जाते की आपण कोणत्याही गृहीतप्रमेयाची सत्यता अथवा असत्यता 'सिद्ध' करीत नाही. गृहीतप्रमेयाची उपयुक्तता दर्शविण्यासाठी अनेक अभ्यासांची मालिका करावी लागते, याला प्रतिकृती (replication) असे म्हणतात. या उलट, जेव्हा अनेक अभ्यासांच्या मालिकेतून गृहीतप्रमेयाला पुष्टी मिळत नाही तेव्हा गृहीतप्रमेय निरुपयोगी ठरते. एक जुना मानसशास्त्रीय सिध्दांत असा होता की व्यक्तिमत्वाची वैशिष्ट्ये (आनंदी, चिंताक्रांत, किंवा ठाम) शरीरयष्टीवर (जाड, रोड, किंवा पिळदार) अवलंबून असतात. परंतु, नंतरच्या अनेक अभ्यासांमधून असे लक्षात आले आहे की, या पहिल्या गृहीतप्रमेयास फारच थोडा आधार आहे. हे गृहीतप्रमेय शास्त्रज्ञांनी संपूर्णपणे फेटाळले नाही; पण ते निरुपयोगी होत गेले आणि शास्त्रीय नियतकालिकांमधून बाहेर पडले. खेदाची बाब ही आहे की, हा सिध्दांत शास्त्रीय पद्धतीने नाकारला न गेल्याने अजूनही अशास्त्रीय मासिकांमध्ये लोकप्रिय म्हणून अस्तित्वात आहे.

अंतिम भूमिका: एक चांगला कथाकथनकार

कथाकथन ही एक कला आहे. जेव्हा आपल्याला एखादे पुस्तक किंवा चित्रपट आवडतो अथवा आवडत नाही, तेव्हा प्रत्यक्षात आपण कथा किती चांगली सांगितली आहे याला प्रतिसाद देत असतो. मी एकदा स्टील बनविण्याची गोष्ट वाचली होती. आज,

स्रोत: The Storyteller by Mats Rehnman, © 1992. चित्रकाराच्या परवानगीने वापरली आहे. कथाकथनाची कला या विषयी जास्त माहिती मॅटस् यांच्या वेब साईट www.matsrehnman.com वर भेट देऊन मिळवा.

माझ्यासाठी स्टील बनविण्यात काहीच नावीन्य न राहिल्याने जरी हा विषय माझ्या आवडीच्या विषयांच्या यादीतून खाली उतरला असला तरी, लेखकाने इतकी मनोरंजक आणि नाट्यपूर्ण गोष्ट लिहिली आहे की मला तिने खिळवून ठेवले होते. त्याचप्रमाणे, संख्याशास्त्रज्ञाने फक्त चौकस गुप्तहेर किंवा प्रामाणिक वकील असून भागत नाही. त्याला अथवा तिला उत्तम कथाकथनकार असावेच लागते. संख्याशास्त्रज्ञाचे गृहीतप्रमेय अगदी खरे असले तरी, त्यांनी त्यांची केस स्पष्टपणे आणि पटण्यासारखी मांडली पाहिजे. एखाद्या यशस्वी संख्याशास्त्रज्ञाला प्रयोगातील निष्कर्ष आणि ते का महत्त्वाचे आहेत, कोणाला महत्त्वाचे आहेत आणि मानवाच्या भवितव्यासाठी याचा काय अर्थ होईल. (ठीक आहे, कदाचित मी शेवटच्या मुद्द्यात अतिशयोक्ती करीत असेन), हे बारकाव्याने सांगता आले पाहिजे. असे बारकाव्याने सांगणे (चांगले कथाकथन) हाच एक, चांगला संख्याशास्त्रज्ञ किंवा शास्त्रज्ञ होण्यासाठीच्या अत्यंत महत्त्वाच्या घटकांपैकी एक घटक असू शकतो. खरेतर, चांगले कथाकथन हे मानवजातीच्या इतिहासातील अत्यंत महत्त्वाच्या भूमिकांपैकी एक असू शकते (पाहा सुजीयामा, 2001).

संपूर्ण विज्ञानामध्ये कथाकथनाची अनेक उत्तम उदाहरणे आहेत. जगाच्या उत्पत्तीची एक अत्यंत विलोभनीय कथा आहे. सध्या, किमान दोन परस्पर विरोधी सिद्धांत सांगितले जातात (हे सिद्धांत गृहीतप्रमेयापेक्षा मोठे आणि भव्य आहेत, परंतु, कथा मूलतः फक्त शिक्षित ठोकताळेच असतात): एका कथेप्रमाणे, सर्वेश्वराने सहा दिवसात शून्यातून जगाची निर्मिती केली असे सांगितले जाते, आणि दुसरी, बिग बँग (मोठा धमाका), कथेप्रमाणे जगाची उत्पत्ती एका छोट्या अंड्याच्या प्रचंड स्फोटातून झाली आहे. लक्षात घ्या की या दोन्ही सिद्धांतांमध्ये एक विलोभनीय कथा जोडलेली आहे. दोन्ही कथांमध्ये एकच समस्या आहे की आपण सिद्ध करण्याचा प्रयत्न करतो आहोत की काहीही नसण्यातून काहीतरी निर्माण झाले आहे; ही एक तर्कशुद्ध विसंगती आहे. असे सुचविले जाते की एखाद्या दंतकथेचा उद्देश विसंगतीवर मात करण्यासाठी काही तर्कशुद्ध स्पष्टीकरण देणे हा असतो; परंतु, जेव्हा विसंगतीच खरी असते तेव्हा हे अशक्य असते. तरीही, हे दोन्हीही सिद्धांत सर्वसामान्य लोकांमध्ये आणि शास्त्रज्ञांमध्ये देखील अत्यंत लोकप्रिय आहेत; याचे काही प्रमाणात कारण म्हणजे त्यातून मजेशीर, प्रक्षोभक आणि मनोहारी कथा निर्माण होतात.

शास्त्र मनोरंजक कथांनी परिपूर्ण झाले आहे. प्लानेरियाची (planaria) पुनरुत्पादनक्षमता किंवा स्टील निर्मितीची गोष्ट, याही अशाच मनोरंजकपणे, पटवून सांगता येतील. (म्हणजेच, कोणत्याही विषयामध्ये एखादी चांगली गोष्ट बनण्याची संभाव्यता असते).

उदारमतवादी आणि पुराणमतवादी संख्याशास्त्रज्ञ

आपण संख्याशास्त्राच्या या अभ्यासक्रमात जसजसे पुढे जाऊ, तसतसे तुमच्या असे लक्षात येऊ लागेल की, माहिती ज्या पद्धतीने शोधली जाते (प्रायोगिक पद्धती किंवा प्रायोगिक संरचना), ज्या पद्धतीने तिचे सारिणीकरण केले जाते, आणि ज्या पद्धतीने त्याचा अहवाल तयार केला जातो (याला संख्याशास्त्रीय विश्लेषण असे म्हणतात), त्यामध्ये बरीच मोकळीक असते.

यामध्ये, उदारमतवादी आणि पुराणमतवादी, हे दोन वैचारिक मतप्रवाह आढळतात. अगदी राजकारणाप्रमाणेच यातील कोणाचीच बाजू पूर्ण बरोबर नसते कारण दोन्ही बाजूच्या तत्वज्ञानांमध्ये त्यांचे असे काही लाभ आणि काही तोटे असतात.

बहुतेक सगळे शास्त्रज्ञ साधारणतः पुराणमतवादी असतात, आणि संख्याशास्त्रज्ञ हे ही शास्त्रज्ञच असल्याने, ते ही सर्वसामान्य नियमानुसार पुराणमतवादी असतात. पुराणमतवादी संख्याशास्त्रज्ञ, ज्या गोष्टी पारखलेल्या आहेत आणि खऱ्या ठरल्या आहेत त्यांनाच चिकटून राहतात. ते परंपरागत नियम आणि निर्बंध अधिक पसंत करतात. ते पूर्वीच्याच ऐतिहासिक पद्धतीने प्रयोगांची आखणी करतात. आणि परंपरागत पद्धतीनेच निष्कर्ष काढून त्याचा अहवाल सादर करतात. ही परिस्थिती प्रथमदर्शनी वाटते तितकी कंटाळवाणी नसते. पुराणमतवादी बाजूचा फायदा असा असतो की शास्त्रज्ञांच्या जमातीकडून त्यांचे विचार चटकन स्वीकारले जातात (जर्नल्सचे संपादक आणि बरोबरीच्या समालोचकांसह) जर कोणी नियमांना चिकटून राहत असेल आणि संख्याशास्त्रातील रूढी स्वीकारत असेल, या नियम आणि रूढीनुसार यशस्वी युक्तिवाद करत असेल, तर त्याचे निष्कर्ष स्वीकारले जाण्याची आणि त्यांना प्रसिद्धी मिळण्याची पुष्कळच मोठी शक्यता असते. तसेच या निष्कर्षांकडे शास्त्रज्ञ समूहाचे लक्ष वेधले जाते. पुराणमतवादी संख्याशास्त्रज्ञ त्यांच्या डेटाच्या काढलेल्या अन्वयार्थाविषयी अत्यंत दक्ष असतात. जी अनुमाने किंवा उपचार परिणाम लहान स्वरूपाचे असतील, ते नाकारून, असे संख्याशास्त्रज्ञ त्यांच्या अनुमानांमध्ये साशंकता निर्माण होण्याच्या शक्यतेपासून स्वतःचा बचाव करतात. त्यांचे निष्कर्ष अत्यंत स्पष्ट असलेच पाहिजेत किंवा उपचारांचे परिणाम (नवीन औषधांच्या परिणामांप्रमाणे) खूप मोठे असले पाहिजेत, की ज्यामुळे, त्यांचे डेटा वास्तववादी आहेत असा निष्कर्ष त्यांना काढता आला पाहिजे आणि म्हणून, केवळ योगायोगाने त्यांचे निष्कर्ष मिळाले असण्याची शक्यता खूपच कमी असते.

पुराणमतवादी संख्याशास्त्राच्या बाजूचे दोष म्हणजे बारकाईने चौकशी करण्याच्या नवीन संशोधन पद्धती, सर्जनशील संख्याशास्त्रीय विश्लेषण, आणि मूलगामी निष्कर्ष टाळले जातात. उदाहरणार्थ नवीन औषध बरेचसे परिणामकारक आहे पण सर्वांवर परिणामकारक नाही; किंवा नवीन औषधोपचार जवळपास प्रत्येकाला उपयुक्त ठरू शकतो परंतु त्यामुळे होणारी सुधारणा मर्यादित किंवा थोडी असते. स्वतःला योगायोगाच्या धोक्यापासून वाचवणारे पुराणमतवादी संख्याशास्त्रज्ञ पुष्कळदा "फोलपटांबरोबर दाणे बाहेर टाकून" विषय संपवतात. ते असा निष्कर्ष काढून थांबतात की त्यांचे अनुमान केवळ योगायोगाने मिळाले आहे, पण खरेतर उपलब्ध माहितीत जे घडते आहे ते केवळ योगायोगाने घडत नसते.

उदारमतवादी संख्याशास्त्रज्ञ मुक्त अवस्थेत असतात. ते गृहीतप्रमेये पडताळणीच्या आणि त्यांच्या माहितीच्या विश्लेषणाच्या आश्चर्यजनक नव्या पद्धती लागू करू शकतात. उदारमतवादी संख्याशास्त्रज्ञ स्वीकृत संख्याशास्त्रीय संकल्पना धुडकावण्यास घाबरत नाहीत. या अवस्थेचा दोष म्हणजे बहुसंख्य शास्त्रज्ञ हे सर्वसामान्य लोकांसारखेच असतात. आपल्यातील बरेच लोक नवीन पद्धतीने गोष्टी करण्यास घाबरतात. त्यामुळे उदारमतवादी संख्याशास्त्रज्ञांना त्यांचे निष्कर्ष प्रमाणित शास्त्रीय जर्नल्समध्ये प्रसिद्ध करण्यात अडचण येऊ शकते. प्रत्यक्ष परिणाम किंवा निष्कर्ष यापेक्षा वेगळ्याच पद्धतीने संशोधन करण्याच्या एकमेव कारणासाठी त्यांच्यावर बरेचदा टीका केली जाते. याशिवाय, उदारमतवादी संख्याशास्त्रज्ञ असण्यामध्ये काही खरे धोकेही आहेत. या पंथामध्ये स्वाभाविकतःच, पुराणमतवादी संख्याशास्त्राज्ञांच्या तुलनेत, छोट्या सुधारणा हाच उपचाराचा खरा परिणाम असल्याचा दृष्टिकोन बाळगण्याची इच्छा असते. अशा प्रकारे, उदारमतवादी संख्याशास्त्रज्ञ नवीन आणि परिणामकारक उपचारपद्धती शोधून काढण्याची शक्यता अधिक असते. परंतु, त्यांच्याकडून योगायोगाने मिळालेल्या निष्कर्षालाच खरा निष्कर्ष समजला जाण्याचा मोठा धोका असतो. शास्त्रज्ञ जर खूप घाई करत असतील किंवा विशिष्ट निष्कर्षावर गडबडीने शिक्कामोर्तब करत असतील, तर त्यांच्या या कृतीचे परिणाम एखाद्याच्या मृत्युस कारणीभूत ठरतील किंवा अधिक भयानक ठरू शकतील. एखाद्याच्या मृत्यूस कारणीभूत ठरण्यापेक्षा अधिक वाईट काय असू शकते? 1960 च्या दशकातील थॅलीडोमाइड हा ट्रॅंक्विलायझर लक्षात घ्या. त्याचे पुरुषांवर कोणतेही परिणाम

झाले नाहीत; परंतु ज्या गर्भार स्त्रियांनी थॅलीडोमाइड घेतले होते अशा स्त्रियांनी 10,000 पेक्षा जास्त बालकांना जन्म दिला, आणि ही बालके जरी जिवंत जन्माला आली, तरी त्यांना हात किंवा पाय नव्हता. थोडक्यात, शास्त्रीय उदारमतवादात काही फायदे (नाविन्य, नवप्रवर्तन, सर्जनशीलता) आणि काही तोटे (त्याच्याकडे भीतीदायक, दिखाऊ, विचित्र या दृष्टीने पाहिले जाऊ शकते किंवा त्याचे निकाल एखाद्याच्या मृत्यूस कारणीभूत ठरणारे किंवा अधिक भयानक) असू शकतात. संख्याशास्त्रज्ञांसाठी यातील कोणतीच अवस्था पूर्णतः सोयीस्कर नाही. हे पुस्तक तुम्हाला पुराणमतवादी नियम आणि रूढी शिकवेल. ते तुम्हाला माहिती संकलनाच्या पर्यायी पद्धतींचा विचार करण्यास प्रवृत्तही करेल. परंतु लक्षात ठेवा की, आपल्या आयुष्याप्रमाणे, कोणतीही बाजू ही एकमेव बाजू नसते आणि कोणत्याही बाजूचे काही ना काही परिणाम असतातच.

वर्णनात्मक आणि निदानात्मक संख्याशास्त्र

संख्याशास्त्राच्या उपयोजनाचा सर्वात महत्त्वाचा आयाम, सर्वंकष निष्कर्षांचा अधिक कार्यक्षम आणि सर्वसमावेशक सारांश काढता येईल अशा पद्धतीने माहितीचे विश्लेषण करणे, हा असतो. हा उद्देश साध्य करण्यासाठी, संख्याशास्त्र वर्णनात्मक आणि निदानात्मक अशा दोन भागांमध्ये विभागलेले असते. सध्या या दोहोंमधील फरकाची फार चिंता करू नका. ज्या क्षेत्रांचा समावेश त्यामध्ये केला जातो, ती एकमेकांमध्ये मिसळलेली असतात आणि अधिक क्लिष्ट अशा निदानात्मक संख्याशास्त्रासाठी इमारत रचणाऱ्या विटा, या दृष्टीनेही वर्णनात्मक संख्याशास्त्राकडे पाहता येईल.

या दोन प्रकारांपैकी वर्णनात्मक संख्याशास्त्र ऐतिहासिकदृष्ट्या अधिक जुने आहे. त्यात आलेख, तक्ते, आणि सरासरी किंवा मध्यमानाच्या स्वरूपात संख्यांचे वर्णन, या प्रकारच्या वास्तविक माहितीच्या मोजणीचा समावेश होतो. अशा सार्वत्रिक मान्यता पावलेल्या संख्यांच्या वर्णनाला निकष (पॅरामीटर) असे म्हणतात, आणि मध्यमान व प्रमाण विचलन हे सर्वात लोकप्रिय आणि महत्त्वाचे निकष (पॅरामीटर्स) मानले जातात (आपण प्रकरण 3 मध्ये त्यांची सविस्तर चर्चा करणार आहोत).

निदानात्मक संख्याशास्त्र हे त्यामानाने नव्याने उदयाला आलेले क्षेत्र आहे, त्यामध्ये लहान समूहाच्या माहितीवरून (याला नमुना असे म्हणतात) मोठ्या समूहाबद्दल (याला जनसंख्या असे म्हणतात) अनुमाने काढणे या गोष्टीचा समावेश होतो. जनसंख्येची व्याख्या, आपल्याला ज्यांचा अभ्यास करण्यात रस आहे अशा वस्तू, लोक, किंवा घटनांचा संपूर्ण समूह किंवा गट, अशी केली जाते. मजेची गोष्ट अशी की, संख्याशास्त्रज्ञ फारच क्वचित प्रसंगी जनसंख्येशी संबंधित असतात, कारण बहुतेक वेळा जनसंख्येत असण्यासाठी विशिष्ट निकष पूर्ण करणाऱ्या घटकांची संख्या खूपच मोठी असते. (उदाहरणार्थ, युनायटेड स्टेट्समधील करदाते), अशा समूहाची मोजणी करणे वित्तीय दृष्ट्या असाध्य असते आणि/ किंवा आपल्याला आत्ता जनसंख्येत नसलेल्या परंतु भविष्यात जनसंख्येचा भाग असू शकणाऱ्या लोकांना हे निष्कर्ष लागू करण्याची आपली इच्छा असते. अशाप्रकारे, संख्याशास्त्रज्ञ जनसंख्येतून निवडलेला नमुना अभ्यासासाठी वापरतात. आपली नमुन्यासंबंधी असलेली अनुमाने, जनसंख्येचे योग्य प्रतिनिधित्व करणारी असावीत यासाठी, संख्याशास्त्रज्ञ दोन शिफारसी करतात. पहिली, जनसंख्येतून नमुना यादृच्छिक पद्धतीने निवडलेला असावा. यादृच्छिक नमुन्याची संकल्पना म्हणजे जनसंख्येतील प्रत्येक घटकाला किंवा डेटमला नमुन्यामध्ये निवडला जाण्याची समान संधी असते. दुसरी, जनसंख्येच्या संदर्भात नमुना पुरेसा मोठा असावा. दुसऱ्या शिफारसीच्या संदर्भात नमुन्याचा आकार, आपण सर्वेक्षण संशोधन करत आहोत की नियंत्रित प्रयोग करत आहोत, यानुसार बदलेल, हे आपण नंतर पाहूच.

संख्याशास्त्रीय अभ्यास सहसा स्तरित नमुन्यावर आधारित असतात असे नमूद केले जाते. स्तरित नमुना म्हणजे, जनसंख्येमध्ये उपगटांची जी वारंवारिता असेल, त्याच प्रमाणात नमुन्यामध्ये घटक समाविष्ट करणे. उदाहरणार्थ, यु. एस.

मधील जनसंख्येतील मानववंशासंबंधीच्या स्तरित नमुन्यावर अभ्यास आधारलेला आहे, असे नमूद केलेले असल्यास, जनसंख्येमध्ये ज्या प्रमाणात मानववंशांचे उपगट आहेत, तसेच प्रमाण नमुन्यामध्येही असेल. सध्या यु. एस. मधील लोकसंख्या साधारणतः 30 कोटीपेक्षा अधिक आहे. सुमारे 20 कोटी लोक स्वतःला नॉन-हिस्पॅनिक व्हाईट किंवा कॉकेशिअन म्हणून संबोधतात, 4.8 कोटी हिस्पॅनिक, 4.1 कोटी ब्लॅक किंवा आफ्रिकन अमेरिकन, 1.6 कोटी आशियाई, 50 लक्ष अमेरिकन इंडियन, आणि 50 लक्ष इतर दोन किंवा अधिक वंशांचे आहेत. त्यामुळे, स्तरित नमुन्यामध्ये 63% व्हाईट किंवा कॉकेशिअन, 15% हिस्पॅनिक, 13% ब्लॅक किंवा आफ्रिकन अमेरिकन, 5% आशियाई, 2% अमेरिकन इंडियन, आणि 2% इतर दोन किंवा अधिक वंशांचे असावेत. पुन्हा, मोठे नमुने, यादृच्छिक नमुने, आणि स्तरित नमुने आपल्याला अशी अनुमाने काढण्यास मदत करतात की जी, आपण ज्या जनसंख्येचा अभ्यास करत आहोत, त्या जनसंख्येबाबत खरी असण्याची, खूप दाट शक्यता असेल.

सिद्धांत आणि गृहीतप्रमेय तपासण्यासाठी प्रयोगांची आखणी

सिद्धांत म्हणजे सर्वसामान्य विधानांचा असा संच, जो एखादी घटना स्पष्ट करण्याचा प्रयत्न करतो. सामान्यतः सिद्धांतही महान असतात; ते काहीतरी मोठे किंवा महत्त्वाचे नमूद करत असतात, जसे, मागणी व पुरवठा, मुले भाषा कशी शिकतात, किंवा विश्वाचा प्रारंभ कसा झाला याबद्दलचे सिद्धांत. चांगल्या सिद्धांतांमुळे लोकांच्या विचारांना चालना देऊन, त्यांनी परीक्षण करता येण्याजोग्या काही विधानांना जन्मही दिला पाहिजे. सिद्धांत योग्य असल्यास ही विधाने म्हणजे प्रत्यक्षात जशा गोष्टी असाव्यात तसे अंदाज असतील. गृहीतप्रमेये ही सिद्धांतापासून तयार केलेली व सिद्धांताशी सुसंगत असलेली नेमकेपणाने तयार केलेली विधाने असतात, जी नंतर प्रायोगिक संशोधनातून पडताळून पाहिली जातात. ज्या सिद्धातांची नेमकी गृहीतप्रमेये संशोधनाने वरचेवर सिद्ध केली जातात, ते सिद्धांत उपयुक्त समजले जातात. ज्या सिद्धांतांच्या गृहीतप्रमेयांना पाठबळ मिळवण्यात अपयश येते, असे सिद्धांत दुर्लक्षिले जातात. येथे हे लक्षात ठेवणे महत्त्वाचे आहे की सिद्धांत किंवा गृहीतप्रमेये खरे तर निव्वळ एकाच दृष्टिकोनातून कधीच सिद्ध केली जात नाहीत की खोटी ठरविली जात नाहीत. त्यांना संशोधनाचे पाठबळ मिळते किंवा ते मिळवण्यात अपयश येते. वास्तव जगात, पुष्कळदा काही सिद्धांतांना आणि गृहीतप्रमेयांना मिश्र प्रतिसाद मिळण्याच्या घटनाही बरेचदा घडतात. काही वेळा, संशोधनाचे निष्कर्ष गृहीतप्रमेयांच्या विधानांना पाठिंबा दर्शवितात आणि इतर प्रयोग पाठिंबा देण्यात अपयशी ठरतात. शास्त्रज्ञ आणि संख्याशास्त्रज्ञ सिद्धांत आणि गृहीतप्रमेयांच्या बाबतीत चिकित्सक दृष्टिकोन बाळगतात कारण, आधी सांगितल्याप्रमाणे वाईट सिद्धांताचे शास्त्रातील परिणाम एखाद्याच्या मृत्यूस कारणीभूत ठरणारे किंवा अधिक भयानक ठरू शकतात. म्हणूनच, संख्याशास्त्रज्ञांना, ज्यातील अनुमाने व निष्कर्ष सुस्पष्ट आहेत, पटणारी आणि साशंकता नसलेली आहेत, असे सुरेखित व विचारपूर्वक आखलेले संशोधन आवडते.

ऑडबॉल सिद्धांत

शास्त्र हे केवळ ताठर नियमांचे संकलन नसते. शास्त्रीय ज्ञान नेहमी शांतपणे विकसित होत नाही, तर ते कुरकुरत, थांबत आणि पुन्हा सुरू होत, ठप्प होत, आणि विरोधाभासांमधून पुढे सरकत असते. कार्ल सॅगन, ह्या अंतराळवीराने असे म्हटलेले आहे की, शास्त्र निर्माण होण्यासाठी दोन विरोधाभास एकत्र यावे लागतातः नवीन, एकमेव, विचित्र, किंवा विचक्षण स्पष्टीकरणांचा, आत्यंतिक संशयखोर वृत्तीने आणि प्रत्यक्ष पुराव्यांसह विचार करण्याची इच्छाशक्ती त्यासाठी असावी लागते. जर शास्त्रज्ञांनी त्यांना जो शोध लागेल असे वाटते ते तसेच प्रसिद्ध केले, तर त्यांना असे दिसेल, की नवीन शोध फारच कमी लागत आहेत.

म्हणजेच शास्त्रज्ञ धोका पत्करण्याची इच्छा बाळगणारे आणि चूक करण्याचे धाडस दाखविणारे असावेच लागतात. वॉल्फ गँग पॉली या भौतिकशास्त्रज्ञाने असे लिहिले आहे की, "चुकलो सुद्धा नाही" हे न चुकण्यापेक्षा जास्त वाईट असते कारण त्याचा अर्थ, एखाद्याचे प्रतिपादन विरोध किंवा वाद घालण्याच्याही लायकीचे नसते. अमेरिकन न्युरोलेजिस्ट स्टॅनले पृसिनर यांना मेडिसीनचे नोबेल प्राइज मिळाले. त्यांचे प्रतिपादन असे होते की, प्रायोन्स नावाचे संसर्गजन्य कण जीन किंवा कोणतेही जेनेटिक पदार्थ धारण करत नाहीत, तरीही ते " मॅड काऊ डिसीज" चे पुनरुत्पादन करतात आणि कारण असतात. (डेमेंशिया सारखा आजार संसर्गित गोमांस खाल्यामुळे होतो.) कित्येक वर्षे पृसिनर यांचे विचार क्रांतिकारी किंवा पाखंडी मानले जात. परंतु त्याचे दोन दशकांहून अधिक काळ केलेले प्रायोगिक काम बहुतांशी संशोधनाला पाठिंबा दर्शविते. त्याचा ऑडबॉल सिद्धांत चिथावणी देणारा, अनेक परीक्षणयोग्य गृहीतप्रमेयांना जन्म देणारा आणि त्याच्या स्वतःच्या परिश्रमपूर्वक केलेल्या परीक्षणाला आणि शंकांना पाठबळ देणारा होता आणि त्याच्या या सिद्धांतातून शास्त्रीय ज्ञानात मोठी भर पडली. परंतु लक्षात ठेवा की, ऑडबॉल सिद्धांत निर्माण करणाऱ्या ऑडबॉलिश लोकांची वानवा नाही. एक चांगला सिद्धांत फक्त मनोरंजकच असतो असे नाही, तर तो चिथावणी देणारा परंतु परीक्षण करता येण्याजोग्या गृहीतप्रमेयाने आणि भक्कम पुराव्याने पाठबळ दिलेला असाच असला पाहिजे.

वाईट शास्त्र आणि दंतकथा

माझ्या रविवारच्या वृत्तपत्रात "शारीरिक तंदुरुस्तीबाबत" प्रसिद्ध होणाऱ्या स्तंभात नाकाच्या मुळाशी लावण्याच्या चिकटपट्ट्याबाबत एक नवीन प्रश्न उपस्थित केला गेला होता. या पट्ट्या व्यावसायिक खेळाडूंमध्ये अतिशय लोकप्रिय आहेत. या पत्रलेखकाचा प्रश्न असा होता की खरेच या पट्ट्यांचा उपयोग होतो का? नियतकालिकाच्या तज्ञाचे मत असे आहे की या पट्ट्या वायूच्या प्रवाहाचे अवरोधन "जवळजवळ 30%" एवढे कमी करतात. असे असले तरी, फक्त तज्ञ म्हणतात की हे खरे आहे म्हणून, एखादी गोष्ट खरी होते का? नक्कीच नाही! तरीही, दररोज, आपल्यावर संख्याशास्त्राचा प्रचंड मारा होत असतो, उदाहरणार्थ, महाविद्यालयीन वयाच्या चार मुलींपैकी एकीवर बलात्कार होतो आहे, लग्न केल्यामुळे मादक पदार्थांचे व्यसन कमी होते, शास्त्रीय संगीताने बुद्ध्यंक वाढतो, लोक स्वतःच्या मेंदूचा फक्त 10% भाग वापरतात, आणि, डाव्या हाताने लिहिणाऱ्या व्यक्ती तरुणपणी मरतात. आपण यातील काही दंतकथा खऱ्या आहेत असे मान्य ही केले आहे – जसे की, एस्किमोंकडे बर्फ या शब्दासाठी 30 समानार्थी शब्द आहेत, किंवा प्रत्येकाने कारमधील ऑईल प्रत्येक 3,000 मैल प्रवासानंतर बदलले पाहिजे. इंटरनेटमुळे तर माहिती प्रसारणाचा वेग ही वाढविला आहे. यातील काही, सर्वसाधारण दंतकथांना "शहरी आख्यायिका" असेही म्हणतात. अर्थातच, कोणीही व्यक्ती कोणतीही समजूत किंवा कल्पना इंटरनेटवर टाकू शकते, आणि फक्त असे केल्याने अथवा एखादी "गोष्ट" परत-परत सांगितल्याने खरी होत नाही. जसे की, एस्किमोंकडे इतर लोकांइतकीच बर्फाची वर्णने आहेत, असे दिसून येते. फक्त, आपल्याला लहानपणापासून सत्य बोलण्याचे धडे दिलेले असतात म्हणून रोज आपल्या समोर फेकल्या जाणाऱ्या सांख्यिकीला किंवा तथ्याला आपण आव्हान देत नाही. असे असले तरी, आपण वास्तववादी होऊया. अनेक अभ्यासांची मांडणी खराब पद्धतीने केलेली असते, सांख्यिकीमध्ये अफरातफर किंवा तिचा गैरवापर होऊ शकतो, आणि आपल्या समाजातील अनेकांना सत्यतेत स्वारस्य नसते, तर, त्यांना पैसा आणि अधिकारात (ज्यातून जास्त पैसा येतो) स्वारस्य असते. ग्राहक अहवाल या नियतकालिकाने – 3,000 मैल ऑईल बदल याबाबत अनुभवसिद्ध तपास केला असता सातत्याने असे आढळले आहे की जास्त कालांतराने ऑईल बदल केल्यानंतर मिळालेल्या फायद्यांपेक्षा याने कोणतेही जास्त फायदे मिळत नाहीत. आणखी एक मजेदार भाग असा आहे की, एकाही प्रतिष्ठित शास्त्रज्ञाने कधीही लोक त्यांच्या मेंदूचा फक्त 10% भाग वापरतात ही कल्पना प्रसिद्ध केलेली नाही. जर हे

खरे असेल तर मला असे वाटते की मी माझे 10% फक्त त्याचा वापर हृदयाचा दर, श्वसन, आणि रक्तदाब यासाठी करत असेन. कदाचित, एखाद्या "प्रेरणादायी वक्त्याने" ही दंतकथा रचली असेल, परंतु, ह्या सत्याला काडीमात्र शास्त्रीय आधार नाही. तरीही, ते टिकले आहे कारण या विश्वासाचे (मानव जमात जेवढे काही करते त्यापेक्षा कितीतरी जास्त करण्याची क्षमता राखते) परिणाम अपायकारक नाहीत. परंतु, आता आपण परत "नाकाच्या पट्ट्या" कडे वळू या.

शेवटी, एखाद्याने नाकाच्या पट्ट्या का निर्माण केल्या? संभाव्यतः, पैसे कमाविण्यासाठी. लोकांना व्यवस्थित श्वास घेण्यास मदत व्हावी, हा, जर आपण खूपच नशीबवान असलो तर, दुय्यम हेतू असू शकतो. खरेतर, आपण असा विचार सहजपणे करू शकतो की बाजारातील अनेक उत्पादने, ती जे दावे करतात त्यांच्यासाठी, दूरान्वयानेही बेतलेली नसतात. त्यांचा एकमेव उद्देश पैसा कमविणे हा असतो. असे असले तरी, आपण नाकाच्या पट्ट्या निर्माण करणाऱ्याला संशयाचा फायदा देऊ. आपण त्या का वापराव्यात? तर, त्यांच्या जाहिरातीत असे म्हटले आहे की त्यांचा उपयोग होतो याला शात्रीय पुरावा आहे, आणि ते खालील "माहिती" देतात: श्वासोच्छ्वासासाठी एकूण उर्जेतील 10% उर्जा लागते, आणि त्यांच्या नाकाच्या पट्ट्या हवेचा अवरोध 30% नी कमी करतात. यातील पहिल्या माहितीबाबत, मला असे वाटते की एकूण उर्जेचे मोजमाप कसे केले गेले? उर्जा वापरासाठी एक परिमाण शोधणे जरा अवघड आहे, असे आपल्याला वाटत नाही का? आणि, जरी असे परिमाण आपण शोधले, तरी त्यांनी 10% उर्जा वापर, व्यक्ती व्यायाम करताना की आराम करताना मोजला? जर तो किंवा ती व्यायाम करत असेल (कारण मी असे गृहीत धरतो की नाकाच्या पट्ट्यांचा वापर आपल्याला तेव्हाच करावा लागेल), तर जेव्हा व्यक्ती धावत असते तेव्हा किती उर्जा खर्च झाली, हे त्यांनी कसे मोजले? त्यांनी दुरून किंवा दूर अंतरावरून प्रक्षेपण करून ऊर्जा वापराची माहिती पाठविली होती का? हे देखील शक्य आहे, असे मला वाटत नाही. व्यक्ती विश्रांती घेत असेल तर त्याच्या किंवा तिच्या ऊर्जावापराची माहिती त्याने किंवा तिने नोंदविली, अशी कल्पना मी करू शकतो. म्हणून, विश्रांतीच्या वेळी केलेले मोजमाप पळणाऱ्या व्यक्तीला योग्य ठरणार नाही. या पुढे जाऊन असे विचारावेसे वाटते की, तपासणी केलेली व्यक्ती कोण होती? तिचे वय काय होते? ही माहिती कोणत्याही सर्वसामान्य व्यक्तीला लागू करता येईल का? एका तपासणीचा निकाल असा सर्वसाधारणपणे सरसकट सगळ्यांना लागू करता येईल का? सहभागी व्यक्तींना पैसे दिले होते का? काही लोक पैशासाठी काहीही म्हणू शकतात. याहीपेक्षा वाईट परिस्थितीत, पैशासाठी काही लोक स्वतःची प्रतारणा करून एखादी गोष्ट कशी उपयोगी आहे, याबद्दल बोलतील (आश्चर्य या गोष्टीचे आहे की, सामाजिक मानसशास्त्रज्ञ लिऑन फेस्तीन्जर (Leon Festinger) [1919–1989] यांनी असा शोध लावला आहे की, काही लोक स्वतःची प्रतारणा करून अगदी थोडे पैसे मिळाले तरी एखाद्या गोष्टीसाठी सकारात्मकरीत्या वागतील.)

हीच टीका दुसऱ्या भागातील "माहितीसाठी" सुद्धा लागू पडते. त्यांनी हे 30% वायुअवरोधन कमी होणे कसे मोजले? हे 30% काही कालावधीसाठी होते का? हा अनेक सहभागी झालेल्या व्यक्ंबाबत सरासरी गुणांक होता का? हा एकच गुणांक होता का? ही तपासणी कोणी केली होती? ती स्वतंत्र गटाने केली होती की नाकाच्या पट्ट्या निर्माण करणाऱ्यांनी केली होती? जर ती त्यांनी केली असेल, तर मला वाटते की, जाणीवपूर्वक किंवा अनावधानाने, त्यांचा कल उत्पादनाच्या बाजूने झुकला असेल.

आपण हे उत्पादन विकत घ्यावे असे ते म्हणतात कारण माजी महान फुटबॉलपटू जेरी राईस हे या पट्ट्या वापरत. आता, तज्ज्ञ व्यक्तीच्या मतामुळे आणि त्या तज्ञ व्यक्तीच्या नावाला असलेल्या नावलौकिकामुळे आपल्यालाही त्या वापराव्याशा वाटू लागतात. पण, याचा अर्थ त्या खरोखरच उपयोगी आहेत असा होतो का? नक्कीच नाही, पण आपण, क्वचितच, "तज्ज्ञ" व्यक्तीच्या मताला आव्हान देतो. इथे अनेक घटक कार्यरत असतात, जसे की, प्रभावशाली व्यक्तींची ओळख, श्रीमंत आणि नामवंत, अशी असते. काही लोक असा विचार करतात की जर जेरी त्यांचा वापर करतो तर तेही त्यांचा वापर

करून जेरी सारखे महान होतील. जर आपण आपल्या प्रेरणा खोलवर तपासून पाहिल्या तर असे लक्षात येते की त्यापैकी अनेक सारासार आणि तर्कशुद्ध विचारांवर आधारलेल्या नसतात. उलट, बेसावध आणि प्रबळ अशा घटकांमुळे निर्माण झालेल्या समजुती आणि विश्वास यातून आपल्यापेक्षा जास्त अधिकार आणि प्रतिष्ठा असलेल्या दुसऱ्या व्यक्तींच्या नकला करण्यास भाग पाडतात. एखादे उत्पादन किंवा तंत्र उपयोगी आहे ह्या विश्वास ठेवण्याच्या इच्छेला प्रायोगिक औषध परिणाम (प्लॅसिबो इफेक्ट) असे म्हणतात.

तात्पर्य हे की, जर आपण आपली प्रवृत्ती, विश्वास, माहिती आणि "अभ्यास" जवळून तपासले तर असे लक्षात येते की त्यांना कोणताही शास्त्रीय आधार नसतो. आणि, आपण जर आंधळेपणाने माहिती, सांख्यिकी, (cures, and snake oil) इ. मान्य केल्या तर आपण स्वतःला अत्यंत धोकादायक परिस्थितीत ठेवतो. आपण आपल्या आयुष्यात निरुपयोगी किंवा अगदी धोकादायक बदलसुद्धा घडवू शकतो. आपल्याला अनावश्यक काळजी आणि ताण सहन करावा लागू शकतो.

कोणत्याही सर्वेक्षणाचे किंवा अभ्यासाचे आठ आवश्यक प्रश्न

1. कोणाचे सर्वेक्षण किंवा अभ्यास केला?

लक्षात ठेवा, बऱ्याच वेळा आपल्याला अशी आशा असते की आपण वस्तू वापरू शकू किंवा नवीन उपचारांनी किंवा तंत्रामुळे आपल्याला फायदा होईल. बहुसंख्य अभ्यासांमध्ये अजूनही फक्त पुरुषांचा वापर केला जातो. फक्त पुरुषांचा अभ्यास करून आपण स्त्रियांसंबंधी सामान्यीकरण करू शकू का? जर फक्त प्रौढ व्यक्तींचा अभ्यास करून लहान मुलांसंबंधीचे सामान्य नियम मांडता येतील का? फक्त प्राण्यांचा अभ्यास करून माणसांसाठी सामान्य नियम करता येतील का? आपली नीतीमूल्ये आपल्याला संशोधनासाठी प्राण्यांचा वापर करण्यास प्रतिबंध करत असतील, तर एखाद्या उत्पादनाच्या सुरक्षिततेची हमी देण्यासाठी दुसरी कोणती पद्धत उपलब्ध आहे?

एखाद्या नमुन्याने मोठ्या गटाचे (जनसंख्येचे) प्रतिनिधित्व करण्यासाठी, तो यादृच्छिक पद्धतीने निवडायला हवा. आपल्या अभ्यासात यादृच्छिक नमुना वापरला आहे का? यादृच्छिक नमुना असे सूचित करतो की, जनसंख्येतील प्रत्येक घटकाला नमुन्यामध्ये समाविष्ट होण्याची समान संधी असते. आपल्या देशातील मतदारांच्या यादृच्छिक नमुन्याला आपण दूरध्वनी केला तर तो यादृच्छिक नमुना होईल का? नाही, कारण प्रत्येकाकडे दूरध्वनी नसल्याने आणि आपण सकाळी 11 वाजता दूरध्वनी केला तर त्या वेळेमुळे, प्रत्येकाला उत्तर देण्याची समान संधी मिळणार नाही.

2. लोक आपल्या अभ्यासात सहभागी का होतील?

लोकांनी स्वयंप्रेरणेने सहभाग घेतला की त्यांना त्यासाठी काही मोबदला दिला आणि खूप मोठा मोबदला दिल्याने त्यांचे निष्कर्ष प्रयोगकर्त्याच्या गृहीतप्रमेयांच्या बाजूने झुकले? जरी त्यांना मोबदला दिला नसला, तरी सहभागी होणारे लोक अनवधानाने प्रयोगकर्त्याच्या बाजूने कल देतात. असे का होते? कारण काही वेळा आपल्याला एखादी व्यक्ती नुसती आवडत असते, आपल्याला त्यांना मदत करायला आवडते, किंवा जर त्यांना आपल्यासमोर अपयश आले, तर आपल्याला लाज वाटेल. त्यांच्या मानहानीत सहभागी होण्यास आपण राजी नसू किंवा ह्या गोष्टीची कल्पना करणे फारच सोपे आहे की काही सहभागी व्यक्तींना प्रयोगकर्त्याला अपयश येण्यातच अधिक रस असेल कारण त्यांना इतर लोकांच्या वेदना आणि मानहानीतच आनंद वाटतो. अखेरीस, प्रयोगकर्त्याने गृहीतप्रमेये सहभागी व्यक्तींपासून गुप्त ठेवणे प्रयोगाच्या सर्वाधिक हितासाठी उपयुक्त ठरते. शिवाय, कोणाला प्रायोगिक उपचार मिळाले आहेत हे प्रयोगकर्त्याला कळता कामा नये, जेणेकरून प्रयोगकर्ता किंवा प्रयोगकर्ती

प्रायोगिक उपचारांच्या किंवा उत्पादनाच्या मिळणाऱ्या अनुमानांबाबत पक्षपात करणार नाही. जर प्रयोगकर्त्याला माहीत नसेल की कोण कोणत्या गटात होते (परंतु कोणा महत्त्वाच्या व्यक्तीला ते माहीत होते) आणि सहभागी व्यक्तींनाही हे माहीत नाही की कशाचे परीक्षण केले जात आहे, तेव्हा या प्रयोगाला दुहेरी पडदे प्रयोग (डबल ब्लाइंड एक्सपरिमेंट) असे म्हटले जाते.

3. नियंत्रण गट होता का? आणि नियंत्रण गटाला औषध नसलेले पण औषध म्हणून काही दुसरे दिले का?

जरी सहभागी व्यक्तींना मोबदला दिलेला नसला आणि प्रयोगकर्त्याच्या गृहीतप्रमेयांच्या विषयी ते अनभिज्ञ असतील, तरी काही वेळा आपण इतक्या निकडीने बदल करू इच्छितो, की प्रत्यक्षात प्रयोगातील परीक्षणार्थ उत्पादन किंवा उपचार योग्य काम करत नसतानाही आपण बदल करतो. हा प्लॅसिबो परिणाम या नावाने ओळखला जातो. प्लॅसिबो परिणाम शास्त्रीय जगतात प्रसिद्ध आहे, आणि तो खराही असतो. दुसऱ्या शब्दात, खोटे औषध किंवा साखरेच्या गोळ्या दिल्यावर काही लोकांना खरेच बरे वाटू लागते. जेव्हा आपण त्यांच्या चेहऱ्यासमोर खुळखुळा हलवितो, किंवा पुढे मागे बोटे नाचवितो किंवा उद-धूप जाळून पठण करतो, तेव्हाही काही लोकांना बरे वाटू लागते. जर आपण एखादे औषध, उत्पादन किंवा नवीन प्रकारची मानसोपचार पद्धत तपासून पाहात असू, तर आमची सध्याची शास्त्रीय पद्धत नियंत्रण गटाची मागणी करते आणि एवढेच नाही तर नवीन औषध किंवा तंत्र सुधारणा करून सरस बनवायचे असेल तर ज्या नियंत्रण गटाला फक्त खोटे औषध दिले आहे अशा गटाकडेच आम्ही वरचेवर पाहतो. अशा प्रकारे नाकाला लावायच्या पट्ट्यांचे परीक्षण करत असताना दुसऱ्या गटाला खोट्या (पण सारख्या दिसणाऱ्या चिकटपट्ट्या नाकाला लावून), आणि दोन्ही गटांना सारख्याच सूचना देऊन परीक्षण करणे योग्य ठरते. मजेची गोष्ट अशी की, लॅटिन भाषेत प्लॅसिबो चा अर्थ “मी खूष होईन” असा आहे. मृत व्यक्तीसाठी म्हटल्या जाणाऱ्या सायंकालीन प्रार्थनांमधील पहिला शब्द हाच आहे. 12 व्या शतकाच्या सुमारास ह्या प्रार्थनांना “प्लॅसिबो” असे म्हटले जाऊ लागले. लोक “प्लॅसिबो” गाणाऱ्या व्यावसायिक शोककर्त्यांना पैसे देऊन बोलवू लागले आणि लवकरच ह्या शब्दाला अप्रतिष्ठाकारक आणि तिरस्कारपूर्ण असा अर्थ प्राप्त झाला, जो आधुनिक काळातही टिकून राहिला आहे.(पाहा ब्राऊन, 1998, प्लॅसिबो परिणामाच्या प्रभावी चर्चेसाठी). येथे हे नमूद करणे महत्त्वाचे आहे की, उपचारांचा परिणाम रुग्णांकडून मूल्यांकित केला गेल्यास प्लॅसिबो परिणाम सर्वात तीव्रतेने जाणवतो, ज्यातून असे सूचित होते की, बराचसा परिणाम, रुग्णाच्या मनातील, उपचार काम करत असल्याच्या श्रद्धेचाच असतो. जेव्हा प्रत्यक्ष शरीरविज्ञानविषयक पुरावा हवा असतो, तेव्हा प्लॅसिबो परिणाम खूपच मर्यादित असतो किंवा दिसतच नाही.

4. अभ्यासात किती लोक सहभागी झाले?

किती लोकांचा अभ्यास करावा याबद्दल कोणताही नेमका नियमसंच उपलब्ध नाही. परंतु, किती लोक अभ्यासात सहभागी होते याचा आपल्या निष्कर्षांवर खोलवर परिणाम होतो. उदाहरणार्थ, सर्वेक्षणांमध्ये जितका जास्त सहभाग, तेवढे उत्तम. नमुन्यातील लोकांची संख्या जितकी जास्त असेल, तेवढा हा नमुना जनसंख्येचा प्रातिनिधिक बनण्याची शक्यता अधिक असते. म्हणून, काही प्रमाणात, ज्या जनसंख्येचे सामान्यीकरण करण्याचा आपला मानस आहे, त्या जनसंख्येच्या आकारावर आपल्या नमुन्याचा आकार अवलंबून असतो. उदाहरणार्थ, आपल्याला यु.एस.मधील करदात्याचा अभ्यास करण्यात रस असेल, आणि जर करदात्यांची एकूण संख्या 10 कोटी असेल, तर 500 हा नमुन्याचा आकार लहानच ठरेल. याउलट, कोलोराडोमधील बुद्ध समाजाचा अभ्यास करायचा असेल, तर 500 हा नमुन्याचा आकार अनावश्यक मोठा मानला जाईल.

ज्या अभ्यासांमध्ये आपण प्रायोगिक गट आणि नियंत्रण गट वापरून, शास्त्रीय पद्धतीचा वापर करतो (ज्याला नियंत्रित प्रयोग असेही म्हटले जाते), त्या ठिकाणी, मोठ्या आकाराचा नमुना सत्य शोधून काढण्यास खरोखरच अपायकारक ठरू

शकतो. असे घडते कारण, आपण जसजशी प्रत्येक गटातील सहभागी व्यक्तींची संख्या वाढवत नेतो, तेथे उत्पादन योग्य नसले तरी, ते योग्य काम करत आहे अशी संभाव्यता दाखवणारे संख्याशास्त्रीय बनावट घटक येतात. नमुन्याचा आकार अनावश्यकरित्या मोठा करण्याला शक्तीचा दुरुपयोग असे म्हटले जाते. येथे शक्ती या शब्दाची व्याख्या उपचारांमुळे दोन गटांमधील होणारा खरा फरक शोधून काढण्याची ताकद असा लावता येईल. क्वचित जर परीक्षणार्थी गट आणि नियंत्रण गट यांची अनुमाने, उपचार योग्य काम करत नसूनही, सारखीच आली, तर असे निव्वळ संभाव्यता तफावतीमुळे घडू शकते. परंतु, प्रयोगकर्त्यांनी नमुन्याचा आकार वाढवला (प्रत्येक गटात 100 किंवा जास्त) तर बऱ्याचशा अनुमानशील संख्याशास्त्रीय परीक्षणांमध्ये संभाव्यता तफावत खऱ्या तफावतीसारखी दिसेल. ताकदीचा दुरुपयोग टाळण्यासाठी ताकदीचे विश्लेषण ही सांख्यिकी परीक्षा असून नमुन्याच्या निश्चित आकाराची निवड करण्यास प्रयोग करणाऱ्यास साह्य करते. ताकदीचे विश्लेषण या अभ्यासक्रमाच्या बाहेर आहे, परंतु तुम्हाला त्यात रस असल्यास तुम्ही जास्त प्रगत पुस्तक वापरू शकता.

याच्या उलट परिस्थितीही निर्माण होऊ शकते की जेथे, अपुऱ्या शक्तीमुळे किंवा प्रत्येक गटातील सहभागी व्यक्तींची संख्या खूप कमी असल्याने, दोन गटांमधील खरा फरक शोधला जाऊ शकत नाही. या परिस्थितीत, उपचाराचा उपयोग प्रत्यक्षात होत असताना आपण तो होत नसल्याचे अनुमान काढतो; कारण आपण प्रत्येक गटात पुरेशा लोकांचा उपयोग केलेला नसतो. पुन्हा, या परिस्थितीतही, ताकद विश्लेषण मदत करू शकेल. पुष्कळ प्रयोगकर्ते ढोबळ मानाने ठरवतात: प्रत्येक गटात किमान 10 सहभागी व्यक्ती असाव्यात किंवा संपूर्ण प्रयोगात किमान 30 सहभागी व्यक्तींचा समावेश असावा.

5. अभ्यासातील सहभागी व्यक्तींना विचारलेल्या प्रश्नांची शब्दरचना कशी होती?

लक्षात आहे का, "महाविद्यालयीन वयाच्या प्रत्येक चार महिलांपैकी एका महिलेवर बलात्कार झालेला असतो" असा वस्तुस्थितीदर्शक उल्लेख मी मागे केला होता. प्रयोगकर्त्यांनी बलात्कार या शब्दाची व्याख्या खरोखर कशी केली होती? या प्रयोगात, प्रयोगकर्त्यांनी 6159 महाविद्यालयीन विद्यार्थिनींना असा प्रश्न विचारला होता की, एखाद्या पुरुषाने अल्कोहोल किंवा ड्रग्ज देऊन, तुमची इच्छा नसताना तुमच्याशी शरीरसंबंध ठेवला का? बलात्कार या शब्दाची ही व्याख्या बरीच व्यापक आहे असा युक्तिवाद आपण करू शकाल. असे होऊ शकेल कारण, महिलेच्या धार्मिक समजुतींमुळे किंवा कौटुंबिक नीतीमूल्यांमुळे समागमाविषयी तिच्या परस्परविरोधी भावना असू शकतील. (त्यातील काही महिलांना कोणत्याही परिस्थितीत विवाहबाह्य शरीरसंबंध ठेवणे मान्य नसेल). या प्रसंगी, प्रयोगकर्तीने तिच्या बलात्कार या शब्दाच्या व्यापक व्याख्येचे समर्थन केले कारण तिचे म्हणणे असे की बलात्कार या शब्दाचे कितीतरी वेगवेगळे अर्थ आहेत. येथे तिने चिथावणीजनक भूमिका घेऊन असे विधान केले की, जर एखाद्या विद्यार्थिनीचे मत प्रयोगकर्तीच्या बलात्काराच्या व्याख्येशी मिळतेजुळते असेल तर त्या विद्यार्थिनीवर बलात्कार झाला होता आणि "तिला या गोष्टीची जाण आहे की नाही, ह्याचा काही संबंध नाही."

दुधाच्या डब्यावर लिहिलेल्या, 10 लाखांहून अधिक मुलांचे अपहरण करण्यात आले आहे, या सत्य विधानाबाबत तुमचे काय मत आहे? येथे "अपहरण" या शब्दाच्या व्याख्येबद्दल वादविवाद होऊ शकतो. काही हरवलेल्या मुलांच्या संघटना "अपहरण झालेली" या शब्दाची व्याख्या तिच्या किंवा त्याच्या कायदेशीर काळजीवाहक पालकांबरोबर न राहणारे कोणतेही मूल अशी करतात. येथे असा युक्तिवाद केला जाऊ शकतो की, जर यातील काही मुले त्यांच्या एका जैविक पालकाबरोबर राहात असतील पण त्यांच्या कायदेशीर काळजीवाहक पालकांबरोबर राहात नसतील, तर अशी पळवून नेलेली मुले खरी हरवलेली नसतात. जरी ही गंभीर गोष्ट असली तरी ती, कुटुंबाला अनोळखी असलेल्या एखाद्या व्यक्तीने मुलाला नेण्याइतकी महत्त्वाची ठरत नाही; जेथे मुलाचा ठावठिकाणा पूर्णतः अज्ञात असतो. आपण जर पोलिसांकडे चौकशी केली किंवा एफ.बी. आय.चे अहवाल पाहिले, तर आपल्या असे लक्षात येईल की, 1000 पेक्षा कमी मुले दुसरा निकर्ष पूर्ण करतात. अपहृत या

शब्दाच्या व्यापक व्याख्येची समस्या अशी आहे की, ह्या व्याख्येच्या कक्षेत जर अनेक मुले येत असतील, तर खरोखरच्या अपहृत मुलांना शोधण्यासाठी आपल्याकडे पुरेसा वेळ आणि साधने असणार नाहीत.

लहान मुलांचे लैंगिक शोषण हा निश्चितच एक महत्त्वाचा प्रश्न आहे आणि आपण लक्ष देण्याच्या योग्यतेचाही आहे. नुकतेच असे विधान करण्यात आले की, 25% पुरुषांनी त्यांच्यात मुलांच्या लैंगिक शोषणाची प्रवृत्ती असल्याचे नमूद केले आहे. ही आकडेवारी चिंताजनक आहेच, परंतु, सर्वेक्षणासाठी निवडलेल्या पुरुषांना "जेव्हा तुम्हाला माहीत होते की तुम्ही पकडले जाणार नाही किंवा कोणीही तुम्हाला पकडणार नाही हे माहीत असताना, तुम्ही कधी 14 वर्षांखालील मुलीशी लैंगिक खेळ करण्याचे स्वप्नरंजन केले आहेत का?" असा प्रश्न विचारला असेल तर ही आकडेवारी योग्य नाही. तरीही या प्रश्नाला होय असे उत्तर देणारे सर्वेक्षणातील 25% पुरुष तर निंदनीय, नैतिक अधःपतन झालेले आणि मनोरुग्ण आहेत, असे तुम्ही म्हणाल. तरीही असा युक्तिवाद केला जाऊ शकतो की, या प्रश्नात स्वप्नरंजन हा शब्द वापरला आहे आणि स्वप्नरंजन या शब्दाच्या व्याख्येनुसार जे प्रत्यक्षात घडत नाही ते स्वप्नरंजन होय. एखाद्याला त्याच्या स्वप्नरंजनाबाबत विचारायचे आणि असे गृहीत धरायचे की त्यातून त्याची खरी प्रवृत्ती दिसते, हे अन्यायकारक आहे. शिवाय, कदाचित ते पुरुष त्यांच्या जुन्या स्वप्नरंजनाची आठवण काढत असतील, ते स्वतः 14 वर्षांपेक्षा लहान असताना केलेले एखादे स्वप्नरंजन त्यांना आठवत असेल. जर त्यांना, "तुम्हाला मृत्युदंडाची शिक्षा ठोठावली जाईल हे तुम्हाला माहीत असताना, तुम्ही पकडले जाण्याची संभाव्यता बरीच मोठी आहे, तुमच्या आईलाच प्रथमतः ही गोष्ट समजेल आणि तुम्ही तिचे मन दुखावल्यामुळे ती आत्महत्या करेल अशा परिस्थितीत, तुम्ही एखाद्या अल्पवयीन मुलीशी समागमाची कल्पना कराल का?" असा प्रश्न विचारला असता, तर काय घडले असते?

ज्या समस्येचा अभ्यास करण्याचा किंवा सोडविण्याचा प्रयत्न प्रयोगकर्ता किंवा प्रयोगकर्ती करत असेल, त्याची व्याख्या किती सुस्पष्ट केली आहे हा मापनासंबंधीचा प्रश्न आहे. तुम्हाला ही वस्तुस्थिती माहीत आहे का की प्रत्येक तीन मुलांपैकी एक मूल उपाशी झोपी जाते? प्रयोगकर्त्याने उपाशी या शब्दाची किती स्पष्ट व्याख्या केली होती? मी रात्री उशिरा झोपायला जातो त्यामुळे मी संध्याकाळी आधी जरी भरपूर जेवलो असलो तरी मला झोपल्यावर नेहमीच भूक लागते. प्रयोगकर्त्याने उपाशी (भुकेला) या शब्दाची व्याख्या कशी केली होती? जगभरातील मुलांना त्याने किंवा तिने विचारले होते का की रात्री बिछान्यात जाण्यापूर्वी त्यांना भूक लागलेली असते का? याबद्दल मी साशंक आहे आणि जर प्रयोगकर्त्याने मुलांना असे विचारून उपाशी या शब्दाची व्याख्या केली असेल की, "तुला झोपायला जाण्यापूर्वी कुकीज किंवा कँडी असे दुसरे काही खायला आवडेल का?" उपाशी या शब्दाची एक व्याख्या 'मुलाने काहीतरी आणखी खाण्यासाठी मागितले का' या आधारे करता येईल. पण बरीच अति वजनदार मुलेही आणखी खायला मागतात आणि त्यांनाही आपण उपाशी झोपणारी मुले म्हणू शकतो. कोणत्याही चल घटकाची स्पष्ट व्याख्या करण्याची प्रक्रिया, मग तो भुकेला असा साधासोपा शब्द असला तरी, किती महत्त्वाची असते याची कल्पना तुम्हाला येऊ शकेल. खरोखरच उपाशी असलेले मूल हे भयानक वास्तव आहे. परंतु जगातील भुकेचा प्रश्न सोडविण्याच्या कारणासाठी केल्या जाणाऱ्या, निर्लज्जपणे खोटे बोलणे, हेतुपूर्वक अतिशयोक्ती करणे, आणि संख्याशास्त्रीय पद्धतींचा गैरवापर करणे, ह्या तिटकारा आणणाऱ्या गोष्टीच आहेत.

6. सहसंबंधात्मक अभ्यासापासून कार्यकारणभाव गृहीत धरला होता का?

संख्याशास्त्राचा एकच सर्वाधिक व्यापक असा दुरुपयोग होतो तो लोक सहसंबंधात्मक अभ्यासातून कार्यकारणभावाचे अनुमान करतात तेव्हा. सहसंबंधात्मक अभ्यासात दोन घटकांची किंवा चलांची मोजदाद एकाच वेळी एकत्रितपणे केली जाते. सहसंबंधात्मक अभ्यासात सहभागी घटकांना यादृच्छिक पद्धतीने दोन गटांमध्ये नियुक्त केले जात नाही, त्यांच्यावर कोणतेही उपचार केले जात नाहीत आणि येथे नियंत्रण गटही नसतो. सहसंबंधात्मक अभ्यासात दोन चलांमध्ये काही परस्परसंबंध

असल्याचे जाणवत असले, तर पुष्कळ लोक दुर्दैवाने असे गृहीत धरतात की, यातील एका चलाचा दुसऱ्या चलावर परिणाम होतो. त्यांमध्ये कार्यकारण संबंध असण्याची शक्यता असल्यास सहसंबंधात्मक अभ्यासाचा, कार्यकारण संबंधाचा पुरावा म्हणून अर्थ लावू नये. उदाहरणार्थ, विवाह आणि अंमली पदार्थांचा वापर यांमधील सहसंबंधांच्या अभ्यासात असे आढळले की, अंमली पदार्थांचा वापर विवाहानंतर कमी झाला. वर्तमानपत्रातील बातमीचा मथळा असा झळकला की, "कुटुंब आणि विवाहाच्या जबाबदाऱ्या बऱ्याच वेळा अंमली पदार्थांचा वापर नियंत्रित करतात". या अनुमानातील समस्या अशी आहे की, हा अभ्यास सहसंबंधात्मक स्वरूपाचा होता आणि आपण नेहमीच तो कार्यकारणभाव सूचित करणारा नाही, याविषयी दक्षता घेतली पाहिजे. अंमली पदार्थांचा वापर विवाह नियंत्रित करतो असे गृहीत धरणे, चुकीचे तर ठरेलच पण शिवाय, ते हास्यास्पदही आहे. सहसंबंधात्मक अभ्यासातील दुसरी समस्या अशी की, इतर अनेक घटक किंवा चलही कार्यरत असतात आणि ते कारणीभूतही असू शकतात. जर शास्त्रज्ञांनी या इतर चलांचे मापन केलेले नसेल, तर शास्त्रज्ञ असे गृहीत धरू शकत नाहीत की विवाह हा एकमेव घटक अंमली पदार्थांचा वापर नियंत्रित करत आहे. खरे तर, बहुसंख्य वेळा वर्तणुकींची अनेक बहुविध आणि गुंतागुंतीची कारणे असतात; आणि फक्त अल्कोहोलचा वापर हे एकमेव कारण गुन्ह्यासाठी कारणीभूत आहे असे गृहीत धरणे केवळ संख्याशास्त्रीय दृष्टिकोनातूनच चुकीचे आहे असे नाही, तर ते सैद्धांतिक दृष्टिकोनातूनही चुकीचे आहे.

7. अभ्यासासाठी आर्थिक मदत कोणी केली?

आदर्श समाजात, अभ्यासातील संशोधकांचे अभ्यासाच्या अंतिम निष्कर्षाविषयी हितसंबंध अथवा वित्तीय बंध असता कामा नयेत. तथापि, काही वर्षांपूर्वी, एका अभ्यासाने असे अनुमान मांडले की, टक्कल पडलेल्या माणसांना हृदयविकाराचा धोका, टक्कल न पडलेल्या माणसांच्या तुलनेत अधिक असतो. या संशोधनाचा खर्च कोणी केला होता? लोकप्रिय अशा एका केशवर्धक उत्पादनाची निर्मिती करणाऱ्या एका औषधी कंपनीने! जरी या अभ्यासाचा वित्तीय हितसंबंध, अभ्यासाच्या निष्कर्षांना आपोआप अवैध ठरवू शकत नसला, तरी अभ्यासाच्या निष्कर्षांबाबत किंवा हेतुंबाबत शंका नक्कीच निर्माण करतात.

अगदी अलीकडे, जेव्हा एक उच्चरक्तदाबावरील औषध हृदयविकाराचा धोका वाढवते असा संबंध एका अभ्यासाने जोडला, तेव्हा एक वाद निर्माण झाला. असे दिसले की, 70 शास्त्रज्ञ, डॉक्टर, संशोधक उच्चरक्तदाबावरील या विशिष्ट औषधाचा बचाव करण्यासाठी निरनिराळ्या जर्नल आर्टिकल्स, अहवाल, वैद्यकीय प्रकाशनातील प्रसिद्ध केलेली भाष्ये, यांद्वारे पुढे सरसावले. जेव्हा या 70 जणांना त्यांच्या बचावाबाबत विचारणा झाली, तेव्हा त्यातील 67 जणांनी त्यांचे औषध कंपनीशी वित्तीय संबंध असल्याचे कबूल केले, ज्यात वाहतूक भत्ता, सार्वजनिक भाषणांचा मोबदला, संशोधन आणि शैक्षणिक अनुदाने, सल्लामसलतीचा मोबदला, आणि करार या गोष्टींचा समावेश होता.

संशोधनावर वित्तीय संबंधांचा किती प्रमाणात परिणाम होतो याबाबत शास्त्रज्ञ अतिभाबडे असतात, असे सुचविले जाते. पुन्हा, आदर्शवादी जगात, संशोधक आणि त्यांच्या निष्कर्षांमध्ये वित्तीय घोटाळे होता कामा नयेत. परंतु, आदर्शवादाच्या कमतरतेमुळे, शास्त्रज्ञांनी त्यांच्या अभ्यासाच्या सुरुवातीलाच हितसंबंधामधील मतभेदाबाबत, ज्या जर्नलकडे अभ्यास अहवाल सादर केला आहे त्या जर्नलच्या संपादकाला कळवले पाहिजे किंवा अभ्यासाच्या प्रसिद्ध झालेल्या अहवालातील तळटीपेमध्ये, नमूद केले पाहिजे. याप्रकारे, लेखाचे वाचक हा अभ्यास किती प्रमाणात एकांगी आहे याविषयी त्यांचा स्वतःचा निर्णय घेऊ शकतील. उदाहरणार्थ, हल्लीच, एका प्रसिद्ध वैद्यकीय जर्नलने काही केशवर्धक औषधांचा मेटा-ॲनालिसिस (इतर अनेक अभ्यासाच्या सारांशांचा अभ्यास) प्रसिद्ध केला आणि लेखकाने असा निष्कर्ष काढला की, ही केशवर्धक औषधे परिणामकारक आहेत. जर्नलच्या पुढच्याच अंकात ही गोष्ट उघड करण्यात आली की, लेखकाला पुष्कळ वर्षे केशवर्धक औषधे निर्माण करणाऱ्या कंपन्या वित्तसाह्य पुरवत आहेत.

8. अभ्यास समसमालोचकांच्या जर्नलमध्ये प्रसिद्ध केला होता का?

जवळजवळ सर्व शास्त्रीय जर्नल्स समसमालोचनाची प्रक्रिया करतात, जेथे, संपादकांकडे पाठवलेला कोणताही लेख इतर शास्त्रज्ञांकडे, हे संशोधन प्रसिद्धीसाठी स्वीकारावे की नाही यावरील त्यांच्या मतासाठी पाठवला जातो. काही जर्नल्स, त्यांच्याकडे येणाऱ्या लेखनापैकी 90% लेख नाकारतात, तर काही सोपी जर्नल्स फक्त 50% लेख नाकारतात. जरी लेख प्रसिद्धीसाठी स्वीकारण्यात आला (ही प्रक्रिया काही वर्षे घेऊ शकते), तरी, कोणतेही बदल न करता तो क्वचितच स्वीकारला जातो. वैशिष्ट्यपूर्णरित्या, जर्नलचा संपादक समसमालोचकांच्या टीकांचा सारांश तयार करून, तो लेखकांकडे पाठवतो. समसमालोचक प्रश्नाशी संबंधित लिखाणाच्या जास्तीच्या माहितीची, सहभागी घटकांची अधिक माहिती, परीक्षण पद्धतींची किंवा प्रक्रियांची अधिक माहिती, अधिक संख्याशास्त्रीय विश्लेषण, किंवा निष्कर्षांमध्ये किंवा ध्वनित होणाऱ्या अर्थामध्ये काही सुधारणा करण्याची विनंती करू शकतात. कोल्ड फ्युजनचा पुरावा देणारा पहिला अभ्यास, ज्या प्रक्रियेमुळे एका विशिष्ट प्रकारच्या पाण्यापासून अमर्याद उर्जा निर्माण होऊ शकते, तो, समसमालोचकांच्या जर्नलमध्ये प्रसिद्ध झाला नाही. तो टेलीकॉन्फरन्सिंगद्वारा सादर करण्यात आला. अशा प्रकारे, विशिष्ट प्रक्रिया खोलात जाऊन उघड केल्या गेल्या नाहीत, आणि समसमालोचकांच्या कोणत्याही स्वीकारार्ह प्रकारात हा अभ्यास आला नाही. त्या शास्त्रज्ञांनी खरोखरच कोल्ड फ्युजन घडवून आणले का? या प्रश्नाची शंका घेतली जाणे, हे आश्चर्य आहे का?

पुस्तकांबाबत काय? त्यांचे समसमालोचकांकडून समालोचन होते का? सर्वसाधारणतः नाही. काही प्रकाशन कंपन्या (मोबदला घेऊन) तुम्ही लिहिलेले काहीही पुस्तक रूपाने प्रसिद्ध करतात. अर्थात, प्रकाशका-प्रकाशकांमध्ये फरक असू शकतो. बरेच शास्त्रज्ञ राष्ट्रीय किंवा आंतरराष्ट्रीय परिषदांमध्ये त्यांच्या संशोधनाचे निष्कर्ष सादर करतात. परिषदांमधील सादरीकरणाचे समकक्ष तज्ज्ञांनी समालोचन केलेले असते का? बऱ्याच परिषदा समकक्ष समालोचनाचा कोणता ना कोणता प्रकार वापरत असतात, परंतु, परिषदेतील सादरीकरणाचे प्रमाणित निकष जर्नल आर्टिकल्सच्या तुलनेत बरेच शिथिल असतात आणि स्वीकाराचे प्रमाणही 50% ते 100% पर्यंत बदलत असते. म्हणजेच, जर्नलमधील प्रसिद्ध झालेल्या लेखांनी शास्त्रीय छाननीच्या महत्तम कसोट्या पूर्ण केलेल्या असतात, परिषदेतील सादरीकरण दुसऱ्या क्रमांकावर, आणि काही पुस्तके शास्त्रीय प्रमाणीकरणाचे कोणतेही निकष पूर्ण करत नाहीत. आपण, वर्तमानपत्रातील आणि मासिकातील मोबदला देऊन छापलेल्या जाहिराती, तसेच दूरचित्रवाणी वरील माहितीपट सत्यतेच्या किंवा न्याय्यतेच्या संदर्भात सर्वात कमी विश्वसनीय मानले पाहिजेत.

इंटरनेटवरील माहितीबाबत काय? इंटरनेट हे एक अनिश्चित साधन आहे. इंटरनेटवर काही अत्यंत विश्वसनीय माहितीचे मार्ग आहेत, नामांकित शास्त्रीय जर्नल्स इंटरनेटवरून त्यांचे अभ्यास अधिकाधिक प्रमाणात उपलब्ध करून देऊ लागले आहेत. काही नामांकित जर्नल्स फक्त इंटरनेटवरूनच माहिती प्रसारित करत आहेत. परंतु, इंटरनेटवरून कोणीही काहीही त्याला किंवा तिला आवडलेले पोस्ट करू शकतात. म्हणूनच विश्वसनीय माहितीचे इंटरनेटवरील स्त्रोत कोणते आणि अविश्वसनीय किंवा प्रश्नांकित स्त्रोत कोणते याचे भान आपले आपण ठेवायला हवे. मी स्वतः इंटरनेटवर लेखकांनी पोस्ट केलेले पुष्कळ शास्त्रीय आणि भासमय शास्त्रीय लेख पहिले आहेत. अशा अभ्यासांची सत्यता पूर्णतः अज्ञात असते. ह्या अभ्यासांना काही मूल्य असू शकेल किंवा मान्यताप्राप्त जर्नल्सकडून ते नाकारले गेले असतील किंवा पूर्णतः फसवणूकही करत असतील. इंटरनेटच्या किश्श्याचा गर्भितार्थ, 'सर्फिंग करणाऱ्यांनो, सावध राहा!' असा आहे.

नमुन्याला जनसंख्येचे प्रतिनिधित्व देण्याबाबत

नमुन्यावरून जनसंख्येबाबत उत्तम गृहीतप्रमेये ठरविण्यासाठी दोन गरजा लक्षात घेणे आवश्यक असते. पहिली, नमुना जनसंख्येतून यादृच्छिक पद्धतीने निवडलेला असला पाहिजे. आणि, दुसरी, नमुना पुरेसा मोठा असला पाहिजे. परंतु, या दोन गोष्टी नमुना जनसंख्येचे प्रतिनिधित्व करतो आहे, याची खात्री देत नाहीत. जरी नमुना जनसंख्येतून यादृच्छिक पद्धतीने निवडलेला मोठ्या आकाराचा असला तरी त्यात जनसंख्येची महत्त्वपूर्ण वैशिष्ट्ये नसण्याची दाट शक्यता असते. कदाचित, याच कारणाने एकाच प्रयोगावरून एखादे गृहीतप्रमेय किंवा सिद्धांत क्वचितच सिद्ध होतो. त्यासाठी, वेगवेगळ्या प्रयोगकर्त्यांनी पुन्हापुन्हा केलेल्या प्रयोगांनंतर एखाद्या घटनेमागील गृहीतप्रमेये मान्य अथवा अमान्य करावी लागतात. खरेतर, मी माझ्या विद्यार्थ्यांना फादर गिडो सार्दुक्की (Guido Sarducci) यांचा (सॅटरडे नाईट लाईव, यासाठी प्रसिद्ध) विद्यापीठ-शिक्षणाची पाच मिनिटे हा सिद्धांत नेहमी सांगतो, कारण तेवढेच काय ते विद्यार्थ्यांना त्यांच्या पदवी शिक्षणानंतर अनेक वर्षांनी आठवू शकते. म्हणूनच, जर माझ्या विद्यार्थ्यांनी संख्याशास्त्राच्या संपूर्ण अभ्यासातील एक शब्द लक्षात ठेवायचा असेल तर तो असावा प्रतिकृती. एखाद्या शोधावर विश्वास ठेवण्यापूर्वी, तो, अनेक शास्त्रज्ञांनी विविध अभ्यास श्रेणींमध्ये वारंवार प्रतिकृतीने सिद्ध केला आहे का,हे आपण पाहावे लागते.

प्रायोगिक संरचना अणि नियंत्रणासाठी संख्याशास्त्रीय विश्लेषण

वर्णनात्मक अणि निदानात्मक या दोन्ही प्रकारच्या संख्याशास्त्रांमधून अर्थपूर्ण आणि उपयुक्त माहिती उपलब्ध होण्यासाठी डेटा सुस्पष्ट आणि सुयोग्य संरचनेच्या साहाय्याने प्राप्त होणे आवश्यक असते. याला प्रायोगिक संरचना असे म्हणतात. प्रामुख्याने, प्रायोगिक संरचना हा डेटा कसा गोळा केला जाणार आहे, हे दर्शविणारा आराखडा असतो. डेटा गोळा करायला किंवा प्रयोगाला सुरुवात करताना आपल्याकडे दोन प्रकारची नियंत्रणे उपलब्ध असतात *प्रायोगिक नियंत्रणे* आणि *संख्याशास्त्रीय नियंत्रणे.* प्रायोगिक नियंत्रणांचा संबंध प्रयोगाच्या रचनेशी असतो – उदाहरणार्थ, किती लोकांकडून माहिती घेतली जाईल, किती गट असतील, कोणत्या प्रकारच्या लोकांचा वापर केला जाईल, त्यांची तपासणी किंवा मोजदाद कशी केली जाईल, इत्यादी. दुसऱ्या प्रकारचे अधिकार किंवा नियंत्रण म्हणजे संख्याशास्त्रीय नियंत्रण, जे डेटा गोळा झाल्यावर किंवा प्रयोग पूर्ण झाल्यावर वापरले जाते. हे लक्षात ठेवले पाहिजे की जरी संख्याशास्त्रीय तंत्रे ही डेटाच्या वर्णनासाठी अत्यंत प्रभावशाली असली तरी दोन्हींपैकी प्रायोगिक नियंत्रणे जास्त महत्त्वाची असतात. याचे एक कारण असे की जर आपण कोणत्याही प्राथमिक प्रायोगिक तत्त्वांचा वापर केला नाही तर सांख्यिकी निरर्थक होऊ शकते आणि त्यातून काही अर्थबोध होऊ शकत नाही.

उदाहरणार्थ, हल्लीच घेतल्या गेलेल्या एका दूरचित्रवाणीवरील मतदानात एका विद्यापीठातील फूटबॉलचा संघ उत्तम वाटत असल्यास एका दूरध्वनी क्रमांकावर आणि तसे वाटत नसल्यास दुसऱ्या दूरध्वनी क्रमांकावर संपर्क साधण्यास सांगितले गेले होते. प्रयोगाच्या या योजनेला प्रायोगिक संरचना असे म्हणतात. संख्याशास्त्रीय विश्लेषणात दोन दूरध्वनी क्रमांकांवरील दूरध्वनीच्या संख्येची तुलना करून कोणती जास्त आहे, हे पाहिले जाते. या परिस्थितीमध्ये, प्रायोगिक संरचना इतकी वाईट आहे की त्यावरील संख्याशास्त्रीय विश्लेषण अर्थहीन होते. या संरचनेतील अनेक समस्यांपैकी, एक अशी आहे की दूरचित्रवाणीच्या प्रेक्षकांची निवड यादृच्छिक पद्धतीने करण्यात आलेली नव्हती. म्हणून, त्यावरून लोकप्रियतेबाबत काढलेले कोणतेही निष्कर्ष चुकीचे ठरतील. दुसरी समस्या ही आहे, की एकच व्यक्ती एकापेक्षा जास्त दूरध्वनी करू शकत होती, त्यामुळे, निकालावर अनावश्यक प्रभाव पाडू शकत होती. अलीकडेच, खेळांचे प्रक्षेपण करणाऱ्या ESPN.com यांनी घेतलेल्या एका ऑनलाइन सर्वेक्षणात कोणत्या संघाचा खेळाचा गणवेष उत्तम आहे, याबाबत मते मागितली असता,

डेनवर ब्रॉन्कोस या संघाला 137257 मते मिळाल्याने तो संघ 88743 मते मिळालेल्या मिशिगन विद्यापीठाच्या संघास हरवून विजेता ठरला. परंतु नंतरच्या, पुनर्पाहणीत असे लक्षात आले, की ब्रॉन्कोस या संघाला मिळालेल्या एकूण मतांपैकी 71465 मते एकाच इंटरनेट पत्त्यावरून नोंदविली गेली आहेत. ही प्रायोगिक संरचना इतकी खराब आहे की त्यावरून खेळाडूंच्या उत्तम खेळाच्या गणवेषाबाबत कोणताही निष्कर्ष काढणे अर्थहीन ठरते.

संख्याशास्त्रीय विश्लेषण या प्रकारच्या समस्या किंवा चलांचा विचार करत नाही. या आधीच नमूद केल्याप्रमाणे, या अनियंत्रित समस्या चलांना संमिश्र चल असे म्हणतात. थोडक्यात सांगायचे झाले तर, दूरचित्रवाणी, इंटरनेट, आणि फोन कॉल मतदान याबाबत प्रायोगिक संरचनेची प्रमुख समस्या ही असते की त्यात काही लोकानां इतरांपेक्षा जास्त वेळा सहभागी होता येते आणि त्यामुळे प्रेक्षकांचा नमुना यादृच्छिक राहत नाही. परिणामी, अशा अभ्यासातील निकाल निरुपयोगी, अर्थहीन, तसेच अविश्वसनीय डेटा निर्माण करतात. बऱ्याचवेळा, अशा मतदानात सहभागी होण्यासाठी प्रेक्षकाला काही पैसाही भरावा लागतो. या सर्वेक्षणाचा खरा हेतू प्रेक्षकांचे मत जाणून घेणे हा नसून फक्त पैसा कमविणे हाच असतो. या सर्वेक्षणाची संरचना इतकी खराब आहे की यातून, जास्तीत जास्त एवढाच निष्कर्ष काढता येईल की 137257 ही संख्या 88743 या संख्येपेक्षा मोठी आहे. यावरून, असा निष्कर्ष काढता येणार नाही की एखाद्या संघाचा पोशाख दुसऱ्या संघापेक्षा जास्त उत्तम आहे, असे खूप लोकांना वाटते आहे. एका विशिष्ट संघाच्या खेळाच्या गणवेषाची निवड बहुसंख्य लोकांनी केली आहे असे अनुमान सांगणारा कोणताही निष्कर्ष संपूर्णतःअनैतिक ठरेल. कालांतराने, 'निःपक्षपातीपणा' जपण्यासाठी ESPN.com या मतदान घेणाऱ्या संस्थेने ब्रोनोसची सर्व मते बाद ठरवून मिशिगन विद्यापीठास विजयी घोषित केले. येथे ESPN.com नी प्रायोगिक संरचनेची पोस्ट हॉक (वस्तुस्थिति पाहिल्यानंतरची) तडजोड करून तिच्या निकालावरच प्रश्नचिन्ह निर्माण केले. पुन्हा, प्रायोगिक संरचना इतकी खराब आहे की कोणतीही संख्याशास्त्रीय ताकद किंवा विश्लेषण ही समस्या सोडवू शकत नाही. तर मग, अशी ही अशास्त्रीय आणि अनैतिक सर्वेक्षणे दूरचित्रवाणी, इंटरनेट, आणि वृत्तपत्रांमध्ये का टिकून आहेत? पैसा! ही मतदाने, जरी संपूर्णतः अशास्त्रीय असली तरी त्यांना मनोरंजन मूल्य आहे, आणि मनोरंजन मूल्य म्हणजेच पैसा. या शिवाय, प्रत्येक मतामागे असे मतदान घेणाऱ्याला 50 टक्के किंवा एखाद्या दूरध्वनी मतदानात त्याहून जास्त रक्कम मिळते.

थोडक्यात, अशी दूरदर्शन वरील, इंटरनेट, वृत्तपत्रातील आणि इतर खराब सर्वेक्षणे प्रायोगिक संरचना ठरवताना तुम्ही तुमच्या संख्याशास्त्रीय विश्लेषणाचा विचार केलाच पाहिजे याचा वस्तुपाठ देतात. संख्याशास्त्रीय नियंत्रणे जरी कितीही परिणामकारक असली तरी त्यांच्यामुळे एखादी बनावट आणि खराब प्रायोगिक संरचना वाचू शकत नाही किंवा विश्लेषण योग्य होऊ शकत नाही.

संख्याशास्त्राची भाषा/परिभाषा

संख्याशास्त्राची भाषा/परिभाषा शिकणे हे एखादी नवीन भाषा शिकण्यासारखे आहे. संख्याशास्त्रातील अनेक संज्ञा तुम्हाला पूर्णतः नवीन असतील, उदाहरणार्थ द्वीबहुलकीय (बायमोडल bimodal). तसेच, तुम्हाला या आधीच माहिती असलेले शब्द नव्या संयोजनेत वापरले जातील, उदाहरणार्थ प्रमाण विचलन. शेवटी, काही शब्द संख्याशास्त्रात वापरताना त्यांचे अर्थ नवीन असतील. संख्याशास्त्राच्या बाहेर महत्त्वपूर्ण हा शब्द मूल्य निवाडा करण्यासाठी वापरला जातो. जेव्हा एखादी गोष्ट महत्त्वाची किंवा परिणामकारक असते, तेव्हा ती महत्त्वपूर्ण आहे, असे म्हटले जाते. महत्त्वपूर्ण याच्या विरुद्ध अर्थी आपण क्षुल्लक अथवा अर्थहीन असे शब्द वापरतो. परंतु, संख्याशास्त्रात, महत्त्वपूर्ण या शब्दाला वेगळा अर्थ आहे. महत्त्वपूर्ण म्हणजे असा परिणाम जो योगायोगाने साध्य झालेला असण्याची शक्यता नसणे. संख्याशास्त्रात, महत्त्वपूर्ण याच्या विरुद्ध शब्द आहे अर्थहीन, म्हणजेच, जो योगायोगाने साध्य झालेला असण्याची शक्यता असलेला परिणाम. तुम्हाला हे लक्षात ठेवणे महत्त्वाचे आहे की, अर्थहीन हा शब्द मूल्य निवडक असल्याने त्याला संख्याशास्त्रीय भाषेत स्थान नाही.

शास्त्रीय प्रयोग करण्याबाबत

एखादे गृहीतप्रमेय तपासण्यासाठी साधारणतः शास्त्रीय प्रयोग केले जातात. निसर्ग (कोणत्याही पातळीवर) कशा प्रकारे कार्यरत आहे या संबधित एखादी प्रमुख कल्पना म्हणजे सिद्धांत होय. या सिद्धांतात, गृहीतप्रमेयांविषयी काही अनुमाने असावी लागतात. ही गृहीतप्रमेये त्यानंतर शास्त्रीय प्रयोगांमधून तपासली जातात. एखादा प्रयोग, सामान्यतः, दोन-गटांची प्रायोगिक संरचना असते; जिच्यात एक प्रायोगिक गट आणि एक नियंत्रित गट असतो. जास्त वेळा, प्रायोगिक गटाला काहीतरी विशेष उपचार अथवा वागणूक दिली जाते. नियंत्रित गटाला ती तशी दिली जात नाही. त्यानंतर, दोन्ही गटांचे कोणत्यातरी प्रकारे मोजमाप केले जाते. हे उपचाराचे अथवा वागणुकीचे दोन स्तर स्वतंत्र चलांचे पैलू असतात. प्रयोगकर्ता ज्या चलांचा कुशलतापूर्वक वापर करतो त्यांना स्वतंत्र चले म्हणतात. प्रयोगकर्त्याला हे पाहण्याची इच्छा असते की, स्वतंत्र चलांचा परिणाम परावलंबी चलांवर होतो की नाही. दोन गटांचे मोजमाप ज्या चाचणीच्या आधारे केले जाते तिला परावलंबी चल किंवा प्रतिसाद चल असे म्हणतात. काहीवेळा, दोन्ही गटातील सहभागी होणाऱ्या लोकांना विशेष उपचार किंवा वागणूक मिळते आहे की नाही, हे माहिती नसणे महत्त्वाचे असते. जर हा प्रयोग क जीवनसत्वाचा सर्दीवर होणारा परिणाम पाहण्यासाठी असेल तर नियंत्रित गटातील लोकांना तेच उपचार किंवा वागणूक मिळाली पाहिजे की जी प्रायोगिक गटाला दिली जात आहे, फक्त एकाच अपवादाने, की त्यांना जीवनसत्व क मिळणार नाही. साधारणपणे, नियंत्रित गटांना प्लॅसिबो दिले जाते. ही एक अशी गोळी आहे की जी प्रायोगिक गटांत क जीवनसत्व असलेल्या ज्या गोळ्या दिल्या जातात त्यांच्यापासून वेगळी ओळखता येते. लक्षात ठेवा की, प्रयोगात सहभागी झालेल्या लोकांना नक्की कोणाला जीवनसत्व क असलेली गोळी आणि कोणाला प्लासिबो दिली जाते आहे, हे माहिती असता कामा नये. तसेच, प्रयोगकर्त्यांना किंवा जो दोन गटांचे उपचारानंतर मूल्यमापन करणार आहे त्या संख्याशास्त्रज्ञाला, मूल्यमापन होईपर्यंत, माहिती असता कामा नये की कोणत्या गटाला जीवनसत्व क आणि कोणाला प्लासिबो दिले जाते आहे. कारण, प्रयोगकर्त्यांची त्यांच्या स्वतःच्या गृहीतप्रमेयांच्या बाजूने निकाल लागावेत, यासाठी नकळत भूमिका असू शकते, हे सर्वमान्य विधान आहे. या पूर्वीच सांगितल्याप्रमाणे, हा एक दुहेरी-पडदा प्रयोग असावा लागतो. या प्रकारच्या नकळत पडणाऱ्या प्रभावाचे उदाहरण लहानपणी होणाऱ्या स्वमग्नता (लवकर होणारा तीव्र स्वरूपाचा मानसिक विकार) या विकारासाठी वापरायच्या नवीन उपचाराबाबत झालेले आढळते. या उपचाराचे नाव आहे सुलभ संप्रेरण. यात, उपचारकर्ते अत्यंत स्वमग्न मुलांना कीबोर्डवर विचारलेल्या प्रश्नांना उत्तरे देण्यासाठी मदत करणार होते. ह्या प्रयोगाची संरचना उपचारकर्त्याच्या प्रभावापासून अशाप्रकारे नियंत्रित केली गेली होती की स्वमग्न मुले आणि उपचारकर्ते यांचे प्रश्न एकच किंवा वेगवेगळे असू शकणार होते. याप्रकारे, उपचार पद्धत शिकून उपचारकर्ते प्रशिक्षित करण्यावर जरी अनेक दशलक्ष डॉलर निधी उपलब्ध झाला होता तरी, दुर्दैवाने, जेव्हा मुलांचे आणि उपचारकर्त्यांचे प्रश्न वेगवेगळे होते तेव्हा एकदाही मुलांची उत्तरे बरोबर आली नाहीत. आणि, असे दिसले की, उपचारकर्ते, फक्त, कळत अथवा नकळत, स्वमग्न मुलांच्या वतीने बरोबर उत्तरे देत होते.

परावलंबी चल आणि मोजमाप

जी चाचणी किंवा इतर काहीतरी, जे आपण सहभागी झालेल्याबाबत मोजमाप करण्यासाठी वापरतो, त्याला परावलंबी चल असे म्हणतात, हे लक्षात ठेवा. जीवनसत्व क प्रयोगांमध्ये, विविध मोजमापांचा आपण परावलंबी चले म्हणून उपयोग करू शकतो. काही प्रयोगकर्त्यांनी एका वर्षाच्या कालावधीतील सर्दी होण्याच्या घटनांची संख्या यावर लक्ष केंद्रित केले आहे. आपण सर्दीने आजारी असलेल्या दिवसांची संख्या मोजू शकतो. परावलंबी चलाची निवड आपल्या अभ्यासाच्या

निष्कर्षांसाठी अत्यंत महत्त्वाची असू शकते. उदाहरणार्थ, काही अभ्यासांमध्ये असे दिसले आहे की सर्दी न होण्यासाठी जीवनसत्व क चा काहीही परिणाम होत नाही; असे असले तरी, क जीवनसत्वामुळे सर्दीची तीव्रता कमी होण्यास किंवा सर्दीचा कालावधी कमी होण्यास मदत होऊ शकते, असा काही पुरावा मिळाला आहे.

व्यवहार्य व्याख्या

जर आपण सहभागी झालेल्या प्रत्येकाला एका वर्षाच्या कालावधीत किती वेळा सर्दी झाली ही संख्या मोजणार असू, तर सहभागी झालेल्या प्रत्येकाची तपासणी कोणत्या ना कोणत्या प्रकारे किती वेळा त्याला किंवा तिला सर्दी झाली यासाठी करावी लागेल. व्यक्तीला सर्दी झाली आहे का, याबाबत, काही प्रमाणावर व्यक्तिसापेक्षता असू शकते का? अर्थातच, असू शकते! ही व्यक्तिसापेक्षता कमी करण्यासाठी, कदाचित, एकच व्यक्ती (जसा की, एखादा डॉक्टर) सर्व सहभागी व्यक्तींचे परीक्षण सर्दी झाली आहे की नाही हे ठरविण्यासाठी करेल. तथापि, वेगवेगळ्या डॉक्टरांमध्ये देखील एखाद्या व्यक्तीला प्रत्यक्षात सर्दी झाली आहे का, याबाबत मतभिन्नता असू शकते. कदाचित, एखादा डॉक्टर सर्दीची व्याख्या काय करतो याप्रमाणे अनुमाने बदलतात. उदाहरणार्थ, एखाद्या डॉक्टरची सर्दीची व्याख्या रोगी स्वतः, त्याच्या किंवा तिच्या, सर्दीचा दावा करतो का, ही असू शकेल. दुसऱ्या डॉक्टरची सर्दीची व्याख्या नाक चोंदणे आणि पांढऱ्या रक्तपेशींची वाढलेली संख्या अशी असू शकेल. बहुधा, सर्दीची एकच व्याख्या असत नाही; तुम्ही त्यातील कोणती निवडली आहे हे काही कसोट्यांसह स्पष्टपणे नमूद केले पाहिजे. जेव्हा तुम्ही, तुमच्या सर्व सहभागींनी पूर्ण करावयाची कसोट्यांची यादी अभ्यासात स्पष्टपणे लिहिता, तेव्हा त्या कसोट्यांना, तुमच्या व्यवहार्य व्याख्या असे म्हणतात.

मोजमापनातील त्रुटी

प्रत्येक सहभागीसाठी, अचूकपणे परावलंबी चलाचे मोजमापन कधीच करता येत नाही. येथे हे खेदपूर्वक नमूद करावेसे वाटते, की परावलंबी चलामधील तफावत जर स्वतंत्र चलामुळे नसेल तर त्याला संख्याशास्त्रात, मोजमापनातील त्रुटी असे म्हणतात. प्रत्येक सहभागी, खरेतर, सर्वात जास्त प्रमाणात, प्रयोगातील आणि स्वतंत्र चलातील त्रुटींमध्ये भर घालत असतो. त्रुटींमध्ये भर घालणारे इतर स्रोत, चाचणीच्या परिस्थितीतील सूक्ष्म फरकांनी, उदाहरणार्थ, दिवसातील वेळ, तापमान, बाहेरील ध्वनीची पातळी, आर्द्रता, साधनांमधील समस्या, आणि, अशाच अनेक किरकोळ घटकांनी, निर्माण होतात. आपल्या क जीवनसत्व अभ्यासात, काही सहभागींना कधीच सर्दी झालेली नाही, आणि काही सारखेच आजारी पडतात असे सहज घडू शकते. प्रयोगातील सहभागींसंबंधी त्रुटी, जेव्हा आपण यादृच्छिक पद्धतीने सहभागींची विभागणी दोन परिस्थितींमध्ये करू, तेव्हा दूर होईल अशी अपेक्षा असते. शेवटी, आपण आपल्या सर्व मित्रांना प्रायोगिक गटात आणि इतर सगळ्यांना नियंत्रित गटात टाकू शकत नाही. यादृच्छिक पद्धतीने सहभागींची विभागणी गटांमध्ये केल्याने सहभागींसंबंधी त्रुटीचा परिणाम टाळता येऊ शकतो. दोन्ही गटात सहभागींची संख्या मोठी ठेवूनही अशी त्रुटी कमी करता येते.

जेव्हा तुम्ही कोणत्याही एखाद्या माध्यमाद्वारे घेतल्या जाणाऱ्या प्रयोगाबाबत किंवा सर्वेक्षणाबाबत ऐकता किंवा वाचता तेव्हा त्यातील परावलंबी चलांवर बारकाईने लक्ष द्या. काहीवेळा, प्रयोगाचे संपूर्ण निष्कर्ष पुरेशी परावलंबी चले लक्षात घेतली आहेत अथवा नाहीत, यावर अवलंबून राहू शकतात. एखादे शहर, समजा "क्ष" हे राहण्यास उत्तम शहर आहे का, या संबधी एखादा अभ्यास केला जात आहे. या अभ्यासात, "उत्तम शहर" कसे ठरविले जाते, हे एक निर्णायक चल आहे. यात, निसर्गरम्यता लक्षात घेणार का? मग, तुम्हाला समुद्राचे दृश्य आवडते का आवडत नाही? सामान्यतः, अशा प्रकारचे अभ्यास

"शास्त्रीय" बनविण्यासाठी अभ्यासकर्ते वेगवेगळी चले लक्षात घेतात. असे असले तरी, यातील बऱ्याच प्रश्नांचा संबध आर्थिक विकासाशी असू शकतो. त्यामुळे, एखाद्या शहराला जास्त मते मिळत नसतील तर त्याचे कारण त्याच्या विकासाचा वेग कमी आहे, हे असू शकते. मग, आपण विकासाचा वेग जास्त असलेल्या शहराला राहण्यासाठी "उत्तम" शहर म्हणणार का? यातून असे लक्षात येते की, अशा प्रकारे, एखाद्या शहराला राहण्यासाठी उत्तम शहर ठरविण्याबाबत एखादे सर्वेक्षण घेताना अनेक अमूर्त गोष्टी लक्षात घ्याव्या लागतात. आणि, अशाप्रकारच्या उत्तम शहराबाबतचे सर्वेक्षण सहज अविश्वसनीय ठरविता येते. त्यामुळे, प्रायोगिक अभ्यासांमध्ये दिलेल्या व्यवहार्य व्याख्यांमधील महत्त्वपूर्ण चलांची तपासणी करण्यास विसरू नका. या नंतरच्या उदाहरणामध्ये, "उत्तम शहर" या संज्ञेची केलेली विशिष्ट व्यवहार्य व्याख्या बघणे महत्त्वाचे ठरेल. जर, लेखकांनी व्यवहार्य व्याख्या दिली नसेल तर अभ्यासाचा अन्वयार्थ लावणे जवळजवळ अशक्य आहे.

मोजमापाची मापके: अखंडित आणि खंडित चलांमधील फरक

साधारणतः चल म्हणजे असे काहीही ज्याचे मूल्य बदलू शकते, आणि ज्याला संख्यात्मक मूल्य असते. संख्याशास्त्रज्ञ वारंवार अखंडित आणि खंडित चलांचा उल्लेख करतात. एखाद्या अखंडित चलाचे मोजमाप लहान संख्येपासून मोठ्या संख्येपर्यंत वाढत जाणाऱ्या संख्यारेषेवर करता येते. उदाहरणार्थ, एखाद्या प्रयोगात सहभागी व्यक्तींना एखादी गोष्ट पूर्ण करण्यासाठी लागणारे सेकंद हे अखंडित चल होईल. संख्याशास्त्रज्ञांसाठी, खंडित चलांना विशिष्ट मूल्य असते आणि ते गुणात्मकदृष्ट्या एकमेकांपासून वेगळे असतात. त्यांच्या मूल्यांबाबत अनुमान बांधण्याचा प्रश्न नसतो. उदाहरणार्थ, लिंग, जर "पुरुष" या गटाला "0" आणि "महिला" या गटाला "1" ही मूल्ये दिली तर खंडित चल मानता येते. यात 0 आणि 1 या मूल्यांच्या मध्ये वेगळा अर्थ काढता येत नाही. येथे, हे देखील लक्षात घ्या की जेव्हा फक्त एखाद्या खंडित चलाला फक्त दोनच मूल्ये असतात तेव्हा त्याला डायकोटोमस चल (dichotomous variable) असेही म्हणतात.

मोजमापाच्या मापकांचे प्रकार

मोजमापाच्या मापकांचे अनेक प्रकार आहेत. कोणत्याही संख्याशास्त्रीय विश्लेषणात, योग्य संख्याशास्त्रीय चाचणी निवडता येण्यासाठी प्रथम मापकाचा प्रकार निश्चित करावा लागतो. काही मोजमापाची मापके त्यांच्या सहभागींची फारच कमी माहिती देतात आणि त्यामुळे संख्याशास्त्रीय विश्लेषणाला वाव राहत नाही. या उलट, इतर मोजमापाची मापके जास्त माहिती देतात आणि त्यामुळे, संख्याशास्त्रीय शक्यताही वाढतात. सामान्यतः, मोजमापाच्या मापकांचे खालील चार प्रकार आढळतात.

नाममात्र मापके

नाममात्र मापके लोकांना अथवा वस्तूंना गुणात्मकदृष्ट्या विविध गटांमध्ये विभागतात. नाममात्र मापकांना *वर्गवार मापके* किंवा *गुणात्मक मापके* असेही म्हणतात. याचे एक उदाहरण म्हणजे सहभागी व्यक्तींची पुरुष आणि स्त्रिया या दोन गटात केलेली विभागणी. याचाच अर्थ असा की, जेव्हा नाममात्र मापक वापरले जाते तेव्हा एखाद्या गटात विभागलेल्या सर्व व्यक्तींना किंवा वस्तूंना समान मूल्य प्राप्त होते. येथे, हे लक्षात घ्या की, एका गटातील व्यक्तींनाही समान मूल्य आहे असे मानले जाते. उदाहरणार्थ, पुरुष या गटात समाविष्ट होणारे सर्व पुरुष समान मानले जातात. या गटातील सदस्यत्वाला कमी-अधिक महत्त्व असत नाही. या गटातील काही पुरुषांना इतर पुरुषांपेक्षा जास्त "पुरुषत्व" दिले जात नाही. असे असले तरी, प्रत्येक गटाच्या वारंवारितेचे विश्लेषण करता येते. उदाहरणार्थ, असे नोंदविता येते की, या अभ्यासात 37 पुरुष आणि 44

स्त्रियांनी भाग घेतला. नाममात्र मापकांचे आणखी एक उदाहरण म्हणजे सर्वेक्षणातील होय अथवा नाही उत्तरे, किंवा होय, नाही, अथवा ठरविलेले नाही.

या प्रकारची उत्तरे अपेक्षित असलेले प्रश्न हे देखील लक्षात ठेवणे महत्त्वाचे आहे की, नाममात्र मापकांमध्ये मधली मूल्ये असत नाहीत. याचा अर्थ असा की, संख्याशास्त्रीय कारणांसाठी, जर 0 म्हणजे पुरुषांचा गट आणि 1 म्हणजे स्त्रियांचा गट असे ठरविले असेल, तर 0 आणि 1 या मधील कोणतीही मूल्ये मान्य होत नाहीत अथवा गृहीत धरता येत नाहीत. अर्थातच, शरीरविज्ञान शास्त्राच्या दृष्टीने, एखादी व्यक्ती मिश्र जैविक लिंगाची असू शकते. असेही असू शकते की, मानसशास्त्रीयदृष्ट्या, एखाद्या व्यक्तीची मिश्र जैविक व्यक्तिमत्व असल्याची ओळख आहे. तरीही, जेव्हा लिंग नाममात्र मापकांवर मोजले जाते तेव्हा त्याला 0 आणि 1 यांच्या मधले कोणतेही मूल्य प्राप्त होऊ शकत नाही.

क्रमवाचक मापके

क्रमवाचक मापकांमध्ये व्यक्तींची क्रमवारी कोणत्यातरी चलावर केली जाते. ज्या व्यक्तीला अथवा गोष्टीला सर्वात जास्त मूल्य आहे तिला चलात "क्रमांक 1" मिळतो. यामुळे, क्रमवाचक मापकांना विभागणी (एखाद्या व्यक्तीला किती मूल्य आहे) आणि क्रमवारी (गटातील इतर सर्व व्यक्तींच्या तुलनेत एखाद्या व्यक्तीचे स्थान कोठे आहे) आवश्यक असते.

क्रमवाचक मापकांची एक मोठी मर्यादा ही आहे की – क्रमवारीतील फरक समान आहे असे वाटू शकते आणि प्रत्यक्षात मात्र तो तसा नाही आहे, हे माहिती असते. उदाहरणार्थ, आपण जर धावपटूंची एखाद्या धावण्याच्या शर्यतीनंतर क्रमवारी लावणार असतो, तेव्हा पहिल्या आणि दुसऱ्या येणाऱ्या धावपटूंच्या वेळातील फरक खूप जास्त असू शकेल, त्याच वेळी, दुसऱ्या आणि तिसऱ्या धावपटूंच्या वेळातील फरक फारच कमी असेल. असे असले तरी, क्रमवाचक मापकांमध्ये, असे दर्शविले जाते की, पहिल्या, दुसऱ्या आणि तिसऱ्या क्रमांकांमधील फरक समान आहे.

ही मर्यादा, जेव्हा चलांचे विभागीकरण स्वैरपणे केलेले असते तेव्हा फार खराब आहे, असे म्हणता येत नाही. कारण, एखाद्या प्रयोगातील 50 सहभागींना कोणत्यातरी एखाद्या चलासाठी विभागून नंतर दुसऱ्या कोणत्यातरी चलाप्रमाणे किंवा चाचणी प्रमाणे, त्यातील सर्वात वरचे 5 आणि सर्वात खालचे 5 ठरविणे उपयुक्त ठरते.

येथे, या पूर्वी सांगितल्याप्रमाणे, व्यक्ती किंवा वस्तू यांना फक्त एकाच चलाप्रमाणे विभागून त्यांच्या क्रमवारी देण्यात आल्या आहेत, असे गृहीत धरले आहे. अर्थातच, व्यक्तींना किंवा वस्तूंना, एकापेक्षा जास्त चल किंवा त्याही पुढे जाऊन, अस्पष्ट अथवा संदिग्ध कसोट्यांवर देखील, क्रमवारी देता येऊ शकते. उदाहरणार्थ, चित्रपटांचे टीकाकार अनेकदा त्यांची क्रमवारी चांगले 10 आणि खराब 10 चित्रपट या प्रकारे सादर करताना दिसतात. त्यांची विभागणी चले कोणती असतात? या प्रसंगात, अनेक विभागण्या किंवा कसोटी चले असण्याची शक्यता असते, आणि त्यातली काही उलगडा न होणारी किंवा बेसावधपणे ठरविलेली देखील असू शकतात. कमीत कमी, असे तरी म्हणता येईल की, काही क्रमवाचक मापकांबाबत संशय घेता येऊ शकतो.

मध्यंतरीय मापके

असे म्हणता येईल की, मध्यंतरीय मापकांना सर्व शास्त्रांमध्ये, सर्वात जास्त संख्याशास्त्रीय लक्ष मिळण्याची शक्यता असते. मध्यंतरीय मापके एखाद्या विभागणी चलाच्या आधारे व्यक्ती किंवा वस्तूंबाबत क्रमवारीची माहिती देतात. आणि त्या चलाच्या संदर्भात व्यक्ती किंवा वस्तू एकमेकांपासून किती दूर आहेत, या बाबत स्पष्टीकरण देता येते.

या मापकांमध्ये, मापकातील सर्व बिंदूंमधील अंतर समान आहे, असे मानले जाते. उदाहरणार्थ, एखाद्या प्रवृत्तीबाबत सर्वेक्षणात, 40 आणि 41 या गुणांमधील फरक 10 आणि 11 या गुणांमधील फरकाइतकाच असतो. या मापकांमध्ये,

असे देखील गृहीत धरले जाते की, दोन गुणांमधील 10 चा फरक, संपूर्ण मापकात, एकच व्यक्तीनिष्ठ फरक दर्शवितो. उदाहरणार्थ, प्रवृत्तीबाबत सर्वेक्षणात, 40 आणि 50 या गुणांमधील फरक, 5 आणि 15 या गुणांमधील वस्तुनिष्ठ फरका-इतकाच असतो. स्वाभाविकच आहे की, हे कोणत्याही मध्यंतरीय मापकांसाठी महत्त्वाचे आणि अवघड गृहीतक ठरते. असे असले तरी, बहुतांश मोजमाप मापके, विशेषतः सामाजिक शास्त्रांमध्ये, मध्यंतरीय मापके गृहीत धरली जातात. उदाहरणार्थ, बौद्धिक चाचणीचे गुण, प्रवृत्तीबाबत सर्वेक्षणातील गुण, आणि अनेक व्यक्तिमत्व तसेच मानसशास्त्रीय चाचण्यांचे गुण यांना मध्यंतरीय मापके वापरली जातात. या चाचण्यांना मध्यंतरीय मापके वापरावीत का याबाबत काही चर्चा होतानाही आढळतात, कारण ही मापके समान आवाका गृहीतप्रमेयासाठी खरी उतरतात का, हा प्रश्न राहतो. तरीही, व्यवहारात अनेक संख्याशास्त्रज्ञ हे मान्य करतात की, मध्यंतरीय मापकांमध्ये क्रमवाचक मापकांचे किमान गुणधर्म आढळतात आणि ते मध्यंतरीय मापकांचे किमान अंदाज वर्तवितात. आधुनिक व्यावहारिक मूल्यांकनात असे स्पष्टपणे नोंदविले गेले आहे की, मध्यंतरीय मापके मोठ्या प्रमाणावर स्पष्टीकरणे मिळवू शकतील, असे निष्कर्ष देतात.

गुणोत्तर मापके

गुणोत्तर मापकांमध्ये मध्यंतरीय मापकांची वैशिष्ट्ये आढळतात, याशिवाय, या मापकांमध्ये काही पर्याप्त शून्य बिंदू असतात. गुणोत्तर मापकांमधील शून्य बिंदूला काही संकल्पनात्मक अर्थ आहे. आपण हे लक्षात घेतले पाहिजे की मानसशास्त्र, समाजशास्त्र, किंवा शिक्षणशास्त्र यांसारख्या अनेक सामाजिक विद्याशाखा गुणोत्तर मापकांचा क्वचितच वापर करतात. अर्थशास्त्रात किंवा व्यवसायामध्ये, उत्पन्न हे चल गुणोत्तर मापकात मोजले जाऊ शकते, कारण आपण "शून्य" उत्पन्नाबद्दल बोलू शकतो; या उलट, "शून्य" बुद्धिमत्तेबाबत बोलण्यात काही अर्थ असू शकत नाही.

सर्व मापकांमध्ये सगळ्यात अत्याधुनिक मापक म्हणून आपण गुणोत्तर मापकांचा विचार करू शकत असलो, तरी संशोधनात ती गरजेची नसतात. अनेक संख्याशास्त्रीय विश्लेषणे आणि चाचण्या मध्यंतर मापकांच्या वापरावर बेतलेल्या आहेत. संख्याशास्त्राचा प्राथमिक उद्देश, संख्याच्या गटांचे संघटन आणि आकलन करून जगाचे स्वरूप समजावून घेणे हा आहे. त्याचा हेतू एक अचूक मोजमाप साधन निर्माण करणे, हा नाही.

ठोकळ मानाने पूर्णांकात रूपांतर (राउंडिंग) आणि पूर्णांकात रूपांतर करताना होणारी चूक (राउंडिंग एरर)

अपूर्णांक संख्यांचे पूर्णांकात रूपांतर करतानाचा सर्वसामान्य नियम असा की जी संख्या वगळायची आहे, ती 5 किंवा त्याहून मोठी असेल, तर राहिलेली संख्या ठोकळ मानाने पुढच्या संख्येत रूपांतरित केली जाते. जर ती संख्या 5 पेक्षा लहान असेल तर, अलीकडची संख्या न बदलता तशीच ठेवली जाते. उदाहरणार्थ, जेव्हा जवळच्या दशांशापर्यंत ठोकळमानाने पूर्णांकात रूपांतर करायचे असेल (किंवा पहिल्या दशांशापर्यंत राउंडिंग), तर फक्त दशांश आणि शतांश या स्थानांवर असलेल्या संख्या पाहा आणि त्यापलीकडे असलेल्या जागांकडे दुर्लक्ष करा (जसे सहस्रांश):

10.977 चा जवळचा पूर्णांक 11.0

125.63 चा जवळचा पूर्णांक 125.6

100.059 चा जवळचा पूर्णांक 100.1

6.555 चा जवळचा पूर्णांक 6.6

6.5499 चा जवळचा पूर्णांक 6.5

जेव्हा ही एखादी संख्या राउंड ऑफ केली जाते, तेव्हा त्यात पूर्णांकात रूपांतर करताना होणारी चूक (राउंडिंग एरर) होऊ शकते. प्राप्तीकराचा फॉर्म सहसा संख्यांचे पूर्णांकात रूपांतर करण्यास सांगतो. येथे, फक्त पहिल्या दशांशाचे स्थान राउंड ऑफ करण्यासाठी वापरले जाते. उदाहरणार्थ पूर्णांकात राउंड ऑफ करताना खालीलप्रमाणे घडेल:

$ 10.98 चा जवळचा पूर्णांक $11

$125.63 चा जवळचा पूर्णांक $126

$100.06 चा जवळचा पूर्णांक $100

$6.55 चा जवळचा पूर्णांक $7

$6.49 चा जवळचा पूर्णांक $6

संख्याशास्त्रीय सूचक चिन्हे

विविध संकल्पनांचे प्रतिनिधित्व करण्यासाठी संख्याशास्त्रज्ञ सूचक चिन्हांचा वापर करतात. ते वापरत असलेल्या बहुसंख्य सर्वसामान्य चिन्हांचा अभ्यास करणे तुमच्यासाठी निश्चितच महत्त्वाचे ठरेल. ही चिन्हे वरचेवर पुनःपुन्हा वापरली जात असल्याने तुम्हाला ती लक्षात ठेवण्याची पुष्कळदा संधी मिळेल आणि हे काम फार कठीण असणार नाही. दोन सर्वाधिक सामान्य चिन्हांपैकी एक म्हणजे $\bar{x}$ सामान्य चिन्हांपैकी एक म्हणजे (याचा उच्चार x बार असा केला जातो), जो नमुन्यातील संख्यांचे मध्यमान किंवा सरासरीसाठी वापरला जातो, आणि ग्रीक कॅपिटल अक्षर $\sum$ (सिग्मा), जे गटातील संख्यांची बेरीज दर्शविण्यासाठी वापरले जाते. आपण या दोन चिन्हांची उजळणी करूया. खालील संख्यासमूहाची सरासरी किंवा $\bar{x}$ काढा:

5, 9, 10

अंतःप्रेरणेने तुमच्या हे लक्षात आले असेलच की या तीन संख्यांची बेरीज करून त्याला तीनने भागले पाहिजे. म्हणून अंकगणिती मध्यमान (सरासरी या शब्दाऐवजी सामान्यतः हा शब्द वापरला जातो) 8 आहे. परंतु, आपण गट या शब्दाऐवजी संच हा शब्द वापरू. जेव्हा तुम्ही प्रत्येक संख्या एकत्र मिळवत होतात, तेव्हा तुम्ही बेरीज करत होतात. या संचातील प्रत्येक संख्येचे प्रतिनिधित्व x या चिन्हाने होऊ शकेल. म्हणून संख्याशास्त्रात मध्यामानाचे सूत्र असे असेल:

$$\bar{x} = \frac{\sum x}{N}$$

येथे $\bar{x}$ = संख्यांच्या संचाचे मध्यमान किंवा सरासरी, $\sum$ = संचातील सर्व संख्यांची बेरीज, N = संचामध्ये एकूण किती संख्या आहेत.

$$\bar{x} = \frac{5+9+10}{3}$$

$$\bar{x} = \frac{24}{3}$$

$\bar{x} = 8$

दुसरे सामान्यतः वापरले जाणारे चिन्ह $\sum x^2$ हे आहे, ज्याचा अर्थ असा की, संचामधील प्रत्येक संख्येचा स्वतंत्रपणे वर्ग करून नंतर ह्या गुणाकारांची एकत्र बेरीज करणे. म्हणून, मूळच्या 5, 9, 10 या संख्यांच्या संचासाठी $\sum x^2$ काढण्यासाठी:

$$\sum x^2 = 5^2 + 9^2 + 10^2$$

$$\sum x^2 = 25 + 81 + 100$$

$$\sum x^2 = 206$$

$(\sum x)^2$ या चिन्हाचा अर्थ काय? तुम्हाला आठवत असेल की, गणिते सोडवताना पहिल्यांदा आपण कंसामध्ये सांगितलेली क्रिया आधी पूर्ण करायची आणि नंतरच पुढची क्रिया करायची असते. म्हणून, त्याच संख्यांच्या संचासाठी, प्रथम या संख्यांची बेरीज करून नंतर त्याचा वर्ग करा.

$$(\sum x)^2 = (5+9+10)^2$$

$$(\sum x)^2 = (24)^2$$

$$(\sum x)^2 = 576$$

$\sum x^2$ आणि $(\sum x)^2$ ही दोन्ही चिन्हे समान आहेत का? तुम्ही हे तपासून पाहू शकता की ती समान नाहीत!! $\sum x^2 = 5^2 + 9^2 + 10^2$ किंवा $\sum x^2 = 25 + 81 + 100$, ह्याचा अर्थ, $\sum x^2 = 206$. दुसऱ्या बाजूला, $(\sum x)^2 = (5+9+10)^2$ किंवा $(24)^2 = 576$. अशा प्रकारे, तुम्ही पाहू शकता की, त्यांची उत्तरे पूर्णतः वेगळी आहेत आणि आपण एका ऐवजी दुसऱ्याचा उपयोग करू शकणार नाही. तुमच्यापैकी ज्यांचे गणित कच्चे आहे, त्यांनी खालील समीकरणे काळजीपूर्वक नोंदवून ठेवणे उपयुक्त ठरेल, कारण या पुस्तकात नंतर तुम्हाला त्यांची गरज जाणवेल.

सारांश

5, 9, 10 या संख्यांच्या संचासाठी:

Sum of the set	$\sum x = 5 + 9 + 10$
	$\sum x = 24$
Mean	$\bar{x} = \frac{\sum x}{N}$
	$\bar{x} = \frac{5+9+10}{3}$
	$\bar{x} = 8$

Sum of each number x in the set squared	$\sum x^2 = 5^2 + 9^2 + 10^2$
	$\sum x^2 = 25 + 81 + 100$
	$\sum x^2 = 206$
Squared sum of the set	$(\sum x)^2 = (5+9+10)^2$
	$(\sum x)^2 = (24)^2$
	$(\sum x)^2 = 576$

कधी कधी x_i हे चिन्ह (x sub i) वापरले जाते. येथे x_i चा अर्थ, संचातील i^{th} (i वी) संख्या असा असतो. म्हणजेच, x_1 ही संचातील पहिली संख्या असते. (5, 9, 10) या आधीच्या संचातील $x_1 = 5$, $x_2 = 9$ आणि $x_3 = 10$. कधी कधी तुम्हाला x_n हे चिन्ह (x sub n) दिसेल, त्याचा अर्थ, संचातील n^{th} (n वी) संख्या किंवा शेवटची संख्या असा असतो. जवळ जवळ तुम्हाला नेहमीच x_k ही संख्या दिसेल (x sub k) त्याचा अर्थ ती संचातील शेवटची संख्या आहे. या पुस्तकात, $\sum x$ साठी शॉर्टहँड नोटेशन वापरले आहे. $\sum_{i=1}^{k} x_i$ या चिन्हामध्ये $\sum$ या चिन्ह्याच्या खाली $i = 1$ आणि वर k हे x साठी योजना मर्यादा घालून देतात. म्हणजेच, x हा x_1 पासून सुरू होतो आणि तो दुसरी संख्या, तिसरी संख्या असा पुढे पुढे सरकतो, आणि शेवटी x_k पर्यंत (किंवा संचातील शेवटच्या संख्येपर्यंत) पोहोचतो.

फ्लॉरेन्स नाइटिंगेल (1820–1920)

स्रोत: सार्वजनिक डोमेन.

इतिहासाचा मागोवा

अॅचेनवॉल ते नाइटिंगेल

गणिताचा इतिहास बराच जुना असला, तरी संख्याशास्त्राचा इतिहास तसा अलिकडच्या काळातीलच आहे. असा दावा केला जातो की, संख्याशास्त्र (स्टॅटिस्टिक्स) या शब्दाचा वापर प्रथमतः जर्मन प्रोफेसर गॉटफ्रिड अॅचेनवॉल (1719–1792) यांनी 1749 मध्ये केला. आणि त्यांच्या मते, संख्याशास्त्र म्हणजे गणिताचा वापर देशाच्या सेवेसाठी करणे. अॅचेनवॉल यांचेसाठी संख्याशास्त्र हा, राज्यसंस्थेचे किंवा राजकीय, अंकगणित यासाठी पर्यायी किंवा प्रतिशब्द होता, ज्यामध्ये लोकसंख्येचे मापन, सैन्यदलाचा आकार, किंवा कराची रक्कम आणि दर या गोष्टींचा समावेश होऊ शकतो.

संख्याशास्त्र (स्टॅटिस्टिक्स) या शब्दाचा इंग्लिश भाषेतील पूर्वीच्या काळातील एक उपयोग जॉन सिंक्लेअर (1754–1835) या स्कॉटिश वकील लेखकाने केला, त्याने 1791 ते 1799 या काळातील स्कॉटलँडचे सर्वेक्षण 21 खंडांमध्ये प्रसिद्ध केले. त्याच्या प्रास्ताविकामध्ये सिंक्लेअरने जर्मनीमधील संख्याशास्त्राच्या राजकीय स्वरूपाबाबत उल्लेख केला आहे, परंतु, त्याने संख्याशास्त्राचा, देशाच्या मानसशास्त्रीय अवस्थेच्या चौकशीचे साधन म्हणून असणाऱ्या उपयोगावर भर दिला आहे. उदाहरणार्थ, देशवासीयांच्या विशिष्ट समाधानाच्या पातळीची खात्री देणे आणि भविष्यकाळात तिच्यात सुधारणा करण्यासाठी कोणते उपाय योजता येतील. त्याने नेमकेपणाने जर्मन भाषेतील संख्याशास्त्र हा नवीन शब्द विचारात घेतला, की जो अधिक प्रमाणात जनतेचे लक्ष वेधून घेईल.

या प्रगतीबरोबरच, गणितज्ज्ञ संभाव्यता सिद्धांताच्या क्षेत्रात हातभार लावत होते, ज्यातून, प्रथमतः निदानात्मक संख्याशास्त्राचा पाया घातला जाणार होता. पेरी सायमन, मार्क्विस द ला प्लेस (1749–1827), जो अधिक करून ला प्लेस या नावाने ओळखला जातो, ह्या फ्रेंच गणितज्ज्ञाने सुरुवातीच्या संभाव्यता सिद्धांतात खूप भर टाकली. कार्ल फ्रेडरिक गॉस (1755–1855) ह्या जर्मन गणितज्ज्ञ आणि खगोलशास्त्रज्ञाने वर्णनात्मक आणि निदानात्मक संख्याशास्त्र या दोन्ही प्रकारांचा पाया घालण्यात मोलाची मदत केली.

18 व्या शतकाच्या मध्यास, संख्याशास्त्राचे सामाजिक समस्या सोडविण्यासाठी उपयोजन अधिक पुढे येऊ लागले. एडॉल्फ क़्वेटलेट (1796–1874), या बेल्जियम गणितज्ज्ञ आणि खगोलशास्त्रज्ञाने गॉसच्या काही कल्पना, समाजातील गुन्हेगारीचे विश्लेषण करण्यासाठी विस्तारल्या. फ्रान्सिस गाल्टन (1822–1911), चार्ल्स डार्विनचा चुलत भाऊ, हा इंग्लिश शोधक प्रवासी, हवामानशास्त्रज्ञ आणि शास्त्रज्ञ होता. त्याचे पुस्तक, *"नॅचरल इनहेरीटन्स"* 1889 मध्ये प्रसिद्ध झाले; तेच आधुनिक संख्याशास्त्राची सुरुवातीची पहिली लाट निर्माण करणारे मानले जाते. त्यानेच आणखी एका इंग्लिश माणसावर, कार्ल पिअर्सनवर, खोलवर प्रभाव पाडला, जो आधुनिक संख्याशास्त्राचा जनक म्हणून ओळखला जातो. पिअर्सनचे बौद्धिक वादविवाद निर्माण करणारे पुस्तक, *"द ग्रामर ऑफ सायन्स"* 1892 मध्ये प्रसिद्ध झाले. त्यात त्याने समाज आणि ज्ञान यांमध्ये शास्त्रीय पद्धतीच्या महत्त्वावर भर दिला होता. आणि संख्याशास्त्रीय प्रक्रिया, शास्त्रीय पद्धतीच्या मुळाशी असतात असा त्याला विश्वास होता.

फ्लॉरेन्स नाईटिंगेल (1820–1910) कार्ल पिअर्सनच्या समकालीन होत्या आणि फ्रान्सिस गाल्टनच्या मैत्रीण होत्या. त्यांची सर्वसामान्य ओळख एक परिचारिका आणि रुग्णालय सुधारक अशी आहे. परंतु, वर्णनात्मक संख्याशास्त्राची जननी म्हणूनही त्यांची आठवण ठेवली पाहिजे. 1850 च्या सुमारास प्रशिक्षण घेऊन परिचारिका म्हणून त्या काम करू लागल्या आणि रुग्णालयांमधील आरोग्य रक्षणार्थ घ्यावयाच्या खबरदाऱ्यांचे त्यांनी कडक पालन केल्यामुळे मृत्युदर नाट्यमयरीत्या घटला. त्यांनी केवळ त्यांच्या परिचारिकेच्या जबाबदाऱ्याच नव्हेत तर प्रशासकीय जबाबदाऱ्याही पार पाडल्या. त्यांनी परिचारकांच्या प्रशिक्षणासाठी एका शाळेची स्थापनाही केली आणि इंग्लंडमध्ये नर्सिंग होम्सही काढली.

त्यांच्या प्रशासकीय कामांमध्ये, रुग्णांची संख्याशास्त्रीय माहिती नोंदविण्याची सार्वत्रिक पद्धत त्यांनी रुग्णालयांसाठी विकसित केली. पाय चार्ट विकसित करण्याचे श्रेय त्यांच्याकडे जाते, ज्यात संपूर्णाचे भाग वर्तुळखंड म्हणून दाखविलेले असतात. उच्च शिक्षणाच्या अभ्यासक्रमात संख्याशास्त्राचा समावेश करण्याची शिफारस त्यांनी केली. सामाजिक समस्यांचे संख्याशास्त्रीय अन्वेषण करण्यासाठी एक प्राध्यापक पद स्थापन करावे असे त्यांनी गाल्टन यांना सुचविले होते. या प्राध्यापक पदाच्या अंतर्गत कोणत्या प्रश्नांचा अभ्यास केला जावा तेही त्यांनी गाल्टन यांना सुचविले होते. या प्रश्नांमध्ये गुन्हेगारी, शिक्षण, आरोग्य, आणि सामाजिक सेवा यांचा समावेश होता. 1911 मध्ये अखेरीस लंडन विद्यापीठाने, उपयोजित संख्याशास्त्र या विभागाची स्थापना केली आणि कार्ल पिअर्सन यांची गाल्टन प्रोफेसर अशा नावाने विभागप्रमुख म्हणून नेमणूक केली.

माहितीचे आलेखांद्वारा प्रकटीकरण करून, ज्यांना वारंवारिता स्तंभालेख असे म्हटले जाते, ते वापरून फ्लॉरेन्स नाईटिंगेल यांनी इंग्लंडची राणी आणि पंतप्रधानांना आरोग्य आणि ब्रिटिश सैन्याची काळजी घेण्यासाठी एका आयोगाची स्थापना करण्यास प्रवृत्त केले. आलेखांच्या साहाय्याने त्यांनी हे दाखवून दिले की, इंग्लंडमधील घरी असणाऱ्या सैनिकांचा मृत्युदर सैन्यात नसलेल्या समकक्ष नागरी इंग्लिश पुरुषांच्या मृत्यु दरांच्या तुलनेत दुप्पट होता.

एका चरित्रकाराने असा युक्तिवाद केला आहे की, फ्लॉरेन्स नाईटिंगेलची संख्याशास्त्रातील रुची, तिच्या रुग्णसेवेतील रुचीपेक्षाही वरचढ होती, आणि ती तिच्या बळकट अशा धार्मिक श्रद्धांशी जोडलेली होती. सामाजिक घटना नियंत्रित करणारे नियम हे नैतिक प्रगतीचेही नियम असतात; आणि म्हणूनच ते देवाचे नियम असतात आणि ते संख्याशास्त्राचा उपयोग करून शोधून काढता येतात अशा तिच्या भावना होत्या.

महत्त्वाच्या संकल्पना, चिन्हे आणि व्याख्या

ताकदीचा दुरुपयोग (Abuse of Power) – नियंत्रित प्रयोगात आवश्यकतेपेक्षा जास्त सहभागींचा उपयोग करणे.

संमिश्र परिवर्तनीय चल (Confounding Variable) – प्रायोगिक संरचनेत लक्षात न घेतलेले, पद्धतशीरपणे परावलंबी चलाबरोबर बदलत जाणारे चल, ज्यामुळे स्वतंत्र चलाच्या परावलंबी चलावर होणाऱ्या परिणामाचे स्पष्टीकरण देता येत नाही. यांनाच उपद्रवी चल असेही म्हणतात.

अखंडित चल (Continuous Variable) – एक मोजमापाचे प्रमाण ज्यावर कोणत्याही एका बिंदूवर स्वतंत्र मोजमाप करता येते.

परावलंबी चल (Dependent Variable) – एखाद्या प्रयोगातील असे एक चल जे स्वतंत्र चलाच्या विविध पातळ्यांवर बदलत जाण्याची अपेक्षा असते. यालाच प्रतिसाद चल असेही म्हणतात.

वर्णनात्मक संख्याशास्त्र (Descriptive Statistics) – तंत्रांचा असा समुच्चय ज्याचा वापर डेटाचे सरळ आणि संक्षिप्त स्वरूपात वर्णन करण्यासाठी केला जातो. यात मध्यमाने, वर्तुळाकृती, पाय चार्ट्स आलेख, आणि सारिण्या यांचा समावेश होऊ शकतो.

द्विशाखीय चल (Dichotomous Variable) – एखादे मोजमाप प्रमाण ज्यात वैयक्तिक मोजमाप फक्त दोनच खंडित गटांमध्ये असू शकतात.

खंडित चल (Discrete Variable) – असे चल ज्याची मूल्ये वेगळी वेगळी आणि गुणात्मकदृष्ट्या एकमेकांपासून स्वतंत्र असतात, आणि खंडित चलांमधील मूल्ये अर्थहीन असतात. (उदा. लिंग वर्गीकरण पातळ्या).

दुहेरी पडदा प्रयोग (Double-blind Experiment) – ज्या प्रयोगात सहभागींना प्रयोगकर्त्याची गृहीतप्रमेये माहिती नसतात, आणि प्रयोगकर्त्याला जोपर्यंत परावलंबी चलाचे मोजमाप होत नाही तोपर्यंत सहभागींची संलग्नता माहिती होत नाही.

प्रायोगिक प्रारूप (Experimental Design) – एखादा प्रायोगिक अभ्यास कसा केला जाणार आहे याची रचना, रूपरेषा, किंवा आकृतिबंध (उदा. ते सर्वेक्षण असेल की नियंत्रित प्रयोग, किती गटांचा अभ्यास केला जाईल, प्रत्येक गटात किती सहभागी असतील, कोणावर प्रयोग केला जाईल, गरज भासल्यास कोण प्लॅसिबो असेल.)

गृहीतप्रमेय (Hypothesis) – संशोधनाला मार्गदर्शक ठरणारे अभ्यासपूर्ण अनुमान.

स्वतंत्र चल (Independent Variable) – एखाद्या प्रयोगात, प्रयोगकर्ता ज्या चलावर कौशल्यपूर्ण प्रयोग करतो असे चल. यालाच, उपचार चल, किंवा भविष्यवेत्ता चल, असे ही म्हणतात.

निदानात्मक संख्याशास्त्र (Inferential Statistics) – नमुन्यावरून जनसंख्येबाबत अनुमान काढण्यासाठी वापरलेली तंत्रे.

मध्यंतरीय मापक (Interval Scale) – एक मोजमाप मापक ज्यात मोजमापाची एकके समान असतात परंतु ज्यात पर्याप्त शून्य बिंदू नसतो.

मोजमापनातील त्रुटी (Measurement Errors) – परावलंबी चलाचे प्राप्त झालेले मूल्य आणि सैद्धान्तिकदृष्ट्या त्याचे असू शकणारे योग्य मूल्य यातील फरक.

नाममात्र मापक (Nominal Scale) – एक अशी मोजमापन पट्टी जिच्यात डेटाला फक्त नाव, शिक्का, किंवा गट असतो, उदा. पुरुष किंवा स्त्रिया.

व्यवहार्य व्याख्या (Operational Definition) – एखाद्या संज्ञेचा ज्या क्रियेत किंवा प्रक्रियेत, उत्पादनासाठी किंवा मोजमापनासाठी उपयोग केला जातो, त्यात केलेली व्याख्या.

क्रमवाचक मापक (Ordinal Scale) – मोजमापनाची अशी पट्टी जिच्यात डेटा त्याच्या गुणविशेषांप्रमाणे क्रमाने मांडला जातो.

निकष (Parameters) – डेटाची वैशिष्ट्ये मोजण्यासाठी वापरले जाणारे सर्वसाधारण आणि परंपरेने स्वीकृत असलेले मार्ग, उदा. मध्यमाने.

प्लॅसिबो परिणाम (Placebo Effect) – एखाद्या प्रयोगातील सहभागीचा असा विश्वास की त्याच्या (सहभागीच्या) वर्तणुकीवर स्वतंत्र चलाचा परिणाम होईल. प्लॅसिबो याचा अर्थ नियंत्रित गटातील सहभागींना प्लॅसिबो परिणाम नियंत्रित ठेवण्यासाठी देण्यात आलेले खोटे औषध असाही होतो.

जनसंख्या (Population) – बहुतेक वेळा, एकाच प्रकारची किंवा एकच वैशिष्ट्ये असलेल्या सैद्धांतिक गटातील सर्व गुणांकांचा समावेश जनसंख्या या संज्ञेत होतो.

अधिकार (Power) – एखादा उपचार किंवा प्रक्रिया खरोखर उपयुक्त आहे का हे शोधण्यासाठी नियंत्रित प्रयोगात उपलब्ध असलेली क्षमता.

अधिकाराचे विश्लेषण (Power Analysis) – एखादा उपचार किंवा प्रक्रिया खरोखर उपयुक्त आहे का, हे शोधण्यासाठी संशोधकाला नमुन्याचा किमान आकार निश्चित करण्यासाठी उपयोगी पडणारे संख्याशास्त्रीय विश्लेषण.

गुणोत्तर मापक (Ratio Scale) – ज्या मोजमाप मापकात मोजमापाचे एकक समान असते आणि ज्याच्यात पर्याप्त शून्य बिंदू उदा. शून्य केल्विन (Kelvin) तापमापन मापक.

प्रतिकृती (Replication) – गृहीतप्रमेयाची उपयुक्तता (किंवा जेथे निकालाची प्रतिकृती होत नाही तेव्हा निरुपयोगिता) दर्शविण्यासाठी अनेक अभ्यासांची मालिका करावी लागते, याला प्रतिकृती (replication) असे म्हणतात.

नमुना (Sample) – एकूण जनसंख्येतून निवडलेला लहान गट.

सिग्मा (Sigma) $\sum_{i=1}^{k} x_i$ – संख्यांच्या संपूर्ण संचाची बेरीज केली पाहिजे असे सूचित करण्यासाठी वापरलेले चिन्ह.

महत्त्वपूर्णता (Significance) – एखाद्या प्रयोगातील योगायोगाने न घडून आलेला उपचार परिणाम. संख्याशास्त्रीय परिभाषेत, हा महत्त्वपूर्ण नसण्याच्या किंवा अर्थहीनच्या विरुद्ध असतो. अर्थहीन हा शब्द मूल्य निवडक असल्याने त्याला संख्याशास्त्रीय भाषेत स्थान नाही.

स्तरीय नमुना (Stratified Sample) – ज्या नमुन्यात लोक किंवा वस्तू ज्या प्रमाणात जनसंख्येत उपविभाजित झालेल्या आहेत, त्याच प्रमाणात नमुन्यात समाविष्ट केल्यास, अशा नमुन्याला स्तरीय नमुना असे म्हणतात.

प्रकरण 1 सरावासाठी प्रश्न

1. सिद्धांत आणि गृहीतप्रमेय यांमधील फरक स्पष्ट करा.
2. जनसंख्येचे प्रतिनिधित्व करणारे नमुने बनवण्यासाठी आवश्यक असलेल्या दोन गोष्टी नमूद करा.
3. *परावलंबी* आणि *स्वतंत्र चलांची* व्याख्या द्या. प्रत्येकाची उदाहरणे द्या आणि ते कसे संबधित असतात ते स्पष्ट करा.
4. खाली दिलेल्या यादीतील प्रत्येक घटना प्रायोगिक नियंत्रण की संख्याशास्त्रीय नियंत्रण दर्शविते, ते ओळखा.
   - अ. प्रयोगामध्ये आणखी एक गट जमा करणे.
   - ब. अभ्यासातील सहभागी व्यक्तींची संख्या वाढविणे.
   - क. वेगळी संख्याशास्त्रीय परीक्षण पद्धत वापरून माहितीचे विश्लेषण करणे.
   - ड. दुहेरी पडदा (डबल ब्लाइंड) प्रयोग वापरणे.
5. खालीलपैकी कोणते अखंडित चल आहेत?
   - अ. समभागाची किंमत
   - ब. डोळ्यांचा रंग
   - क. मूळचा देश
   - ड. लिंग
   - इ. रक्तदाब
   - फ. उंची
6. खाली दिलेल्या चलांच्या मापन परिमाणचा प्रकार ओळखा. (नाममात्र, क्रमवाचक, मध्यंतरीय, किंवा गुणोत्तर).
   - अ. वजन
   - ब. अंतर
   - क. जन्मस्थळ
   - ड. हृदयस्पंदन दर
   - इ. बुद्ध्यंक (IQ) स्कोअर
   - फ. शर्यतीतील पहिल्या, दुसऱ्या व तिसऱ्या क्रमांकांचे विजेते
   - ग. वंश
   - ह. डोळ्यांचा रंग
   - स. अमेरिकेतील 10 सर्वोत्तम नर्सिंग अभ्यासक्रम
7. खालील प्रत्येक संख्येचे पूर्णांकात रूपांतर करा.

   अ. 10.999   क. 10.55

   ब. 10.09   ड. 11.399

8. दशमस्थानापर्यंत खालील संख्या राउंड अप करा.

अ. 12.988 क. 5.555

ब. 110.74 ड. 55.549

9. शतम् स्थानापर्यंत खालील संख्या राउंड अप करा.

अ. 12.999 क. 6.055

ब. 225.433 ड. 90.107

10. खालील संख्यांच्या संचांसाठी $\bar{x}$ शोधा.

अ. 1, 2, 4, 5

ब. 8, 10, 15

क. 7, 14, 22, 35, 40

11. खालील संख्यांच्या संचांसाठी $\sum x^2$ काढा.

अ. 6, 9, 12

ब. 61, 75, 84, 85

क. 100, 105, 110, 120

12. खालील संख्यांच्या संचांसाठी $(\sum x)^2$ काढा.

अ. 7, 9, 11

ब. 30, 41, 52, 63

क. 225, 245, 255, 275

13. एक संशोधकाला, महाविद्यालयातील संख्याशास्त्राचा अभ्यास करणाऱ्या विद्यार्थ्यांची अस्वस्थता एका नवीन अस्वस्थता निवारक औषधाने कमी होते का ते तपासण्यामध्ये रस आहे. तीनांपैकी एका परिस्थितीत पंधरा विद्यार्थी नियुक्त करण्यात आले: पाच विद्यार्थ्यांना खोटे औषध देण्यात आले, पाच विद्यार्थ्यांनी 50 मिलिग्रॅम नवीन औषध घेतले, आणि पाच विद्यार्थ्यांनी 100 मिलिग्रॅम नवीन औषध घेतले. नंतर विद्यार्थ्यांना एका शांत खोलीत बसविण्यात आले आणि त्यांना संख्याशास्त्राचे 15 प्रश्न सोडविण्यास देण्यात आले. संशोधकाच्या मदतनीसांनी त्यांच्यावर लक्ष ठेवले. प्रश्न सोडवून झाल्यावर, उत्तरपत्रिका तपासण्यात आल्या, आणि प्रत्येक विद्यार्थ्याने केलेल्या चुकांची संख्या त्याची अस्वस्थतेची पातळी मोजण्यासाठी निकष म्हणून वापरण्यात आली.

वरील माहितीच्या आधारावर:

अ. परावलंबी आणि स्वतंत्र चल ओळखा.

ब. मोजमापासाठी वापरलेल्या परिमाणाचा प्रकार ठरवा. (नाममात्र, क्रमवाचक, मध्यंतरीय, किंवा गुणोत्तर)

क. वापरलेला नमुना संपूर्ण जनसंख्येचे प्रतिनिधित्व करण्यास योग्य आहे की नाही ते सकारण स्पष्ट करा.

ड. फक्त वरील माहितीच्या आधारे, अस्वस्थतेची व्यवहार्य व्याख्या द्या.

इ. संमिश्र चलाची व्याख्या करा आणि या प्रयोगात समस्या निर्माण करू शकतील अशा काही समस्या उदाहरणादाखल द्या.

14. जॉर्जियामधील प्रत्येक नवजात बालकाच्या पालकांना संगीताची एक सीडी किंवा कॅसेट, बाळाची बुद्धिमत्ता वाढविण्यासाठी द्यायची असा प्रस्ताव जॉर्जिया राज्याच्या गव्हर्नरने नुकताच मांडला. जे महाविद्यालयीन विद्यार्थी शास्त्रीय संगीत ऐकतात, त्यांचा बुद्ध्यंक वाढतो, असे दर्शविणाऱ्या काही अभ्यासाचा दाखला गव्हर्नरने दिला. गव्हर्नरच्या प्रस्तावातील सर्वाधिक आवश्यक प्रायोगिक संरचना कोणती? महाविद्यालयीन विद्यार्थ्यांच्या अभ्यासातील काही गर्भित संमिश्र चल कोणते आहेत?

SPSS पाठ 1

SPSS ही सध्या सर्वात लोकप्रिय संख्याशास्त्रीय संगणक प्रणाली आहे. या आधी नमूद केल्या प्रमाणे, जर डेटा योग्यप्रकारे घातला गेला असेल, तर ही संगणक प्रणाली अत्यंत वेगाने संख्याशास्त्रीय विश्लेषण करू शकते. या पुस्तकातील प्रत्येक SPSS प्रकरण, या पुस्तकातील प्रत्येक धड्यामधील संख्याशास्त्रीय विश्लेषण, SPSS च्या साहाय्याने कसे करता येते, हे दाखवेल. बहुतेक महाविद्यालयांच्या पुस्तकालयात SPSS ची विद्यार्थ्यांसाठी आवृत्ती स्वस्तात उपलब्ध असते. अनेक शाळांमध्ये देखील काही संगणकांवर ही प्रणाली घातलेली आहे, म्हणून SPSS खरेदी करण्याची आवश्यकता भासणार नाही.

प्रणालीचा वापर सुरू करणे/प्रणाली चालू करणे

1. प्रणाली चालू करण्यासाठी, start बटण दाबा > All Programs > IBM SPSS Statistics > IBM SPSS Statistics 19 हे पर्याय वापरा.
2. जर प्रथम, What would you like to do? हा संवाद उघडला, तर तो बंद करा.

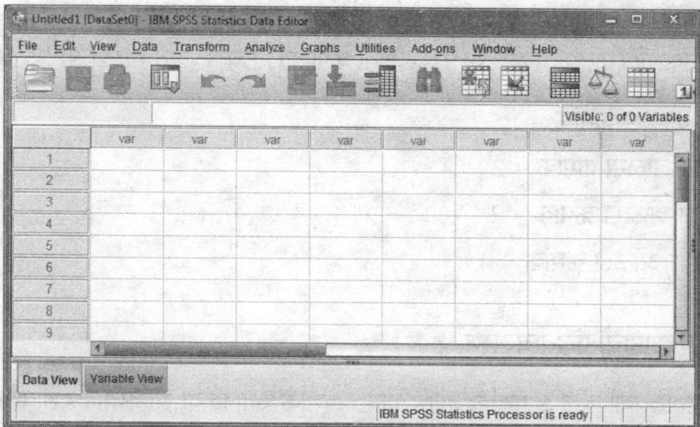

पहिला डेटा संपादन संवाद तुम्हाला चालू डेटा दर्शवेल. संगणक पडद्याच्या खालील डाव्या बाजूच्या कोपऱ्यात डेटा दर्शविणारी पट्टी ठळकपणे दिसेल. अजून फाईल तयार न झाल्याचे *Untiltled1 [DataSet 0]* हे संगणक पडद्याच्या वरील डाव्या बाजूच्या कोपऱ्यात दर्शविले जाईल.

डेटा फाईल तयार करणे

डेटा फाईल तयार करण्यासाठी आपण काही डेटा भरू या. आंतरराष्ट्रीय महाविद्यालयीन विद्यार्थ्यांना नैराश्यविषयक तीन-गोष्टींची प्रश्नावली देण्यात आली, असे आपण गृहीत धरू या. त्यांना त्यांची नावे, लिंग, वय, आणि राष्ट्रीयत्व देखील विचारले होते. नैराश्यविषयक गोष्टी 7 बिंदुंच्या लिकर्ट मोजपट्टीवर घालण्यास सांगितले होते. ज्यात, 1 म्हणजे संपूर्ण असत्य, 4 म्हणजे काही प्रमाणावर असत्य, आणि 7 म्हणजे पूर्ण सत्य दर्शवित होते. पहिली गोष्ट (Q1) खराब मनस्थिती, दुसरी गोष्ट (Q2) आत्महत्या करावीशी वाटणे, आणि तिसरी गोष्ट (Q3) सहज नैराश्य येण्याची क्षमता दर्शवितात. सारिणी 1 या डेटाची यादी दर्शविते.

सारिणी 1.1 औदासिन्य अभ्यासाचा डेटा

Name	*Gender*	*Age*	*Nation*	*Q1*	*Q2*	*Q3*
Jim Smith	Male	19	American	4	6	5
Vijay Singh	Male	21	Indian	1	2	1
Teruko Musashi	Female	17	Japanese	5	2	6
Kenyatta Walker	Female	20	South African	3	5	6

प्रथम, अभ्यासातील प्रत्येक सहभागीला त्यांची गुप्तता राखण्यासाठी एक क्रमांक द्या. मी माझ्या स्वतःच्या संशोधनात कधीच सहभागींची नावे SPSS फाईलमध्ये घालत नाही. तरीही, सहभागींची नावे मूळ डेटांशी जोडली जाणे आवश्यक असते. जर, डेटात काही समस्या आहे असे वाटत असेल, तर असे करणे फारच उपयुक्त ठरते. म्हणजे, गरज भासल्यास मूळ सहभागीची चाचणी घेतलेली फाईल सापडविता येईल. असे असले तरी मी सहभागी व्यक्तींची नावे आणि प्रत्येकास दिलेले नंबर सुरक्षित ठिकाणी (कुलुप असलेल्या फायलींच्या कपाटात) ठेवतो, परंतु माझ्या SPSS फाईलमध्ये नाही.

जिम स्मिथ यांचा ओळख क्रमांक = 1
विजय सिन्हा यांचा ओळख क्रमांक = 2
तेरुको मुसशी यांचा ओळख क्रमांक = 3
केन्यत्ता वॉकर यांचा ओळख क्रमांक = 4

नवीन सांख्यिकी चल दर्शनाची पद्धत बदलणे

नेहमी, SPSS मध्ये सांख्यिकी चले 8 पूर्णांक आणि दोन अपूर्णांक स्थानांच्या साहाय्याने दर्शविली जातात. आत्ताच्या उदाहरणात, फक्त पूर्णांक संख्या आहेत. नवीन सांख्यिकी चलांसाठी नेहमीची दर्शन पद्धत बदलण्यासाठी खालील गोष्टी करा.

1. एडिट बटण दाबा आणि डेटा बटण निवडा.

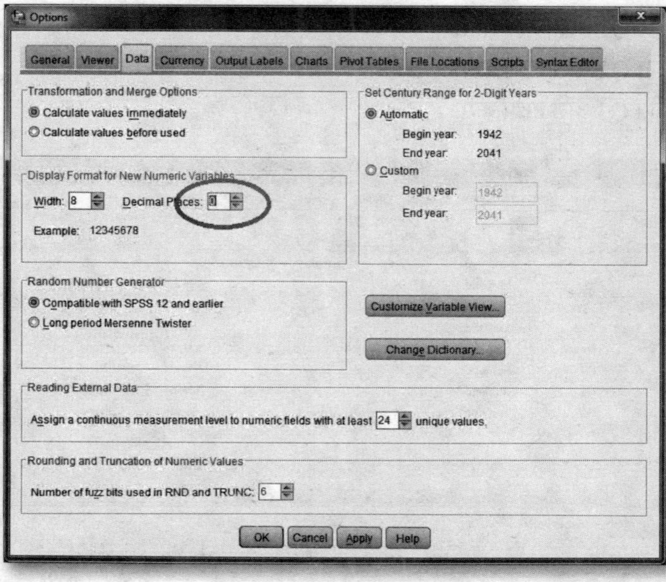

2. दशम स्थानात शून्य लिहा किंवा निवडा आणि लागू करा (Apply) हे बटण दाबा आणि OK हे बटण वापरा.

या नंतर, सांख्यिकी दर्शविणारा पडदा किंवा निकाल संवाद दिसेल. हा पडदा सध्या लहान करून ठेवा. तुमची सर्व सांख्यिकी चले आता पूर्णांकांमध्ये दर्शविलेली दिसतील.

सूचना: फक्त एका सेल (चौकटीतील) संख्येची चल दर्शन पद्धत बदलण्यासाठी, सेल निवडून कार्यान्वित करा. चल दर्शक पडदा हे बटण दाबा. संबंधित दशांशाचे मूल्य सारिणीतील चौकटीत बदला.

चलांची नावे घालणे

चलांची नावे घालायला सुरुवात केल्यावर तुमच्या लक्षात येईल की, प्रत्येक सहभागील पहिल्या डेटा पडद्यावर डाव्या हाताच्या पहिल्या स्तंभात एक क्रमांक दिला गेला आहे. तरीही, त्याचा ओळख क्रमांक नोंदविण्यासाठी उपयोग होतो. या पडद्यावरील पहिला स्तंभ (शिक्का मारलेला) लेबल्ड चल असतो. त्याचा वापर आपण आपले ओळखक्रमांक घालण्यासाठी करणार आहोत. तुम्ही चल दृश्याचा वापर चलाचा अनुक्रमांक, लिंग, राष्ट्रीयत्व, Q1, Q2, आणि Q3 ही माहिती भरण्यासाठी करणार आहात.

1. पडद्याच्या खालीला बाजूच्या डाव्या कोपऱ्यातील चल दर्शन पट्टी (टॅब) वर स्पर्श करा.
2. 1 अंक असलेली पहिल्या ओळीतील पहिली चौकट निवडा.
3. पहिल्या चलाच्या नावाचा ओळख क्रमांक (ID) घाला. चलाच्या नावाबाबत लहान किंवा मोठ्या अद्याक्षरांनी फरक पडत नाही (परंतु त्यात तुम्ही सातत्य ठेवा).
4. नावाच्या स्तंभात खाली येऊन लिंग असे टाईप करा.
5. तिसऱ्या ओळीत वय असे टाईप करा.
6. चौथ्या ओळीत देश असे टाईप करा.

7. पाचव्या ओळीत Q1 असे टाईप करा.
8. सहाव्या ओळीत Q2 असे टाईप करा.
9. सातव्या ओळीत Q3 असे टाईप करा.

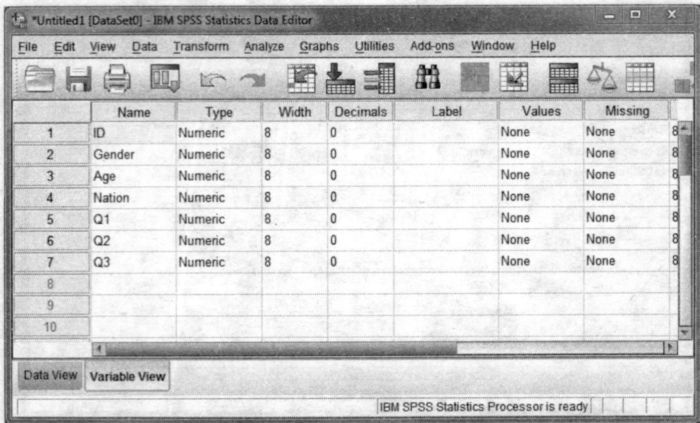

डेटा घालणे/नोंदविणे

1. डेटा दर्शक पडदा उघडण्यासाठी डेटा दर्शक पट्टीला स्पर्श करा.
2. सारिणीतील ओळख क्रमांक (ID) चौकट निवडा. निवड केलेली चौकट ठळकपणे दिसते.
3. जिम स्मिथ यांच्या ओळख क्रमांक (ID) चे 1 हे मूल्य टाईप करा.
4. डेटा घालण्यासाठी सारिणी 1.2 मधील सर्व माहिती वापरा. ओळख क्रमांक (ID), लिंग, आणि राष्ट्रीयत्वासाठी तुम्ही खालील सारिणीत दिलेल्या पूर्णांक संख्या वापरा. कंसात दिलेली माहिती घालू नका.

सारिणी 1.2 औदासीन्य अभ्यासातील डेटाची सांख्यिकी मूल्यांनी पुनर्नोंदणी

ID	*Gender*	*Age*	*Nation*	*Q1*	*Q2*	*Q3*
1 (for Jim Smith)	1 (for male)	19	1 (for American)	4	6	5
2 (for Vijay Singh)	1 (for male)	21	2 (for Indian)	1	2	1
3 (for Teruko Musashi)	2 (for female)	17	3 (for Japanese)	5	2	6
4 (for Kenyatta Walker)	2 (for female)	20	4 (for South African)	3	5	6

हे तुमच्या लगेच लक्षात येईल की, इतर चौकटीत माहिती भरण्यासाठी तुम्ही कर्सर किंवा बाणांच्या बटनांचा वापर करू शकता. जर तुमची काही चूक झाली, तर तुम्ही डिलीट (delete) किंवा बॅकस्पेस (backspace) बटनांचा वापर करून चूक दुरुस्त करू शकता. जर तुम्ही दुसऱ्या चौकटीत गेल्या नंतर अलीकडच्या चौकटीतील चूक तुमच्या लक्षात आली तर फक्त तुम्हाला चूक झालेल्या चौकटीत पुन्हा जावे लागेल. एकदा तुमचा पूर्ण डेटा भरला गेला की तुमचा डेटा संपादन (data editor) पडद्यावर पुढीलप्रमाणे माहिती दिसेल:

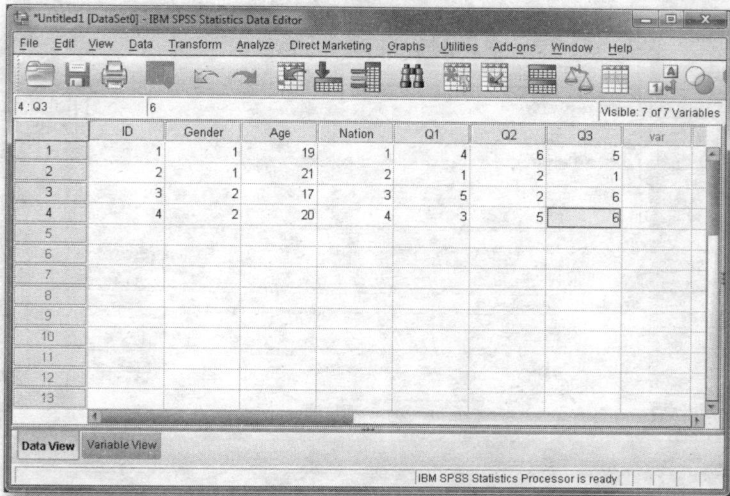

सांख्यिकी चल विरुद्ध आद्याक्षर मालिका चल

सांख्यिकी चल हे संख्या म्हणून घातले जाते. आद्याक्षर मालिका चल हे आद्याक्षरांचा संच किंवा माळ म्हणून घातले जाते. जवळजवळ कायमच, चलांची नोंद सांख्यिकी चल म्हणून करणे चांगले असते. जर तुम्ही चले संख्या म्हणून नोंदविल्या तर तुम्हाला अनेक जास्तीचे संख्याशात्रीय पर्याय उपलब्ध होतील. उदाहरणार्थ, लिंग हे चल आद्याक्षर मालिका चल म्हणूनही नोंदविता येते. जिथे तुम्ही प्रत्येक सहभागीची "पुरुष" किंवा "स्त्री" अशी माहिती भरू शकता. असे असले तरी, लिंग हे चल सांख्यिकी म्हणून पुरुषांसाठी एक संख्या आणि स्त्रियांसाठी दुसरी संख्या या प्रमाणे नोंदविणे नेहमीच चांगले असते. खाली वर्णन केलेल्या चलदर्शक पडद्यामध्ये आपल्याला एक मूल्ये (values) नावाचा चल गुणविशेष दिसतो, तेथे आपण 1 = पुरुष आणि 2 = स्त्री ही माहिती घालू शकतो. हे लक्षात ठेवा की, लिंग दर्शक संख्या संपूर्णतः अहेतुक असतात, म्हणून तुम्ही 0 = पुरुष आणि 2 = स्त्री असेही नोंदवू शकता.

जर भविष्यात तुम्हाला आद्याक्षर मालिका चल ठरवावे लागले, तर खालील टप्पे पूर्ण करा:

1. चल दर्शकास (Variable View) स्पर्श करा.
2. ज्या चलाबाबत तुम्हाला बदल करायचा आहे त्याच्या चालू मूल्य (current *Type*) याला स्पर्श करा, त्यानंतर, शेजारच्या एलीप्सीस बटणाला (ellipsis button [. . .]) स्पर्श करा. असे केल्याने चल प्रकाराबाबत संवाद उघडेल.
3. स्ट्रिंग (string) ला स्पर्श करून OK बटण दाबा.

तुमचा डेटा साठविणे

भविष्यात वापरण्यासाठी तुमचा डेटा साठविण्यासाठी:

1. फाईलला > साठवा याला स्पर्श करा (file > save) स्पर्श करा.

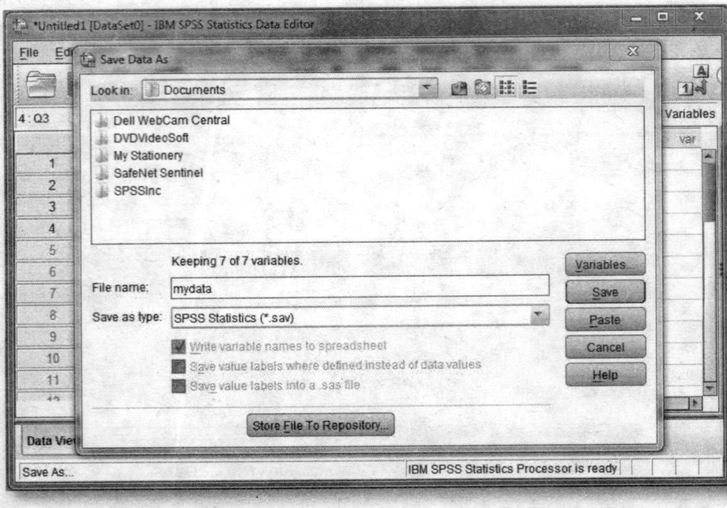

2. फाईलच्या नावाच्या जागेवर mydata असे घाला आणि OK बटण दाबा. तुमचा डेटा *mydata.dat* या नावाने एका विशिष्ट जागी साठविला जाईल.

तुमचा डेटा ज्या फाईलीत साठविला आहे तिच्यात बदल करणे

1. जर तुम्हाला तुमचा डेटा ठेवलेली फाईल बदलायची असेल तर Edit > Options > File Locations या पर्यायांचा क्रमाने वापर करा.
2. *File Locations* या पट्टीतील पर्यायांमधील तुम्हाला जेथे डेटा ठेवायचा आहे ते विशिष्ट स्थान निवडा.

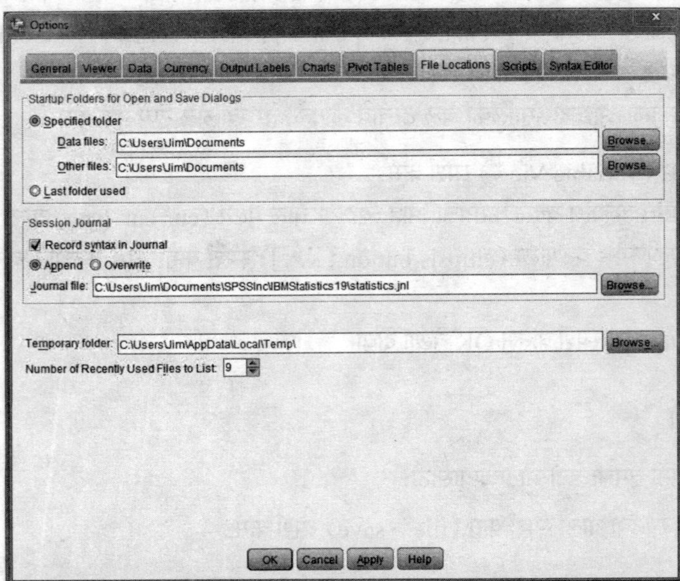

वीज गेल्यामुळे किंवा तुमचा संगणक एकदम काम करायचा थांबला तर पूर्ण झालेले काम वाया जायला नको असेल तर मधूनमधून तुम्ही केलेले काम साठविणे – सेव्ह करणे शहाणपणाचे असते.

या प्रणालीतून बाहेर पडण्यासाठी अनुक्रमे File > Exit हे पर्याय वापरल्यावर, तुमची वापरत असलेली फाईल साठवायची तुमची इच्छा आहे का, हे विचारणारा संवाद पडदा दिसतो. OK बटणाला स्पर्श करून फाईल साठवून प्रणाली बंद करा.

तुमची डेटा फाईल उघडणे आणि साठविणे

एकदा तुम्ही तुमचा डेटा संच साठविला की तो तुम्हाला भविष्यात उपलब्ध होऊ शकतो.

तुमचा डेटा संच डेटा संपादकात, उघडण्यासाठी File > Open या पर्यायांचा वापर करून तुम्हाला हव्या असलेल्या फाईलचे नाव निवडा आणि OK पर्याय वापरा.

प्रकरण 2

संख्याशास्त्र

संख्यांचे वितरण जाणून घेणे

प्रकरण 2 उद्दिष्टे

- आलेख आणि वर्णनात्मक तक्त्यांचा उपयोग समजून घेणे
- चांगल्या आलेखामुळे कॉलरा साथ कशी थांबली, ते शिकणे
- वाईट आलेख, तक्ते आणि सादरीकरणामुळे स्पेस शटल चॅलेंजरचा स्फोट कसा झाला आणि स्पेस शटल कोलंबिया आपत्ती कशी ओढवली, ते शिकणे
- आलेख आणि तक्ते तयार करणे
- निरुपयोगी तक्ते टाळणे
- वारंवारिता वितरण तयार करणे
- वारंवारिता वितरणांचे आवश्यक गुणधर्म लक्षात घेणे

खूप पूर्वी 1850 च्या सुमारास, जेव्हा कार्ल मार्क्सने दास कॅपिटल वर काम करण्यास नुकतीच सुरुवात केली होती, तेव्हा संख्याशास्त्र ही औपचारिक विद्याशाखा आणि निर्णय घेण्यासाठी तिचा उपयोग प्रत्यक्षात माहीत नव्हते. त्या काळातील सर्वात मोठ्या आणि यशस्वी उत्पादन संस्थांपैकी एक म्हणजे मँचेस्टर, इंग्लंडमधील कापड गिरणी, जिथे साधारण 300 पेक्षा थोडेसे कमीच लोक कामावर नेमले होते. उपरोधाची गोष्ट म्हणजे, ती कार्ल मार्क्सचा एक मित्र, फ्रेडरिक एंजेल याच्या मालकीची होती. त्याच्या गिरणीत कोणीही व्यवस्थापक नव्हते. तेथे फक्त "चार्ज हँड्स" होते, जे कामगारही होते परंतु, ते त्याच्या हाताखालील कामगारांवर शिस्त राखण्यासाठी, देखरेख ठेवण्यासाठी सहभागी केलेले होते. व्यवसायासाठी निर्णय घेण्याची पूर्ण जबाबदारी एकट्या मालकाचीच होती. ह्या मालकांना संख्याशास्त्रीय विश्लेषणावर आधारित निर्णय

घेण्याची सुविधा नसल्याने, त्यांना त्यांच्या स्वतःच्या अंतःप्रेरणेवरच विसंबून राहावे लागत असे. ते बरोबर असले तर व्यवसाय वृद्धिंगत होत असे. जर ते चुकले तर व्यवसाय अडखळत कसा तरी पुढे जात असे. ह्या प्रकरणात तुम्ही हे शिकणार आहात, की परिणामकारकरीत्या बनवलेले आलेख आणि तक्ते निर्णय घेण्यासाठी, तो वैयक्तिक असो वा संघटनात्मक, कसे मार्गदर्शन करतात, आणि एखाद्याचा जीव वाचवू शकतात, किंवा गमावू शकतात.

18 व्या शतकाच्या अखेरीस वर्णनात्मक संख्याशास्त्राच्या क्षेत्रात बऱ्याच प्रमाणात स्थैर्य येत होते, जरी त्यामध्ये बरेचदा लोकांचा जीवन कालावधी आणि इतर विमा शास्त्राशी संबंधित माहिती दर्शविणाऱ्या बहुतांशी संख्यांच्या तक्त्यांचा आणि काही प्रमाणात आलेखांचा वापर केला जात होता. आजही, संख्यांचे तक्ते आणि आलेखांच्या स्वरूपातील सादरीकरण बरेच लोकप्रिय आहे कारण त्यातून लोकांना संख्यांच्या मोठ्या गटांचे चांगले आणि जलद संकल्पनात्मक चित्र मिळू शकते. हे संकल्पनात्मक चित्र नंतर माहितीवर आधारित निर्णय घेण्यासाठी वापरता येते.

आधी नमूद केल्याप्रमाणे, 18 व्या शतकाच्या अखेरीस, फ्लॉरेन्स नाईटिंगेलने इंग्लंडची राणी आणि पंतप्रधानांना, तिच्या ब्रिटिश नागरिक आणि ब्रिटिश सैनिकांच्या मृत्युदरांच्या आलेखाने प्रभावित केले होते. तिचा आलेख, ज्याचा काही भाग आकृती 2.1 मध्ये दाखविला आहे, स्तंभालेख या नावाने ओळखला जातो आणि नाममात्र किंवा क्रमवाचक मापकांवर आधारित माहितीसाठी त्याचा वापर विशेषकरून केला जातो. फ्लॉरेन्स नाईटिंगेलचे नाममात्र वर्ग ब्रिटिश नागरिक आणि ब्रिटिश सैनिक असे होते. त्यांच्या मृत्युदरांमधील फरक दोन रेषांमधील किंवा दंडांमधील लांबीतील फरकावरून दिसून येतो.

आकृती 2.1 संबंधित मृत्युदर

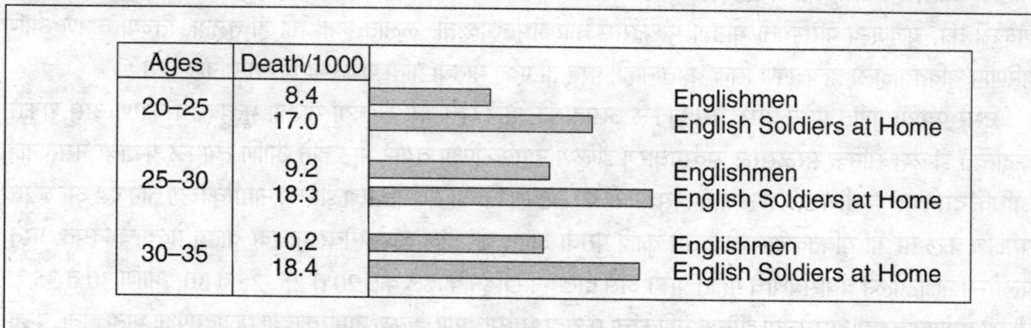

आलेख आणि तक्त्यांचा उद्देशः युक्तिवाद करणे आणि निर्णय घेणे

> पुराव्यावर आधारित निर्णय घेण्यासाठी त्या पुराव्याचे योग्य प्रदर्शन करणे आवश्यक असते. माहितीचे चांगले प्रदर्शन, समजून घेण्याची प्रक्रिया, रचना, गतिमानता, कार्यकारणभाव यांसंबंधीचे ज्ञान उघड करण्यास मदत करते. म्हणजेच, संख्याशास्त्रीय माहितीच्या प्रदर्शनामुळे विश्लेषणाचे कार्य तत्काळ होण्यास प्रत्यक्ष मदत होते.
>
> —एडवर्ड तुफ्ते (1997, पान 27)

फ्लॉरेन्स नाईटिंगेलने तिच्या आलेखाच्या आधारावर, इंग्लंडच्या राणीसमोर परिणामकारक युक्तिवाद केला की, इंग्लंडच्या लष्करातील अस्वच्छता जास्त मृत्युदरास कारणीभूत ठरली आहे आणि म्हणून जगण्याच्या परिस्थितीत सुधारणा करण्यासाठी

एका राष्ट्रीय आरोग्य आयोगाची स्थापना करणे आवश्यक आहे. तिचा दंडाकृती आलेख खूपच सुटसुटीत आणि समजायला सोपा वाटतो. परंतु त्यामध्ये एखाददुसरी फसवी शक्तिशाली वैशिष्ट्ये आहेत. पहिल्यांदा हे लक्षात घ्या की, तिने प्रत्यक्षात ब्रिटिश लष्करातील अस्वच्छतेचा कोणताही पुरावा सादर केलेला नाही तरीही ती राणीला ते खरे असल्याचे पटवून देऊ शकली. तिच्या प्रकरणातील योग्य चलाच्या (दर 1,000 पुरुषांमागील मृत्युदर) आलेखाद्वारे तिने कारण आणि परिणाम दर्शविणारा युक्तिवाद परिणामकारकरीत्या मांडला. तिचे गृहीतप्रमेय (अभ्यासपूर्ण अंदाज) असे होते की, अस्वच्छ परिस्थिती आजारपण आणि मृत्यूला कारणीभूत ठरते. तिने आजारपणाचा दर असा दुसरा एखादा चल निवडला असता, तर तिचा युक्तिवाद कदाचित एवढा प्रभावी ठरला नसता. म्हणून आलेखासाठी, तिच्या युक्तिवादाला समर्पक असा चल निवडण्याचा निर्णय तिचा एक सर्वोत्तम निर्णय होता. तिच्या साध्या दंडाकृती आलेखाचा दुसरा सकारात्मक दृष्टिकोन असा होता की, तिने लष्करातील पुरुषांचे मृत्युदर, त्याच वयोगटातील पण लष्करात नसलेल्या पुरुषांच्या मृत्युदरापेक्षा, मोठा असल्याचे दाखविले. ही तुलना सोपी आणि सहज वाटत असली तरी, एक स्पष्ट युक्तिवाद करण्याचा तो एक प्रभावी पाठ आहे. फ्लॉरेन्स नाईटिंगेलने इंग्लिश सैन्यातील बेसुमार मृत्युदरासाठी अस्वच्छतेव्यतिरिक्त आणखी दोन स्पष्टीकरणांचा विचार केला होता. तिच्या आलेखाचे परीक्षण करून तुम्ही ती शोधून काढू शकाल का?

तिला ज्याचा सामना करावा लागला ते सर्वात स्पष्ट आक्षेपार्ह विधान (पर्यायी गृहीतप्रमेय) असे होते की, सैनिकांचे जीवन स्वाभाविकतःच धोक्याचे असते: युद्धे माणसांचा बळी घेतात. ब्रिटिश सैन्यातील मृत्युदर जास्त असतील तर ती आश्चर्यजनक गोष्ट निश्चितच नाही. परंतु, तिच्या दंडाकृती आलेखांनी योग्य तुलना करून पर्यायी गृहीत प्रमेय परिणामकारकरित्या उधळून लावले. तिने युद्धावर असलेल्या लष्करातील पुरुषांचे नव्हे तर घरात असलेल्या लष्करातील पुरुषांचे मृत्युदर आलेखात मांडले, आणि त्याची तुलना सर्वसाधारण इंग्लिश नागरिकांशी केली. ही विषयाशी संबंधित तुलना करून ती हे सिद्ध करू शकली की, युद्धजन्य परिस्थिती मोठ्या मृत्युदरास कारणीभूत नव्हती. लक्षात घ्या, की ही तुलना, तिच्या कारण आणि परिणाम युक्तिवादाला प्रत्यक्षपणे सिद्ध करत नाही, परंतु ती एका मोठ्या प्रतिस्पर्धी स्पष्टीकरणास नष्ट करते.

दुसरे पर्यायी गृहीत प्रमेय असे असू शकले असते की, सैनिकांचे वय त्यांच्या मोठ्या मृत्युदराचे कारण असू शकते. कदाचित इंग्लिश सैनिक सरळसरळ सर्वसाधारण इंग्लिश नागरिकांपेक्षा वयाने मोठे होते आणि त्यामुळे युद्धावर नसतानाही अधिक दराने मृत्युमुखी पडले. हे लक्षात असूद्या की जर आपण तिच्या सर्वसाधारण इंग्लिश नागरिकांच्या तीन दंड आलेखांचे परीक्षण केले तर या युक्तिवादासाठीही तेथे काही पुरावा आहे. वयातील वाढीबरोबर मृत्युदर वाढत गेल्याचे दिसते. परंतु, फ्लॉरेन्स नाईटिंगेलने वयासंबंधीचे गृहीत प्रमेय असे दाखवून खोडून काढले की, 20 ते 25, 25 ते 30, आणि 30 ते 35 ह्या तीनही वयोगटात घरी असलेल्या इंग्लिश सैनिकांचा मृत्युदर सर्वसाधारण इंग्लिश नागरिकांच्या मृत्युदरापेक्षा मोठा होता. पुन्हा, नाईटिंगेलने तिच्या गृहीत प्रमेयासाठी (अस्वच्छ परिस्थिती) संयुक्तिक तुलना करून आणि पर्यायी गृहीतप्रमेयावर नियंत्रण ठेवून अधिक परिणामकारक युक्तिवाद केला.

एका चांगल्या आलेखाने कॉलऱ्याची साथ कशी थोपवली?

याच काळात इंग्लंडमध्ये, बरेच लोक कॉलऱ्याच्या साथीमध्ये वरचेवर मृत्युमुखी पडत असत. कॉलरा हा आजार अजूनही अस्तित्वात आहे आणि जगात आजही एक घातक आजार समजला जातो, तो मैल्याने प्रदूषित झालेल्या पिण्याच्या पाण्यातून किंवा अन्नाचे सेवन केल्याने होतो. 18 व्या शतकाच्या मध्यास, कॉलऱ्याचे कारण अजून समजले नव्हते, तरी यासंबंधी कमीतकमी दोन अभ्यासपूर्ण भाकिते केली जात होती: हवेतून किंवा पाण्यातून प्रसारण. यासंबंधी असेही काही विचित्र सिद्धांत मांडले गेले होते की, कॉलरा हा रोग प्लेगमुळे मृत्यू आलेल्या लोकांना जेथे पुरले आहे, त्या ठिकाणातून बाहेर पडणाऱ्या

वाफेमुळे होतो (जरी 200 वर्षांपूर्वी त्यांचा मृत्यू होऊन त्यांना पुरले असले तरी). 1854 मध्ये लंडनमध्ये कॉलऱ्याच्या साथीमध्ये दहा दिवसात एकाच फटक्यात 500 पेक्षा जास्त लोक मृत्युमुखी पडले, तेव्हा डॉ. जॉन स्नो यांनी यासंबंधी शोध घेण्यास सुरुवात केली. स्नो यांचे सुरुवातीचे गृहीतप्रमेय, कॉलरा हा दूषित पाण्यामुळे होतो, हे सत्य ठरले. त्याच्या गृहीतप्रमेयाच्या पुष्ट्यर्थ स्नोने पुरावे गोळा केले आणि त्यांचे आलेखांच्या साहाय्याने सादरीकरण केले. (पाहा आकृती 2.2). अल्प कालावधीमध्ये अधिकृतरीत्या मृत घोषित केलेल्या 83 व्यक्तींची यादी मिळवून त्याने हे साध्य केले. हे मृत जेथे राहत होते ती ठिकाणे त्याने नकाशावर नोंदविली आणि असे शोधून काढले की त्यांपैकी मोठ्या प्रमाणात लोक एका विशिष्ट विहिरीजवळ राहणारे होते. बहुतांशी मृतांच्या कुटुंबीयांच्या मुलाखती घेतल्यावर त्याच्या असे लक्षात आले की, ते त्यांचे पिण्याचे पाणी ब्रॉडस्ट्रीट विहिरीतूनच आणत होते. परंतु प्रतिस्पर्ध्यांचा युक्तिवाद अजूनही वरवर पाहता संभाव्य होता कारण 83 मृत सर्वच्या सर्व ब्रॉडस्ट्रीट विहिरीजवळ राहात नव्हते. स्नोने घेतलेल्या मुलाखतींमुळे तो त्याच्या गृहीतप्रमेयाला बळकटी देऊ शकला (आणि प्रतिस्पर्ध्यांचे गृहीतप्रमेय खोडून काढू शकला) कारण त्याला असे दिसले की, इतर विहिरींजवळ राहणारे

आकृती 2.2 डॉ. जॉन स्नो यांचा लंडनमधील कॉलऱ्याच्या साथीतील मृत्यूंचा नकाशा (सिक्रा 1854)

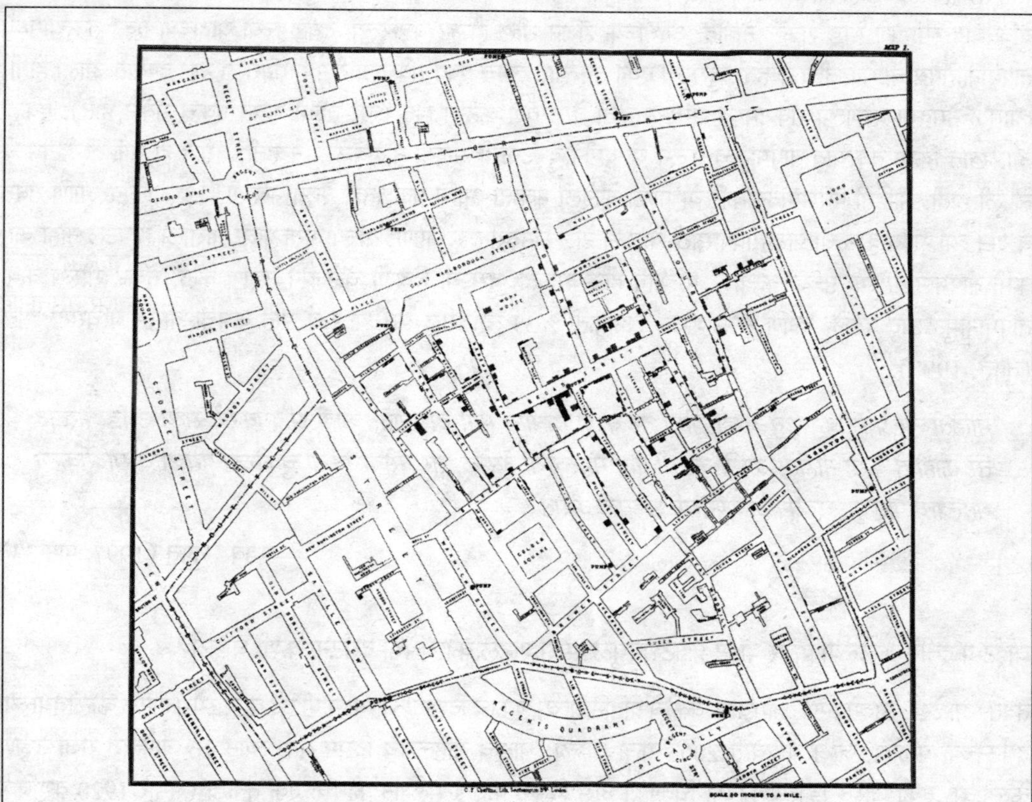

स्रोत: सार्वजनिक प्रक्षेत्र.

मृतही ब्रॉडस्ट्रीट विहिरीचेच पाणी पिण्यास प्राधान्य देत होते किंवा अशा शाळेत जात होते की जिथे ब्रॉडस्ट्रीट विहिरीचेच पाणी आणले जात होते. एका आठवडाभरात, स्नोने त्याचे गृहीतप्रमेय आणि त्याचे आलेखांच्या साहाय्याने केलेले सादरीकरण पाणीपुरवठा करणाऱ्या अधिकाऱ्यांना सादर केले. त्यांनी ब्रॉडस्ट्रीट विहिरीवरील हातपंप काढून टाकला, आणि कॉलऱ्याची साथ चटकन आटोक्यात आली (संपूर्ण कहाणीसाठी पाहा, तुफ्ते, 1997).

वाईट आलेख आणि तक्त्यांमुळे स्पेस शटल चॅलेंजरचा स्फोट होण्यास हातभार कसा लागला?

अस्पष्ट कल्पनांच्या आधारे तयार केलेले आलेख आणि तक्ते युक्तिवाद कमजोर बनविण्यासही कारणीभूत ठरतात. 27 जानेवारी 1986 च्या रात्री, स्पेस शटल चॅलेंजर बनविणाऱ्यांनी असे गृहीतप्रमेय धरले की, थंड हवेमुळे रॉकेटची इंजिन सील्स बंद पडतील. असे भाकीत करण्यात आले होते की, दुसऱ्या दिवशी रॉकेटच्या उड्डाणाच्या वेळी तापमान साधारणतः 270 फॅ. असेल. आधीच्या 24 उड्डाणांच्या वेळी सरासरी तापमान 700 फॅ. होते. मागील 24 उड्डाणांमधील सर्वात कमी तापमान 530 फॅ. होते, आणि त्या उड्डाणाच्या वेळी इंजिन सील झाल्याने पाच गंभीर दुर्घटना घडल्या होत्या, ज्या इतर कोणत्याही उड्डाणापेक्षा खूपच जास्त होत्या. शटलच्या उत्पादकांनी त्यांच्या गृहीतप्रमेयाला पाठिंबा देण्यासाठी 13 आलेख आणि तक्ते त्या संध्याकाळी काही तासात तयार केले आणि नासाकडे फॅक्सद्वारा पाठवले. परंतु त्यांचे आलेख आणि तक्ते त्यांचा युक्तिवाद स्पष्टपणे मांडू शकले नाहीत. आधीच्या इंजिन सील होऊन घडलेल्या दुर्घटनांच्या यादीच्या एका तक्त्यामध्ये तापमानाविषयीची माहितीच नव्हती. दुसऱ्या एका तक्त्यात त्याच एका रॉकेटला तीन निरनिराळी नावे देण्यात आली होती, त्यामुळे नेमक्या कोणत्या रॉकेटमध्ये समस्या होती ते ठरवणे कठीण होते (खरे तर ते फक्त एकच रॉकेट होते). एकही आलेखात किंवा तक्त्यात तापमानाचे फलन या दृष्टीने दुर्घटनांची संख्या नोंदविलेली नव्हती, तरीही ही माहिती डेटामध्ये लपली होती. माहिती परिणामकारकरित्या गोळा केलेली नव्हती आणि प्रदर्शितही केली नव्हती. 13 आलेख आणि तक्ते व दोन त्या संध्याकाळची पाठपुराव्यासाठी केलेली टेलिफोनवरील संभाषणे, यांच्या पुराव्यावर नासाला हे पटले नाही की, कमी तापमानाचा सीलसच्या कार्यावर परिणाम होऊ शकतो. दुसऱ्या दिवशी चॅलेंजरने उड्डाण केले, रॉकेट सील्स कमी तापमानामुळे बंद पडले, आणि स्पेस शटल (आकृती 2.3) त्यावरील सर्वच्या सर्व सात कर्मचाऱ्यांसह बेचिराख झाले (तुफ्ते, 1997).

> *माहितीच्या प्रकटीकरणाचे काही योग्य तर काही अयोग्य मार्ग असतात; काही सादरीकरणे सत्य उघड करतात तर काही ते करत नाहीत. आणि जर ती गोष्ट महत्त्वाची असेल, तर बरोबर किंवा चुकीच्या पुराव्यांचे सादरीकरण महत्त्वाचे परिणाम घडवून आणण्याची शक्यता असते.*
>
> —एडवर्ड तुफ्ते (1997, पान 33)

वाईट पद्धतीने केलेल्या पॉवर पॉइंट प्रेझेंटेशनमुळे स्पेस शटल कोलंबिया दुर्घटना कशी घडली?

तक्ते, आलेख, सादरीकरण, यांमधील चुकीचे प्रतिनिधित्व, चुकीचे दिशादर्शन, या गोष्टी दुर्दै वाने, स्पेस शटल कोलंबियाच्या दुर्घटनेच्या वेळीही, जी 1 फेब्रुवारी 2003 रोजी घडली, चालूच राहिल्याचे दिसून येते. त्याने 16 जानेवारी रोजी उड्डाण केल्यावर, एका जास्त रेझोल्युशनच्या चित्रणात असे दिसले की, इन्सुलेशन फोमचा एक तुकडा (सुमारे 1920 क्युबिक इंच आकार) शटलच्या डाव्या पंखाला धडकला. निरनिराळ्या शटल व्यवस्थापन गटांनी आणि इंजिनीअर्सनी किमान तीनदा तरी अशी विनंती केली होती की, शटल उडत असताना, त्याच्या पंख्याचे मोठ्या रेझोल्युशनने चित्रण करावे. आधीच्या

आकृती 2.3 चॅलेंजर या स्पेसशटलचा स्फोट (जानेवारी 28, 1986)

स्रोत: केनेडी स्पेस सेंटर, नॅशनल एरॉनॉटिक्स अँण्ड स्पेस ॲडमिनिस्ट्रेशनने घेतलेले छायाचित्र.

प्रतिकृतीवर आधारित 3 क्युबिक इंचांपर्यंतच्या (दुसऱ्या शब्दात 640 पट लहान) अडथळ्यांच्या परिणामांवर आधारित असे एक पॉवर पॉईंट प्रेझेन्टेशन बोईंगच्या इंजिनिअर्सनी (शटलच्या निर्मात्यांनी) तयार केले, ज्यामुळे संभाव्य विध्वंसाची तीव्रता खूपच कमी झाली. येलमधील संख्याशास्त्राचे मानद प्राध्यापक, एडवर्ड तुफ्ते (2005) यांच्या मते, या पॉवर पॉईंट प्रेझेन्टेशनमध्ये एक महत्त्वाची स्लाईड होती, ज्यामुळे उड्डाणाच्या वेळी चित्रण न करण्याचा निर्णय घेण्यात आला, जिच्यामध्ये फक्त 11 वाक्ये प्रकाशमान करण्यासाठी, अनावश्यक सहा निरनिराळ्या श्रेणींचे स्तर, (उदाहरणार्थ, मोठे आणि छोटे बुलेट, डॅशेस, डायमंड, कंस, इ.) समाविष्ट केले होते. स्लाईडच्या सुरुवातीला नाव देण्यात आले होते, जे शटल व्यवस्थापकांनी आणखी चित्रण न करण्याचा निर्णय आधीच घेतल्याचे सूचित करत होते. स्लाईडमध्ये हे उघड करण्यात आले होते की, इंजिनीअर्स खऱ्या माहितीवर नव्हे, तर जी प्रत्यक्षातील संभाव्य अडथळ्याच्या आकाराच्या जवळपास पोहोचणारही नाही अशा प्रतिकृतीवर आधारित माहितीवर अवलंबून राहत होते ह्या दुसऱ्या दृष्टिकोनाचा उल्लेखही स्लाईडमध्ये करण्यात आला होता; तरी, कार्यकारी सारांश विधानात, नुकसानीची क्षमता पूर्णतः किमान दर्शविली होती.

आलेख आणि तक्त्यांच्या उद्देशांचा सारांश

एडवर्ड तुफ्ते (1997) संख्याशास्त्रीय पुरावे जमा करणे आणि संख्याशास्त्रीय आलेख आणि तक्ते तयार करण्यामागील कारणांचा सारांश सुंदर पद्धतीने मांडतात.

1. संख्याशास्त्रीय माहितीचे स्रोत आणि त्यांची वैशिष्ट्ये यांचा लिखित दस्तऐवज तयार करणे

आठवते का डॉ. स्नो यांनी अधिकृत मृत्युदरांची नोंदणी कशी केली? त्यांची माहिती गोळा करण्याची पद्धत अधिक संघटित आणि अधिकृतच नव्हती, तर माहिती जमविण्याच्या या पद्धतीमुळे त्यांना प्रमाणित आणि अत्यंत आवश्यक अशी माहिती, जसे, नावे, मृत्युसमयीचे वय, मृत व्यक्तींच्या निवासाचा पत्ता, ही सुद्धा मिळू शकली. चॅलेंजरच्या दुर्घटनेत, रॉकेटच्या निर्मात्यांनी 13 तक्ते आणि आलेखांवर स्वतःची नावे टाकण्याचे टाळले होते, त्यामुळे अंतिम जबाबदारी अज्ञात राहिली. ज्या इंजिनिअर्सचे, थंड हवामानात सीलच्या अपयशाचे गृहीतप्रमेय होते, त्यांच्यातील काहींबरोबर प्रत्यक्ष संवाद साधणे अधिक उपयुक्त ठरले असते. एवढेच नव्हे तर, प्रत्येक तक्त्याच्या तळास, रॉकेट निर्मात्यांनी एक कायदेशीर डिस्क्लेमर टाकला होता, त्यातून अप्रत्यक्षपणे तक्त्यांबद्दल, तक्ते बनविणाऱ्यांबद्दल, आणि कोणाही तक्ते पाहणाऱ्यांबद्दल, एक प्रकारचा अविश्वास निर्माण होत होता. येथे, बोध असा घ्यायचा की, एखाद्या गृहीतप्रमेयाबाबत जर कोणी युक्तिवाद करत असेल, विशेषतः सुरक्षिततेच्या बाजूने युक्तिवाद केला जात असेल, तर त्याने तो अधिकाधिक समर्थपणे आणि प्रभावीपणे मांडला पाहिजे. नावे अज्ञात ठेवणे, कायदेशीर डिस्क्लेमर यांमुळे युक्तिवाद प्रभावी होऊ शकत नाही.

2. योग्य तुलना करणे

आठवते का, फ्लॉरेन्स नाइटींगेलने एकाच वयाच्या, सर्वसामान्य इंग्लिश पुरुष आणि इंग्लिश सैनिक यांमध्ये तुलना करून, पर्यायी गृहीतप्रमेय नियंत्रित केले? आणि जे इंग्लिश सैनिक युद्धावर नाहीत तर घरीच आहेत अशा सैनिकांचा उपयोग करून, आपल्या युक्तिवादाला बळकटी आणली. संबंधित योग्य तुलना करून तिने प्रतिस्पर्ध्यांच्या शंकांचे निरसन केले.

अलीकडेच, एका वृत्तपत्रातील "उत्तर स्तंभात"असे विचारले होते की, डिमेन्शिया बळावत जाण्यात लिंगाचा परिणाम होतो का? याचे उत्तर "नक्कीच" असे देण्यात आले होते, पुरुषांच्या तुलनेत स्त्रियांना बाधा होण्याची शक्यता तीन ते सहा पट जास्त असते. हा पुरावा नर्सिंग होम्सना भेट देऊन आणि स्मृतीभ्रंश झालेल्या स्त्रिया आणि पुरुषांची संख्या मोजून मिळविण्यात आला होता. "उत्तरदाते" असा तर्क करत राहिले की स्त्रियांमध्ये इस्ट्रोजेन हा अंतःस्राव अधिक असल्याने, कदाचित हे इस्ट्रोजेन अपायकारक परिणाम घडवून आणत होते. ह्या कारणामागील एक लक्षवेधी समस्या अशी आहे की, स्त्रिया पुरुषांपेक्षा अधिक काळ जगतात. जर आपण नर्सिंग होम्समधील पुरुष आणि स्त्रियांच्या संख्या मोजल्या, तर आपण नेहमीच पुरुषांपेक्षा स्त्रिया अधिक असल्याचे मोजू शकू. "उत्तरदाता" योग्य तुलना करण्यात अपयशी ठरला, ते म्हणजे, समान वयाच्या व्यक्ती निवडल्या नाहीत.

तुम्ही फूड स्टोअर मधील 2% दुधाच्या पाट्या पहिल्या आहेत का? हे 2% म्हणजे नेमके काय? हे 2% म्हणजे दुधातील स्निग्धांशाचे प्रमाण. परंतु 2% स्निग्धांश दूध असे सूचित करते का, की नेहमीच्या किंवा पूर्ण दुधात 100% स्निग्धांश असतो किंवा दुसऱ्या शब्दात नेहमीच्या दुधात 2% दुधाच्या तुलनेत 50 पट अधिक स्निग्धांश असतो (100% ÷ 2% = 50 पट मोठा दर)? तुलनांचा अर्थ लावण्यातील समस्येचे 2% दुधाच्या जाहिराती हे उत्तम उदाहरण आहे. एक कपभर नेहमीच्या दुधात एकूण 8 ग्रॅम स्निग्धांश असतो. 2% दुधात एकूण 5 ग्रॅम स्निग्धांश असतो; म्हणजेच 2% दुधात नेहमीच्या

दुधाच्या तुलनेत 62.5% एकूण स्निग्धांश असतो. म्हणून, 2% दुधाच्या जाहिराती मुद्दामहून किंवा अनवधानाने, चुकीचा मार्ग दाखविणाऱ्या असतात, कारण फारच थोडे लोक असा विचार करू शकले असतील की 2% दुधात नेहमीच्या दुधाच्या 62.5% स्निग्धांश असेल. हे दिशाभूल करणाऱ्या जाहिरातीचे उदाहरण पुन्हा योग्य तुलना करण्याचे महत्त्व दाखवून देते.

3. कारण आणि परिणाम चे कार्य प्रदर्शित करणे आणि कार्यप्रक्रिया संख्यात्मक पद्धतीने व्यक्त करणे

पुष्कळ वेळा केवळ, आपण खरे कारण शोधून काढले आहे, असा दावा करणे पुरेसे नसते. कारणदर्शक गृहीतप्रमेयामध्ये सर्वात परिणामकारक युक्तिवाद तेव्हाच करता येतो जेव्हा, आपण कारक चलामध्ये होणाऱ्या बदलांचा स्पष्ट परिणाम प्रदर्शित करू शकू. जेव्हा पाणीपुरवठा अधिकाऱ्यांनी ब्रॉडस्ट्रीट विहिरीवरील हातपंप काढून टाकला, आणि मृत्युदर चटकन घटला तेव्हा, डॉ. स्नो यांच्या कारणदर्शक गृहीतप्रमेयाला तत्काळ पाठिंबा मिळाला. कार्यकारणभावाचे प्रदर्शन हातपंप काढून टाकून स्पष्टपणे दाखविता आले.

एका दुसऱ्या कार्यकारणभावाच्या अधिकाधिक दृश्य प्रकटीकरणात, संशोधकाने असे प्रतिपादन केले होते की, विशिष्ट बॅक्टेरिया (हेलीकोबॅक्टर पायलोरी) हे बऱ्याचशा अल्सर्ससाठी कारणीभूत होते. काही चिकित्सालयातील पुरावे असूनही, त्याबद्दल बराच संशय घेतला जात होता. कार्यकारणभावाचे स्पष्ट प्रदर्शन करण्यासाठी आणि शास्त्रीय पद्धतीचे प्रदर्शन करण्यासाठी, संशोधकाने (ऑस्ट्रेलियन बॅरी मार्शल, ज्यांना त्यांच्या कार्याबद्दल 2005 मध्ये नोबेल पुरस्कार मिळाला) स्वतःलाच अल्सरच्या रुग्णाकडून काढून घेतलेल्या बॅक्टेरियाचा अर्क टोचून घेतला. लगेचच त्याला अल्सर झाला आणि पुढे, बॅक्टेरियाविरोधी औषधे घेऊन त्याने तो बराही केला. या उदाहरणात, संशोधकाने संशय असलेल्या बॅक्टेरियाचा अर्क स्वतःलाच टोचून घेऊन आणि अल्सरग्रस्त होऊन, कार्यकारणभाव प्रदर्शित करण्याची एक पद्धत दाखवून दिली. परंतु त्याने त्याच्या मूळ गृहीतप्रमेयाशी सुसंगत कार्यकारणभाव दर्शविणारी दुसरीही पद्धत प्रदर्शित केली, जेव्हा त्याने बॅक्टेरियाविरोधी औषधे घेऊन तो बरा करण्यात यश मिळविले.

अलीकडच्या काळात, एका संशोधकाने असा दावा केला की, एच. आय. व्ही. हे एड्सचे कारण नाही. फाजील धीटपणे त्याने असे सांगितले की, अशाच प्रकारचे परीक्षण करून, स्वतःला एच. आय. व्ही. टोचून घेऊन, तो त्याचे विरोधी गृहीतप्रमेय मांडेल. या निर्णायक दिवशी आणि प्रसारण माध्यमांच्या समोर, संशोधक हजरच झाला नाही.

4. विश्लेषणयोग्य समस्येचे स्वाभाविक बहुचल स्वरूप जाणून घेणे

विज्ञानातील बऱ्याचशा समस्या बहुचल स्वरूपाच्या (एकापेक्षा अधिक कारणे) असतात. उदाहरणार्थ, बऱ्याच अल्सर्सचे मूळ जरी बॅक्टेरिया हे असले, तरी काहींचे तसे नसते. तसेच बॅक्टेरियाच्या संपर्कात येणाऱ्या प्रत्येकालाच अल्सर होतो असेही नाही. एका अलीकडच्या काळातील वृत्तपत्रीय मथळ्यात असे प्रतिपादन केले होते की, विवाहामुळे ड्रग्जचा वापर नियंत्रित केला जातो. परंतु, विशेषतः मानसशास्त्रात हे खरे असते की, याची अनेक चल कारणे असतात. प्रत्येक दिवशी आपल्यावर वर्तणुकीसाठी अतिसुलभ स्पष्टीकरणांचा मारा केला जात असतो, जसे की, ड्रग्ज आणि दारूच्या सेवनामुळे गुन्हे घडतात. याचा अर्थ असा होतो की, कारण (ड्रग्ज आणि दारू) नाहीसे केले की, परिणाम (गुन्हेगारी वर्तन) नाहीसे होतील.. परंतु विज्ञानात, समस्यांचे स्वरूप एकचलीय (एकच कारण) असणे, हे अत्यंत दुर्मिळ आहे. समाजातून ड्रग्ज आणि दारू हद्दपार केल्याने गुन्हेगारी प्रवृत्ती कमी होणार नाही. खरे तर, असे काही संकेत दिसतात की ती वाढूही शकेल. जे ड्रग्जच्या आहारी गेलेले आहेत, त्यांच्यावर विवाहाची सक्ती केल्याने, ड्रग्जचा वापर कमी होणार नाही. ड्रग्जच्या आत्यंतिक आहारी गेलेले लोक फार वाईट जोडीदार आणि पालक असतात. बहुसंख्य समस्यांचे बहुचल स्वरूप दिलेले असताना, शास्त्रज्ञ काय

करू शकतील, तर त्यांनी काही कार्यकारण संबंधांबाबत, त्यांचे स्वरूप गुंतागुंतीचे आहे असे लक्षात ठेवून, स्पष्टपणे आणि परिणामकारकरित्या युक्तिवाद करावा. अनेक प्रसंगांमध्ये विशिष्ट समस्येमागील निरनिराळी कारणे कमी जास्त तीव्रतेची असतात. थोडक्यात, गुन्हेगारी प्रवृत्तीस अनुवंशिकता (ते ज्याप्रकारे जन्माला आलेले असतात) कमी कारणीभूत असेल आणि दारिद्र्य, शिक्षणाचा अभाव, आणि वांशिक पूर्वग्रह यांचा अधिक सहभाग असू शकेल. गुन्हेगारी प्रवृत्तीशी शंभर किंवा त्याहूनही अधिक घटक संबंधित असतील, हे लक्षात घ्या. हे शंभर घटक नमूद करूनही, नेमके कोण गुन्हा करतील याचे अचूक भाकीत आपण करू शकणार नाही. वृत्तपत्रातून आपण नेहमीच हे वाचत असतो की, आपण कधी कल्पनाही केलेली नव्हती अशा कोणी अमानुष गुन्हा केला आहे.

5. पर्यायी गृहीतप्रमेयाची तपासणी आणि परीक्षण करणे

आपण पाहिले की, फ्लॉरेन्स नाइटिंगेलने तिच्या दूषित वातावरणाच्या गृहीतप्रमेयाला प्रतिस्पर्धी असलेल्या कमीत कमी दोन गृहीतप्रमेयांचे परीक्षण केले: वय आणि युद्धसदृश परिस्थिती. घरात असलेल्या आणि निरनिराळ्या वयोगटांमध्ये असलेल्या इंग्लिश सैनिकांची यथार्थ तुलना केल्याने या दोन्ही गृहीतप्रमेयांचे पर्याय स्वीकार्य नाहीत हे तिला ठरवता आले. बरेचदा वैज्ञानिक लेखांमध्ये, संशोधक प्रतिस्पर्धी गृहीतप्रमेयांचे मूल्यमापन आणि परीक्षण करू शकत नाहीत. परंतु तुफ्ते (1997) यांची किमान इतर कल्पना काळजीपूर्वक तपासण्याची सूचना उपयुक्त ठरू शकेल. प्रकाशित झालेल्या बऱ्याच वैज्ञानिक लेखांमध्ये प्रस्तावनेत किंवा चर्चेच्या विभागात, प्रतिस्पर्धी गृहीतप्रमेयाचा नुसता उल्लेख केला जाईल. जर संशोधकांनी प्रतिस्पर्धी गृहीतप्रमेयांचे मूल्यमापन चर्चेच्या विभागासाठी राखून ठेवले, तर असे नोंदवून ठेवू शकतील की "सध्याच्या निष्कर्षांसाठी, गृहीतप्रमेय अ आणि गृहीतप्रमेय ब राहतील..." अशा प्रकारे, जरी संशोधकाने पद्धतशीरपणे पर्यायी गृहीतप्रमेयांचे मूल्यमापन केलेले नसले, तरी विज्ञानाची प्रगती होईल. इतर संशोधक नंतर ह्या प्रतिस्पर्धी कल्पनांचे परीक्षण करण्यासाठी संशोधन संरचना तयार करू शकतील.

> सर्वसाधारणरित्या सुसंगत, निरनिराळ्या गोष्टींचा मिलाफ घडवून आणणारी, प्रदर्शित केलेली माहिती लेखी स्वरूपात, तुलना करता येण्याजोगी, मूळ कारण शोधणारी, आणि स्पष्टीकरण देणारी, संख्यामध्ये मांडलेली, बहुविध चल असलेली, शोध घेणारी.... असावी. तिचा उपयोग सत्य शोधून काढणे, सांगणे, आणि ते दर्शविण्याची न संपणारी जबाबदारी निर्माण होण्यास होतो.
>
> —एडवर्ड तुफ्ते (1997, पान 48)

चित्रलेखीय सावधगिरी/खबरदारी

येथे एक चित्रलेखीय सावधगिरीचा इशारा देणे आवश्यक वाटते. लोक स्वतःला तसेच इतरांना स्तंभालेखाच्या साहाय्याने अगदी सहजपणे फसवू शकतात. अशाच एक मूर्खपणाचे उदाहरण आकृती 2.4 मध्ये दर्शविले आहे.

आकृती 2.4 शाळांमधील नापासांचे प्रमाण

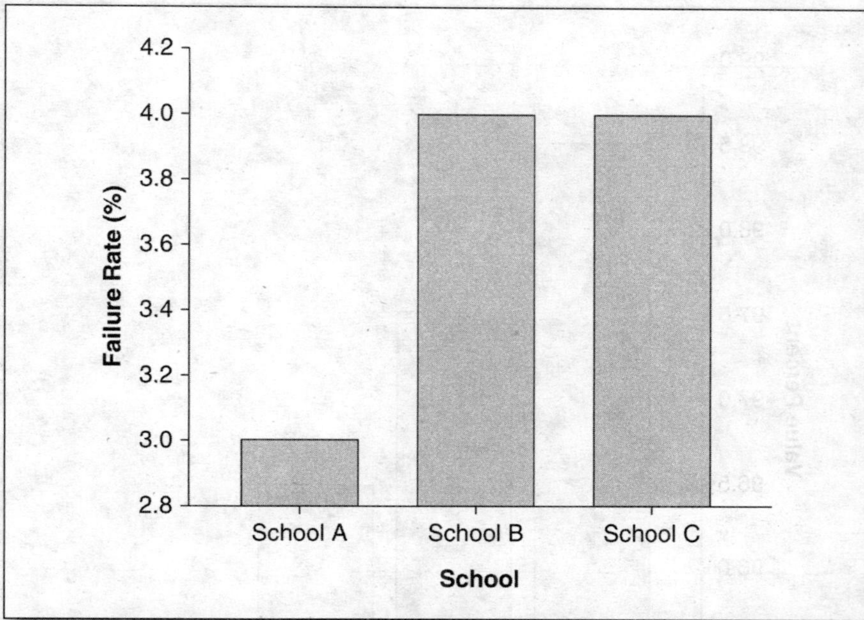

या उदाहरणात, A शाळेतील नापासांचे प्रमाण शाळा B आणि शाळा C पेक्षा फारच कमी आहे असे दिसत आहे. प्रत्यक्षात, तीन शाळांच्या नापासांच्या प्रमाणात फार थोडा (1%) फरक आहे. असे असले तरी, छोटे फरक अयोग्य स्तंभालेखातून अतिशयोक्तीने दर्शवून इतर दोन शाळांपेक्षा A शाळेतील नापासांचे प्रमाण चांगले असल्यासारखे भासविले गेले आहे.

खालील आकृती (आकृती 2.5) राष्ट्रीय ट्रक जाहिरातीतून दर्शविलेला मूर्खपणा आहे.

या आलेखात, स्तंभांची तळातील 95% उंची कमी करून ट्रक्स् च्या शेकडेवारीतील फरक फुगविला आहे. जरी असे दिसत असले की ट्रक A इतर कोणत्याही ट्रकपेक्षा जास्त खात्रीशीर आहे (खासकरून, "अत्यंत" अविश्वसनीय अशा D ट्रकपेक्षा), प्रत्यक्षातील विश्वसनीयतेतील फरक फक्त 3 टक्क्यांचा आहे. जरी आलेखात A आणि B ट्रक्स मध्ये खूप महत्त्वपूर्ण फरक दिसत असला, तरी त्यांच्या विश्वसनीयतेतील फरक 1 टक्क्यापेक्षा कमी आहे.

वारंवारिता वितरणे

जेव्हा सर्वसाधारण वर्तणूक शास्त्रांमध्ये, अवलंबी चलांचे मोजमाप मध्यंतरीय मापके किंवा गुणोत्तरीय मापके म्हणून करण्यासाठी सलग संख्या मापकांचा वापर केला जातो, तेव्हा वारंवारिता वितरण निर्माण होऊ शकते. आधुनिक संख्याशास्त्रात, वारंवारिता वितरण हे अत्यंत महत्त्वाच्या आलेखीय सादरीकरणातील एक आहे. उदाहरणार्थ, तुम्ही कधीही बुटांच्या विक्रीच्या जाहिराती बघितल्या आहेत का? मी एकदा, एका महागड्या नामांकित बुटांची फक्त $10 ला विक्रीबाबत मोठी जाहिरात बघितली. मी धावत जाऊन ते दुकान गाठले, तेथे दोन टेबलांवर बुटांच्या चळती लावल्या होत्या. एका टेबलावर पुरुषांचे 4 ते 6 आकाराचे बूट होते, आणि दुसऱ्या टेबलवर 13 किंवा त्यापेक्षा मोठ्या आकाराचे बूट होते. माझी खूप निराशा झाली, आणि नंतर तिचे

आकृती 2.5 10 वर्षांनंतर रस्त्यावर असलेल्या ट्रकस् ची शेकडेवारी

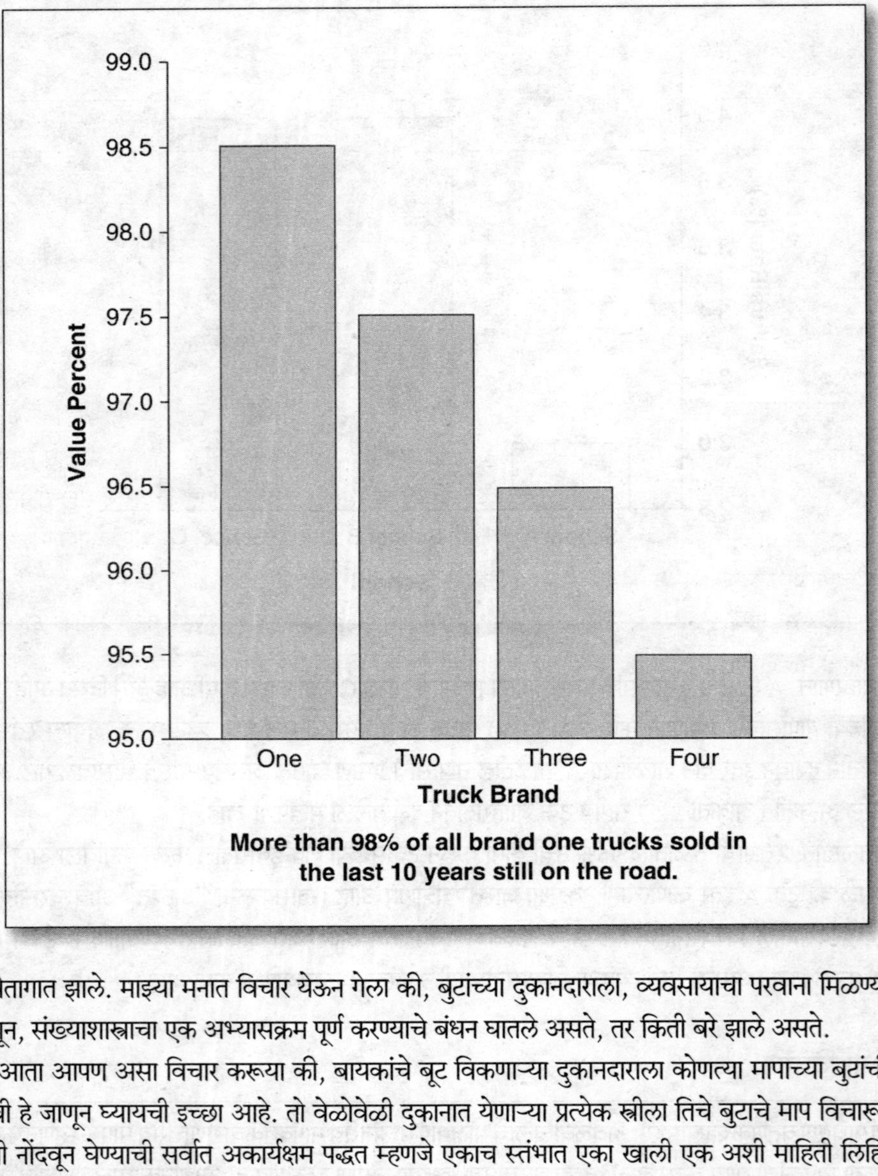

रूपांतर वैतागात झाले. माझ्या मनात विचार येऊन गेला की, बुटांच्या दुकानदाराला, व्यवसायाचा परवाना मिळण्याचा एक भाग म्हणून, संख्याशास्त्राचा एक अभ्यासक्रम पूर्ण करण्याचे बंधन घातले असते, तर किती बरे झाले असते.

तर, आता आपण असा विचार करूया की, बायकांचे बूट विकणाऱ्या दुकानदाराला कोणत्या मापाच्या बुटांची मागणी नोंदवायची हे जाणून घ्यायची इच्छा आहे. तो वेळोवेळी दुकानात येणाऱ्या प्रत्येक स्त्रीला तिचे बुटाचे माप विचारू शकतो. ही माहिती नोंदवून घेण्याची सर्वात अकार्यक्षम पद्धत म्हणजे एकाच स्तंभात एका खाली एक अशी माहिती लिहित जाणे. या प्रकारातील समस्या ही असते की, यात बुटांच्या विविध आकारांची कोणतीही सुसंगत मांडणी केली जात नाही. या उलट, वारंवारिता वितरणात बुटांच्या आकारांचे सारिणीयुक्त चित्र लगेच दर्शविते. या शिवाय, वारंवारिता वितरणात कितीही लहान अथवा मोठ्या नमुन्याची माहिती हाताळता येते. सोपे उदाहरण म्हणून आपण असे गृहीत धरूया की, या सर्वेक्षणात एकवेळा 7, तीन वेळा 5, एक वेळा 3, दोन वेळा 6, आणि 4 वेळा 2 अशी बुटांच्या आकाराची माहिती गोळा झाली आहे.

वारंवारिता वितरण तयार करण्याची पहिली पायरी ही असेल, विविध बुटांच्या आकारांची मांडणी चढत्या क्रमाने करून त्यांच्या वारंवारिता (प्रत्येक किती वेळा नोंदविला आहे) प्रत्येकासमोर मांडणे (सारिणी 2.1).

सारिणी 2.1 बुटांचे आकार आणि त्यांच्या सुसंगत वारंवारिता

Shoe Size	*Frequency*
3	1
4	2
5	3
6	2
7	1

दुकानदाराला, किती आकारांचे बूट ठेवायचे आहेत, हे समजणे, आता किती सोपे झाले आहे, हे लक्षात घ्या. तुम्हाला हेही जाणवेल की जरी बुटांचा नमुना वाढला तरी हे सारिणीतील वारंवारिता वितरण समजायला एवढेच सोपे राहील.

या नंतर, आपण या वारंवारिता वितरणाचा आलेख तयार करूया. या आलेखात, एकमेकींना काटकोनात मिळणाऱ्या दोन सलग संख्यारेषा अशा दिसतील (आकृती 2.6).

साधारणतः, आडवा अक्ष संख्यारेषा दर्शविते, जिच्या साहाय्याने परावलंबी चल किंवा ज्या चलाचे मोजमाप आपल्याला करायचे आहे ते मोजले जाते. आत्ताच्या उदाहरणात, आपल्याला बुटांचा आकार मोजण्यात स्वारस्य आहे. उभ्या अक्षाच्या

आकृती 2.6 बुटांच्या आकाराबाबत वारंवारिता वितरण (सारिणी 2.1 चे आलेखीय सादरीकरण)

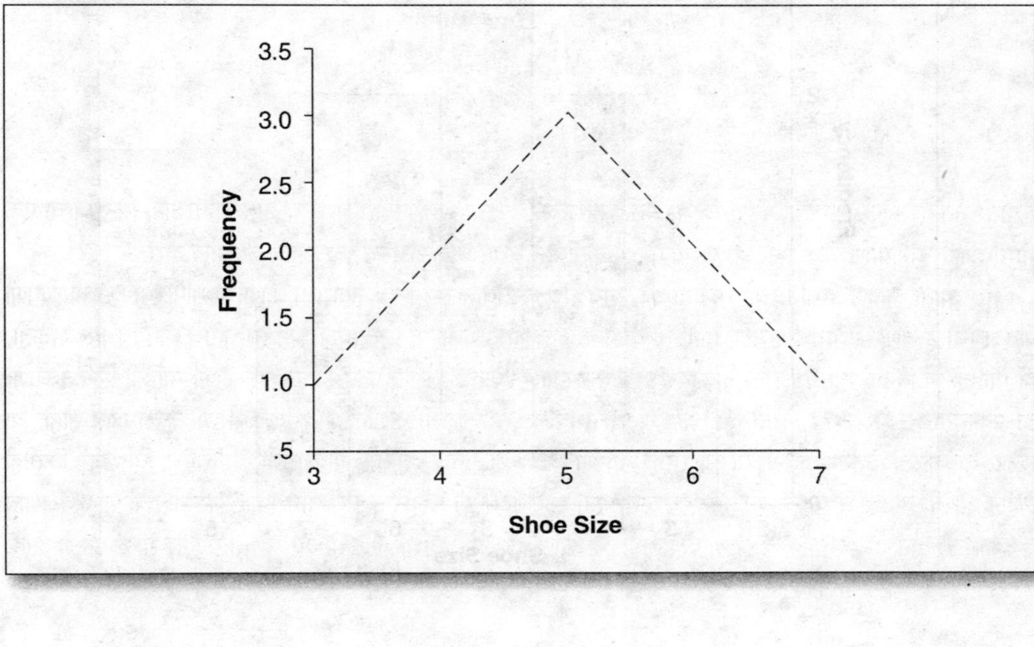

साहाय्याने साधारणतः वारंवारिता किंवा किती वेळा बुटाचा प्रत्येक आकार नमुन्यात आला आहे, हे दर्शविले जाते. सूचनाः आलेखातील प्रत्येक बिंदू दोन अक्षांवरून काढलेल्या दोन रेषांचा छेदनबिंदू असतो. सर्वात लहान आकाराच्या बुटांच्या मापापासून तुम्ही जर उभी सरळ रेषा काढली आणि त्या आकाराबाबत वारंवारिते पासून एक आडवी रेषा काढली, तर या दोन रेषांचा छेदनबिंदू तुम्हाला मिळतो. जर तुम्ही असेच प्रत्येक बुटाच्या आकारासाठी केलेत आणि बिंदू जोडलेत की, एक वारंवारिता वितरण दर्शवणारी रेषा तयार होईल. जेव्हा हे बिंदू एकमेकांना सरळ रेषेने जोडले जातात, तेव्हा तयार होणाऱ्या आलेखाला वारंवारिता बहुभुज (frequency polygon) असे म्हणतात. बहुभुज ही एक तीन किंवा जास्त बाजू असलेली एक प्रतलीय आकृती असते. जर आपण जसे स्तंभालेखात केले, तसे वारंवारिता स्तंभांच्या साहाय्याने दर्शविल्या तर तयार होणाऱ्या आकृतीला वारंवारिता आयताकृती (frequency histogram) असे म्हणतात. वारंवारिता स्तंभालेख आणि वारंवारिता आयताकृती यातील फरक सोपा आहेः वारंवारिता स्तंभालेखात स्तंभांमध्ये जागा असते आणि वारंवारिता आयताकृतीत स्तंभ एकमेकांना जोडलेले असतात. आकृती 2.7 बुटांचा डेटा (माहिती) वारंवारिता आयताकृतीत दर्शविते.

वारंवारिता बहुभुज आणि वारंवारिता आयताकृती यांचे साधारण आकार संख्याशास्त्रातील अत्यंत महत्त्वाच्या संकल्पना दर्शवितात. हा आकार प्रसामान्य किंवा घंटेच्या आकाराच्या वक्रासारखा (normal curve or bell-shaped curve) दिसतो. याला प्रसामान्यपणे वितरित झालेले वारंवारिता वितरण असेही म्हणू शकतो. सोप्या भाषेत सांगायचे तर, याचा अर्थ असा की, एखाद्या संख्यांच्या गटाचे प्रतिनिधित्व करणाऱ्या अनेक प्रकारच्या डेटामधून निर्माण होणारे वारंवारिता वितरण

आकृती 2.7 वारंवारिता आयताकृती सादरीकरण)

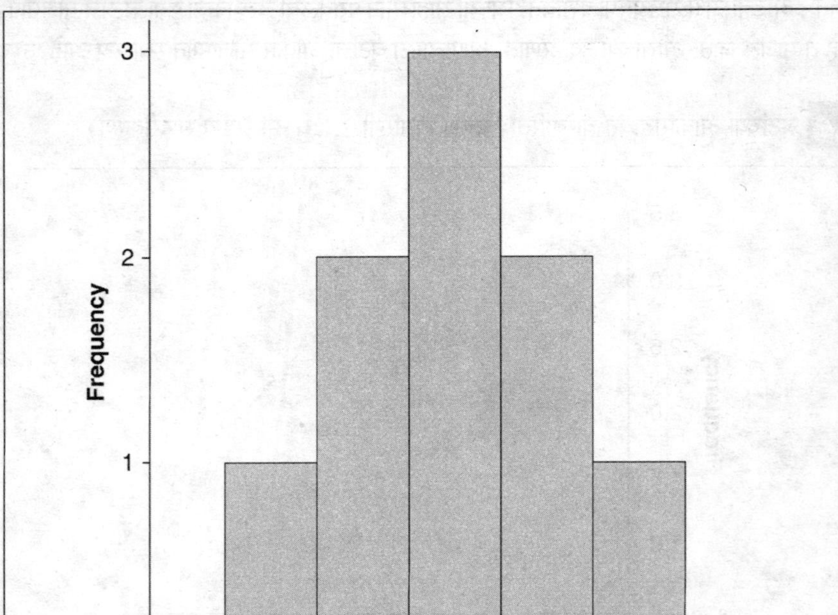

असे दर्शविते की, अवलंबी चलातील (ज्या गोष्टी आपण मोजत आहोत) फार थोड्या घटकांची मूल्ये लहान असतात उदा., बुटांचा लहान आकार, कमी बुद्ध्यंक (IQ), कमी वजन. अवलंबी चलामधील जास्त घटकांची मध्यम मूल्ये, आणि शेवटी, फार थोड्यांची मोठी मूल्ये (बुटांचा मोठा आकार, उच्च बुद्ध्यंक (IQ), फार जास्त वजन) असतील. सगळ्या डेटाचे वारंवारिता वितरण प्रसामान्य असेलच, असे नाही. परंतु, ही कुतूहलाची गोष्ट आहे की, डेटाच्या अनेक प्रकारांमधून, वर्तणूक आणि जीवशास्त्रीय डेटासकट, घंटेच्या आकाराचा, प्रसामान्य वितरण दर्शविणारा वक्र निर्माण होतो. सैद्धांतिक प्रसामान्य वितरण आकृती 2.8 मध्ये सादर केले आहे. प्रसामान्य वितरणाला काही विशिष्ट गणिती गुणधर्म सुद्धा आहेत. त्यांची सोप्या भाषेत (आणि आस्थापूर्वक) नंतर चर्चा केली जाईल.

वारंवारिता वितरणांचे आकार

प्रसामान्य वितरणाची काही सर्वसाधारण प्रतिरूपे ही आहेत. काही वेळा, अवलंबी चलाच्या मोजमापनात वारंवार येणारे दोन गुणांक असतात. या वक्रातून, आकृती 2.9 A मध्ये दर्शविल्याप्रमाणे द्विबहुलकीय वितरण निर्माण होते. आपण बुटांच्या आकाराचे उदाहरण घेतले, तर असे म्हणता येईल की, बुटांचा 5 आकार असलेले खूप लोक आहेत आणि तितकेच जास्त लोक 8 आकाराचे बूट लागणारे आहेत. प्रसामान्य वितरणाच्या प्रतिरूपांमध्ये दोन प्रकारची वितरणे देखील आहेत, आणि त्यांना झुकलेले/कललेले वितरण (skewed distributions) असे म्हणतात. आकृती 2.9 B मध्ये धन झुकाव वितरण (याला उजवा झुकाव असेही म्हणतात) (positively skewed distribution) दर्शविले आहे. आकृती 2.9 C मध्ये ऋण झुकाव वितरण (याला डावा झुकाव असेही म्हणतात) (negatively skewed distribution) दर्शविले आहे.

आकृती 2.8 सैद्धांतिक प्रसामान्य वितरण (घंटेच्या आकाराचा वक्र)

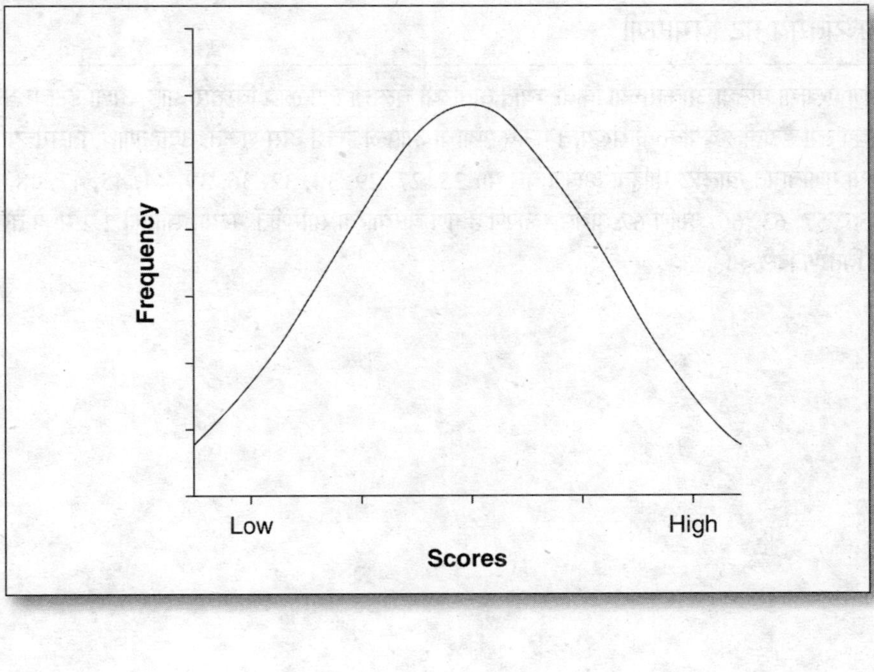

आकृती 2.9 प्रसामान्य वितरणाची प्रतिरूपे

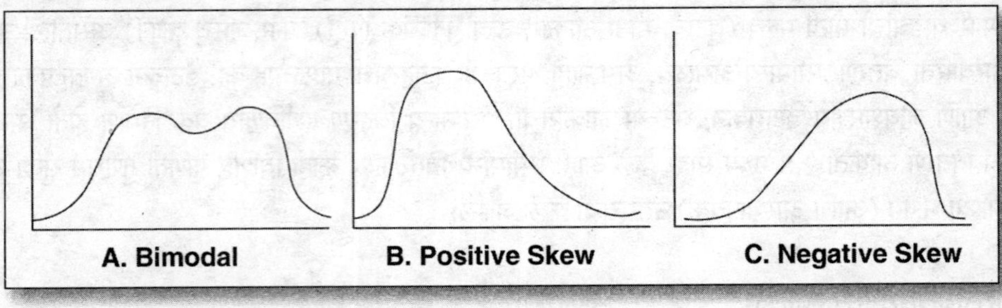

येथे कोलोराडो मध्ये, माझे विद्यार्थी बर्फाच्छादित डोंगरांकडे पाहून एखाद्या वक्राचा धन झुकाव आहे की ऋण झुकाव आहे हे लक्षात ठेवतात. 2.9 B मधील उदाहरणात, जर तुम्ही "सामान्य" स्कीइंग करणारे असाल तर तुम्ही डोंगराच्या कोणत्या बाजूने स्कीइंग कराल? तुम्ही उजव्या बाजूने स्कीइंग कराल, तर असे वितरण उजव्या बाजूला झुकलेले वितरण आहे.

अनेक संख्याशास्त्रीय संगणक प्रणाली एखाद्या वितरणाचा झुकाव मोजू शकतात. जर तुम्हाला या प्रणालीतून झुकावाचे मूल्य 0 दिसले तर त्याचा अर्थ वक्र झुकलेला नाही; धन मूल्य उजवा किंवा धन झुकाव, आणि ऋण मूल्य डावा किंवा ऋण झुकाव दर्शवतात. काही संख्याशास्त्रीय चाचण्यांसाठी (जशा प्रकरण 7 आणि 9 मध्ये सादर केल्या आहेत) प्रसामान्य वितरणाची आवश्यकता असते. (म्हणजे डेटा झुकलेला नसावा). अशी अनेक तंत्रे आहेत की ज्यांच्या साहाय्याने झुकलेले वितरण प्रसामान्य वितरणात रूपांतरित करता येते; त्यांना परिवर्तन तंत्रे म्हटले जाते. परंतु, हा संख्याशास्त्राच्या जरा मोठ्या वर्गाचा विषय आहे.

डेटाची मध्यंतरीय गट विभागणी

जेव्हा आपण एखाद्या मोठ्या आकाराच्या किंवा ज्यात अवलंबी चलाचा खूप लांब विस्तार आहे, अशा डेटावर काम करीत असतो, तेव्हा त्या डेटातील वैयक्तिक संख्यांचे गट करण्याची आपली इच्छा असू शकते. उदाहरणार्थ, तिसरीच्या वर्गातील विद्यार्थ्यांच्या गुणांबाबत खालील माहिती आपण बघू या: 25, 27, 29, 30, 32, 36, 39, 44, 45, 47, 48, 48, 49, 52, 55, 56, 57, 63, 66, आणि 67. प्रथम, आपण हे गुण वारंवारिता सारिणीत भरूया. सारिणी 2.2 मध्ये तयार होणारे वारंवारिता वितरण दिले आहे.

सारिणी 2.2 गुणांचे वारंवारिता वितरण

Achievement Score	*Frequency*	*Achievement Score*	*Frequency*
25	1	47	1
26	0	48	2
27	1	49	1
28	0	50	0
29	1	51	0
30	1	52	1
31	0	53	0
32	1	54	0
33	0	55	1
34	0	56	1
35	0	57	1
36	1	58	0
37	0	59	0
38	0	60	0
39	1	61	0
40	0	62	0
41	0	63	1
42	0	64	0
43	0	65	0
44	1	66	1
45	1	67	1
46	0		

हे लक्षात घ्या की, गुण अवलंबी चलाच्या सर्व मूल्यांवर पसरले आहेत, आणि त्यातील अनेक संभाव्य गुणांची वारंवारिता शून्य असल्याने, फक्त वारंवारिता वितरण दर्शविणारी ही सारिणी काहीशी अर्थहीन होत आहे. हेच, या अपक्व डेटाचे आलेखात रूपांतर झाल्यास होते (कारण अनेक गुणांच्या वारंवारिता 0 किंवा 1 आहेत, या आलेखाला करवतीच्या दात्यांचे (sawtooth) वितरण असे म्हणतात; आकृती 2.10 पाहा). म्हणून या गुणांची मध्यंतरीय गट विभागणी करणे योग्य ठरू शकते. सारिणी 2.3 पाहा. मागील डेटा संचातील गुण 10 च्या मध्यंतराने गटात विभागले आहेत.

आकृती 2.10 करवतीच्या दात्यांचे वितरण

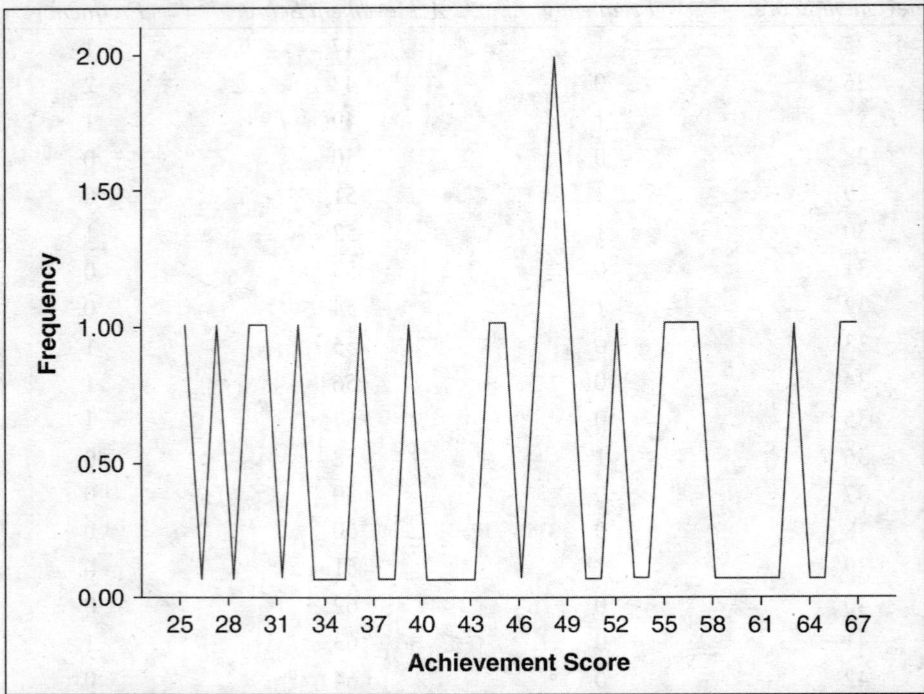

सारिणी 2.3 गुणांचे मध्यंतरीय वारंवारिता वितरण

Achievement Score	*Frequency*
20–29	3
30–39	4
40–49	6
50–59	4
60–69	3

डेटाची मध्यंतरीय गटात विभागणी करून, आता आपल्याला जरा जास्त अर्थपूर्ण चित्र मिळविता आले आहे. आकृती 2.11 मध्ये गटात विभागलेल्या डेटाचा आलेख दिला आहे.

आकृती 2.11 गट विभाजित डेटाचा आलेख

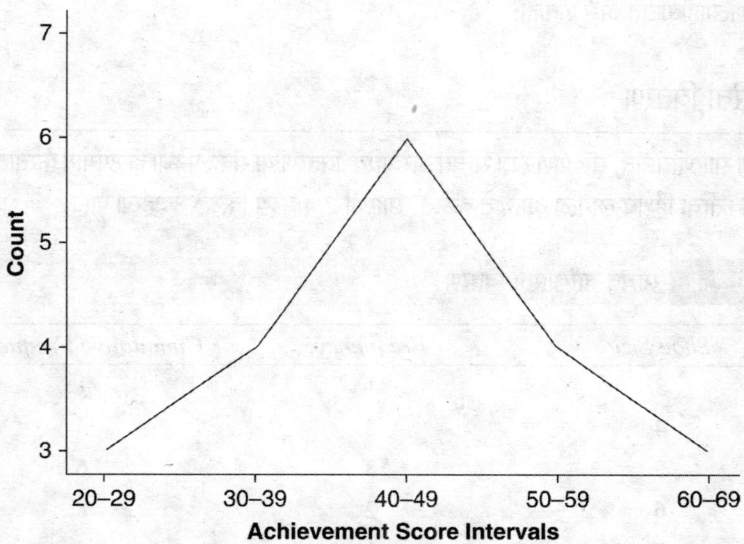

आता आपण डेटा मध्यंतरीय पद्धतीने गट विभाजित केला असल्याने, वारंवारिता वितरणाचे आलेखातील सादरीकरण एखाद्या छोट्या टेकडीसारखे दिसते आहे.

डेटा मध्यंतरीय पद्धतीने गट विभाजित करण्याबाबत सल्ला

1. मध्यंतराचा आकार असा निवडा की तुमचा डेटा 5 ते 10 मध्यंतरांमध्ये बसेल

उदाहरणार्थ, जर तुमची फारच कमी म्हणजे 2 किंवा 3 मध्यंतरे असतील तर तुम्ही तुमचा डेटा फारच कोंबत असण्याची शक्यता असते. या उलट, फारच जास्त मध्यंतरांमुळे डेटा पसरला जाऊ शकतो. साधारणतः, 5 ते 10 मधील मध्यंतरे डेटाचे चांगले चित्र दर्शवतात असे वाटते. सारिणी 2.2 मध्ये, एक खराब उदाहरण दिले आहे, ज्यात 43 मध्यंतरे असल्याने डेटा फारच पसरला आहे. एक चांगले उदाहरण सारिणी 2.3 मध्ये दिले आहे ज्यात 5 मध्यंतरे आहेत.

2. आकलनीय एकके वापरून तुमच्या मध्यंतराचा आकार निवडा,
उदाहरणार्थ, 5 किंवा 10 च्या पटीतील आकार

कदाचित, माणसाला हाताला किंवा पायाला 5 बोटे असल्याने, आपण स्वाभाविकपणे 10 चा पाया असलेल्या पद्धती पसंत करतो.

3. याची खात्री करा की तुम्ही निवडलेल्या मध्यंतरांची सरमिसळ होत नाही

या प्रकरणाच्या सुरुवातीची आकृती 2.1 पाहा. फ्लॉरेन्स नाईटिंगेलने हा नियम मोडला आहे. तिने पुरुषांच्या वयाचे गट 20 ते 25, 25 ते 30, 30 ते 35 असे केले. त्यामुळे, आपल्याला समजत नाही की 25 वर्षांचा पुरुष कोणत्या गटात आहे, कारण तो दोन्हींपैकी कोणत्याही गटात असू शकतो.

संचित वारंवारिता वितरण

वारंवारिता वितरण सारिणीबाबत, संख्याशास्त्रज्ञ संचित वारंवारिता वितरण या संकल्पनेचा ही उपयोग करतात. या मापदंडामुळे एकूण गोष्टींपैकी कितींचा हिशेब लागला आहे, ते कळते. सारिणी 2.4 मध्ये दिलेले उदाहरण पाहा.

सारिणी 2.4 संचित वारंवारिता वितरण

Shoe Size	*Frequency*	*Cumulative Frequency*
3	1	1
4	2	3
5	3	6
6	2	8
7	1	9
Total	9	9

हे लक्षात घ्या की 3 किंवा त्यापेक्षा कमी आकाराचा फक्त एकच बुटांचा जोड आहे. 4 आणि त्यापेक्षा लहान आकाराचे एकूण 3 बुटांचे जोड आहेत (एक 3 आकाराचा अधिक दोन 4 आकाराचे). अशा संचित वारंवारिता 7 किंवा त्याहून लहान आकारापर्यंत काढल्यास एकूण 9 बुटांच्या जोड्यांचा हिशेब होतो. वारंवारिता वितरण सारण्यांमध्ये बरेच वेळा, प्रत्येक गुणाची शेकडेवारी किंवा संचित शेकडेवारी दिलेली असते. सारिणी 2.5 पाहा.

सारिणी 2.5 संचित वारंवारिता आणि संचित शेकडेवारी वितरण सारिणी

Shoe Size	*Frequency*	*Percentage*	*Cumulative Percentage*
3	1	11.1	11.1 (1/9)
4	2	22.2	33.3 (3/9)
5	3	33.3	66.7 (6/9)
6	2	22.2	88.9 (8/9)
7	1	11.1	100.0 (9/9)
Total	9	99.9[a]	100.0

a. या स्तंभाची बेरीज कदाचित राउंडिंग एररमुळे 100% होणार नाही.

हे लक्षात घ्या की, 3 आकाराच्या बुटांची एकूण 9 पैकी 1 जोडी आहे. त्यामुळे, 1 भागिले 9 म्हणजे 11.1%. 4 आकाराच्या एकूण 9 पैकी 2 जोड्या आहेत, आणि 2 भागिले 9 बरोबर 22.2%. संचित वारंवारिता स्तंभात, संचित शेकडेवारीची बेरीज घेतली आहे. बुटांच्या 3 आकाराची एकूण बुटांमधील शेकडेवारी 11.1% आहे, म्हणजेच, एकूण बुटांच्या शेकडेवारीतील 11.1% बूट 3 किंवा त्यापेक्षा कमी आकाराचे आहेत. बुटांच्या 4 आकाराची एकूण बुटांमधील शेकडेवारी 22.2% आहे. 4 किंवा त्यापेक्षा कमी आकाराच्या बुटांबाबत एकूण संचित शेकडेवारी 33.3% (3 भागिले 9 करून आलेली). 7 किंवा त्यापेक्षा कमी आकाराबाबत, सर्व 9 बुटांच्या जोड्याचा हिशेब पूर्ण होतो, म्हणून संचित वारंवारिता आहे 100.0%.

आपण पुन्हा मागे जाऊन, सारिणी 2.2 मधील डेटात शेकडेवारी आणि संचित शेकडेवारी घालून सारिणी 2.6 तयार करू.

संचित शेकडेवारी, शतमक आणि चतुर्थक

एखाद्या वितरणातील एखाद्या प्राप्तांकाची जागा संचित शेकडेवारीने ओळखता येते. मागील गुणांच्या संचात, जास्त गुण म्हणजे चांगली कामगिरी आणि कमी गुण म्हणजे खराब कामगिरी असा अर्थ होतो. नुसते 44 या गुणांना फारसा अर्थ नसतो कारण इतर गुणांच्या तुलनेत ते कोठे आहेत, हे माहिती नसते. परंतु, संचित शेकडेवारीतून असे दिसते की 44 हे गुण एकूण गुणांपैकी खालील निम्म्या गुणांमध्ये बसतात, आणि एकूणांपैकी 40% ना 44 किंवा त्यापेक्षा कमी गुण मिळाले आहेत. लक्षात घ्या की: एकूण गुणांपैकी 50%, 47 किंवा त्यापेक्षा कमी आहेत.

शतमक हे शेकडेवारीतून काढले जाते, आणि त्यातून एखाद्या शेकडेवारीशी अथवा त्यापेक्षा कमी मध्ये किती घटना आहेत हे दर्शविले जाते. शतमक मापक 100 एककांमध्ये विभागले जाते. म्हणून 47 हे गुण 50 व्या शतमकावर आहेत. (50 व्या शतमकाला वितरणाची मध्यगा असे ही म्हणतात कारण ती वितरणाचे दोन समान भागात विभाजन करते). 44 हे गुण 40 व्या शतमकावर आहेत.

चतुर्थके शेकडेवारी मापकावरील विशिष्ट बिंदू दर्शवितात. पहिले चतुर्थक म्हणजे 25 वे शतमक, दुसरे चतुर्थक म्हणजे 50 वे शतमक, आणि तिसरे चतुर्थक म्हणजे 75 वे शतमक. शैक्षणिक मूल्यांकनात नेहमी शतमके आणि चतुर्थके यांचा वापर केला जातो.

देठ-पर्ण आराखडा

पारंपरिक वारंवारिता वितरणांमध्ये, प्रामुख्याने जेव्हा डेटा मध्यंतरांच्या साहाय्याने दर्शविला जातो तेव्हा त्यातील वैयक्तिक प्राप्तांकांची मूल्ये नष्ट होतात. अमेरिकन संख्याशास्त्रज्ञ जॉन तुके (1915-2000) यांनी अनेक आकर्षक वैशिष्ट्ये असलेला देठ-पर्ण आराखडा निर्माण केला यात, डेटा उभा ऐवजी आडवा सादर केला जातो, प्रत्येक प्राप्तांकाचे वैयक्तिक मूल्य जपले जाते, आणि फार दूरचे प्राप्तांक सहज दिसून येतात.

देठ-पर्ण आकृती काढण्यासाठी, आपण सारिणी 2.2 मधील डेटा वापरूया. प्रत्येक संख्येतील डाव्या बाजूचा शेवटचा अंक देठ होईल आणि उजव्या बाजूचा अंक पर्ण बनतो. या संचातील पहिली संख्या 25 आहे, यातील डाव्या बाजूचा अंक 2 म्हणजे देठ आणि उजव्या बाजूचा अंक 5 म्हणजे पर्ण. या नंतरच्या दोन संख्या, 27 आणि 29 मध्ये 2 हाच देठ आहे पण पर्ण (7 आणि 9) वेगळे आहेत. म्हणून, डेटातील पहिल्या तीन संख्या अशा दिसतील:

देठ $\Rightarrow 2 \mid 579 \Leftarrow$ पर्ण

सारिणी 2.6 शेकडेवारी आणि संचित शेकडेवारी दर्शविणारे वारंवारिता वितरण

Achievement Score	*Frequency*	*Percentage*	*Cumulative Percentage*	*Achievement Score*	*Frequency*	*Percentage*	*Cumulative Percentage*
25	1	5	5	47	1	5	50
26	0	0	5	48	2	10	60
27	1	5	10	49	1	5	65
28	0	0	10	50	0	0	65
29	1	5	15	51	0	0	65
30	1	5	20	52	1	5	70
31	0	0	20	53	0	0	70
32	1	5	25	54	0	0	70
33	0	0	25	55	1	5	75
34	0	0	25	56	1	5	80
35	0	0	25	57	1	5	85
36	1	5	30	58	0	0	85
37	0	0	30	59	0	0	85
38	0	0	30	60	0	0	85
39	1	5	35	61	0	0	85
40	0	0	35	62	0	0	85
41	0	0	35	63	1	5	90
42	0	0	35	64	0	0	90
43	0	0	35	65	0	0	90
44	1	5	40	66	1	5	95
45	1	5	45	67	1	5	100
46	0	0	45				

या प्रमाणे, देठ (2) त्याच्या प्रत्येक पर्णांना जोडून मूळ संख्या 25, 27 आणि 29 मिळतात. सारिणी 2.2 मधील डेटाबाबत देठ-पर्ण आराखडा असा दिसेल:

2 | 579
3 | 0269
4 | 457889
5 | 2567
6 | 367

यात नसलेली मध्यंतरीय देठे देखील दर्शविता येतील. उदाहरणार्थ, जर सारिणी 2.2 मध्ये 63, 66 किंवा 67 या संख्यांऐवजी 70, 76 आणि 77 या संख्या असत्या तर देठ-पर्ण आराखडा असा दिसला असता:

2 | 579
3 | 0269
4 | 457889
5 | 2567
6 |
7 | 067

लक्षात घ्या की 6 या देठाला पर्ण नाहीत. याचा अर्थ असा की 60 च्या संचात संख्या नाहीत.

एकक संख्यांसाठी, देठ-पर्ण आराखडा वारंवारिता आयताकृती किंवा स्तंभालेखापेक्षा जास्त उपयोगी ठरत नाही.

असाधारण वारंवारिता वितरण

जेव्हा वारंवारिता वितरण आलेखाद्वारा सादर केले जाते, तेव्हा परिणामतः तयार झालेला रेषीय वक्र, काही वेळेस समरूप (सिमेट्रिकल) तर काही वेळेस असमरूप (असिमेट्रिकल) असतो. नेहमी नसले तरी, बरेचदा वारंवारिता वितरण छोट्या टेकडीच्या आकाराचे असते. या टेकडीसारख्या आकाराला कर्टोसिस या नावाने ओळखतात. आकृती 2.12 मध्ये, चार प्रकारची सिमेट्रिकल वितरणे आहेत. अ या उदाहरणात, सर्वसाधारण वारंवारिता वितरण किंवा घंटेच्या आकाराचा वक्र दाखविला आहे. ब या उदाहरणात टोकदार वितरण आहे. टोकदारपणाच्या प्रवृत्तीला लेप्टो कर्टोसिस असे नाव दिले जाते. म्हणजेच, उदाहरण ब मध्ये लेप्टो कर्टोसिस प्रकारच्या वितरणाचे प्रतिनिधित्व करण्यात आले आहे. उदाहरण क मध्ये नमुनेदार सर्वसामान्य वितरणापेक्षा अधिक पसरट वितरण आहे. पसरटपणाच्या प्रवृत्तीला प्लॅटीकर्टोसिस असे नाव आहे; म्हणजेच उदाहरण क मधील वितरण प्लॅटीकर्टोसिस प्रवृत्ती दाखवित आहे. पूर्णतः प्रसामान्य वितरणास मेसोकर्टोसिस असे म्हणतात.

अनेक संख्याशास्त्रीय सॉफ्टवेअर प्रणाली, कर्टोसिसचे मापन करू शकतात. कर्टोसिसचे मूल्य शून्य दिसल्यास, त्याचा अर्थ असा की तो वक्र प्रसामान्य किंवा मेसोकर्टिक आहे. धन मूल्ये लेप्टोकर्टोसिस दर्शवितात आणि ऋण मूल्ये प्लॅटीकर्टोसिस दर्शवितात.

येथे अजून एक साधारण टेकडीच्या आकाराचा वक्र आहे, ज्याला द्विबहुलकीय वितरण म्हणतात. जेव्हा दोन अधिकाधिक वारंवारितेने येणाऱ्या गुणसंख्या असतात, तेव्हा अशा परिस्थितीत, असे वितरण दिसते, परंतु यातील कोणतीच गुणसंख्या

आकृती 2.12 वितरणाचे चार प्रकार

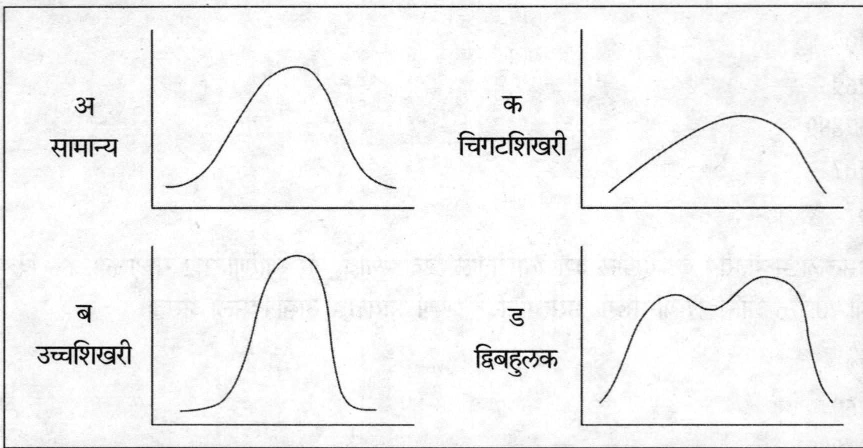

वितरणाच्या बरोबर मध्याशी नसते. असे वितरण उदाहरण ड मध्ये दाखविले आहे., जिथे वितरणात तीन उच्चतम शिखरे असतील तिथे अर्थातच त्रिबहुलकीय वितरणाची कल्पना करणेही शक्य आहे. एका मानसशास्त्रातील अभ्यासात, मुलांच्या वयांचे त्रिबहुलकीय वितरण आढळले, जेव्हा ती प्रथमच मानसिक आरोग्य देखभाल सुविधेत दाखल करण्यात आली होती. (साधारणतः 4 ते 5 वय, 7 ते 8 वय आणि 10 ते 12 वय).

वितरणांच्या आकारांच्या महत्त्वाबद्दल

आत्ता तुम्हाला वितरणांच्या नावांपासून फारसा अर्थबोध होत नसेल. परंतु ती अत्यंत महत्त्वाची आहेत कारण त्यांच्यामुळे संख्याशास्त्रज्ञ, आलेखांसारख्या दृश्य साधनांशिवायही, चटकन वितरणाचा आकार सांगू शकतात. याशिवाय, संख्यांच्या वितरणाचा आकार निदानात्मक संख्याशास्त्रात अत्यंत महत्त्वाचा असतो, ज्यामध्ये आपण संपूर्ण जनसंख्येसंबंधी त्यातूनच निवडलेल्या संख्यांच्या नमुन्यांच्या आधारे काही अनुमाने काढत असतो.

चांगले आलेख आणि वाईट आलेख यांसंबंधी आणखी काही विचार

कोणत्याही आलेखाचा हेतू, माहितीचे अचूक आणि संकल्पनात्मकदृष्ट्या स्पष्ट सादरीकरण करणे हाच असावा. कॉम्प्यूटरवरील ग्राफिक्स प्रणालींमधील वाढीमुळे, माहितीचे आलेखांद्वारे सादरीकरण करण्यातही वाढ झाली आहे. परंतु, हे खात्रीने खरे आहे की, संख्याशास्त्राचा सर्वात महत्त्वाचा हेतू जो संकल्पनात्मक स्पष्टता हा आहे, तोच बहुरंगी आलेखांच्या पर्यायांमध्ये बरेचदा विसरला जातो.

म्हणून, आलेखांद्वारे सादरीकरणाच्या काही सामान्य उणिवा तुम्ही लक्षात ठेवल्या पाहिजेत, हे तुमच्यासाठी महत्त्वाचे आहे. तुम्ही तुमचे स्वतःचे आलेख तयार करताना, त्यांच्याकडे लक्ष ठेवा, आणि दुसऱ्यांच्या आलेखाचा अर्थ लावण्याचा प्रयत्न करतानाही त्यांबाबत सावध राहा.

कमी घनतेचे आलेख

तुफ्ते (1983) यांनी कमी घनतेच्या आलेखांबाबत इशारा दिला आहे, जेथे संपूर्ण आलेखाच्या इंचांमधील चौकटींच्या तुलनेत अगदी थोडे डेटा बिंदू प्रत्यक्षात दर्शविले जातात. परंतु मोठ्या घनतेचे आलेख चांगले असतात असेही नाही. लक्षात ठेवा, की आलेखाचा उद्देश माहितीचे अचूक आणि स्पष्ट सादरीकरण करणे हा असतो. उघड आहे, की जर खूप कमी डेटा बिंदूंचे सादरीकरण करायचे असेल, तर वाचकांना अधिक चांगली सेवा देण्यासाठी, त्यांना आलेखांद्वारा प्रभावित करण्याचा प्रयत्न करण्यापेक्षा, माहितीचे मौखिक सादरीकरण करून देता येईल.

निरुपयोगी तक्ते

तुफ्ते (1883) यांनी निरुपयोगी तक्त्यांबद्दल, धोक्याची सूचना दिली आहे, ज्यामध्ये क्षुल्लक आणि अर्थशून्य वैशिष्ट्ये असलेल्या आलेखातील रिकाम्या जागा भरण्याचा प्रयत्न केलेला असतो. कमी घनतेच्या आलेखांमध्ये निरुपयोगी तक्ते घुसडले जाण्याची प्रवृत्ती जास्त असू शकते.चांगल्या आलेखावरोवर निरुपयोगी तक्ते अनावश्यक असू शकतात. निश्चितच, हे खराब आलेखाचे लक्षण असेल. कॉम्प्युटर ग्राफिक प्रणालींच्या आगमनामुळे, आलेख तयार करणे खूपच सोपे झाले आहे आणि अर्थहीन व नको असलेली वैशिष्ट्ये वापरून, उदाहरणार्थ, त्रिमिती स्तंभ किंवा बहुमिती स्तंभ आणि शेडिंग. इ. वापरून आलेख भरणेही अधिक सोपे झाले आहे. ह्या जमेच्या बाबी प्रभाव टाकणाऱ्या आहेत, पण लक्षात ठेवा की, आलेखाचा प्राथमिक हेतू विचारांची स्पष्टता आणि सादरीकरणातील कार्यक्षमता हे आहेत. मला वैयक्तिकरित्या कोणत्याही त्रिमिती स्तंभाची य अक्षावरील उंची नेमकेपणाने मोजण्यात मोठ्या समस्या जाणवतात (आकृती 2.13 मध्ये दिसते आहे त्याप्रमाणे). त्या स्तंभालेखात तिसरी मिती (खोली) अर्थाच्या संदर्भात काहीही जास्तीची माहिती (तिच्या गोंधळात टाकण्याच्या क्षमतेखेरीज) देत नाही.

आकृती 2.13 त्रिमितीय स्तंभालेख

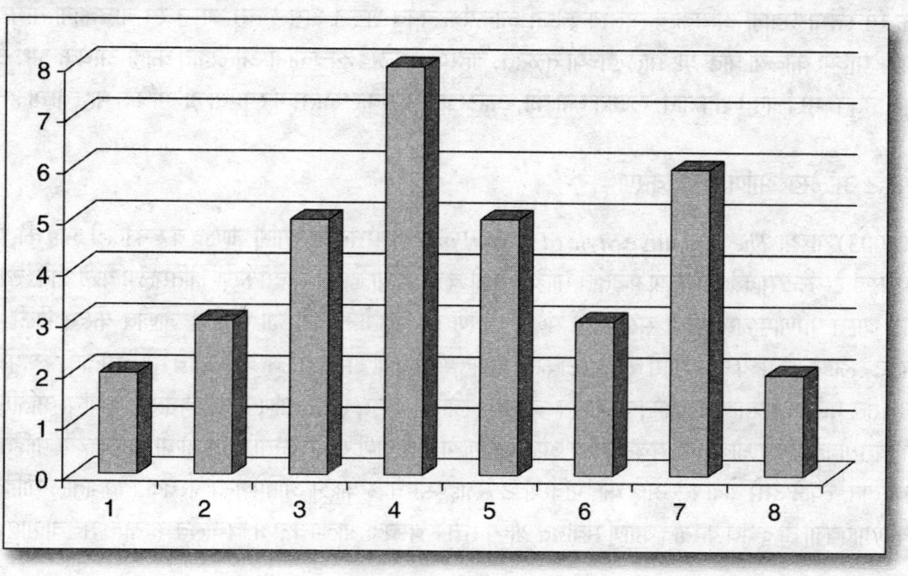

मध्यंतरीय मापनपट्टी बदलणे (किंवा अक्षाच्या मध्ये)

आलेखाचे दोन्ही अक्ष तपासा. प्रत्येक अक्षावरील मापनपट्टी अचानक बदलली नाही ना ह्याची खात्री करा. उदाहरणार्थ, आडव्या अक्षावर वर्षे नोंदविली आहेत, 1965,1975, 1985, 1986, 1987, 1988, 1989 आणि 1990. आलेख तयार करणाऱ्या व्यक्तीने अचानक त्याची मापनपट्टी 10 वर्षांच्या काळापासून 1 वर्षाच्या काळापर्यंत बदलली आहे. आलेखातील फरक कमीत कमी करणे, किंवा माहितीतील बदलांना महत्त्व देणे हा कदाचित यामागील उद्देश असेल. काहीही असले तरी हा माहितीचा अन्याय्य विपर्यास असू शकतो.

आलेखाला वाईट पद्धतीने नावे देणे

विविध पद्धतीने हे करता येते. बरेचदा, जेव्हा आलेख छपाई करून पुन्हा उत्पादित केले जातात, तेव्हा त्यांचा आकार लहान होऊ शकतो. त्यामुळे, जेव्हा तुम्ही तुमच्या आलेखाच्या भागांना नावे देऊ लागता, तेव्हा ह्याची खात्री करून घ्या की, आकृती लहान करण्याच्या प्रकारात, नावे वाचता येण्याइतकी मोठी राहिली आहेत. कित्येक जाहिराती हा नियम मुद्दाम तोडतात की जेणेकरून, त्यांच्या देऊ केलेल्या गोष्टींवरील निर्बंध छपाईमध्ये इतके लहान भासतील की त्यांच्याकडे कोणाचे लक्षच जाणार नाही. आलेखांना स्पष्ट आणि वाचता येण्याजोगी नावे असली पाहिजेत. नावे संदिग्ध, चुकीची किंवा वाचण्यास अवघड असू नयेत. पुष्कळदा, व्यावसायिक सादरीकरणे ओव्हरहेड प्रोजेक्शनच्या साहाय्याने केली जातात, तेव्हा नावे किंवा स्पष्टीकरणे नेहमीच्या टाईपराईटर फॉंट आकारात दिली जातात. मी अशाच नावे देण्याच्या समस्येसह काही आलेखांची स्लाईड सादरीकरणे पाहिली आहेत. फक्त पहिल्या रांगेत बसलेले लोकच एवढी लहान छपाई वाचू शकतील, आणि त्यांनाही एवढी छोटी अक्षरे वाचणे कठीण जाईल.

बहुरंगी आलेख

कॉम्प्यूटरवरील ग्राफिक्स प्रणालींमधील रंगांचे पर्याय आलेखांमध्ये स्पष्टतेऐवजी गोंधळ निर्माण करू शकतात. दोन किंवा अधिक रंग स्तंभालेखांना अधिक कलात्मकदृष्ट्या आकर्षक बनवू शकत असले तरी जास्त रंग वाचकांना गोंधळात टाकू शकतात. साध्या काळ्या पांढऱ्या आलेखाच्या तुलनेत, बहुरंगी आलेख वाचकांना आलेखात काही अधिक अर्थ आहे असे भासवून, हेतुतः मूर्ख बनवू शकतात. लक्षात घ्या की, आलेखातील संकल्पनात्मक स्पष्टता हा अधिक महत्त्वाचा हेतू असतो.

पॉवरपॉईंट आलेख आणि सादरीकरण

तुफ्ते (2003) यांच्या *The Cognitive Style of PowerPoint* या पुस्तकात, त्यांनी जाणीव करून दिली आहे की, पॉवरपॉईंट च्या फिक्स्ड टेम्प्लेट सादरीकरणाच्या पद्धतीत माहिती मुकी बनते किंवा डेटाचे सादरीकरण अतिसुलभ केले जाते. त्याचा उद्देश जास्तीत जास्त परिणामकारकरीत्या सरळमार्गी संवाद साधणे हा असतो. त्यांनी ह्या गोष्टीची जाणीव करून दिली आहे की, पॉवरपॉईंट स्लाईड शो मध्ये न संपणारी बुलेट्स टाकलेल्या मुद्द्यांची यादी असते, किंवा बोलण्याचे मुद्दे असतात, ज्यामुळे, प्रत्येक स्लाईडवरील माहितीचे प्रमाण प्रत्यक्षात कमी होते. ब्रँडनाम, लोगोज, हेडर, फूटर आणि स्लाईडवरील नावे यांचा अतिरिक्त वापर, यांच्या विरोधातही त्याने धोक्याची सूचना दिली आहे कारण या सर्व गोष्टी सादर करता येण्याजोग्या महत्त्वाच्या माहितीचे प्रमाण कमी करतात. त्याने असे नोंदविले आहे की, पॉवरपॉईंट स्लाईड्समधील कार्टून ॲनिमेशन्स बरेचदा विषयातील माहितीचा अर्थ स्पष्ट करण्याऐवजी ती दुर्बोध करतात आणि संबंधित श्राव्य सूचना बरेचदा श्रोत्यांचे लक्ष विचलित करतात. मजेची गोष्ट अशी की,

काही श्रोते निवेदन पत्रकांपेक्षा पॉवरपॉईंट सादरीकरणाला प्राधान्य देतात. तरी सुद्धा, हे कमकुवत किंवा आळशी पॉवरपॉईंट सादरीकरणासाठीचे समर्थन असू शकत नाही.

इतिहासाचा मागोवा

डी मोईवर ते तुर्की

अब्राहम डी मोईवर (1667–1754)

स्रोत: सार्वजनिक डोमेन.

प्रसामान्य वितरणाचा शोध कोणी लावला? काही लोक असा दावा करतात की अब्राहम डी मोईवर (1667–1754) यांच्याकडे या शोधाचा स्पष्ट हक्क जातो. त्यांचा जन्म फ्रान्समध्ये झाला आणि ते इंग्लंडमध्ये लहानाचे मोठे झाले. ते गणितज्ञ होते आणि हे सर्वांना माहीत आहे की ते गणिताच्या खाजगी शिकवण्या घेत असत. असा विचार मांडला जातो की, त्यांचा एक विद्यार्थी, थॉमस बायेस (1702–1761), जो एक इंग्लिश नागरिक होता, याने संभाव्यता सिद्धांतात महत्त्वाचे सैद्धांतिक योगदान दिले. डी मोईवर यांनी दोन महत्त्वाची पुस्तके प्रकाशित केली, एक 1711 मध्ये व दुसरे 1718 मध्ये. उपरोधिकपणे, त्यांनी गणितज्ञांना नव्हे तर जुगाऱ्यांना मोठे आवाहन केले, कारण त्यांचे काम संभवनीयतेच्या खेळांशी संबंधित होते. खरे म्हणजे, आधुनिक संभाव्यता सिद्धांताची पाळेमुळे 1600च्या मध्यास व अखेरीस प्रसिद्ध गणितज्ज्ञांमध्ये झालेल्या पत्रव्यवहारात सापडतात की ज्यामध्ये जुगाराच्या खेळातील समस्या सोडविणे आणि या खेळाचे नियम लागू करणे याविषयी चर्चा होत असत. डी मोईवर यांना साधारणतः 1733 मध्ये प्रसामान्य वक्राचे समीकरण विकसित करण्याचे श्रेय दिले जाते.

कार्ल फ्रेडरिक गॉस (1777–1855), या जर्मन गणितज्ञ आणि खगोलशास्त्रज्ञाने असे मत व्यक्त केले की, जेव्हा तारे आणि ग्रहगोलांसंबंधी मोठ्या संख्येने निरीक्षणे केली जातात, तेव्हा नेहमीच मोठ्या संख्येने चुकाही होत राहतात. गॉस यांनी प्रसामान्य वक्राचे गणितीय गुणधर्म वापरून, चुकांचे वितरण विकसित केले आणि ते चुकांचा सामान्य नियम म्हणून ओळखले जाऊ लागले. क्वेतेलेत (1796–1874) या बेल्जियम खगोलशास्त्रज्ञ आणि गणितज्ञाने प्रसामान्य वक्राचा चुकांच्या वितरणाच्या वर्णनाव्यतिरिक्त दुसरा उपयोजित वापर बहुधा पहिल्यांदा विकसित केला. त्याने सामाजिक आणि जीवशास्त्रीय घटनांचे वर्णन करण्यासाठी हा वापर केला. परंतु असे दिसते की, फ्रान्सिस गाल्टन यांना गॉसच्या चुकांच्या नियमाचे निसर्गाच्या नियमामध्ये परिवर्तन करण्याचे बरेचसे श्रेय दिले जाते, जो सामाजिक आणि जीवशास्त्रीय घटनांना लागू पडतो.

फ्रान्सिस गाल्टन (1822–1911) ह्या इंग्लिश शास्त्रज्ञ आणि चार्ल्स डार्विनच्या चुलत भावाने प्रभावीपणे असा युक्तिवाद केला की, गॉसच्या चुकांचा नियम गाल्टनला ज्याचा अभ्यास व्हावा असे वाटत होते, त्याच्या पूर्णतः विरुद्ध होता. गॉसने असा युक्तिवाद केला होता की या चुका किंवा विचलने काढून टाकायला हवीत, किंवा त्यांच्यासाठी सूट द्यायला हवी. गाल्टनने असा दावा केला की ह्या चुका किंवा विचलनाचाच अभ्यास करण्याची किंवा ते तसेच ठेवण्याची त्याची इच्छा होती. मुख्यतः, बुद्धिमत्ता आणि वारसा यांवर गाल्टनने बरीच पुस्तके आणि लेख लिहिले. 1876 मध्ये त्याने जुळ्यांचा अभ्यास

आणि अनुवंशिकता आणि परिस्थितीचे योगदान प्रसिद्ध केले आणि त्यात त्याने अनुवंशिकतेसाठी साठी निसर्ग (*nature for heredity*) आणि वातावरण किंवा परिस्थितीसाठी पोषण (*nurture for environment*) हे प्रसिद्ध समानार्थी शब्द तयार केले. पुढच्या दहा वर्षांमध्ये गाल्टनने सहसंबंधाची महत्त्वाची संख्याशास्त्रीय संकल्पना विकसित केली. हे पाहणेही गमतीचे आहे की, जरी संख्याशास्त्रज्ञ आता (व्हेरिएशन्स किंवा डिफरन्सेस) संख्यांमधील बदल किंवा फरक यांचा उल्लेख करतात आणि प्रत्यक्षात चुका किंवा त्रुटींचा नाही, तरी संख्याशास्त्राच्या शाखेत त्रुटी (एरर) हा शब्द टिकून राहिला आहे.

प्रसामान्य वक्राचे सामाजिक आणि जीवशास्त्रीय घटनांसाठी केलेले उपयोजन टीकेपासून मुक्त नाही. जुम नुन्नली (1921–1986), अमेरिकन मानसशास्त्राचे प्राध्यापक, यांनी अशी नोंद केली आहे की, मानसशास्त्र आणि शैक्षणिक परीक्षांमधील गुण, जरी मोठ्या संख्येने असतील तरी, क्वचितच प्रसामान्य पद्धतीने वितरित झालेले असतात. असे प्रत्येक घटकाचा परीक्षणातील इतर घटकांशी जो संबंध असतो, त्यामुळे घडून येत असते. घटकांचे एकमेकांबरोबर विविध पातळ्यांवर संबंध असल्यामुळे असे घडण्याची अपेक्षा असते की, निर्माण होणारे वितरण प्रसामान्य वितरणापेक्षा अधिक पसरट (प्लॅटीकर्टिक) असे होईल. त्यांनी अशीही नोंद केली आहे की, फक्त "मृत डेटा"च्या साहाय्यानेच पूर्णतः प्रसामान्य वितरण मिळू शकते. अगदी अलीकडच्या काळात, मिक्केरी (1989) यांनी 440 मोठ्या प्रमाणावरील यश संपादन, आणि मानसशास्त्रीय गुणवैशिष्ट्ये यांच्या मापनाचे, वितरण सर्वेक्षण केले. त्यांना असे आढळले की, सर्व 440 नमुने अर्थपूर्णरित्या प्रसामान्य वितरणापासून विचलित झाले होते. एकशिंगी घोडा (युनिकॉर्न) सापडण्याच्या संभाव्यते इतकीच डेटाचे प्रसामान्य वितरण सापडण्याची शक्यता असते.

या पुस्तकात नंतर तुम्हाला दिसेल की, काही संख्याशास्त्रीय परीक्षा असे गृहीत धरतात की, ज्या माहितीच्या नमुन्याचे विश्लेषण करायचे आहे, तो प्रसामान्य वितरित जनसंख्येतून घेतलेला आहे. परंतु, यातील बऱ्याचशा संख्याशास्त्रीय परीक्षांमध्ये एक वैशिष्ट्य असते, जे धट्टेकट्टेपणा (robustness) या नावाने ओळखले जाते. त्याचा अर्थ असा की, या परीक्षांवर आधारित घेतलेला योग्य निर्णय, प्रसामान्य वितरणाचे गृहीत जरी पाळले गेले नसले तरीही, बरोबरच ठरतात. अशा प्रकारे, मिक्केरीने (1889) जरी त्याच्या 440 नमुन्यांमध्ये प्रसामान्यतेपासून विचलन झाल्याचे स्पष्टपणे प्रदर्शित केलेले असले तरी, त्याने या विचलनांचा परिणाम झाल्याचे कोठेही प्रदर्शित केलेले नाही.

हे अत्यंत मनोरंजक आहे की, गाल्टनला त्याच्या स्वतःच्या काळातही प्रसामान्य वक्रातील संभाव्य मर्यादांची जाण होती. त्याच्या चरित्रात तो म्हणतो की, त्याने "चुकांच्या वारंवारितेचा नियम जरा जास्तच ताणला" असता. परंतु, आधुनिक विचारांशी सुसंगत, गाल्टनला असा विश्वास होता की, "त्या नियमाची उपयोजकता तर्कसंगत मर्यादितच योग्य आहे" असे म्हणता येईल. (गाल्टन, 1889, पान 56).

एडवर्ड तुफ्ते (जन्म 1940), येल विद्यापीठातील संख्याशास्त्राचे समकालीन मानद प्राध्यापक, यांनी स्वतः माहितीचे सादरीकरण या विषयावरील सात पुस्तके प्रकाशित केली. ते नासाच्या व्यवस्थापकांच्या आणि चॅलेंजर आणि कोलंबिया स्पेस शटल अपघाताला कारणीभूत ठरलेल्या इंजिनिअर्सच्या संख्याशास्त्रीय आणि सादरीकरणातील उणिवांचा मौखिक टीकाकार होते. त्यांच्या एका पुस्तकात, त्यांच्या मते चुकीचा मार्ग दाखविणाऱ्या, चुकीचे मार्गदर्शन करणाऱ्या, तयार सॉफ्टवेअर सादरीकरणाच्या पॅकेजेसवरही त्यांनी टीका केली आहे व माहिती सादरीकरणाच्या अधिक परिणामकारक पद्धती मांडल्या आहेत. अधिक महत्त्वाचे हे की, ते संख्याशास्त्राचे टीकाकारच नाहीत तर त्यांनी माहितीच्या सर्जनशील आणि विधायक सादरीकरणावर अनेक कार्यशाळा घेतल्या आहेत.

देठ आणि पर्णचे निर्माते, जॉन वाइल्डर तुके (1915–2000), हे प्रिन्स्टन मध्ये त्यांच्या संपूर्ण शैक्षणिक कारकिर्दीत संख्याशास्त्राचे प्राध्यापक होते (परंतु त्यांनी बेल लॅब्जमध्येही काम केले). तुफ्ते या त्यांच्या समकालीन संख्याशास्त्रज्ञाप्रमाणे, तुके हेही, माहितीच्या परिणामकारक सादरीकरणाच्या पद्धती शोधून काढण्याशी संबंधित होते. "सिद्ध केलेल्या सत्याच्या

राखणदारांची" भूमिका नाकारण्यास तुके यांनी संख्याशास्त्रज्ञांना प्रोत्साहन दिले आणि वास्तव जगातील समस्यांना एकाच उत्तरात वेढून टाकण्यालाही विरोध करायला प्रवृत्त केले. त्यांनी महत्त्वाच्या निदानात्मक संख्याशास्त्रीय परीक्षांमध्ये, विचलनाच्या सहगुणकामध्ये, अत्यंत महत्त्वाचे आणि दीर्घकाळ टिकून राहील असे योगदान दिले. (ज्यावर आपण 9 व्या प्रकरणात चर्चा करणार आहोत).

महत्त्वाच्या संकल्पना आणि व्याख्या

स्तंभालेख (Bar Graph) – नामनिर्देशित माहिती आयताकृती स्तंभांच्या स्वरूपात दर्शविणारे आलेख.

द्वीबहुलकीय वितरण (Bimodal Distribution) – ज्याला दोन उंचवटे आहेत असे वारंवारिता वितरण.

संचित वारंवारिता वितरण (Cumulative Frequency Distribution) – गुणांचे असे वितरण जे उत्तरोत्तर पुढे येत जाणाऱ्या गुणांचे एकूण वारंवारितेत प्रदर्शन करते, असे वारंवारिता वितरण.

वारंवारिता वितरण (Frequency Distribution) – श्रेणीच्या क्रमानुसार क्ष अक्षावर व्यवस्थित मांडलेला गुणांचा संच आणि प्रत्येक गुणसंचाची वारंवारिता य अक्षावर दर्शविलेली असणे.

वारंवारिता आयताकृती आलेख (Frequency Histogram) – गुणांच्या संचाचे आलेख स्वरूपातील प्रदर्शन जेथे व्यक्तिगत गुण स्तंभाच्या उंचीमध्ये दर्शविलेले असतात, जी गुणांच्या वारंवारितेइतकी असते.

वारंवारिता बहुभुजाकृती (Frequency Polygon) – वारंवारिता वितरणाचे आलेख स्वरूपातील प्रदर्शन, जेथे व्यक्तिगत गुण वर्गांतर गटांमध्ये विभागलेले असतात.

कर्टोसिस (Kurtosis) – वारंवारिता वितरणाच्या सर्वसाधारण आकाराचा उंचवटा किंवा पसरटपणा.

लेप्टो कर्टोसिस (Leptokurtosis) – एखाद्या गुणसंख्येशी उंचवटा असण्याची वारंवारिता वितरणाची प्रवृत्ती.

बहुचल (Multivariate) – ही संज्ञा साधारणतः बहुविध स्वतंत्र चल आणि/किंवा बहुविध परावलंबी चलांसह अनेक चल असल्याचे सूचित करते.

ऋण झुकाव (Negative Skew) – डावी शेपूट उजव्या शेपटापेक्षा लांब असलेले असाधारण वारंवारिता वितरण.

प्रसामान्य वक्र किंवा घंटा आकाराचा वक्र (Normal Curve or Bell Shaped Curve) – वारंवार आढळणारे वितरण ज्याचा आकार घंटेसारखा असतो.

शतमक (Percentile) – शंभरांमध्ये विभागलेले वितरण.

प्लेटो कर्टोसिस (Platykurtosis) – पसरटपणाकडे कल असलेले वारंवारिता वितरण.

धन झुकाव (Positive Skew) – ज्याची उजवी शेपूट डाव्या शेपटापेक्षा लांब आहे, असे असाधारण वितरण.

चतुर्थक (Quartiles) – चतुर्थांशात विभागलेले वारंवारिता वितरण.

झुकाव वितरण (Skewed Distribution) – एकतर उजवी शेपूट किंवा डावी शेपूट दुसऱ्यापेक्षा खूपच मोठी असलेले असाधारण वारंवारिता वितरण.

देठ आणि पर्ण आराखडा (Stem-and-leaf Plot) – ज्या वितरणात वैयक्तिक गुण सुरक्षित ठेवले जातात, अशा वितरणाचे प्रतिनिधित्व करणारे वितरण.

एकक चल (Univariate) – एकच परावलंबी चल परंतु बहुविध स्वतंत्र चल समाविष्ट, असे सूचित करणारी संज्ञा.

प्रकरण 2 सरावासाठी प्रश्न

1. वितरणाच्या चार प्रकारांची नावे सांगा.
2. कर्टोसिस आणि झुकाव वितरणांची गुणवैशिष्ट्ये सांगा.
3. खालील माहिती वापरून, स्तंभालेख तयार करा. आलेखाच्या दोन्ही अक्षांना नावे देण्याचे लक्षात ठेवा. एक चिकित्सा मानसोपचारतज्ज्ञ (clinical psychologist) तिच्या पहिल्या सहा महिन्यांच्या नक्त उत्पन्नाची तुलना करत आहे. जानेवारीमध्ये तिने $ 8500, फेब्रुवारीत $ 5000, मार्चमध्ये $ 2500, एप्रिलमध्ये $ 3750, मेमध्ये $ 4500, आणि जूनमध्ये $ 4900 मिळवले.
4. बुद्धिमत्तेचे शिक्षण घेणाऱ्या एका मानसशास्त्रज्ञाने महाविद्यालयातील मानसशास्त्राच्या 30 विद्यार्थ्यांची वेश्लर ॲडल्ट बुद्धिमापन चाचणी – तृतीय आवृत्ती (WAIS) वापरून परीक्षा घेतली. मानसशास्त्रज्ञाला मिळालेल्या पूर्ण मापन बुद्ध्यंकांचा तक्ता खालीलप्रमाणे आहे.

103	92	113	110	122	122
115	100	133	111	131	108
108	121	110	124	100	107
98	110	109	127	99	111
122	109	103	97	113	101

अ. वैयक्तिक गुणांच्या आधारे संचित वारंवारिता वितरणाचा तक्ता तयार करा.

ब. या माहितीच्या आधारे देठ आणि पर्ण आराखडा तयार करा.

क. या माहितीचा सारांश करण्यासाठी वर्गांतरे वापरून तक्ता बनवा.

5. तुम्ही 4 क च्या उत्तरासाठी तयार केलेल्या तक्त्याच्या आधारे, एक वारंवारिता वितरण आलेख काढा. त्या आलेखाचा आकार आणि असल्यास झुकाव यांचे वर्णन करा.

SPSS पाठ 2

या स्वाध्यायामागील तुमचा उद्देश SPSS च्या साहाय्याने वारंवारिता वितरण तयार करणे आणि आलेख काढणे, याबाबत माहिती घेणे हा आहे. आता तुम्ही स्वतः वारंवारिता वितरण तयार करून आलेख काढायला शिकला असल्याने, SPSS च्या साहाय्याने ते किती सोपे जाते, हे तुम्हाला समजणे शक्य होईल. संख्याशास्त्रीय संगणक प्रणालींचा आणखी एक फायदा असा की फार मोठ्या डेटा संचांसाठी त्या विशेष उपयोगी पडतात. आपण प्रत्यक्षात संकलित केलेल्या *Schizoid-Aspergers-Controls SPSS.sav* या डेटा संचाचा वापर करणार आहोत. यात 71 विद्यार्थ्यांच्या पालकांनी 2 मानसशास्त्रीय प्रयोगांमध्ये, पहिल्यात 45 घटकांच्या Coolidge स्वमग्नता लक्षणे (Autistic Symtoms) सर्वेक्षणात आणि दुसऱ्यात 200 घटकांच्या 200-item Coolidge व्यक्तिमत्व आणि मेंदू आणि मानसशास्त्रीय सूची (Personality and Neuropsychological Inventory (CPNI)) मध्ये दिलेल्या माहितीचा समावेश आहे. ज्यात पालकांनी मुलाच्या व्यक्तिमत्वात स्वमग्न्तेची (पराकोटीचा एकटेपणा) लक्षणे आढळतात असे सांगितले होते परंतु त्यांचे स्वमग्नता आजार आणि Asperger's disorder

चे निदान झालेले नाही अशा स्वमग्न मुलांच्या पालकांचा पहिला गट (n = 19), आणि Asperger's disorder चे औपचारिक निदान झालेल्या मुलांच्या पालकांचा दुसरा गट (n =19). नियंत्रित गटातील (n = 33) विद्यार्थ्यांच्या पालकांनी त्यांची मुले सर्वसाधारण वर्तणूक असलेली आणि कोणताही मानसिक आरोग्य विषयक आजार नसलेली असल्याचे सांगितले होते. *SPSS* च्या *Statistics Data Editor* पडद्यावर डाव्या हाताला खाली दोन माहिती दर्शक पट्ट्या आहेत. तुम्ही जर त्यातील Variable View पट्टीला स्पर्श केलात तर प्रत्येक स्वतंत्र चलाबाबत माहितीची यादी तुमच्या समोर पडद्यावर दिसू लागेल. तुम्हाला सोयीचे जावे म्हणून येथे चलांबाबत माहिती पुन्हा देत आहे:

वय (Age)	वयोमान वर्षांमध्ये
लिंग (Gender)	1= पुरुष, 2 = महिला
GrpID	0 = controls (नियंत्रित), 1 = Asperger's disorder, 2 = schizoid personality disorder (स्वमग्न व्यक्तिमत्व आजार)
SASTOT	Coolidge Autistic Symptoms सर्वेक्षणातील 45 घटकांबाबत उत्तरांची बेरीज (प्रत्येक घटकाचे उत्तर 1= कधीच नाही पासून 4= नेहमीच असे असू शकते)
Texecfunc	*T* गुणांक (मध्यमान = 50, SD = 10) संपूर्ण बिघाड मापनासाठी CPNI चा मोठा प्राप्तांक जास्त संपूर्ण बिघाड दर्शवितो (खराब नियोजन, निर्णय घेण्यातील अडचणी, इ.)
Schizoid	CPNI व्यक्तिमत्वातील स्वमग्नता आजाराबाबत 10 घटकांची (1–4 मापनश्रेणीवर) बेरीज

वारंवारिता सारिणी तयार करणे

संगणक प्रणाली चालू करून *Schizoid-Aspergers-Controls SPSS.sav* या डेटा फायलीतील वय या चलासाठी एक वारंवारिता वितरण आलेख तयार करण्यासाठी खालील पायऱ्या वापरा. ही डेटा फाईल Professor Coolidge, University of Colorado यांच्या Colorado Springs या वेब पानावर (webpage) मिळेल. त्यासाठी, www.uccs.edu/~faculty/fcoolidg/SPSS/Schizoid-Aspergers-Controls SPSS.sav. या संकेतस्थळाला भेट द्या.

1. तुम्हाला वरील फाईल मिळाल्यानंतर, Schizoid-Aspergers-Controls SPSS.sav यावर दोनदा स्पर्श (double-click) करून ही फाईल SPSS मध्ये उघडा.

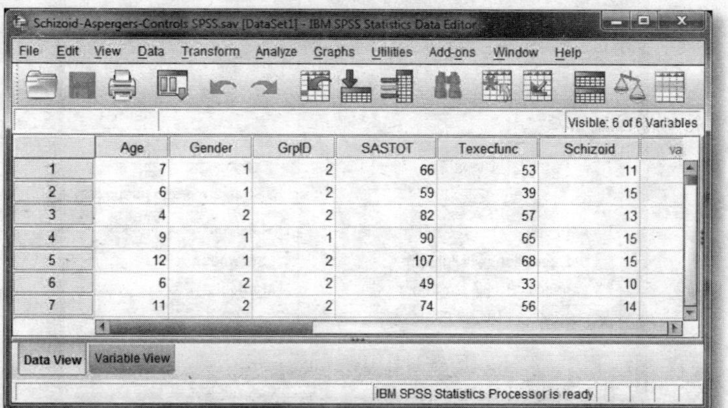

2. वारंवारिता संवाद उघडण्याकरता Analyze > Descriptive Statistics > Frequencies यांवर स्पर्श (click) करा.

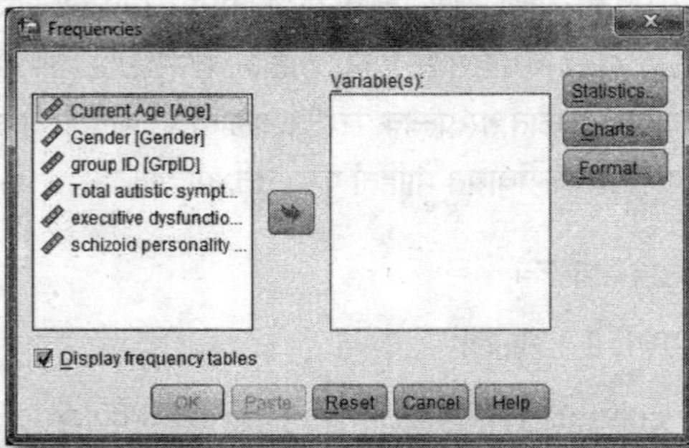

3. Current Age [Age] या चला वर दोनदा स्पर्श करून ते निवडलेल्या चलांमध्ये उजव्या बाजूला हलवा.

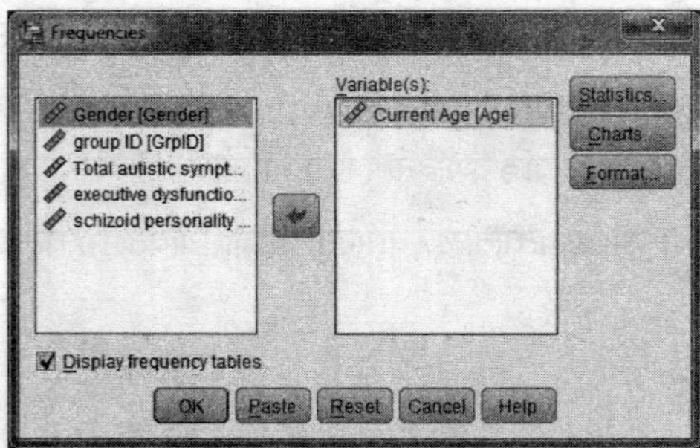

4. Statistics ला स्पर्श करून *Frequencies: Statistics* हा संवाद उघडा.
5. *Dispersion group* मधून Range, Minimum, आणि Maximum यांची निवड करा.

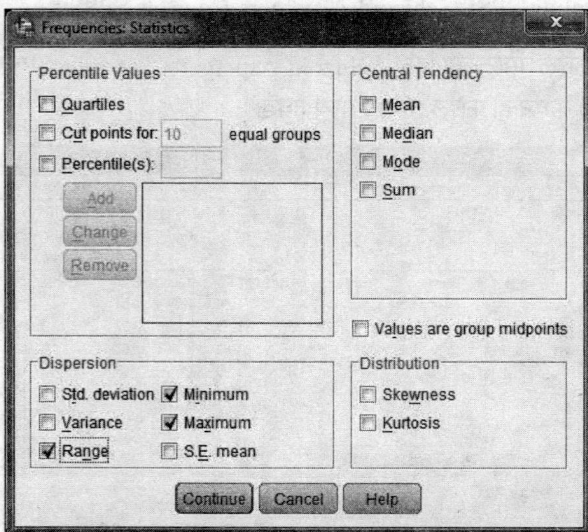

6. Continue > OK ला स्पर्श केल्यावर *Statistics Viewer* वर वय या चलाचे वारंवारिता वितरण दिसू लागेल.
7. *Statistics Viewer* मधील सध्याचे वय (*Current Age*) या चलाबाबत संख्याशास्त्र पाहा. लक्षात घ्या की, त्याचे किमान मूल्य 3 आणि कमाल मूल्य 16 आहे. ही माहिती 3 आणि 16 या वयांमधील सहभागींकडून गोळा केलेल्या माहितीशी सुसंगत आहे. हे देखील लक्षात घ्या की या चलाबाबत 71 योग्य नोंदी आहेत आणि 0 गहाळ नोंदी आहेत. डेटाचा विस्तार अपेक्षेप्रमाणे 3 आणि 16 वय यातील फरका इतका, म्हणजे 13 आहे.

Statistics

Current Age

N	Valid	71
	Missing	0
Range		13
Minimum		3
Maximum		16

8. सध्याचे वय (*Current Age*) या चलाबाबत वारंवारिता वितरणाचे निरीक्षण करा.

सध्याचे वय (*Current Age*)

		Frequency	Percent	Valid Percent	Cumulative Percent
Valid	3	5	7.0	7.0	7.0
	4	9	12.7	12.7	19.7
	5	6	8.5	8.5	28.2
	6	7	9.9	9.9	38.0
	7	6	8.5	8.5	46.5
	8	8	11.3	11.3	57.7
	9	2	2.8	2.8	60.6
	10	4	5.6	5.6	66.2
	11	2	2.8	2.8	69.0
	12	4	5.6	5.6	74.6
	13	4	5.6	5.6	80.3
	14	2	2.8	2.8	83.1
	15	8	11.3	11.3	94.4
	16	4	5.6	5.6	100.0
	Total	71	100.0	100.0	

पहिल्या स्तंभात, 3 ते 16 यातील प्रत्येक नियामक (योग्य) *सध्याच्या वयाच्या* डेटा बिंदूंची यादी आहे. वारंवारिता स्तंभात वयाचे प्रत्येक मूल्य (3 ते 16) किती वेळा आले आहे, ते दिले आहे. शेकडेवारी स्तंभातील मूल्ये प्रत्येक वयाच्या मूल्याची (3 ते 16) एकूण N (बरोबर 71) च्या तुलनेत शेकडेवारी दर्शवितात. नियामक (योग्य) शेकडेवारी (*Valid Percent*) स्तंभ गहाळ मूल्यांची माहिती दर्शविते, याबाबत तपशील पुढील प्रकरणात दिला जाणार आहे. संचित शेकडेवारी (*Cumulative Percentage*) स्तंभात N च्या तुलनेतील प्रत्येक ओळीची धावती शेकडेवारी दिली आहे.

स्तंभालेख तयार करणे

1. वारंवारिता संवाद उघडण्यासाठी Analyze > Descriptive Statistics > Frequencies या पर्यायांची निवड करा.
2. वारंवारिता: आलेख (*Frequencies: Charts*) हा संवाद उघडण्यासाठी open हा पर्याय निवडा.
3. Bar charts हा पर्याय निवडा आणि Continue > OK क्रमाने पर्याय वापरा.

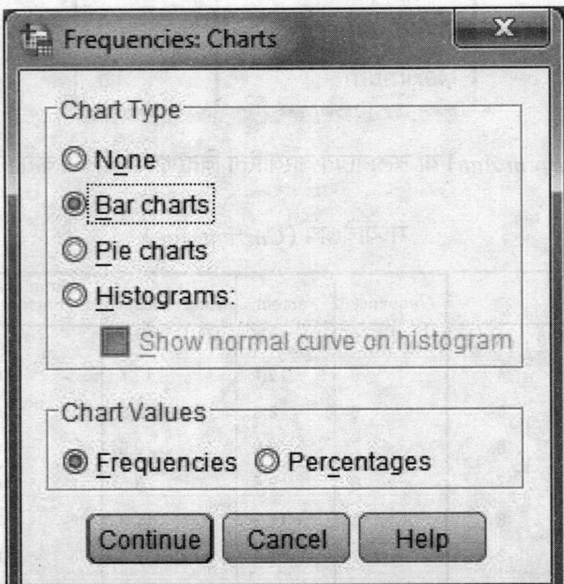

4. *Statistics Viewer* वर वय या चलासाठी तयार झालेला स्तंभालेख बघा आणि त्यात बहुलके कोठे आहेत ते पाहा (4, 8, आणि 15 वर).
5. न साठवता *Statistics Viewer* बंद करा.

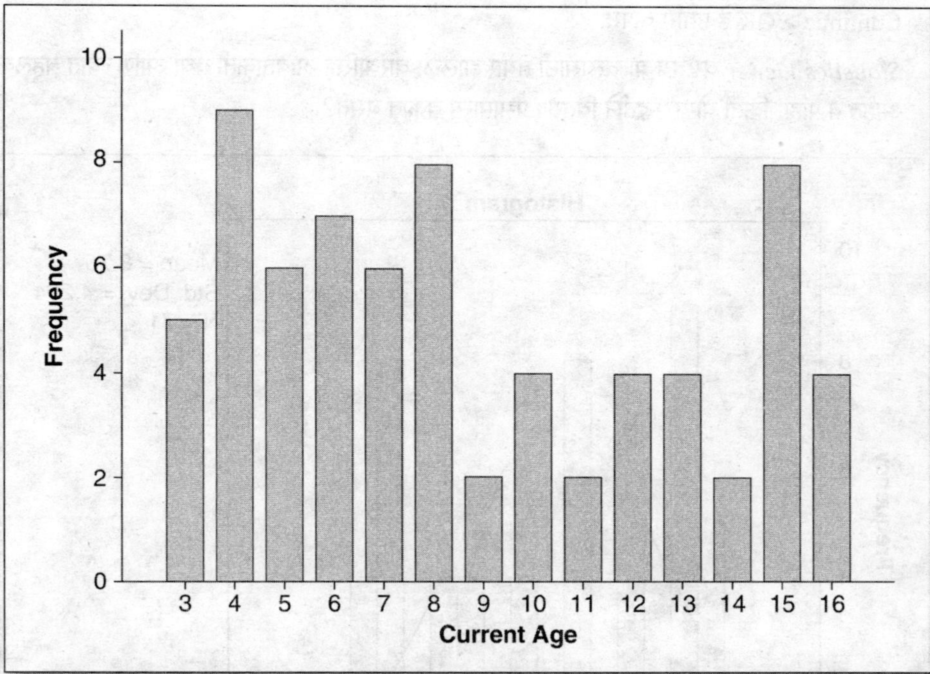

वारंवारिता आयताकृती तयार करणे

1. वारंवारिता (*Frequencies*) संवाद उघडण्यासाठी क्रमाने Analyze > Descriptive Statistics > Frequencies हे पर्याय निवडा.
2. वारंवारिता: आलेख (*Frequencies: Charts*) हा संवाद उघडण्यासाठी open हा पर्याय निवडा.
3. Histogram हा पर्याय निवडा आणि Show normal curve on histogram पर्याय वापरा.

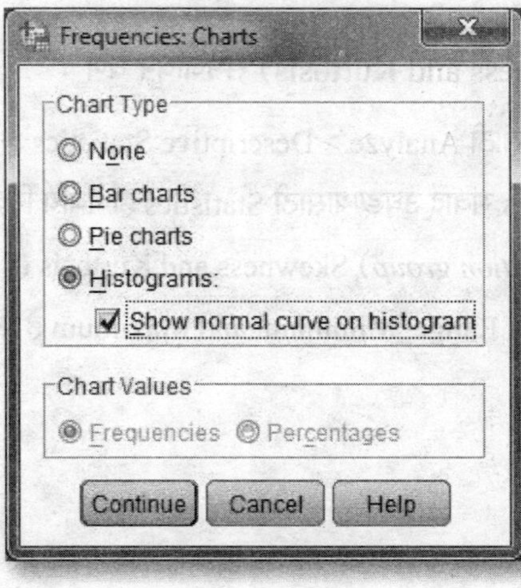

4. Continue > OK हे पर्याय वापरा.
5. *Statistics Viewer* वर वय या चलासाठी तयार झालेली वारंवारिता आयताकृती बघा आणि त्यात बहुलके कोठे आहेत ते पाहा. किती योग्य पद्धतीने वितरण प्रसामान्य वक्रात बसते?

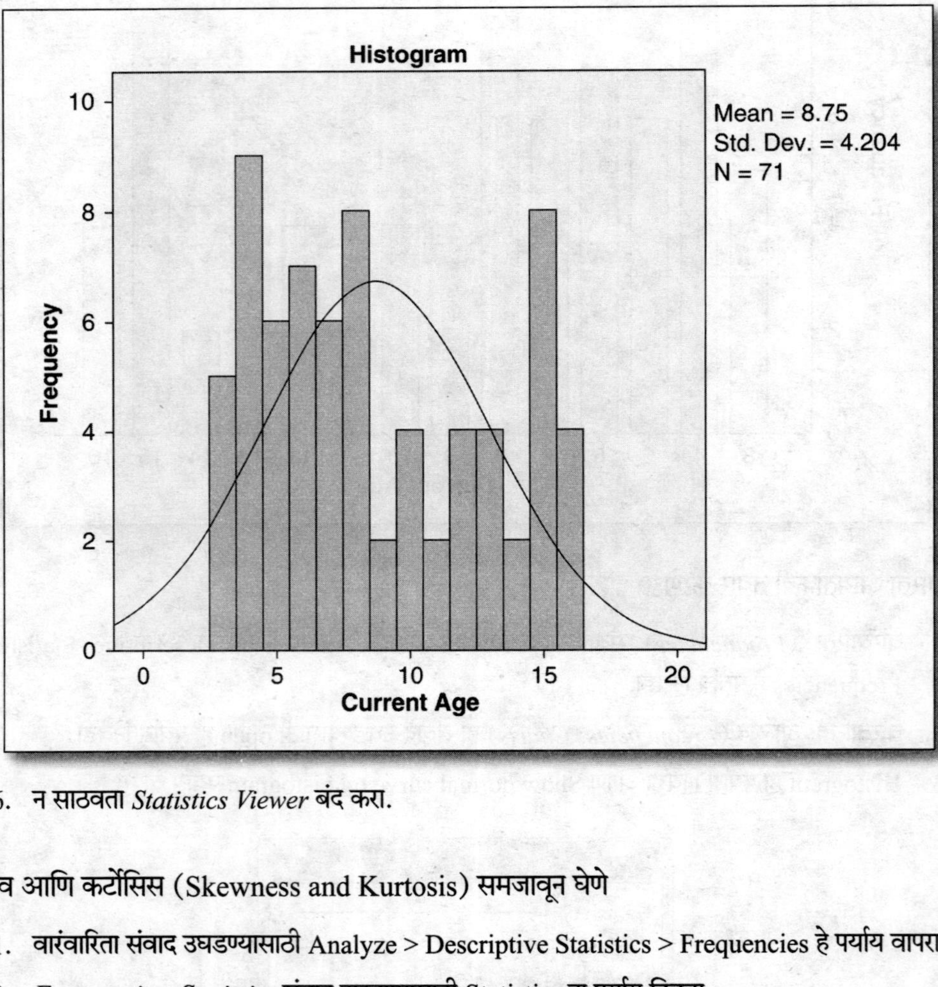

6. न साठवता *Statistics Viewer* बंद करा.

झुकाव आणि कर्टोसिस (Skewness and Kurtosis) समजावून घेणे

1. वारंवारिता संवाद उघडण्यासाठी Analyze > Descriptive Statistics > Frequencies हे पर्याय वापरा.
2. *Frequencies: Statistics* संवाद उघडण्यासाठी Statistics हा पर्याय निवडा.
3. वितरण गटातून (*Distribution group*) Skewness and Kurtosis हा पर्याय निवडा.
4. *Dispersion group* मधून Range, Minimum, and Maximum हे पर्याय काढून टाका.

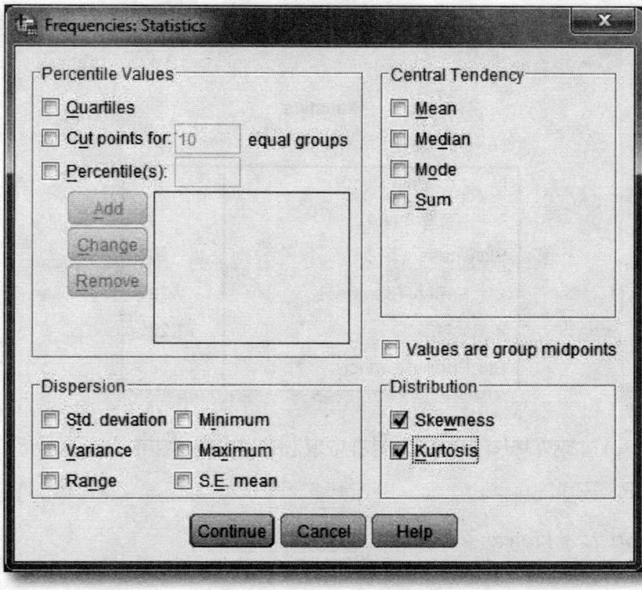

5. Continue > OK हे पर्याय क्रमाने वापरा.
6. *Statistics Viewer* वर सध्याचे वय या चलासाठी तयार झालेली संख्याशास्त्रीय सारिणी बघा आणि झुकावाचे मूल्य पहा.

Statistics

Current Age

N	Valid	71
	Missing	0
Skewness		.364
Std. Error of Skewness		.285
Kurtosis		-1.225
Std. Error of Kurtosis		.563

उजव्या बाजूला झुकलेला डेटा धन झुकाव मूल्य दर्शवितो: या डेटातील मोठ्या प्रमाणावर डेटा डाव्या बाजूला आहे, शेवटाचे फारच थोडे उजव्या बाजूला आहेत. झुकावाची प्रमाणित त्रुटी झुकावाची तीव्रता दर्शविते. सध्याचे वय या चलाबाबत झुकाव आणि झुकावाची प्रमाणित त्रुटी यांचे समान मूल्य सामान्य झुकाव दर्शविते. झुकाव आणि झुकावाची प्रमाणित त्रुटी यातील मोठा फरक झुकावाची जास्त तीव्रता दर्शवितो.

7. *Statistics Viewer* वर सध्याचे वय या चलासाठी तयार झालेली संख्याशास्त्रीय सारिणी बघा आणि *कर्टोसिस* चे मूल्य पाहा.

Statistics

Current Age

N	Valid	71
	Missing	0
Skewness		.364
Std. Error of Skewness		.285
Kurtosis		-1.225
Std. Error of Kurtosis		.563

कर्टोसिस (*Kurtosis*) चे ऋण मूल्य असल्यास डेटा पठार किंवा सपाट असतो. (*Kurtosis*) चे धन मूल्य असल्यास डेटा उंचवटा किंवा शिखर असतो.

8. न साठवता *Statistics Viewer* बंद करा.

संपूर्ण स्वमग्नता लक्षणांच्या डेटाचे वर्णन करणे

1. वारंवारिता (*Frequencies*) संवाद उघडण्यासाठी Analyze > Descriptive Statistics > Frequencies हे पर्याय वापरा.
2. Current Age [Age] या चला वर दोनदा स्पर्श करून त्याची निवड काढून टाकण्यासाठी त्याला डाव्या चलांमध्ये हलवा; नंतर संपूर्ण स्वमग्नता लक्षणांच्या चलाची निवड करून उजव्या बाजूला निवडलेल्या चलांच्या जागेत हलवा.

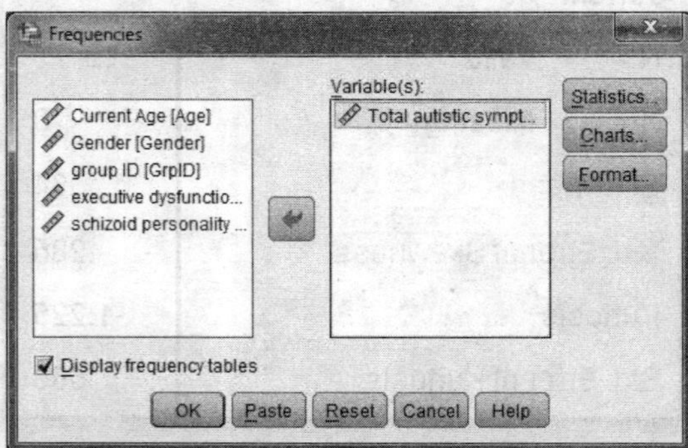

3. Statistics ला स्पर्श करून *Frequencies: Statistics* हा संवाद उघडा.
4. *Dispersion group* मधून Range, Minimum, आणि Maximum यांची निवड करा.
5. वितरण गटातून (*Distribution group*) Skewness and Kurtosis हा पर्याय निवडा.
6. Continue > Charts हे पर्याय क्रमाने वापरा आणि याची खात्री करून घ्या की Histogram आणि Show normal curve on histogram हे पर्याय निवडलेले आहेत; त्यानंतर, Continue > OK हे पर्याय वापरा.

7. *Statistics Viewer* वर संपूर्ण स्वमग्नता लक्षणांच्या चलासाठी तयार झालेली संख्याशास्त्रीय सारिणी बघा.

Statistics

Total autistic symptoms

N	Valid	71
	Missing	0
Skewness		.604
Std. Error of Skewness		.285
Kurtosis		-.905
Std. Error of Kurtosis		.563
Range		119
Minimum		30
Maximum		149

या डेटाबाबत काय अनियमितता आहे?

8. *Statistics Viewer* वर संपूर्ण स्वमग्नता लक्षणांच्या चलासाठी तयार झालेली वारंवारिता आयताकृती पाहा.

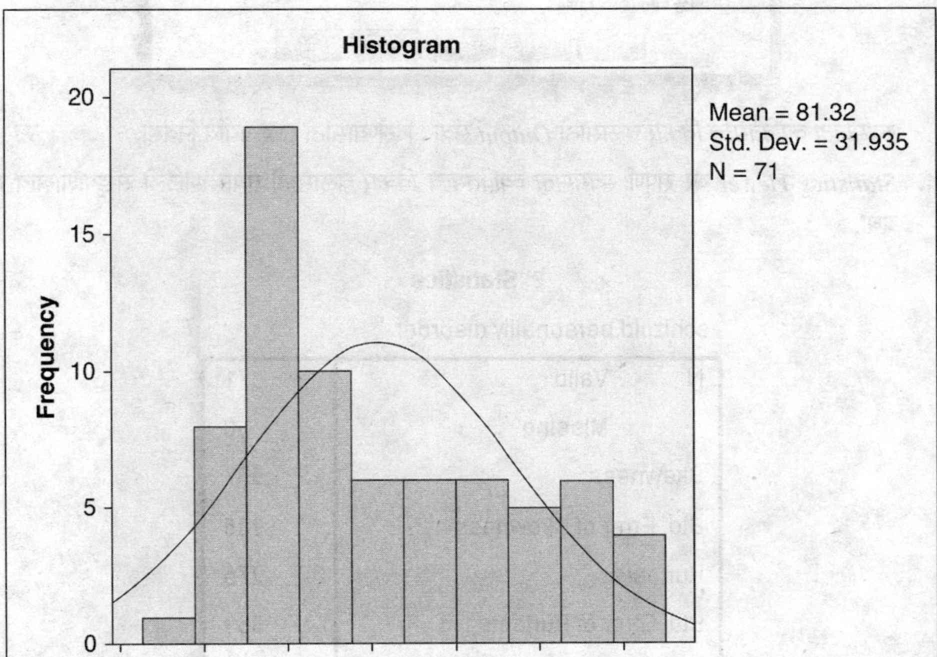

डेटा कोणत्या बाजूला झुकलेला आहे?

स्वमग्नता व्यक्तिमत्व विकार डेटाचे वर्णन करणे

1. वारंवारिता (*Frequencies*) संवाद उघडण्यासाठी Analyze > Descriptive Statistics > Frequencies हे पर्याय वापरा.
2. संपूर्ण स्वमग्नता लक्षणांच्या (Total autistic symptoms) चला वर दोनदा स्पर्श करून त्याची निवड काढून टाकण्यासाठी त्याला डाव्या चलांमध्ये हलवा; नंतर स्वमग्नता व्यक्तिमत्व विकार चलाची निवड करून उजव्या बाजूला निवडलेल्या चलांच्या जागेत हलवा.

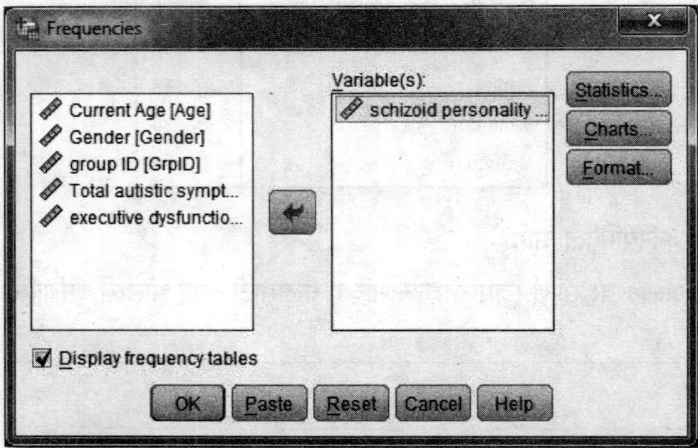

3. *स्वमग्नता व्यक्तिमत्व विकार* चलासाठी *Output* संवाद दिसण्यासाठी OK पर्याय निवडा.
4. *Statistics Viewer* वर संपूर्ण *स्वमग्नता व्यक्तिमत्व विकार* चलासाठी तयार झालेली संख्याशास्त्रीय सारिणी बघा.

Statistics

schizoid personality disorder

N	Valid	71
	Missing	0
Skewness		.537
Std. Error of Skewness		.285
Kurtosis		-.275
Std. Error of Kurtosis		.563
Range		18
Minimum		7
Maximum		25

या डेटाबाबत काय अनियमितता आहे?

5. *Statistics Viewer* वर संपूर्ण *स्वमग्नता व्यक्तिमत्व विकार* चलासाठी तयार झालेली वारंवारिता आयताकृती पाहा.

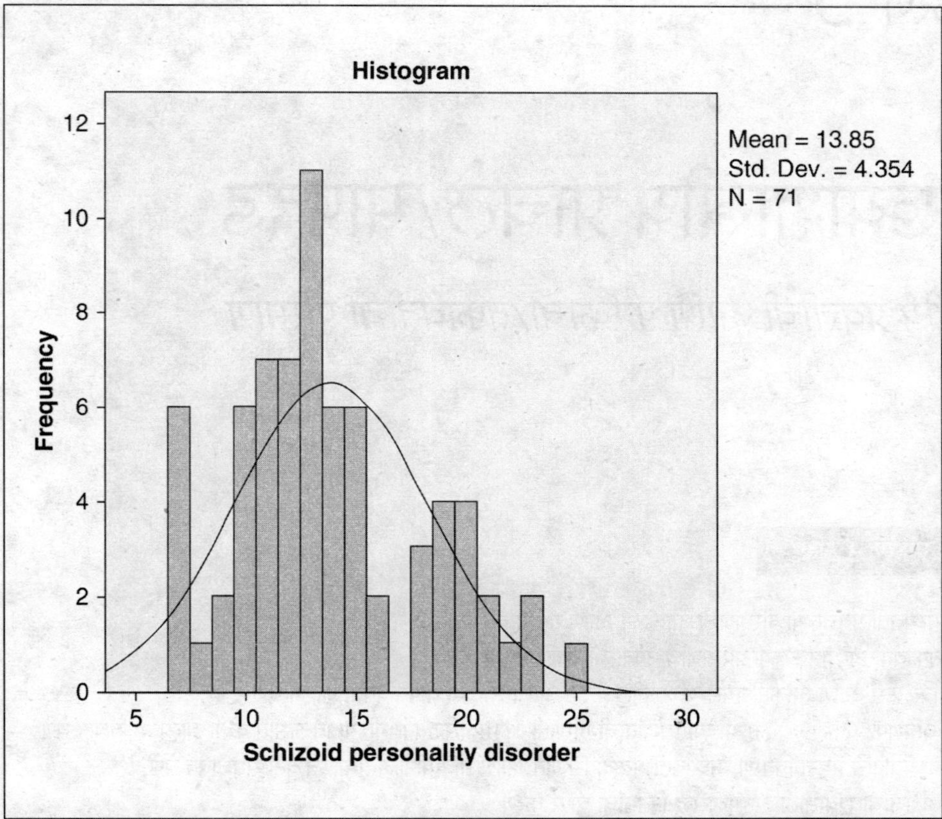

ही वारंवारिता आयताकृती आपल्याला डेटाबाबत काय सांगते?

न साठवता *Statistics Viewer* बंद करा.

प्रकरण 3

संख्याशास्त्रीय प्राचले/मापदंड

केंद्रीय प्रवृत्तीची आणि फरकाची/तफावतीची परिमाणे

प्रकरण 3 उद्दिष्टे

- मध्यवर्ती प्रवृत्तीच्या परिमाणांचे आकलन आणि गणना करणे
- तफावतीच्या/फरकाच्या परिमाणांचे आकलन आणि गणना करणे
- क्लिंकर्स आणि आऊटलायर्स यांच्यातील फरक आणि त्यांच्या वापराविषयी जाणून घेणे
- चेबिशेफ Tchebysheff यांच्या सिद्धांताची परिणती अनुभवसिद्ध नियमांच्या विकासात कशी झाली हे जाणून घेणे
- मध्यमानांचे नमुना वितरण, मध्यवर्ती मर्यादा सिद्धांत आणि मध्यमानाची प्रमाणित त्रुटी समजावून घेणे
- अंदाज बांधण्यासाठी अनुभवसिद्ध नियमांचा वापर करणे

केंद्रीय प्रवृत्तीची परिमाणे

आलेख आणि संख्यांच्या सारिण्यांबरोबर, संख्याशास्त्रज्ञ नेहमी संख्यांच्या संचाचे वर्णन करण्यासाठी काही सर्वसाधारण परिमाणे वापरतात. या परिमाणांचे दोन मुख्य गट आहेत. त्यातील एक, परिमाण गटातील संख्या संख्यारेषेवरील एखाद्या बिंदूभोवती (कोणत्याही मूल्याभोवती) कशा एकत्रित झाल्या आहेत, याचे मापन करतो.या परिमाणांच्या गटाला केंद्रीय प्रवृत्तीची परिमाणे (measures of central tendency) असे म्हणतात. तुम्हाला, या पूर्वीच, यातील एक अत्यंत लोकप्रिय संख्याशास्त्रीय परिमाण, मध्यमान किंवा सरासरी, माहीत झाले आहे आणि तुम्ही वापरलेही आहे.

मध्यमान

एखाद्या प्राप्तांकांच्या संचाची अंकगणिती सरासरी म्हणजे मध्यमान होय. मध्यमानाचे विविध प्रकार आहेत, उदाहरणार्थ, हार्मनिक मध्यमान (harmonic mean), (ज्याची या पुस्तकात नंतर चर्चा केली जाणार आहे) आणि भूमितीय मध्यमान (geometric mean). प्रथम, आपण अंकगणिती मध्यमान पाहणार आहोत. मध्यमानातून एखाद्याला, प्राप्तांकांच्या संचाचा मध्य कोठे आहे, याची कल्पना येते. संचातील सर्व संख्यांची बेरीज घेऊन तिला प्राप्तांकांच्या एकूण संख्येने भागल्यावर अंकगणिती मध्यमान मिळते.

तुम्ही, या आधीच, पहिल्या प्रकरणात मध्यमान कसे काढायचे, हे शिकले आहात. येथे त्याचे योग्य संख्याशास्त्रीय चिन्हांसह अधिकृत सूत्र पुन्हा दिले आहे.

$$\overline{x} = \frac{\sum_{i=1}^{k} x_i}{N}$$

जेथे,

$\overline{x}$ = मध्यमान,

$\sum_{i=1}^{k} x_i$ = संचातील सर्व प्राप्तांकांची बेरीज,

N = संचातील प्राप्तांकांची किंवा निरीक्षणांची संख्या.

हे लक्षात घ्या की या पुढे या पुस्तकात, आपण $\sum_{i=1}^{k} x_i$ · या चिन्हाऐवजी $\sum x$ हे लघुलिपीतील चिन्ह वापरणार आहोत.

मध्यमान, त्याच्यातील अनेक महत्त्व पूर्ण वैशिष्ट्यांमुळे उपयुक्त ठरते. कदाचित, स्पष्ट संकल्पनात्मक अर्थ ही त्याची सर्वात आकर्षक गुणवत्ता आहे. लोकांना एकदा मध्यमान कळले की, आपोआपच ते त्या न पाहिलेल्या डेटा संचाचे चित्र मनात निर्माण करू शकतात. त्याची आणखी एक गुणवत्ता ही की, त्याचे अंकगणिती सूत्र साधे आणि सोपे आहे. त्यात फक्त बेरीज, गणना आणि भागाकार यांचा समावेश आहे. या शिवाय, मध्यमानाच्या काही गुंतागुंतीच्या अंकगणिती गुणवत्ता आहेत ज्यामुळे मध्यमानाचा निदानात्मक संख्याशास्त्रासारख्या जास्त प्रगत संख्याशात्रीय प्रकारात खूप उपयोग होतो. मध्यमानाची आणखी एक गुणवत्ता म्हणजे नमुन्याचे मध्यमान हे जनसमूहाच्या मध्यमानाचा संतुलित अंदाज बांधते, असे म्हटले जाते. पण, पहिल्यांदा, आपण थोडे मागे जाऊ या.

निदानात्मक संख्याशास्त्र ही संख्याशास्त्राची एक अशी शाखा आहे जिच्यात नमुन्यावरून जनसमूहाबाबत निदान केले जाते किंवा अंदाज वर्तविले जातात. समाजातील घटक म्हणून आपण सतत काही मोठे (कोणत्या शाळेत शिकायचे, कोणाशी लग्न करायचे, किंवा शस्त्रक्रिया करायची की नाही यासारखे) आणि काही छोटे (कोणते कपडे परिधान करायचे, किंवा कोणत्या कंपनीचा सोडा खरेदी करायचा यासारखे) निर्णय घेत असतो. आपण अशी आशा करतो की आपले मोठे निर्णय योग्य संशोधनावर आधारलेले असतील. उदाहरणार्थ, जर आपण उच्च रक्तदाब कमी करण्यासाठी औषध घेण्याचा निर्णय घेत असलो तर, आपल्याला अशी खात्री करून घ्यायची असते की प्रतिसादकर्त्यांचा औषधाला मिळालेला प्रतिसाद फक्त नमुन्यासाठी, म्हणजे ज्यांनी उच्च रक्तदाबासाठी औषध घेतले आहे त्यांच्यासाठीच नाही तर जनसमूहासाठीही खरा ठरेल. म्हणून, आपण जर औषध घेतल्यानंतरच्या रोग्यांच्या रक्तदाबाचे मध्यमान काढले तर आपल्याला अशी आशा

असते की ते जनसमूहाच्या मध्यमानाचा संतुलित अंदाज वर्तवेल; म्हणजेच, नमुन्याच्या मध्यमानाची प्रवृत्ती जनसमूहाच्या मध्यमानापेक्षा, μ (हे mu असे ही लिहिले जाते आणि म्यू (mew) असे उच्चारले जाते) जास्त किंवा कमी असू नये. म्हणजेच, जर एका मोठ्या जनसमूहातून एका मागून एक असे नमुने यादृच्छिक पद्धतीने निवडले, तर प्रत्येक नमुन्याचे मध्यमान μ च्या जेवढे वर असण्याची शक्यता आहे तेवढेच ते खाली असण्याचीही आहे. ही गुणवत्ता आणखी एका कारणाने उपयुक्त आहे; याचा अर्थ असा की, जनसंख्येच्या μ चे आणि नमुन्याच्या $\bar{x}$ चे सूत्र एकच आहे. ती सूत्रे खालीलप्रमाणे:

	Sample	*Population*
Mean	$\bar{x} = \frac{\sum x}{N}$	$\mu = \frac{\sum x}{N}$

मध्यगा

जरा मागे बघून असा विचार करा की, या आधी, तुम्ही कधी अमेरिकेतील उत्पन्नाचा अथवा संपत्तीचा अहवाल ऐकला आहे का. त्यांनी उत्पन्नाचे (किंवा संपत्तीचे) मध्यमान अथवा मध्यगा अहवालात दिल्याचे तुम्हाला आठवते का? अशी खूपच शक्यता आहे की, तुम्हाला अहवालातील मध्यमानाचा नाही तर मध्यगेचा उल्लेख आठवेल. मध्यमान हे खूप मोठ्या प्रमाणावर वापरले जाणारे केंद्रीय प्रवृत्तीचे मापक असले तरी ते नेहमीच वापरासाठी योग्य असते असे नाही. अशा अनेक परिस्थिती असू शकतात की जेव्हा मध्यगा हे केंद्रीय प्रवृत्तीचे जास्त चांगले मापक असते. मध्यगा हे संख्यांच्या एखाद्या संचातील असे एक मूल्य असते जे संचातील संख्यांची चढत्या भाजणीत रचना केल्यावर संच दोन समान भागात विभागते. अशाप्रकारे, जेव्हा मध्यगेचे मूल्य मिळते तेव्हा संचातील निम्म्या संख्या त्या मूल्याच्या वर आणि निम्म्या त्या मूल्याच्या खाली असल्या पाहिजेत. अमेरिकेच्या उत्पन्नाबाबत अथवा संपत्तीबाबत अहवालांमध्ये मध्यगेचा वापर केलेला असतो या मागचे कारण असे की, उत्पन्न आणि संपत्ती हे असमान पद्धतीने वितरित (म्हणजेच, ते प्रसामान्य पद्धतीने वितरित झालेले नसतात) झालेले असतात. उत्पन्न आणि संपत्तीच्या वारंवारिता वितरणाचा आलेख झुकलेले वितरण दर्शवेल. आता, निर्माण झालेले वितरण धन झुकाव असलेले असेल की ऋण झुकाव असलेले असेल? जर तुम्ही संपत्तीबाबत विचार करीत असाल तर याचे उत्तर देणे सोपे आहे. अमेरिकेतील अनेक लोक श्रीमंत आहेत का आणि फारच थोडे रेषेबाहेरील गरीब लोक आहेत का, की अनेक लोक मर्यादित श्रीमंत आहेत आणि फार थोड्यांकडे भरपूर पैसा आहे? सरळ आहे, की नंतरचे विधान सत्य आहे. असे नेहमी म्हटले जाते की अमेरिकेतील सर्वात श्रीमंत 3% लोकांकडे देशाच्या एकूण संपत्तीच्या 40% संपत्ती आहे. म्हणजेच, संपत्तीचा झुकाव धन आहे. संपत्तीचे मध्यमान झुकलेले असेल किंवा उजव्या बाजूला कललेले असेल ज्यात फारच थोडी उच्च मूल्ये असल्याने सर्वसामान्य अमेरिकन व्यक्ती प्रत्यक्षात आहे त्या पेक्षा फार जास्त श्रीमंत असल्याचे दिसेल. सर्व झुकाव असलेल्या वितरणांमध्ये, मध्यमानावर थोड्या मोठ्या किंवा लहान प्राप्तांकांचा मोठा परिणाम होतो. म्हणजेच, मध्यमान खऱ्या अर्थाने संचाच्या प्राप्तांकांच्या केंद्रीय प्रवृत्तीचे प्रतिनिधित्व करते असे होणार नाही कारण ते थोड्या लांब पसरलेल्या प्राप्तांकांमुळे फुगवलेले (किंवा कमी झालेले) असते. अशा परिस्थितींमध्ये, मध्यगा हे केंद्रीय प्रवृत्तीचे जास्त चांगले मापक ठरते. संचातील प्राप्तांकांच्या मांडणीच्या स्वरूपानुसार त्याची मध्यगा काढण्याचे सूत्र बदलते. अनेक वेळा, खालील दोन पद्धतींचा वापर करता येऊ शकतो.

पद्धत 1

जेव्हा प्राप्तांकांची मांडणी चढत्या क्रमाने असेल आणि संचात विषम संख्येने प्राप्तांक असतील, तेव्हा मधले मूल्य मध्यगा असेल. उदाहरणार्थ, खालील प्राप्तांकांच्या संचाचे परीक्षण करा:

7, 9, 12, 13, 17, 20, 22

यात सात संख्या असल्याने आणि सात ही विषम संख्या असल्याने संचातील मधली संख्या हे मध्यगेचे मूल्य असेल. म्हणून, 13 हा मध्यगेचा प्राप्तांक आहे. हे खरे आहे की नाही, हे तपासण्यासाठी, 13 च्या खाली आणि वर बरोबर समान संख्या आहेत का, ते पाहा . या गणितात, तीन प्राप्तांक 13 च्या वर (17, 20, 22) आणि तीन प्राप्तांक 13 च्या खाली (7, 9, 12) आहेत.

पद्धत 2

जेव्हा प्राप्तांकांची मांडणी चढत्या क्रमाने असेल आणि संचात सम संख्येने प्राप्तांक असतील, तेव्हा दोन मधल्या संख्याच्या मधला बिंदू मध्यगा असेल. उदाहरणार्थ, खालील प्राप्तांकांच्या संचाचे परीक्षण करा:

2, 3, 5, 6, 8, 10

यात सहा संख्या असल्याने आणि सहा ही सम संख्या असल्याने, 5 आणि 6 यांची सरासरी काढा, जी आहे 5.5, हे मध्यगेचे मूल्य असेल. हे लक्षात घ्या की, अशा परिस्थितीत, मध्यगेचे मूल्य ही संख्यांच्या संचात नसलेली काल्पनिक संख्या असते. आपण मागील संचातील संख्या थोड्या बदलून मध्यगा काढू या:

2, 3, 5, 7, 8, 10

यात, 5 आणि 7 या दोन मध्यातील संख्या आहेत, आणि त्यांची सरासरी 6 येते; म्हणून, या प्राप्तांकांच्या संचाची मध्यगा आहे 6. या शेवटच्या संचाचे आपण मध्यमान काढूया, ते 5.8 येते. या संचात, मध्यगा मध्यमानापेक्षा थोडी मोठी आहे. तरीही, सर्वसाधारणपणे असे म्हणता येईल की, या दोन केंद्रीय प्रवृत्तींच्या मापकांमध्ये खूप मोठा फरक आढळत नाही. याचे कारण हे की, संचात संख्या सम प्रमाणात वितरित झाल्या आहेत. ज्या जनसमूहातून हा नमुना निवडला आहे त्याचे वितरण प्रसामान्य असेल (झुकलेले नसेल) तर नमुन्याच्या मध्यमान आणि मध्यगेची मूल्ये जवळजवळ समान असतील. एखाद्या अत्यंत प्रसामान्य वितरित नमुन्यात, मध्यमान आणि मध्यगेची मूल्ये एकच असतील.

आता, आपण मागील संख्यांच्या संचातील संख्या पुन्हा एकदा बदलू या:

2, 3, 5, 7, 8, 29

आता, या संख्यांच्या संचाचे मध्यमान 9.0 येते, आणि मध्यगा मात्र 6 राहिली आहे. हे लक्षात घ्या की, मध्यमानाचे मूल्य एकाच सर्वात मोठ्या मूल्याकडे झुकले आहे, मात्र मध्यगेवर या झुकलेल्या मूल्याचा कोणताही परिणाम झाला नाही. या उदाहरणात मध्यमान हे केंद्रीय प्रवृत्तीचे चांगले मापक ठरत नाही कारण संचातील सहापैकी पाच संख्या मध्यमानाच्या 6 या मूल्याच्या खाली आहेत. म्हणून, जर संचातील संख्याचे वितरण झुकलेले असेल तर मध्यगा हे केंद्रीय प्रवृत्तीचे जास्त चांगले मापक ठरू शकते. याचे उदाहरण आकृती 3.1 मध्ये पाहा.

आकृती 3.1 मध्यगा आणि मध्यमान दर्शविणारे वितरणाचे आलेखीय उदाहरण

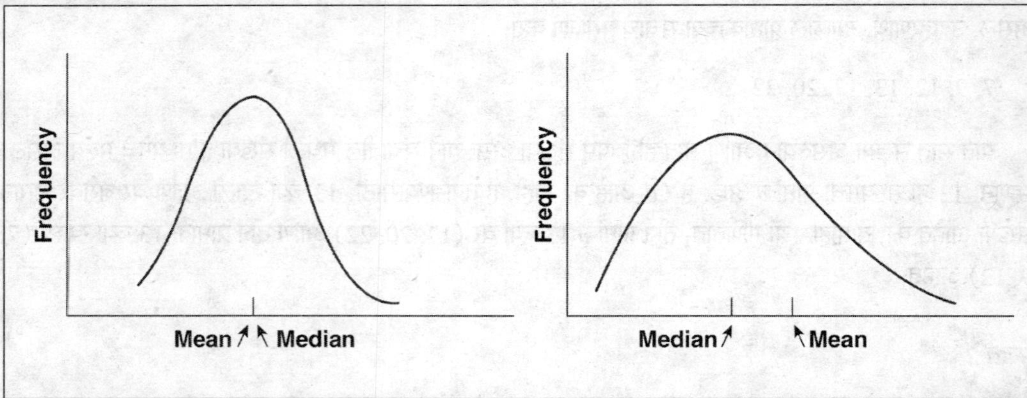

जर वरीलपैकी कोणतीही पद्धत वापरताना मध्यगा मूल्यात दोन संख्यांचे एकच मूल्य आले, तर मागील दोन पद्धतींपेक्षा खूप जास्त गुंतागुंतीचे तिसरे सूत्र वापरण्यासाठी संख्याशास्त्राच्या प्रगत पुस्तकाचा वापर तुम्हाला करावा लागेल. उदाहरणार्थ, खालील प्राप्तांकांच्या संचाचे परीक्षण करा:

2, 3, 5, 5, 5, 10

या संचात प्राप्तांकांची संख्या सम आहे, आणि आपण, साधारणतः, मध्यातील दोन मूल्यांची सरासरी घेतली पाहिजे. परंतु, येथे तीन वेळा 5 आहेत,त्यामुळे मध्यगा मूल्यात तीन संख्यांचे एकच मूल्य आले .हे लक्षात घ्या की आपण 5 हे मध्यगेचे मूल्य मानले तर मध्यगा मूल्याच्या वर एक वेळा 5 ही संख्या आणि दोन वेळा मूल्याच्या खाली 5 ही संख्या आहे. म्हणून, 5 हे मध्यगेचे योग्य मूल्य असत नाही. ते खरेतर, 4.54 येते, पण हे देखील, गोंधळात टाकणारे आहे (कारण या प्राप्तांकांच्या खाली दोन मूल्ये आणि वर चार मूल्ये आहेत); असे असले तरी, सैद्धांतिकदृष्ट्या ही योग्य मध्यगा आहे.

बहुलक

बहुलक हे केंद्रीय प्रवृत्तीचे तिसरे मापक आहे. प्राप्तांकांच्या संचामध्ये जास्तीत जास्त वारंवारितेने येणारा प्राप्तांक/गुणांक हा बहुलक असतो. आधीच्या संख्यांच्या संचामध्ये 5 हा बहुलक आहे, कारण तो त्या संचातील बाकीच्या कोणत्याही संख्यापेक्षा जास्त वारंवारितेने येत आहे. लक्षात घ्या की, त्या संचातील बहुलक 5 हा आहे, आणि बहुलक प्राप्तांकांची वारंवारिता (ते किती आहेत) 3 आहे, कारण संचात 5 तीनदा आला आहे.

हे ही शक्य आहे की, एका संख्यांच्या संचात दोन किंवा जास्त बहुलक असतील. उदाहरणार्थ, ह्या संचाचे परीक्षण करा.

2, 3, 3, 3, 4, 5, 6, 6, 6, 8

ह्या संचात दोन बहुलक आहेत: एक बहुलक गुणांक 3 हा आहे आणि दुसरा बहुलक गुणांक 6 हा आहे. दोनही बहुलक गुणांची वारंवारिता 3 आहे. ज्या वितरणाला दोन निरनिराळे बहुलक असतील, त्याला द्वीबहुलकीय वितरण असे म्हटले जाते. निरनिराळ्या नमुन्यांमध्ये बहुलक गुणांक मोठ्या प्रमाणात बदलू शकतो; आणि म्हणूनच केंद्रीय प्रवृत्तीचा तो सर्वसाधारणतः

चांगला मापक मानला जात नाही. नाममात्र किंवा वर्गीय (categorical) मापनपट्ट्यांमध्ये एक मापक म्हणून बहुलकाला बहुधा सर्वाधिक महत्त्व प्राप्त होते. उदाहरणार्थ, एखाद्या अभ्यासात आपण असा अहवाल लिहू की, तेथे सहभागींमध्ये 18 पुरुष आणि 14 स्त्रिया होत्या. जरी हे सहज आणि अंतःप्रेरणेने समजेल असे वाटले, तरी आपल्याला माहीत आहे की, तेथे स्त्री सहभागींपेक्षा पुरुष सहभागी जास्त होते कारण आपण पाहू शकतो की, 18 (पुरुष) हा बहुलक गुणांक आहे.

केंद्रीय प्रवृत्तीच्या मापकांमधील निवड करणे

"मरणाऱ्यांची स्वप्ने" (कुलीज आणि फिश, 1983), या माझ्या जुन्या जर्नलमधील लेखात, एका पदवीपूर्व विद्यार्थ्याला आणि मला, मृत्यूशय्येवर असणाऱ्या 14 कॅन्सर रुग्णांच्या स्वप्नांचा अहवाल मिळाला. लेखाच्या संशोधन पद्धतीसंबंधीच्या भागात, आम्ही अभ्यासासाठी निवडलेल्या 14 व्यक्तींची वये नोंदविली. 14 व्यक्तींच्या वयाच्या यादीऐवजी संख्याशास्त्रीय परिमाणांपैकी कोणता योग्य ठरला असता? अर्थातच, केंद्रीय प्रवृत्तीची मापके. खालील संख्या अभ्यासासाठी निवडलेल्या व्यक्तींची मृत्युसमयी असलेली वये दाखवितात:

28, 34, 40, 40, 42, 43, 45, 48, 59, 59, 63, 63, 81, 88

या संचातील प्राप्तांकांचे मध्यमान 52.4 आहे आणि मध्यगा 46.5 [(45+48)/2]. विशिष्टप्रकारे, संशोधक मध्यमान आणि मध्यगा हे दोन्ही अहवालात नोंदविणार नाही, तर मग, तो या दोहोंपैकी कोणत्या मापकाचा उल्लेख करेल? वारंवारिता वितरणाचा आलेख (10 वर्षांचे मध्यंतर ठेवून) असे दाखवितो की, वितरण उजव्या बाजूस झुकलेले आहे. वारंवारिता वितरणाच्या दोन प्रकारांसाठी आकृती 3.2 पाहा.

या स्पष्टपणे दिसणाऱ्या झुकावामुळे, मध्यमान टोकाच्या 81 आणि 88 या प्राप्तांकांकडे ओढले गेले आहे. म्हणून या उदाहरणात, आम्ही मध्यमानाऐवजी मध्यगा नोंदविला.

बऱ्याचशा संख्याशास्त्रीय परिस्थितींमध्ये, मध्यमान हे सर्वाधिक सामान्यतः वापरले जाणारे केंद्रीय प्रवृत्तीचे मापक आहे. बीजगणिती प्रक्रिया करण्याच्या त्याच्या क्षमतेशिवाय ते इतर संख्याशास्त्रीय सूत्रांबरोबर आणि प्रक्रियांबरोबर वापरले जाते; असे असले तरी, ते निरनिराळ्या नमुन्यांच्या संदर्भात बदलास विरोधही करते.

आकृती 3.2 वारंवारिता वितरणाचे दोन प्रकार

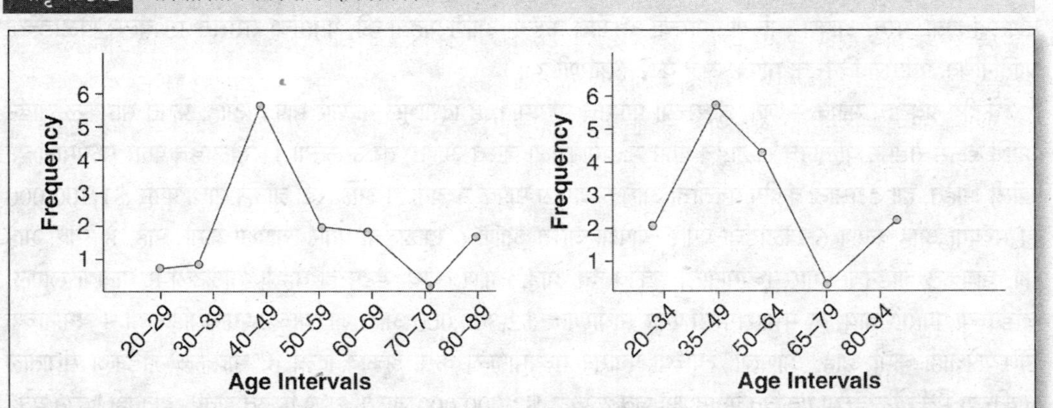

मायकेल जॉर्डन (जन्म 17 फेब्रुवारी 1963)

स्रोत: छायाचित्र © स्टीव्ह लीपोफ्स्की, www.Basketballphoto.com. छायाचित्रकाराच्या परवानगीने घेण्यात आलेले छायाचित्र.

क्लिंकर्स आणि आऊटलायर्स

काही वेळा जेव्हा आपण डेटा जमा करत असतो, तेव्हा आपल्याला सामग्रीच्या संदर्भात अपयश येऊ शकते, किंवा ग्राहक प्राधान्य अभ्यासात आपल्याकडे आलेला अभ्यास घटक इंग्लिश न बोलणारा असू शकतो. अशा परिस्थितींमध्ये जमा झालेला डेटम पूर्णतः चुकीचा असू शकतो, किंवा स्पष्टपणे अयोग्य असू शकतो. एबल्सनने (1995) अशा संख्यांना क्लिंकर्स असे नाव दिले आहे. एबल्सनने असा युक्तिवाद केला आहे, की जर क्लिंकर्सना ठेवणे अयोग्य असेल तर त्यांना काढून टाकावे, आणि त्यांच्या जागी जास्तीची माहिती मिळवावी. मी हे करू शकतो का? हे नैतिकदृष्ट्या योग्य आहे का? तुम्ही प्रामाणिकपणे स्वतःला हे प्रश्न विचारले पाहिजेत. तुके (1969) आणि एबल्सन या दोघांनीही संख्याशास्त्रीय नियमांचा "अतिरेकी" (खूप जास्त) वापर किंवा त्यांचे "पावित्र्य" (देवासमान) मानण्याच्या विरोधात धोक्याची सूचना दिली आहे. सामग्रीच्या संदर्भातील अपयशामुळे जर सरळसरळ असाधारण प्राप्तांक मिळाले असतील, किंवा सर्वेक्षणातील काही सहभागी व्यक्ती इंग्लिश बोलू शकत नसल्याने, काही प्रश्नांची उत्तरे देऊ शकलेल्या नसतील, तर आपण पुढे काय करायचे ते स्पष्ट आहे. हा डेटा तसाच ठेवला तर संख्याशास्त्रीय शोधन प्रक्रियेचा खरा आशयच नाहीसा होऊन जाईल. जर आपण असा डेटा तसाच ठेवला, तर आपण संख्याशास्त्राच्या दृष्टीने पुराणमतवादी नव्हे तर मूर्ख मानले जाऊ.

दुसऱ्या प्रकारचे असाधारण प्राप्तांक आऊटलायर्स या नावाने ओळखले जातात. आऊटलायर्स हे असे विचलित झालेले प्राप्तांक असतात की जे नियमानुसार गोळा केलेले असतात आणि सामग्रीच्या संदर्भातील अपयशामुळे मिळालेले नसतात. क्लिंकर्स आपण नियमानुसार बाहेर काढून टाकू शकतो, परंतु आऊटलायर्स हे जरा जास्तच किचकट समस्या असतात. उदाहरणार्थ, एका वृत्तपत्राच्या क्रीडा विभागाने अशी बातमी दिली की, शिकागो बुल्स हा सर्वाधिक जास्त मोबदला मिळवणारा राष्ट्रीय बास्केटबॉल संघटनेतील संघ होता, (1996–1997) ज्यातील खेळाडूंचा सरासरी मोबदला $4.48 दशलक्ष होता. परंतु, आपण त्यांच्या पगारांचा अभ्यास करूया आणि पाहूया की, पगारांची सरासरी 13 बुल्स खेळाडूंच्या प्रातिनिधिक पगाराचे बिनचूक मापक आहे का? (सारिणी 3.1)

केंद्रीय प्रवृत्तीचे मापक म्हणून, बुल्सच्या पगारांचे मध्यमान, हे दिशाभूल करणारे मापक आहे. फक्त मायकेल जॉर्डन आणि डेनिस रोडमन या दोनच खेळाडूंचे पगार मध्यमानापेक्षा जास्त आहेत, तर उरलेल्या 11 खेळाडूंचे पगार मध्यमानाच्या खाली आहेत. ह्या डेटासाठी केंद्रीय प्रवृत्तीचा अधिक चांगला मापक मध्यगा हा आहे. रँडी ब्राऊन याचा पगार $1,300,000 हा मध्यगा आहे कारण 6 खेळाडूंचा पगार त्यापेक्षा जास्त आणि 6 खेळाडूंचा पगार त्यापेक्षा कमी आहे. हे स्पष्ट आहे की, मायकेल जॉर्डनचा पगार मध्यमानाला झुकाव देत आहे, आणि त्याचा डेटम हा बहुधा आऊटलायर मानावा लागेल. जॉर्डनच्या पगाराशिवाय, बुल्सचा सरासरी पगार साधारणतः $2,300,000 आहे, जो त्याच्या पगारासहितच्या मध्यमानाच्या निम्म्यापेक्षाही कमी आहे. आणखी, त्याच्या पगाराने मध्यमानाला कसा झुकाव दिला हे, मायकेल जॉर्डनला संघातील बाकीच्या सर्व खेळाडूंच्या एकत्रित पगारापेक्षा जवळजवळ $2,000,000 जास्त कमाई मिळत होती!, यातूनही दिसून येते.

आपण या ठिकाणी आऊटलायरच्या समस्येचा पुन्हा विचार करू. हे लक्षात घ्या की, जॉर्डनच्या प्रकरणात त्याचा डेटम आपण आऊटलायर म्हणून काढून टाकला नाही. प्रथमतः आपण तो आऊटलायर आहे हे ओळखले (वितरणाच्या मध्यमानाला तो झुकाव देत आहे म्हणून) आणि, म्हणून आपण त्याऐवजी मध्यगा पगाराची नोंद केली. दुसरे म्हणजे, आपण डेटाचे (संघाचे पगार) दोन प्रकारे विश्लेषण केले, जॉर्डनच्या पगारासह आणि त्याच्या पगाराशिवाय, आणि दोन्ही विश्लेषणे नोंदविली. आऊटलायर्स असलेल्या डेटाचे विश्लेषण देताना, तत्क्षणी देता येईल असे उत्तर नसते. मात्र दुसरा पर्याय, (डेटाचे दोन प्रकारे विश्लेषण करणे आणि दोन्ही विश्लेषणांची नोंद करणे) हा अर्धपुराणमतवादी मानला जाऊ शकेल. अधिक पुराणमतवादी पद्धत म्हणजे डेटाचे आऊटलायरसह विश्लेषण करणे आणि त्याची नोंद करणे आणि आऊटलायरशिवाय दुसरे कोणतेही विश्लेषण न करणे, ही होय.

सारिणी 3.1 संचित वारंवारिता वितरण

Player	*Salary ($)*
Jordan	30,140,000
Rodman	9,000,000
Kukoc	3,960,000
Harper	3,840,000
Longley	2,790,000
Pippen	2,250,000
Brown	1,300,000
Simpkins	1,040,000
Parish	1,000,000
Wennington	1,000,000
Kerr	750,000
Caffey	700,000
Buechler	500,000

अनिश्चित किंवा दुटप्पी (इक्विव्होकल) निर्णय

माझे एक सहकारी संख्याशास्त्राचा सारांश एकाच वाक्यात करतात. "ते मापनाविषयी आहे." बरेचदा, क्लिंकर्स आणि आऊटलायर्स सारख्या प्रकरणांमध्ये मापन हे जितके वाटते तितके सरळसोट नसते. कधीकधी, मापनाविषयी समस्या निर्माण होतात कारण मापनपद्धतींमध्ये काही दोष असतात, किंवा मापनातच समस्या असतात. मापनाचे निष्कर्ष जेव्हा अस्पष्ट, अनिश्चित, किंवा अवाचनीय असतात, तेव्हा त्यांना दुटप्पी (इक्विव्होकल) असे म्हटले जाते.

परीक्षणाचा परिणाम जेव्हा धनात्मकही नाही आणि ऋणात्मकही नाही परंतु या दोन स्थितींच्या मध्ये असतो, तेव्हा निकाल मध्यममार्गी असतो. याचे उदाहरण असे असू शकेल की, घरगुती प्रेग्नन्सी कीट, महिला प्रेग्नंट असल्यास लाल रंग दर्शविते, आणि जर नसेल तर पांढरेच राहते. जर ते गुलाबीसर झाले तर त्यापासून काय अर्थबोध काढायचा? जेव्हा

परिणाम ना धड धनात्मक, ना धड ऋणात्मक असा या दोहोंच्या मध्येच असतो, तेव्हा मध्यममार्गी निकाल मिळतो. प्रेग्नन्सी किटच्या उदाहरणात, किटचा रंग जरी हिरवा झाला तरी असेच घडेल. अखेरीस असे म्हणता येईल की, जेव्हा परीक्षण योग्य सूचनांनुसार केलेले नसते किंवा जेव्हा त्याची मूल्ये पूर्णतः दिलेल्या मर्यादांच्या पलीकडे गेलेली असतात, तेव्हा अर्थ लावता न येणारा निकाल लागलेला असतो.

विचलनाची परिमाणे (मापके)

संख्याशास्त्रीय निकषांचा दुसरा मोठा वर्ग म्हणजे तफावतीचे मापक. तफावतीची मापके आपल्याला हे सांगतात की, संचातील संख्यांच्या केंद्रीय मूल्यापासून प्राप्तांक किती दूरवर पसरले आहेत. त्यांना विचलनाची मापके असेही म्हणतात. विचलनाचे तीन सामान्य निकष आहेतः विस्तार (रेंज), प्रमाण विचलन (स्टँडर्ड डेव्हीएशन) आणि प्रचलन (व्हेरीअन्स). संख्याशास्त्रात केंद्रीय प्रवृत्तीची मापके अत्यावश्यक आहेतच, शिवाय विचलनाचे मापक संख्यांच्या वितरणाविषयी दुसरे महत्त्वाचे परंतु वेगळे चित्र मांडतात. उदाहरणार्थ, तुम्ही 3 फूट खोल पाणी असलेल्या तलावात पोहण्याचा प्रयत्न न करण्याविषयी धोक्याची सूचना दिल्याचे ऐकले आहे का? जेव्हा मध्यमान आपल्याला तो तलाव उथळ असल्याचे चित्र दर्शविते, आपल्याला अंतःप्रेरणेने सहज समजू शकते की,जर तलाव सरासरी 3 फूट खोल असेल तर या तलावातील काही जागा जास्त खोल तर काही जागा जास्त उथळ असू शकतील. अशा प्रकारे, केंद्रीय प्रवृत्तीचे मापक गुणांक मध्य मूल्याच्या जवळ कसे गोळा होतात, याचे आकलन होण्यास मदत करतात, आणि विचलनाचे मापक मोठे गुणांक मध्य मूल्यापासून किती दूर, लांब किंवा खोल पसरलेले आहेत हे समजण्यास उपयुक्त ठरतात.

विस्तार (रेंज)

विस्तार (रेंज) हे सर्वात सोपे विचलनाचे मापक आहे. संख्यांच्या संचातील सर्वात मोठ्या आणि सर्वात लहान अंकामधील अंतराचे वर्णन विस्तारामध्ये केले जाते. साधारणपणे, संख्याशास्त्रज्ञ मर्यादा मूल्य नोंदवत नाहीत तर ते सर्वात मोठा आणि सर्वात लहान प्राप्तांक मांडतात. उदाहरणार्थ, प्राप्तांकांचा पुढील संच दिलेला असताना, 85, 90, 92, 98, 100, 110, 122, विस्तार मूल्य, 122 – 85 =37 आहे. म्हणून, या संचाचे विस्तार मूल्य 37 आहे, किमान प्राप्तांक 85 आहे, तर कमाल प्राप्तांक 122 आहे.

हे नोंदविणेही महत्त्वाचे आहे की, या संचाचे मध्यमान 99.6 आहे, आणि मध्यगा 98 आहे. परंतु, केंद्रीय प्रवृत्तीच्या मापकांपैकी कोणतेच मापक आपल्याला मध्य मूल्यापासून संचातील संख्या किती दूरवर पसरलेल्या आहेत, ते सांगत नाहीत. 95, 96, 97, 98, 99, 103109, ह्या संख्यांच्या संचाचेही मध्यमान 99.6 आहे, आणि मध्यगा 98 आहे. परंतु, लक्षात घ्या की, विस्तार, एक विचलनाचे मापक म्हणून, आपल्याला हे सांगतो की, पहिल्या वितरणात, प्राप्तांक मध्य मूल्यापासून अधिक दूर पसरलेले आहेत (रेंज = 37), तर दुसऱ्या संचात, विस्तार फक्त 14 (109 – 95 =14) आहे. म्हणजेच, दुसरे वितरण पहिल्या वितरणाच्या तुलनेत, मध्य मूल्यापासून कमी विचलित झालेले आहे.

या प्रकरणात आपण आधी उल्लेखलेल्या स्वप्न संबंधी अभ्यासविषय असलेल्या व्यक्तींच्या वयाकडे वळूया. जरी या व्यक्तींच्या वयाचे मध्यमान 52.4 वर्षे होते, तरी आपल्याला त्यांची वये मध्य मानापासून कशी वितरित झालेली होती याची काहीच कल्पना नाही. खरे तर, मध्यगा नोंदविलेली असल्याने, वाचकांना अशी शंका येऊ शकते की, वये मध्याभोवती समान पद्धतीने वितरित झालेली नसावीत. वाचक असे योग्य भाकीत करू शकतात की, वये झुकाव वितरण दर्शवित असली

पाहिजेत, पण वाचकांना हे मात्र समजणार नाही की झुकाव धन स्वरूपाचा आहे की, ऋण स्वरूपाचा आहे. ह्या प्रकरणात, विस्तार (रेंज) उपयुक्त ठरू शकेल. उदाहरणार्थ, असे नमूद करता येईल की, प्राप्तांक किमान 28 पासून ते कमाल 88 पर्यंत मर्यादित झालेले आहेत (प्रत्यक्षातील 60 हे विस्तार मूल्य फार थोडे संकल्पनात्मक उपयुक्ततेचे ठरेल). जरी विस्तार (रेंज) उपयुक्त असला, तरी विचलनाचे इतर दोन मापक, प्रमाण विचलन आणि प्रचलन (व्हेरीअन्स /variance), खूप जास्त वेळा वापरले जातात. विस्तार प्राथमिक वर्णनात्मक सांख्यिकी म्हणून वापरला जातो, परंतु अधिक किचकट संख्याशास्त्रीय प्रक्रियांमध्ये तो उपयुक्त ठरत नाही, आणि नमुन्याच्या आकाराचे फलन म्हणून तो खूप मोठ्या प्रमाणात बदलतो (जेव्हा नमुन्याचा आकार मोठा असतो, तेव्हा विस्तार ही मोठा असतो). विस्तार फक्त कमाल आणि किमान प्राप्तांकांवर अवलंबून असतो (संचातील इतर सर्व प्राप्तांकांचा त्याच्याशी काहीही संबंध नसतो), आणि एखाद्या अनियमित मूल्यामुळे विस्तारावर नाट्यमय रित्या परिणाम होऊ शकतो.

प्रमाण विचलन

प्रमाण विचलन म्हणजे संख्याशास्त्राच्या समुद्रातील खरोखरीचा आधार होय. मध्यमानाच्या बरोबरीने, प्रमाण विचलन हे निदानात्मक संख्याशास्त्रातील सैद्धांतिक कोनशिला मानली जाते. प्रमाण विचलन, संचातील प्रत्येक संख्या, मध्यापासून सरासरीने किती वेगळी आहे, ह्याचे साधारण चित्र मांडते. प्रमाण विचलनाचे गुण लक्षात घेण्यासाठी आपण सरासरी विचलनाच्या कल्पनेचा विचार करू. आपण स्वप्नांच्या अभ्यासातील संबंधित व्यक्तींच्या छोट्या उपनमुन्याचे उदाहरण करून पाहू:

28, 42, 48, 59, 63

या संचाचे मध्यमान 48.0 आहे. आपण हे पाहूया की, प्रत्येक संख्या या मध्यमानापासून किती अंतरावर आहे.

Each Number ($\overline{x}_i$)	*Mean* ($\overline{x}$)	*Distance From Mean* ($x_i - \overline{x}$)
28	48	−20
42	48	−6
48	48	0
59	48	+11
63	48	+15

लक्षात घ्या की, धन आणि ऋण चिन्हे आपल्याला असे सांगतात की, प्रत्येक अंक मध्यमानाच्या वर आहे की खाली आहे. अंतराचा आकार किंवा श्रेणी आपल्याला ती संख्या मध्यमानाच्या किती जवळ किंवा दूर आहे, ते सांगतो.

ह्या प्राप्तांकांच्या संचाचे मध्यमान काढण्यासाठी, आपण ह्या पाच अंतरांच्या मूल्यांची बेरीज करू आणि त्याला पाचाने भागू कारण येथे पाच प्राप्तांक आहेत. मात्र, या उदाहरणात, जर आपण –20, –6, 0, +11, +15, यांची बेरीज केली, तर ती 0 (शून्य) येईल; आणि 0 भागिले 5 म्हणजे 0.

या समस्येसाठी एक उपाय म्हणजे, प्रत्येक अंतर निरपेक्ष मूल्यांमध्ये मोजणे. याचा अर्थ असा की, आपण ऋण चिन्हे लक्षात घ्यायची नाहीत. जर आता आपण अंतरांच्या निरपेक्ष मूल्यांचे मध्यमान काढायचा प्रयत्न केला, तर आपण 20, 6,

0, 11, आणि 15, यांची बेरीज करू, जी 52 आहे; आणि 52 ला 5 ने भागून 10.4 असे उत्तर मिळेल. आता आपल्यासमोर, प्रत्येक संख्या मध्यमानापासून सरासरीने किती दूर आहे, याचे चित्र उभे राहील; आणि ही संख्या 10.4 आहे.

विचलनांच्या निरपेक्ष मूल्यांची सरासरी हे विचलनाचे मापक म्हणून वापरले आहे, परंतु संख्याशास्त्रज्ञ, विशेषतः निदानात्मक संख्याशास्त्रात, विचलनाचे अधिक चांगले मापक म्हणून प्रमाण विचलनाला प्राधान्य देतात. विशेषकरून गणितज्ज्ञांच्या दृष्टिकोनातून, या प्राधान्यामागील एक कारण असे की निरपेक्ष मूल्याचे सूत्र बीजगणिती पद्धतीने हाताळता येत नाही.

प्रमाण विचलनाचे सूत्र

$$\sigma = \sqrt{\frac{\sum (x_i - \bar{x})^2}{N}}$$

लक्षात घ्या की, σ किंवा सिग्मा जनसंख्येचे प्रमाण विचलन दर्शविते. तुम्ही यापूर्वी $\sum$ (सिग्मा) हे चिन्ह संख्यांची एकत्र बेरीज करण्याची सूचना याअर्थी शिकला होतात. तेथे $\sum$ हे मोठ्या लिपीतील ग्रीक अक्षर आपण वापरले, तर आता, σ हे लहान लिपीतील ग्रीक अक्षर आपण वापरत आहोत. हे ही लक्षात घ्या की जरी त्यांचा उच्चार सारखाच असला, तरी त्याचा मूलभूत अर्थ पूर्णतः निराळा आहे. $\sum$ हे चिन्ह आज्ञावाचक सूचना देणारे, म्हणजेच, ते एक आज्ञा देते (गटातील संख्यांची बेरीज करा). दुसरे मूल्य σ हे जाहीरनामा किंवा घोषणेच्या स्वरूपाचे आहे, म्हणजे, ते एक वस्तुस्थिती मांडते (ते जनसंख्येच्या प्रमाण विचलनाचे मूल्य दर्शविते).

नमुन्याचे प्रमाण विचलन हे जनसंख्येच्या प्रमाण विचलनाचे विशिष्ट दिशेने झुकलेले अंदाजी मूल्य दर्शविते, आणि परिणामतः, येथे एक वाईट बातमी आहे आणि एक चांगली बातमी आहे. वाईट बातमी अशी की, येथे एक नमुन्याच्या प्रमाण विचलनासाठी आणि दुसरे जनसंख्येच्या प्रमाण विचलनासाठी अशी दोन निरनिराळी सूत्रे आहेत. चांगली बातमी अशी की, संख्याशास्त्रज्ञ बहुधा जनसंख्येतील अंकांबरोबर काम करत नाहीत. साधारणतः ते नमुन्यांबरोबरच काम करतात आणि ते नमुने ज्या जनसंख्येतून निवडले आहेत, त्या जनसंख्येबद्दल काही निष्कर्ष काढतात. म्हणून आपण फक्त नमुन्याचे सूत्रच वापरणार आहोत.

	Sample	*Population*
Standard deviation	$S = \sqrt{\frac{\sum (x_i - \bar{x})^2}{N-1}}$	$\sigma = \sqrt{\frac{\sum (x_i - \bar{x})^2}{N}}$

येथे S हे मोठ्या लिपीतील इंग्लिश अक्षर नमुन्याचे प्रमाण विचलन दर्शविते.

नमुन्याच्या प्रमाण विचलनातील विशिष्ट दिशेने असलेला कल दुरुस्त करणे

लक्षात घ्या की, दोन सूत्रांमध्ये फक्त छेदामध्ये फरक आहे. नमुन्याच्या सूत्रात छेदामध्ये $N-1$ असे आहे, आणि जनसंख्येच्या सूत्रात फक्त N आहे. मूळ सूत्र (म्हणजे छेदामध्ये फक्त N असलेले), नमुन्याला लागू केल्यास, जनसंख्येचे मूल्य सातत्याने कमी असल्याचे दर्शवित असल्याने, -1, हा विशिष्ट दिशेने असलेला कल, दुरुस्त करून सुधारणा

करण्यासाठी, घालण्यात आला. लक्षात घ्या की ही दुरुस्ती अंश स्थानाला मोठे करते (कारण ही दुरुस्ती छेदाला लहान करते), आणि त्यामुळे नमुन्याच्या प्रमाण विचलनाचे मूल्य मोठे होते (जर आपण अंशाला मोठ्या छेदाने भागले, तर अंशाचे मूल्य कमी होते, आणि जर आपण अंशाला लहान छेदाने भागले, तर अंशाचे मूल्य वाढते). विशिष्ट दिशेने असलेला कल दुरुस्त करण्यासाठी केलेली सुधारणा लहान आकाराच्या नमुन्यांमध्ये जास्त परिणाम करते, उदाहरणार्थ, 10 ऐवजी 9 ने भागणे. मोठ्या नमुन्यांमध्ये, सुधारणेची ताकद कमी होते, तरीही संख्याशास्त्रज्ञ मोठ्या नमुन्यांसाठीही, सूत्रातील दुरुस्ती तशीच ठेवतात.

x^2चे वर्गमूळ हे जवळपास x च्या निरपेक्ष मूल्याइतकेच कसे असते?

आधी नमूद केल्याप्रमाणे, संख्याशास्त्रज्ञांनी पहिल्यांदा विचलनाचे मापक म्हणून सरासरी विचलन काढताना, निरपेक्ष मूल्य पद्धतीचा वापर केला. परंतु, संख्येचा वर्ग करणे आणि नंतर त्याचे वर्गमूळ काढणे, या पद्धतीनेही, त्या संख्येचे मध्यमानापासूनचे अंतर, ऋण चिन्हाचा परिणाम टाळून, कायम राखले जाते. उदाहरणार्थ, जर आपण संख्यांचा एक संच घेतला, ज्याचे मध्यमान 4 आहे, आणि संचातील किमान मूल्य असणारी संख्या 2 आहे, तर 2–4 = –2. जर आपण –2 चा वर्ग केला, तर आपल्याला 4 मिळतील, आणि आपण 4 चे वर्गमूळ काढले, तर आपल्याला 2 मिळतील. म्हणजेच, आपण ऋण चिन्ह टाळले आणि मध्यमानापासूनच्या अंतराचे मूळ मूल्य कायम ठेवले. अशा प्रकारे, जेव्हा आपण प्रमाण विचलनाचे सूत्र लक्षात घेतो, तेव्हा आपण असे पाहतो की, अंशाचा वर्ग केला जातो, आणि अंतिम मूल्याचे वर्गमूळ काढले जाते. परंतु, जर आपण संख्यांचा एक संच घेतला, आणि निरपेक्ष मूल्य पद्धतीने प्रमाण विचलन काढले आणि वर्गांच्या वर्गमूळ पद्धतीने प्रमाण विचलन काढले, तर आपल्याला सारखेच उत्तर मिळेल, पण ते तंतोतंत सारखे असेल, असे नाही. वर्गांच्या वर्गमूळ पद्धतीत मध्यमानापासून दूर असणाऱ्या संख्यांना अधिक भार देण्याचा, एक गणिती गुणधर्म असतो. अशा प्रकारे, आधीचा संख्यांचा संच दिलेला असताना,

28, 42, 48, 59, 63

प्रमाण विचलन काढण्याच्या निरपेक्ष मूल्य पद्धतीने (विशिष्ट बाजूला असणाऱ्या कलाची दुरुस्ती न करता) मिळालेले मूल्य 10.4 आहे, तर वर्गांच्या वर्गमूळ पद्धतीने मिळालेले मूल्य 12.5 आहे.

प्रमाण विचलनाच्या संगणनाचे सूत्र

प्रमाण विचलनाच्या सूत्रामध्ये आणखी एक सुधारणा करण्यात आली आहे, आणि हा बदल प्रमाण विचलनाचे संगणन अधिक सुलभ करतो. खाली नमुन्याच्या प्रमाण विचलनाचे संगणन करण्याचे सूत्र दिलेले आहे.

$$S = \sqrt{\frac{\sum x^2 - \frac{(\sum x)^2}{N}}{N-1}}$$

लक्षात घ्या की, हे संगणनाचे सूत्र आधी नमूद केलेल्या सैद्धांतिक सूत्रासारखेच आहे. संगणनासाठीचे सूत्र फक्त संगणन करण्यास सोपे असते/करते. सैद्धांतिक सूत्र संपूर्ण डेटा तीनदा पालथा घालायला लावते, एकदा मध्यमान काढण्यासाठी, पुन्हा एकदा संचातील प्रत्येक संख्येतून मध्यमान वजा करण्यासाठी, आणि तिसऱ्यांदा त्यांचे वर्ग करून सर्वांची एकत्र बेरीज करण्यासाठी. लक्षात घ्या की, बऱ्याचशा कॅलक्युलेटर्समध्ये, $\sum x$ आणि $\sum x^2$ एकाच वेळी मोजता येतात; त्यामुळे संख्यांचा संच फक्त एकदाच भरावा लागतो. निश्चितच, अनेक कॅलक्युलेटर्स नमुन्याचे प्रमाण विचलन किंवा जनसंख्येचे मूल्य फक्त एक बटण दाबून मिळवून देऊ शकतात (सर्व डेटा भरल्यानंतर). इतकेच नाही, तर मापनाच्या सूत्राने, तुम्हाला बीजगणिताचा सराव करून पाहण्याची इच्छा होईल, आणि नंतर कॅलक्युलेटरवर एका बटणाच्या साहाय्याने तुमचे अंतिम उत्तर तपासून पहावेसे वाटेल. या अभ्यासक्रमात पुढे गेल्यावर, तुम्हाला प्रमाण विचलने एकत्र करण्याची आवश्यकता भासेल, आणि तुमच्या कॅलक्युलेटर्सच्या स्वयंचलित बटनांचा त्यावेळी क़ाहीच उपयोग होणार नाही. तुमचे बीजगणिती कौशल्यच त्यावेळी आवश्यक ठरेल, म्हणून आत्ताच त्याचा सराव करणे चांगले होईल.

प्रचलन (व्हेरीअन्स)

बदलाचे तिसरे मापक म्हणजे प्रचलन (व्हेरीअन्स). प्रमाण विचलनाशी त्याचा जवळचा गणिती संबंध असतो. प्रचलनाची व्याख्या, संचातील प्राप्तांकांच्या मध्यमानापासूनच्या अंतरांच्या वर्गांचे मध्यमान, अशी केली जाते. दुसऱ्या शब्दात, प्रमाण विचलनासाठी वापरलेले तेच सूत्र आपण येथे वापरतो, फक्त फरक एवढाच की, आपण अंतिम मूल्याचे वर्गमूळ काढत नाही. ही सूत्रे खालील तक्त्यात दाखविली आहेत:

	Sample	*Population*
Variance	$S^2 = \dfrac{\sum(x_i - \overline{x})^2}{N-1}$	$\sigma^2 = \dfrac{\sum(x_i - \overline{x})^2}{N}$

डेटाच्या संचाच्या प्रचलनाबद्दल संख्याशास्त्रज्ञ बरेचदा बोलतात, आणि निदानात्मक संख्याशास्त्रातील पुष्कळदा वापरला जाणारा तो एक निकष आहे. परंतु त्यामध्ये काही संकल्पनात्मक त्रुटी आहेत. त्यातील एक अशी की, प्रचलनाचे सूत्र मापनाच्या परिमाणांचा वर्ग तसाच ठेवते. उदाहरणार्थ, जर आपण असे म्हटले की, बुटांच्या आकारासाठीचे प्रमाण विचलन 2 इंच आहे, तर त्याला स्पष्ट संकल्पनात्मक अर्थ आहे. परंतु, विचार करा की, आपण असे म्हटले की, बुटांच्या आकाराचे प्रचलन 4 इंच वर्ग आहे, तर या जगात, "इंच वर्ग" याचा बुटांच्या आकाराच्या संदर्भात काय अर्थ आहे? वर्णनात्मक आणि निदानात्मक संख्याशास्त्रात, प्रमाण विचलनाची संकल्पना अधिक लोकप्रिय का आहे, याच्या अनेक कारणांपैकी एक कारण, ही संकल्पनात्मक त्रुटी आहे.

मध्यमानांचे नमुना वितरण, केंद्रीय मर्यादा सिद्धांत, आणि मध्यमानाची प्रमाणित त्रुटी

एखाद्या दिलेल्या जनसंख्येतूवन वारंवार (खूप वेळा) निवडलेल्या n या आकाराच्या नमुन्याचे सैद्धांतिक वारंवारिता वितरण म्हणजे नमुना वितरण (sampling distribution) होय. जर या अनेक नमुन्यांच्या मध्यमानांचे वारंवारिता वितरण

काढले तर नमुना वितरण तयार होते. 1810 मध्ये फ्रेंच गणितज्ज्ञ पिअरी ल प्लेस (Pierre LaPlace, 1749–1827) यांनी निर्विवादपणे केंद्रीय मर्यादा सिद्धांत (central limit theorem) मांडला ज्यात त्यांनी असे म्हटले की जर जनसंख्या प्रसामान्यपणे वितरित झालेली असेल तर मध्यमानांचे नमुना वितरण देखील प्रसामान्यपणे वितरित झालेले असेल. असे असले तरी, जास्त महत्त्वाचे हे की, जरी जनसंख्येतील प्राप्तांक प्रसामान्यपणे वितरित झालेले नसतील, तरी मध्यमानांचे नमुना वितरण प्रसामान्यपणे वितरित झालेले असेल. प्रामुख्याने जर तुम्ही संख्याशास्त्राचे जास्त वरच्या वर्गांचे शिक्षण घेणार असाल तर ही नंतरची संकल्पना जास्त महत्त्वाची आहे. मध्यमानांच्या नमुना वितरणाच्या प्रमाण विचलनाला मध्यमानाची प्रमाणित त्रुटी (standard error of the mean) असे म्हणतात. जसजसा वारंवार निवडलेल्या नमुन्यांचा आकार वाढत जातो तसतशी प्रमाणित त्रुटी लहान होत जाते. तसेच, नमुन्याचा आकार वाढत गेल्यानंतर वितरण प्रसामान्य होते. नमुन्याच्या कोणत्या आकाराला वितरण प्रसामान्य होते? अनेक संख्याशास्त्रज्ञांनी असे ठरविले आहे की $n = 30$ हे याचे उत्तर आहे. मात्र हे लक्षात घ्या की, जर जनसंख्या प्रसामान्यपणे वितरित झालेली असेल तर कोणत्याही आकाराच्या नमुन्याचे वितरण प्रसामान्यच असेल. नमुना वितरणाची वैशिष्ट्ये ही, या पुस्तकात नंतर दिलेल्या गृहीतप्रमेय तपासणी आणि संख्याशास्त्रीय चाचण्यांबाबत, महत्त्वपूर्ण पाया असतात. तथापि, संख्याशास्त्राच्या आत्ताच्या अभ्यासापुरते किमान हे लक्षात ठेवणे महत्त्वाचे असेल की: निदानात्मक संख्याशास्त्रात, अहेतुकपणे, $n \geq 30$ असताना नमुना मोठा ठरविला जातो.

अंदाज वर्तविण्यासाठी प्रमाण विचलनाचा वापर

रशियन गणितज्ज्ञ पाफ्रुती चेबिशेफ Pafrutti Tchebysheff (1821–1894) यांनी शेवटी प्रमाण विचलनाच्या प्रत्यक्ष व्यावहारिक वापरांसाठी एक सिद्धांत मांडला. त्यांचा हा सिद्धांत नमुने किंवा जनसंख्येला लावता येतो. या सिद्धांताने एखाद्या संचातील किती संख्या मध्यमानापासून प्रमाण विचलनाच्या किंवा प्रमाण विचलनांच्या मर्यादेत असतील या बाबत निश्चित अंदाज वर्तवता येतो. मात्र, हा सिद्धांत पुराणमतवादी ठरला आणि संख्याशास्त्रज्ञांनी अनुभवसिद्धता नियमाची (empirical rule) कल्पना विकसित केली. अनुभवसिद्धता नियम फक्त प्रसामान्य वितरणाला किंवा छोट्या टेकडीच्या आकाराच्या वितरणांनाच लागू होतो.

अनुभवसिद्धता नियम खालील गोष्टींचे अनुमान करू शकतो:

1. एकूण संख्यांपैकी अंदाजे 68% संख्या मध्यमानाच्या प्रमाण विचलनाच्या ± 1 मर्यादेत असतील.
2. एकूण संख्यांपैकी अंदाजे 95% संख्या मध्यमानाच्या प्रमाण विचलनाच्या ± 2 मर्यादेत असतील.
3. एकूण संख्यांपैकी अंदाजे 99% संख्या मध्यमानाच्या प्रमाण विचलनाच्या ± 3 मर्यादेत असतील.

उदाहरणार्थ, आपण पुन्हा मागे सांगितलेल्या स्वप्नाभ्यासातील अभ्यास विषय असलेल्या व्यक्तींच्या वयाचा विचार करू या:

28, 34, 40, 40, 42, 43, 45, 48, 59, 59, 63, 63, 81, 88

याचे मध्यमान आहे 52.4. नमुन्याचे प्रमाण विचलन काढण्याचे सूत्र पुढीलप्रमाणे:

$$S=\sqrt{\frac{\sum x^2-\frac{(\sum x)^2}{N}}{N-1}}=\sqrt{\frac{42287-\frac{(733)^2}{14}}{13}}=\sqrt{\frac{42287-\frac{537289}{14}}{13}}$$

$$=\sqrt{\frac{42287-38377.7857}{13}}=\sqrt{\frac{3909.2143}{13}}=\sqrt{300.7088}=17.34$$

म्हणून, $S = 17.34$.

आता आपण या मध्यमान आणि प्रमाण विचलनासाठी अनुभवसिद्धता नियम काय अनुमान करू शकतो ते पाहू.

1. $\bar{x}+1S=52.4+17.3=69.7$

   $\bar{x}-1S=52.4-17.3=35.1$

म्हणजेच, अनुभवसिद्धता नियमाचे अनुमान असे आहे की, एकूण संख्यांपैकी अंदाजे 68% संख्या 35.1 वर्ष ते 69.7 वर्ष या मर्यादेत असतील.

जर आपण डेटा तपासला तर, आपल्याला दिसते की 14 पैकी 10 संख्या या मर्यादांमध्ये आहेत, आणि 10/14 म्हणजे साधारणतः 70% येते. म्हणजेच, अनुभवसिद्धता नियम या संख्यांच्या वितरणासाठी तुलनात्मकदृष्ट्या बरोबर ठरला आहे.

2. $\bar{x}+2S=52.4+2(17.3)=52.4+34.6=87.0$

   $\bar{x}-2S=52.4-2(17.3)=52.4-34.6=17.8$

डेटा तपासला तर, आपल्याला दिसते की 14 पैकी 13 संख्या किंवा साधारणतः 93% संख्या दोन प्रमाण विचलनाच्या मर्यादांमध्ये आहेत. आणि अनुभवसिद्धता नियम 95% चा अंदाज वर्तवितो; म्हणजेच, या डेटासाठी पुन्हा तो तुलनात्मकदृष्ट्या बरोबर ठरला आहे.

3. $\bar{x}+3S=52.4+3(17.3)=52.4+51.9=104.3$

   $\bar{x}-3S=52.4-3(17.3)=52.4-51.9=0.5$

सर्वच्या सर्व 14 पैकी 14 संख्या मध्यमानाच्या 3 प्रमाण विचलनांच्या मर्यादांमध्ये आहेत. अनुभवसिद्धता नियम 99% चा अंदाज वर्तवितो, आणि पुन्हा असे दिसते की नियम तुलनात्मकदृष्ट्याबरोबर ठरला आहे. म्हणून, हा संख्यांचा संच अनुभवसिद्धता नियमाच्या मध्यमानाच्या प्रमाण विचलनांच्या ±1, ±2, आणि ±3 मर्यादांच्या अनुमानांच्या जवळ जात असल्याने प्रसामान्यपणे वितरित झाला आहे, असे म्हणता येते.

अनुभवसिद्धता नियमाचे व्यावहारिक उपयोग: आऊटलायर या संज्ञेची व्याख्या

काही संख्याशास्त्रज्ञ अनुभवसिद्धता नियमाचा वापर आऊटलायर संज्ञेची व्याख्या करण्यासाठी करतात. उदाहरणार्थ, काही संख्याशास्त्रज्ञांच्या मते, एखाद्या संचातील असा एखादा प्राप्तांक जो मध्यमानाच्या प्रमाण विचलनाच्या ±3 मर्यादेच्या बाहेर आहे त्याला आऊटलायर असे म्हणतात. मात्र, असे प्राप्तांक विश्लेषणातून काढून टाकण्याचा निर्णय काळजीपूर्वक घेण्याची गरज असते कारण ते जरी असंभव वाटत असले तरी प्रत्यक्षात घडलेले असतात.

अनुभवसिद्धता नियमाचे व्यावहारिक उपयोग: अनुमान आणि बुद्ध्यंक चाचण्या

सामाजिक शास्त्रे आणि इतर क्षेत्रांमध्ये अनुभवसिद्धता नियमाचे मोठे व्यावहारिक महत्त्व आहे. उदाहरणार्थ, बुद्ध्यंकाचे (IQ scores) (Wechsler यांच्या बुद्ध्यंक मापन चाचण्या) सैद्धांतिक मध्यमान 100 आणि प्रमाण विचलन 15 आहे. म्हणून, आपण, वाजवी अचूकतेने, एखाद्या यादृच्छिक पद्धतीने निवडलेल्या सर्वसामान्य लोकांच्या नमुन्यातील 68% लोकांचा बुद्ध्यंक 85 आणि 115 या दरम्यान असायला हवा, असे म्हणू शकतो.

या शिवाय, या नमुन्यातील फक्त 5% लोकांचा बुद्ध्यंक 70 पेक्षा कमी किंवा 130 पेक्षा जास्त असेल, कारण अनुभवसिद्धतेच्या नियमाप्रमाणे 95% लोक मध्यमानाच्या प्रमाण विचलनाच्या ±2 मर्यादेत असतील. कारण, बुद्ध्यंकांचे विचलन प्रसामान्य आहे आणि त्याचे दोन्ही बाजूचे शेवट अत्यंत प्रमाणबद्ध आहेत, असे गृहीत धरले आहे. म्हणूनच, 2.5% लोकांचा बुद्ध्यंक 70 पेक्षा कमी आणि 2.5% लोकांचा 130 पेक्षा जास्त असेल.

145 पेक्षा जास्त बुद्ध्यंक असलेल्या लोकांची शेकडेवारी किती असेल? 145 बुद्ध्यंक म्हणजे बरोबर मध्यमानाच्या प्रमाण विचलनांची ±3 मर्यादा आहे. अनुभवसिद्धता नियमाप्रमाणे 99% डेटा मध्यमानाच्या प्रमाण विचलनांच्या ±3 मर्यादेत असतो. त्यामुळे, जे 1% प्राप्तांक 145 पेक्षा जास्त किंवा 55 पेक्षा कमी मूल्यांचे असतील त्यातील 0.5% चा बुद्ध्यंक 145 पेक्षा जास्त असेल.

काही अधिक भाष्य

केंद्रीय प्रवृत्तीची परिमाणे आणि फरकाची परिमाणे, हे परिमाणांचे दोन ही गट सोप्या वर्णनात्मक संख्याशास्त्रात आणि निदानात्मक संख्याशास्त्रात महत्त्वाचे आहेत. या आधी वर्णन केल्याप्रमाणे, तुम्हाला लक्षात आले असेलच, की डेटाचे वर्णन करण्यासाठी या दोन्ही गटांच्या परिमाणांची किती गरज आहे. एक लक्षात ठेवा की संख्याशास्त्राचा उद्देश संख्या स्पष्ट आणि संक्षिप्त स्वरूपात सादर करणे, हा आहे. परिमाणे, मध्यमान, आणि प्रमाण विचलन ही दोन उद्दिष्टे वारंवार साध्य करतात, आणि प्रत्येक गटातील एक परिमाण डेटाचे वर्णन करण्यासाठी आवश्यक असते. मात्र, डेटाचे स्पष्ट वर्णन करणे, हाच संख्याशास्त्राचा महत्त्वाचा उद्देश आहे. म्हणून, मध्यमान आणि प्रमाण विचलन हे नेहमीच डेटाचे वर्णन करण्यासाठी योग्य परिमाण असतीलच असे नाही. काही वेळा, मध्यगेतूनच डेटाची जास्त योग्य कल्पना येऊ शकते, आणि नाममात्र किंवा वर्गवारीतील डेटाची योग्य कल्पना अनेक तफावतीच्या/फरकाच्या परिमाणातून येत नाही.

इतिहासाचा मागोवा

फिशर पासून ईल पर्यंत

रोनाल्ड ए.फिशर Ronald A. Fisher (1890–1962) यांनी इंग्लंड मधून खगोलशास्त्र विषयातील स्नातकपूर्व पदवी मिळविली होती. पदवीनंतर, त्यांनी संख्याशास्त्रज्ञ म्हणून काम केले आणि गणित विषय शिकविला. 29 व्या वर्षी, त्यांची नेमणूक शेतीविषयक प्रयोगशाळेत झाली. या जागेवर काम करण्यामागील प्रलोभन हे होते की, त्यांनी जवळजवळ 70 वर्षांचा गव्हाच्या उत्पादनाचा आणि हवामानाच्या परिस्थितीबाबत डेटा गोळा केला होता. या प्रयोगशाळेच्या संचालकांना फिशर हे डेटाचे संख्याशास्त्रीय विश्लेषण करून काही निष्कर्ष काढू शकतात का, हे पाहण्याची इच्छा होती. फिशर यांनी 14 वर्ष या पदावर काम केले. परिणामतः, आधुनिक संख्याशास्त्राची काही प्रबल सैद्धांतिक "पाळेमुळे" शेतीविषयक शास्त्रात विकसित झाली.

फिशर यांनी संख्या शास्त्रातील 1925 मध्ये *Statistical Methods for Research Workers* आणि 1935 मध्ये *The Design of Experiments* ही दोन श्रेष्ठ पुस्तके लिहिली. त्यांनी आधुनिक संख्याशास्त्राला वारंवार वापरल्या जाणाऱ्या तीन संख्या शास्त्रीय चाचण्यांपैकी, t चाचणी आणि प्रचलनाचे विश्लेषण (analysis of variance) या दोन चाचण्या सुद्धा दिल्या आहेत. नंतर, त्यांच्या कारकिर्दीत 1954 मध्ये, त्यांनी ईल (eel) मासे आणि प्रमाण विचलन याबाबत एक, शास्त्रीय संशोधनावर, आधारित मनोरंजक कथा प्रसिद्ध केली. ती कथा खालीलप्रमाणे:

जोहान्स श्मिड्ट Johannes Schmidt हे एक माशांचा अभ्यास करणारे प्राणीशास्त्रज्ञ (ichthyologist) आणि गणित तसेच संख्याशास्त्रीय सिद्धांतांचा जीवशास्त्रात वापर करणारे बायोमेट्रिशिअन (biometrician) होते. त्यांच्या अभ्यासाचा एक विषय होता माशांच्या वेगवेगळ्या प्रजातीं मधील मणक्यांची संख्या. त्यांना एकाच प्रकारच्या माशांचे नमुने, मणक्यांच्या संख्येचे मध्यमान आणि प्रमाण विचलने काढून, त्यांच्या पैदाशीच्या जागेनुसार वेगळे काढता येत. काही वेळा तर, त्यांना वेगवेगळ्या समुद्र किनाऱ्यावरील किंवा डोंगरांच्या कडांमधून जाणाऱ्या समुद्रामधील माशांच्या दोन नमुन्यांमधील फरक देखील दर्शविता आले.

मात्र, ईल (eel) माशांच्या बाबतीत, त्यांना नमुन्यांमध्ये साधारणतः एकच मध्यमान आणि एकच मोठे प्रमाण विचलन, युरोप, आईसलँड, आणि इजिप्तमध्ये सर्वदूर आढळले. म्हणून, त्यांनी असा निष्कर्ष काढला की या विविध ठिकाणी आढळणाऱ्या ईल माशांचा समुद्रातील पैदाशीचा भूभाग एकच असतो. त्यांच्या या अनुमानाला नंतर पश्चिम अटलांटिक महासागरातील एका संशोधन मोहीमतून पुष्टी मिळाली. खरे तर, फिशर यांनी असे नोंदविले आहे की, या मोहिमेत, उत्तर अमेरिकेतील पूर्वीय नद्यांमधील आणि मेक्सिकोच्या (Mexico) आखातातील ईल माशांच्या कोषांच्या (ईल लार्वी) (eel larvae) वेगळ्या प्रजाती सापडल्या.

महत्त्वाच्या संकल्पना, चिन्हे आणि व्याख्या

केंद्रीय मर्यादा (Central limit theorem) – एक गणिती प्रतिपादन जे असे नमूद करते की, जर जनसंख्येतील प्राप्तांक प्रसामान्य पद्धतीने वितरित झालेले असतील, तर नमुन्यांच्या मध्यमानांचे वितरणही प्रसामान्य असेल, आणि जर जनसंख्येतील प्राप्तांक प्रसामान्य पद्धतीने वितरित झालेले नसतील, तरीही नमुन्यांच्या मध्यमानांचे वितरण प्रसामान्य पद्धतीनेच वितरित झालेले असेल.

अनुभवसिद्धता नियम (Empirical rule) – ढोबळमानाने असे म्हणता येते की, प्रसामान्य वितरणातील 68% प्राप्तांक मध्यमानाच्या प्रमाण विचलनाच्या अधिक किंवा उणे

एक या कक्षेत पडतील, 95% प्रमाण विचलनाच्या अधिक किंवा उणे दोन या कक्षेत पडतील, आणि 99% मध्यमानाच्या प्रमाण विचलनाच्या अधिक किंवा उणे तीन या कक्षेत पडतील.

इक्विव्होकल (Equivocal) निकाल – अस्पष्ट, अनिश्चित, किंवा अवाचनीय असे परीक्षणांचे निकाल.

निश्चित करता न येणारे निकाल (Indeterminate results) – अशी परिस्थिती की जेव्हा परीक्षणाचा परिणाम धनही नसतो, ऋणही नसतो, आणि या दोन परिस्थितींच्या मध्येही तो नसतो.

मध्यममार्गी निकाल (Intermediate Results) – अशी परिस्थिती की जेव्हा परीक्षणाचा परिणाम धनही नसतो, ऋणही नसतो, आणि या दोन परिस्थितींच्यामध्ये तो असतो.

क्लिन्कर्स (Klinkers) – ही संज्ञा अशा डेटमसाठी वापरली जाते की जो स्पष्टपणे चुकीचा किंवा अयोग्य असतो (उदाहरणार्थ, मापनपट्टीवर नसलेला अंक).

मध्यमान (x बार) – प्राप्तांकांच्या गटाची अंकगणिती सरासरी.

केंद्रीय प्रवृत्तीचे मापक (Measures of Central tendency) – वारंवारिता वितरणाच्या मध्याचे मापन करणारे निकष.

विचलनाचे मापक (Measures of Variation) – मध्यबिंदूपासून जवळ किंवा दूर राहण्याची प्राप्तांकांची प्रवृत्ती मोजण्यासाठी असलेले निकष.

मध्यगा (Median) – प्राप्तांकांच्या वितरणाचा असा मध्य, की ज्या अंकाच्या वर निम्मे प्राप्तांक असतात, आणि खाली निम्मे प्राप्तांक असतात.

बहुलक (Mode) – जास्तीत जास्त वारंवारितेने येणारा प्राप्तांक.

आऊटलायर्स (Outliers) – हे असे वेगळेच प्राप्तांक असतात की जे कायदेशीररीत्या गोळा केलेले असतात, आणि साधनांच्या अपयशामुळे आलेले नसतात, तरीही ते असामान्य प्राप्तांक असतात किंवा डेटा संचाच्या केंद्रीय प्रवृत्तीपासून फार दूर गेलेले असतात.

विस्तार (Range) – वितरणातील सर्वात लहान प्राप्तांक आणि सर्वात मोठा प्राप्तांक यातील अंतर.

नमुना वितरण (Sampling Distribution) – सैद्धांतिक वारंवारिता वितरण जे दिलेल्या जनसंख्येतील पुनःपुन्हा काढलेल्या, n आकाराच्या नमुन्यांवर, आधारलेले असते. या नमुन्यांच्या मध्यमानांचे वारंवारिता वितरण तयार केले, तर नमुना वितरण तयार होते.

प्रमाण विचलन (σ किंवा SD) – मध्यमानापासून वेगळे असण्याची डेटाची प्रवृत्ती मोजण्याचा निकष.

मध्यमानाची प्रमाणित त्रुटी (Standard error of the Mean) – मध्यमानांच्या नमुना वितरणाचे प्रमाण विचलन.

विशिष्ट दिशेस कल न दर्शविणारा अंदाजक (Unbiased Estimator) – नमुन्याचा निकष जो जनसंख्येच्या मूल्यांचे अतिरिक्त अंदाजी मूल्य अथवा अत्यल्प अंदाजी मूल्य देत नाही.

निदान करता न येण्याजोगे निकाल (Uninterpretable results) – जेव्हा परीक्षणांचे निकाल नियमबाह्य ठरतात कारण ते योग्य सूचनांनुसार किंवा योग्य दिशेने केलेले नसतात, तेव्हा अशी परिस्थिती उद्भवते.

प्रचलन (σ^2) – डेटाच्या मध्यमानापासूनच्या विचलनाचे मापक, जो प्रमाण विचलनाचा वर्ग असतो.

प्रकरण 3 सरावासाठी प्रश्न

1. खालील प्राप्तांकांच्या प्रत्येक संचासाठी मध्यमान, मध्यगा, आणि बहुलक काढा.
   अ. 35, 55, 80, 72, 55, 66, 74
   ब. 110, 115, 102, 102, 107, 102, 108, 110
   क. 21, 19, 18, 30, 16, 30
   ड. 24, 26, 27, 22, 23,22, 26
2. तुम्हाला स्वतःला विचलनाच्या मापकांचा परिचय व्हावा म्हणून, प्राप्तांकांच्या प्रत्येक संचासाठी विस्तार, प्रमाण विचलन, आणि प्रचलन काढा.
   अ. 0.6, 0.5, 0.8, 0.6, 0.2, 0.30.9, 0.9, 0.7
   ब. 9.62, 9.31, 9.15, 10.11, 9.84, 10.78, 9.08, 10.17, 11.23,12.45
   क. 1001, 1253,1234, 1171, 1125, 1099, 1040, 999, 1090, 1066, 1201, 1356
3. क्लिन्कर्स आणि आऊटलायर्स यांमधील फरक स्पष्ट करा. संख्याशास्त्रज्ञ या प्रत्येकाशी कसा व्यवहार करतात?
4. अनुभवसिद्धता नियमानुसार केली जाणारी तीन अनुमाने लिहा.

SPSS पाठ 3

या स्वाध्यायामागील तुमचा उद्देश, SPSS च्या साहाय्याने केंद्रीय प्रवृत्तीची आणि प्रचलनाची परिमाणे कशी काढायची, याबाबत माहिती घेणे, हा आहे.

केंद्रीय प्रवृत्ती आणि प्रचलन सांख्यिकी निर्माण करणे

खालील पायऱ्या वापरून संगणक प्रणाली चालू करून, www.uccs .edu/~faculty/fcoolidg//Schizoid-Aspergers-Controls SPSS.sav या संकेत स्थळावरील, *Schizoid-Aspergers-Controls SPSS.sav* या डेटातील वय या चलासाठी वारंवारिता वितरण आलेख तयार करा.

1. SPSS च्या Statistics Data Editor पडद्यावर File > Open हे पर्याय वापरून *Schizoid-Aspergers-Controls SPSS. sav* हा तुम्ही तुमच्या संगणकावर उतरवून ठेवलेला डेटा संच निवडा.

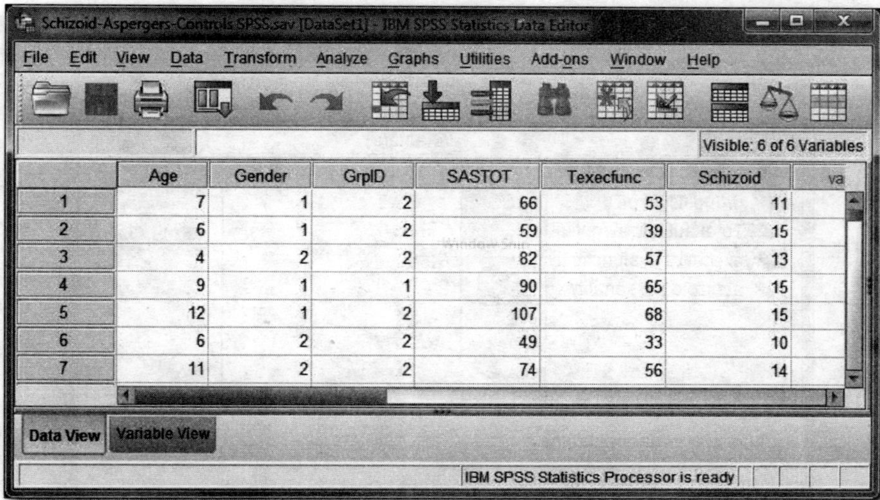

2. वारंवारिता संवाद उघडण्याकरता Analyze > Descriptive Statistics > Frequencies यांवर स्पर्श (click) करा.

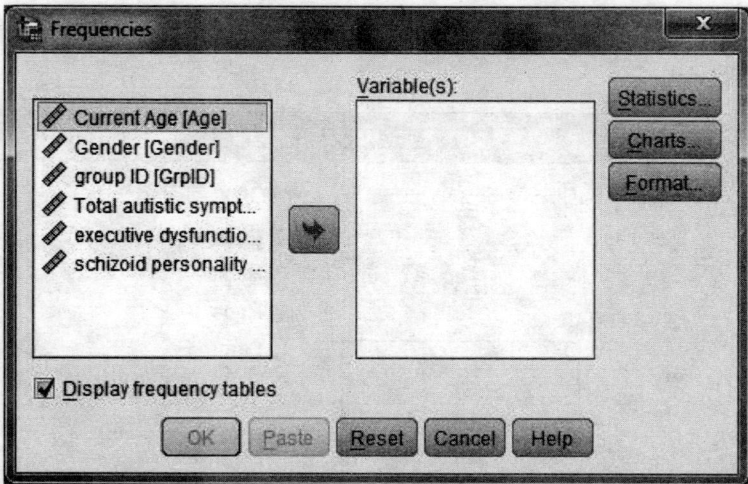

3. Current Age [Age] या चला वर दोनदा स्पर्श करून ते निवडलेल्या चलांमध्ये उजव्या बाजूला हलवा.

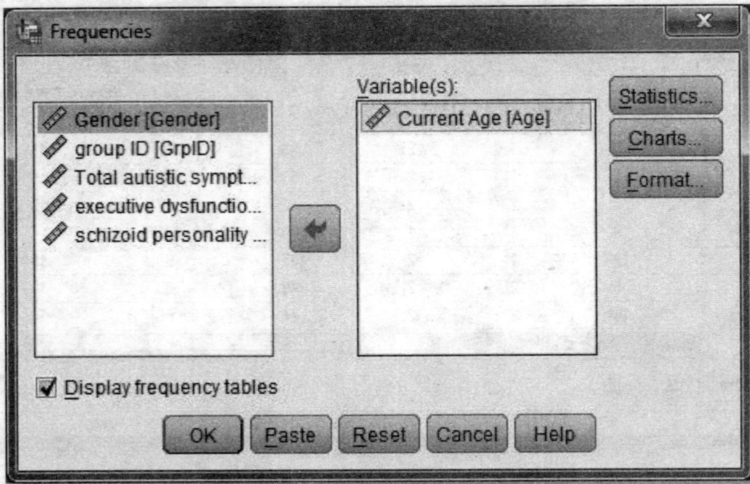

4. Statistics ला स्पर्श करून *Frequencies: Statistics* हा संवाद उघडा.
5. *Central Tendency* गटातून मधून Mean, Median, आणि Mode यांची निवड करा.
6. *Dispersion group* गटातून मधून Std. deviation, Variance, Range, Minimum, आणि Maximum यांची निवड करा.

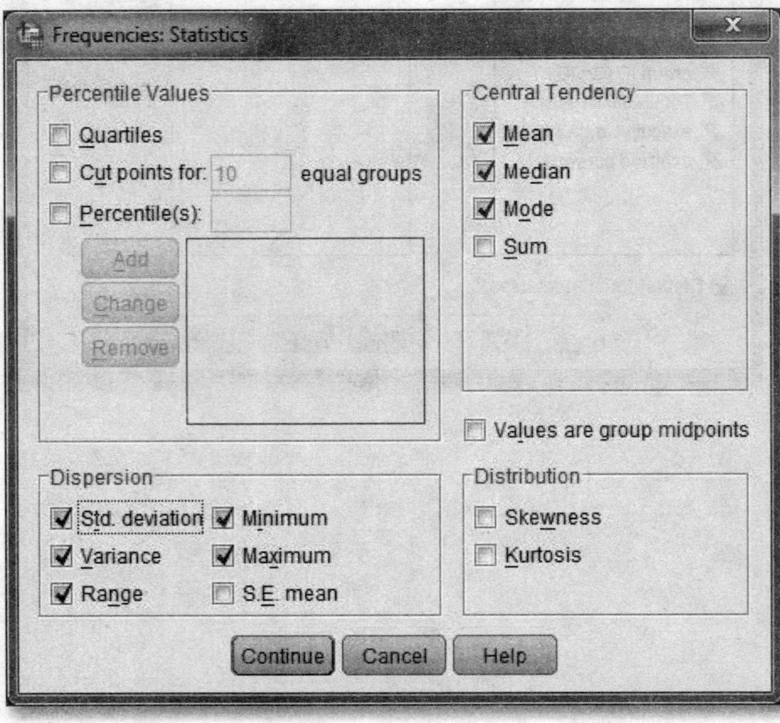

7. Continue > OK ला स्पर्श करा.

8. यामुळे *Statistics Viewer* वर वय या चलाचे वारंवारिता वितरण दिसू लागेल.

9. *Statistics Viewer* वर दिसणाऱ्या सध्याचे वय या चलाच्या सांख्यिकी सारिणीचे निरीक्षण करा.

Statistics

Current Age

N	Valid	71
	Missing	0
Mean		8.75
Median		8.00
Mode		4
Std. Deviation		4.204
Variance		17.678
Range		13
Minimum		3
Maximum		16

हे लक्षात घ्या की, किमान मूल्य 3 आणि कमाल मूल्य 16 आहे, ही माहिती 3 आणि 16 या वयांमधील सहभागींकडून गोळा केलेल्या माहितीशी सुसंगत आहे. हे देखील लक्षात घ्या की या चलाबाबत 71 योग्य नोंदी आहेत आणि 0 गहाळ नोंदी आहेत. डेटाचा विस्तार अपेक्षेप्रमाणे 3 आणि 16 यातील फरकाइतका, म्हणजे 13 आहे.

वयाचे मध्यमान (सरासरी) 8.75 वर्ष, आणि मध्यगा (डेटातील अर्धी मूल्ये या मूल्याच्या वर आणि अर्धा डेटा या मूल्याच्या खाली असतो) आहे 8.00. जर हे एक परिपूर्ण प्रसामान्य वितरण असेल तर मध्यमान आणि मध्यगा यांची मूल्ये एकच असतील. परंतु, येथे मध्यमान मध्यगेपेक्षा थोडे मोठे असल्याने, तुम्हाला माहीतच आहे की हा या डेटाचा धन झुकाव आहे. बहुलक हे जास्तीत जास्त वारंवारिता असलेले मूल्य असते. खाली दिलेल्या सध्याच्या वयाबाबत सारिणीत तुम्ही बघू शकता की 4 या मूल्याची वारंवारिता सर्वात जास्त आहे (9 वेळा), म्हणून, या डेटाचे बहुलक आहे 4. या नमुन्याचे प्रमाण विचलन आहे 4.204. याचा अर्थ असा की, डेटातील 66% डेटा मध्यमान (8.75) अधिक किंवा वजा प्रमाण विचलन (4.204) यामध्ये आहे. म्हणजेच, या डेटा संचातील 66% मुले 4.546 आणि 12.954 वर्ष किंवा ढोबळमानाने 4.5 ते 13 वर्ष वयाची आहेत.

प्रमाण विचलनाचा वर्ग करून प्रचलन काढले जाते:

10. खाली दिलेल्या सध्याचे वय या चलाबाबत वारंवारिता विभाजन सारिणीचे निरीक्षण करा.

Current Age

		Frequency	Percent	Valid Percent	Cumulative Percent
Valid	3	5	7.0	7.0	7.0
	4	9	12.7	12.7	19.7
	5	6	8.5	8.5	28.2
	6	7	9.9	9.9	38.0
	7	6	8.5	8.5	46.5
	8	8	11.3	11.3	57.7
	9	2	2.8	2.8	60.6
	10	4	5.6	5.6	66.2
	11	2	2.8	2.8	69.0
	12	4	5.6	5.6	74.6
	13	4	5.6	5.6	80.3
	14	2	2.8	2.8	83.1
	15	8	11.3	11.3	94.4
	16	4	5.6	5.6	100.0
	Total	71	100.0	100.0	

पहिल्या स्तंभात 3 ते 16 यामधील प्रत्येक संभाव्य वयाची यादी आहे. वारंवारिता स्तंभात (Frequency column) प्रत्येक वयाचे मूल्य (3 ते 16) डेटात किती वेळा आले आहे, ते दिले आहे. शेकडेवारी स्तंभात (Percent column) *N* (71) च्या तुलनेत प्रत्येक वयाची (3 ते 16) शेकडेवारी दिली आहे. वैध शेकडेवारी (*Valid Percent*) स्तंभ गायब मूल्यांसंबंधी आहे, ज्याबाबत माहिती नंतरच्या प्रकरणात दिली जाणार आहे. संचित शेकडेवारी स्तंभात (*Cumulative Percent*) *N* च्या तुलनेत प्रत्येक ओळीची धावती शेकडेवारी दिली आहे.

प्रकरण **4**

प्रमाणित प्राप्तांक, z वितरण, आणि गृहीतप्रमेयाची तपासणी

प्रकरण 4 उद्दिष्टे

- प्रमाणित प्राप्तांकांचा, जसे की, z प्राप्तांक आणि T प्राप्तांक, अर्थ जाणून घेणे
- लोकप्रिय z वितरणाचा अभ्यास करणे
- z प्राप्तांक कसे मोजायचे, याचा अभ्यास करणे
- z प्राप्तांकांचे इतर प्रकारच्या प्रमाणित प्राप्तांकांमध्ये रूपांतर करणे
- अनुभवसिद्धता नियमांच्या अनुमानांचे z वितरणासह परीक्षण करणे
- z वितरणाच्या साहाय्याने प्रयोगात्मक गृहीतप्रमेयांचे परीक्षण कसे केले जाते, ते शिकणे
- z वितरण आणि T प्राप्तांकांच्या वापरात प्राविण्य मिळवणे
- z प्राप्तांकांचे शतमकांमध्ये रूपांतर करणे

कल्पना करा की, जर एका मुलाने शाळेतून घरी येऊन सांगितले की, त्याला स्पेलिंगच्या चाचणीत 10 गुण मिळाले आणि अंकगणिताच्या चाचणीत 20 गुण मिळाले; तर याचा अर्थ असा होतो का की, त्याने अंकगणिताच्या चाचणीत दुप्पट चांगली कामगिरी केली? तुम्ही अंतःप्रेरणेने हे जाणू शकता, की या दोघांची तुलना करणे शक्य नाही, कारण आपल्याला या दोन चाचण्यात महत्तम गुण किती होते ते माहीत नाही. हे उदाहरण प्रमाणित प्राप्तांकांची संकल्पना आणि त्यांचे वितरण समजून घेण्यासाठी, प्रस्तावना म्हणून, चांगले उपयुक्त ठरेल. प्रमाणित प्राप्तांक म्हणजे अशी मूल्ये की ज्यांचे मध्यमान आणि प्रमाण विचलन आधीच प्रस्थापित झालेले असते, माहीत असते किंवा दिलेले असते. म्हणजेच, प्रमाणित

प्राप्तांकांना स्वाभाविकतःच अर्थ असतो आणि एखाद्या नवीन प्राप्तांकाचे, तो चांगला आहे, की योग्य आहे की दुर्बल आहे याबाबत, दिलेल्या मध्यमान आणि प्रमाण विचलनाच्या साहाय्याने, परीक्षण करता येते.

प्रमाणित प्राप्तांक

आधी नमूद केल्याप्रमाणे, प्रमाणित प्राप्तांक ही संचातील अशी संख्या असते की, जेथे संचाचे मध्यमान आणि प्रमाण विचलन आधीच माहीत असते किंवा दिलेले असते. सर्वात प्रसिद्ध असा प्रमाणित प्राप्तांक म्हणजे बुद्ध्यंक किंवा IQ. IQ प्राप्तांक हा प्रमाणित प्राप्तांकांचा एक प्रकार आहे ज्यात जनसंख्येतील सभासदांच्या IQ चे मध्यमान 100 असते, आणि प्रमाण विचलन 15 असते. स्कोलॅस्टिक ॲप्टिट्यूड चाचणी (SAT) प्राप्तांक हे ही एका प्रकारचे प्रमाणित प्राप्तांक असतात. त्यांचे मध्यमान 500, आणि प्रमाण विचलन 100 असते. ग्रॅज्युएट रेकॉर्ड परीक्षा (GRE) आणि ग्रॅज्युएट मॅनेजमेंट अचिव्हमेंट परीक्षा (GMAT) हे ही प्रमाणित प्राप्तांक आहेत, ज्यांचेही मध्यमान 500, आणि प्रमाण विचलन 100 असते. आश्चर्य आहे की, SAT आणि GRE हे दोन्ही प्राप्तांक बऱ्याच जुन्या *T* प्राप्तांक या नावाने ओळखल्या जाणाऱ्या प्रमाणित प्राप्तांकांवर आधारित आहेत. *T* प्राप्तांकांचे मध्यमान 50 असते आणि प्रमाण विचलन 10 असते. तुम्ही हे लगेच पाहू शकता की, SATs, GREs, आणि GMATs हे *T* प्राप्तांकांच्या 10 च्या पटीत असतात. *T* प्राप्तांक आणि *t* चाचणी यांमधील फरक लक्षात ठेवणे महत्त्वाचे आहे (प्रकरण 7 आणि 8 पाहा). येथे मोठ्या लिपीतील आणि लहान लिपीतील (*T* किंवा *t*) मूल्ये वेगळ्याच संख्याशास्त्रीय संकल्पना नाट्यमयरीत्या मांडतात. पुन्हा, *T* प्राप्तांक हे 50 मध्यमान आणि 10 प्रमाण विचलन असणाऱ्या प्रमाणित प्राप्तांकांचा प्रकार आहे. त्याच्या तुलनेत *t* चाचणी, दोन गटांच्या मध्यमानांमधील फरक किती मोठा आहे त्याचे मापन करते. अशा प्रकारे, जर दोन गटांची मध्यमाने *T* प्राप्तांक या स्वरूपात मोजलेली असतील, तर *T* प्राप्तांक हा अवलंबित चल मानून, *t* चाचणी, *T* प्राप्तांक वापरून करता येऊ शकते.

प्राप्तांकांची विविध प्रकारच्या श्रेणी परिमाणांमध्ये किंवा चाचण्यांमध्ये, सारांश रूपाने मांडणी करण्याची आणि तुलना करण्याची, प्रमाणित प्राप्तांक ही एक उपयुक्त पद्धत आहे. उदाहरणार्थ, जर हायस्कूलमधील विद्यार्थ्याचे SAT च्या संख्यात्मक भागाचे कच्चे गुण 67 असतील, तर त्याने चांगले काम केले आहे की वाईट? कारण जोपर्यंत आपल्याला प्रमाणित नमुन्यासाठी, SAT च्या संख्यात्मक भागाचे, मध्यमान आणि प्रमाण विचलन माहीत नाही, तोपर्यंत, आपण त्या विद्यार्थ्याने चांगले काम केले आहे असे खात्रीपूर्वक सांगू शकणार नाही. यापुढे जाऊन, केवळ कच्च्या गुणांच्या आधारावर, आपण निरनिराळ्या मापनपट्ट्यांवर प्राप्तांकांची तुलना करू शकणार नाही. उदाहरणार्थ, ह्याच विद्यार्थ्याचे SAT च्या संख्यात्मक भागाचे 67 हे कच्चे गुण, त्याच्या मौखिक परीक्षेच्या 55 या कच्च्या गुणांपेक्षा बरे आहेत का? प्रत्येक मापनपट्टीतील घटकांची संख्या, आणि त्यांचे मध्यमान व प्रमाण विचलन यांची माहिती असल्याशिवाय, आपण कोणतीही योग्य तुलना करू शकणार नाही.

प्रमाणित प्राप्तांक म्हणून प्राप्तांक नोंदविण्यातील फायद्यांची कल्पना करा. आपल्याला विद्यार्थ्याचे प्रमाणित प्राप्तांक कळताक्षणीच, तो किंवा ती, एकाच मापनपट्टीवर मोजलेल्या प्रमाणित नमुन्यामध्ये, तुलनात्मक दृष्टिकोनातून कोठे आहेत ते लगेच समजते. विद्यार्थ्याचे SAT च्या मौखिक परीक्षेतील प्राप्तांक 650 असल्यास, आणि त्याचे संख्यात्मक भागाचे प्राप्तांक 450 असल्यास, आपण लगेच असा निष्कर्ष काढू शकू की, विद्यार्थ्याने मौखिक परीक्षेत संख्यात्मक भागाच्या तुलनेत अधिक चांगली कामगिरी केली आहे.

IQ चाचण्यांवर, मध्यमानाच्या वर अथवा खाली दोन प्रमाण विचलनांचा उपयोग, हुषार मुलांसाठीच्या कार्यक्रमाचे निकष ठरविण्यासाठी आणि मतिमंद मुलांच्या कार्यक्रमाची पात्रता ठरविण्यासाठी, केला जातो. उदाहरणार्थ, हुशार मुलांसाठीच्या काही कार्यक्रमांसाठी इतर निकषांबरोबर, मुलांचा IQ, 130 किंवा त्यापेक्षा जास्त असावा, असाही निकष

असतो. हा निकष म्हणजे मध्यमान IQ (100) च्या वर दोन प्रमाण विचलने (2 × 15) असा असतो. त्याचप्रमाणे, मतिमंद मुलांसाठी असलेल्या अनेक कार्यक्रमांमध्ये, IQ विषयीचा निकष, 70 किंवा त्यापेक्षा कमी, जो मध्यमान IQ पेक्षा दोन प्रमाण विचलने खाली असतो. अनुभवसिद्धतेच्या नियमानुसार, साधारणतः 95% प्राप्तांक मध्यमानापासून अधिक किंवा उणे दोन प्रमाण विचलनांच्या दरम्यान पडत असल्याने, साधारणतः IQ प्राप्तांकांपैकी 2.5% प्राप्तांक 130 पेक्षा जास्त, आणि IQ प्राप्तांकांपैकी 2.5% प्राप्तांक 70 पेक्षा कमी या कक्षेत पडतील. या संख्याशास्त्रीय आधारावर, 2.5% मुले 'हुषारी' प्राप्त झालेली, आणि 2.5% मुले "मतिमंदत्व" प्राप्त झालेली असल्याचे समजले जाते. या निकषांनुसार निष्पन्न झालेली मुले खरोखरच किंवा त्यांच्या वर्तणुकीनुसार हुशार किंवा मतिमंद असतात का? नक्कीच नाही, परंतु, हे संख्याशास्त्रीय निकष, अधिक समर्पक आणि संबंधित निकषांच्या प्रस्थापनेसाठी, पाया म्हणून उपयुक्त ठरतात.

सर्वोत्तम प्रमाणित प्राप्तांक: z प्राप्तांक आणि z वितरण

एक महत्त्वाचा आणि सर्वात जुना प्रमाणित प्राप्तांक z प्राप्तांक हा आहे. z वितरणाचे मध्यमान 0.00 आणि त्याच्या प्रमाण विचलनाचे मूल्य 1.00 असते. कोणत्याही कच्च्या प्राप्तांकांचे दुसऱ्या कोणत्याही प्रमाणित प्राप्तांकांमध्ये रूपांतर करण्यातील पहिली पायरी z प्राप्तांक ही असते. बरेचसे संख्याशास्त्रज्ञ त्यांच्या कच्च्या प्राप्तांकांचे रूपांतर आधी z प्राप्तांकांमध्ये करतात आणि नंतर त्याचे रूपांतर दुसऱ्या एखाद्या प्रमाणित प्राप्तांकांमध्ये करतात; कारण z प्राप्तांकांमध्ये दोन दुर्दैवी गुणधर्म असतात. एक म्हणजे शून्याच्या z प्राप्तांकातून वाईट अर्थ सूचित केला जातो. उदाहरणार्थ, कल्पना करा, की जर एखाद्या व्यक्तीने शाळेत एक मोठी चाचणी दिली आणि घरी येऊन त्याने किंवा तिने सांगितले की, तिला शून्य गुण मिळाले, तर लोकांचा निश्चितच असा समज होईल की, त्या व्यक्तीने अजिबातच चांगली कामगिरी केलेली नाही, परंतु जर ती व्यक्ती तिचा z प्राप्तांक सांगत असेल, तर तिने बरोब्बर मध्यमानाइतके गुण मिळवलेले असतील. म्हणजेच संख्याशास्त्राचे प्रशिक्षण नसल्यास, लोक z प्राप्तांकाचा चुकीचा अर्थ लावण्याची दाट शक्यता असते. संख्याशास्त्राचे प्रशिक्षण घेतलेल्या लोकांनाही त्यांच्या कुटुंबीयांना, चाचणीत शून्य गुण मिळाले असे बेसावधपणे सांगण्यास, अडचण येईलच.

z प्राप्तांकांबाबत दुसरी समस्या अशी की त्यांमध्ये ऋण संख्या असतात. संख्याशास्त्रज्ञ आणि संख्याशास्त्र न जाणणारे, अशा दोघांनाही, ऋण संख्यांबाबत निसर्गतःच तिटकारा असतो. आपल्याला आपले हिशेब तपासताना, किंवा अंतिम परीक्षेच्या निकालात, किंवा एखाद्या फुटबॉल खेळाडूंची ओळख सांगताना ("तो बघा, उणे सात क्रमांकाचा खेळाडू चालला आहे!!"), ऋण संख्या सांगायला आवडत नाही. z वितरणात, या वितरणाच्या मध्यमानापेक्षा लहान असलेले प्राप्तांक, ऋण संख्या असतील, आणि बहुसंख्य नमुन्यांमध्ये एकूण प्राप्तांकांपैकी जवळजवळ 50% प्राप्तांक असे असतील. जेव्हा आपण प्रमाण विचलनाचे सूत्र शोधून काढले, तेव्हा असे पाहिले की, धन संख्यांच्या तुलनेत, ऋण संख्या गणिती पद्धतीने हाताळणे अधिक कठीण असते.

ऋण z प्राप्तांकांमुळे काही गणिती आणि मानसशास्त्रीय समस्या निर्माण होत असल्या तरीही, z वितरण निदानात्मक संख्याशास्त्राचा गाभा आहे. याचे कारण असे की, संख्याशास्त्रज्ञ प्रायोगिक गृहीतप्रमेयाच्या परीक्षणासाठी z वितरणाचा उपयोग करतात, उदाहरणार्थ, पैशाच्या स्वरूपातील बोनस कामगारांच्या कामात सुधारणा करतात का?, कॅन्सरचे नवीन औषध परिणामकारक आहे का?, किंवा काही मानसशास्त्रीय चाचण्यांमध्ये मेंदूला आघात झालेले रुग्ण, मेंदूला आघात न झालेल्या रुग्णांपेक्षा, अधिक गुण मिळवतात का? कोणतेही सूत्र न वापरता आपण SAT प्राप्तांकांचे z प्राप्तांकांमध्ये रूपांतर करण्याचा सराव करूया. आधीच्या उदाहरणातील विद्यार्थ्याचे मौखिक भागातील 650 हे गुण z प्राप्तांक म्हणून नोंदवायचे असल्यास कसे नोंदविले जातील? SAT प्राप्तांकांच्या एका प्रमाण विचलनाचे मूल्य 100 असते, आणि विद्यार्थ्याचे गुण SAT च्या 500 या मध्यमानापेक्षा 150 अंकांनी जास्त आहेत, तेव्हा +150 भागिले 100 म्हणजे 1.5. z प्राप्तांकांच्या एका

प्रमाण विचलनाचे मूल्य 1.00 असते, त्यामुळे विद्यार्थ्याचा z प्राप्तांक 1.50 आहे, हे आपल्याला कळते (किंवा मध्यमान z प्राप्तांक 0.00 च्या वर 1.50 प्रमाण विचलने). विद्यार्थ्याच्या संख्यात्मक z प्राप्तांकाचे काय? त्याचे किंवा तिचे संख्यात्मक भागाचे SAT प्राप्तांक 450 होते, SAT प्राप्तांकांचे मध्यमान 500 आहे, त्यामुळे विद्यार्थ्याचे गुण –50 होते. ह्या मूल्याला SAT च्या प्रमाण विचलनाच्या 100 ह्या मूल्याने भागल्यास z प्राप्तांक -0.50 असेल (लक्षात ठेवा की, z प्राप्तांक नेहमी दोन दशांश स्थळांपर्यंत नोंदविले जातात). अशा प्रकारे, SAT प्राप्तांक 600 हे z प्राप्तांक 1.00 च्या बरोबर आहेत, आणि T प्राप्तांक 60 च्या बरोबर आहे. SAT प्राप्तांक 450 हे z प्राप्तांक – 0.50 आणि T प्राप्तांक 45 च्या बरोबर आहेत.

z प्राप्तांकांचे मापन करणे

प्राप्तांकांचे z प्राप्तांकांत बदल करण्यासाठी, त्यांचे मध्यमान आणि प्रमाण विचलन माहीत असले पाहिजे (किंवा कमीत कमी ते काढता येण्याजोगे असले पाहिजे, याचा अर्थ असा की, संचातील सर्व प्राप्तांक आपल्याला माहीत आहेत असे आपण गृहीत धरले आहे). एका प्राप्तांकांच्या संचाचे मध्यमान आणि प्रमाण विचलन तुम्हाला जर माहीत असेल, तर कोणताही एक प्राप्तांक z प्राप्तांकात पुढील सूत्राच्या साहाय्याने रूपांतरित करता येईल:

$$z \text{ score} = \frac{x_i - \bar{x}}{S}$$

जेथे,

x_i = मूळ संख्यांच्या संचातील कोणताही एक प्राप्तांक,

$\bar{x}$ = मूळ संख्यांच्या संचाचे मध्यमान,

S = मूळ संख्यांच्या संचाचे प्रमाण विचलन

इतर प्रमाणित प्राप्तांक z प्राप्तांकात रूपांतरित करता येतात किंवा उलटही करता येते. आधीच्या उदाहरणात, विद्यार्थ्याचा SAT च्या मौखिक भागाचा T प्राप्तांक 60 आणि संख्यात्मक भागाचा T प्राप्तांक 45 होता. आता आपण T प्राप्तांकाचे z प्राप्तांकात रूपांतर करण्यासाठी z प्राप्तांकाचे सूत्र वापरून पाहू.

$$z \text{ score} = \frac{x_i - \bar{x}}{S} = \frac{600-500}{100} = \frac{100}{100} = 1.00$$

अशा प्रकारे, सूत्राच्या साहाय्याने आपण 60 या T प्राप्तांकाचे 1.00 या z प्राप्तांकात कसे रूपांतर झाले ते पाहिले. आता 450 या संख्यात्मक प्राप्तांकाचे z प्राप्तांकात रूपांतर करण्यासाठी हीच पद्धत अनुसरूया.

$$z \text{ score} = \frac{x_i - \bar{x}}{S} = \frac{450-500}{100} = \frac{-50}{100} = -0.50$$

कच्च्या डेटा z प्राप्तांकांमध्ये रूपांतरित करण्याचा अधिक सराव

नर्सिंग स्कूलच्या 10 विद्यार्थ्यांनी त्यांच्या पहिल्या सायकोफार्मकॉलॉजीच्या परीक्षेत मिळवलेल्या कच्च्या गुणांचे आपण z प्राप्तांकांमध्ये रूपांतर करूया.

67, 74, 77, 81, 85, 89, 92, 93, 94, 99

प्रथम त्यांचे मध्यमान व प्रमाण विचलन काढा. लक्षात ठेवा की, या निकषांचे मूल्य किमान तीन दशांश स्थानांपर्यंत बिनचूक असले पाहिजे, त्यामुळे परिणामतः येणारा z प्राप्तांक किमान दोन दशांश स्थानांपर्यंत बिनचूक येईल.

$$\bar{x} = \frac{\sum x}{N}$$

$$\bar{x} = \frac{851}{10}$$

$$\bar{x} = 85.100$$

$$S = \sqrt{\frac{\sum x^2 - \frac{(\sum x)^2}{N}}{N-1}}$$

$$S = \sqrt{\frac{73351 - \frac{724201}{10}}{9}}$$

$$S = \sqrt{\frac{73351 - 72420.1}{9}}$$

$$S = \sqrt{\frac{930.9}{9}}$$

$$S = \sqrt{103.433}$$

$$S = 10.170$$

z साठी सूत्र:

$$z = \frac{x_i - \bar{x}}{S}$$

अशारीतीने 67 चा कच्चा प्राप्तांक,

$$z = \frac{67 - 85.100}{10.170}$$

$$z = -1.78$$

बाकीच्या सर्व कच्च्या प्राप्तांकांचे z प्राप्तांकांमध्ये रूपांतर खाली दाखविल्याप्रमाणे याच पद्धतीने करता येईल.

Raw Score	z *Score*
67	−1.78
74	−1.09
77	−0.80
81	−0.40
85	−0.01
89	0.38
92	0.68
93	0.78
94	0.88
99	1.37

हे लक्षात ठेवणे गरजेचे आहे की, येथे असे गृहीत धरले आहे की, z हे प्रसामान्य वितरणाचे प्रमाणित प्राप्तांक आहेत. जेव्हा कोणत्याही वितरणातील कच्च्या प्राप्तांकांचे z प्राप्तांकांमध्ये रूपांतर केले जाते, तेव्हा निर्माण होणारे वितरण साधारणतः प्रसामान्य वितरण असते. याचे कारण असे की, z वितरण हे अनंत संख्यांच्या प्राप्तांकांवर आधारित असे पूर्णतः प्रसामान्य वितरण असते. कच्च्या प्राप्तांकांपासून z प्राप्तांकांमध्ये परिवर्तन केल्याने, हे प्राप्तांक प्रसामान्य पद्धतीने वितरित झाले आहेत असे समजून, त्यांचे स्पष्टीकरण देता येते. परंतु हे गृहीत बरोबर आहे, असे येथे म्हणता येत नाही. कदाचित कच्चे प्राप्तांक प्रसामान्य नसलेल्या वितरणातील असतील. ज्या कच्च्या प्राप्तांकांचे z प्राप्तांकांमध्ये रूपांतर केले गेले, त्यांचे वितरण जर प्रसामान्यतेपासून फारच दूर असेल, तर काढलेली अनुमानेही चुकीची ठरतात. सुदैवाने, बरीचशी कच्च्या प्राप्तांकांची वितरणे स्वाभाविकतःच, साधारणपणे प्रसामान्य पद्धतीने वितरित झालेली असतात. त्यामुळे, बऱ्याचशा प्रसंगी, कच्च्या प्राप्तांकांचे z प्राप्तांकांमध्ये केलेले रूपांतर योग्य ठरते. तुमचा डेटा प्रसामान्य पद्धतीने वितरित झालेला आहे, हे तुम्ही कसे सांगू शकता? तुमचा डेटा फक्त वारंवारिता वितरणाच्या आलेखात मांडा.

z प्राप्तांकांचे इतर प्रकारच्या प्रमाणित प्राप्तांकांमध्ये परिवर्तन करणे

समजा तुम्हाला आधीच्या z प्राप्तांकांचे परिवर्तन दुसऱ्या एखाद्या प्रमाणित प्राप्तांकामध्ये करायची इच्छा आहे. एकदा z प्राप्तांक काढलेले असले, की त्यांचे परिवर्तन कोणत्याही दुसऱ्या प्रकारच्या प्रमाणित प्राप्तांकांमध्ये करणे हे सोपे काम असते आणि खाली दिलेल्या सूत्राने ते करता येते:

$$z' = \bar{x}' + (S')(z \text{ score})$$

जेथे

z' (z प्राईम) = तुम्ही मिळवू पाहत असलेला नवा प्रमाणित प्राप्तांक (या समीकरणात त्याचे मूल्य माहीत नाही, तुम्ही तेच शोधण्याचा प्रयत्न करत आहात),

$\bar{x}'$ ($\bar{x}$ प्राईम) = नवीन प्रमाणित प्राप्तांकांचे मध्यमान (ही तुम्हाला माहीत असणारी संख्या आहे), आणि

S' (S प्राईम) = नवीन प्रमाणित प्राप्तांकांचे प्रमाण विचलन (ही सुद्धा माहीत असणारी संख्या आहे).

अशा प्रकारे, जर z प्राप्तांकांच्या ऋण चिन्हांशी संबंधित असलेल्या वाईट सूचित अर्थामुळे नर्सिंग विद्यार्थ्यांच्या शिक्षकांना z प्राप्तांकांचे परिवर्तन T प्राप्तांकांमध्ये करायचे असेल ($\bar{x}$ = 50, S = 10), तर ते खालील गोष्टी करतील:

z प्राप्तांकांचे परिवर्तन दुसऱ्या प्रकारच्या प्रमाणित प्राप्तांकामध्ये करण्यासाठी असलेले सूत्र:

$$z' = \bar{x}' + (S')(z \text{ score})$$

म्हणून, 67 या संचातील पहिल्या प्राप्तांकासाठी,

$T = 50 + (10)(-1.78)$

$T = 50 + (-17.8)$

$T = 50 - 17.8$

$T = 32.2$

$T = 32$ (T प्राप्तांक नेहमी पूर्णांकात राउंड केले जातात)

Raw Score	z *Score*	T *Score*
67	−1.78	32
74	−1.09	39
77	−0.80	42
81	−0.40	46
85	−0.01	50
89	0.38	54
92	0.68	57
93	0.78	58
94	0.88	59
99	1.37	64

लक्षात घ्या की, मूळचा कच्चा डेटा, विद्यार्थ्यांना ते वर्गातील इतरांच्या तुलनेत कोठे आहेत, याची कोणतीच कल्पना देत नाही. जेव्हा त्यांच्या मूळच्या गुणांचे रूपांतर z प्राप्तांक किंवा T प्राप्तांकामध्ये केले जाते, तेव्हाच विद्यार्थी इतर विद्यार्थ्यांच्या तुलनेत ते कोठे आहेत, हे सांगू शकतात.

z वितरण

ह्या पुस्तकाचे परिशिष्ट A पाहा. त्यामध्ये z वितरण आहे. सारिणी 4.1 मध्ये काही निवडक z वितरणाची मूल्ये दाखविली आहेत, ज्यामुळे तुम्ही पूर्ण z वितरण सहजपणे वाचू शकाल.

सारिणी 4.1 निवडक z वितरणाची मूल्ये

z	*B*	*C*
0.00	.0000	.5000
0.50	.1915	.3085
1.00	.3413	.1587
1.64	.4495	.0505
1.96	.4750	.0250
2.00	.4772	.0228
2.57	.4949	.0051
3.00	.4987	.0013
4.00	.4997	.0003

परिशिष्ट A, Z प्राप्तांकांच्या मध्यमानापासून (0.00) दिलेल्या z प्राप्तांकांचे अपेक्षित असलेले प्रमाण, दर्शविले आहे. खरे तर, अनुभवसिद्धतेच्या नियमासाठी केलेली भाकिते, ह्या z वितरणापासूनच मिळवलेली आहेत. तुम्ही हेही पाहू शकता की, अनुभवसिद्धतेच्या नियमासाठी केलेल्या भाकितांमध्ये गोळाबेरजेचा दोष असतो.

सारिणी 4.1 मधील B शीर्षकाखालील मूल्ये, 0.00 (सर्व z प्राप्तांकांचे मध्यमान) या धन z प्राप्तांकांपासून प्राप्तांकांचे असलेले प्रमाण देतात. C शीर्षकाखालील मूल्ये, लक्ष्यवेधी z प्राप्तांकांपासून अनंत पटीने मोठ्या z प्राप्तांकांपर्यंत, प्राप्तांकांचे असलेले प्रमाण देतात. लक्षात घ्या की, प्रमाण दशांशासारखेच वाचता आणि स्पष्ट करता येते. सारिणी 4.1 मध्ये, z प्राप्तांक 1.00 कडे बघा; त्याचे B खालील क्षेत्रफळ प्रमाण किती आहे? ते .3413 असे आहे, आणि याचा अर्थ असा की, z प्राप्तांक 0.00 ते z प्राप्तांक 1.00 पर्यंत, सर्व z प्राप्तांकांचे .3413, असे वर्णन करता येईल. हे प्रमाण प्रतिशत पद्धतीतही बदलता येईल. त्यासाठी दशांश चिन्ह दोन घरे पुढे न्यावे लागेल. म्हणजेच, सर्व z प्राप्तांकांच्या 34.13% प्राप्तांक, z प्राप्तांक 0.00 ते z प्राप्तांक 1.00 पर्यंत आढळतात.

z प्राप्तांक 0.00 ते z प्राप्तांक अनंतापर्यंत किती z प्राप्तांक नोंदविले जाऊ शकतात? z वितरणाचे एकूण प्रमाण 1.00 असते. 0.00 हा z प्राप्तांक या वितरणाचे बरोबर निम्मे दोन भाग करतो. म्हणून, आधीच्या प्रश्नाचे उत्तर .5000 असे आहे. हा प्रश्न सोडविण्याची आणखी वेगळी पद्धत म्हणजे, C क्षेत्राचा वापर करणे. लक्षात घ्या की, C क्षेत्राखालील मूल्ये, लक्ष्यवेधी z प्राप्तांकांपासून अनंतापर्यंत मोठ्या प्राप्तांकांपर्यंत, प्राप्तांकांचे असलेले प्रमाण देतात. म्हणून जर आपले लक्ष्यवेधी z प्राप्तांकाचे मूल्य 0.00 असेल (कारण आपल्या प्रश्नात 0.00 पासून अनंतापर्यंत असणाऱ्या z प्राप्तांकाबद्दल विचारण्यात आले आहे), तर C क्षेत्र आपल्या प्रश्नाचे उत्तर देते; कारण C क्षेत्र लक्ष्यवेधी z प्राप्तांकांपासून (या ठिकाणी 0.00) अनंतापर्यंत प्राप्तांकांची नोंद करते. या ठिकाणी C क्षेत्र .5000 असे आहे.

लक्षात घ्या की, सारिणी 4.1 मध्ये, B क्षेत्र आणि C क्षेत्र यांची बेरीज नेहमीच .5000 भरते. याला निश्चितच काही अर्थ आहे, कारण B क्षेत्राखालील मूल्ये 0.00 या z प्राप्तांकापासून लक्ष्यवेधी z प्राप्तांकापर्यंतचे प्रमाण देते, आणि C क्षेत्राखालील मूल्ये, लक्ष्यवेधी z प्राप्तांकांपासून अनंतापर्यंत मोठ्या प्राप्तांकांपर्यंत, प्राप्तांकांचे असलेले प्रमाण देतात. म्हणून निम्मे z वितरण B आणि C क्षेत्र एकत्र करून नोंदविता येऊ शकते.

ऋण z प्राप्तांकांचा अर्थ सांगणे

ऋण z प्राप्तांकांचा अर्थ लावण्यासाठी धन z प्राप्तांक ऋण आहेत अशी कल्पना करा. उदाहरणार्थ, 1.00 हा z प्राप्तांक $z = -1.00$ आहे असे मानून, B चे प्रमाण .3413 आणि C चे प्रमाण .1587 असेच मिळेल. म्हणजेच, z प्राप्तांक 0.00 पासून z प्राप्तांक −1.00 पर्यंतही एकूण प्राप्तांकांपैकी .3413 किंवा 34.13% प्राप्तांक नोंदविले जातात. C क्षेत्र लक्ष्यवेधी z प्राप्तांकांपासून (या ठिकाणी −1.00) ऋण अनंतापर्यंतच्या z प्राप्तांकांपर्यंत, किती प्राप्तांकांचे प्रमाण आहे, ते दर्शविते, आणि या ठिकाणी ते एकूण z प्राप्तांकांच्या .1587 किंवा 15.87% आहे.

अनुभवसिद्धता नियमाच्या भाकितांचे z वितरणाच्या साहाय्याने परीक्षण करणे

अनुभवसिद्धता नियम असे सांगतो की, एकूण प्राप्तांकांपैकी जवळजवळ 68%, मध्यमानाच्या +/−1 प्रमाण विचलनाच्या कक्षेत पडतात. जर z प्राप्तांक 0.00 पासून z प्राप्तांक 1.00 पर्यंत एकूण प्राप्तांकांपैकी प्राप्तांकांचे प्रमाण .3413 असेल, तर मध्यमानाच्या +/−1 प्रमाण विचलनाच्या कक्षेत पडणाऱ्या प्राप्तांकांचे प्रमाण मिळवण्यासाठी हे प्रमाण फक्त दुप्पट करा. हे दुप्पट करण्याचे कारण म्हणजे आपल्याला 0.00 या मध्यमान z प्राप्तांकापासून प्रत्येक बाजूस 1 प्रमाण विचलन या अंतरापर्यंत, प्राप्तांकांचे एकूण प्रमाण शोधून काढायचे आहे. याचा अर्थ z प्राप्तांक 0.00 पासून z प्राप्तांक 1.00 पर्यंत आणि z प्राप्तांक 0.00 पासून z प्राप्तांक −1.00 पर्यंत. हे लक्षात ठेवणे महत्त्वाचे आहे की, लक्ष्यवेधी प्राप्तांक मध्यमानापेक्षा लहान आहे की मोठा आहे यानुसार z प्राप्तांक धन किंवा ऋण असू शकतात. म्हणून, आधीच्या प्रश्नाचे उत्तर एकूण प्राप्तांकांच्या .6826 किंवा 68.26% असेल. प्रमाणशीर उत्तरे नेहमी धनच असली पाहिजेत. लक्षात ठेवा की, बहुतेक वेळा प्रश्न असा असेल की, सर्व प्रसंगांमधील किती प्रमाण z प्राप्तांकाद्वारे नोंदविले जाऊ शकते? प्रसंगांच्या ऋण प्रमाणात किंवा ऋण प्रतिशत यातून काहीच अर्थबोध होत नाही. अनुभवसिद्धता नियम फक्त प्रत्यक्षातील प्राप्तांकांच्या प्रमाणाचा एक कच्चा किंवा जवळपासचा अंदाज देतो. लक्षात ठेवा की, अनुभवसिद्धता नियम असे सांगतो की, सर्व z प्राप्तांकांच्या 95% प्राप्तांक +/−2 मध्यमानापासूनचे प्रमाण विचलन या कक्षेत पडतात. या विधानाची अचूकताही आपण तपासून पाहू.

2.00 च्या z प्राप्तांकाचे मध्यमानापासूनचे प्रमाण विचलन दोन असेल. B क्षेत्रामध्ये z प्राप्तांक 0.00 पासून z प्राप्तांक 2.00 पर्यंतच्या प्राप्तांकांचे प्रमाण मिळेल, ते .4772 असे आहे. याची दुप्पट केल्यास मिळणारे मूल्य .9544 किंवा 95.44% असे आहे. पुन्हा प्रमाण दुप्पट केले कारण आपल्याला 0.00 या मध्यमान z प्राप्तांकापासून प्रत्येक बाजूस 1 प्रमाण विचलन या अंतरापर्यंत, प्राप्तांकांचे एकूण प्रमाण शोधून काढायचे आहे. आता आपल्याला माहीत आहे की, सर्व z प्राप्तांकांपैकी 95.44% प्राप्तांक −2 आणि +2 या z प्राप्तांकादरम्यान पडतात आणि अनुभवसिद्धता नियम 95% असे उत्तर सांगत आहे. म्हणजेच, अनुभवसिद्धता नियम .0044 ने किंवा .44% ने चुकीचा आहे.

अनुभवसिद्धता नियम तीन प्रमाण विचलनांशी किती अचूक आहे? तो असे सांगतो की, सर्व प्राप्तांकांपैकी 99% प्राप्तांक मध्यमानाच्या तीन प्रमाण विचलनांच्या दरम्यान पडतात. 3.00 ह्या z प्राप्तांकाचे मूल्य B प्रमाणात .4987 असे आहे.

आपण z प्राप्तांक 0.00 पासून z प्राप्तांक 3.00 पर्यंतच्या प्राप्तांकांचे प्रमाण आणि z प्राप्तांक 0.00 पासून z प्राप्तांक −3.00 पर्यंतच्या प्राप्तांकांचे प्रमाण यांची बेरीज केल्यास, आपल्याला z वितरणातील सर्व प्राप्तांकांच्या .9974 किंवा 99.74% प्राप्तांक मध्यमानापासून +/−3 प्रमाण विचलन यादरम्यान आहेत असे उत्तर मिळेल आणि अनुभवसिद्धता नियम .0074 किंवा .74% ने चुकीचा असल्याचे दिसेल.

z वितरण इतके महत्त्वाचे का मानले जाते?

या ठिकाणी प्रमाणित प्राप्तांक आणि z वितरण तुम्हाला फारसे महत्त्वाचे असल्याचे जाणवणार नाही. परंतु, z वितरण आणि त्याच्या सारख्या इतर वितरणांचे बरेच अर्थपूर्ण उद्देश असतात. अनंत संख्यांच्या प्राप्तांकांवर आधारलेले z वितरण हे पूर्णतः प्रसामान्य वितरण असते. निसर्गतःच दुसऱ्या कोणत्याही प्रकारच्या वितरणापेक्षा साधारणतः प्रसामान्य स्वरूपाची वितरणे अधिक वारंवार निर्माण होतात. आपल्या निदानात्मक संख्याशास्त्राच्या संपूर्ण संशोधनात, आपण असे गृहीत धरतो की, आपला डेटा प्रसामान्य वितरित जनसंख्येमधून आलेला आहे किंवा क्वचित प्रसंगी, तो तुलनात्मक दृष्ट्या टेकाडाच्या आकाराचा आहे. जर हे गृहीत खरे असेल किंवा बरेचसे खरे असेल, तर आपण आपले प्रायोगिक गृहीतप्रमेय, जसे, पैशातील बोनस कामगारांची क्रियाशीलता वाढवतो, किंवा कॅन्सरवरील नवीन औषध परिणामकारक आहे, किंवा काही मानसशास्त्रीय चाचण्यांमध्ये मेंदूला आघात झालेले रुग्ण, मेंदूला आघात न झालेल्या रुग्णांपेक्षा, अधिक गुण मिळवतात, ही गृहीतप्रमेये तपासून पाहण्यासाठी z वितरणाचा वापर करू शकतो.

आपण प्रायोगिक गृहीतप्रमेय तपासण्यासाठी z वितरणाचा उपयोग कसा करू शकतो?

प्रायोगिक गृहीतप्रमेयांचे परीक्षण z प्राप्तांकांच्या वापरावर अवलंबून असते. खाली ही प्रक्रिया कशी चालते याची साधारण कल्पना दिली आहे. आपण अशी कल्पना करूया की, डीस्लेक्झियाग्रस्त मुलांच्या वाचन कौशल्याच्या गुणांमध्ये सुधारणा करण्यासाठी पारंपरिक पद्धतीच्या शिक्षण पद्धतीपेक्षा नवीन शिक्षण पद्धत अधिक परिणामकारक ठरते का, ते ठरविण्याचा प्रयत्न आपण करत आहोत. यातील स्वतंत्र चल उपचारांचे दोन प्रकार (नवीन विरुद्ध पारंपरिक शिक्षण पद्धती) हा असेल. अवलंबित चल उपचारांनंतर घेतलेल्या प्रमाणित चाचणीतील वाचन कौशल्याचे गुण हा असू शकेल. आपण दोन्ही गटांतील सर्व विद्यार्थ्यांचे गुण घेऊ आणि एक अवघड सूत्र वापरून त्यांचे परिवर्तन एका z सारख्या प्राप्तांकात करू. जर नवीन z सारखा प्राप्तांक शून्यापेक्षा वेगळा असेल ($z = 0$, पेक्षा मोठा किंवा लहान), तर आपण असा निष्कर्ष काढू शकतो की, शिक्षण पद्धती, ज्या निरनिराळ्या आहेत, त्या वाचन कौशल्याच्या गुणांमध्ये बदल घडवून आणू शकतात. z सारखा प्राप्तांक जितका शून्याच्या जवळ असेल, तितका आपला निष्कर्ष असा असेल की, दोन शिक्षण पद्धती जवळपास सारखाच परिणाम घडवून आणत आहेत. सर्व z प्राप्तांकांपैकी 95.44% मध्यमानाच्या अधिक किंवा उणे दोन प्रमाण विचलनांच्या दरम्यान केवळ योगायोगाने पडत असल्याने (−2.00 ते +2.00), जर आपल्याला z सारखे या विस्तारातील प्राप्तांक मिळत असतील, तर आपण असे गृहीत धरू की, हे केवळ योगायोगाने घडत आहे. म्हणजेच दोन उपचार पद्धती वाचन कौशल्याबाबत निराळे परिणाम घडवून आणत नाहीत. प्रयोगातील सर्व गुण जर +2 पेक्षा जास्त आणि −2 पेक्षा कमी, अशा z सारख्या प्राप्तांकांमध्ये मिळत असतील, तर असा निष्कर्ष काढता येईल की प्रयोगातील उपचार वेगवेगळे आहेत (कारण हे केवळ योगायोगाने घडलेले असणार नाही, किंवा आपले निर्णय केवळ योगायोगाने घडलेले असण्याची संभाव्यता फक्त 4.56% किंवा खूप कमी असेल).

z वितरणावर आधारित या निर्णयांचे चित्र आकृती 4.1 मध्ये पाहा. उदाहरणार्थ, आधीच्या प्रश्नाच्या अनुषंगाने, "कामगारांच्या दोन उपचार पद्धती एकमेकींपेक्षा वेगळ्या आहेत का?", संख्याशास्त्रात असे आपसूकच गृहीत धरले जाते की उपचार पद्धती एकमेकींपेक्षा वेगळ्या नाहीत. या अभ्यासक्रमात तुम्ही नंतर शिकाल की, सर्व प्रयोगांमधील हा सुरुवातीचा बिंदू, नल (शून्य) गृहीतप्रमेय या नावाने ओळखला जातो. आकृती 4.1 मध्ये −1.96 ते +1.96 या दरम्यान एकूण प्राप्तांकांमधील 95% z प्राप्तांक नोंदविले गेले आहेत. −2.00 ते +2.00 दरम्यान एकूण प्राप्तांकांमधील 95.44% z प्राप्तांक नोंदविले गेले आहेत.

आकृती 4.1 मध्यमानापेक्षा मोठ्या प्राप्तांकासाठी z वितरणातील क्षेत्रफळ काढणे.

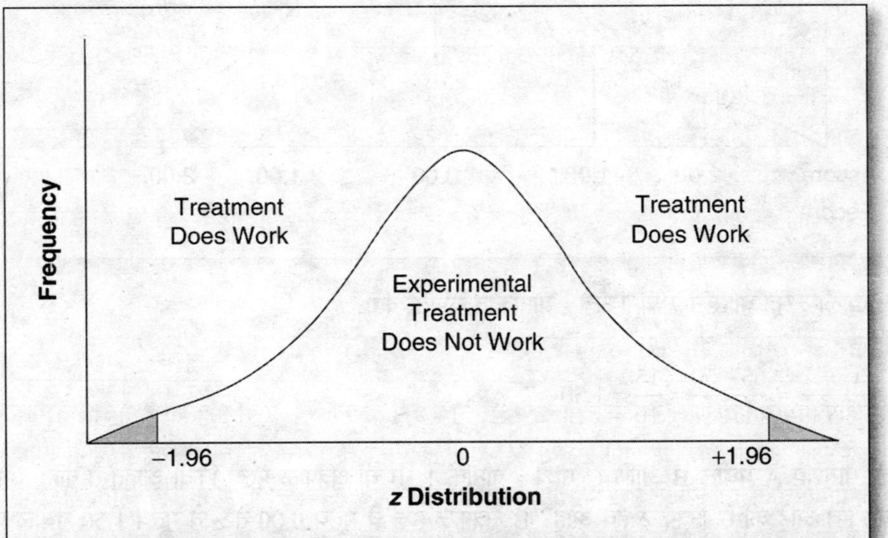

z वितरण आणि T प्राप्तांकांचा अतिरिक्त सराव

उदाहरण 1: मध्यमानापेक्षा मोठ्या प्राप्तांकासाठी z वितरणातील क्षेत्रफळ काढणे

प्रश्न 1: एकूण *T प्राप्तांकांपैकी* 65 पेक्षा जास्त मूल्ये असलेल्या *प्राप्तांकांची शेकडेवारी* किती?

उत्तर 1: सर्वात प्रथम, या प्रश्नासाठी आकृती काढणे आपल्याला जास्त उपयोगी पडू शकते. आकृती 4.2 पाहा.

आकृती 4.2 उदाहरण 1 प्रश्न 1 चे z वितरण

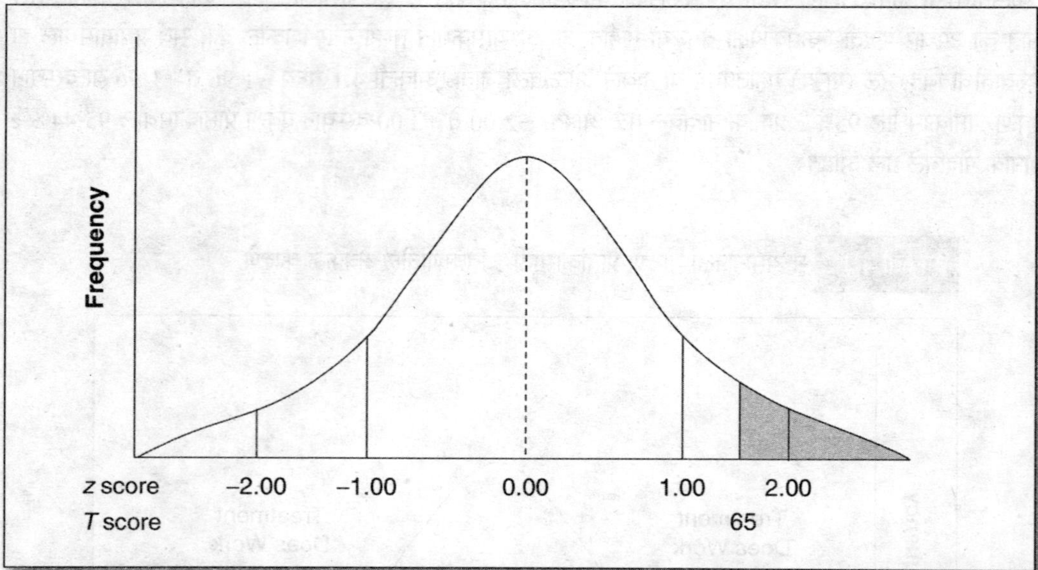

नंतर, खालील सूत्र वापरून T प्राप्तांकाचे z प्राप्तांकात रूपांतर करा:

$$z = \frac{x_i - \bar{x}}{S} = \frac{65-50}{10} = \frac{15}{10} = 1.50$$

आता, परिशिष्ट A मधील B आणि C मध्ये z प्राप्तांक 1.50 ची क्षेत्रफळ मूल्ये किती आहेत ते पाहा. आपल्याला B क्षेत्रफळ हवे आहे की C क्षेत्रफळ हवे आहे? B क्षेत्रफळ हे z चे मूल्य 0.00 ते z चे मूल्य 1.50 मधील प्राप्तांकांचे प्रमाण दर्शवते. तर, C क्षेत्रफळ हे z चे मूल्य 1.50 ते z चे मूल्य अनंत (infinite) या मधील प्राप्तांकांचे प्रमाण दर्शवते. म्हणजे z चे मूल्य 1.50 जे T प्राप्तांक मूल्य 65 चे सममूल्य आहे, त्यापेक्षा जास्त असणाऱ्या प्राप्तांकांचे प्रमाण दर्शवणारे C क्षेत्रफळ आपल्याला हवे आहे. एकूण T प्राप्तांकांपैकी 65 पेक्षा जास्त मूल्य असलेल्या या C क्षेत्रफळाचे प्रमाण .0668 किंवा 6.68% इतके आहे.

प्रश्न 2: एकूण बुध्यंकांपैकी (IQ) 117 पेक्षा जास्त असलेल्या बुद्ध्यंकांची टक्केवारी किती असेल?

उत्तर 2: या प्रश्नासाठी आकृती काढा. आकृती 4.3 पाहा.

नंतर, खालील सूत्र वापरून बुद्ध्यंकाचे z प्राप्तांकात रूपांतर करा:

$$z = \frac{x_i - \bar{x}}{S} = \frac{117-100}{15} = \frac{17}{15} = 1.13$$

आकृती 4.3 उदाहरण 1 प्रश्न 2 चे z वितरण

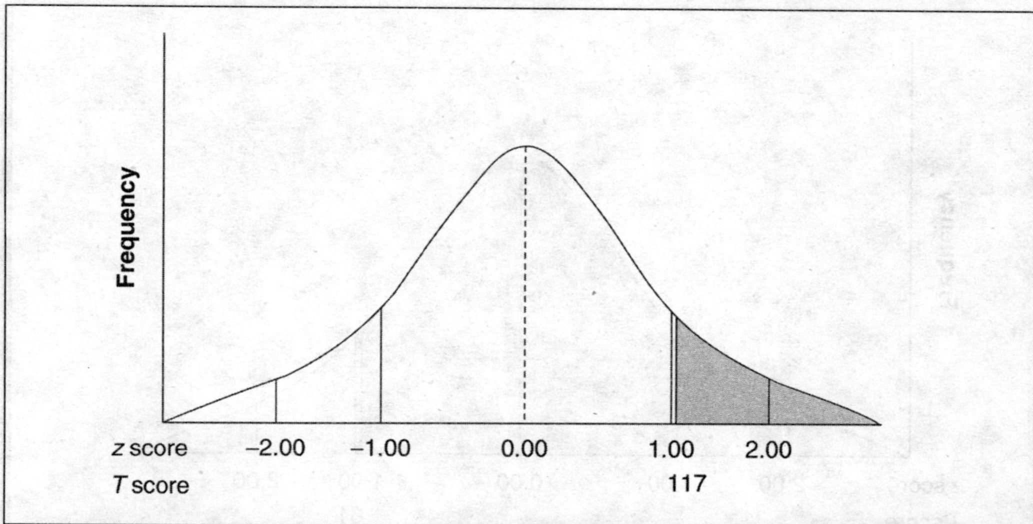

आता, परिशिष्ट A मधील B आणि C मध्ये z प्राप्तांक 1.13 साठी किती क्षेत्रफळे आहेत ते पाहा. आपल्याला B क्षेत्रफळ हवे आहे की C क्षेत्रफळ हवे आहे? B क्षेत्रफळ हे z चे मूल्य 0.00 ते z बरोबर 1.130 मधील क्षेत्रफळ आहे. तर, C क्षेत्रफळ हे z चे मूल्य 1.13 ते z बरोबर अनंत (infinite) या मधील क्षेत्रफळ आहे. आपल्याला C (B) क्षेत्रफळ म्हणजे z चे मूल्य 0.00 पेक्षा मोठे आणि $z = 1.13$ पेक्षा लहान प्राप्तांकांसाठी क्षेत्रफळ हवे आहे, जे .3708 इतके आहे. $z = 0.00$ पेक्षा कमी असलेले संपूर्ण क्षेत्रफळ आहे 0.5000. म्हणून, आपण .5000 आणि .3708 यांची बेरीज घेतली की एकूण प्राप्तांकांपैकी T प्राप्तांक 117 पेक्षा कमी बुद्ध्यंक असलेल्यांचे प्रमाण येते .8708 किंवा 87.08%.

उदाहरण 2: एखाद्या माहिती असलेल्या आणि मध्यमानापेक्षा मोठ्या असलेल्या प्राप्तांकापेक्षा लहान प्राप्तांकांसाठी z वितरणातील क्षेत्रफळ काढणे

प्रश्न 1: T प्राप्तांक 61 पेक्षा लहान असलेल्या सर्व T प्राप्तांकांची शेकडेवारी किती असेल?

उत्तर 1: या प्रश्नासाठी आकृती काढणे फारच उपयुक्त ठरते. आकृती 4.4 पाहा.

नंतर, खालील सूत्र वापरून T प्राप्तांकाचे z प्राप्तांकात रूपांतर करा:

$$z = \frac{x_i - \bar{x}}{S} = \frac{61-50}{10} = \frac{11}{10} = 1.10$$

आकृती 4.4 उदाहरण 2 प्रश्न 1 चे z वितरण

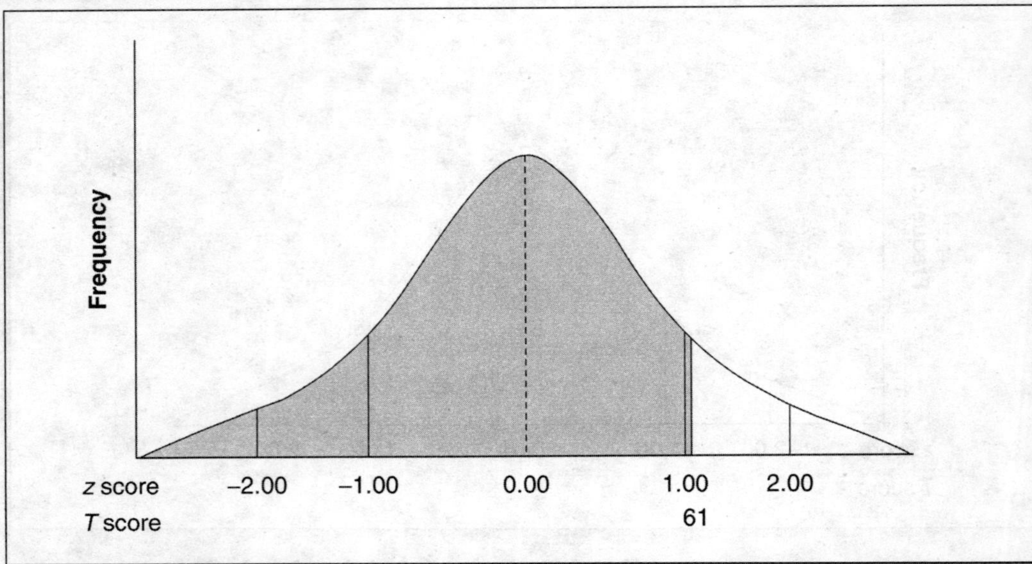

आता, परिशिष्ट A मधील B आणि C मध्ये z प्राप्तांक 1.10 ची क्षेत्रफळ मूल्ये किती आहेत ते पाहा. आपल्याला B क्षेत्रफळ हवे आहे की C क्षेत्रफळ हवे आहे? B क्षेत्रफळ हे z चे मूल्य 0.00 ते z मूल्य 1.10 मधील प्राप्तांकांचे प्रमाण दर्शवते, तर C क्षेत्रफळ हे z चे मूल्य 1.10 ते z चे मूल्य अनंत (infinite) या मधील प्राप्तांकांचे प्रमाण दर्शवते. आपल्याला B क्षेत्रफळ म्हणजे z चे मूल्य 0.00 ते z चे मूल्य 1.10 पेक्षा मोठे प्राप्तांकांचे प्रमाण दर्शवते 110 जे .3643 इतके आहे. आणि, $z = 0.00$ पेक्षा कमी असलेले संपूर्ण क्षेत्रफळ आहे 0.5000. म्हणून, आपण .5000 आणि .3643 यांची बेरीज घेतली की एकूण प्राप्तांकांपैकी T प्राप्तांक 61 पेक्षा कमी असलेल्यांचे प्रमाण येते .8643 किंवा 86.43%.

प्रश्न 2: एकूण बुद्ध्यंकांपैकी (IQ) 117 पेक्षा कमी असलेल्या बुद्ध्यंकांची टक्केवारी किती असेल?

उत्तर 2: या प्रश्नासाठी आकृती काढणे फारच उपयुक्त ठरते. आकृती 4.5 पाहा.

नंतर, खालील सूत्र वापरून बुद्ध्यंकाचे z प्राप्तांकात रूपांतर करा:

$$z = \frac{x_i - \bar{x}}{S} = \frac{117 - 100}{15} = \frac{17}{15} = 1.13$$

आता, परिशिष्ट A मधील B आणि C मध्ये z प्राप्तांक 1.13 ची क्षेत्रफळ मूल्ये किती आहेत ते पाहा. आपल्याला B क्षेत्रफळ हवे आहे की C क्षेत्रफळ हवे आहे? B क्षेत्रफळ हे z चे मूल्य 0.00 ते z बरोबर 1.13 मधील प्राप्तांकांचे प्रमाण दर्शवते, तर C क्षेत्रफळ हे z चे मूल्य 1.13 ते z बरोबर अनंत (infinite) या मधील प्राप्तांकांचे प्रमाण दर्शवते. आपल्याला B क्षेत्रफळ म्हणजे z चे मूल्य 0.00 ते z चे मूल्य 1.13 पेक्षा मोठे प्राप्तांकांचे प्रमाण दर्शवते 113 जे .3708 इतके आहे.

आकृती 4.5 उदाहरण 2 प्रश्न 2 चे z वितरण

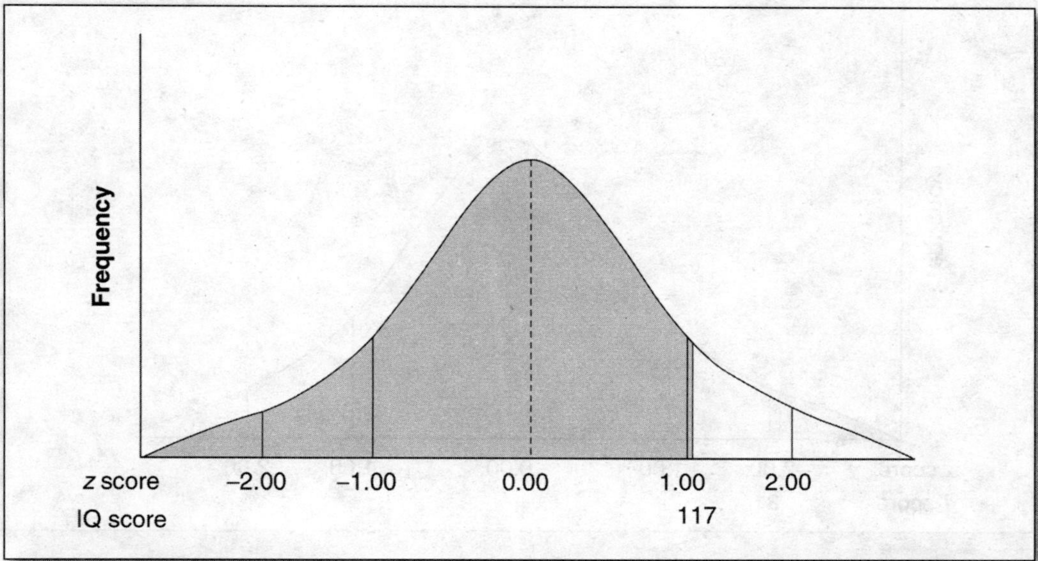

$z = 0.00$ पेक्षा कमी असलेले संपूर्ण क्षेत्रफळ आहे 0.5000. म्हणून, आपण .5000 आणि .3708 यांची बेरीज घेतली की एकूण प्राप्तांकांपैकी T प्राप्तांक 117 पेक्षा कमी असलेल्यांचे प्रमाण येते .8708 किंवा 87.08%.

उदाहरण 3: एखाद्या माहिती असलेल्या आणि मध्यमानापेक्षा लहान प्राप्तांकापेक्षा लहान प्राप्तांकांसाठी z वितरणातील क्षेत्रफळ काढणे

प्रश्न 1: T प्राप्तांक 31 पेक्षा लहान असलेल्या सर्व प्राप्तांकांची शेकडेवारी किती असेल?

उत्तर 1: प्रथम, या प्रश्नासाठी आकृती काढा. आकृती 4.6 पाहा.

नंतर, खालील सूत्र वापरून T प्राप्तांकाचे z प्राप्तांकात रूपांतर करा:

$$z = \frac{x_i - \bar{x}}{S} = \frac{31-50}{10} = \frac{-19}{10} = -1.90$$

आता, परिशिष्ट A मधील B आणि C मध्ये z प्राप्तांक –1.90 ची क्षेत्रफळ मूल्ये किती आहेत ते पाहा. आपल्याला B क्षेत्रफळ हवे आहे की C क्षेत्रफळ हवे आहे? B क्षेत्रफळ हे z चे मूल्य 0.00 ते z बरोबर –1.90 मधील प्राप्तांकांचे प्रमाण दर्शवते . तर, C क्षेत्रफळ हे z चे मूल्य –1.90 ते $-z$ बरोबर अनंत (infinite) या मधील प्राप्तांकांचे प्रमाण दर्शवते आपल्याला C क्षेत्रफळ म्हणजे z चे मूल्य –1.90 च्या खालचे प्राप्तांकांचे प्रमाण हवे आहे, जे .0287 किंवा 2.87% इतके आहे. म्हणून, एकूण प्राप्तांकांपैकी T प्राप्तांक 31 पेक्षा कमी मूल्य असलेल्यांचे प्रमाण .0287 किंवा 2.87% इतके आहे.

आकृती 4.6 उदाहरण 3 प्रश्न 1 चे z वितरण

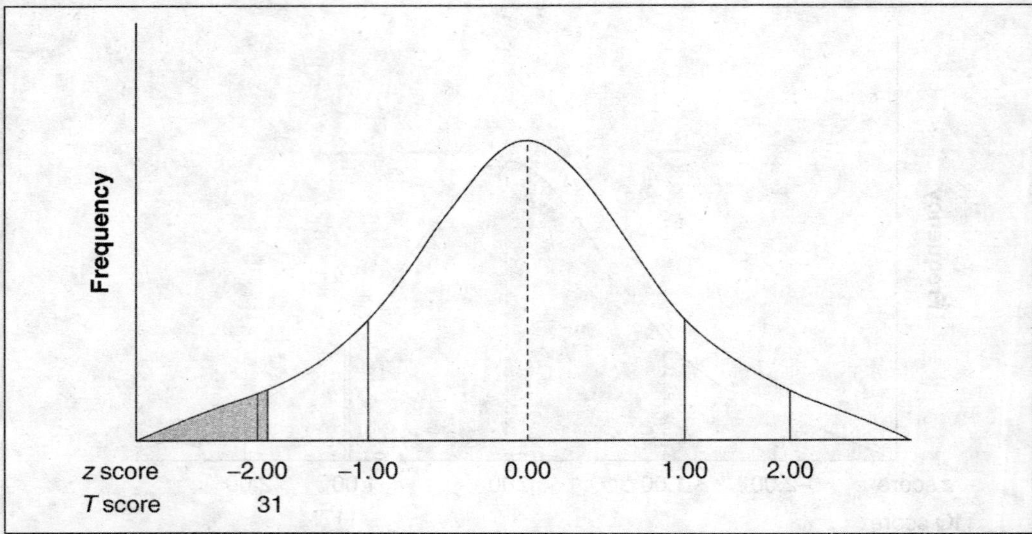

प्रश्न 2: एकूण बुद्ध्यंकांपैकी (IQ) 70 पेक्षा कमी असलेल्या बुद्ध्यंकांची टक्केवारी किती असेल?

उत्तर 2: प्रथम, या प्रश्नासाठी आकृती काढा. आकृती 4.7 पाहा.

आकृती 4.7 उदाहरण 3 प्रश्न 2 चे z वितरण

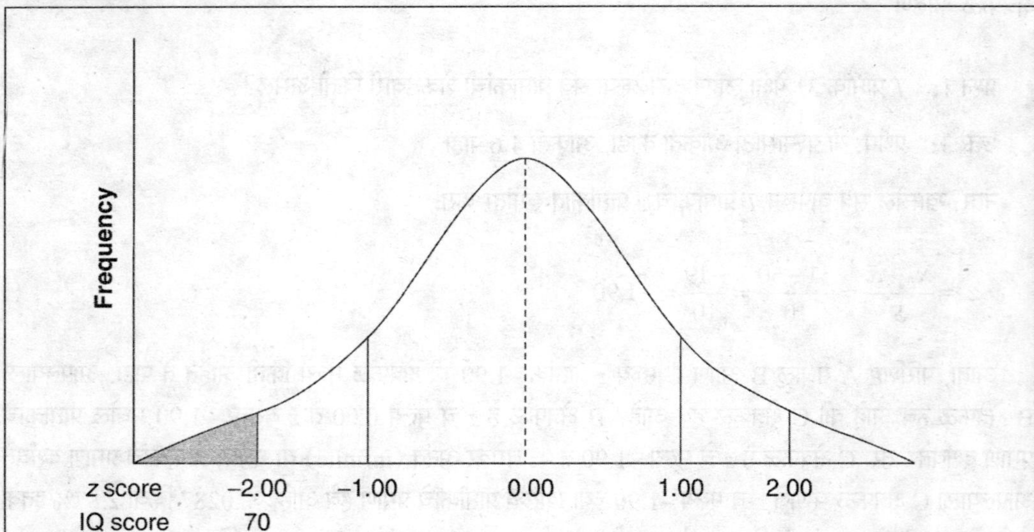

नंतर, खालील सूत्र वापरून बुद्ध्यंकाचे z प्राप्तांकात रूपांतर करा:

$$z = \frac{x_i - \bar{x}}{S} = \frac{70 - 100}{15} = \frac{-30}{15} = -2.00$$

आता, परिशिष्ट A मधील B आणि C मध्ये z प्राप्तांक –2.00 ची क्षेत्रफळ मूल्ये किती आहेत ते पाहा. आपल्याला B क्षेत्रफळ हवे आहे की C क्षेत्रफळ हवे आहे? B क्षेत्रफळ हे z चे मूल्य 0.00 ते z बरोबर –2.00 मधील प्राप्तांकांचे प्रमाण दर्शवते, तर C क्षेत्रफळ हे z चे मूल्य –2.00 ते z बरोबर अनंत (infinite) या मधील प्राप्तांकांचे प्रमाण दर्शवते. आपल्याला C क्षेत्रफळ म्हणजे z चे मूल्य –2.00 च्या खालचे प्राप्तांकांचे प्रमाण हवे आहे, जे .0228 किंवा 2.28% इतके आहे. म्हणून, C क्षेत्रफळातील एकूण बुद्ध्यंक प्राप्तांकांपैकी 70 पेक्षा कमी बुद्ध्यंक असलेल्यांचे प्रमाण .0228 किंवा 2.28% इतके आहे.

उदाहरण 4: एखाद्या माहीत असलेल्या आणि मध्यमानापेक्षा लहान असलेल्या प्राप्तांकांपेक्षा मोठ्या प्राप्तांकांसाठी असलेल्या z वितरणातील क्षेत्रफळ काढणे

प्रश्न 1: *T* प्राप्तांक 31 पेक्षा मोठ्या असलेल्या सर्व प्राप्तांकांची शेकडेवारी किती असेल?

उत्तर 1: या प्रश्नासाठी आकृती काढणे जवळजवळ अनिवार्य आहे. त्यामुळे प्रश्नाचा स्पष्ट विचार करायला तुम्हाला मदत होईल. आकृती 4.8 पाहा.

आकृती 4.8 उदाहरण 4 प्रश्न 1 चे z वितरण

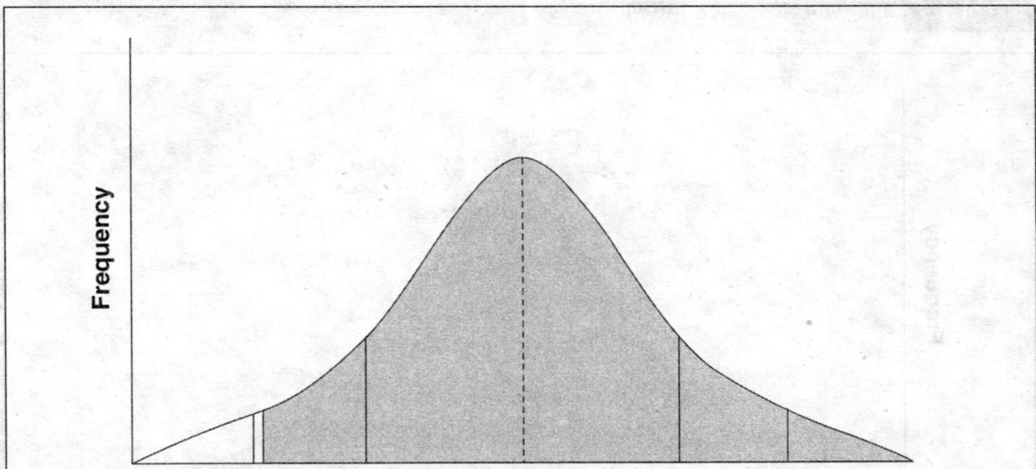

नंतर, खालील सूत्र वापरून T प्राप्तांकाचे z प्राप्तांकात रूपांतर करा:

$$z = \frac{x_i - \bar{x}}{S} = \frac{31-50}{10} = \frac{-19}{10} = -1.90$$

आता, परिशिष्ट A मधील B आणि C मध्ये z प्राप्तांक –1.90 ची क्षेत्रफळ मूल्ये किती आहेत ते पाहा. आपल्याला B क्षेत्रफळ हवे आहे की C क्षेत्रफळ हवे आहे? B क्षेत्रफळ हे z चे मूल्य 0.00 ते z बरोबर –1.90 मधील प्राप्तांक प्रमाण दर्शवते, तर C क्षेत्रफळ हे z चे मूल्य –1.90 ते z बरोबर अनंत (infinite) या मधील प्राप्तांक प्रमाण दर्शवते. या वेळेस, आपल्याला B क्षेत्रफळ म्हणजे z चे मूल्य –1.90 ते z चे प्राप्तांक मध्यमान 0.00 पेक्षा जास्त प्राप्तांक प्रमाण हवे आहे. याचे B मधील प्रमाण आहे .4713. परंतु प्रश्न 31 पेक्षा जास्त सर्व T प्राप्तांकांच्या शेकडेवारीबाबत विचारला आहे (फक्त मध्यमानापर्यंत जेथे $z = 0.00$ पर्यंत नाही). एकूण z प्राप्तांकांपैकी किती प्रमाणात $z = 0.00$ च्या वर असतात? याचे उत्तर आहे .5000. म्हणून आपल्याला आपले शेवटचे उत्तर मिळविण्यासाठी, B क्षेत्रफळात .5000 मिळवावे लागतील. म्हणून, एकूण प्राप्तांकांपैकी T प्राप्तांक 31 पेक्षा जास्त मूल्य असलेल्यांचे प्रमाण .9713 किंवा 97.13% इतके आहे.

प्रश्न 2: बुद्ध्यंकांपैकी (IQ) 80 पेक्षा जास्त असलेल्या बुद्ध्यंकांची शेकडेवारी किती असेल?

उत्तर 2: कृपया, या प्रश्नासाठी आकृती काढा. आकृती 4.9 पाहा.

यानंतर, खालील सूत्र वापरून बुद्ध्यंकाचे रूपांतर z प्राप्तांकात करा:

$$z = \frac{x_i - \bar{x}}{S} = \frac{80-100}{15} = \frac{-20}{15} = -1.33$$

आकृती 4.9 उदाहरण 4 प्रश्न 2 चे z वितरण

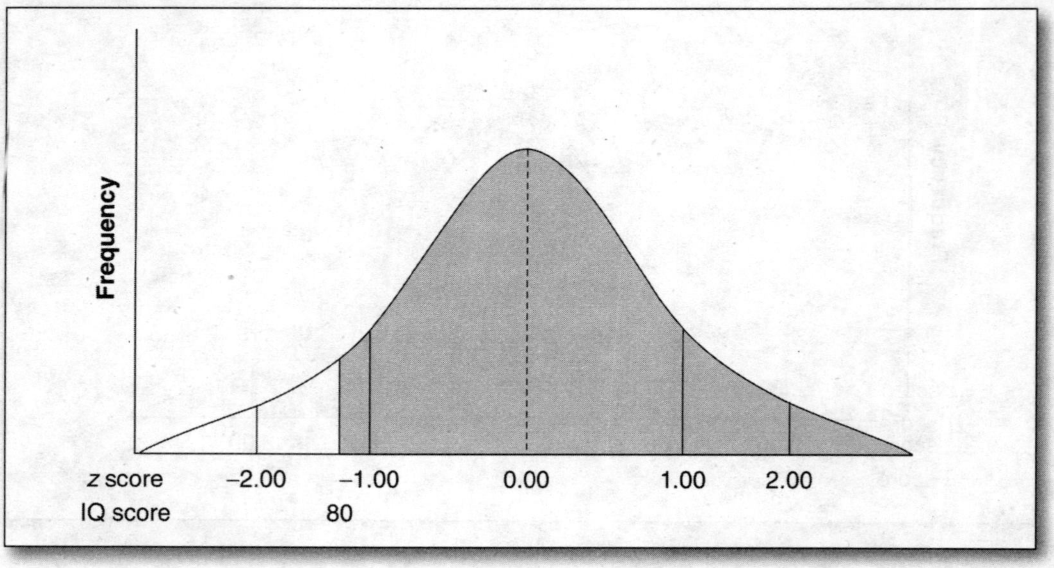

आता, परिशिष्ट A मधील B आणि C मध्ये z प्राप्तांक –1.33 ची क्षेत्रफळ मूल्ये किती आहेत ते पाहा. आपल्याला B क्षेत्रफळ हवे आहे की C क्षेत्रफळ हवे आहे? B क्षेत्रफळ हे z चे मूल्य 0.00 ते z बरोबर –1.33 मधील प्राप्तांक प्रमाण दर्शवते, तर C क्षेत्रफळ हे z चे मूल्य –1.33 ते z बरोबर अनंत (infinite) या मधील प्राप्तांक प्रमाण दर्शवते. या वेळेस, आपल्याला B क्षेत्रफळ म्हणजे z चे मूल्य –1.33 ते z चे प्राप्तांक मध्यमान 0.00 पेक्षा जास्त प्राप्तांक प्रमाण हवे आहे, याचे B मधील प्रमाण आहे .4082. परंतु, प्रश्न 80 पेक्षा जास्त एकूण बुद्ध्यंकांच्या प्राप्तांक शेकडेवारीबाबत विचारला आहे (फक्त मध्यमानापर्यन्त जेथे $z = 0.00$ पर्यन्त नाही). एकूण z प्राप्त्यांकांपैकी किती प्रमाणात $z = 0.00$ च्या वर असतात? याचे उत्तर आहे .5000. म्हणून आपल्याला आपले शेवटचे उत्तर मिळविण्यासाठी, B क्षेत्रफळ प्रमाणात .5000 मिळवावे लागतील. म्हणून, एकूण 80 पेक्षा जास्त बुद्ध्यंकांची प्राप्तांक शेकडेवारी आहे .4082 + .5000 = .9082 किंवा 90.82% इतकी आहे.

उदाहरण 5: मध्यमानापेक्षा मोठ्या, माहिती असलेल्या दोन प्राप्तांकांमधील z वितरणातील क्षेत्रफळ काढणे

प्रश्न 1: T प्राप्तांकांपैकी 55 आणि 69 मध्ये असलेल्या प्राप्तांकांची शेकडेवारी किती?

उत्तर 1: प्रथम, या प्रश्नासाठी आकृती काढा. पाहा आकृती 4.10

दोन्ही T प्राप्तांकांचे z प्राप्तांकांमध्ये रूपांतर करणे ही आपली युद्धनीती असेल. त्यानंतर, आपण त्यांची योग्य क्षेत्रफळे पाहून, मोठ्यातून लहान क्षेत्रफळ वजा करणार आहोत.

आकृती 4.10 उदाहरण 5 प्रश्न 1 चे z वितरण

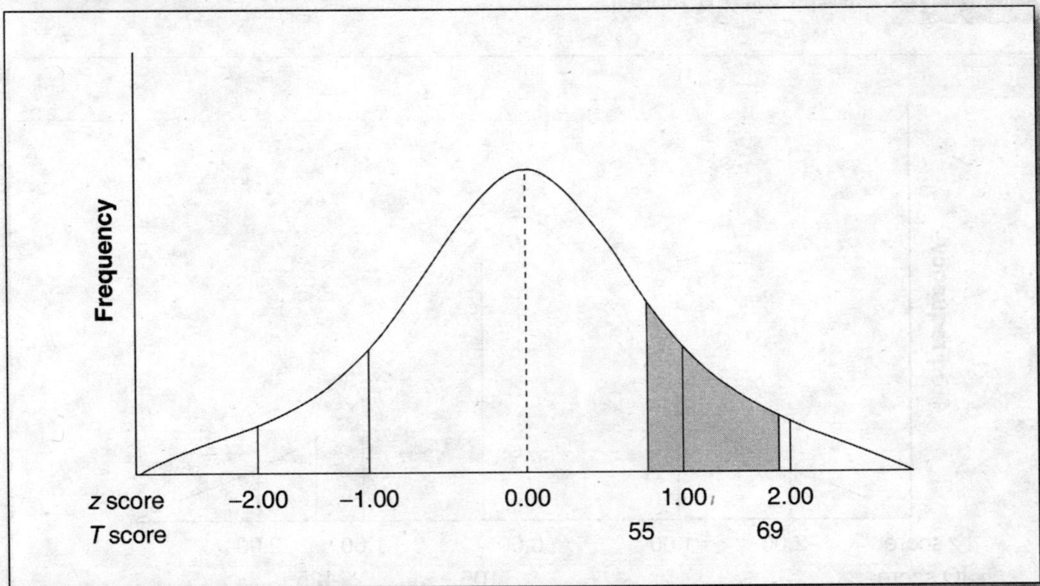

म्हणून आकृती काढल्यानंतर, दोन्ही T प्राप्तांकांचे z प्राप्तांकांमध्ये रूपांतर करा.

$$z = \frac{x_i - \bar{x}}{S} = \frac{55-50}{10} = \frac{5}{10} = 0.50$$

आणि

$$z = \frac{x_i - \bar{x}}{S} = \frac{69-50}{10} = \frac{19}{10} = 1.90$$

या दोन z मूल्यांची B क्षेत्रफळे कशाशी संबंधित आहेत? $z = 0.50$ साठी B क्षेत्रफळ आहे .1915. हे $z = 0.00$ आणि $z = 0.50$ मधील प्राप्तांकांचे प्रमाण दर्शविते. $z = 1.90$ साठी B क्षेत्रफळ आहे .4713.

हे लक्षात घ्या की, $z = 1.90$ साठीच्या B क्षेत्रफळात $z = .50$ चे B क्षेत्रफळ समाविष्ट आहे. म्हणून, आपण जर मोठ्या B क्षेत्रफळातून लहान क्षेत्रफळ वजा केले तर त्या दोन मूल्यांमधील प्राप्तांकांचे प्रमाण आपल्याला मिळेल. म्हणून, एकूण T प्राप्तांकांपैकी 55 आणि 69 मध्ये असलेल्या प्राप्तांकांची शेकडेवारी आहे .4713 – .1915 = .2798 किंवा 27.98%.

प्रश्न 2: बुद्ध्यंकांच्या प्राप्तांकांपैकी 105 ते 125 च्यामध्ये बुद्ध्यंक प्राप्तांक असलेल्यांची शेकडेवारी किती असेल?

उत्तर 2: प्रथम, या प्रश्नासाठी आकृती काढा. आकृती 4.11 पाहा.

आकृती 4.11 उदाहरण 5 प्रश्न 2 चे z वितरण

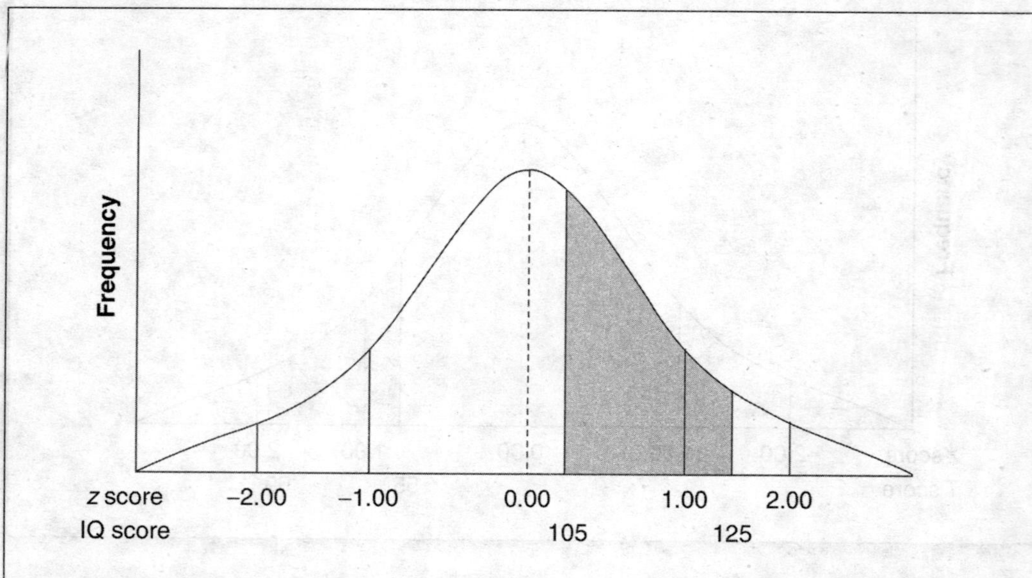

दोन्ही IQ प्राप्तांकांचे z प्राप्तांकांमध्ये रूपांतर करणे ही आपली युद्धनीती असेल. त्यानंतर, आपण त्यांची योग्य क्षेत्रफळे पाहून, मोठ्यातून लहान क्षेत्रफळ वजा करणार आहोत.

म्हणून आकृती काढल्यानंतर, दोन्ही IQ प्राप्तांकांचे z प्राप्तांकांमध्ये रूपांतर कराः

$$z = \frac{x_i - \bar{x}}{S} = \frac{105 - 100}{15} = \frac{5}{15} = 0.33$$

आणि

$$z = \frac{x_i - \bar{x}}{S} = \frac{125 - 100}{15} = \frac{25}{15} = 1.67$$

या दोन z मूल्यांची B क्षेत्रफळे किती आहेत? $z = 0.33$ साठी B क्षेत्रफळ आहे .1293. हे $z = 0.00$ आणि $z = 0.33$ मधील प्राप्तांकांचे प्रमाण दर्शविते? $z = 1.67$ साठी B क्षेत्रफळ आहे .4525. आपण जर मोठ्या B क्षेत्रफळातून लहान क्षेत्रफळ वजा केले तर त्या दोन IQ मूल्यांमधील प्राप्तांकांचे प्रमाण आपल्याला मिळेल. म्हणून, एकूण IQ प्राप्तांकांपैकी 105 आणि 125 मधील IQ प्राप्तांक असलेल्या IQ प्राप्तांकांची शेकडेवारी आहे .4525 – .1293 = .3232 किंवा 32.32%.

उदाहरण 6: माहिती असलेल्या दोन प्राप्तांकांपैकी एक मध्यमानापेक्षा लहान आणि एक मध्यमानापेक्षा मोठा असताना त्या दोन्ही प्राप्तांकांमधील z वितरणातील क्षेत्रफळ काढणे

प्रश्न 1: *T* प्राप्तांकांपैकी 43 आणि 72 मध्ये असलेल्या प्राप्तांकांची शेकडेवारी किती?

उत्तर 1: पुन्हा एकदा, या प्रश्नासाठी आकृती काढा. पाहा आकृती 4.12.

आकृती 4.12 उदाहरण 6 प्रश्न 1 चे z वितरण

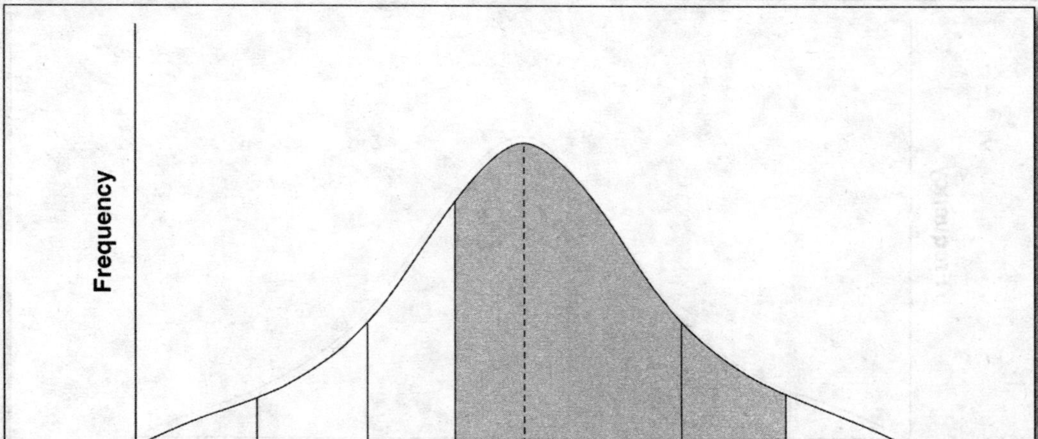

दोन्ही T प्राप्तांकांचे z प्राप्तांकांमध्ये रूपांतर करणे ही आपली युद्धनीती असेल. त्यानंतर, आपण त्यांची योग्य क्षेत्रफळे पाहून, दोन्ही क्षेत्रफळांची बेरीज करणार आहोत.

दोन्ही T प्राप्तांकांचे z प्राप्तांकांमध्ये रूपांतर करा.

$$z = \frac{x_i - \bar{x}}{S} = \frac{43-50}{10} = \frac{-7}{10} = -0.70$$

आणि

$$z = \frac{x_i - \bar{x}}{S} = \frac{72-50}{10} = \frac{22}{10} = 2.20$$

आपल्याला B क्षेत्रफळ हवे आहे की C क्षेत्रफळ हवे आहे? $z = -.70$ साठी आपल्याला B क्षेत्रफळ हवे आहे. कारण आपल्याला z चे मूल्य –0.70 ते मध्यमान z बरोबर 0.00 मधील प्राप्तांकांचे प्रमाण हवे आहे. हे प्रमाण आहे .2580. z प्राप्तांक 2.20 साठी आपल्याला B क्षेत्रफळ हवे आहे. $z = 0.00$ ते z प्राप्तांक 2.20 मधील प्रमाण आहे .4861. नंतर, फक्त दोन प्रमाणांची बेरीज घेऊन एकूण प्रमाण काढा; ती येते, $.2580 + .4861 = .7441$, म्हणजेच, एकूण T प्राप्तांकांपैकी 74.41% प्राप्तांक 43 ते 72 मध्ये आहेत.

उदाहरण 7: माहिती असलेल्या दोन प्राप्तांकांमधील z वितरणातील क्षेत्रफळ काढणे

प्रश्न 1 (दोन्ही प्राप्तांक मध्यमानाच्या खाली आहेत): T प्राप्तांकांपैकी 35 आणि 45 मध्ये असलेल्या प्राप्तांकांची शेकडेवारी किती?

उत्तर 1: या प्रश्नासाठी आकृती काढा. आकृती 4.13 पाहा.

आकृती 4.13 उदाहरण 7 प्रश्न 1 चे z वितरण

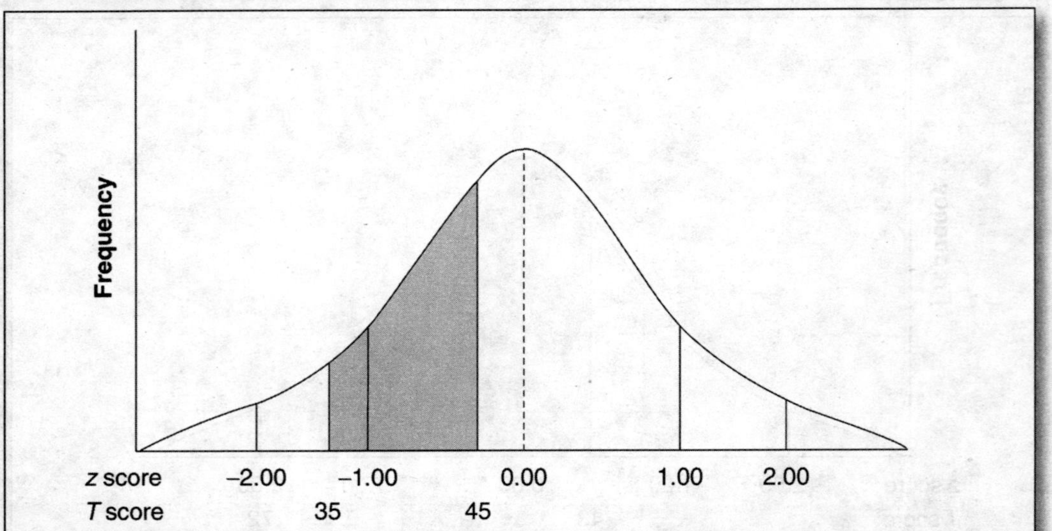

दोन्ही T प्राप्तांकांचे z प्राप्तांकांमध्ये रूपांतर करणे हे आपले नियोजन असेल. त्यानंतर, आपण त्यांची योग्य क्षेत्रफळे पाहून, मोठ्या क्षेत्रफळातून लहान वजा करणार आहोत.

दोन्ही T प्राप्तांकांचे z प्राप्तांकांमध्ये रूपांतर करा.

$$z = \frac{x_i - \bar{x}}{S} = \frac{35-50}{10} = \frac{-15}{10} = -1.50$$

आणि

$$z = \frac{x_i - \bar{x}}{S} = \frac{45-50}{10} = \frac{-5}{10} = -0.50$$

आपल्याला B क्षेत्रफळ हवे आहे की C क्षेत्रफळ हवे आहे? $z = -1.50$ साठी आपल्याला B क्षेत्रफळ हवे आहे. कारण आपल्याला z चे मूल्य -1.50 ते z मध्यमान बरोबर 0.00 मधील प्राप्तांकांचे प्रमाण हवे आहे. हे प्रमाण आहे .4332. z प्राप्तांक .50 साठी आपल्याला B क्षेत्रफळ हवे आहे. $z = 0.00$ ते $z = .50$ प्राप्तांक मधील प्रमाण आहे .1914. नंतर, फक्त दोन प्रमाणांमधील मोठ्यातून लहान वजा करून उर्वरित प्रमाण काढा; ते येते, $.4332 - .1914 = .2418$, म्हणजेच, एकूण T प्राप्तांकांपैकी 24.18% प्राप्तांक 35 ते 45 मध्ये आहेत.

प्रश्न 2 (दोन्ही बुद्ध्यंक मध्यमानाच्या खाली आहेत): एकूण बुद्ध्यंकांपैकी 60 ते 90 मध्ये बुद्ध्यंक असलेल्या बुद्ध्यंक प्राप्तांकांची शेकडेवारी किती?

उत्तर 2: प्रथम, या प्रश्नासाठी आकृती काढा. आकृती 4.14 पाहा.

आकृती 4.14 उदाहरण 7 प्रश्न 2 चे z वितरण

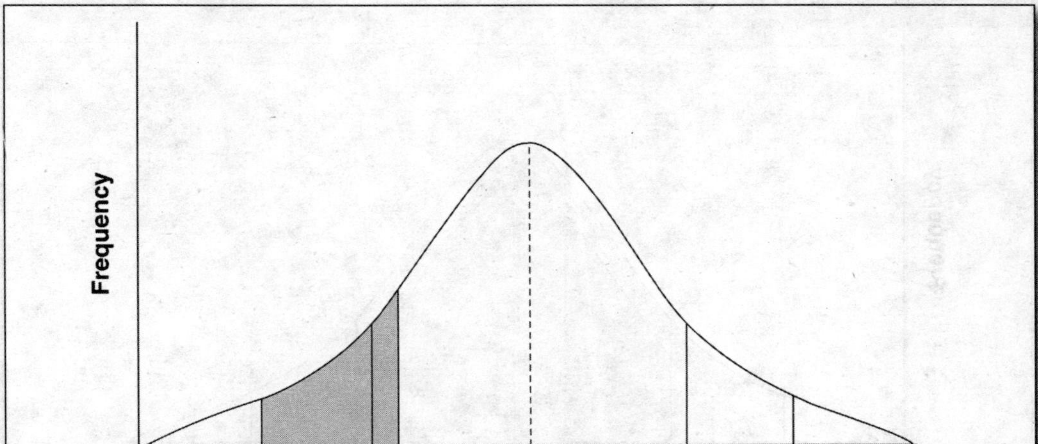

दोन्ही बुद्ध्यंक प्राप्तांकांचे z प्राप्तांकांमध्ये रूपांतर करणे ही आपली युद्धनीती असेल. त्यानंतर, आपण त्यांची योग्य क्षेत्रफळे पाहून, मोठ्यातून लहान क्षेत्रफळ वजा करणार आहोत.

दोन्ही बुद्ध्यंक प्राप्तांकांचे z प्राप्तांकांमध्ये रूपांतर करा:

$$z = \frac{x_i - \bar{x}}{S} = \frac{60-100}{15} = \frac{-40}{15} = -2.67$$

आणि

$$z = \frac{x_i - \bar{x}}{S} = \frac{90-100}{15} = \frac{-10}{15} = -0.67$$

$z = -2.67$ साठी B क्षेत्रफळ आहे .4962. हे मूल्य आपल्याला z चे मूल्य 0.00 ते z बरोबर –2.67 मधील प्राप्तांकांचे प्रमाण दर्शविते. z प्राप्तांक –0.67 साठी B क्षेत्रफळ .2486 आहे. दोन प्रमाणांमधील मोठ्यातून लहान वजा करून उर्वरित प्रमाण बुद्ध्यंक प्राप्तांक 60 आणि 90 यांचे प्रमाण येते. म्हणून, एकूण प्राप्तांकांपैकी 4962 – .2486 = .2476, किंवा 24.76% प्राप्तांक 60 ते 90 बुद्ध्यंक असलेले असतील.

प्रश्न 3 (एक प्राप्तांक मध्यमानाच्या खाली आणि एक प्राप्तांक मध्यमानाच्या वर आहे): एकूण बुद्ध्यंकांपैकी 85 ते 115 मध्ये बुद्ध्यंक असलेल्या बुद्ध्यंक प्राप्तांकांची शेकडेवारी किती?

उत्तर 3: या प्रश्नासाठी आकृती काढा. आकृती 4.15 पाहा.

आकृती 4.15 उदाहरण 7 प्रश्न 3 चे z वितरण

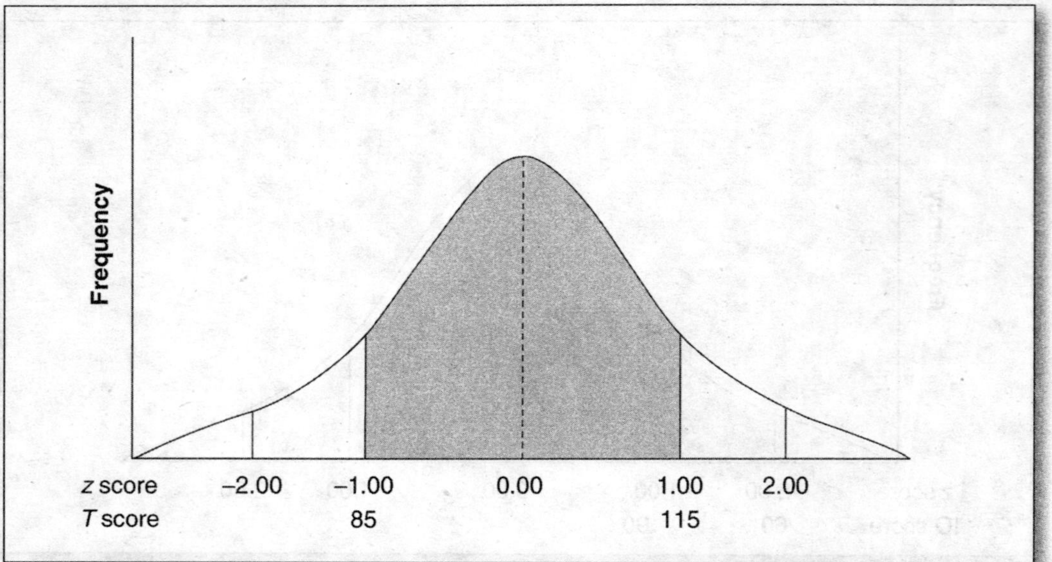

दोन्ही बुद्ध्यंक प्राप्तांकांचे z प्राप्तांकांमध्ये रूपांतर करणे ही आपली युद्धनीती असेल. त्यानंतर, आपण त्यांची योग्य क्षेत्रफळे पाहून त्यांची बेरीज करणार आहोत.

दोन्ही बुद्ध्यंक प्राप्तांकांचे z प्राप्तांकांमध्ये रूपांतर करा:

$$z = \frac{x_i - \bar{x}}{S} = \frac{85-100}{15} = \frac{-15}{15} = -1.00$$

आणि

$$z = \frac{x_i - \bar{x}}{S} = \frac{115-100}{15} = \frac{15}{15} = 1.00$$

$z = -1.00$ साठी B क्षेत्रफळ आहे .3413. हे मूल्य आपल्याला z चे मूल्य 0.00 ते z बरोबर -1.00 मधील प्राप्तांकांचे प्रमाण दर्शविते. z प्राप्तांक 1.00 साठी B क्षेत्रफळ .3413 आहे. दोन प्रमाणांची बेरीज करून बुद्ध्यंक प्राप्तांक 85 आणि 115 यांचे प्रमाण येते. म्हणून, एकूण प्राप्तांकापैकी .3413 + .3413 = .6826, किंवा 68.26% प्राप्तांक 85 ते 115 बुद्ध्यंकांमध्ये असतील.

शतमकाच्या साहाय्याने प्राप्तांकांचा सारांश काढणे

शतमकांसारख्या समजायला सोप्या संख्याशास्त्रीय परिमाणांच्या साहाय्याने डेटाचा सारांश काढणे लोकांना आवडते. मोठ्या गटाशी तुलना करता (साधारणतः जनसंख्या) शेकडेवारीतील श्रेणी शतमकातून दिली जाते. विकासाच्या मानसशास्त्रात शतमक श्रेणीचा वापर पहिल्यांदा झाला आहे. मुलांची सामान्य वाढ होते आहे हे सिद्ध करण्यासाठी, त्यांच्या वजन-उंचीचे मापन करण्यात आले आणि पालकांना समान वयोगटातील इतर मुलांच्या तुलनेत त्यांचे मूल वजन-उंचीनुसार कोठे बसते, ते सांगितले जात असे. आता, आपण याच प्रकरणातील उदाहरणांच्या साहाय्याने शतमक काढण्याचा सराव करू या.

प्रश्न 1: एका 8 वर्षाच्या मुलाची उंची 4 फूट 4 इंच आहे. आत्ताच्या उंचीच्या तक्त्यानुसार, या वयासाठी उंचीचे मध्यमान आहे 4 फूट 2 इंच, आणि प्रमाण विचलन आहे 3 इंच. या मुलाची उंचीबाबत शतमक श्रेणी किती असेल?

उत्तर 1: प्रथम, खालील सूत्र वापरून मुलाची उंची z प्राप्तांकात रूपांतरित करा.

$$z = \frac{x_i - \bar{x}}{S}$$

$$z = \frac{52-50}{3}$$

$$z = \frac{2}{3}$$

$z = 0.67$

z वितरणातील या प्राप्तांकाचे B क्षेत्रफळ आहे .2486. या मुलाचा z प्राप्तांक फक्त मध्यमानापेक्षाच ($z = 0.00$) जास्त आहे असे नाही तर मध्यमानापेक्षा लहान सर्व प्राप्तांकांपेक्षाही जास्त आहे, म्हणून या मुलाच्या उंचीचे एकूण प्रमाण .2486 + .5000 = .7486. हे प्रमाण शेकडेवारीत रूपांतरित करण्यासाठी अपूर्णांकाचे चिन्ह दोन घरे अलीकडे आणून संख्या पूर्णांक करा; म्हणजे, मुलाच्या उंचीचे शतमक 75 हे येते. याचाच अर्थ, एकूण मुलांपैकी 75% मुलांपेक्षा या मुलाची उंची जास्त आहे; तर, समान वयाच्या एकूण मुलांपैकी 25% मुलांच्या उंचीपेक्षा या मुलाची उंची कमी आहे.

प्रश्न 2: एका मुलीचे 4 वर्ष वयाला वजन 37 पौंड इतके आहे. आत्ताच्या वजन तक्त्यानुसार, वजनाचे मध्यमान 40 पौंड आणि प्रमाण विचलन 4 पौंड इतके आहे. या मुलीच्या वजनाची शतमक श्रेणी किती असेल?

उत्तर 2: प्रथम, खालील सूत्र वापरून मुलीचे वजन z प्राप्तांकात रूपांतरित करा.

$$z = \frac{x_i - \bar{x}}{S}$$

$$z = \frac{37 - 40}{4}$$

$$z = -\frac{3}{4} = -0.75$$

z वितरणातील या प्राप्तांकाचे B क्षेत्रफळ आहे .2734. या प्रश्नासाठी, आपल्याला C क्षेत्रफळ हवे आहे कारण मुलीचे वजन प्रसामान्य मध्यमानापेक्षा कमी आहे. या z प्राप्तांकासाठी C क्षेत्रफळ आहे .2266. म्हणजे, या मुलीचे वजन समान वयाच्या एकूण मुलींच्या .2266 घरात किंवा 22.66% म्हणजेच 23 व्या श्रेणीत आहे. याचाच अर्थ मुलीचे वजन समान वयाच्या एकूण 23% मुलांपेक्षा जास्त आहे. आणि एकूण मुलांपैकी 77% मुलांचे वजन या मुलीच्या वजनापेक्षा जास्त आहे.

इतिहासाचा मागोवा

कार्ल पिअर्सन ते इजन पिअर्सन

कार्ल पिअर्सन (1857–1936) यांना आधुनिक संख्याशास्त्राचे जनक म्हणतात. जरी z प्राप्तांक आणि z वितरणाचे जनक इंग्लिश संख्याशास्त्रज्ञ विल्यम्स एस. गोसेट असले (1876–1937) तरी कार्ल पिअर्सन यांना (फ्रांसिस गॅल्टन यांच्या बरोबर) आधुनिक संख्याशात्रीय विचारांची पहिली लाट निर्माण केल्याचे श्रेय दिले जाते.

पिअर्सन यांनी गणित विषयात महाविद्यालयीन पदवी मिळविली आणि नंतर कायद्याचा अभ्यास करून वकिली करायला सुरुवात केली. त्यानंतर, त्यांनी जर्मनीत जाऊन भौतिक शास्त्र, मेटाफिजिक्स, धर्मशास्त्र, आणि समाजशास्त्राचा अभ्यास केला. 1884 मध्ये, वयाच्या 27 व्या वर्षी त्यांनी लंडनला परत येऊन विद्यापीठात अप्लाइड मॅथमेटिक्स आणि मेकॅनिक्स शिकविण्यास सुरुवात केली. 1889 मध्ये फ्रांन्सिस गॅल्टन यांनी त्यांचे *Natural Inheritance* हे अत्यंत गाजलेले आणि लोकप्रिय पुस्तक प्रसिद्ध केले. पिअर्सन यांच्याच शब्दात सांगायचे झाले, तर ते या पुस्तकाने, आणि विशेषतः गॅल्टन यांच्या

laws of inheritance and the measurement of variability यासंबधी सैद्धांतिक विवेचनाने अत्यंत प्रभावित झाले होते.

कार्ल पिअर्सन (1857–1936)

स्रोत: सार्वजनिक प्रक्षेत्र

1892 मध्ये, पिअर्सन यांनी त्यांचे अत्यंत विचारप्रवर्तक The Grammar of Science हे पुस्तक प्रकाशित केले. या पुस्तकात त्यांनी विज्ञानाचे उद्देश, त्याची मूल्ये आणि व्याप्ती (ज्ञानाच्या प्रत्येक संभाव्य शाखेची), तसेच माहिती व निरीक्षणांचे अत्यंत सावधपणे आणि अचूक वर्गीकरण करण्याची शास्त्रीय पद्धत, व सुयोग्य संख्याशास्त्रीय विश्लेषण, यावर भाष्य केले. पिअर्सन यांचे त्यानंतरचे, आधुनिक संख्याशास्त्रातील योगदान अत्यंत महत्त्वाचे आहे. त्यांनी सहसंबंधाचा गुणांक विकसित केला, ज्याच्या साहाय्याने दोन चलांमधील सहसंबंधाचे सामर्थ्य मोजले जाते (आणि जो त्यांच्याच नावाने पिअर्सन प्रॉडक्ट–मोमेंट सहसंबंध गुणांक म्हणून ओळखला जातो), आणि त्यांनी एखाद्या निरीक्षणातील डेटाबाबत एखादा गणितीय अंदाज किती चपखल असू शकतो, हे नेमकेपणे ठरविणारी goodness-of-fit ही चाचणी, जिला काइ स्वेअर (chi-square) या नावाने ओळखले जाते, ती विकसित केली. आधुनिक संख्याशास्त्राच्या परिभाषेत पिअर्सन यांनी पहिल्यांदा तयार केलेल्या अनेक संज्ञाही वापरल्या जातात. त्यातील काही खालीलप्रमाणे: श्रेणी (array), द्विश्रेणीय (biserial), *r*, काइ स्वेअर (chi-square), प्रचलन गुणांक (coefficient of variation), कर्टोसिस (kurtosis), लेप्टोकर्टिक (leptokurtic), प्लॅटिकर्टिक (platykurtic), एकाधिक सहसंबंध (multiple correlation), आंशिक सहसंबंध (partial correlation), प्रसामान्य वक्र (normal curve), प्रमाण विचलन (standard deviation), आणि प्रमाण विचलनाचे *sigma* हे चिन्ह.

पिअर्सन यांना बौद्धिक युक्तिवाद करण्यातही आनंद मिळत असे. त्यांनी प्रसिद्ध केलेल्या एका पेपर मध्ये क्षयासाठी देण्यात येणाऱ्या समकालीन औषधोपचार पद्धतीने मृत्युदर कमी झाला नाही असा दावा करून डॉक्टर व्यावसायिकांनाही हटकले होते. अर्थातच, त्यांनी हा युक्तिवाद खरा डेटा तपासूनच केला होता. आजमितीला, आधुनिक उपचार पद्धतींचा विचार करता, त्यांचा युक्तिवाद विचित्र वाटू शकतो. त्यांचा असा विचार होता की, ज्या लोकांच्या बाबतीत क्षयाची "वंशपरंपरा" आहे, त्यांनी लग्न करण्यावर अथवा मुले जन्माला घालण्यावर बंदी असली पाहिजे. वर्णीय बुद्धिमत्ता याबाबत त्यांचे विचार देखील आज वर्णभेद करणारे आणि अपायकारक वाटू शकतात. असे असले तरी, त्यांनी शास्त्रीय पद्धती आणि संख्याशास्त्रीय विश्लेषण यांना दिलेल्या महत्त्वामुळेच याच उपकरणांच्या साहाय्याने आधुनिक शास्त्रज्ञांना वर्णभेदाविरोधी लढा लढता येऊ शकतो किंवा एड्स (AIDS) या आजारावरील औषधोपचार परिणामकारक आहे की नाही, हे ठरविता येते.

नवफ्रॉइडवादी, आल्फ्रेड ॲडलर (Alfred Adler, 1870–1937) (हे संख्याशास्त्रज्ञ म्हणून फार प्रसिद्ध नाहीत) यांना आपल्या लहानपणातील आठवणींचा आपल्या नंतरच्या मानसिक विकासावर कसा परिणाम होतो, हे पाहाण्यात स्वारस्य होते. संख्याशास्त्रज्ञ आणि इतिहासकार हेलन वॉकर (1891–1989) यांनी कार्ल पिअर्सन यांच्या जुन्या आठवणींची खालील गोष्ट सांगितली: ते म्हणतात की, "माझे काय वय होते मला माहिती नाही, पण, मी एका उंच खुर्चीवर बसून माझा अंगठा चोखत होतो. कोणीतरी मला अंगठा चोखणे थांबवायला सांगितले, नाही तर, माझा अंगठा नाहीसा होईल असेही सांगितले. मी माझे दोन्ही अंगठे एकमेकांच्या शेजारी ठेवून खूप वेळ त्यांच्याकडे पाहात राहिलो. 'हे दोन्ही अगदी

सारखे दिसतात' मी स्वतःला म्हटले, 'मला मी चोखत असलेला अंगठा दुसऱ्यापेक्षा अजिबात लहान दिसत नाही. मला वाटते तिने मला खोटे सांगितले'. (वॉकर, 1929/1975).

हेलन वॉकर यांनी त्यांच्या आठवणीत असे नोंदविले आहे की, पिअर्सन यांनी कायदेशीर अधिकार नाकारले, अनुभवाधिष्ठित पुराव्यांना आव्हान दिले, त्यांचा निरीक्षणातून निर्माण झालेल्या डेटावर आधारलेल्या स्वतःच्या विवेचनावर विश्वास होता, "आणि शेवटी, त्यांच्या निर्णयापेक्षा वेगळे मत मांडणाऱ्यांना नीतीभ्रष्टतेचे दूषण देत". वॉकर यांच्या मते, ही पिअर्सन यांची स्वभाव वैशिष्ट्ये त्यांच्या संपूर्ण व्यावसायिक कारकिर्दीत ठळकपणे दिसून आली."

कार्ल पिअर्सन यांनी संख्याशास्त्राला दिलेली आणखी एक अत्यंत महत्त्वाची देणगी म्हणजे – त्यांचा पुत्र इजन पिअर्सन (1895–1980) होय; ज्याने, संख्याशास्त्रात, स्वतःचे असे, अद्वितीय महत्त्वपूर्ण योगदान दिले आहे. नव्याने पीएच. डी. मिळवून इंग्लंड मध्ये जाऊन पिअर्सन यांना भेटलेल्या व त्यांच्या बरोबर अभ्यास करणाऱ्या एका अमेरिकनाने पिअर्सन यांना विचारले की, त्यांना लिहिणे, अभ्यास, आणि गणनेस इतका वेळ कसा मिळतो? यावर, पिअर्सन यांचे उत्तर असे होते की, "तुम्हा अमेरिकन लोकांना ते समजणार नाही, परंतु, मी कधीही दूरध्वनीवर बोलत नाही किंवा कमिटीच्या सभांनाही उपस्थितीत राहत नाही."

महत्त्वाच्या संकल्पना आणि व्याख्या

शतमके (Percentile) – असे वितरण ज्याची विभागणी शेकडेवारीत झाली आहे.

प्रमाण प्राप्तांक (Standard Score) – अशा प्रकारचा प्राप्तांक ज्याचे मध्यमान आणि प्रमाण विचलन माहिती आहे किंवा दिलेले आहे.

T प्राप्तांक (*T* Score) – अशा प्रकारचा प्राप्तांक ज्याचे मध्यमान 50 आणि प्रमाण विचलन 10 आहे.

z वितरण (*z* Distribution) – असे वितरण जे वारंवारितांनुसार *z* प्राप्तांकांचा विचार करता अत्यंत प्रसामान्यपणे वितरित झाले आहे.

z प्राप्तांक (*z* Score) – पहिला प्रमाण प्राप्तांक ज्याचे मध्यमान 0 आणि प्रमाण विचलन 1.0 आहे.

प्रकरण 4 सरावासाठी प्रश्न

1. प्रमाणित प्राप्तांकाची व्याख्या काय?
2. प्रमाणित प्राप्तांक वापरण्याचे फायदे कोणते?
3. *z* वितरणाचे मध्यमान आणि प्रमाण विचलन किती असते?
4. *z* वितरणे वापरण्याचे तोटे कोणते?
5. *z* वितरण सारिणी वापरून, एकूण क्षेत्रफळापैकी खालीलप्रमाणे क्षेत्रफळे काढा, प्रत्येकासाठी आकृती काढा, आणि लक्ष्य क्षेत्रफळ छायांकित करा.

   अ. *z* प्राप्तांक 0.00 आणि *z* प्राप्तांक 1.64 मधील

   ब. *z* प्राप्तांक 1.64 च्या वरील

क. z प्राप्तांक 0.00 आणि z प्राप्तांक –1.00 मधील

ड. z प्राप्तांक –1.64 च्या खालील

इ. z प्राप्तांक 0.00 च्या खालील

फ. z प्राप्तांक –1.00 आणि z प्राप्तांक 1.0 मधील

ग. z प्राप्तांक –2.00 आणि z प्राप्तांक –1.0 मधील

6. z वितरण सारिणी वापरून, खालील प्रत्येक क्षेत्रफळासाठी सर्वात जवळचा (चे) z प्राप्तांक शोधा, प्रत्येकासाठी आकृती काढा, आणि लक्ष्य क्षेत्रफळ छायांकित करा.

अ. वरील .2500 ब. वरील .5000

क. खालील .2500 ड. खालील .0500

इ. खालील .5000 फ. खालील .7500

ग. खालील .9500 ह. खालील .0100

स. मध्यातील .5000

7. खालील पूर्तता चाचणीतील प्राप्तांक z प्राप्तांकांमध्ये आणि नंतर T प्राप्तांकांमध्ये रूपांतरित करा: 37, 42, 51, 38, 45, 50, 31, 44, 34, 39, 52, 40, 41, 36, 32.

8. मागील उदाहरणात, खालील T प्राप्तांकांपेक्षा किती प्रमाणात प्राप्तांक जास्त आहेत?

अ. 70

ब. 60

क. 50

9. मागील उदाहरणात, खालील T प्राप्तांकांपेक्षा किती प्रमाणात प्राप्तांक कमी आहेत?

अ. 65

ब. 60

क. 40

10. मागील उदाहरणात, खालील T प्राप्तांकांच्या प्रत्येक जोडीमध्ये किती प्रमाणात प्राप्तांक आहेत?

अ. 40 ते 60

ब. 30 ते 70

क. 45 ते 55

SPSS पाठ 4

या प्रकरणामागील उद्देश SPSS च्या साहाय्याने प्राप्तांकांचे z प्राप्तांक आणि T प्राप्तांक यासारख्या प्रमाणित प्राप्तांकांमध्ये रूपांतर करायला शिकणे, हा आहे. उजळणी म्हणून, हे लक्षात घ्या की, z प्राप्तांक हा 0 मध्यमान आणि 1 प्रमाण विचलन असलेला प्रमाणित प्राप्तांक आहे; तर, T हा 50 मध्यमान आणि 10 प्रमाण विचलन असलेला प्रमाणित प्राप्तांक आहे.

कच्च्या प्राप्तांकांचे z प्राप्तांकांमध्ये रूपांतर करणे

खालील पायऱ्या वापरून संगणक प्रणाली चालू करून, www.uccs .edu/~faculty/fcoolidg//Schizoid-Aspergers-Controls SPSS.sav या संकेतस्थळावरील, *Schizoid-Aspergers-Controls SPSS.sav* हा डेटा या डेटातील वय या चलासाठी वारंवारिता वितरण आलेख तयार करा.

1. SPSS च्या *Statistics Data Editor* पडद्यावर File > Open हे पर्याय वापरून *Schizoid-Aspergers-Controls SPSS. sav* हा तुम्ही तुमच्या संगणकावर उतरवून ठेवलेला डेटा संच निवडा.

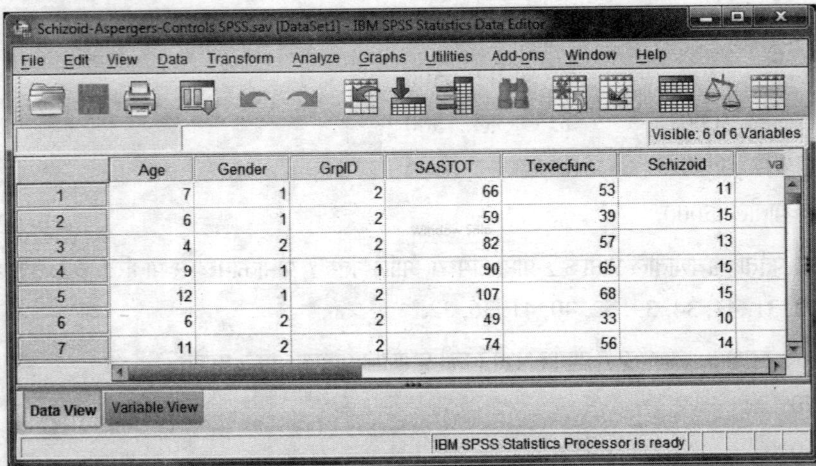

2. *Descriptive* संवाद उघडण्यासाठी Analyze > Descriptive Statistics > Descriptive हे पर्याय वापरा.
3. Total autistic symptoms या चला वर दोनदा स्पर्श करून त्याला; उजव्या बाजूला निवडलेल्या चलांच्या जागेत हलवा.
4. Save standardized values as variables या चौकटीची निवड करा,आणि त्यास OK म्हणा.

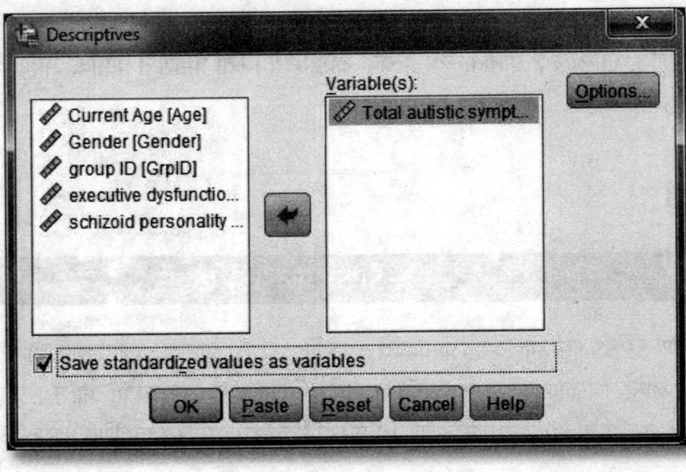

5. जेव्हा सध्याचे *Output* दर्शविण्यासाठी *Statistics Viewer* उघडेल तेव्हा मेन मेनू (main menu) मध्ये Window ला स्पर्श करून 1 Schizoid-Aspergers-Controls SPSS.sav आणि select to return to the *Data Editor* ची निवड करा.

SASTOT	Texecfunc	Schizoid	ZSASTOT
66	53	11	-.47985
59	39	15	-.69904
82	57	13	.02117
90	65	15	.27168
107	68	15	.80401
49	33	10	-1.01218
74	56	14	-.22934
72	36	12	-.29197
100	70	14	.58481
133	75	14	1.61816
118	58	11	1.14846

Schizoid या चलाच्या उजव्या बाजूला, नव्याने तयार केलेल्या *ZSASTOT* या चलात, प्रत्येक *SASTOT* चलमूल्याचा प्रमाणित *z* प्राप्तांक दिसेल.

6. *Data Editor* मधील *z* प्राप्तांकांमधील अपूर्णांकाच्या चिन्हाच्या पुढील अनावश्यक संख्या कमी करण्यासाठी Variable View पट्टी निवडा.

Name	Type	Width	Decimals	Label	Val
Age	Numeric	2	0	Current Age	None
Gender	Numeric	1	0	Gender	{1, Male
GrpID	Numeric	1	0	group ID	{0, Con
SASTOT	Numeric	3	0	Total autistic s...	None
Texecfunc	Numeric	3	0	executive dysfu...	None
Schizoid	Numeric	2	0	schizoid person...	None
ZSASTOT	Numeric	3	2	Zscore: Total a...	None

ariable View

7. *Decimal* स्तंभात *ZSASTOT* मूल्याची निवड करा आणि ते 2 पर्यंत कमी करा.
8. *Width* स्तंभात *ZSASTOT* मूल्याची निवड करा आणि ते 3 पर्यंत कमी करा. त्यानंतर, Data View पट्टीला स्पर्श करा.

SASTOT	Texecfunc	Schizoid	ZSASTOT
66	53	11	-.48
59	39	15	-.70
82	57	13	.02
90	65	15	.27
107	68	15	.80
49	33	10	-1.01
74	56	14	-.23
72	36	12	-.29
100	70	14	.58
133	75	14	1.62
118	58	11	1.15

आता तुमच्या समोर, the total autistic symptoms डेटाचे *z* प्राप्तांक आहेत. *z* प्राप्तांक –1.01 हा प्रमाण विचलन 1 पेक्षा थोडा जास्त आणि मध्यमान 0 च्या खाली असल्याचे दर्शवितो. *z* प्राप्तांक 1.62 हा प्रमाण विचलन 1½ पेक्षा थोडा जास्त आणि मध्यमान 0 च्या वर असल्याचे दर्शवितो.

z प्राप्तांकांचे *T* प्राप्तांकांमध्ये रूपांतर करणे

z प्राप्तांकांचे *T* प्राप्तांकांमध्ये रूपांतर करण्यासाठी तुम्हाला SPSS *Syntax Editor* वापरावा लागेल.

1. *Data Editor* main menu मध्ये File > New > Syntax वापरून *Syntax Editor* उघडा.
2. *Syntax Editor* मध्ये, उजव्या बाजूचा editor pane उघडून त्यात खालील वाक्य लिहा:

```
compute Tsastot=50+(10*zsastot).
execute.
```

सूचना: प्रत्येक वाक्याच्या शेवटी पूर्णविराम द्यायला विसरू नका. पूर्णविरामाच्या आधी स्पेस सोडू नका.

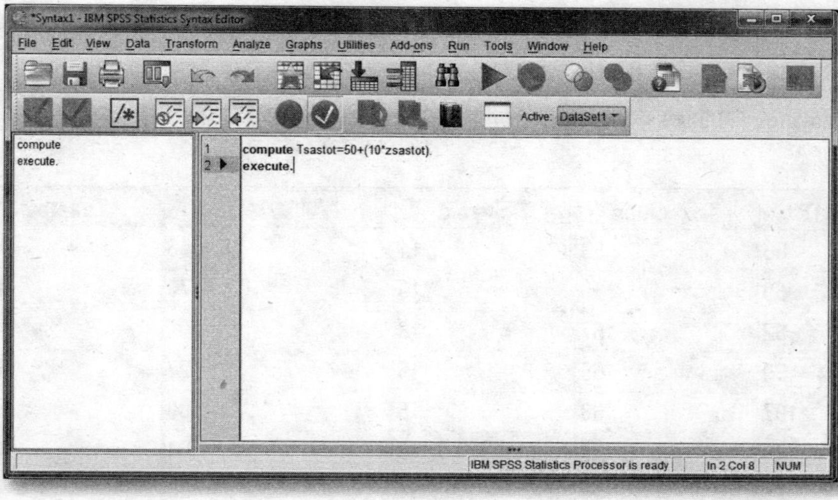

3. compute हे SPSS ने करायचे कार्य आहे.

   Tsastot हे नव्याने काढायच्या *T* प्राप्तांक चलाचे नाव आहे.

   50 हे *T* प्राप्तांकाच्या मध्यमानाचे मूल्य आहे.

   10 हे *T* प्राप्तांकाचे प्रमाण विचलन आहे.

   zsastot हा याआधी काढलेला *z* प्राप्तांक ज्यावरून *T* प्राप्तांक काढला जाणार आहे.

   execute या आदेशाने डेटा वाचला जाऊन त्याचे दिलेल्या आदेशांच्या क्रमाने रूपांतर केले जाईल.
4. मेन मेनू मधील *Syntax Editor* मध्ये Run > All यांना स्पर्श करा.
5. निर्माण झालेला *Statistics Viewer* न साठविता बंद करा.
6. *Data Editor* मध्ये *Tsastot* प्राप्तांकांचे परीक्षण करा.

SASTOT	Texecfunc	Schizoid	ZSASTOT	Tsastot
66	53	11	-.48	45.20
59	39	15	-.70	43.01
82	57	13	.02	50.21
90	65	15	.27	52.72
107	68	15	.80	58.04
49	33	10	-1.01	39.88
74	56	14	-.23	47.71
72	36	12	-.29	47.08
100	70	14	.58	55.85
133	75	14	1.62	66.18
118	58	11	1.15	61.48

7. *T* प्राप्तांक हे साधारणतः पूर्णांकात दिले जातात म्हणून, Variable View ला स्पर्श करून *Tsastot* प्राप्तांकासाठी *Decimal* 0 करा आणि *Width* 3 करा.
8. Data View ची निवड करून *Data Editor* मधील data view ला परत या.

SASTOT	Texecfunc	Schizoid	ZSASTOT	Tsastot
66	53	11	-.48	45
59	39	15	-.70	43
82	57	13	.02	50
90	65	15	.27	53
107	68	15	.80	58
49	33	10	-1.01	40
74	56	14	-.23	48
72	36	12	-.29	47
100	70	14	.58	56
133	75	14	1.62	66
118	58	11	1.15	61

आता तुम्हाला *total autistic symptoms* डेटासाठी *T* प्राप्तांक मिळाले आहेत. 40 हा *T* प्राप्तांक 50 मध्यमानाच्या 1 प्रमाण विचलनाखाली आहे. 66 हा T प्राप्तांक 50 मध्यमानाच्या 1½ प्रमाण विचलनापेक्षा थोडा जास्त आहे.

प्रकरण 5

निदानात्मक संख्याशास्त्र

नियंत्रित प्रयोग, गृहीतप्रमेयाची तपासणी, आणि z वितरण

प्रकरण 5 उद्दिष्टे

- नियंत्रित प्रयोगातील गृहीतप्रमेयाची तपासणी कशी केली जाते, हे जाणून घेणे
- सर्वसामान्यपणे, पारंपरिक पद्धतीने सुरुवात करताना नल गृहीतप्रमेय का वापरले जाते, हे समजावून घेणे
- दिशादर्शी असलेली आणि दिशादर्शी नसलेली पर्यायी गृहीतप्रमेये म्हणजे काय आणि त्यांचे फायदे व तोटे जाणून घेणे
- गृहीतप्रमेय तपासणीच्या चार संभाव्य परिणामांचा अभ्यास करणे
- महत्त्वपूर्ण असलेल्या आणि महत्त्वपूर्ण नसलेल्या संख्याशास्त्रीय निष्कर्षांमधील फरक समजून घेणे
- बाष्कळता शोधाची ललितकला समजून घेणे
- संख्याशास्त्रीय विश्लेषणांपेक्षा प्रायोगिक संरचना जास्त महत्त्वाच्या का असतात, हे पुन्हा एकदा समजून घेणे
- संभाव्यता सिद्धांताचे प्राथमिक धडे, काही सिद्धांत आणि संभाव्यता वितरणे यांची माहिती घेणे

नुकताच एकदा, मी धान्य खरेदीसाठी किराणा दुकानात गेलो होतो, तेव्हा मला असे लक्षात आले की दुकानात सतत एक संगीत (येथे, ते एनशिअंट रॉकग्रुप स्ट्रॉबेरी अलार्म क्लॉक यांचे "इनसेन्स अँड पेपरमिंट" होते) वाजत होते. चौकस भावनेने, दुकानदाराला मी विचारले, "संगीत का?" आणि "याच प्रकारचे संगीत का? अत्यंत गंभीरपणे, त्याने मला सांगितले की, "अभ्यासात" असे दिसून आले आहे की या प्रकारचे संगीत ऐकून लोक जास्त किराणा खरेदी करतात.

स्ट्रॉबेरी अलार्म क्लॉक अल्बम कव्हर

स्रोत: © 2011 युनिव्हर्सल म्यूझिक एंटरप्रायजेस, अ डिव्हिजन ऑफ युमजी रेकॉर्डिंग्ज, इंक. युनिव्हर्सल म्यूझिक एंटरप्रायजेस यांच्या सौजन्याने.

कदाचित, अनेक व्यवसायिक, जर जास्त शंकेखोर राहून, “खरेदीचे वातावरण” याचा दावा करणाऱ्या बनवाबनवीला बळी न पडता व्यवसाय करतील तर जरा जास्त काळ व्यवसाय करू शकतील. या निदानात्मक संख्याशास्त्रावरील प्रकरणात, तुम्ही “ संगीताने लोकांना जास्त खरेदी करावीशी वाटते” किंवा “HIV ने एड्स होत नाही” किंवा “स्वतःच्या डोळ्यांची उघडझाप केल्याने दुःखद घटना विसरण्यास मदत होते” अशा प्रकारच्या गृहीतप्रमेयांची चाचणी कशी करतात हे शिकाल.

जनसंख्येतून निवडलेल्या लहान नमुन्यावरून जनसंख्येबाबत निष्कर्ष काढण्यासाठी निदानात्मक संख्याशास्त्राचा उपयोग होतो. वर्णनात्मक संख्याशास्त्रात आपल्याला प्रामुख्याने आकृत्या, सारण्या आणि मध्यमान तसेच प्रमाण वितरणासारख्या संख्यांच्या संचाचा सारांश देणाऱ्या प्रमाणकांच्या साहाय्याने संख्यांचे वर्णन करायचे होते. निदानात्मक संख्याशास्त्रात आपण प्रामुख्याने नमुन्यांसाठी गृहीतप्रमेयांची तपासणी करून ती जर नमुन्याबाबत खरी असतील तर ती जनसंख्येबाबतही खरी उतरतील, असे त्यांचे सामान्यीकरण करणार आहोत. हे तुमच्या लक्षात असेलच की, जनसंख्या म्हणजे असा एक साधारणपणे गृहीत धरलेला गट असतो, ज्यासाठी आपण निष्कर्षांचे सामान्यीकरण करू इच्छितो. जनसंख्या खालील दोन कारणांनी गृहीत धरावी लागते: पहिले, आपल्याला, क्वचितच, चुकूनच मिळाला तर, जनसंख्येतील प्रत्येक घटकाची तपासणी करण्यासाठी वेळ आणि पैसा उपलब्ध होऊ शकतो किंवा जनसंख्येतील प्रत्येक घटकाची तपासणी करणे अशक्य असते. दुसरे, आपण आत्ताच्या नमुन्यावरून जनसंख्येतील भविष्यातील सदस्यांबाबत निष्कर्षांचे सामान्यीकरण करण्याचा प्रयत्न करणार असतो. उदाहरणार्थ, जर आपण एड्स या रोगावर मात करणारी संपूर्ण औषधोपचार पद्धत शोधली असेल तर ती फक्त आजच्या जनसंख्येलाच नाही तर भविष्यातील एड्सच्या रोग्यांना देखील लागू पडली पाहिजे, अशी आपण आशा करतो.

निदानात्मक संख्याशास्त्रातील अनेक संशोधन संरचना प्रत्यक्षात फार सोप्या असतातः आपण दोन स्वतंत्र प्रचले एकमेकांशी संबंधित आहेत किंवा नाहीत हे (सहसंबंधाच्या किंवा काइ स्क्वेयर (chi square) च्या साहाय्याने) अथवा, दोन वेगवेगळ्या पद्धतीने उपचार घेतलेल्या दोन किंवा अनेक गटांमधील निकालांच्या मध्यमानात फरक आहे काय हे (t चाचणी आणि प्रचलनाच्या विश्लेषणातून) तपासणार आहोत. विज्ञानात दोन प्रचले एकमेकांशी संबंधित आहेत की नाहीत याची अनेक उदाहरणे आहेत. आपल्याला धूम्रपानाचा संबंध कर्करोगाशी आहे काय, हे तपासण्याची, कोकेनच्या वापराचा हिंसायुक्त गुन्ह्यांशी संबंध आहे का, स्तनरोपणाचा रोगप्रतिकार शक्तीसंबंधित विकारांशी संबंध आहे का, जुळ्या भावंडांचा बुद्ध्यंक सख्ख्या भावंडांच्या बुद्ध्यंकापेक्षा जास्त सहसंबंधित असतो का, इत्यादी गोष्टींची माहिती मिळविण्याची इच्छा असू शकते. येथे हे लक्षात घ्या की, दोन चलांमधील सहसंबंध शोधणे याचा अर्थ त्यांच्यातील सहसंबंध कार्यकारणभावात्मक असतो असे नाही परंतु, काहीवेळा, दोन चलांमधील उदाहरणार्थ, धूम्रपान आणि कर्करोगांचे प्रकार, सहसंबंध निश्चित

केल्याने, आपल्याला नियंत्रित प्रयोग करून कार्यकारणभावात्मक संबंध प्रस्थापित करण्यास, मदत मिळू शकते. नियंत्रित प्रयोगांमध्ये, साधारणतः, दोन किंवा अनेक गटांवर वेगवेगळे उपचार केले जातात. संपूर्ण संख्याशास्त्रात ते अत्यंत ताकदवान प्रायोगिक संरचना ठरतात. या उलट, सहसंबंध संरचना या दोन चले एकमेकांशी संबधित आहेत की नाहीत हे पाहण्यासाठी नेहमी वापरल्या जाणाऱ्या, अत्यंत उपयुक्त ठरणाऱ्या असल्या तरी त्या उत्तम प्रकारे संरचित केलेल्या दोन किंवा अनेक गटांच्या प्रयोगात तुलनेने निष्प्रभ ठरतात.

ही खचितच अत्यंत दुर्दैवाची गोष्ट म्हणावी लागेल की (कदाचित संख्याशास्त्रज्ञांनी जनसंपर्क अधिकारी नेमण्याची गरज आहे) अत्यंत शक्तिशाली प्रायोगिक संरचनेला नुसते नियंत्रित प्रयोग असे म्हटले जाते. विज्ञानातील अनेक सिद्धांतांना यापेक्षा चांगली नावे मिळाली आहेत, जसे की, विश्वाची निर्मिती स्पष्ट करणारा बिग बँग सिद्धांत. तथापि, आत्तापुरते, आपण नियंत्रित प्रयोग या नावाला धरून आहोत. काही संख्याशास्त्रज्ञ, कोणत्या प्रकारच्या संख्याशास्त्रीय चाचण्या काही प्रकारच्या नियंत्रित प्रयोगांच्या निष्कर्षांचे मूल्यमापन करतात या विषयी वाद घालतात तर इतर थोडे (संख्याशास्त्रज्ञ) उत्कृष्ट अशा दोन गटांच्या नियंत्रित प्रयोगाच्या ताकदीबाबत युक्तिवाद करतात.

नियंत्रित प्रयोग हा दोन गटांचा प्रयोग असतो, ज्यात सामान्यतः एक प्रायोगिक गट आणि एक नियंत्रित गट असतो. या प्रायोगिक संरचनेमुळे कार्यकारणभाव निश्चित करता येतो. यात प्रयोगकर्ता स्वतंत्र चल या घटकाचा कुशलतापूर्वक वापर करत असतो. उदाहरणार्थ, एखाद्या औषधाच्या परिणामकारकतेच्या प्रयोगात औषध हेच स्वतंत्र चल असते. एका गटाला औषध दिले जाते तर दुसऱ्या गटाला प्लॅसिबो मिळते. त्यानंतर प्रयोगकर्ता काही निकालांवरून, प्रतिसाद चलावर, किंवा ज्याला अवलंबी चल असेही म्हटले जाते, त्यावर औषधाचा परिणाम होतो की नाही, हे ठरवितो. स्वतंत्र चलाच्या दोन स्तरांच्या कार्याप्रमाणे (औषध दिलेला गट आणि प्लॅसिबो गट) बदलणाऱ्या ज्या चलाच्या वर्तणुकीतील बदल नोंदविले किंवा मोजले जातात, ते चल अवलंबी चल असते. प्रयोगकर्त्याला स्वतंत्र चलामुळे अवलंबी चलात बदल झाला आहे का, हे पाहायचे असते. काही संख्याशास्त्रज्ञांनी या प्रायोगिक प्रक्रियेची तुलना संकेत शोध सिद्धांताशी (सिग्नल डिटेक्शन थिअरी) केली आहे. जर उपचाराचा खराच उपयोग होत असेल तर, दोन वेगवेगळ्या प्रकारे उपचार मिळालेल्या दोन गटांच्या स्वतंत्र किंवा प्रतिसाद चलाबाबतच्या प्राप्तांकांमध्ये फरक असला पाहिजे आणि हा फरक संकेत (सिग्नल) असतो. जर उपचाराचा अजिबात उपयोग झाला नसेल तर दोन गटांचे प्रतिसाद चलाबाबतचे प्राप्तांक समान असतील. असे असले तरी, यादृच्छिक त्रुटीमुळे किंवा निखळ दैवयोगाने देखील दोन गटांची प्रतिसाद चलाबाबतची मध्यमाने (औषधोपचाराचा प्लॅसिबोपेक्षा वेगळा काही परिणाम झाला नसला तरी) अगदी एकच असणे जवळजवळ अशक्य असते. जर स्वतंत्र चलाचा किंवा उपचाराचा काही उपयोग झाला नसेल तर दोन गटांची मध्यमाने जवळ असतील परंतु अगदी एकच नसतील. हा दोन मध्यमानांमधील फरक दैवयोगाने किंवा यादृच्छिक त्रुटीमुळे उद्‌भवतो आणि त्याला आवाज (नॉईज) असे म्हणतात. अशाप्रकारे, निदानात्मक संख्याशास्त्रात आणि संकेत-ते-आवाज गुणोत्तर (सिग्नल टू नॉईज रेशो) यांमध्ये साम्य आढळते, असे म्हणता येईल. जर स्वतंत्र चलाचा खरोखर परिणाम होत असेल तर, संकेत आवाजापेक्षा खूप जास्त असला पहिजे. आणि जर, स्वतंत्र चलाचा परिणाम होत नसेल तर, संकेत पार्श्वभूमीवरील आवाजापेक्षा जास्त असणार नाही.

नियंत्रित प्रयोगात गृहीतप्रमेयाची तपासणी

गृहीतप्रमेय म्हणजे एखाद्या व्यवहाराबाबत केलेला शिक्षित अंदाज होय. विज्ञान जगतातील संशोधक साधारणतः स्वतःच्या निष्कर्षांबाबत पुराणमतवादी असतात, आणि ते असे गृहीत धरतात की जोपर्यंत परिणाम (संकेत) दैवयोग किंवा यादृच्छिक त्रुटी (नॉईज) यापासून स्पष्टपणे वेगळे दर्शविता येत नाहीत तोपर्यंत काहीही सिद्ध करता येऊ शकत नाही. साधारणपणे,

एखादी संशोधन कल्पना किंवा अंतःप्रेरणा मनात घेऊन प्रयोग केले जातात. याला सामान्यतः संशोधनाचे गृहीतप्रमेय (रिसर्च हायपोथिसिस) असे म्हणतात. संशोधनाचे गृहीतप्रमेय म्हणजे अशी एखादी गोष्ट जी खरी आहे, असे संशोधक मानतो. असे असले तरी, सैद्धांतिकदृष्ट्या, सर्व प्रयोग नल गृहीतप्रमेय (संक्षिप्त स्वरूपात H_0), या विधानाने सुरू होतात, जे असे म्हणते की, जनसंख्येतील अवलंबी चल किंवा प्रतिसाद चल आणि स्वतंत्र चल यांमध्ये संबंध नाही.

औषधाच्या परिणामकारकतेच्या प्रयोगात, नल गृहीतप्रमेय असेल की औषधाचा अवलंबी चलावर परिणाम होत नाही. म्हणजेच, अनेकवेळा, नल गृहीतप्रमेय, शास्त्रज्ञांचा ज्यावर विश्वास असतो किंवा त्यांना जे खरे असेल अशी आशा असते त्याच्या, विरुद्ध असते. पूर्वीच्या संशोधनाचा आधार घेऊन ठरविलेल्या किंवा काय खरे असेल याबाबत विश्वास दर्शविणाऱ्या गृहीतप्रमेयाला पर्यायी गृहीतप्रमेय (अल्टरनेटिव हायपोथिसिस) (संक्षिप्त स्वरूपात H_a) असे म्हणतात.

या पुस्तकात आधी सांगितल्याप्रमाणे, विज्ञानाने सावकाश आणि पुराणमतवादीपणे काम केले पाहिजे. खराब कामगिरी केलेल्या विज्ञानाचे परिणाम प्राणघातक किंवा त्याहून त्रासदायक असतात. म्हणून, नल गृहीतप्रमेय ही साधारणतः एक सुरक्षित, पुराणमतवादी मनोभूमिका असते, जी असे म्हणते की चलांमध्ये कोणताही संबंध नाही किंवा औषधाच्या प्रयोगात, औषधाचा प्रायोगिक गटातील अवलंबी चलावर नियंत्रित गटाच्या तुलनेत वेगळा परिणाम होत नाही.

गृहीतप्रमेय तपासणीः महत्त्वाचा निर्णय

सर्व प्रयोग नल आणि पर्यायी गृहीतप्रमेय विधानांनी (किमान प्रयोगकर्त्याच्या मनात, परंतु, साधारणपणे, प्रकाशित झालेल्या लेखात नाही) सुरू होतात. असे असले तरी, नल गृहीतप्रमेय स्वाभाविक भूमिकेसारखे असतेः आपल्या संख्याशास्त्रीय चाचणीने आपल्याला वेगळे काही सांगितले नाही तर आपण नल गृहीतप्रमेय राखण्याचा प्रयत्न करूया (किंवा आपण नल गृहीतप्रमेय फेटाळण्यात अपयशी ठरूया). जर दोन मध्यमानांमध्ये संख्याशास्त्रीय फरक नसेल तर नल गृहीतप्रमेय राखले जाईल (मान्य होईल). जर संख्याशास्त्रीय चाचणीने मध्यमानांमध्ये फरक आहे (फक्त दैवयोगाने येणाऱ्या फरकापेक्षा जास्त) असे ठरविले, तर नल गृहीतप्रमेय फेटाळले जाईल.

सारांश हा की, जेव्हा संख्याशास्त्रीय चाचणी वापरली जाते, तेव्हा दोन संभाव्य निर्णयांपैकी एक घेतला गेलाच पाहिजेः (अ) नल गृहीतप्रमेय मान्य करणे (राखणे), याचा अर्थ असा की, दैवयोगाने येणाऱ्या फरकापेक्षा जास्त फरक दोन मध्यमानांमध्ये नाही, किंवा (ब) नल गृहीतप्रमेय अमान्य करणे (फेटाळणे), याचा अर्थ असा की, दैवयोगाने येणाऱ्या अपेक्षित फरकापेक्षा जास्त फरक दोन मध्यमानांमध्ये आहे.

महत्त्वाचा निर्णय कसा घेतला जातोः पुन्हा एकदा z वितरण

दोन गटांच्या उत्कृष्ट प्रयोगाची संख्याशास्त्रीय चाचणी दोन मध्यमानांमध्ये आढळलेला फरक फक्त दैवयोगाने येणारा फरक आहे का, याचे विश्लेषण करेल. z वितरण किंवा तशाच एखाद्या वितरणाचा वापर करून नल गृहीतप्रमेय मान्य अथवा अमान्य केले जाईल.

असे कसे घडते हे जाणून घेण्यासाठी 10,000 पिंग-पाँग चेंडू (ping-pong ball) असलेल्या एका मोठ्या भांड्याची कल्पना करा (पाहा आकृती 5.1).

आपण असे गृहीत धरूया की, प्रत्येक पिंग-पाँग चेंडूवर z प्राप्तांक लिहिलेला आहे. प्रत्येक चेंडूवरील z प्राप्तांकाची वारंवारिता z वितरणातील वारंवारितेइतकीच आहे. तुम्हाला हे आठवत असेलच की, z वितरण हे दर्शविते की 10,000

आकृती 5.1 10,000 पिंगपाँग चेंडूंचे एक भांडे, त्यातील प्रत्येक पिंगपाँग चेंडूवर z प्राप्तांक लिहिलेला आहे. प्रत्येक चेंडूवरील z प्राप्तांकाची वारंवारिता z वितरणातील वारंवारितेइतकीच आहे

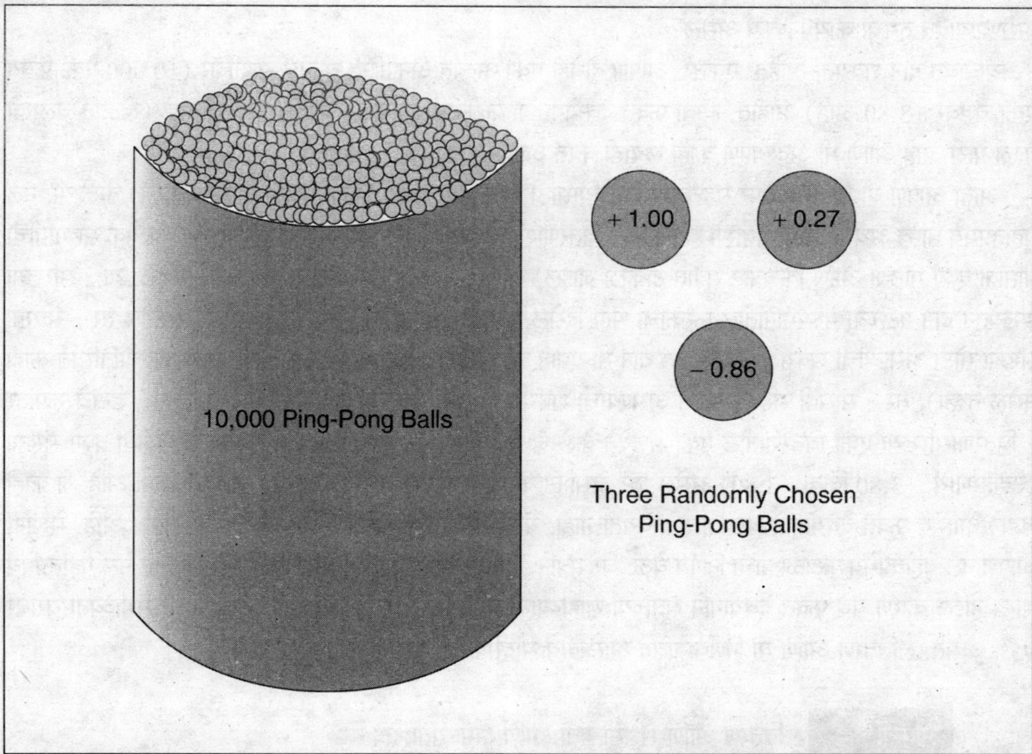

चेंडूंपैकी बरोबर 68.26% मध्यमान z प्राप्तांक 0.00 च्या ±1 प्रमाणविचलनात असतील. याचा अर्थ असा की, 10,000 पिंग-पाँग चेंडूंपैकी 6,826 चेंडूंवर –1.00 ते +1.00 मधील नंबर असतील. या शिवाय, एकूण चेंडूंपैकी 95.44% मध्यमान z प्राप्तांक 0.00 च्या ±2 प्रमाणविचलनात असतील. म्हणून, 9,544 पिंग-पाँग चेंडू –2.00 ते +2.00 मध्ये असतील. शेवटी, आपल्याला हे सुद्धा माहीत आहे की, 9,974 चेंडूंवर –3.00 ते +3.00 मधील नंबर असतील.

आता आपण, संधीचा खेळ खेळूया. जर माझे डोळे बंद करून मी चेंडूंच्या भांड्यातील एक चेंडू यादृच्छिक पद्धतीने बाहेर काढला तर त्यावर –1.00 ते +1.00 मधील नंबर असण्याची संभाव्यता किती असेल? याबाबत मी जर तुमच्याशी, नंबर +1.00 पेक्षा जास्त किंवा –1.00 पेक्षा कमी असेल अशी 20 डॉलरची पैज लावली, तर तुम्ही ती मान्य कराल का? तुम्ही ती मान्य कराल कारण चेंडूवर –1.00 ते +1.00 मधील नंबर असण्याची संभाव्यता आहे 68.26%. म्हणून साधारणतः तुम्ही जिंकण्याची शक्यता आहे 68%, आणि मी जिंकण्याची शक्यता आहे फक्त 32%.

आपण पैजेची रक्कम वाढवली तर काय होईल? मी जर तुमच्याशी \$ 100 साठी, नंबर +2.00 पेक्षा जास्त किंवा –2.00 पेक्षा कमी असेल अशी पैज लावली, तर तुम्ही ती मान्य कराल का? तुम्ही तसे करावे (आणि तात्काळ) कारण, आता, तुम्ही जिंकण्याची शक्यता आहे 95.44% आणि मी जिंकण्याची शक्यता 5% पेक्षा कमी आहे.

शेवटी आपण अधिकृतपणे खेळ खेळायचा ठरविले आणि मी यादृच्छिक पद्धतीने +3 पेक्षा जास्त किंवा –3 पेक्षा कमी नंबर असलेला चेंडू निवडण्याची पैज लावली तर काय होईल? तुम्ही तुमचे पैसे माझ्या पैशाच्या शेजारी ठेवा. एक प्रामाणिक आणि तटस्थ व्यक्तीची डोळ्यावर पट्टी बांधून चेंडू निवडण्यासाठी निवड केली तर त्या व्यक्तीने निवडलेल्या चेंडूवर +3.80 असण्याबाबत तुमचा काय निष्कर्ष असेल?

याबाबत दोन शक्यता आहेतः एकतर, आपण दोघेही एका अत्यंत अनपेक्षित घटनेचे साक्षीदार (10,000 पैकी फक्त एका चेंडूवर +3.80 आहे) आहोत, किंवा फक्त दैवयोगाच्या पलीकडे अनपेक्षित काहीतरी घडत आहे (खेळात चलाखी केली गेली आहे आणि मी अदृश्यपणे काही लबाडी करत आहे).

आता आपण या ज्ञानाचा वापर महत्त्वाच्या निर्णयासाठी (नल गृहीतप्रमेय मान्य अथवा अमान्य करणे) करू या. नल गृहीतप्रमेय मान्य अथवा अमान्य करणे हा निर्णय z वितरणाशी जोडला जाईल. दोन गटांच्या प्रयोगातील प्रत्येक सहभागीचा प्राप्तांक एका मोठ्या आणि किचकट सूत्रात टाकला जाईल, आणि z सारखी एक संख्या मिळविली जाईल. या z सारख्या संख्येतून दोन गटांच्या मध्यमानातील फरकाचा भाग दिसेल. जर दोन मध्यमाने एकमेकांपासून दूर असतील तर z सारखी संख्या मोठी असण्याची शक्यता असते. जर दोन मध्यमाने एकमेकांच्या फार जवळ असतील (आवाजा व्यतिरिक्त काही नसेल तेव्हा), तर z सारखी संख्या लहान असण्याची शक्यता असते. दुसऱ्या भाषेत सांगायचे झाले तर, डेटाचे रूपांतर z वितरणासारख्या एका वितरणातील एका संख्येत केले जाईल. जर हे z सारखे मूल्य एक मोठी धन किंवा ऋण संख्या (उदाहरणार्थ, +3.80 किंवा –3.80) असेल, तर असा निष्कर्ष काढला जाईल की घटनेची संभाव्यता कमी आहे. जे काही घडले आहे ते फक्त दैवयोगाने घडण्याची शक्यता नाही. या परिस्थितीत, संकेत आवाजापेक्षा फार जास्त आहे. म्हणून, आपण नल गृहीतप्रमेय फेटाळण्याचा निर्णय घेऊ. जर सूत्राने +1.96 आणि –1.96 यांमधील मूल्य दिले तर नल गृहीतप्रमेय मान्य होईल कारण येथे फक्त दैवयोगाने सूत्राच्या साहाय्याने मिळणारे मूल्य या विस्तारात असण्याची संभाव्यता बरोबर 95% असते. z वितरण आणि या निर्णयाबाबत आलेखीय सादरीकरण आकृती 5.2 मध्ये पाहा.

आकृती 5.2 z वितरण आणि H_0 मान्यता आणि अमान्यता क्षेत्र

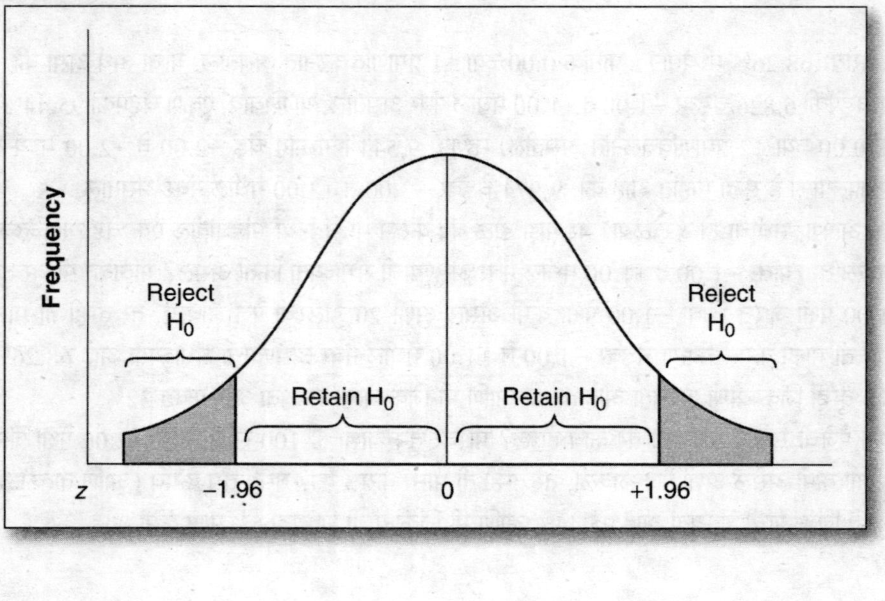

गृहीतप्रमेय तपासणीतील महत्त्वाचे प्रमुख परिमाण: मध्यमान

दोन गटांच्या उत्कृष्ट प्रयोगाच्या संख्याशास्त्रीय चाचणीत, अवलंबी चलाबाबत दोन गटांच्या मध्यमानांची तुलना केली जाते. नल गृहीतप्रमेयानुसार दोन जनसंख्यांच्या मध्यमानांमध्ये फरक नाही असे म्हटले जाते.

$H_0: \mu_1 = \mu_2$

जेथे, हे पहिल्या जनसंख्येचे मध्यमान असते, आणि हे दुसऱ्या जनसंख्येचे मध्यमान असते. आपण प्रत्यक्ष जनसंख्येचे मध्यमान वापरणार नसल्याने, आपल्या नमुन्याच्या मध्यमानांवरून, $\bar{x}_1$ आणि $\bar{x}_2$ त्यांच्या आपापल्या जनसंख्येबाबत निदान करणार आहोत. आपल्याला अशी आशा असते की नमुन्याबाबतचा आपला निष्कर्ष जनसंख्यांसाठी खरा आहे.

दोन मध्यमानांबाबत दुसरा एक असा विचार आहे की ते दोन्हीही एकाच जनसंख्या वितरणातून निवडले आहेत (दुसऱ्या भाषेत सांगायचे तर, एका नमुन्याला दुसऱ्यापेक्षा वेगळे ठरविण्यासाठी उपचाराचा उपयोग झाला नाही) किंवा दोन नमुने वेगवेगळी मध्यमाने असलेल्या समूहांमधून आले आहेत का (कारण एका नमुन्यावर उपचाराचा उपयोग झाला आहे आणि त्यामुळे, त्या नमुन्याचे मध्यमान दुसऱ्यापेक्षा फार मोठे किंवा फार लहान झाले आहे).

आपल्याला, आपल्या प्रयोगात, जे खरे असण्याची आशा असते ते सामान्यतः पर्यायी गृहीतप्रमेय असते. पर्यायी गृहीतप्रमेय एकेक वेळा असे दाखवले जाते

$H_a: \mu_1 \neq \mu_2$

हे लक्षात घ्या की, पर्यायी गृहीतप्रमेय असे लिहिले जाते, "पहिले मध्यमान दुसऱ्या मध्यमाना इतके नाही." हीच नेहमी वापरली जाणारी सर्वसाधारण रचना आहे आणि तिला दिशादर्शी नसलेले पर्यायी गृहीतप्रमेय (नॉन डायरेक्शनल अल्टरनेटिव हायपोथिसिस) म्हटले जाते. तर्कशुद्ध विचार केल्यास असे लक्षात येते की, "समान नाही "हे दर्शविणारे चिन्ह दोन शक्यता वर्तविते. पहिली शक्यता ही आहे की मध्यमान 1 मध्यमान 2 पेक्षा मोठे आहे, आणि दुसरी ही की, मध्यमान 1 मध्यमान 2 पेक्षा लहान असू शकते.

नियंत्रित प्रयोगात जनसंख्येबाबत निदान करायचे असते, प्रयोगाच्या विश्लेषणात निदानात्मक संख्याशास्त्र वापरावे लागते. म्हणून, मध्यमान हे वर्णनात्मक आणि निदानात्मक या दोन्ही संख्याशास्त्रांमध्ये आवश्यक परिमाण आहे.

दिशादर्शक आणि दिशादर्शक नसलेले पर्यायी गृहीतप्रमेय

गृहीतप्रमेयाची तपासणी करताना प्रयोगकर्त्याला, दिशादर्शक आणि दिशादर्शक नसलेल्या या दोन प्रकारच्या पर्यायी गृहीतप्रमेयांपैकी, एकाची निवड करता येते. दोन गटांच्या प्रयोगात, दिशादर्शक पर्यायी गृहीतप्रमेय (डायरेक्शनल अल्टरनेटिव हायपोथिसिस) स्पष्टपणे दोन मध्यमानांमधील फरकाचे निकाल मांडते. उदाहरणार्थ, एक पर्यायी गृहीतप्रमेय असे असू शकते की

$H_a: \mu_1 > \mu_2$

येथे, प्रयोगकर्ता असे अनुमान करतो की, पहिल्या गटाचे मध्यमान दुसऱ्या गटाच्या मध्यमानापेक्षा जास्त असेल. दुसरी शक्यता अशी आहे की, प्रयोगकर्ता असे अनुमान करतो की

$H_a: \mu_1 < \mu_2$

येथे प्रयोगकर्ता असे अनुमान करतो की, पहिल्या गटाचे मध्यमान दुसऱ्या गटाच्या मध्यमानापेक्षा कमी असेल. तथापि, प्रत्यक्ष वापरात, बहुतांश संख्याशास्त्रज्ञ दिशादर्शक नसलेल्या पर्यायी गृहीतप्रमेयाची निवड करतात. याचे एक कारण असे की, दिशादर्शक नसलेल्या पर्यायी गृहीतप्रमेयावर दैवयोगाचा कमी प्रभाव असतो. असे असले तरी, दिशादर्शक पर्यायी गृहीतप्रमेये इतकीही वाईट नसतात. दोन गटांच्या मध्यमानामधील थोड्या परंतु खऱ्या फरकांबाबत ती जास्त संवेदनशील असतात. बहुतांश संख्याशास्त्रज्ञ हे मान्य करतात की, जेव्हा प्रयोगकर्त्याला निकालाबाबत तुलनात्मकदृष्ट्या जास्त खात्री असते तेव्हा दिशादर्शक पर्यायी गृहीतप्रमेय राखून ठेवले पाहिजे. कोणत्याही गोष्टीबाबत उत्सुकता असणे योग्यच आहे. नाहीतर, एखाद्या निकालाची एवढी खात्री होती, तर प्रयोगकर्त्याने पहिल्यांदा हा प्रयोग केलाच कशाला, हा प्रश्न निर्माण होतो.

एक चर्चा: नल गृहीतप्रमेय मान्य करणे किंवा नल गृहीतप्रमेय अमान्य न करता येणे

हे तुमच्या लक्षात असेलच की, दोन गटांचा उत्कृष्ट प्रयोग नल गृहीतप्रमेय आणि पर्यायी गृहीतप्रमेयांच्या विधानांनी सुरू होतो. काही संख्याशास्त्रज्ञांना निर्णयाबाबत विधानांची चिंता असते. काही जण असे म्हणतात की, "नल गृहीतप्रमेय स्वीकारले गेले". तर काही "गृहीतप्रमेय नाकारले गेले नाही" या विधानावर भर देतात. जरी हा मुद्दा एकदम क्षुल्लक वाटत असला तरी प्रयोगाच्या संपूर्ण अर्थाच्या दृष्टीने त्याचे परिणाम महत्त्वाचे आहेत.

एखादा प्रयोग पूर्ण झाल्यावर आणि त्याचे संख्याशास्त्रीय विश्लेषण केल्यावर जर नल गृहीतप्रमेय स्वीकारले गेले (किंवा नाकारता आले नाही) तर त्याचा सर्वसाधारण निष्कर्ष काय असतो? याचा अर्थ असा असतो का की निवडलेल्या स्वतंत्र चलाचा कोणत्याही निवडलेल्या अवलंबी चलावर परिणाम होत नाही? कोणत्याही परिस्थितीत? कोणत्याही विषयासाठी? नाही! हा निष्कर्ष खरोखरीच विषयांच्या विशिष्ट नमुन्यापर्यंत मर्यादित असतो. कदाचित, असेही असू शकते की, नल गृहीतप्रमेय स्वीकारले गेले कारण तुमच्या विषयांबाबत विशिष्ट नमुन्याची (जरी तो यादृच्छिक पद्धतीने निवडला असला तरी) वर्तणूक इतरांपेक्षा किंवा मोठ्या विषयांच्या नमुन्यापेक्षा वेगळी होती.

नल गृहीतप्रमेय स्वीकारले जाण्यामागे विषयांच्या नमुन्यापेक्षा वेगळ्या अनेक संभाव्यता असतील. असे गृहीत धरा की, तुम्ही निवडलेल्या स्वतंत्र चलाचा तुमच्या विषयांवर परिणाम होत असेल परंतु, तुम्ही चुकीचे स्वतंत्र चल निवडले असेल. याबाबत एक लोकप्रिय उदाहरण सर्वसाधारण सर्दीवर होणारा क जीवनसत्त्वाचा परिणाम तपासणाऱ्या अभ्यासांचे होते. प्राथमिक अभ्यासात अवलंबी चल म्हणून विशिष्ट कालावधीत (उदाहरणार्थ, प्रत्येक वर्षी) नव्याने सर्दी होणाऱ्यांची संख्या घेतली गेली होती. या परिस्थितीत, नल गृहीतप्रमेय मान्य झाले होते. याचा अर्थ क जीवनसत्त्वाचा सर्वसाधारण सर्दीवर परिणाम होत नाही असा होतो का? नाही! जेव्हा अवलंबी चल एखाद्या विशिष्ट कालावधीतील आजारपणाच्या दिवसांची संख्या हे होते तेव्हा नल गृहीतप्रमेय नाकारले गेले होते आणि याचा प्राथमिक निष्कर्ष असा काढला गेला होता की क जीवनसत्त्वाने रोग्यांना सर्दी असलेल्या दिवसांची संख्या कमी होते असे वाटते.

हे लक्षात ठेवणे महत्त्वाचे आहे की फक्त तुम्हाला एखादा परिणाम दिसत नाही म्हणून तो अस्तित्वातच नसतो असा होत नाही. तुम्ही परिणामाचे मोजमापन करण्यासाठी चुकीच्या ठिकाणी (चुकीचे विषय वापरून, चुकीची प्रायोगिक संरचना वापरून) आणि/ किंवा चुकीचे अवलंबी चल वापरत असाल.

म्हणून काही संख्याशास्त्रज्ञ "नल गृहीतप्रमेय नाकारले गेले नाही" असे विधान करण्यास सुचवितात. विधानाच्या या प्रतिरूपाचा असा अर्थ होतो की अजूनही कोठेतरी महत्त्वपूर्ण परिणाम असू शकेल, पण या वेळेला तो दिसला नाही. याहून महत्त्वाचे हे की, याचा अर्थ असा आहे, की जरी नल गृहीतप्रमेय स्वीकारले गेले असले तरी ते सत्यच आहे असे मानण्याची गरज नाही. यातूनही पुन्हा, बहुतेक संख्याशास्त्रज्ञांची पुराणमतवादी धारणा दिसून येते.

नल गृहीतप्रमेय: एक प्रागतिक प्रारंभ

नल गृहीतप्रमेय हे नेहमीच पुराणमतवादी स्थितीत नसते. जसे की अनेक औषधयोजनांमध्ये दिलेल्या अतिरिक्त दुष्परिणामांबाबत नल गृहीतप्रमेय असते की औषधांचे अतिरिक्त दुष्परिणाम नाहीत! या अस्वाभाविक आणि पुराणमतवादी नसलेल्या स्थितीत दुरुस्ती करण्यासाठी, प्रयोगकर्त्याला औषधाच्या नियमित डोसात, अपवादात्मकदृष्ट्या, मोठी वाढ करावी लागू शकते.जर वाढ केल्यावर घातक दुष्परिणाम दिसून आले नाहीत तर साधारणतः औषध सुरक्षित आहे असा प्राथमिक निष्कर्ष काढता येऊ शकतो. कदाचित तुम्ही हे ऐकले असेल की, जाळीवर भाजलेल्या मांसाच्या तुकड्यात माहिती असलेले कर्करोगजन्य घटक असतात. गोमांस उद्योग याबाबत त्वरित दर्शवितो की हे गृहीतप्रमेय तपासण्यासाठी पशूंचा वापर केला जातो आणि जाळीवर भाजलेल्या मांसाच्या तुकड्यातील चरबीचे प्रमाण मनुष्यप्राण्यासाठी प्रतिदिन 100 तुकड्यांपेक्षाही जास्त तुकड्यांमध्ये असते. तथापि, संख्याशास्त्रज्ञांच्या बाजूने बोलायचे तर, त्यांच्या पुराणमतवादी स्वभावामुळे ते असा निष्कर्ष काढू इच्छितील की प्रत्येक दिवसाला 100 मांसाच्या तुकड्यातील चरबीमुळे प्राण्यांना कर्करोग झाला नाही म्हणजेच मांसाच्या तुकड्यातील चरबीमुळे कॅन्सर होत नाही म्हणजेच, प्रतिदिन 100 भाजलेल्या मांसाच्या तुकड्यांमुळे कर्करोग होत नाही म्हणून हे तुलनात्मकदृष्ट्या सुरक्षित गृहीतक आहे की जाळीवर भाजलेल्या मांसाच्या तुकड्यातील चरबी कर्करोगजन्य नाही.

आणि जिथे उच्च पातळ्यांवर सुरक्षितता दिसते, तेव्हा देखील शास्त्रज्ञ पुराणमतवादी राहतात. ते प्रयोगाच्या प्रतिकृतीची मागणी करतील, म्हणजे हाच प्रयोग दुसऱ्या परिस्थितीमध्ये दुसऱ्या प्रयोगकर्त्याकडून केला जाईल. या आधी पाहिल्याप्रमाणे, विज्ञानात, एखाद्याला गृहीतप्रमेय खरे अथवा खोटे आहे असे म्हणता येत नाही. जरी उच्च डोस अनेक प्रयोगांमध्ये वारंवार देऊन त्याचे अतिरिक्त दुष्परिणाम दिसले नाहीत आणि औषध वेगवेगळ्या पातळीवर देण्याचे प्रयोग पुन्हा पुन्हा करूनही औषधाची सुरक्षितता सिद्ध झालेली नाही. यशस्वी प्रतिकृती फक्त औषध सुरक्षित आहे या गृहीतप्रमेयाला बळकटी देते. या नंतरही असे दिसून येऊ शकते की इतर कोणत्याही परिस्थितीत किंवा वेगळ्या प्रकारच्या लोकांबाबत औषध सुरक्षित नाही. म्हणजेच, प्रतिकृती महत्त्वाची आहे कारण त्यातून, सर्वसाधारणपणे, इतर स्वतंत्र चलांवर, उदाहरणार्थ, विषयांचे प्रकार, त्यांची वये, आणि या सारख्या इतरांवर, प्रयोग करता येतात.

गृहीतप्रमेय तपासणीचे चार संभाव्य निकाल

गृहीतप्रमेय तपासणीचे चार संभाव्य निकाल असतातः दोन योग्य निर्णय आणि दोन त्रुटी (चुकीचे निर्णय)

1. योग्य निर्णय: जेव्हा H_0 प्रत्यक्षात खरे आहे तेव्हा ते मान्य करणे (स्वीकारणे)

या परिस्थितीत आपण योग्य निर्णय घेतलेला असतो. दोन चलांमधील संबधाबाबत उदाहरणात, H_0 असेल की दोन चलांमध्ये महत्त्वपूर्ण संबध नाही. डेटातील नमुन्यावर एखादी संख्याशास्त्रीय चाचणी (उदाहरणार्थ सहसंबंध) वापरून जर असा निष्कर्ष काढला की आढळलेला संबंध हा दैवयोगाने दिसला आहे तर यावेळी आपण H_0 मान्य करतो किंवा स्वीकारतो आणि निष्कर्ष काढतो की ज्या जनसंख्येतून नमुना निवडला होता त्यातील या दोन चलांमध्ये संबंध नाही. H_0 प्रत्यक्षात खरे आहे की नाही हे आपल्याला माहिती नसते. असे असले तरी, जर ते जनसंख्येबाबत खरे असेल आणि आपण नमुन्यासाठी H_0 मान्य केले असेल तर आपण योग्य निर्णय घेतला आहे.

2. प्रथम प्रकारची चूक (त्रुटी): जेव्हा H_0 प्रत्यक्षात खरे असताना ते मान्य करणे (स्वीकृत करणे)

गृहीतप्रमेय तपासणीतील दोन प्रकारच्या चुकांपैकी प्रथम प्रकारची चूक (त्रुटी) ही जास्त धोकादायक मानली जाते. जेव्हा संशोधक स्वतःचे गृहीतप्रमेय खरे नसताना ते खरे असल्याचा दावा करतात तेव्हा ते पहिल्या प्रकारची चूक करतात. ही चूक गंभीर मानली जाते कारण ती लोकांना फसवते. उदाहरणार्थ, एडस् या रोगावरील उपचाराचे नवीन औषध. जो संशोधक नवीन औषध परिणामकारक नसतानाही ते तसे असल्याचा असा दावा करतो, तो पहिल्या प्रकारची चूक करत असतो. एडस् झालेल्या लोकांना यातून खोटी आशा लावली जात आहे, आणि जी साधनसामग्री खऱ्या परिणामकारक औषधावर खर्च व्हायला हवी ती बोगस औषधावर खर्च केली जाणार आहे. प्रथम प्रकारची चूक करण्याची संभाव्यता 100 पैकी 5 किंवा $p < .05$ यापेक्षा कमी असली पाहिजे. प्रथम प्रकारची चूक करण्याच्या संभाव्यतेला alpha (α) असेही म्हटले जाते.

3. योग्य निर्णय: जेव्हा H_0 प्रत्यक्षात खोटे आहे तेव्हा ते अमान्य करणे (अस्वीकृत करणे)

या परिस्थितीत, आपण असा निष्कर्ष काढला आहे की दोन चलांमध्ये खरोखर संबंध आहे, आणि तो संभाव्यतः दैवयोगाने नाही आहे (किंवा आपले निकाल दैवयोगाने मिळाले असल्याची संभाव्यता अत्यंत कमी आहे). म्हणून, आपण H_0 अमान्य करतो आणि जनसंख्येतील या दोन चलांचा एकमेकांशी संबंध आहे असे गृहीत धरतो. जेव्हा जनसंख्येत दोन चलांमध्ये खरा संबंध असतो तेव्हा H_0 अमान्य करून आपण योग्य निर्णय घेतलेला असतो.

4. द्वितीय प्रकारची चूक: जेव्हा H_0 प्रत्यक्षात खोटे आहे तेव्हा ते मान्य करणे (स्वीकृत करणे)

जेव्हा एखादा संशोधक एखादे औषध परिणामकारक असताना ते परिणामकारक नाही असा दावा करतो, तेव्हा द्वितीय प्रकारची चूक (टाईप II) होते. ही प्रथम प्रकारच्या चुकीइतकी गंभीर मानली जात नाही. द्वितीय प्रकारची चूक केल्यास संशोधक कदाचित कधीच नव्याने काही शोधणार नाही किंवा त्यांना प्रसिद्धी मिळणार नाही, परंतु, कमीतकमी त्यांनी लोकांना आणि इतर संशोधकांना फसविलेले नाही. द्वितीय प्रकारची चूक करण्याच्या संभाव्यतेला beta (β) असेही म्हटले जाते.

या निर्णयांची संक्षिप्त माहिती सारिणी 5.1 मध्ये दिली आहे.

सारिणी 5.1 गृहीतप्रमेय चाचणीतील संभाव्य परिणामांची संक्षिप्त माहिती

Our Decision	*In Reality*	*The Result*
Retain H_0	H_0 is true	Correct decision (1 - a)
Reject H_0	H_0 is true	Type I error (a)
Reject H_0	H_0 is false	Correct decision (1 - b)
Retain H_0	H_0 is false	Type II error (b)

महत्त्वतेच्या (सिग्निफिकन्स) पातळ्या

आपण नल गृहीतप्रमेय स्वीकारत आहोत की नाकारत आहोत, ते ठरविण्यासाठी महत्त्वतेचे (सिग्निफिकन्स) परीक्षण केले जाते. महत्त्वतेच्या परीक्षणाची परिणती अंतिम परीक्षा सांख्यिकीमध्ये किंवा एखाद्या एकाच अंकात होते. जर हा अंक लहान असेल तर अशी शक्यता अधिक असते की आपले निष्कर्ष (निकाल) केवळ योगायोगाने मिळाले आहेत आणि आपण H_0 कायम करतो. जर हा अंक मोठा असेल तर आपण H_0 नाकारतो. आणि असा निष्कर्ष काढतो की, आपले निष्कर्ष योगायोगाने मिळालेले असण्याची शक्यता फारच कमी आहे. पारंपरिक किमान (सिग्निफिकन्स) महत्त्वता पातळी p किंवा $\alpha = .05$ होय. ह्या अंतिम परीक्षा सांख्यिकीची अंकांच्या वितरणाबरोबर तुलना केली जाते, ज्यांना निर्णायक (क्रिटिकल) मूल्ये असे म्हटले जाते. H_0 नाकारण्यासाठी अंतिम परीक्षा सांख्यिकी निर्णायक मूल्यापेक्षा मोठे असलेच पाहिजे.

अर्थपूर्ण आणि अर्थहीन अनुमाने

जेव्हा एखाद्या प्रयोगात अर्थपूर्ण अनुमाने नोंदविलेली असतात, तेव्हा त्याचा अर्थ नल गृहीतप्रमेय नाकारण्यात आले आहे असा असतो. अर्थहीन हा शब्द अर्थपूर्ण या शब्दाच्या विरुद्धार्थी आहे. जेव्हा *निरर्थक* हा शब्द येतो तेव्हा त्याचा अर्थ नल गृहीतप्रमेय कायम राखण्यात आले आहे. येथे निरर्थक हा शब्द महत्त्वाच्या नसलेल्या संख्याशास्त्रीय अनुमानांसाठी वापरू नका. निरर्थकता हे मूल्याधारित मत असते आणि संख्याशास्त्रीय विश्लेषणात त्याला बिलकुल स्थान नसते.

संशोधनपर लेखाच्या निर्णायक भागात, जर तथ्ये 0.05 या अल्फा पातळीइतकी किंवा त्यापेक्षा लहान असतील तर महत्त्वाची अनुमाने नोंदविली जातात. जर अनुमाने अर्थपूर्ण असतील, तर संख्याशास्त्रात अशी प्रथा आहे की, कमीत कमी अल्फा पातळीला ते अर्थपूर्ण (महत्त्वपूर्ण) असल्याची नोंद केली जाते. म्हणजेच, जरी H_0, .05 पातळीला (किंवा कमी) नाकारण्यात आले असले तरी संशोधकाला हे तपासावे लागते की त्याचे निष्कर्ष .01 किंवा .001 या अल्फा पातळ्यांनाही अर्थपूर्ण आहेत. संशोधकाने जर असा निष्कर्ष काढला की, त्याची अनुमाने केवळ योगायोगाने मिळण्याची संभाव्यता $p < .01$ किंवा $p < .001$ इतकीच आहे, तर ते अधिक परिणामकारक ठरते. येथे ही नोंद घेणे मात्र महत्त्वाचे आहे की, अल्फा .01 किंवा अल्फा .001 या मूल्यांशी निगडित असलेली अनुमानेच .05 या मूल्याशी निगडित असलेल्या अनुमानांपेक्षा, अधिक महत्त्वाची किंवा अर्थपूर्ण असतात, असा याचा अर्थ नाही.

काही संख्याशास्त्रज्ञ, जी अनुमाने “अति महत्त्वाची” असतात, ती नोंदविण्यास विरोध दर्शवितात. असे करण्यामागील त्यांची भूमिका अशी असते की, त्यांची अनुमाने केवळ $p < .05$ ह्या मूल्याशीच महत्त्वाची नाहीत तर ती $p < .001$ ह्या मूल्याशीही महत्त्वाची आहेत. संख्याशास्त्रज्ञांच्या ह्या युक्तिवादानुसार, .05 ला नल गृहीतप्रमेय नाकारले जाते, आणि शक्य असलेली कमीत कमी महत्त्वता नमूद करणे हेच कोणाचेही कर्तव्य असते (उदा., $p < .01$ किंवा $p < .001$). म्हणून, महत्त्वाची या शब्दाच्या अलीकडे अति हा शब्द वापरणे चुकीचे आहे, असे ते मानतात.

प्रवृत्ती, आणि देवाला खरोखरच .05 ही महत्त्वता पातळी .06 या पातळीपेक्षा अधिक आवडते का?

कधीकधी संशोधक त्यांच्या अहवालात त्यांच्या डेटामधील प्रवृत्ती किंवा कल नोंदवितात. ह्याचा सामान्यतः असा अर्थ असतो की, त्यांनी H_0 नाकारलेले नाही परंतु तसे करण्याच्या जवळपास ते पोहोचलेले आहेत. उदाहरणार्थ, संगणक

बऱ्याचशा लोकप्रिय संख्याशास्त्रीय प्रक्रिया करू शकतो, आणि ते संख्याशास्त्र परीक्षणाशी संबंधित असलेली तंतोतंत मूल्ये सामान्यतः छापून देतात. डेटामधील प्रवृत्तीचा अर्थ असा असू शकतो की, संख्याशास्त्र परीक्षणाशी संबंधित असलेली मूल्ये .05 पातळीशी निर्णायक मूल्याला ओलांडत नाहीत, परंतु .06 किंवा .10 या अल्फा मूल्यांशी ती संबंधित असतात. अशा प्रसंगी, "अनुमाने महत्त्वतेच्या जवळपास जात आहेत", असे संशोधक म्हणू शकतो. अमेरिकन सायकॉलॉजिकल असोसिएशन पब्लिकेशन मॅन्युअल (2010) आता आकार आणि खात्रीपूर्णता मध्यंतर या दोन्ही परिणामांची नोंद करण्यास प्रोत्साहन देते. (प्रकरण 7 मध्ये दोन्हींचा समावेश करण्यात आला आहे) नंतरच्या दोन्हींचा उपयोग विशेषकरून प्रवृत्तींच्या स्पष्टीकरणामध्ये होऊ शकतो.

नल गृहीतप्रमेय नाकारायचे की स्वीकारायचे ह्याविषयीचा निर्णय घेण्यास, नल गृहीतप्रमेय महत्त्वता परीक्षा (एनएचएसटी NHST), असे म्हटले जाते. शेती क्षेत्रात विकसित झालेल्या संख्याशास्त्राच्या पूर्वीच्या इतिहासातून, महत्त्वता परीक्षणाची आवश्यकता वाढत गेली. एखाद्या शेतकऱ्याने विचारलेल्या प्रश्नाचे स्वरूप दोन उत्तरांमध्ये विभागलेले असू शकते, उदाहरणार्थ, "खत परिणामकारक आहे का?" ह्या उदाहरणात हे सहज पाहता येईल की होय किंवा नाही ही योग्य आणि व्यावहारिक उत्तरे कशी आहेत. परंतु, विशेषतः मानसशास्त्रात, असे नोंदविण्यात आले आहे की, महत्त्वता परीक्षणाला कोणताही स्पष्ट किंवा पूर्वापार सैद्धांतिक पाया नाही. अशा प्रकारे, दोन समकालीन सिद्धांतकर्त्यांनी असे म्हटले आहे की, "नक्कीच, देवाला .06 ही .05 इतकीच आवडते. याबद्दल कोणाला शंका असेल का की देव प्रत्यक्ष पुराव्याची ताकद नल गृहीतप्रमेयाच्या बाजूने अथवा विरोधी युक्तिवाद म्हणून पाहतो, जे p चे सलग किंवा अखंडित फलन आहे?" (रॉसनो अँड रोसेनथॉल 1989). एनएचएसटी संबंधीच्या इतर प्रश्नांविषयी अधिक वाचनासाठी पाहा (2004).

दिशादर्शक किंवा दिशाहीन पर्यायी गृहीतप्रमेये: लाभ आणि तोटे

बरेचसे संख्याशास्त्रज्ञ दिशाहीन पर्यायी गृहीतप्रमेयांचा उपयोग करतात. दिशाहीन पर्यायी गृहीतप्रमेयांचा फायदा हा असतो की ती डेटामधील तफावतीच्या शक्यतेस कमी संवेदनशील असतात. त्यामुळे, नल गृहीतप्रमेय नाकारण्याची शक्यता कमी होते, आणि दिशाहीन पर्यायी गृहीतप्रमेयाचा वापर केल्यास (टाईप I) प्रकार 1 ही चूक होण्याची शक्यता कमी होते. (टाईप I) प्रकार 1 ची चूक (टाईप II) प्रकार 2 च्या चुकीपेक्षा अधिक गंभीर मानली जात असल्याने संख्याशास्त्रज्ञांना दिशाहीन पर्यायी गृहीतप्रमेयाचे अधिक आकर्षण वाटते.

परंतु, दिशाहीन पर्यायी गृहीतप्रमेयामध्ये एक मोठा तोटा असतो; ते डेटामधील वास्तव तफावतींबाबत दिशादर्शक गृहीतप्रमेयाच्या तुलनेत कमी संवेदनशील असतात. उदाहरणार्थ, दोन गटांची मध्यमाने एकमेकांपेक्षा महत्त्वपूर्णरित्या वेगळी आहेत याचे परीक्षण करून पाहताना, जर तेथे वास्तव तफावत असेल पण मोठी तफावत नसेल, तर मध्यमानांमधील या छोट्या पण वास्तव तफावतीबाबत दिशाहीन पर्यायी गृहीतप्रमेय कमी संवेदनशील असेल.

यावरून असे म्हणता येईल की दिशादर्शक पर्यायी गृहीतप्रमेय डेटामधील वास्तव तफावतींबाबत अधिक संवेदनशील असते, हा त्याचा लाभ आहे. दुसऱ्या शब्दात, जर दोन गटांची मध्यमाने एकमेकांपेक्षा वास्तविक दृष्ट्या भिन्न असतील तर तो फरक दिशादर्शक पर्यायी गृहीतप्रमेय वापरून शोधण्याची शक्यता अधिक असते. परंतु त्याचा मोठा तोटा हा आहे की ते केवळ योगायोगाने येणाऱ्या दोन गटांच्या मध्यमानांमधील तफावतीसही अधिक संवेदनशील असते.

न्यूक्लीअर फ्युजन घडले का?

1989 मध्ये, दोन रसायनशास्त्रज्ञांनी असा दावा केला की त्यांनी प्रयोगशाळेत थंड वातावरणात न्यूक्लीअर फ्युजन घडवून आणले; म्हणजेच, त्यांनी असा दावा केला की ॲटम्सचे फ्युजन करून त्यांनी खूप ऊर्जा निर्माण केली आणि त्यासाठी खूप ऊर्जा वापरली नाही. त्यांनी खरोखरच फ्युजन केले की नाही हे जरी निरपेक्षपणे माहीत नसले तरी त्यांच्या ह्या दाव्याचे विश्लेषण गृहीतप्रमेय परीक्षणाच्या पद्धतीने करता येईल. मात्र त्यांच्या कामाच्या लगेच केलेल्या प्रतिकृती अयशस्वी झाल्या होत्या (या वादविवादाच्या चित्तवेधक चर्चेसाठी पाहा, Park, 2000).

या परिस्थितीत नल आणि पर्यायी गृहीतप्रमेये पुढीलप्रमाणे आहेतः

H_0: फ्युजन घडवून आणले नव्हते.

H_a: फ्युजन घडवून आणले होते.

परिस्थिती 1: जर पुढील काळात केलेल्या संशोधनाने त्यांच्या दाव्याला दुजोरा दिला तर त्या दोन रसायनशास्त्रज्ञांनी H_0 नाकारण्याचा योग्य निर्णय घेतला असा अर्थ होईल आणि बहुधा त्यांना नोबेल पारितोषिक मिळेल आणि त्यांचे नाव अजरामर होईल.

परिस्थिती 2: जर पुढील संशोधनातून असे दिसले की त्यांनी फ्युजन घडविले नव्हते, तर त्याचा अर्थ असा होईल की H_0 सत्य असतानाही त्यांनी ते नाकारले, आणि म्हणजेच त्यांनी प्रकार 1 ची गंभीर चूक केली. ही गंभीर चूक का आहे? कारण त्यांनी हजारो संशोधकांना चुकीची दिशा दाखविली, आणि त्यामुळे लाखो डॉलर वाया जाणे शक्य आहे. या रसायनशास्त्रज्ञांच्या चुकीऐवजी, कोल्ड फ्युजनच्या प्रात्यक्षिकांच्या इतर संशोधन पद्धतींचा वापर करण्याने पैसा आणि संसाधनांचा अधिक चांगला वापर केला गेला असता (कारण भौतिक शास्त्रज्ञ कोल्ड फ्युजन सैद्धांतिकदृष्ट्या शक्य आहे असा दावा करतात).

ज्या शांत संशोधकाने प्रत्यक्ष प्रात्यक्षिकाने प्रयोगशाळेत कमी परंतु वास्तविक फ्युजन घडल्याचे दाखविले मात्र दिशाहीन पर्यायी गृहीतप्रमेय धरले, त्याचे काय? हा संशोधक H_a सत्य असताना H_0 नाकारण्यास अपयशी ठरला आणि त्याने प्रकार 2 ची चूक केली. या संशोधकाचे नाव काय होते? आपल्याला माहीत नाही. जर प्रकार 1 ची चूक होण्याच्या भीतीने तो प्रकार 2 ची चूक सातत्याने करत राहिला तर कीर्ती त्या संशोधकापासून दूरच राहील! लक्षात घ्या की कधीकधी शास्त्रज्ञांनी चूक करण्याचे धाडसही केले पाहिजे.

बॅलोनी डिटेक्शन (बाष्कळतेचा शोध)

द डेमन-हॉटेड वर्ल्डः सायन्स ॲज अ कॅंडल इन द डार्क, या 1996 मध्ये लिहिलेल्या पुस्तकात, भूतपूर्व अंतराळवीर कार्ल सागन यांनी बॅलोनी डिटेक्शन किट सुचविले आहे. या किटचा उपयोग नवीन कल्पनांचे परीक्षण करण्यासाठी करता येणार होता. या किटमधील प्राथमिक साधन म्हणजे साधे संशयवादी विचार करणे, म्हणजे, एखादा युक्तिवाद समजून घेणे आणि तो केव्हा खोटा किंवा लबाडीचा असू शकतो ते ओळखणे. आपल्या आयुष्यातील सर्व बाजूंसाठी, मुख्यतः आपल्या आरोग्याच्या बाबतीत जेव्हा नफ्याचा शोध एखाद्या उत्पादनातील धोक्यांपेक्षा वरचढ ठरतो, किंवा जेव्हा एखादे उत्पादन ही सरळसरळ लबाडीच असते, तेव्हा बॅलनी डिटेक्शन किट, कमालीचे उपयुक्त ठरू शकते. पारंपरिक नैसर्गिक शास्त्रात बॅलनी

डिटेक्शन किट खरे शास्त्र आणि खोटे शास्त्र यांमधील सीमारेषा निश्चित करण्यासाठी मदत करू शकते. मायकेल शरमर, स्केप्टिक मासिकाचा प्रकाशक (www.skeptic.com), याने सागन यांच्या बॅलनी डिटेक्शन किटमध्ये काही सुधारणा केल्या आहेत. आपण खालील तीन दाव्यांचा शोध घेण्यासाठी सागन आणि शरमरच्या सूचना वापरून पाहूया. अ) जादूगार डेव्हीड कॉपरफिल्ड यांची अलीकडची घोषणा की ते जर्मनीच्या राष्ट्रीय लॉटरीचे अंक सोडतीपूर्वी सात महिने आधी सांगू शकतात. ब) मँगोस्टीन, ह्या दक्षिण आशियातील फळाने कॅन्सर, डायबेटीस, आणि इतर अनेक रोग आणि आजार बरे होतात आणि ते 50 पेक्षा अधिक आजारावरील सुचवलेल्या औषधांपेक्षा अधिक गुणकारी ठरते; आणि क) थेराप्यूटिक टच (टीटी) या थेरपी मध्ये आजाऱ्याला प्रत्यक्ष स्पर्श केला जात नाही परंतु प्रशिक्षित टीटी थेरपिस्ट रुग्णाच्या नकारात्मक शक्तीच्या आभासाला कुशलतेने हाताळून त्याची वेदना नष्ट करतो.

या दाव्याचे उगमस्थान किती खात्रीलायक आहे?

या निकषाचा उपसिद्धांत असा असेल की, हा दावा करणाऱ्याचे त्याच्या परिणामांमुळे साध्य होणारे काही आर्थिक हितसंबंध आहेत का? दिखाऊ शास्त्रज्ञ वरवर पाहता खात्रीलायक वाटू शकतील, परंतु जेव्हा आपण त्यांची तथ्ये आणि आकडेवारी पाहतो, तेव्हा ती विपर्यस्त, संदर्भहीन किंवा बनावट सुद्धा असतात. पुष्कळदा असे दावे केवळ पैसा कमावण्यासाठी आणि/ किंवा कीर्ती मिळवण्यासाठी केलेले असतात. कॉपरफिल्ड हा व्यावसायिक जादुगार आहे. त्याने मोठी जेट विमाने अदृश्य करण्यासारख्या मोहजालांमध्येच प्राविण्य मिळविलेले आहे. त्याच्या लॉटरीचे अंक आधीच वर्तविण्याच्या दाव्यात किती तथ्य असेल बरे? जास्त नक्कीच नाही. त्याचा हा दावा त्याच्या कीर्तीत (आणि संपत्तीत) भर टाकतो का? नक्कीच, होय!

मँगोस्टीनचा प्रमुख प्रवर्तक एक सुप्रसिद्ध वैद्यकीय क्षेत्रातील डॉक्टर आणि वैद्यकीय संशोधक असल्याचे सांगितले जाते. प्रत्यक्षात, हा डॉक्टर जॉर्जियामधील एक फॅमिली फिजिशिअन असून त्याने कोणत्याही वैद्यकीय जर्नलमध्ये एकही वैद्यकीय अभ्यास प्रसिद्ध केलेला नाही. मँगोस्टीनवर त्याने लिहिलेले पुस्तक स्वतःच प्रकाशित केले आहे, ज्यातून लोकांना त्याच्या रुग्णांचे विविध प्रकारचे आजार आश्चर्यकारकरित्या बरे झाल्याचे दाखवून आकर्षित केले जात आहे. आपण आधीच प्रकरण 1 मध्ये नोंद केल्याप्रमाणे, स्वतः प्रकाशित केलेल्या आणि व्यावसायिक प्रेसने प्रकाशित केलेल्या पुस्तकांनी, कोणतीही शास्त्रीय प्रमाणके पूर्ण केलेली नसतात; म्हणूनच ती आपल्याला मान्य होऊ शकेल असा कोणताही शास्त्रीय पुरावा देण्यास असमर्थ ठरतात. एखादी गोष्ट खरी आहे असा दावा करून किंवा हे खरे आहे असे म्हणत राहून ते खरे होत नाही. मँगोस्टीन प्रत्येक बाटलीला 37 डॉलर या भावाने बाजारात विकले जाते. त्यासाठी वितरकही पैसे घेऊन नेमले जातात. मँगोस्टीनचा पाठपुरावा करणारे लोक निश्चितपणे वित्तीय लाभांमध्ये रस घेणारे आहेत. हा काही फार भयंकर गुन्हा नव्हे, परंतु या प्रवर्तकांना, त्यांच्या अवास्तव वाटणाऱ्या दाव्यांच्या संदर्भात पाठिंबा देणारा, मनुष्यांवर आधारित एकही वैद्यकीय अभ्यास झालेला नाही, हे माहीत असेल तर मात्र हा गुन्हाच ठरतो.

टीटी एका नर्सिंग प्रोफेसरने विकसित केली आणि 1970 मध्ये "फिफ्थ जनरेशन" होती. त्या नर्सिंग प्रोफेसरची शैक्षणिक ओळखपत्रे जरी विश्वसनीय असली तरी स्वतःच जाहीर केलेली "संवेदनशीलता" म्हणजे इतर कोणी सामान्यपणे पाहू न शकणारी "ऊर्जा" पाहण्याची क्षमता असणे. म्हणजेच टीटी विषयीचा दावा सुरुवातीलाच त्यांच्या शास्त्रीय विश्वसनीय स्रोताच्या अभावी कलंकित झाला. अर्थात, त्यामुळे टीटीविषयीचे सर्व दावे आपोआप खोटे ठरले नाही, पण जर दुसऱ्या एखाद्या वैद्यकीय व्यावसायिकाने, शास्त्रज्ञाने किंवा प्रोफेसरने जर हा दावा केला असता तर तो शास्त्रीयदृष्ट्या अधिक विश्वसनीय ठरला असता. याशिवाय, टीटी थेरपीचे प्रशिक्षण आता जे नियंत्रित करतात, ते हे काम नफा कमावण्यासाठी करतात. टीटी बद्दलचे दावे कायम राखण्यामागे त्यांचा तीव्र वित्तीय हेतू आहे.

पुष्कळदा हा स्रोत यासारखेच दावे करतो का?

या वेळी कॉपरफिल्डने जिंकणारे लॉटरीचे अंक आधी ओळखण्याचा दावा पहिल्यांदा केला असेल, पण यापूर्वीही त्याने अशाच प्रकारचे अनेक दावे केले आहेत. त्याचे संपूर्ण आयुष्य जादू करणे आणि भास निर्माण करण्यात गेले असल्याने, त्याची आत्ताची बढाई खरी मानणे फारच कठीण आहे. मँगोस्टीनचा सध्याचा पुढाकार घेणारा व्यापारी आधी विक्रीमध्ये (बहुपातळी विपणन) गुंतलेला होता आणि दुसऱ्या एका 'अद्भुत' रसाचा जोरदार प्रचार करत होता, जो बहुधा ताहिती येथे बनवलेला होता.टीटी थेरपीच्या बाबतीत डोरा कुंझ यांनी आपण "संवेदनशील" असल्याचा दावा आधीच केला होता. म्हणजेच, तिने तिच्याजवळ काही अतिसंवेदन शक्ती असल्याचा दावा केला होता. असे आधीच केलेले दावे एक टीटी थेरपीमधील विश्वसनीय तज्ज्ञ म्हणून तिचे स्थान गंभीर दृष्ट्या कमकुवत करतात.

दुसऱ्या स्रोताकडून ह्या दाव्यांची तपासणी केली गेली का?

दिखाऊ शास्त्रज्ञ त्यांचे दावे ते स्वतः किंवा त्यांचे अनुयायी यांव्यतिरिक्त दुसऱ्या कोणाकडून सहसा तपासून घेत नाहीत. कॉपरफिल्डच्या बाबतीत, तो म्हणाला की त्याने "7 महिने आधी आकड्यांविषयी भाकीत केले". जर त्याने जिंकणारे तिकीट 7 महिने आधी तयार करून दाखविले असते तर ते कितीतरी अधिक प्रभावी प्रात्यक्षिक झाले असते. या बाबतीत, कॉपरफिल्डने लॉटरीनंतर सरळ अशी घोषणा केली की त्याने 7 महिने आधी ह्या आकड्यांविषयी भाकीत केले होते. त्याने कुठलाही दृश्य स्वरूपातील पुरावा सादर केला नाही. त्याचा पुरावा म्हणजे फक्त त्याचा दावाच होता! शिवाय, कोणत्याही शास्त्रज्ञासाठी किंवा संशोधकासाठी आभास निर्माण करण्याचे किंवा जादूचे प्रशिक्षण न घेता कॉपरफिल्डच्या दाव्याची छाननी करणे कदाचित धोक्याचे ठरले असते. जादुगार किंवा भ्रम निर्माते जे काही करतात, त्यात ते अत्यंत पारंगत असतात, आणि शास्त्रज्ञ किंवा संख्याशास्त्रज्ञ त्यांच्या स्वतःच्या शास्त्रीय ज्ञानात कितीही तरबेज असले तरी इतर कोणाही प्रमाणेच मूर्ख बनवले जाऊ शकतात.

टीटीसंबंधीचे लेखनही ह्याच पद्धतीचे आहे. टीटीची यशस्वी प्रात्याक्षिके (आराखड्यात मोठ्या चुका असतानाही) टीटीच्या इतर यशस्वी प्रात्यक्षिकांचा दाखला देतात. टीटीचे मेटा विश्लेषण (इतर अभ्यासांचा सारांशाने केलेला अभ्यास) आराखड्यातील चुकांची दखल घेत नाही. मजा अशी की, मेटा विश्लेषण अभ्यासांनी टीटी दाव्यांना काही प्रमाणात मान्यता (विश्वासार्हता) दिली आहे. परंतु, सर्व यशस्वी टीटी विषयीचे अभ्यास प्लॅसिबो परिणाम नियंत्रणाबाबत अयशस्वी ठरले आहेत, आणि म्हणून मेटा विश्लेषण अभ्यास त्यांच्या एकूण विश्लेषणात या चुकीच्या अभ्यासांचाही समावेश करतील.

जर टीटी थेरपीस्ट टीटीच्या शास्त्रीय उभारणीबाबत गंभीर राहिले असते, तर त्यांनी त्यांच्या संशोधनात मान्यताप्राप्त शास्त्रीय प्रमाणकांचा वापर केला असता. टीटी चे निष्कर्ष प्लॅसिबो परिणामातून आलेले नाहीत हे त्यांनी दाखविले असते. त्यांनी शास्त्रीय पद्धतीने केलेल्या प्रात्यक्षिकांमधून असे दाखवून दिले असते की प्रशिक्षित टीटी थेरपीस्ट ऊर्जा क्षेत्र शोधू शकतात. आजमितीस, फक्त एकाच प्रकाशित टीटी अभ्यासात, 'केवळ योगायोगाने ऊर्जा आभास निर्माण होण्यापेक्षा टीटीथेरपीस्ट तो अधिक चांगल्या प्रकारे शोधू शकतो का', हे ठरविण्याचा प्रयत्न केला आहे. हा अभ्यास एका नऊ वर्षांच्या मुलीने तिचा चौथीचा विज्ञान प्रदर्शनाचा उपक्रम म्हणून प्रकाशित केला होता, आणि तिला असे आढळले होते की, तिने कोणता हात टीटी थेरपीस्टच्या हातावर धरला होता ते शोधून काढण्यात (जेव्हा टीटी थेरपीस्ट त्यांचे हात पाहू शकत नव्हते) अनुभवी टीटी थेरपीस्ट योगायोगापेक्षा अधिक समर्पक कामगिरी दाखवू शकले नाहीत. टीटी चे पुरस्कर्ते इतर पुरस्कर्त्यांना शोधण्याचा प्रयत्न करतात. यशस्वी परिणाम दाखविणारे संशोधन पुरावा म्हणून पुढे ठेवतात. आणि अयशस्वी दाव्यांकडे ते दुर्लक्ष करतात किंवा असे दावे ते नाकारतात.

माहिती असलेल्या नैसर्गिक शास्त्रीय नियमांमध्ये दावा कसा बसवायचा?

या निकषाचे उपप्रमेय, हे अनुमान इतके चांगले आहे का की ते खरे वाटत नाही?, असे असेल. कॉपरफिल्डचा दावा असा होता की त्याचे लॉटरीचे भाकीत ही कोणतीही युक्ती नव्हती. त्याचे म्हणणे असे होते की हे एखाद्या प्रयोगासारखे किंवा बौद्धिक कसरत करण्यासारखे होते. जर ते तसे असेल, तर ते एखाद्या माहीत असलेल्या किंवा हुबेहूब प्रतिकृतीसारख्या शास्त्रीय तत्त्वात कसे बसवता येईल? सरळ सरळ असे करता येणार नाही. आपल्याला त्याच्या मनाचे/ प्रयोगाचे स्पष्टीकरण देण्यासाठी एखादे नवीन तत्त्व तयार करावे लागेल किंवा कोणतीही शास्त्रीय गुणवत्ता नसलेल्या (भविष्य पाहण्याची दृष्टी असण्यासारख्या) एखाद्या जुन्या तत्त्वाचा उपयोग करावा लागेल. असे कोणतेही मान्यताप्राप्त शास्त्रीय तत्त्व नाही, की जे एखादी व्यक्ती लॉटरीच्या अंकांचे भाकीत आधीच कसे करू शकेल, याचे स्पष्टीकरण देऊ शकेल. हे इतके चांगले आहे की ते खरे वाटत नाही.

मँगोस्टीनचे आरोग्यविषयक दावे खरे तर हा निकष पूर्ण करतात पण त्याचे उपप्रमेय नाही. ह्या फळात झँथोनिस नावाचे अँटीऑक्सिडंट्स असल्याचे दिसते. मँगोस्टीनमधील झँथोनिस मध्ये काही अँटीबॅक्टेरिअल आणि अँटीव्हायरल गुणधर्म फक्त परीक्षानलीकेतच असतात. मँगोस्टीन त्याच्या स्वतःच्या अतिरेकी प्रचारापुढे थिटा पडतो याचे कारण आजतागायत एकही मानवी वैद्यकीय अभ्यास मँगोस्टीनमधील झँथोनिस आजार बरा करण्यासाठी किंवा मदत करण्यासाठी उपयुक्त ठरत असल्याचे प्रात्यक्षिकाद्वारा दाखवू शकलेला नाही.

टीटीचे पुरस्कर्ते असा दावा करतात की माणसांजवळ ऊर्जा क्षेत्र असते, जे दुसरी "प्रशिक्षित" माणसे शोधून काढू शकतात. ते असे मत मांडतात की रुग्णाच्या ऊर्जा क्षेत्रातील असमतोल त्याच्या आजारांना किंवा दुखण्याला कारणीभूत असतो. टीटी थेरपिस्ट असा दावा करतात की ते रुग्णाच्या शरीरावर साधारण 3 इंच त्यांचे हात धरून त्याच्यातील नकारात्मक ऊर्जेला दूर करतात आणि उर्जेचा असमतोल नाहीसा करतात. हे शास्त्रीयदृष्ट्या पाठिंबा मिळालेल्या एखाद्या नैसर्गिक नियमाशी जोडता येईल का? नाही. हे इतके चांगले आहे की ते खरे वाटत नाही का? होय.

लबाडीच्या विज्ञानात फायद्याच्या हेतूने केली जाणारी एक सर्वसामान्य युक्ती अशी: वैज्ञानिक सत्याच्या गाभ्याभोवती बनावट रचलेल्या गोष्टीचे अतिशयोक्त दावे मांडतो. काही फळे (ज्यामध्ये क जीवनसत्व असते) शारीरिक आरोग्यास नक्कीच मदत करतात. कॅन्सरची काही औषधे झाडांपासून बनविली जातात. परंतु मँगोस्टीन कॅन्सरला प्रतिबंध करतो आणि तो बराही करतो, तसेच तो कोलेस्टेरॉल कमी करून हृदयरोगालाही प्रतिबंध करतो, असा दावा कोणत्याही मान्यताप्राप्त शास्त्रीय पुराव्याशिवाय आणि सैद्धांतिक पुराव्याशिवाय करणे हे शास्त्रीयदृष्ट्या नैतिकतेला धरून नसते (म्हणजे, मँगोस्टीनमध्ये झँथोनिस असते, झँथोनिसमध्ये अँटीऑक्सिडंट गुणधर्म असतात आणि अँटीऑक्सिडंट्स शारीरिक तंदुरुस्तीला मदत करतात असे वाटते) आणि ते पुरेसे नसते. त्याची रोगाला प्रतिबंध करण्याची आणि आजार बरा करण्याची ताकद, माणसांवर केलेल्या अनुभवसिद्ध प्रयोगांच्या अभ्यासांमधून प्रदर्शित केली पाहिजे.

टीटीच्या बाबतीतही हेच खरे आहे. उदाहरणार्थ, माणसे ऊर्जा क्षेत्राशी परस्पर क्रिया करू शकतात याबाबत काही पुरावा आहे. उदाहरणार्थ, तुम्ही कधी हे पाहिले आहे का की अँटेना सरळ करताना काही वेळा तुम्ही तो हातात धरला असताना तुम्हाला अधिक चांगले प्रक्षेपण चित्र मिळते? परंतु, माणसे ऊर्जाक्षेत्र निर्माण करतात आणि या ऊर्जाक्षेत्रातील असमतोलामुळे वेदना होतात, आणि नकारात्मक ऊर्जा नाहीशी करून पुन्हा समतोल प्रस्थापित करणे हे कौशल्य शिकून घेणे शक्य असते, असे दावे करणे म्हणजे सत्य खूपच ताणून धरण्यासारखे (आणि खोटे शास्त्र) आहे.

सागन यांनी अशी नोंद केली आहे की, आपण मुलांना सांताक्लॉझ, इस्टर बनी, आणि टूथ फेअरी बद्दल सांगतो, पण आपण या दंतकथा मुले मोठी होण्यापूर्वीच मागे घेतो. परंतु, काहीतरी अदभूत आणि आश्चर्यजनक गोष्टींमध्ये विश्वास

ठेवण्याची आस बऱ्याच मोठ्या माणसांमध्ये तशीच टिकून राहते. जर अलौकिक बुद्धिमत्ता आणि अलौकिक चांगुलपणा असलेल्या स्पेसशिपमधील कोणी व्यक्ती पृथ्वीला भेट देतील आणि कदाचित त्या आपल्याला कॅन्सर आणि अल्झायमर हे आजार बरे करण्याची गुपिते सांगतील, तर ते किती आश्चर्यजनक ठरेल, नाही का? जर आपण, फक्त मँगोस्टीनचे 3 औंस दिवसातून दोनदा प्याल्यामुळे जवळजवळ सर्व रोगांपासून मुक्ती मिळवू शकलो, तर ही किती मोठी गोष्ट होईल नाही का? तान्ह्या बाळाला शास्त्रीय संगीताची सीडी ऐकवून त्याचा किंवा तिचा बुद्ध्यंक बराच वाढत असेल, तर ती किती मोठी गोष्ट होईल नाही का? दुसऱ्या कोणीही स्पर्श सुद्धा न करता जर एखाद्या माणसाला खरेच वेदनेपासून सुटका मिळत असेल, तर ती किती आनंददायी घटना असेल, नाही का? परंतु आपण बॅलोनी डिटेक्शन किटमधील आवश्यक साधनाकडे पुन्हा एकदा वळूया – संशयी वृत्तीने विचार करणे. जर एखादी गोष्ट खरी न वाटण्याइतकी खूपच चांगली असेल, तर आपण बहुधा नेहमीपेक्षाही जास्त संशयी बनायला हवे. जर केले जाणारे दावे माहीत असलेल्या नैसर्गिक नियमांच्या कक्षेबाहेर असतील तर कदाचित आपण नेहमीपेक्षाही जास्त वरच्या पातळीवरील शास्त्रीय प्रमाणकांचा पुरावा मागायला हवा. अलौकिक दाव्यांसाठी अलौकिक पुरावे लागतात असे म्हटले जाते. परंतु, जेव्हा दाव्यासंबंधीचे पुरावे सामान्य परंतु खूप मोठ्या प्रमाणात उपलब्ध असतात तेव्हा बरेचदा, अलौकिक दाव्यांसाठी अलौकिक पुरावे द्यावे लागत नाहीत. सिद्धांताच्या शास्त्रीय विश्वसनीयतेस पाठिंबा देण्यासाठी सामान्य पुराव्यांचे प्राबल्य पुरेसे ठरते. अशाच प्रकारे, उत्क्रांतीवादाच्या सिद्धांताला एकही असामान्य पुरावा नाही. परंतु बेसुमार अभ्यासांच्या आणि निरीक्षणांच्या मदतीने त्याला सर्वसाधारण पाठिंबा मिळाला. मी माझ्या विद्यार्थ्यांना सांगतो की, जेव्हा आश्चर्यजनक आणि जादूमयी दावे हास्यास्पद ठरून त्यांचे खरे स्वरूप लोकांसमोर येते, तेव्हा निराश होऊ नका. विज्ञानात कितीतरी खरीखुरी आश्चर्ये आणि जादुई गोष्टी आहेत, ज्या अजून शोधून काढायच्या आहेत. आपण त्यांची रचना करण्याची आवश्यकता नाही. फ्रान्सिस क्रिक, डीएनए ची रचना उलगडण्यासाठी ज्याला नोबेल पुरस्कार प्रदान करण्यात आला, तो तरुण असताना आपल्या आईला सातत्याने सांगत असे की जेव्हा तो मोठा होईल, तोपर्यंत सर्व गोष्टीचा शोध लागलेला असेल. ती त्याला उत्तर देत असे की, "बाळा, तरीही पुष्कळ शिल्लक राहिलेले असेल".

दावा खोटा ठरवला जाऊ शकतो का? किंवा त्याला पाठिंबा देणारा एकमेव पुरावा असतो का?

लक्षात ठेवा, चांगले शास्त्रज्ञ खूपच संशयी असतात. त्यांना नेहमीच प्रकार 1 ची चूक होण्याची भीती वाटते, म्हणजेच, एखादी गोष्ट खरी नसताना ती खरी आहे असे लोकांना सांगणे. भ्रामक शास्त्रज्ञ बहुधा संशयी नसतात. ते जे काही लोकांसमोर मांडत असतात, ते खोटे ठरणार नाही, याबद्दल त्यांच्या मनात कोणतीही शंका नसते. भ्रामक शास्त्रज्ञांना फक्त त्यांच्या दाव्याला बळकटी देणारा पुरावा हवा असतो, आणि ते कोणत्याही विरोधी पुराव्याकडे दुर्लक्ष करतात किंवा चक्क तो नाकारतात. त्यांच्या सिद्धांताला पाठिंबा देणाऱ्या लोकांच्याच ते शोधात असतात आणि त्यांना पाठिंबा न देणाऱ्यांवर ते कडक टीका करतात आणि खालच्या पातळीवरील मानतात. चांगले शात्रज्ञ त्यांचे दावे तपासून पाहतात, त्यांची माहिती तपासून पाहतात, पुन:पुन्हा दावे आणि माहिती तपासतात, अनुमानांची पडताळणी करतात, पुन्हा तशीच प्रतिकृती करून पाहतात, आणि इतरांनाही त्यांचा प्रयोग/अनुमाने पुन्हा करून पाहण्यासाठी प्रवृत्त करतात.

मँगोस्टीनच्या दाव्यात परीक्षा नलिकेतील अभ्यास ही शास्त्रीय विश्वासार्हता सिद्ध करण्यातील पहिली पायरी आहे. त्याचप्रमाणे, मँगोस्टीनला कॅन्सरचा प्रतिबंधक किंवा निवारक म्हणून लोकांसमोर मांडण्यापूर्वी मानवी चाचण्या घेणे अत्यावश्यक आहे.

टीटीच्या गुणात्मक परिणामकारकतेविषयीच्या अलिकडच्या अभ्यासात, उपचार घेणाऱ्या 605 रुग्णांना अस्वस्थता जाणवत होती असे नमूद करण्यात आले होते. तेथे नियंत्रणाची अट नव्हती. 605 पैकी फक्त एका रुग्णाने टीटी उपचार

निकृष्ट असल्याचे मत दिले होते. बाकीच्या सर्व रुग्णांनी ते अत्युत्तम (32%), खूप चांगले (28%), चांगले (28%), किंवा बरे (12%), अशी मते नोंदविली होती. परंतु, या अभ्यासाच्या आराखड्यात प्लॅसिबो परिणामाच्या परीक्षणाला परवानगी देण्यात आली नव्हती. उपचारांपेक्षा रुग्णांनी त्याची किंवा तिची काळजी घेणाऱ्या नर्सने दिलेल्या वेळामुळे तर हा प्रतिसाद दिला नसेल? या अभ्यासासारखे अभ्यास टीटीची शास्त्रीय विश्वसनीयता वाढवत नाहीत. हे अभ्यास केवळ त्यांच्या दाव्यांना पाठिंबा मिळवण्यासाठी केले जातात. मजा म्हणजे, या अभ्यासाने 11 रुग्णांच्या छोट्या नमुन्याचे, सर्वच्या सर्व अत्यंत सकारात्मक असे लेखी प्रतिसाद नमूद केले होते. जर या अभ्यासाच्या लेखकांना खरोखर सुरुवातीस ठरविल्याप्रमाणे, टीटी च्या गुणवत्तेत सुधारणा करण्यात रस असेल, तर त्यांनी ज्या रुग्णांनी हे उपचार बरे किंवा वाईट असल्याचे म्हटले होते अशा रुग्णांच्या मुलाखती का घेतल्या नाहीत? ज्यांनी टीटीउपचारांविषयी धनात्मक मते मांडली अशांच्या मुलाखती घेण्याने टीटी ची गुणवत्ता कशी सुधारेल? ती सुधारणारच नाही. टीटी च्या प्रश्नाचा अतिकठीण मुद्दा असा की, त्याचे कार्य प्लॅसिबो परिणामापेक्षा वेगळ्या कारणांसाठी चालते हे दाखविणाऱ्या अभ्यासांची कमतरता, हा आहे. आधी मांडल्याप्रमाणे "गुणात्मक अभ्यास" हे पुरावा नाकारण्यात रस दाखवत नाहीत. ते फक्त त्यांचा आधीच ज्यावर विश्वास आहे तेच सिद्ध करण्यास उत्सुक असतात.

दावेदारांच्या व्यक्तिगत समजुती आणि पूर्वग्रह त्यांच्या अनुमानांना दिशा देतात की बरोबर उलट घडते?

शरमरने सूचित केल्याप्रमाणे, सर्व शास्त्रज्ञांच्या काही व्यक्तिगत समजुती आणि पूर्वग्रह असतात, परंतु त्यांची अनुमाने त्यांच्या अभ्यासाच्या निकालांवर अवलंबून असावीत.अशी आशा केली जाते की त्यांच्या व्यक्तिगत समजुती आणि पूर्वग्रह हे त्यांच्या अभ्यासाच्या निकालांमुळे निर्माण होतात. टीटीच्या गुणात्मक अभ्यासाचे नाव "मोठा वैद्यकीय अभ्यास स्पर्श उपचार कार्यक्रमाचे मूल्य दाखवितो" असे होते. लेखकांच्या मनात या अभ्यासाच्या परिणामाबाबत पूर्वग्रह होता असे यातून ध्वनित होते आहे का? टीटीच्या परिणामकारकतेबद्दलच्या लेखकांच्या व्यक्तिगत समजुतीमुळे त्यांची अनुमाने अशी मिळाली असावीत, परंतु मला याबाबत शंका आहे. त्यांच्या सुरुवातीच्या परिच्छेदात त्यांनी फक्त टीटीच्या धनात्मक परिणामांशी संबंधित अभ्यासांचाच उल्लेख केला आहे. त्यात टीटीच्या नकारात्मक परिणामांचा किंवा टीकात्मक अभ्यासांचा काहीच उल्लेख केलेला नाही.

अलीकडेच, एका अत्यंत प्रभावी धार्मिक नेत्याने (ज्याने मानसशास्त्रात पीएच. डी. केली आहे) असा दावा केला की, एखाद्याचा लैंगिक कल ही पूर्णतः त्याची निवड असते. जेव्हा त्याला विचारले की त्याचे हे अनुमान त्याच्या धार्मिक समजुतींवर आधारलेले आहे की शास्त्रीय पुराव्यावर, तेव्हा त्याने ठामपणे असे उत्तर दिले की, हा निष्कर्ष त्याच्या धार्मिक कल्पनांवर आधारलेला नाही, परंतु "चिंधी" एवढ्याही शास्त्रीय पुराव्याशिवाय, लैंगिक कल जीवशास्त्रीय घटकांवर अवलंबून असतो. लैंगिक व्यक्तित्व आणि लैंगिक कल अनुवंशिकता व जीवशास्त्रीय घटकांवर अवलंबून असतो, ह्यासंदर्भात स्पष्ट आणि वाढता प्रयोगाधारित पुरावा असल्याने, (उदा. बेली, डन,आणि मार्टिन, 2000; बेली आणि अन्य., 1999; बेली, पिलर्ड, नीअल, आणि अग्येइ, 1993; कूलीज, थेड,आणि यंग, 2002), असा निष्कर्ष काढता येईल की, तो धार्मिक नेता अशा अभ्यासांविषयी अज्ञानी आहे, आणि त्याचे धार्मिक समज त्याच्या निष्कर्षांना कारणीभूत आहेत याची जाणीवही त्याला नाही किंवा त्याचे निष्कर्ष त्याच्या धार्मिक समजुतींमुळे पूर्वग्रहदूषित झालेले नाहीत असे तो खोटेच सांगत आहे.

विज्ञान आणि भ्रामक विज्ञान यांसंबंधी निष्कर्ष

आधी सूचित केल्याप्रमाणे, संशयी विचार, विज्ञान आणि भ्रामक विज्ञान यांमधील सीमारेषा स्पष्ट करण्यास मदत करतात. शरमारने नोंदविल्याप्रमाणे, विज्ञानाचे स्वरूपच संशयी परंतु मोकळ्या मनाचे आणि लवचिक असते. त्यामुळेच, कधीकधी विज्ञान अगदी कूर्मगतीने जाणारे आणि परस्परविरोधी सुद्धा भासते. चांगले शास्त्रज्ञ त्यांची स्वतःची गृहीतप्रमेये खोटी ठरतील अशा गर्भित दोषांचा किंवा अनुमानांचाही उल्लेख करतात! चांगल्या शास्त्रात अंदाज बांधणे (गृहीतप्रमेय तयार करणे), परीक्षण करणे (प्रयोग करणे) आणि पुनर्परीक्षण करणे (प्रतिकृतीच्या आधारे पुन्हा तपासणे) या गोष्टींचा समावेश होतो. नंतरची क्रिया ही या साखळीतील सर्वात टीकात्मक घटक असू शकेल. इतर ठिकाणी असलेल्या इतर संशोधकांना अशाच प्रयोगातून (प्रतिकृतीतून) हेच निष्कर्ष मिळू शकले का? विज्ञान आणि भ्रामक विज्ञानात नेहमीच स्पष्ट सीमारेषा असणार नाही, पण बॅलोनी डिटेक्शन किटमधील तत्त्वांनी दिलेले संशयी विचारांचे उपयोजन आपल्याला प्रकाश दाखविण्यास मदत करू शकेल.

शंकास्पद अभ्यास आणि लबाडीच्या दाव्यांतील बाष्कळतेचा शोध घेण्यातील सर्वात निर्णायक घटक

माझ्या मताप्रमाणे, कोणत्याही प्रयोगातील किंवा दाव्यातील बाष्कळता शोधण्यात दोन सर्वात निर्णायक घटक आहेत. सामाजिक आणि वैद्यकीय शास्त्रांमध्ये पहिला सर्वात महत्त्वाचा घटक म्हणजे, प्लॅसिबो परिणाम पुरेसा नियंत्रित केला आहे का? उदाहरणार्थ, एका अत्यंत वादग्रस्त मानसोपचार तंत्रात, आय मोमेंट डीसेन्सिटायझेशन रीप्रोसेसिंग (इएमडीआर), सखोल प्रशिक्षण घेतलेले उपचारक त्यांच्या रुग्णांना त्यांच्या मानसिक धक्क्याच्या अनुभवावर चर्चा करताना डोळ्यांची मागे पुढे हालचाल करण्यास शिकवतात. (टीकात्मक परीक्षणासाठी पाहा, हर्बर्ट आणि अन्य, 2000) या बाबतीत, प्लॅसिबो परिणामांच्या नियंत्रणाने केलेल्या अभ्यासांची मागणी असूनही, उपचारकांचा 'हे उपचार उपयुक्त ठरतात' असा ठाम विश्वास असल्याने, फार थोडे, असलेच तर, इएमडीआरअभ्यास प्लॅसिबो परिणाम पुरेसा नियंत्रित करून केले गेले आहेत. याशिवाय, तेथे स्पष्टपणे इएमडीआर च्या प्रयोगात *मागणी गुणधर्म* जोडलेले होते. मागणी गुणधर्म हे मानवी परस्परसंबंधातील (प्रयोग, मानसोपचार, इ.) सूक्ष्म उल्लेख आणि सूचना असतात जे तत्पर सहभागी लोकांना प्रयोगकर्त्याच्या किंवा उपचारकाच्या समजुतींशी सुसंगत पद्धतीने वागण्यास भाग पडतात. जाणीव जागृतीच्या पातळीच्या खालील पातळीवर मागणी गुणधर्म सहसा कार्यरत असतात. मार्टिन ओर्ने ह्या मानसशास्त्रज्ञाने पुनःपुन्हा प्रात्यक्षिकातून हे दाखवून दिले आहे की, मागणी गुणधर्म हे बरेच शक्तिशाली असू शकतात. उदाहरणार्थ, एखाद्या एकनिष्ठ इएमडीआर उपचारकाने तुमच्या मानसिक धक्क्याच्या अनुभवावर एक तासभर काम केले आणि नंतर तुम्हाला याचा किती उपयोग झाला असे विचारले (अत्यंत दयाळू आणि अपेक्षित मौखिक अविर्भावासह), तर जरी तुम्हाला प्रत्यक्षात काहीच उपयोग झालेला नसला तरी तुम्ही, जरा तरी "होय" किंवा "थोडेसे" असे उत्तर देण्यास, प्रवृत्त व्हाल की नाही? कारण तुम्हाला इएमडीआर उपचारकाला नाराज करण्याची इच्छा नसते. नवीन तंत्राच्या काही एकनिष्ठ उपचारकांची चमक, तेज, धार्मिकता यांवर आणि त्यांच्या पद्धतींमधील मागणी गुणधर्म यांवर प्रायोगिक नियंत्रण ठेवणे अत्यंत अवघड असते. मात्र, सागन आणि शरमारने नोंदविल्याप्रमाणे, असे प्रश्नार्थक अभ्यास त्यांचे दावे खोडून काढण्यास पुरावे शोधण्यासाठी केलेले नसतात आणि त्यांमधून फक्त पाठिंबादर्शक पुरावेच शोधले जातात. मी आधीच सांगितल्याप्रमाणे, जेथे शक्तिशाली प्लॅसिबो परिणाम असण्याचा संशय असतो, तेथे विशेषकरून हे खरे ठरते.

बाष्कळता शोधण्यातील या लेखकाच्या दृष्टिकोनातून महत्त्वाचा असलेला दुसरा सर्वात महत्त्वाचा घटक म्हणजे सागन आणि शरमारचे चौथे तत्त्व: माहीत असलेल्या नैसर्गिक शास्त्रीय नियमांमध्ये हा दावा किती प्रमाणात बसतो? इएमडीआर च्या बाबतीत, त्याची कारणमीमांसा, काहीशी डोळ्यांच्या झोपेतील जलद हालचालींशी साधर्म्य दाखविणाऱ्या, माहितीचे विघटन आणि डोळ्यांच्या हालचाली अशा शारीरिक आणि मज्जासंस्थेशी संबंधित प्रक्रियांवर अवलंबून असते. या उपचारामधील बोधात्मक वर्तन प्रतिमानांसाठी चांगला पाठिंबा आहे आणि झोपेतील आरइएमसाठीही पुराव्यांचा खजिना उपलब्ध आहे. परंतु, माहिती प्रक्रिया करणारी प्रतिमाने, बोधात्मक वर्तनतंत्रे, आणि डोळ्यांच्या हालचाली यांचा मानसिक धक्क्याच्या अनुभवातून निर्माण होणाऱ्या ताणाचे निवारण करण्याशी प्रत्यक्ष संबंध दर्शवता आलेला नाही. प्रत्येक वेळी, जेव्हा मला एखाद्या नव्या तंत्राविषयी ते खरे न वाटण्याइतके चांगले असल्याचे सांगितले जाते, तेव्हा प्रत्येक वेळी त्यात ते तंत्र का चालते यासंबंधीचे शास्त्रीय किंवा नैसर्गिक स्पष्टीकरण मांडलेले नसते, अत्यंत अस्पष्ट असते किंवा त्याबद्दल प्रश्न निर्माण करणारे असते, असे जाणवते. नवीन मानसोपचार तंत्रांच्या बाबत मला नेहमीच असे वाटते की, स्पष्ट शास्त्रीय स्पष्टीकरणाचा अभाव आणि विशेषतः ह्या उपचाराचे कार्य कशा पद्धतीने चालते याविषयीच्या साखळीचा अभाव, यांमुळे मला आश्चर्य वाटते की या उपचारांच्या परिणामात प्लॅसिबो परिणामांचा प्रभाव किती बलवान असेल. त्यांच्या बचावात, मी असे नमूद करेन की, काही परंपरागत मान्यताप्राप्त मनोविश्लेषणासारख्या उपचार पद्धतींमध्ये, त्यांचे कार्य कसे चालते याचे स्पष्टीकरण देणे काहीवेळा कठीण असते. परंतु हा बचाव म्हणजे नवीन उपचार पद्धती कसे कार्य करते याचे तर्कसंगत आणि शास्त्रीय स्पष्टीकरण न शोधण्यासाठी सबब असू शकत नाही. *जेथे उपचार पद्धतीच्या यंत्रणेचे शास्त्रीय स्पष्टीकरण प्रदर्शित करणे काहीसे कठीण असते, अशा प्रसंगीही प्लॅसिबो परिणामांचे पूर्ण आणि पुरेसे नियंत्रण आणि पुष्टी न देणारे पुरावे प्रामाणिकपणे आणि सक्रियतेने शोधणे, ह्या गोष्टी करणे अत्यावश्यकच असते.*

संख्याशास्त्र प्रत्येक समस्या सोडवू शकते का?

नक्कीच नाही. खरे तर मी येथे तुम्हाला धोक्याची सूचना देऊ इच्छितो की काही वेळा संख्याशास्त्र प्रश्न चिघळवूही शकते. असे नमूद केले जाते की, संख्याशास्त्र खोटे बोलत नाही; तर लोक खोटे बोलतात. मी वाहन चालवताना बरेचदा "टॉक रेडिओ" ऐकत असतो. बंदुकीवरील नियंत्रणाच्या प्रश्नाबाबत मी दोन्ही बाजूंनी केले जाणारे अनेक अत्यंत आधुनिक संख्याशास्त्रीय युक्तिवाद ऐकले आहेत. ज्या पद्धतीने प्रत्येक बाजू संख्याशास्त्राच्या आधारे ठामपणे दाखवते की बंदुकी सुरक्षित असतात किंवा बंदुकी धोकादायक असतात, त्याने मी नेहमीच प्रभावित होतो. स्वतः संख्याशास्त्रज्ञ असताना देखील मी या संख्याशास्त्रीय युक्तिवादांमुळे गडबडून जात असेन, तर मी कल्पना करू शकतो की अन्य कोणालाही त्यातून मार्ग काढणे कठीणच जात असेल. अशा प्रकारे, मला असे ठामपणे वाटते की संख्याशास्त्र आपल्याला आयुष्यातील बऱ्याच बाबतीत बऱ्याचशा समस्या सोडविण्यासाठी मदत करू शकते. पण काही पराकोटीच्या वादग्रस्त प्रश्नांसंबंधी (उदा. धार्मिक समजुती, बंदुकीवरील नियंत्रण, गर्भपाताचे अधिकार), त्यांचे समर्थक आणि त्यांचे विरोधक असे दोघेही संख्याशास्त्रीय अभ्यासाच्या मदतीने इतकी उत्तम तयारी करतात की संख्याशास्त्रीय पुराव्यांवर आधारित निर्णय घेणे जवळजवळ अशक्य होऊन बसते. अशा वेळी, मी असे सुचवेन की, तुम्ही तुमच्या भावना, समजुती आणि अंत:प्रेरणेने तुमचे मत नोंदवा. तुम्हाला असा विश्वास वाटत असेल की तुम्ही आणि तुमची मुले बंदुकीमुळे तुमच्या घरात सुरक्षित राहाल, तर निःशंकपणे, घरात बंदूक बाळगा. जर तुम्हाला असे वाटत असेल की, घरात भरलेली बंदूक नसल्याने तुमची मुले अधिक सुरक्षित आहेत, तर बंदूक घेऊ नका.

संभाव्यता

चहाची चव बघणारी स्त्री

संख्याशास्त्राचे सदाबहार प्रसिद्ध पुस्तक, द *डिझाईन ऑफ एक्सपेरिमेंट्स,* सर रोनाल्ड ए. फिशर (1890–1962) यांनी लिहिले आणि 1935 मध्ये पहिल्यांदा प्रकाशित झाले. ते संख्याशास्त्रज्ञांसाठी आणि त्यांच्या विद्यार्थ्यांसाठी एक प्रमाणित पाठ्यपुस्तक आणि संदर्भ पुस्तक बनले आणि 1970 पर्यंत ते सातत्याने प्रकाशित केले गेले. प्रकरण 2 पुढीलप्रमाणे विचित्र पद्धतीने चालू होते:

> एक महिला असे घोषित करते की, दूध घालून केलेला चहा कपात आधी दूध घालून की आधी चहा घालून केला आहे, यातील फरक ती कपातील चहाची चव घेऊन ओळखू शकते. (पान 11)

त्याच्या पुस्तकात, फिशरने पुढे जाऊन, "महिला" चहा/दूध ओतण्याच्या दोन प्रकारांमध्ये फरक ओळखू शकत नाही, या नल गृहीतप्रमेयाच्या प्रायोगिक चाचणीचा एक आराखडा तयार केला, आणि नल गृहीतप्रमेयाशी निगडित असलेल्या संभाव्यतेला महत्त्वतेची चाचणी कशी लागू करता येईल याचे प्रात्यक्षिकही त्याने दाखविले. फिशरचे उदाहरण जरी काल्पनिक वाटत असले, तरी कनेक्टिकट विद्यापीठातील संख्याशास्त्राचे प्राध्यापक एच. फेअरफिल्ड स्मिथ यांनी हे उघड केले की, फिशरचे उदाहरण काल्पनिक नव्हते पण 1920 च्या (दशकाच्या) अखेरीस, केंब्रिज, इंग्लंडमधील एका दुपारच्या चहा पार्टीत प्रत्यक्षात घडलेले होते. असे दिसते की, महिलेने तिचे मत मांडल्यानंतर उपस्थित असलेल्या प्राध्यापकांमध्ये असे एकमत झाले की, चहा दुधात मिसळला की दूध चहात मिसळले हा फरक शोधणे अशक्य आहे. प्राध्यापक स्मिथ म्हणाले की ते त्या चहा पार्टीला उपस्थित होते, आणि त्या महिलेने ज्या क्षणी तिचे निवेदन केले आणि प्राध्यापकांनी त्यांचे दरारा निर्माण करणारे आणि विरोधी मत मांडले, रोनाल्ड फिशर (त्यावेळी तो त्याच्या तिशीत होता) पुढे आला आणि त्याने असे सुचविले की अशी एक उपयोजित गणिती विश्लेषण आणि त्याच्याशी संबंधित प्रायोगिक पद्धत आहे की जी ती (महिला) चहाची चव घेऊन चहा मिसळण्याच्या दोन पद्धतींमध्ये फरक करू शकते की नाही, ते स्पष्ट करेल. फिशरने सुचविले की त्या महिलेला चहाच्या कपांच्या मालिकेची चव बघायला सांगावे आणि प्रत्येकानंतर तिचे मत घ्यावे. त्याच्या 1935 च्या पुस्तकात, त्याने चहाच्या आठ कपांच्या श्रेणीचे उदाहरण दिले, ज्यातील चारांमध्ये चहात दूध मिसळले आणि चारांमध्ये दुधात चहा मिसळला . त्याने असे सुचविले की मिश्रण सादर करण्याचा क्रम यादृच्छिक असावा आणि महिलेला हे सांगावे की आठपैकी निम्म्या कपात चहात दूध मिसळले आहे आणि निम्म्यात दुधात चहा मिसळला आहे.

भविष्यातील घटनांचे भाकीत करण्याचे संभाव्यता हे शास्त्र आहे. एका विशिष्ट घटनेच्या संभाव्यतेची व्याख्या, ती घटना किती प्रकारे घडू शकेल त्या संख्येचे, सारख्याच घडण्याची शक्यता असलेल्या घटनांच्या एकूण संख्येशी असलेले गुणोत्तर, अशी करण्यात आली आहे. संभाव्यता साधारणपणे संख्यांमध्ये नोंदविलेली असते आणि दशांश पद्धतीने मांडली जाते. येथे, 1 म्हणजे ती घटना निश्चितपणे घडणार, आणि 0 म्हणजे ती घटना घडणार नाही, आणि .5 संभाव्यता म्हणजे ती घटना प्रत्येक दोन परिणामांपैकी एकदा घडण्याची शक्यता आहे.

तुमची अंतःप्रेरणा तुम्हाला आधीच हे सांगू शकेल की, जर महिलेला फक्त एक कप चहा परीक्षणासाठी सादर केला, तर तिचे उत्तर खरे ठरण्याची संभाव्यता ½ किंवा $p = .50$ असेल. तिचे उत्तर चुकीचे असण्याची संभाव्यताही $p = .50$, आणि या गणिताची एकूण संभाव्यता 1.00 असेल; म्हणजेच तिने चहाची चव पाहिल्यानंतर ती बरोबर किंवा चूक असण्याची संभाव्यता 1.00 आहे. चहाची चव बघणे याला जर आपण घटना असे नाव दिले आणि महिलेच्या मताला परिणाम असे

म्हटले, तर आपण असे सिद्ध केले की दोन समान शक्यतेच्या परिणामांशी जोडलेल्या घटनेबाबत प्रत्येक परिणाम घडण्याची संभाव्यता सारखी, म्हणजेच, $p = .50$ असते.

घटनेच्या संभाव्यतेची व्याख्या

जर एखाद्या घटनेचे समान संभाव्यता असणारे n परिणाम असतील, तर प्रत्येक परिणाम निर्माण होण्याची संभाव्यता $1/n$, किंवा (p_i) असेल, जेथे n ही समान घडणाऱ्या परिणामांची संख्या आहे. अशा प्रकारे, जर उंदराला समान दिसणाऱ्या तीन दरवाजांमधून अन्नाच्या शोधार्थ शिरण्याची निवड करायची असेल, तर एक दरवाजा निवडला जाण्याची संभाव्यता p_i = .33 असेल कारण $p_i = 1/n$ किंवा $p_i = 1/3 = .33$. तसेच, एकूण संभाव्यता $p_1 + p_2 + p_3 = 1.00$. अधिक मोठ्या संख्यांच्या घटनांच्या बाबतीत (यांना एकमेकांपासून पूर्ण अलग घटना असेही म्हटले जाते), पुढील समीकरण मिळते,

$$p_1 + p_2 + \cdots + p_n = 1.00$$

जेथे p_n हा शेवटची घटना असते.

संभाव्यतेचा गुणाकार सिद्धांत

जर दोन पूर्णतः स्वतंत्र घटना असतील (म्हणजे, एका घटनेच्या परिणामाचा दुसऱ्या घटनेवर कोणताही परिणाम होत नसेल) आणि पहिल्या घटनेचे m परिणाम होणे शक्य असेल, आणि दुसऱ्या घटनेचे n परिणाम असण्याची शक्यता असेल, तर एकूण एकूण परिणाम घडण्याची शक्यता $m \times n$ आहे. आता, चहाची चव घेणाऱ्या महिलेच्या प्रकरणात, जर आठ घटना असतील (चहाचे आठ कप एकामागून एक असे), आणि प्रत्येक घटनेला दोन परिणाम असतील, तर सर्व आठही कपांसाठी तिने बरोबर उत्तर निवडण्याची संभाव्यता $(\frac{1}{2})^8$ किंवा $\frac{1}{2} \times \frac{1}{2} \times \frac{1}{2} \times \frac{1}{2} \times \frac{1}{2} \times \frac{1}{2} \times \frac{1}{2} \times \frac{1}{2} = (\frac{1}{2})\ 8 = {}^1/_{256}$ किंवा $p = .0039$ असेल. दुसरी ग्राह्य आहे कारण, प्रत्येक घटनेला दोन परिणाम आहेत (बरोबर किंवा चूक), आणि येथे आठ घटना आहेत (चहाचे आठ कप); म्हणजेच एकूण 256 परिणाम आहेत. (28), परंतु त्यातील फक्त एकच बरोबर असू शकतो (सर्व आठ चहाचे कप बरोबर ओळखणे).

परंतु, हे आठवा की, फिशरने असे सांगितले होते की, महिलेला ही माहिती दिली पाहिजे की, आठपैकी निम्म्या कपात दुधात चहा मिसळला आहे आणि निम्म्यात चहात दूध मिसळले आहे. म्हणजेच, महिला हे जाणते की, जर तिला भाकीत करण्यास भाग पाडण्यात आले, तर तिचे सर्वात चांगले धोरण असे असेल की तिची अर्धी भाकिते एका बाजूची (उदा., दुधात चहा मिसळला आहे) आणि अर्धी भाकिते दुसऱ्या बाजूची (उदा., दूध चहात मिसळले आहे), अशा प्रकारे करणे. ह्यामुळे तिच्याकडून चूक होण्याची सर्वसाधारण संभाव्यता कमीत कमी एका अंदाजापर्यंत कमी होते आणि सर्व आठ घटनांबाबत ती बरोबर ठरण्याची सर्वसाधारण संभाव्यता ${}^1/_{70}$ किंवा $p = .014$ होते. हे संभाव्यतेच्या एकत्रीकरणाच्या सिद्धांतामुळे होते.

संभाव्यतेचा एकत्रीकरण सिद्धांत

या सिद्धांताचे प्रतिपादन असे आहे की, जर n वस्तूंच्या गटातून काही वस्तूंची निवड करायची असेल आणि ज्या क्रमाने निवड करायची तो क्रम महत्त्वाचा नसेल, तर n वस्तूंमधून r वस्तू किती प्रकारे निवडल्या जातील त्या पद्धतींची संख्या मिळवण्याचे समीकरण

$$C = \frac{n!}{r!(n-r)!}$$

जेथे,

C = वस्तूंच्या एकत्रीकरणाची एकूण संख्या

$n!$ = (हे एन फॅक्टोरियल असे वाचतात) = $n (n - 1) (n - 2) (n - 3)$, इ., म्हणून $3! = 3 \times 2 \times 1 = 6$.

उदाहरण 1: अशा प्रकारे, चहाची चव घेणाऱ्या महिलेसाठी एकूण 70 संभाव्य परिणाम होते कारण

$$C = \frac{8!}{4!(8-4)!}$$

$$C = \frac{40320}{24(24)}$$

$$C = 70$$

त्याच्या आधीच फिशरने 1925 मधील पुस्तकात महत्त्वतेची संकल्पना आणि p मूल्ये मांडली होती. त्याने प्रयोगाचा परिणाम 20 चाचण्यांपैकी एकापेक्षा जास्त वेळा किंवा $p = .05$ पेक्षा, जर तो केवळ योगायोगाने न येता, जास्त वारंवारितेने येत असेल तर तो महत्त्वपूर्ण म्हणून स्वीकारण्याची पद्धत सुरू केली. महत्त्वाचे हे की, 1935 मधील पुस्तकात त्याने असे नमूद केले आहे की, महत्त्वता दर्शवण्यासाठी अधिक किंवा कमी p पातळीची मागणी करण्याची निवड प्रयोगकर्त्यांनीच करावी. परंतु, त्याने असा धोक्याचा इशारा दिला की, चहाची चव बघणाऱ्या महिलेच्या प्रयोगातही चहाचे एकत्रीकरण ती प्रत्येक वेळी बरोबर ओळखण्याची संभाव्यता 70 मधील 1 किंवा .014 (परंपरागत महत्त्वता पातळी $p = .05$ पेक्षा बरीच खाली) असेल.

> कोणताही अलगपणे केलेला प्रयोग, तो त्याच्या स्वतःच्या संदर्भात कितीही महत्त्वपूर्ण असला तरी, कोणत्याही नैसर्गिक घटनेच्या प्रायोगिक प्रात्यक्षिकासाठी पुरेसा ठरू शकत नाही; कारण "दशलक्षांमध्ये एक संधी", तिच्या योग्य वारंवारितेपेक्षा जास्त नाही की कमी नाही, अशी निःसंशय घडतेच, परंतु आपल्याला कितीही आश्चर्य वाटले तरी आपल्याबाबतीत ती घडावी. (फिशर, 1935, पान 13–14)

उदाहरण 2: दोन औषधांचा संयोग परस्परांवर क्रिया करून, ज्या मुलांना अटेन्शन डेफिसिट हायपर ॲक्टिव्हीटी डिसऑर्डर (एडीएचडी) आहे अशा मुलांमधील अवधान वाढवेल आणि चंचलता कमी करेल, असा अंदाज आहे असे मानू. आपण असे सुचवू की चार औषधे उपलब्ध आहेत आणि त्यांना A, B, C आणि D अशी नावे देऊ. येथे किती संयोग तयार करता येतील?

$$C = \frac{n!}{r!(n-r)!}$$

जेथे,

r = 4 औषधांमधून घेतलेली r = 2 औषधे

C = 2 औषधांपासून तयार होणाऱ्या संयुगांची एकूण संख्या

$$C = \frac{4!}{2!(4-2)!}$$

$$C = \frac{4!}{2!(2)!}$$

$$C = \frac{24}{4}$$

$$C = 6$$

अंतःप्रेरणेने, तुम्ही हे पाहू शकता की ती AB, AC, AD, BC, BD, आणि CD ही असतील.

संभाव्यतेचा अनुक्रम बदल (परम्यूटेशन) सिद्धांत

हा सिद्धांत असे सांगतो की जर n वस्तूंच्या गटातील r वस्तूंच्या निवडीमध्ये क्रम महत्त्वाचा असेल, तर

$$P = \frac{n!}{(n-r)!}$$

जेथे,

P = वस्तूंच्या अनुक्रम बदलांची एकूण संख्या
$n!$ = वस्तूंची फॅक्टोरियल संख्या
r = निवडलेल्या वस्तूंची संख्या

सूचना: येथे चहाची चव बघणाऱ्या महिलेचे उदाहरण देणे प्रसंगोचित नाही कारण ती ज्या क्रमाने चहाच्या कपांचे योग्य निदान करते तो क्रम येथे संबंधित नाही.

उदाहरण 1: दोन औषधांचा संयोग परस्परांवर क्रिया करून एडीएचडी आहे अशा मुलांना मदत करेल, असा अंदाज आहे असे मानू, परंतु औषधांचा सादर करण्याचा क्रम येथे महत्त्वाचा आहे. म्हणजे, A हे औषध सकाळी आणि B हे औषध दुपारी घेतल्याने होणारा परिणाम, B हे औषध सकाळी आणि A हे औषध दुपारी घेतल्याने होणाऱ्या परिणामापेक्षा वेगळा होऊ शकतो. जर चार औषधे उपलब्ध आहेत (A, B, C आणि D), तर त्यांच्यामध्ये किती निरनिराळ्या पद्धतींनी अनुक्रम बदल करता येतील?

$$P = \frac{n!}{(n-r)!}$$

$$P = \frac{4!}{(4-2)!}$$

$$P = \frac{24}{2}$$

$$P = 12$$

येथे शक्य असलेले अनुक्रम बदल मर्यादित संख्येत असल्याने, आपण प्रत्यक्षपणे त्यांची यादी करू शकतो: AB, BA, AC, CA, AD, DA, BC, CB, BD, DB, CD, आणि DC.

आपण या नियमांची दुसऱ्या एका अंतःप्रेरणेने पाहता येण्याजोग्या उदाहरणाच्या साहाय्याने उजळणी करूया. एका जोडप्याला तीन मुलांची इच्छा आहे. या जोडप्याच्या बाबतीत, मुलगा (B) होण्याची आणि मुलगी (G) होण्याची शक्यता सारखीच आहे असे गृहीत धरल्यास (सूचना: सर्व जोडप्यांच्या बाबतीत अशी शक्यता नसते), येथे k^n वेगवेगळे परिणाम किंवा 2 × 2 × 2 = 8 अनुक्रम बदल (GGG, GGB, GBB, GBG, BBB, BBG, BGG, BGB) होऊ शकतील आणि मुलींच्या एकूण संख्येच्या संदर्भात चार निरनिराळी संयुगे, क्रमाचा विचार न करता, (तीन मुली, दोन मुली, एक मुलगी किंवा मुलगी नाही) असू शकतील. आता आपण या परिणामांच्या संभाव्यतेचा सारांश एक सारिणी आणि एक आलेख यांद्वारे पाहू (सारिणी 5.2 आणि आकृती 5.3), जेथे क्रम महत्त्वाचा नाही (अनुक्रम बदलांचा नव्हे तर संयुगांचा सारांश). हे निकाल वारंवारिता वितरण म्हणून ओळखले जातील.

सारिणी 5.2 वारंवारिता वितरण सारिणी

Event	*Fractional Probability*	*Probability*
Three girls	$\frac{1}{8}$	.125
Two girls, one boy	$\frac{3}{8}$	.375
One girl, two boys	$\frac{3}{8}$	.375
Three boys	$\frac{1}{8}$	.125
Total	$\frac{8}{8}$	1.000

आकृती 5.3 वारंवारिता वितरण आलेख

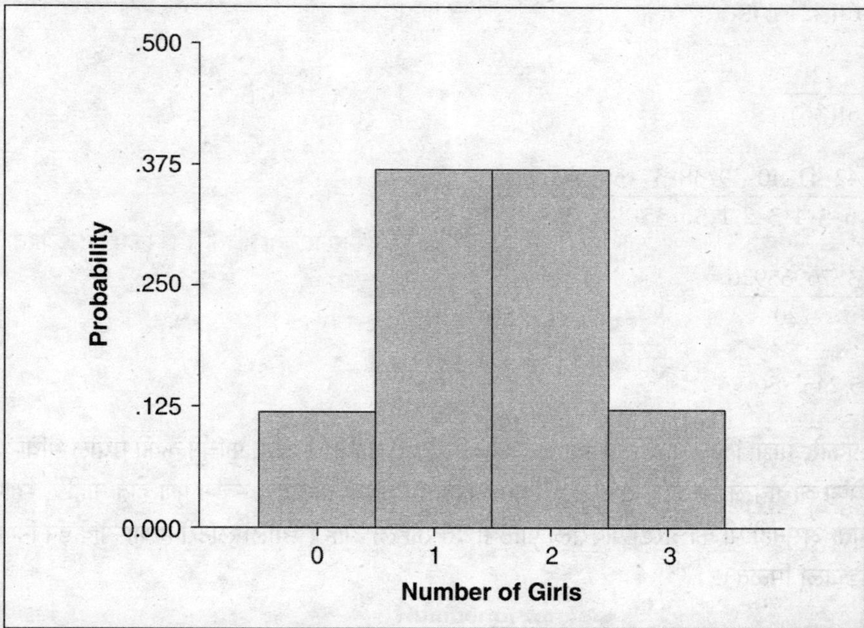

वारंवारिता वितरणे ही महत्त्वतेच्या संख्याशास्त्रीय चाचण्यांचा गाभा असतो. खूप लोकप्रिय आणि उपयुक्त वारंवारिता वितरणांपैकी एक वितरण म्हणजे बायनॉमियल वितरण. वितरणाच्या ह्या प्रकारात, परिणामांमध्ये फक्त दोन निवडी असतात (त्याला दोन भागात विभागलेले असे म्हणतात), जसे की मुलगा किंवा मुलगी, छापा किंवा काटा, धोकादायक आहे किंवा धोकादायक नाही. आधी नोंदविल्याप्रमाणे वारंवारिता वितरणे तक्ते किंवा आलेखांच्या स्वरूपात मांडता येतात.

संभाव्यता सिद्धांताचे संख्याशास्त्रातील उपयोजन करण्याचे अंतिम उदाहरण म्हणजे, आपल्यापैकी कोणी बरे लॉटरी जिंकण्याचे स्वप्न पाहिलेले नाही? निश्चितच बऱ्याच राज्यांनी आणि देशांनी लॉटरी हे उत्पन्नाचे प्रभावी साधन आहे हा शोध लावला आहे. बऱ्याच राज्यांच्या लॉटरीमध्ये असे नमूद केले जाते की एक मोठे भव्य बक्षीस जिंकण्याची शक्यता 5 दशलक्षांमधून 1 इतकीच आहे. ही संभाव्यता कुठून काढली जाते?

माझ्या राज्यातील लॉटरीत (कोलोरॅडो), 1 ते 42 या अंकांमधून सहा निरनिराळे चेंडू काढले जातात. जर (1 ते 42 मधून) फक्त एक अंक काढला असता, तर हे पाहणे सोपे आहे की, मी जिंकण्याची शक्यता 42 मध्ये 1 किंवा $p = .0238$ इतकी असती. जर फक्त दोन चेंडू काढले असते तर, तर माझ्या पहिल्या अंकाबरोबर मी दोन जिंकणाऱ्या चेंडूंपैकी एक मी उचलण्याची शक्यता 42 मधून 2 किंवा $p = .0476$ इतकी असती, आणि आता फक्त 41 चेंडू उचलण्यासाठी शिल्लक राहतील, त्यामुळे दोन चेंडूंपैकी प्रत्येक चेंडू उचलण्याची शक्यता दोन स्वतंत्र संभाव्यतांचा गुणाकार असेल, तो म्हणजे, $^2/_{42} \times {}^1/_{41}$, जो $p = .0012$ आहे. आता, आपण हे पाहू शकतो की माझी जिंकण्याची शक्यता 100 मधील 1 संधींमधून 1000 मधील 1 संधींपर्यंत आश्चर्यकारकरित्या घटली. सहा बरोबर अंक उचलण्यासाठी (जेथे क्रमाचा संबंध नाही), आपण संयोगाचे पुढील सूत्र वापरू:

$$C = \frac{n!}{r!(n-r)!}$$

$$C = \frac{42!}{6!(42-6)!}$$

$$C = \frac{42!}{6!(36)!}$$

$$C = \frac{42\cdot 41\cdot 40\cdot 39\cdot 38\cdot 37\cdot 36\cdot 35\cdot \ldots \cdot 2\cdot 1}{6\cdot 5\cdot 4\cdot 3\cdot 2\cdot 1\cdot 36\cdot 35\cdot 34\cdot 33\cdot \ldots \cdot 2\cdot 1}$$

$$C = \frac{3776965920}{720}$$

$$C = 5,245,786$$

अशा प्रकारे, माझी जिंकण्याची शक्यता 5 दशलक्षांमधून 1 आहेत. अर्थात, फॉर्चून कुकी मधील भविष्यातून मला एकदा भविष्य वाचायला मिळाले; ते असे, "स्वप्न पाहिल्याशिवाय कोणतेच स्वप्न पूर्ण होत नाही", म्हणून इतकी कमी शक्यता असूनही मी कोलोरॅडो पार्क्सला पाठिंबा देत राहिलो आहे (ज्याला लॉटरी हरणाऱ्यांकडून निम्मी रक्कम दर आठवड्याला मिळते).

जुगाऱ्याचा चुकीचा युक्तिवाद

खबरदारीचा एक शब्द येथे सांगायलाच हवा. एखादी आकस्मिक किंवा अशक्य घटना जेव्हा घडते तेव्हा तिचा अर्थ जाणून घेण्याचा किंवा ती समजून घेण्याचा शोध घेण्याची उपजत क्षमता मनुष्यामध्ये असते. जे लोक लॉटरी जिंकतात ते आपल्या विजयाचे श्रेय विशिष्ट अंक, उच्च पदाधिकारी किंवा ते जन्मतःच नशीबवान असण्याला देतात. ते जो काही कार्यकारण संबंध देण्याचा प्रयत्न करतात, तो प्रत्यक्षात नसतोच. जर कोलोरॅडोमध्ये दर काही दिवसांनी 10 दशलक्ष किंवा 20 दशलक्ष लॉटरीची तिकिटे विकली जात असतील आणि लॉटरी जिंकण्याची शक्यता 5 दशलक्षात 1 इतकीच असेल, तर आपण पर्यायाने असा अंदाज करतो की एक तरी तिकीट जिंकेल. जरी तिकीट जिंकणे ही खूप कमी संभाव्यता असणारी घटना असली तरी, खूप मोठ्या संख्यांच्या नियमानुसार (जो साध्या पद्धतीने असे सांगतो की, खूप मोठ्या नमुन्यात, कोणतीही सर्व नीतीनियमांचे उल्लंघन करणारी गोष्ट घडू शकते) ती घटना कधीतरी घडतेच. जेव्हा लोक खरोखर स्वतंत्र असणाऱ्या घटनांमध्ये कार्यकारण संबंध दर्शवितात, तेव्हा 'जुगाऱ्याचा चुकीचा युक्तिवाद' घडतो. उदाहरणार्थ, कोणतेही योग्य नाणे उडविल्यावर, जर मला ओळीने दोनदा छापा मिळाला, तर काहींना असे वाटेल की पुढच्या उडविण्यात काटा येण्याची थोडी जास्त शक्यता आहे कारण तो "येण्याची वेळ" आहे. परंतु पुन्हा नाणे उडविल्यावर छापा किंवा काटा येण्याची शक्यता सारखीच आहे. नाण्याला आधीच्या दोन वेळी उडविण्यासंबंधीचे स्मरण असत नाही. शिवाय, आठवा बरे, ओळीने तीन छापे मिळण्याची संभाव्यता जरी फक्त $^1/_8$ असली, तरी मी जर पुष्कळदा ओळीने नाणे उडवीत राहिलो तरी, कधीतरी असे घडू शकतेच. घडणाऱ्या संभाव्यता ह्या भविष्यातील घटनांच्या लांबलचक मालिकांच्या परिणामांच्या भाकितासंबंधी आहे.

लेडी टेस्टिंग टी

स्रोत: ImageEnvision.com.

निष्कर्ष

द *लेडी टेस्टिंग टी* हे 20 व्या शतकात संख्याशास्त्राने विज्ञानात कसे क्रांतिकारी बदल केले यासंबंधीच्या विस्मयकारक पुस्तकाचे नाव आहे (साल्सबर्ग, 2001). या पुस्तकात प्राध्यापक स्मिथ यांनी चहाची चव घेणाऱ्या महिलेची गोष्ट विस्तृतपणे सांगितली आहे. फिशरने त्याच्या 1935 मधील पुस्तकात त्याच्या उदाहरणाचा परिणाम स्पष्ट केला नव्हता कारण त्याने ते काल्पनिक असल्याप्रमाणे दाखविले होते. परंतु स्मिथ यांनी असे नमूद केले आहे की, त्या महिलेने प्रत्येक कप बरोबर ओळखला!

इतिहासाचा मागोवा

ईगन पिअरसन ते कार्ल पिअरसन

ईगन पिअरसन (1895 ते 1980) हे प्रसिद्ध संख्याशास्त्रज्ञ कार्ल पिअरसन ह्यांचे पुत्र. ईगन हे लंडनमध्ये जन्मले आणि वाढले आणि त्यांनी उपयोजित संख्याशास्त्र विभागात लंडनमधील युनिव्हर्सिटी कॉलेजमध्ये त्यांच्या वडिलांच्या हाताखालीच शिक्षण घेतले. 1922 मध्ये ईगन यांनी आधुनिक संख्याशास्त्रात एक महत्त्वाचे सैद्धांतिक व्यक्तिमत्व म्हणून स्वतःला

प्रस्थापित करण्याच्या दृष्टीने लेख प्रसिद्ध करण्यास सुरुवात केली. 1920 मध्ये ईगन यांनी जर्झी निमन (1894 ते 1981) यांचेबरोबर जोडीने एकत्र काम करण्यास सुरुवात केली. जर्झी निमन यांनी ईगनच्या अत्यंत महत्त्वाच्या संख्याशास्त्रीय गृहीतप्रमेय परीक्षणाच्या योगदानास आकार देण्यास मदत केली.

निमन युक्रेनमध्ये वाढला. त्याच्या महाविद्यालयीन प्रशिक्षणात त्याने गणिताचा अभ्यास केला आणि 1921 मध्ये पोलंडला स्थलांतर करून त्याने गणित आणि संख्याशास्त्रावर भाषणे देण्यास सुरुवात केली. 1924 मध्ये वॉर्सॉ विद्यापीठातून त्याला डॉक्टरेट मिळाली. 1925 मध्ये लंडनमधील युनिव्हर्सिटी कॉलेजमध्ये कार्ल पिअरसन बरोबर संख्याशास्त्राचा अभ्यास करण्यासाठी त्याला शिष्यवृत्ती मिळाली. येथे निमन यांची भेट विल्यम एस. गोसेट यांचेबरोबर झाली; ज्यांनी संख्याशास्त्रात लहान नमुन्यांच्या संख्याशास्त्रीय विश्लेषणाच्या विकासामध्ये स्वतःचे मोलाचे योगदान दिले आहे. गोसेट यांनी रोनाल्ड फिशर (ज्यांनी त्यांच्या इतर कार्याबरोबरीने व्हरायन्सचे विश्लेषण विकसित केले) यांना निमन यांची ओळख करून दिली. निमन यांची ईगन पिअरसनशीही भेट झाली, जे त्यांच्या वडिलांच्या संख्याशास्त्राच्या प्रयोगशाळेत मदतनीस म्हणून काम करत होते.

ईगन पिअरसन यांनी निमन यांचेकडून गणितातील मदत घेऊन गृहीतप्रमेय परीक्षणाची कल्पना आणखी विकसित केली, ज्यामध्ये साध्या गृहीतप्रमेय परीक्षणाविरुद्ध पर्यायी गृहीतप्रमेय परीक्षणाचा समावेश होतो. त्याने गृहीतप्रमेय परीक्षणातील दोन प्रकारच्या चुकांची कल्पनाही विकसित केली; आणि गुणोत्तर निकषाची शक्यता प्रतिपादित केली, जिचा उपयोग दोन पर्यायी गृहीतप्रमेयांमधून संभाव्यतांची तुलना करून निवड करण्यासाठी केला जाऊ शकतो. गोसेट, ईगन पिअरसन आणि निमन यांच्या परस्पर संवादात गोसेट मध्ये प्रश्न विचारत असे, ईगन पिअरसन तो संख्याशास्त्रीय परिभाषेत मांडत असे आणि निमन तो गणिती पद्धतीने सोडवत असे, असे म्हटले जाते.

1933 मध्ये जेव्हा कार्ल पिअरसन निवृत्त झाला, तेव्हा उपयोजित संख्याशास्त्र विभाग दोन भागात विभागला गेला. कार्ल पिअरसननंतर फिशर हा गाल्टन प्रोफेसर झाला. ईगन पिअरसन यांची प्रपाठक म्हणून नेमणूक झाली आणि नंतर ते संख्याशास्त्राचे प्रोफेसर झाले. 1936 मध्ये, ईगन यांनी बायोमेट्रिका या प्रसिद्ध जर्नलच्या संपादन पदाची कामगिरी स्वीकारली, ज्याची स्थापना त्याच्या वडिलांनी जीवशास्त्रातील गणित आणि संख्याशास्त्राच्या योगदानाचा अभ्यास करण्यासाठी केली होती. त्याच्या स्वतःच्या निवृत्तीपर्यंत, 1966 पर्यंत, 30 वर्षे त्याने संपादकाचेच काम केले.

हेलेन वॉकर (1929 ते 1975) या संख्याशास्त्रज्ञ आणि संख्याशास्त्राच्या इतिहासकार यांच्या मते, संख्याशास्त्राच्या आधुनिक इतिहासाचा सारांश अशा रीतीने लिहिता येईल. पहिली सैद्धांतिक योगदानाची मोठी लाट फ्रान्सिस गाल्टन आणि कार्ल पिअरसन यांच्याकडून आली. संख्याशास्त्रीय विश्लेषण आत्तापर्यंत माहीत नसलेले, माणसे, झाडे, आणि प्राणी यांबद्दलची महत्त्वाची माहिती पुरवेल ह्या संकल्पनेचा त्यांनी पुरस्कार केला. त्यांच्या दूरदर्शी दिग्दर्शनाने आणि प्रभावाने, समाज आणि औषधविज्ञान यांमध्येही सकारात्मक बदल संख्याशास्त्र घडवून आणू शकले. त्यांच्या योगदानात सहसंबंध सहगुणक आणि काइ स्क्वेअर विश्लेषणासारख्या संबंध मापनाच्या पद्धतींच्या शोधांचा, त्याचप्रमाणे, संख्याशास्त्रज्ञ आणि बायोमेट्रीशिअन्सना ज्यांची गरज असते अशा संख्याशास्त्राच्या तालिकांची निर्मिती करणे आणि त्या प्रसिद्ध करणे यांचाही समावेश होतो.

दुसरी लाट गोसेटने सुरू केली आणि रोनाल्ड फिशरने पूर्ण केली. वॉकर यांच्या मते, लहान नमुन्यांसह संख्याशास्त्रीय पद्धती विकसित करणे, गृहीतप्रमेयाच्या परीक्षणाच्या पद्धतींचा सुरुवातीचा विकास, प्रयोगांचा आराखडा, आणि संख्याशास्त्रीय चाचण्यांमधून निवड करण्यासाठी निकष विकसित करणे, ही या काळाची गुणवैशिष्ट्ये होती.

तिसऱ्या लाटेचे नेतृत्व ईगन पिअरसन आणि जर्झी निमन यांनी केले. त्यांच्या 10 वर्षांच्या सहयोगात, संख्याशास्त्राने सतत वाढत गेलेल्या लोकप्रियतेचा आणि कौतुकाचा आनंद उपभोगला. गृहीतप्रमेयाच्या परीक्षणाच्या पद्धतींमध्ये सुधारणा झाली, आणि संख्याशास्त्राच्या निदानांमागील तार्किक युक्तिवाद विकसित झाले. विश्वासार्हता मध्यंतरांची संकल्पना तयार झाली,

लहान नमुन्यांबरोबर काम करण्याची कल्पना अधिक विकास पावली व सुधारली. जरी कार्ल पिअरसनने काही विवादास्पद विचार मांडले असले, तरी त्याचे शास्त्रीय तत्त्वज्ञान आणि संख्याशास्त्रातील योगदान फार मोठे आहे. वैज्ञानिक पद्धत आणि संख्याशास्त्रीय विश्लेषण यांना "शास्त्राच्या व्याकरणाचा" भाग समजले जावे, ही त्याची कल्पना, संख्याशास्त्राच्या इतिहासात निर्णायक वळण देणारी मानली जाते.

महत्त्वाच्या संकल्पना, चिन्हे, आणि व्याख्या

अल्फा (Alpha α) – प्रथम प्रकारची चूक घडण्याची संभाव्यता. अनुमाने महत्त्वपूर्ण मानली जाण्यासाठी अल्फाची संभाव्यता .05 पेक्षा कमी असली पाहिजे.

पर्यायी गृहीतप्रमेय (Alternative Hypothesis Ha) – पुष्कळदा प्रयोगकर्ता असा विचार करत असतो की हे खरे असावे, किंवा तो किंवा ती प्रयोगाला सुरुवात करण्यापूर्वीच हे खरे असेल अशी इच्छा करत असतात, ह्यालाच संशोधनाचे गृहीतप्रमेय म्हणतात. हा प्रयोगकर्त्याला प्रयोगापूर्वीच आलेला अंदाज असतो असे मानता येईल.

बीटा (Beta β) – द्वितीय प्रकारची चूक घडण्याची संभाव्यता. द्वितीय प्रकारची चूक अशावेळी घडते की जेव्हा नल गृहीतप्रमेय खोटे असते आणि प्रयोगकर्ता ते नाकारण्यात अपयशी ठरतो.

नियंत्रित प्रयोग (Controlled Experiment) – दोन गटांवर केला जाणारा प्रयोग, ज्यात एक गट प्रायोगिक गट म्हणून नेमलेला असतो आणि दुसरा गट नियंत्रित गट म्हणून नेमला जातो. संख्याशास्त्राच्या दृष्टिकोनातून महत्त्वाचा निकष दोन गटांच्या मध्यमानांमधील तफावत हा असतो.

मागणी गुणधर्म (Demand Characteristics) – अप्रत्यक्ष सूचना आणि संकेत जे सहभागी लोकांना प्रयोगकर्त्यांच्या इच्छेप्रमाणे किंवा अपेक्षांप्रमाणे वागण्याचे मार्गदर्शन करतात.

दिशादर्शक पर्यायी गृहीतप्रमेय (Directional Alternative Hypothesis) – याला एक-पुच्छ महत्त्वता चाचणी असेही म्हणतात. जेथे पर्यायी गृहीतप्रमेय आधीच स्पष्टपणे नमूद केलेले असते; उदाहरणार्थ, गट 1 चे मध्यमान गट 2 च्या मध्यमानापेक्षा मोठे आहे.

निरर्थक (Insignificant) – मूल्याधारित निकाल, जसे चांगले किंवा वाईट, कवडीमोल आणि मूल्यवान, यांमध्ये निवड करणे. याला संख्याशास्त्रात स्थान नसते.

दिशाहीन पर्यायी गृहीतप्रमेय (Nondirectional Hypothesis) – याला द्वि-पुच्छ महत्त्वता चाचणी असेही म्हणतात जेथे एकतर गट 1 चे मध्यमान गट 2 च्या मध्यमानापेक्षा मोठे असेल किंवा उलट गट 2 चे मध्यमान गट 1 च्या मध्यमानापेक्षा मोठे असेल तर नल गृहीतप्रमेय अमान्य केले जाते, किंवा संबंध असताना, त्याचे स्वरूप लक्षात न घेता, नल गृहीतप्रमेय अमान्य केले जाते.

महत्त्वपूर्ण नसलेले (Non significant) – जर आपण चुकीचे असण्याची संभाव्यता .05 पेक्षा जास्त असेल तर अनुमाने संख्याशास्त्रीयदृष्ट्या महत्त्वपूर्ण नसलेली मानली जातात. महत्त्वपूर्ण नसलेली अनुमाने असे सूचित करतात की नल गृहीतप्रमेय कायम ठेवण्यात आले आहे आणि प्रयोगाचा निकाल केवळ योगायोगाने हाती आला आहे.

नल गृहीतप्रमेय (Null Hypothesis H_0) – वैज्ञानिक संशोधनाचा उगम बिंदू जेथे प्रयोगकर्ता असे गृहीत धरतो की उपचाराचा काहीही परिणाम होत नाही किंवा दोन चलांमध्ये काहीही संबंध नाही.

नल गृहीतप्रमेय महत्त्वता चाचणी (Null Hypothesis Significance Testing NHST) – स्वतंत्र चलाचा परावलंबी चलावर परिणाम होतो की नाही हे तपासण्याची संख्याशास्त्रीय पद्धत.

p पातळी (*p* Level) – प्रकार I ची चूक घडण्याची संभाव्यता; म्हणजेच, H_0 सत्य असताना H_0 नाकारणे.

संभाव्यता (probability) – भविष्यकाळातील घटनांचे भाकीत करण्याचे शास्त्र किंवा कोणतीही दिलेली घटना घडण्याची शक्यता.

प्रतिकृती करणे (Replication) – सुरुवातीच्या अभ्यासानंतर प्रयोगांची मालिका करणे जेथे प्रयोगमालिकेतील प्रयोग, सुरुवातीच्या अभ्यासापेक्षा प्रयोग विषय, प्रयोगाचे वातावरण, आणि इतर गोष्टी याबाबतीत वेगळे असतात. प्रतिकृती फक्त मूळ अभ्यासाच्या लेखकानेच नव्हे तर इतर अभ्यासकांनीही करायची असते, ज्यांना ह्या प्रयोगाच्या परिणामांशी कोणताही हितसंघर्ष नसतो.

संशोधन गृहीतप्रमेय (Research Hypothesis) – याला पर्यायी गृहीतप्रमेय असेही म्हणतात. बरेचदा प्रयोगकर्त्याला जे खरे आहे असे वाटते, किंवा तो किंवा ती प्रयोगाला सुरुवात करण्यापूर्वीच हे खरे असेल अशी इच्छा करत असतात, असे विधान. हे प्रयोगकर्त्याला प्रयोगापूर्वीच झालेले अंतर्ज्ञान असते असे मानता येईल.

संकेत ते गोंगाट गुणोत्तर (Signal-to-noise Ratio) – संकेत शोध सिद्धांतातून उचललेली कल्पना, ज्यात उपचाराचा परिणाम हा संकेत मानला जातो आणि अंकांमधील यादृच्छिक बदल हा गोंगाट समजला जातो.

महत्त्वपूर्णता (Significance) – जेव्हा आपण चूक असण्याची (H_0 खरे असताना आपण H_0 अमान्य करतो) संभाव्यता .05 पेक्षा कमी असते, तेव्हा निष्कर्ष संख्याशास्त्रीयदृष्ट्या महत्त्वपूर्ण मानले जातात. महत्त्वपूर्ण निष्कर्ष असे सूचित करतात की प्रयोगाचे निकाल बरेच मोठे आहेत आणि ते केवळ योगायोगाने मिळालेले नाहीत.

प्रवृत्ती किंवा कल (Trend) – जेव्हा डेटा संख्याशास्त्रीय महत्त्वपूर्णतेच्या पारंपरिक पातळीपर्यंत (.05) पोहोचत नाही परंतु तिच्या जवळ जातो (उदा. .06, .07), तेव्हा प्रवृत्ती नोंदविली जाते. अमेरिकन सायकॉलॉजिकल असोसिएशनच्या 2001 मध्ये प्रसिद्ध केलेल्या पुस्तिकेत प्रवृत्ती नोंदविण्यापासून परावृत्त केले आहे.

प्रथम प्रकारची चूक (Type 1 Error) – जेव्हा प्रयोगकर्ता नल गृहीतकृत्य खरे असतानाही चुकीने ते अमान्य करतो तेव्हा प्रथम प्रकारची चूक घडते.

द्वितीय प्रकारची चूक (Type 2 Error) – जेव्हा प्रयोगकर्ता नल गृहीतकृत्य खोटे असतानाही चुकीने ते मान्य करतो तेव्हा द्वितीय प्रकारची चूक घडते.

प्रकरण 5 सरावासाठी प्रश्न

1. खालील समस्यांसाठी H_0 आणि H_a लिहा:

   अ. एका नवीन औषधाने AIDS हा विषाणुजन्य रोग बरा होतो.

   ब. दूध पिणे आणि आयुर्मान उंचावण्यातील संबंध.

2. गृहीतप्रमेय तपासणीतील चार संभाव्य निकाल समजू शकणे आणि लिहिणे.

3. संख्याशास्त्रज्ञ “insignificant शोध”, “अत्यंत महत्त्वपूर्ण शोध”, आणि “नल मान्य झाले” अशी विधाने करणे का पसंत करीत नाहीत, हे लिहू शकणे.

समस्या 4–10 चूक/बरोबर

4. द्वितीय प्रकारची चूक प्रथम प्रकारच्या चुकीपेक्षा कमी गंभीर मानली जाते.

5. प्रथम प्रकारची चूक घडण्याच्या संभाव्यतेला अल्फा (alpha) असे म्हणतात.
6. डेटातील योग्य फरकांबाबत दिशादर्शक पर्यायी गृहीतप्रमेयापेक्षा दिशादर्शक नसलेले पर्यायी गृहीतप्रमेय जास्त संवेदनशील असते.
7. नल गृहीतप्रमेय नेहमीच पुराणमतवादी परिस्थितीचे प्रतिनिधित्व करते.
8. सांकेतिक महत्त्वपूर्णता पातळी $p < .01$ ही आहे.
9. एखाद्या प्रयोगकर्त्यांनि शक्य असलेली किमान अल्फा (alpha) पातळी नोंदविली पाहिजे.
10. द्वितीय प्रकारची चूक घडण्याच्या संभाव्यतेला बेटा (beta) असे म्हणतात.

SPSS पाठ 5

या प्रकरणात, तुम्ही डेटा संचाच्या परिचालनबाबत SPSS मधील काही उत्तम मुद्द्यांचा सखोल अभ्यास करणार आहात.

डेटा संचातून एखादी केस (Case) काढून टाकणे

1. SPSS मध्ये, www.uccs.edu/~faculty/fcoolidg//Schizoid-Aspergers-Controls SPSS.sav या संकेतस्थळावर उपलब्ध असलेला, *Schizoid-Aspergers-Controls SPSS.sav* हा डेटा संच उघडा.
2. *Data Editor* पडद्यावर केस #47 पर्यंत खाली कर्सर न्या.

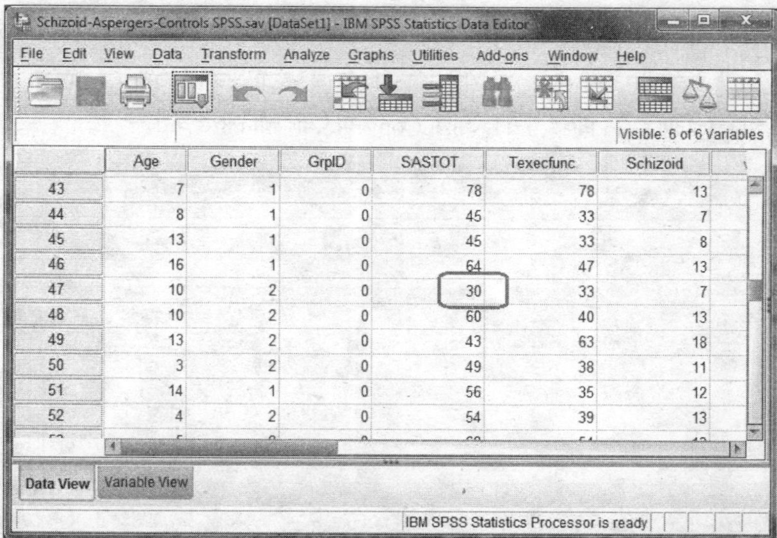

कारण 1–4 या मोजपट्टीवर 45 घटकांची उत्तरे आहेत (किमान एकूण प्राप्तांक 45 असला पाहिजे) म्हणून *Survey of Autistic Symptoms (SASTOT)* मध्ये केस #47 क्लिंकर आहे असे दिसते.

3. क्लिंकर केस काढून टाकण्यासाठी, (डाव्या बाजूच्या पहिल्या स्तंभातील) केस क्रमांक 47 वर माउसचे उजव्या बाजूचे बटण दाबून Clear पर्याय निवडा. यामुळे, डेटा संचातील केस काढून टाकली जाते

चलाची भर घालणे (Adding a Variable)

1. Variable View हा पर्याय निवडा.
2. 7 व्या ओळीतील Name या चौकटीची निवड करा आणि त्यात bschiz लिहा.

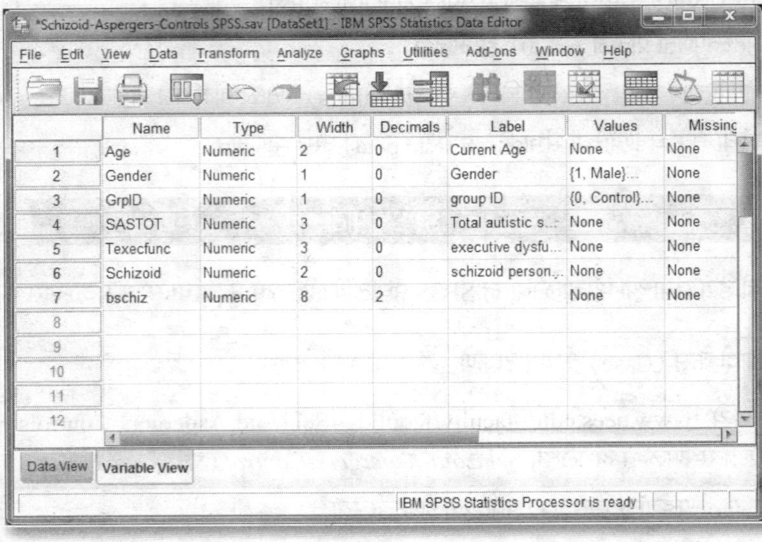

3. Data View ची निवड करा आणि फाईलच्या अगदी वरच्या टोकाला कर्सर न्या.
4. Schizoid हे नाव असलेला स्तंभ, माउसचे उजव्या बाजूचे बटण दाबून निवडा (स्तंभाच्या नावाची माउसचे उजव्या बाजूचे बटण दाबून निवड करा), आणि Copy या पर्यायाची निवड करा.

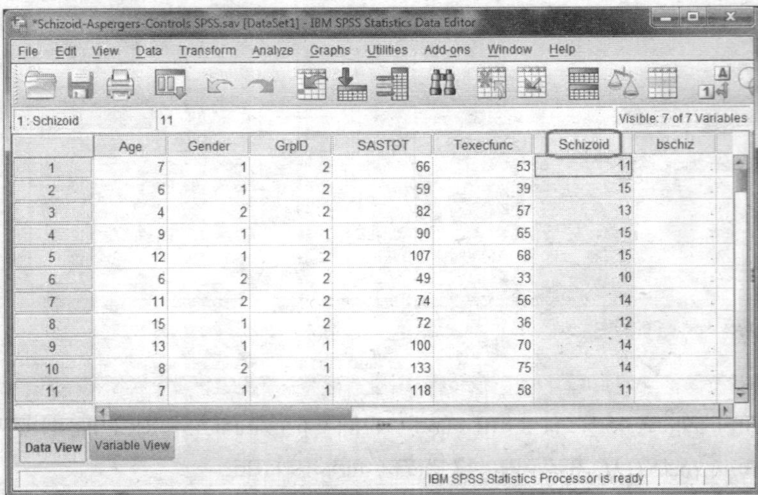

5. Bschiz हे नाव असलेला स्तंभ माउसचे उजव्या बाजूचे बटण दाबून निवडा (स्तंभाच्या नावाची माउसचे उजव्या बाजूचे बटण दाबून निवड करा), आणि Paste या पर्यायाची निवड करा.

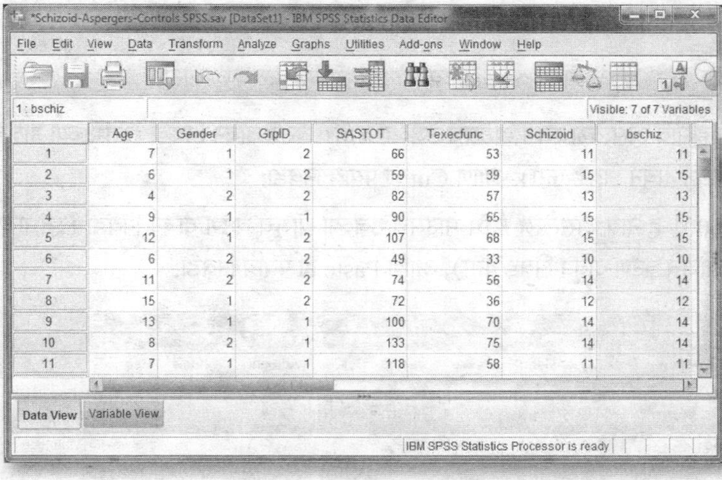

यामुळे, *Schizoid* या चलातील सर्व माहितीची *Bschiz* या बनावट चलात नक्कल (कॉपी) केली जाईल.

चल काढून टाकणे (Deleting a Variable)

Bschiz हे बनावट चल काढून टाकण्यासाठी, Bschiz हे नाव असलेला स्तंभ माउसचे उजव्या बाजूचे बटण दाबून निवडा (स्तंभाच्या नावाची माउसचे उजव्या बाजूचे बटण दाबून निवड करा), आणि Clear हा पर्याय निवडा.

चलाचा समावेश करणे (Inserting a Variable)

1. Variable View ची निवड करा.
2. 5 व्या ओळीतील 5 या संख्येची माउसचे उजव्या बाजूचे बटण दाबून निवड करा आणि Insert Variable या पर्यायाची निवड करा.

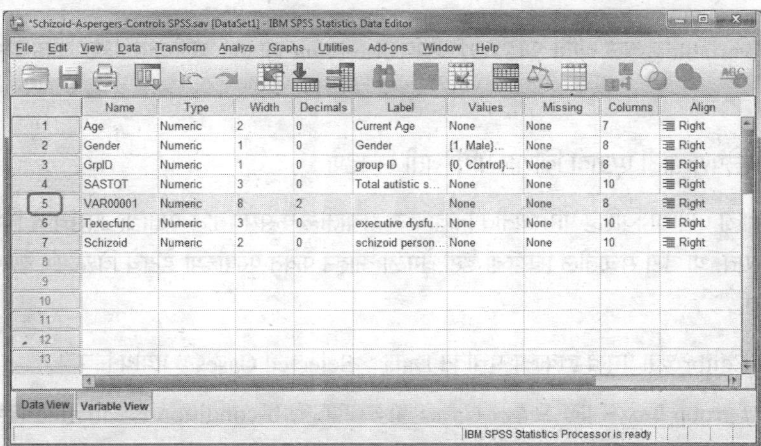

VAR00001 या नवीन चलाचा 5 ओळीत समावेश झाला आहे.

चल हलविणे (Moving a Variable)

Schizoid हे चल *SASTOT* आणि *Texecfunc* या दोन चलांमध्ये हलविण्यासाठी:

1. Bschiz हे नाव असलेला स्तंभ माउसचे उजव्या बाजूचे बटण दाबून निवडा (स्तंभाच्या नावाची माउसचे उजव्या बाजूचे बटण दाबून निवड करा), आणि Cut हा पर्याय निवडा.
2. VAR00001 हे नाव असलेला स्तंभ माउसचे उजव्या बाजूचे बटण दाबून निवडा (स्तंभाच्या नावाची माउसचे उजव्या बाजूचे बटण दाबून निवड करा), आणि Paste हा पर्याय निवडा.

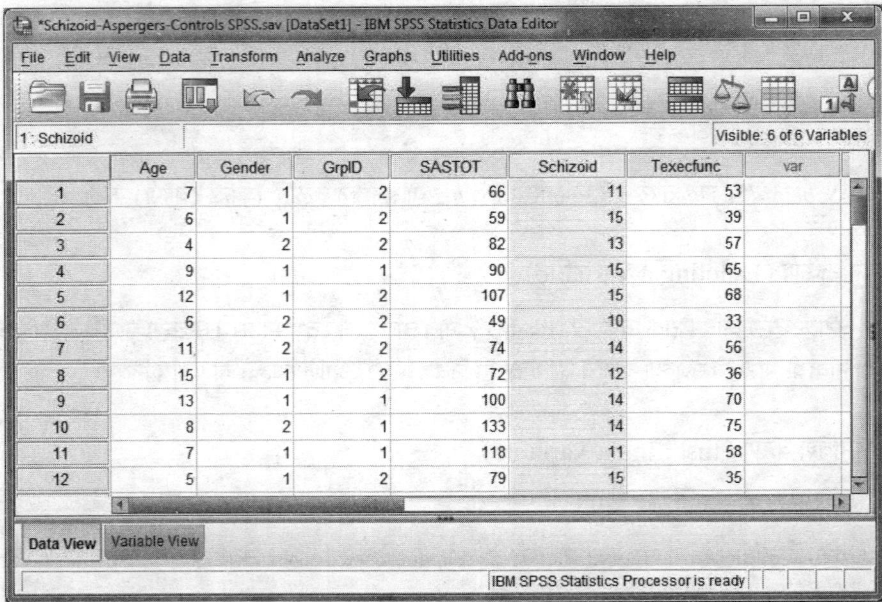

Schizoid variable हे चल आता *SASTOT* आणि *Texecfunc* या दोन चलांमध्ये हलले आहे असे *Data Editor* वर दिसेल.

डेटा संचात विश्लेषणासाठी एखादी विशिष्ट परिस्थिती निवडणे

काहीवेळेस तुम्हाला एखाद्या विशिष्ट परिस्थितीत किंवा डेटा संचातील केसेसमधील एखाद्या उपसंचाचे विश्लेषण करण्याची आवश्यकता असते. या डेटा संचातील स्त्रियांचा डेटा वेगळा काढून फक्त पुरुषांच्या डेटाचे विश्लेषण करण्यासाठी खालील पायऱ्या पूर्ण करा.

1. Data Editor च्या प्रमुख विकल्प सूचीतून Data > Selected Cases हे पर्याय निवडा.
2. *Select* group box मधील *Select Cases* या संवादातून, If condition is satisfied निवडून If हा पर्याय निवडा.

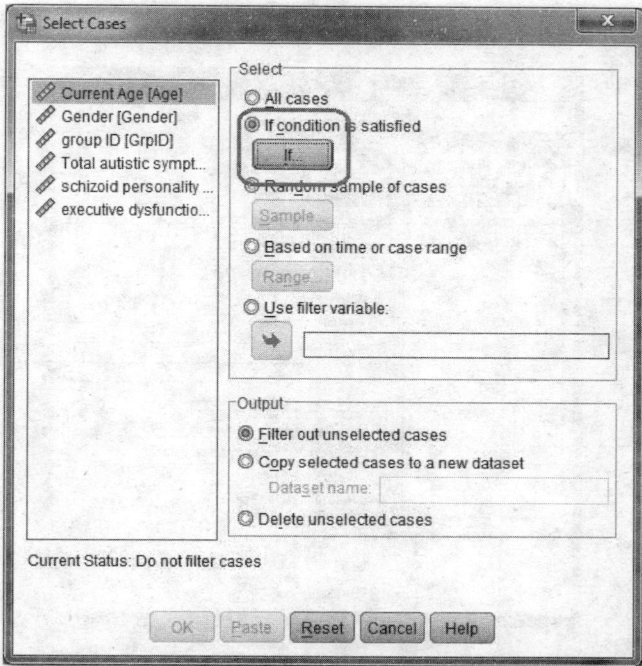

3. *Select Cases: If* या संवादातून, डाव्या बाजूच्या चौकटीतील Gender ला दोनदा स्पर्श करून त्याची निवड करा.
4. *Select Cases: If* या संवादात = ची निवड करून त्यानंतर कीपॅड वापरून 1 ची निवड करा.

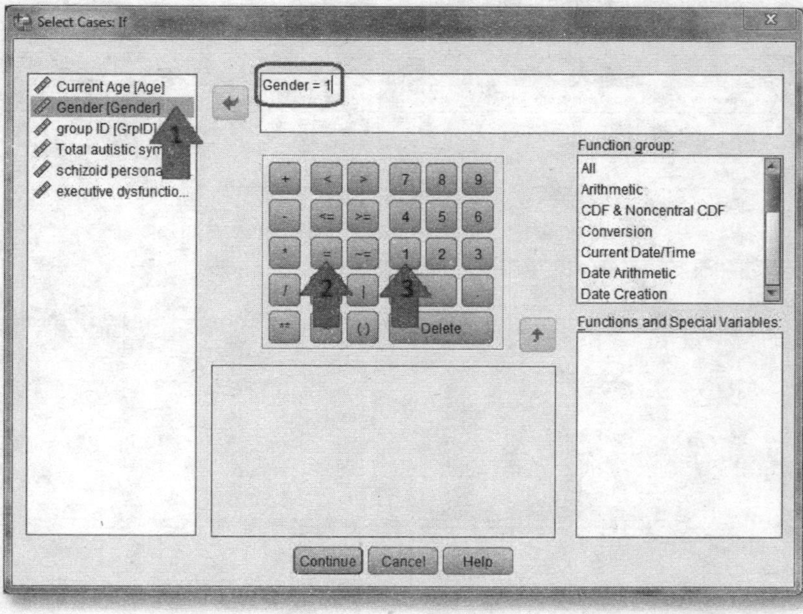

5. Continue ची निवड करा.

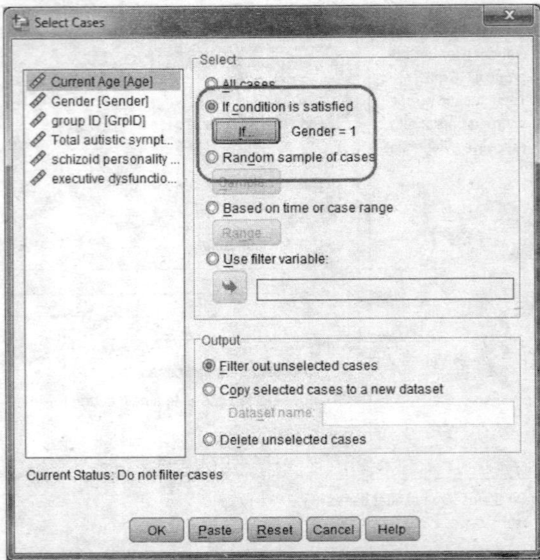

आता *Select Cases* या संवादात *Select Cases if condition Gender = 1 is satisfied* हे दर्शविले जात आहे.

6. Ok ची निवड करा. SPSS मध्ये *Statistics Viewer* वर बरोबर फक्त निवडलेल्या केसेस् दर्शविल्या जात आहेत. *Statistics Viewer* न साठविता बंद करा.

7. *Data Editor* चे परीक्षण करा.

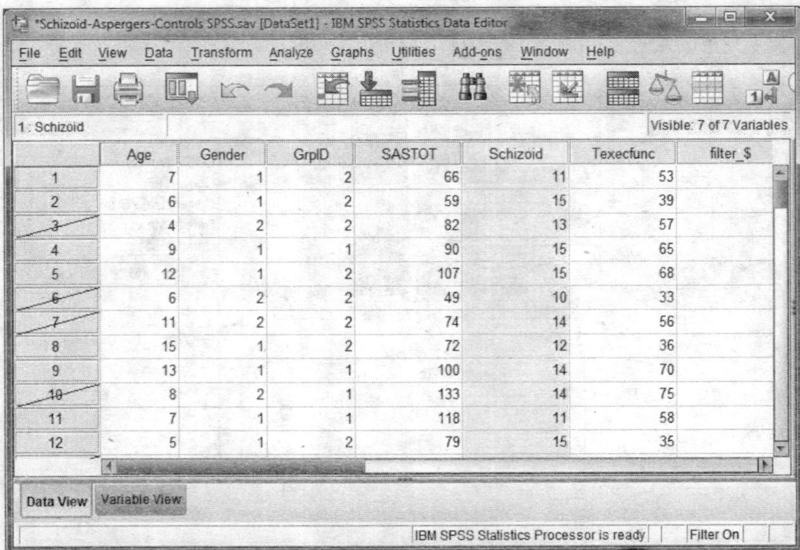

	Age	Gender	GrpID	SASTOT	Schizoid	Texecfunc	filter_$
1	7	1	2	66	11	53	
2	6	1	2	59	15	39	
3	4	2	2	82	13	57	
4	9	1	1	90	15	65	
5	12	1	2	107	15	68	
6	6	2	2	49	10	33	
7	11	2	2	74	14	56	
8	15	1	2	72	12	36	
9	13	1	1	100	14	70	
10	8	2	1	133	14	75	
11	7	1	1	118	11	58	
12	5	1	2	79	15	35	

असे लक्षात घ्या की ज्या प्रत्येक केसमध्ये *Gender* चे मूल्य 2 आहे, त्या केसचा क्रमांक डेटा विश्लेषणातून काढून टाकला आहे, हे निश्चितपणे दर्शविण्यासाठी खोडलेला आहे. आता, तुम्ही विश्लेषण करू शकता उदाहरणार्थ, डेटा संचातील फक्त पुरुषांच्या वयाचे मध्यमान.

8. *Data Viewer* मध्ये, अनुक्रमे Analyze > Descriptive Statistics > Frequencies या पर्यायांची निवड करा.
9. *Frequencies* संवादातून, Current Age ची निवड करून, नंतर Statistics या पर्यायाची निवड करा.
10. *Frequencies: Statistics* संवादातून, Mean हा पर्याय निवडा आणि Continue ची निवड करा.
11. *Frequencies* संवादात, OK ची निवड करा.
12. *Statistics* सारिणीतील *Current Age* चे *Statistics Viewer* मध्ये परीक्षण करा.

Statistics

Current Age

N	Valid	43
	Missing	0
Mean		9.77

येथे दिसत आहे की साधार *N* 43 आहे आणि डेटा संचातील 43 पुरुषांच्या वयाचे मध्यमान 9.77 आहे.

निवडलेल्या केसेस्ची किंवा परिस्थितीची नवीन डेटा संचात नक्कल (कॉपी) करणे

विशिष्ट परिस्थितीसाठी नवीन किंवा मूळ डेटा संचाचा उपसंच तयार करण्याची गरज तुम्हाला भासू शकते. खालील पायऱ्या वापरून या डेटा संचातील स्त्रियांचा डेटा वेगळा काढून एक नवीन डेटा संच फक्त पुरुषांच्या डेटासाठी तयार करा.

1. पूर्वीचीच, मागील भागातील, *Data Editor* मधील सेटिंग (ज्यात स्त्रियांच्या केसेस काढून टाकल्या आहेत) निवडून, Data > Select Cases हे पर्याय निवडा.
2. *Select Cases* संवादातील *Output* group चौकटीत, Copy selected cases to a new data set हे पर्याय निवडा.
3. *Data set name* मध्ये, malesschizoidaspergerscontrol हे लिहा आणि OK ची निवड करा.

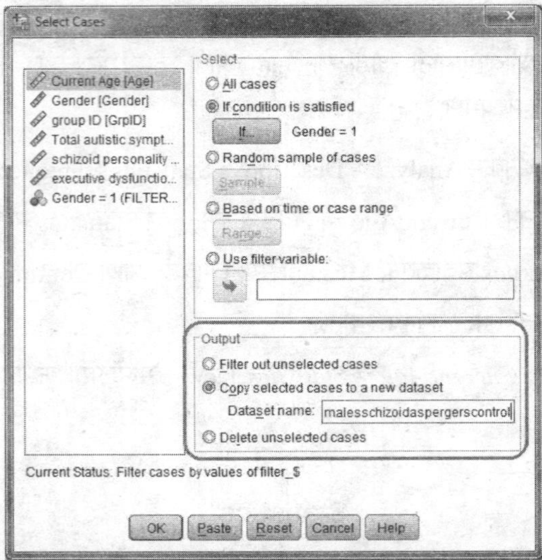

4. निर्माण झालेल्या *Statistics Viewer* मूळ विकल्प सूचीत, Window > Untitled [malesschizoidaspergerscontrol] अनुक्रमे हे पर्याय निवडा.

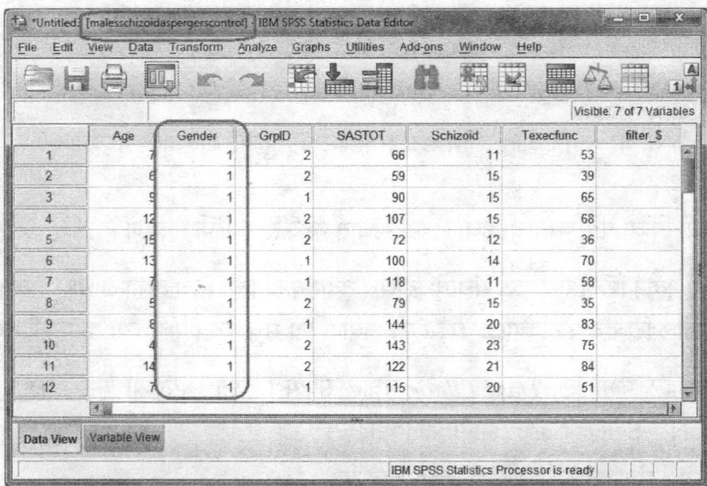

या डेटा संचातील सर्व केसेसचे *Gender* मूल्य 1 (पुरुष) हे आहे.

5. *Data Editor* च्या मूळ विकल्प सूचीत, अनुक्रमे File > Save As हे पर्याय निवडा.

6. *Save Data As* या संवादात, *File name* मध्ये, Male Schizoid Aspergers Controls असे लिहून Save हा पर्याय निवडा. आता, *Male Schizoid Aspergers Controls.sav* हा नवीन डेटा संच तुम्ही सुचविलेल्या डेटा संचांच्या फाईल त साठविला गेला आहे.

प्रकरण 6

सहसंबंध आणि प्रतिगमन यांची ओळख

प्रकरण 6 उद्दिष्टे

- पिअर्सन यांचा गुणन-मूल्य सहसंबंध गुणांक (product–moment correlation coefficient (r)) कसा काढायचा आणि त्याचा अर्थ कसा लावायचा, हे समजून घेणे
- सहसंबंध संरचनांचे वापर आणि दुरुपयोग समजून घेणे
- सोप्या प्रतिगमन विश्लेषणासाठी आवश्यक घटक समजून घेणे
- गुणज प्रतिगमनाच्या निकालांचे अर्थ लावणे
- स्पिअर्मन यांचा गुणांक (Spearman's r), बिंदू-द्विश्रेणीय गुणांक (point-biserial r), आणि फाय (phi) सहसंबंध काढणे आणि त्यांचा अन्वयार्थ लावणे

शास्त्रीय संगीत ऐकल्याने बुद्धिमत्तेत वाढ होते काय? दूध पिण्याचा कर्करोग होण्याशी काही संबंध आहे का? जर एखादी महिला धूम्रपान आणि मद्यपान करत असेल तर तिचा छळ होण्याची संभाव्यता वाढते का? या प्रश्नांची उत्तरे मिळविण्यासाठी तुम्हाला सहसंबंधाची मदत होऊ शकते, पण, सहसंबंधाइतके जास्त वापरले जाणारे किंवा दुरुपयोग होणारे दुसरे कोणतेही संख्याशास्त्रीय तंत्र नाही. सहसंबंध ही दोन वेगवेगळ्या चलांमधील संबंधाचे प्रमाण ठरविण्याची एक संख्याशास्त्रीय पद्धत आहे. यालाच “द्विचल” सांख्यिकी असेही म्हणतात ज्यात *बाय (bi)* म्हणजे दोन आणि *व्हेरिएट (variate)* म्हणजे चल होय. ही दोन चले म्हणजे साधारणतः एका सहभागीच्या प्राप्तांकाची जोडी असतात. कोणत्याही दोन चलांमधील संबंध सशक्त (बळकट) ते अशक्त (कमजोर) किंवा अजिबात नाही यापैकी कोणताही असू शकतो. जेव्हा संबंध बळकट असतो, तेव्हा त्याचा अर्थ असा असतो की, सहभागीच्या एका चलाच्या प्राप्तांकावरून त्याच्या किंवा तिच्या

दुसऱ्या चलाच्या प्राप्तांकाचे मूल्य ठरविण्यास मदत होते. दुसऱ्या शब्दात सांगायचे झाले तर, जर एखाद्या सहभागीचा *A* चलाचा प्राप्तांक (इतर सर्व सहभागींच्या *A* साठीच्या प्राप्तांकांच्या तुलनेत) जास्त (उच्च) असेल, तर त्याचा किंवा तिचा *B* चलाबाबत प्राप्तांक (इतर सर्व सहभागींच्या *B* साठीच्या प्राप्तांकांच्या तुलनेत) जास्त (उच्च) असण्याची शक्यता असते. हे बळकट धन सहसंबंधाचे उदाहरण मानले जाते. जर *A* आणि *B* मधील सहसंबंध कमजोर असेल, तर सहभागीच्या *A* चलाचा प्राप्तांक माहिती असला तरी, त्याचा किंवा तिचा *B* चलाबाबत प्राप्तांक काढण्यासाठी, त्याचा उपयोग होत नाही.

सहसंबंध गुणांकाचे एक चांगले वैशिष्ट्य हे आहे की त्याचे मूल्य –1 ते +1 या विस्तारातच असू शकते. या विस्तारापलीकडील कोणतेही मूल्य चुकीचे असते. सहसंबंध विस्ताराचे आलेखीय सादरीकरण खाली दिले आहे. हे लक्षात घ्या की, नमुन्यामध्ये सहसंबंध गुणांकाचे मूल्य *r* ने दर्शविले जाते. उपयोग होतो.

|---------------------------|------------|------------------|------------------|------------|---------------------------|
–1.00 –.50 –.30 0 +.30 +.50 +1.00

Strong Negative Relationship	Weak Relationship	Strong Positive Relationship
–1.00 to –.50	–.30 to +.30	+.50 to +1.00

जेव्हा सहसंबंध गुणांक $r = +1.00$ च्या जवळ (किंवा $r = +.50$ च्या पेक्षा जास्त असतो) तेव्हा बळकट धन संबंध असतो किंवा दोन चलांमधील संबंध उच्चस्तरीय असतो. याचाच अर्थ असाही असतो की, एखाद्या चलाबाबत सहभागीचा प्राप्तांक जास्त असेल तर दुसऱ्या चलाबाबतही तो जास्तच असेल. तसेच, जर सहभागीचा प्राप्तांक एखाद्या चलासाठी फार कमी असेल, तर त्याचा किंवा तिचा दुसऱ्या चलाबाबत प्राप्तांकसुद्धा कमी असेल. उदाहरणार्थ, शिक्षणासाठी लागलेली वर्षे आणि संपत्ती यात धन सहसंबंध असतो. सर्वसाधारणपणे, एखादी व्यक्ती शिक्षणासाठी जितकी जास्त वर्षे खर्च करते तेवढी त्याची अथवा तिची संपत्ती जास्त असते. या दोन चलांमधील बळकट सहसंबंधाचा असाही अर्थ असतो की, शिक्षणाचा कालावधी कमी असेल तर त्या व्यक्तीची संपत्ती देखील कमी असते. जर सहसंबंध बरोबर एक ($r = +1.00$) असेल तर संपूर्ण नमुन्यात जास्त शिक्षण आणि जास्त संपत्ती याला एकही अपवाद असणार नाही. याचाच अर्थ असा की, दोन चलांमध्ये उत्तम एकरेषीय संबंध असतो. *एकरेषीय (linear)* या संज्ञेचा आपण नंतर पुन्हा विचार करणार आहोत. परंतु, तिचा प्राथमिक अर्थ, आलेखात क्ष अक्षावर *A* आणि य अक्षावर *B* या चलाबाबत निर्माण होणारी एक सरळ रेषा, असा आहे. परंतु, प्रत्यक्षात, कोणत्याही दोन चलांमध्ये असा परिपूर्ण संबंध आढळत नाही. म्हणून, शिक्षण आणि संपत्ती यातील, परिपूर्ण नसलेला परंतु बळकट संबंध, याचा अर्थ असा होतो की, नमुन्यातील बहुतांश लोकांच्या बाबतीत तो योग्य ठरतो असे असले तरी, त्याला काही अपवाद असतात. दुसऱ्या शब्दांमध्ये सांगायचे झाले तर, काही उच्च शिक्षित लोक श्रीमंत नसतील आणि काही अल्पशिक्षित लोक श्रीमंत असू शकतील.

जेव्हा सहसंबंध गुणांक $r = -1$ च्या जवळ जातो (किंवा $r = -.50$ पेक्षा लहान असतो), तेव्हा त्याचा अर्थ असा असतो की, तेथे बळकट ऋण सहसंबंध असतो. म्हणजेच, एखाद्या चलाबाबत सहभागीचा प्राप्तांक जास्त असेल तर दुसऱ्या चलाबाबत तो कमी असेल. उदाहरणार्थ, धूम्रपान करणे आणि दीर्घायुष्य या दोन्ही मध्ये बळकट ऋण सहसंबंध असू शकतो. दुसऱ्या शब्दात सांगायचे तर, जी व्यक्ती जास्त धूम्रपान करते, त्याचे अथवा तिचे आयुर्मान कमी असते, आणि जी व्यक्ती कमी धूम्रपान करते, ती जास्त काळ जगू शकते.

जेव्हा सहसंबंध गुणांक $r = 0.00$ च्या जवळ जातो (येथे हे लक्षात घ्या की सहसंबंध गुणांक सामान्यपणे दोन दशांश स्थानांपर्यंत नोंदविला जातो) तेव्हा एखाद्या चलाबाबत सहभागीचा प्राप्तांक माहिती होऊनही तुम्हाला त्याच्या किंवा तिच्या इतर चलांबाबत प्राप्तांकांसंबंधी काही माहिती मिळत नाही. उदाहरणार्थ, एखाद्या व्यक्तीच्या आडनावातील शेवटच्या दोन अक्षरांचा आणि तो किंवा ती दररोज किती मैल वाहन चालवितो/चालविते, यामध्ये शून्य (किंवा शून्याच्या जवळ) सहसंबंध असू शकतो. जर तुम्हाला एखाद्या आडनावात किती अक्षरे आहेत हे माहीत असेल तर त्यावरून ती व्यक्ती प्रत्येक दिवशी किती मैल वाहन चालवीत असेल याची कोणतीही कल्पना तुम्हाला येत नाही. या दोन चलांमध्ये कोणताही संबंध नाही; म्हणून, त्यांच्यात अंदाजे शून्य सहसंबंध असेल.

हे देखील लक्षात घेणे महत्त्वाचे आहे की, सहसंबंध गुणांकाचा आकार ठरविण्याचे नियम फार सक्त नसतात. संख्याशास्त्रज्ञ, सहसा, $r = .30$ पेक्षा मोठा किंवा $r = -.30$ पेक्षा कमी सहसंबंध गुणांक असल्याशिवाय उत्तेजित होत नाहीत. ते, अनेक वेळा, $r \geq .50$ याला बळकट धन सहसंबंध आणि $r \leq -.50$ याला बळकट ऋण सहसंबंध असे म्हणतात. $r = .30$ आणि $r = .49$ मधील सहसंबंध सामान्य धन संबंध आणि $r = -.30$ आणि $r = -.49$ मधील सहसंबंध सामान्य ऋण संबंध असू शकतो. असे असले तरी, पुन्हा, सहसंबंध गुणांकाची ताकद नोंदविण्याचे नियम अत्यंत सक्त असत नाहीत.

एखादे सहसंबंध दर्शविणारे संख्याशास्त्रीय विश्लेषण साधारणतः सहसंबंध संरचनेबरोबर केले जाते. सहसंबंध संरचनेत, प्रयोगकर्त्याचे सामान्यपणे अभ्यासातील चलांवर फार थोडे नियंत्रण असते किंवा अज़िबात नियंत्रण नसते. ही चले निर्माण झाल्यापासून किंवा मोजमाप केल्यापासून दीर्घ कालांतराने त्यांचे संख्याशास्त्रीय विश्लेषण केले जात असेल. अशा डेटाला नेहमी अभिलेखीय डेटा (archival data) असे म्हणतात. अशा डेटाच्या संकलनावर नियंत्रण ठेवण्यासाठी प्रयोगकर्त्याकडे कोणतेही प्रायोगिक अधिकार असत नाहीत. डेटा आधीच संकलित झाला आहे, आणि प्रयोगकर्त्या/प्रयोगकर्तीकडे, आता फक्त संख्याशास्त्रीय अधिकार आहेत. स्टॅनफर्ड (Stanford) मधील एक मानद प्राध्यापक ली क्रॉनबॅक (Lee Cronbach) (1916–2001) यांनी प्रायोगिक आणि सहसंबंधीय तंत्रातील फरक उत्तम प्रकारे असा सांगितला आहे: "प्रयोगकर्ता हा एक निष्णात कठपुतळीकार असतो, जो अर्धा डझन स्वतंत्र चलांना गुंतागुंत न होऊ देता एका धाग्यात बांधू शकतो. सहसंबंधीय मानसशास्त्रज्ञ हा निसर्गाकडून ओढल्या जाणाऱ्या हजारो सूत्रांचा फक्त एक निरीक्षक असतो" (Cronbach, 1957, पान 679).

सहसंबंधीय विश्लेषणाच्या भविष्यकालीन फायद्यांपैकी एक फायदा असा आहे की काहीवेळा, दोन चलांचा बळकट (+ किंवा −) सहसंबंध संभाव्य कारण-परिणाम संबंधांबाबत सूचना देऊ शकतो. तथापि, काही संख्याशास्त्रज्ञांचा असा दावा आहे की, एक बळकट सहसंबंध कधीच कारण-परिणाम संबंध ध्वनित करीत नाही. सहसंबंधीय संरचना आणि संख्याशास्त्रीय तंत्रे यांचा इतका दुरुपयोग केला जातो की त्या बाबतीतची पुराणमतवादी संख्याशास्त्रज्ञांची काळजी मी समजू शकतो. मला असे वाटते की संशोधकाला सहसंबंधीय संरचना आणि संख्याशास्त्रीय तंत्रे यांच्यामुळे दोन चलांमधील संभाव्य कारण-परिणामांबाबत कल्पना विकसित करता येऊ शकतात. अशा वेळी, संशोधक नियंत्रित प्रयोग करून त्याच्या किंवा तिच्या दोन चलांमधील कारण-परिणामाबाबत अंतःप्रेरणेला काही पाठबळ आहे का, हे ठरवू शकतो. खरोखरच, नियंत्रित प्रयोगानंतरच, एखादा संशोधक दोन चलांमधील कारण-परिणाम संबंधाचा दावा करू शकतो. कारण, सहसंबंधीय संरचना आणि तंत्रे यांचा कारण-परिणाम संबंधाबाबत भविष्यकालीन नियंत्रित प्रायोगिक तपासांमध्येच काही सूचना देऊ शकतो. सहसंबंधीय संरचना आणि सहसंबंधीय संख्याशास्त्रीय विश्लेषणे, या कदाचित, संपूर्ण संख्याशास्त्रातील सर्वात जास्त सर्वव्यापी संकल्पना आहेत. त्याचमुळे, त्यांची नुसती वारंवारिता आपल्याला त्यांच्या सातत्याने होणाऱ्या दुरुपयोगात भर पडण्यास मदत करत असते, तरीही, त्यांच्या स्वरूपातच, त्यांच्या चुकीच्या विवेचनात भर घालणारे, असे काही तरी आहे.

सहसंबंध: उपयोग आणि दुरुपयोग

वुल्फगँग ॲमाडस मोत्सार्ट (1756–1791)

स्रोत: सार्वजनिक प्रक्षेत्र

सहसंबंधाच्या स्वरूप आणि समस्येबाबत एक कळीचा मुद्दा हा आहे की, फक्त दोन चलांमध्ये सहसंबंध आहे याचा अर्थ असा होत नाही की, त्यातील एक चल दुसऱ्या चलाचे कारण आहे. या आधी आम्ही एका राज्यपालांची गोष्ट सांगितली आहे. या राज्यपालांना त्यांच्या राज्यात प्रत्येक नव्याने जन्माला येणाऱ्या अर्भकाच्या पालकांना त्याचा बुद्ध्यंक वाढविण्यासाठी शास्त्रीय संगीताची एक CD किंवा टेप देण्याची इच्छा होती. राज्यपालांनी त्यांच्या निर्णयाला पुष्टी देण्यासाठी शास्त्रीय संगीत ऐकणे आणि बुद्धिमत्ता यामध्ये धन संबंध दर्शविणाऱ्या अभ्यासांचा संदर्भ दिला होता. हा वादंग इतका वाढला की त्याला मोत्सार्ट परिणाम (Mozart effect) असे म्हटले जाते. येथे, राज्यपाल किमान दोन चुकीची गृहीतके मांडत आहेत. पहिले, ते शास्त्रीय संगीत आणि बुद्धिमत्ता यात कार्यकारण संबंध (causal relationship) गृहीत धरत आहेत; म्हणजे, शास्त्रीय संगीताने बुद्धिमत्तेत वाढ होते. सहसंबंधीय अभ्यासांमध्ये, फार पूर्वीच, असे नोंदविले गेले आहे की, जेव्हा महाविद्यालयीन विद्यार्थ्यांना ते कोणत्या संगीताला प्राधान्य देतात असे विचारले गेले तेव्हा उच्च बुद्ध्यंक असलेल्या विद्यार्थ्यांनी शास्त्रीय संगीताला पसंती दिली होती. परंतु, सहसंबंधीय तंत्र कार्यकारणभावाचा परिणाम सिद्ध करत नाही. असे गृहीत धरता येत नाही की, शास्त्रीय संगीत ऐकल्याने बुद्ध्यंक वाढतो. होय. या दोन चलांमध्ये सहसंबंध असू शकतो, पण एखाद्याला कार्यकारण गृहीत धरता येत नाही.

उदाहरणार्थ, बुद्धिमान लोकांचा कल मूलतः शास्त्रीय संगीताकडे असू शकतो आणि त्यांची मने अनुवंशिकतेने रॅप आणि रॉक या प्रकारच्या संगीताकडे कल नसणारी असू शकतात. म्हणून, अनुवंशिकतेने बुद्धिमान नसलेल्या एखाद्याला शास्त्रीय संगीत ऐकवल्याने त्याच्या बुद्ध्यंकावर काहीही परिणाम होणार नाही. या उदाहरणामध्ये, बुद्धिमत्ता ही मेंदूच्या शास्त्रीय संगीताशी जोडल्या जाण्याच्या आनुवंशिक जडणघडणीवर अवलंबून असू शकते. त्यामुळे, शास्त्रीय संगीत बुद्धिमत्ता वाढवू शकणार नाही. ते फक्त व्यक्ती बुद्धिमान असल्याचे चिन्ह किंवा प्रतिक असते.

तथापि, ही दुसरी परिस्थिती असण्याची शक्यता जास्त असते. पूर्वीच्या अभ्यासांमध्ये शास्त्रीय संगीत आणि बुद्धिमत्ता यांमधील संबंध तिसऱ्या घटकामुळे दिसून आलेला असू शकतो: सामाजिक आणि आर्थिक परिस्थिती. म्हणून, मुलांना विस्मयकारक (आणि महागडी) साधने शिक्षणासाठी (उदाहरणार्थ, उत्तम खाजगी शाळा, पुस्तके आणि संगणकाची उपलब्धता) दिली गेल्यास बुद्धिमत्तेत वाढ होऊ शकते म्हणून, उच्च सामाजिक आणि आर्थिक परिस्थिती असलेल्या कुटुंबांमध्ये मुले उच्च बुद्धिमत्तेची असू शकतात आणि त्यांना शास्त्रीय संगीताची ओळख करून दिली गेलेली असू शकते कारण त्यांच्या कुटुंबांना त्यांना सिम्फनी ऐकायला नेणे परवडले असू शकते. अर्थातच, या संबंधावर अनेक अतिरिक्त घटकांचा परिणाम झाला असू शकतो, आणि म्हणून, सहसंबंधात कारण-परिणाम संबंध गृहीत धरणे हे घातक असू शकते. राज्यपालांनी शास्त्रीय संगीत

आणि बुद्धिमत्ता यांचा संबंध जोडण्याबाबत संशयी असायला हवे होते यामागील दुसरे कारण असे की, हा निष्कर्ष शास्त्रीय संगीत ऐकवून बुद्धिमत्ता वाढविण्याच्या ज्या पहिल्या प्रयोगावर आधारित होता तो प्रयोग महाविद्यालयाच्या विद्यार्थ्यांवर फक्त 15 मिनिटे! चालला होता. ही बुद्धिमत्तेत झालेली वाढ क्षणभंगुर तर होतीच, त्याशिवाय, या प्रयोगात फक्त एकाच प्रकारच्या बुद्धिमत्तेत वाढ झाली होती, आणि या अभ्यासाची इतरांनी प्रतिकृती केली नव्हती. या पुस्तकात या आधी नमूद केल्याप्रमाणे, माझी अशी धारणा आहे की प्रतिकृती हे प्रयोगशीलतेचे अत्यंत महत्त्वाचे तत्त्व आहे. संख्याशास्त्रीय निकालांवर आपण विश्वास ठेवण्यास सुरुवात करण्यापूर्वी, पहिल्या लेखकाशी संबंध नसलेल्या आणि पहिल्या अभ्यासाच्या निकालांपासून आर्थिकदृष्ट्या स्वतंत्र असलेल्या शास्त्रज्ञांनी ते निकाल अनेक वेळेस प्रतिकृतीत करेपर्यंत आपण अत्यंत दक्षता घेतली पाहिजे. मी हल्लीच एक अभ्यास असा पाहिला की ज्यात सहभागी व्यक्तींनी रोज किमान 12 औंस दूध प्यायल्याने त्यांची वजने दुसऱ्या कोणत्याही गटापेक्षा 70% ने अधिक कमी झाली. यात आश्चर्य वाटण्यासारखे काही नव्हते की, या लेखकाचे काम दुग्धालय (डेअरी) मंडलाने प्रायोजित केले होते. हे शक्य आहे की, पथ्य सांभाळून वजन कमी करीत असणाऱ्या लोकांच्या बाबतीत आहारात दुधाचे प्रमाण वाढविल्यास वजन आणखी कमी होत असेल, परंतु, हा अभ्यास दुग्धालय (डेअरी) मंडलाने प्रायोजित न केलेल्या इतर शास्त्रज्ञांनी प्रतिकृतीत आणेपर्यंत आपण यावर "सर्वस्व पणाला लावणे" थांबविले पाहिजे.

जर *क्ष* आणि *य* हे सहसंबंधित असतील, तर *क्ष* हा *य* शी संबंधित असतो आणि *य* हा *क्ष* शी संबंधित असतो. म्हणून, या आधी पाहिल्याप्रमाणे, जसे शास्त्रीय संगीताने बुद्धिमत्ता वाढेलच असे नसते (*क्ष* हा *य* शी संबंधित आहे), परंतु, जास्त बुद्धिमान लोक शास्त्रीय संगीत ऐकत असू शकतील (*य* हा *क्ष* शी संबंधित आहे). सहसंबंध असा फरक करू शकत नाही किंवा *क्ष* केव्हा *य* शी सहसंबंधित आहे, अथवा, *क्ष* हा *य* शी संबंधित आहे की *य* हा *क्ष* शी संबंधित आहे, याबाबत कोणतेही मार्गदर्शन करत नाही.

आपण सागन यांची बॅलनी डिटेक्शन किटची काही तत्त्वे वापरू या. हे दावे इतर स्त्रोतांनी तपासले आहेत का? या ठिकाणी, पहिल्यांदा दावा केलेल्यांशिवाय इतर संशोधकांकडून या परिणामाला थोडा आधार मिळाला आहे. आपल्याला जग जसे माहिती आहे त्यात हा दावा कसा बसतो? तो फार चांगला बसत नाही. त्याला नवीन आणि असंशोधित मेंदू यंत्रणेची आवश्यकता भासेल. हा खरा वाटू नये इतका चांगला आहे का? होय! फक्त मोझार्टची सीडी वाजवून प्रत्येक अर्भकाची बुद्धिमत्ता वाढविता येणे हे फार आश्चर्यजनक वाटत नाही का? अर्थातच वाटते, हा इतका विस्मयकारक दावा आहे की याबाबत आपण फारच संशयी असले पाहिजे. आपण फारच उच्च दर्जाच्या संशोधकीय श्रेष्ठतेचा आग्रह धरला पाहिजे. संशोधकाने नेहमी सावध असले पाहिजे. अनेक संशोधकांनी विविध प्रकारच्या लोकांवर विविध परिस्थितींमध्ये प्रयोग करून निकाल प्रतिकृतित केले पाहिजेत. मोझार्ट परिणाम हे असेच दुसरे खरे नल गृहीतप्रमेय अमान्य केले जाण्याचे सौम्य असे असाधारण उदाहरण म्हणता येईल. या परिस्थितीत, प्रथम प्रकारच्या चुकीचे काय परिणाम आहेत? पालक त्यांच्या मुलांना प्रत्यक्षात त्यांच्या बुद्ध्यंकात कोणतीही वाढ होत नसली तरी शास्त्रीय संगीत ऐकवत आहेत. मला काही असे, उच्चशिक्षित आणि अति संशयी, पालक आणि आजी-आजोबा, माहीत आहेत जे त्यांच्या पाल्यांसाठी आणि नातवंडांसाठी, कदाचित या खोट्या मोझार्ट परिणामामुळे, थेट विपणन केल्यामुळे शास्त्रीय संगीताची खेळणी विकत घेतात. या पालकांना आणि आजी-आजोबांना, हा मोझार्ट परिणाम खरा असण्याची संभाव्यता कमी आहे, याची पूर्ण जाणीव असते, परंतु, ही उच्च-धोका आणि कमी-खर्चिक असा सौम्य परिणाम अशी परिस्थिती आहे. मोझार्ट परिणाम खरा असण्याची 10,000 त 1 इतकी जरी शक्यता असेल, तरी शास्त्रीय खेळण्यांवरील खर्च तेवढा नसतो (कारण काही प्रकारची खेळणी तशीही खरेदी केली जातील), आणि, वाईटात वाईट काय आहे, तर शास्त्रीय संगीताची ओळख होणे हे निरुपद्रवी आहे. असे सुचविले जाते की, आपल्याला आवडणाऱ्या गोष्टींवरील विश्वास पडताळून पाहण्याचा एक मार्ग हा असतो की ते जर प्रत्यक्षात खरे असेल तर

त्याचे परिणाम काय असतील, असा प्रश्न स्वतःला विचारणे. उदाहरणार्थ, जर शास्त्रीय संगीत ऐकल्याने बुद्धिमत्ता वाढत असेल, तर प्रत्येक व्यक्तीने कायमच शास्त्रीय संगीत ऐकले नसते का? इतर कोणत्याही प्रकारचे संगीत बालवाड्यांमध्ये आणि शाळांमध्ये न ऐकविण्याबाबत कायदे नसते का? आपण आपल्या स्वतःच्या मुलांना सतत शास्त्रीय संगीत ऐकायला लावले नसते का? का, आपल्या शेजारच्या मुलांपेक्षा आपली मुले जास्त बिनडोक असलेली आपल्याला हवी आहेत?

एक इशारा: सहसंबंध कार्यकारणभाव सूचित करत नाही

येथे एका महत्त्वाच्या इशाऱ्याचे पुनरुच्चारण करणे आवश्यक आहे. सहसंबंध कार्यकारणभाव सूचित करत नाही. दोन चलांमध्ये बळकट धन अथवा ऋण सहसंबंध असेल तरी त्याचा अर्थ असा नसतो की एक चल दुसऱ्या चलाचे कारण आहे. या आधी पाहिल्याप्रमाणे, अनेक संख्याशास्त्रज्ञांचा असा दावा आहे की एक बळकट सहसंबंध कधीच दोन चलांमधील कारण-परिणाम संबंध सूचित करत नाही. असे असले तरी, दररोज सहसंबंध संरचना आणि संख्याशास्त्रीय तंत्र यांचा दुरुपयोग होतो, फक्त वर्तमानपत्रांकडूनच नाही तर विज्ञान विषयक नियतकालिकांकडून देखील! अशा प्रकारच्या गैरविवेचनांचे नमुने खाली देत आहे.

चरस हे मादक पदार्थाचे प्रवेशद्वार आहे का?

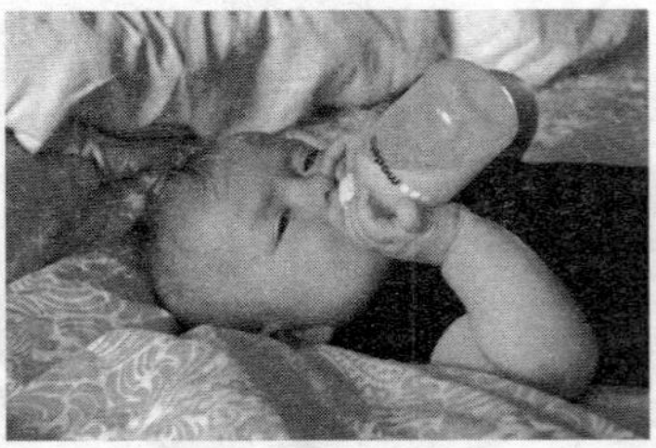

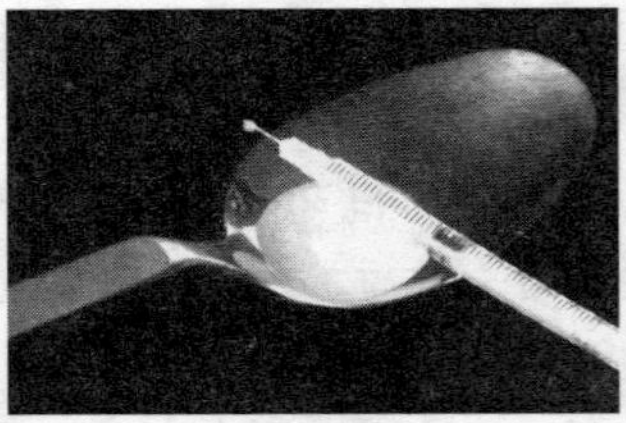

स्रोत: बाळ: Reagyn A. Germer यांनी काढलेले छायाचित्र; चरसाचे पान: iStockphoto.com; सुई आणि औषधाची पिचकारी: iStockphoto.com.

1. चरसाचा वापर आणि मादक पदार्थांचा वापर यांच्यात धन सहसंबंध

मादकपदार्थांचे काही विरोधक असे नोंदवितात की मादकपदार्थांचा वापर अनेकवेळा चरस वापराशी संबंधित असतो. म्हणून, ते असे म्हणतात की चरसाचा वापर थांबविल्यास मादक पदार्थांचा वापर थांबेल. स्पष्ट विचार करणारे शास्त्रज्ञ असेही नोंदवितात की लहानपणी दूध पिणे आणि नंतर मोठेपणी मादक पदार्थांचा वापर यात देखील उच्च सहसंबंध आढळला आहे. म्हणून, लहानपणी दुधाच्या वापरावर बंदी घातल्यास नंतर मादक पदार्थांच्या वापरला आळा बसेल, असा विचार करणे, हे चरसाच्या वापरावर बंदी घातल्यास मादकपदार्थांचा गैरवापर थांबेल, असे गृहीत धरण्याइतकेच बिनडोकपणाचे आहे. याबाबत असाही ठाम संशय व्यक्त केला जातो की, जर चरसाबाबत कायद्यांची कडक अंमलबजावणी केल्यास, मादकपदार्थांचा गैरवापर कमी न होता वाढेलच.

2. दुधाच्या वापराचा कर्करोगाच्या दराशी धन सहसंबंध आहे

दुग्धोत्पादन उद्योगात जरी हा निकाल लोकप्रिय नसला, तरी कर्करोग होण्याच्या दराचा दूध पिण्याशी थोडा धन सहसंबंध आढळला आहे (Paulos, 1995). दूध पिण्याने कर्करोग होऊ शकतो का? संभाव्यता नाही. असे असले तरी, श्रीमंत देशांमध्ये दुधाचा वापर मोठ्या प्रमाणावर होतो. श्रीमंत देशांमधील लोकांचे आयुर्मान जास्त असते. जास्त आयुर्मान म्हणजे लोक इतका जास्त काळ जगतात की अखेरीस त्यांना कोणत्यातरी प्रकारचा कर्करोग होऊ शकतो. म्हणजेच, दूध आणि कर्करोग यांच्यात सहसंबंध आहे, परंतु, दूध पिण्याने कर्करोग होत नाही (किंवा कर्करोग झाल्याने एखादी व्यक्ती जास्त दूध पीत नाही).

3. दर आठवड्याला चर्चमध्ये उपस्थित राहाणे आणि मादक पदार्थांचा गैरवापर यांच्यात ऋण सहसंबंध आहे

हल्लीच्या एका अभ्यासात असे दिसून आले आहे की, जी किशोरवयीन मुले दर आठवड्याला चर्चमध्ये उपस्थित राहात होती त्यांच्याकडून मादक पदार्थांचा बेकायदेशीर गैरवापर किंवा मद्यपान केले जाण्याची शक्यता खूप कमी होती. दर आठवड्याला चर्चमधील उपस्थितीने मादक पदार्थांचा गैरवापर कमी होतो का? जर फेडरल सरकारने चर्चमधील उपस्थिती सक्तीची केली, तर त्याने मादक पदार्थांचा गैरवापर कमी होईल का? संभाव्यता नाही, आणि कदाचित, त्यामुळे, मादक पदार्थांचा गैरवापर वाढेल. हा अभ्यास हे एक असेच सहसंबंध संरचना आणि संख्याशास्त्रीय तंत्र यांच्या दुरुपयोगाचे उदाहरण आहे.

4. शिसाची पातळी आणि समाजविरोधी वर्तणूक यांच्यात धन सहसंबंध आहे

1996 मधील एका सहसंबंध अभ्यासात (निड्लमन, रीस, टॉबिन, बायसेकर, आणि ग्रीनहाऊस Needleman, Reiss, Tobin, Biesecker, & Greenhouse, 1996) 301 मुलांच्या हाडातील शिसाच्या पातळ्यांचा संबंध तपासण्याच्या अभ्यासात असे आढळले की शिसाच्या उच्च संबंध उच्च समाजविरोधी वर्तणुकीशी होता. "शिसाच्या आणि समाजविरोधी वर्तणूक यांच्यातील महत्त्वपूर्ण संबंध दर्शविणारा हा पहिला कठोर अभ्यास आहे", असे या अभ्यासाबाबत एक पर्यावरणीय आरोग्याचे प्राध्यापक म्हणाले. यामुळे, अभ्यासाचे लेखक जरी खूप उत्तेजित झाले असले तरी, हा अभ्यास सहसंबंध संरचनेचा आणि विश्लेषणाचाच आहे; म्हणून, कार्यकारणभावाचे परिणाम टाळले जायलाच हवे होते. कदाचित, समाजविरोधी मुलांमध्ये एक वेगळे चयापचयाचे रसायन असेल की ज्यामुळे त्यांची शरीरे इतर मुलांप्रमाणे चयापचयाची क्रिया करीत नाहीत. शिसे हे, कदाचित, त्यांच्या समाजविरोधी वर्तणुकीचे कारण नसेल परंतु, समाजविरोधी असण्याचा तो निकाल असेल. म्हणून, लहानपणी शिसाशी कमी संबंध आल्यास समाजविरोधी वर्तणूक अजिबात कमी होत नसावी. त्याशिवाय, हे देखील लक्षात घ्या की, तेथे संख्याशास्त्रीयदृष्ट्या "महत्त्वपूर्ण" संबंध होता. जसे तुम्ही या प्रकरणात नंतर शिकणार आहात, मोठ्या नमुन्यामध्ये (उदाहरणार्थ, या अभ्यासात 301 मुले), अगदी कमजोर संबंध ही सहसंबंध तंत्रांच्या साहाय्याने संख्याशास्त्रीयदृष्ट्या महत्त्वपूर्ण ठरू शकतात. 301 मुलांबाबत, सहसंबंध $r = .12$! इतका कमजोर असतानाही महत्त्वपूर्ण ठरू शकतो.

5. स्मृतिभ्रंशाने येणाऱ्या मानसिक अस्वास्थ्याचा धोका आणि धूम्रपान यांच्यात ऋण सहसंबंध आहे

तंबाखू उद्योगाने निधी दिलेल्या अभ्यासांमध्ये, असे दिसले होते की, स्मृतिभ्रंशाने येणाऱ्या मानसिक अस्वास्थ्याचा धोका आणि धूम्रपान यांच्यात ऋण सहसंबंध होता. (होय, जास्त सिगरेटच्या वापराने धोका कमी झाला!) तंबाखू उद्योगावर या

निकालांचा असा परिणाम झाला की, धूम्रपानात वाढ करून (कदाचित निकोटिनच्या वाढत्या प्रमाणामुळे) स्मृतिभ्रंशाने येणारे मानसिक अस्वास्थ्य संपूर्णपणे थांबविता येऊ शकेल. दोन चलांमध्ये सहसंबंध असल्यामुळे कार्य-कारण संबंध गृहीत धरण्यात आणि त्याच बरोबर, तिसरे चल इतर दोन चलांवर कसे नियंत्रण ठेवत असेल याबाबत होणाऱ्या चुकीचे हे आणखीन एक चांगले उदाहरण म्हणता येईल. स्मृतिभ्रंशाने येणाऱ्या मानसिक अस्वास्थ्याचा धोका दीर्घायुष्याने वाढतो. 65 वर्ष वयापेक्षा जास्त वयाच्या लोकांपैकी 10% लोकांचे स्मृतिभ्रंश झाल्याचे निदान होते, तर 90 वर्षांपेक्षा जास्त वयाच्या लोकांपैकी जवळजवळ 50% लोकांना स्मृतिभ्रंश झाल्याचे आढळते. भरपूर धूम्रपान करणाऱ्या लोकांपैकी, वर्षाला साधारणपणे 500,000 लोक मरण पावतात. धूम्रपान करणाऱ्या लोकांना स्मृतिभ्रंशाने येणारे मानसिक अस्वास्थ्य येण्याची शक्यता नसते कारण ते तितके जास्त काळ जगत नाहीत.

6. लैंगिक कार्य आणि शैक्षणिक प्रगती यांच्यात ऋण सहसंबंध आहे

1997 मधील 10,000 मुलाखतींवर आधारित एका अहवालात असा शोध लागला होता की, कमी शिक्षण असलेल्या व्यक्ती, वर्षभरात, पदव्युत्तर शैक्षणिक संस्थांमध्ये शिकलेल्या व्यक्तींपेक्षा (पीएच. डी. अभ्यासक्रम, विधी महाविद्यालये, वैद्यकीय महाविद्यालये) जास्तवेळा संभोग करतात. पुन्हा, हे एक सहसंबंध संरचना आणि सहसंबंध विश्लेषणाचे उदाहरण आहे, त्यामुळे, कार्यकारणभावाबाबत निष्कर्ष या शोधांमधून काढता येत नाही. आणि, पुन्हा एकदा, या अभ्यासात वय हा उपशमन करणारा घटक असू शकतो. पदवीपेक्षा कमी शिक्षण घेतलेले लोक पदव्युत्तर शिक्षण घेतलेल्या लोकांपेक्षा वयाने लहान असू शकतात. तरुण लोकांचा वयस्क लोकांपेक्षा लैंगिकदृष्ट्या जास्त कार्यरत असण्याकडे कल असतो. या अभ्यासात सहभागींचे वय संपूर्णपणे नियंत्रित केलेले नव्हते.

7. सक्रिय कामजीवन आणि दीर्घायुष्य यांच्यात धन सहसंबंध आहे

या अभ्यासाबाबत 1997 मध्ये वर्तमानपत्रात प्रसिद्ध झालेला मथळा असा होता, एका ब्रिटिश मेडिकल नियतकालिकातील बातमी अशी आहे, "अभ्यास असे सुचवितो की वारंवार संभोग म्हणजेच दीर्घायुष्य." हा अभ्यास 918 वेल्शवासी पुरुषांची तीन गटांमध्ये अशी विभागणी करून केला गेला: एका आठवड्यात दोन किंवा जास्त वेळा संभोग, मध्यम संभोग, आणि महिन्यात एक पेक्षा कमी वेळा संभोग करणारे. 10 वर्षांनंतरच्या पाठपुराव्यात, लैंगिकदृष्ट्या निष्क्रिय असलेल्या गटाचा मृत्युदर सर्वात जास्त होता. लेखकांच्या मते, हा निकाल वय किंवा आरोग्य यांच्याशी जोडला जाऊ शकत नाही. परंतु, लेखकांनी, नैराश्य (खिन्नता) या सारखी, शारीरिक अनारोग्याची पूर्वचिन्हे असलेली, मानसिक चले, नियंत्रित केली नव्हती. म्हणून, नैराश्याचा परिणाम कामभावना कमी होण्यावर झालेला असू शकतो, आणि त्यानंतरच्या शारीरिक अनारोग्यामुळे मृत्युदर वाढला असण्याची शक्यता असू शकते. दीर्घायुष्यासाठी रोग्यांना वारंवार संभोग करण्याचा सल्ला किंवा आदेश देत असलेल्या डॉक्टरांची कल्पना करा. असे सुद्धा शक्य आहे की आपल्याला मृत्युदर वाढलेला आढळेल. एखाद्या प्रयोगातील ही सहसंबंध संरचना बदलण्यासाठी लेखकांनी यादृच्छिक पद्धतीने पुरुषांची विभागणी तीन संभोग वारंवारिता गटांपैकी एका गटात करायला हवी होती, पुरुषांना ज्या गटात टाकले आहे त्याप्रमाणे संभोग करण्याचा आदेश द्यायला हवा होता, आणि त्यानंतर, त्यांचे 10 वर्षांनंतरचे आयुष्यमान तपासायला हवे होते. अर्थातच, ही प्रायोगिक संरचना व्यवहार्य नाही, परंतु, मूळच्या सहसंबंध संरचनेतून काढलेले कारण निष्कर्ष तेवढेच अशक्य आहेत.

8. कॉफी पिणे आणि आत्महत्येचा धोका यांच्यात ऋण सहसंबंध आहे

1996 मधील अमेरिकेतील वैद्यक नियतकालिकात प्रसिद्ध झालेल्या या अभ्यासात, 86,626 नोंदणीकृत परिचारिकांचे 10 वर्षांच्या कालावधीत मूल्यमापन करण्यात आले होते. जास्त कॉफी पिण्याने आत्महत्येचा दर कमी झाला होता. लेखकांनी असा निष्कर्ष काढला की, कॉफीमधील कॅफीनमुळे मनोवस्था आणि स्वास्थ्य वृद्धिंगत होत असेल त्यामुळे, आत्महत्येचा धोका कमी होतो. जरी अभ्यासातील परिचारिकांची संख्या लक्षणीय असली, तरी पुन्हा एकदा, हा अभ्यास ही एक सहसंबंध संरचना असल्याने त्यावरून कार्यकारणभाव निश्चित करता येत नाही. या अभ्यासाबाबत युक्तिवाद असा असू शकतो की, यापेक्षा, मानसिक रागरंगाबाबत जास्त बळकट असे होकारार्थी गृहीतप्रमेय निश्चित करून, लेखकांनी विविध गटांमध्ये नैराश्यग्रस्त रोग्यांना टाकून, नंतर त्यांना कॅफीनची वेगवेगळी मात्रा सुचवून हा अभ्यास करायला हवा होता. जर सर्वात जास्त कॅफीनची मात्रा मिळालेल्या गटात नंतर उच्च मानसिक स्वास्थ्य जाणवून त्यांचे आत्महत्येचे प्रमाण कमी झाले असते, तर गृहीतप्रमेय जास्त संभाव्य ठरले असते.

9. प्रमाणाबाहेर मद्यपान आणि धूम्रपानाने स्त्रियांचा छळ होतो

2005 मधील एका अभ्यासात, लेखकांच्या एका गटाने असा निष्कर्ष काढला की, स्त्रियांमध्ये अतिरिक्त मद्यपान आणि धूम्रपानाचे व्यसन यामुळे नातेसंबंधात छळ होण्याचा धोका आहे. या अभ्यासाचा डांगोरा पिटला गेलेला एक निष्कर्ष असा होता की, जर स्त्रियांनी मद्यपान आणि धूम्रपान थांबविले तर त्यांचा होणारा छळ कमी होण्याची शक्यता असते. हा जवळजवळ विसंगत असा निष्कर्ष आहे. स्वतःचे घर असलेल्या स्त्रियांपेक्षा ट्रेलरमध्ये राहणाऱ्या स्त्रियांचा छळ करण्याची प्रवृत्ती देखील जास्त असते. त्यामुळे, स्त्रियांवर ट्रेलरमध्ये राहण्यास बंदी घातल्यास वैवाहिक छळ कमी होईल का? नंतरचा निष्कर्ष आधीच्या फक्त सहसंबंध नातेसंबंधावर आधारित निष्कर्षाइतकाच विसंगत आहे.

आणखी एक धोक्याची सूचना: दैवयोग अनियमित असतो

समकालीन येल संख्याशास्त्रज्ञ रॉबर्ट एबलसन यांनी (Robert Abelson, 1995) एबलसन यांच्या दैवयोग अनियमित असतो (Chance is lumpy) ला first law of statistics चे आधारतत्त्व म्हणून मान्य केले. याचा अर्थ असा की, त्यांच्या मते, जर 86,626 परिचारिकांचे शेकडो चलांवर 10 वर्षांच्या कालावधीत मोजमापन केले तर, डझनावारी महत्त्वपूर्ण सहसंबंध न सापडल्यास(!) महान आश्चर्य वाटेल. एबलसन यांची चिंता ही आहे की, लोक हे मान्य करीत नाहीत, की दीर्घकालीन घटना नेहमी निखळ दैवयोगाने किंवा यादृच्छिक प्रक्रियांमुळे घडू शकतात. बरेचवेळा, लोक काहीतरी असामान्य शोध किंवा दैवयोगाने घडलेली घटना एखाद्या अनाकलनीय अथवा पद्धतशीर प्रक्रियेला जोडतात, जेव्हा खरे तर, फक्त दैवयोग कार्यरत असतो. एबलसन यांनी नोंदविले आहे की, "एखाद्या डेटा संचाचा फक्त दैवयोगाशी संबंध जोडणे हे त्याच्यातील हवा काढून घेण्यासारखे आहे" (पान 21).

एबलसन (1995) हे असे ही नोंदवितात की, लहान नमुन्यांमधील जास्त प्रचलनशीलता कमी करण्याची एक मानसिक प्रवृत्ती आढळते. म्हणून, आपल्यात लहान नमुन्यांच्या सामान्यीकरणाचे उदात्तीकरण करण्याची प्रवृत्ती असते, जेव्हा प्रत्यक्षात, आपले निष्कर्ष इतर नमुन्यांमध्ये मोठ्या प्रमाणावर प्रचलित होऊ शकतात.

दैवयोग अनियमित असतो या समस्येसाठी आपला उपाय हा आहे की, आपल्या शोधांच्या प्रतिकृती करण्याचा प्रयत्न करा. जर हा अभ्यास आपला पहिला अभ्यास असेल, तर आपण हे लक्षात ठेवले पाहिजे की आपण निष्कर्षांबाबत थोडे

पुराणमतवादी असले पाहिजे; आणि शोधांवर येणाऱ्या प्रतिक्रियांवर, तसेच, जेव्हा आपण शेकडो चलांचे मोठ्या नमुन्यांवर किंवा फार कमी चलांचे लहान नमुन्यावर मोजमाप करतो तेव्हा घडू शकणाऱ्या फसवणुकीवर, लक्ष दिले पाहिजे.

सहसंबंध आणि अंदाज

सहसंबंध गुणांकाचा वापर अंदाज दर्शक म्हणूनही होऊ शकतो. जर बळकट धन किंवा ऋण सहसंबंध मिळाला असेल तर दोन चलांमधील संबंध हा अंदाजदर्शक संबंध असण्याची शक्यता असते. उदाहरणार्थ, मागील धूम्रपान आणि दीर्घायुष्य यांच्यातील बळकट ऋण संबंधावरून दीर्घायुष्याचा संबंध कमी धूम्रपानाशी लावला जाऊ शकतो. असे म्हणता येऊ शकते की, धूम्रपानावरून दीर्घायुष्याचा, किंवा या उलट, असे अंदाज बांधता येतात. जर चलांमध्ये संबंधच नसता किंवा सहसंबंध गुणांक शून्याच्या जवळ अथवा शून्य असता, तर कोणतेही अंदाज खात्रीपूर्वक बांधता आले नसते.

सहसंबंधाचे चार सर्वसाधारण प्रकार

1. *पिअरसन (Pearson)* यांचा *r*. दोन सलग चलांमधील सबंधाची ताकद दर्शविणारे एक मोजमाप.
2. *स्पिअरमन (Spearman)* यांचा *r*. एका डेटा संचातील दोन क्रमवाचक श्रेणींमधील साम्य मोजणारे एक मोजमाप.
3. *बिंदु-द्विश्रेणीय r*. एक सलग चल आणि एक विलग चल (फक्त-दोन-स्तरीय चल जसे की लिंग) यांच्यातील संबंधाची ताकद दर्शविणारे एक मोजमाप.
4. *Phi (ϕ) correlation*. दोन विलग चलांमधील सबंधाची ताकद दर्शविणारे एक मोजमाप.

पिअरसन यांचा गुणन-मूल्य सहसंबंध गुणांक

सहसंबंधाचा अत्यंत सर्वमान्य असा एकमेव प्रकार आहे पिअरसन यांचा गुणन-मूल्य सहसंबंध गुणांक, जो दोन सलग चलांमधील सबंधाची ताकद मोजतो. एखादे सलग चल म्हणजे असे चल ज्याचे मोजमाप प्रमाणरेषेवर करता येते. उदाहरणार्थ, धूम्रपानाचे, सलगपणे, प्रमाणरेषेवर, शून्यापासून मोठ्या संख्येपर्यंत मोजमाप, प्रत्येक आठवड्याला, महिन्याला, किंवा वर्षात ओढलेल्या सिगारेटची संख्या मोजून करता येते. (टीपः एका वस्त्र निर्मात्याने अनेक वर्ष एका दिवसात 140 सिगरेट्स ओढल्याचे सांगितले). लिंग (पुरुष किंवा स्त्री) हे सलग चल मानले जात नाही कारण जर या दोन गटांना संख्या (उदाहरणार्थ, 1 किंवा 2) दिल्या गेल्या, तर व्यक्ती 1.3 किंवा 1.7 असू शकत नाही. सहसंबंध गुणांकाचे नाव ठेवण्याबाबतची गोष्ट या प्रकरणाच्या शेवटी इतिहासाच्या मागोव्यात दिली आहे.

पिअरसनचा गुणन मूल्य सहसंबंध (सहगुणक r) जनसंख्येतून काढलेल्या नमुन्यासाठी मिळवता येतो. संपूर्ण जनसंख्येसाठी काढलेल्या पिअरसनच्या सहगुणकाला ऱ्हो (ρ) असे म्हटले जाते, आणि म्हणून r हा ρ चा अंदाजक असतो.

r साठी असलेले सूत्र पुढीलप्रमाणे:

$$r = \frac{N\sum xy - (\sum x)(\sum y)}{\sqrt{\left[N\sum x^2 - (\sum x)^2\right]\left[N\sum y^2 - (\sum y)^2\right]}}$$

सूचना: या सूत्रात, N प्राप्तांकांच्या जोड्यांची संख्या आणि $\sum xy$ ला क्रॉस प्रॉडक्टसची बेरीज असे म्हटले जाते. हे सूत्र कसे कार्य करते ते खालील उदाहरणात पाहू.

एका तंबाखूच्या कंपनीतील संख्याशास्त्रज्ञाला जास्त धूम्रपानाचा दीर्घायुष्याशी संबंध असतो का हे माहीत करून घेण्याची इच्छा होती. नुकत्याच मृत्यू पावलेल्या धूम्रपान करणाऱ्या व्यक्तींच्या नमुन्याकडून, सिगारेट्सची संख्या (अंदाजे मागील 5 वर्षात प्रतिदिन, त्यांच्या जीवित नातेवाईकांना भेटी देऊन) आणि ते किती वर्षे जगले यांच्या जोड्या लावल्या.

मनाला वाटेल त्याप्रमाणे एका चलाला x आणि दुसऱ्या चलाला y अशी नांवे दिली. पिअरसनच्या r चे मूल्य, कोणत्याही चलाला x किंवा y असे नाव दिले तरी तंतोतंत सारखेच असेल.

Subject	*Cigarettes*	*Years Lived*
1	25	63
2	35	68
3	10	72
4	40	62
5	85	65
6	75	46
7	60	51
8	45	60
9	50	55

पायरी 1. $\sum x, \sum y, \sum xy, \sum x^2, \sum y^2, (\sum x)^2$, आणि $(\sum y)^2$ मिळवा.

$$\sum xy = 25+35+10+40+85+75+60+45+50 = 425$$

$$\sum x^2 = 25^2+35^2+10^2+40^2+85^2+75^2+60^2+45^2+50^2 = 24{,}525$$

$$\sum y = 63+68+72+62+65+46+51+60+55 = 542$$

$$\sum y^2 = 63^2+68^2+72^2+62^2+65^2+46^2+51^2+60^2+55^2 = 33{,}188$$

$$\left(\sum x\right)^2 = (25+35+10+40+85+75+60+45+50)^2 \leftarrow \text{HINT: square } \sum x$$

$$(\sum x)^2 = (425)^2 = 180,625$$

$$(\sum y)^2 = (63+68+72+62+65+46+51+60+55)^2 \leftarrow \text{HINT: square } \sum y$$

$$(\sum y)^2 = (542)^2 = 293,764$$

पायरी 2. ($\sum xy$) हा क्रॉस गुणाकार प्रत्येक x ला त्याच्या जोडीतील y ने गुणून मिळवा.

$$\sum xy = (25\times 63)+(35\times 68)+(10\times 72)+(40\times 62)+(85\times 65)+(75\times 46)+$$

$$(60\times 51)+(45\times 60)+(50\times 55)$$

$$\sum xy = 1575+2380+\cdots+2750$$

$$\sum xy = 24,640$$

पायरी 3. वर काढलेली मूल्ये r च्या सूत्रात घाला. लक्षात ठेवा की N म्हणजे जोड्यांची एकूण संख्या आहे. या उदाहरणात एकूण 9 जोड्या आहेत.

$$r = \frac{N\sum xy - (\sum x)(\sum y)}{\sqrt{\left[N\sum x^2 - (\sum x)^2\right]\left[N\sum y^2 - (\sum y)^2\right]}}$$

$$r = \frac{(9)(24,640)-(425)(542)}{\sqrt{[(9)(24,525)-(425)^2]\,[(9)(33,188)-(542)^2]}}$$

$$r = \frac{221,760-230,350}{\sqrt{[220,725-180,625]\,[298,692-293,764]}}$$

$$r = \frac{-8590}{\sqrt{[40,100]\,[4928]}}$$

$$r = -.6111$$

$$r = -.61$$

लक्षात घ्या की पिअरसनचा r साधारणतः दोन दशांश चिन्हांपर्यंत राउंड ऑफ केला जातो. म्हणून, $r = -.61$ याचा अर्थ असा की, धूम्रपान आणि दीर्घायुष्य यामध्ये तीव्र ऋण सहसंबंध आहे. हा असे सूचित करतो की, मागील 5 वर्षात

जितक्या जास्त सिगारेट्स ओढल्या असतील, तितके कमी आयुष्य जगले असेल. सिगारेट्सची संख्या कमी असेल, तितकी जास्त वर्षे आयुष्य जगले असेल. लक्षात ठेवा, या दोन चलांमधील या संबंधाचा अर्थ, जास्त धूम्रपानामुळे एखाद्याचे आयुष्य कमी होते, असा मात्र नाही. परंतु, यातून पुढील संशोधनासाठी प्रयोग करण्याचा संकेत मिळू शकेल. या प्रकरणात, (बहुधा प्राण्यांबरोबर) एखादा प्रयोग केला जाऊ शकेल, ज्यात प्रयोग गट आणि नियंत्रण गट करून, सिगारेट ओढण्याचा खरोखरच लवकर मृत्यूशी कार्यकारण संबंध असतो का ते ठरविले जाईल.

सहसंबंध सहगुणकाच्या महत्त्वपूर्णतेसाठी परीक्षण करणे

सहसंबंध सहगुणक मोठ्या प्रमाणावर शून्यापेक्षा वेगळा आहे का ते ठरविण्यासाठी त्याचे परीक्षण केले जाऊ शकते. r चे मूल्य नमुन्यासाठी काढले जाते. ऱ्हो (ρ) चे मूल्य हे जनसंख्येच्या सहसंबंध सहगुणकाचे मूल्य असते. अशी आशा केली जाते की, r चे मूल्य जवळपास ρ च्या मूल्याइतके असेल. नल आणि पर्यायी गृहीतप्रमेये पुढीलप्रमाणे असतात:

H_0: r = 0

H_a: r ≠ 0

r चे मूल्य आणि प्राप्तांकांच्या जोड्यांची संख्या (z वितरणाशी साधर्म्य असलेल्या) एक सूत्र वापरून t वितरण (परिशिष्ट B मध्ये; लक्षात घ्या की द्विपुच्छ चाचणीसाठी t वितरण पाहताना + आणि − तक्ता मूल्ये वापरा) नावाच्या वितरणामध्ये रूपांतरित केल्या जातात. r चे मूल्य शून्य आहे का हे पाहण्यासाठीच फक्त t सूत्र वापरता येते. r हा शून्यापेक्षा वेगळ्या दुसऱ्या एखाद्या संख्येबरोबर आहे का हे तपासण्यासाठी त्याचा वापर करता येत नाही. येथे ही नोंद घेणे महत्त्वाचे आहे की, दुसऱ्या प्रकारच्या निदानात्मक संख्याशास्त्रात t वितरणाचा उपयोग होऊ शकतो. म्हणून, जर कोणी म्हटले की t चाचणी वापरण्यात आली आहे, तर “का?” किंवा “कोणत्या प्रकारची t चाचणी?” असा आनुषंगिक प्रश्न विचारणे योग्य ठरेल. t वितरणाचा सर्वसामान्य उपयोग दोन मध्यमाने मोठ्या प्रमाणात वेगळी आहेत का ते तपासण्यासाठी केला जातो, परंतु त्याचा उपयोग सहसंबंध सहगुणकाची महत्त्वपूर्णता तपासण्यासाठीही केला जाऊ शकतो. t वितरणाचे इतरही काही उपयोग आहेत. जेव्हा डेटा अनंत असतो तेव्हा t वितरण हे z वितरण बनते, पण डेटाच्या संचात शंभरपेक्षा थोड्या जास्त संख्या असतील तरी ती डोळयांना खूपच सारखी दिसतात.

सहसंबंध सहगुणकाचे नल गृहीतप्रमेय तपासण्यासाठी असलेले t चाचणीचे सूत्र पुढीलप्रमाणे:

$$t = \frac{r}{\sqrt{\frac{1-r^2}{N-2}}}$$

आधीच्या धूम्रपानाच्या उदाहरणात, संशोधनाचा प्रश्न असा होता की, जास्त धूम्रपानाचा दीर्घायुष्याशी संबंध असतो का? r चे मूल्य −.61 असे मिळाले, ज्याचा अर्थ धूम्रपान आणि दीर्घायुष्य यामध्ये तीव्र ऋण संबंध होता. हा मिळालेला r शून्यापेक्षा महत्त्वपूर्णरित्या वेगळा आहे का, हे तपासण्यासाठी पुढील t सूत्र वापरले जाते:

$$t = \frac{r}{\sqrt{\frac{1-r^2}{N-2}}}$$

येथे N = प्राप्तांकांच्या जोड्यांची संख्या

$$t = \frac{-.6111}{\sqrt{\frac{1-(-.6111)^2}{9-2}}}$$

$$t = \frac{-.6111}{\sqrt{\frac{1-.3734}{7}}}$$

$$t = \frac{-.6111}{\sqrt{\frac{.6266}{7}}}$$

$$t = \frac{-.6111}{\sqrt{.0895}}$$

$$t = \frac{-.6111}{.2992}$$

$$t = -2.042$$

t वितरणाची निर्णायक मूल्ये मिळवणे

आता आपण t ची निर्णायक मूल्ये काढू, जी परिशिष्ट B मधील t वितरणापासून मिळतात.

पायरी 1: एक-पुच्छ किंवा द्वि-पुच्छ महत्त्वपूर्णतेच्या चाचणीची निवड करा

आपण एक-पुच्छ महत्त्वपूर्णतेची चाचणी वापरायची की द्वि-पुच्छ महत्त्वपूर्णतेची चाचणी वापरायची ते आपल्या पर्यायी गृहीतप्रमेयावरून ठरत असते. जर पर्यायी गृहीतप्रमेय दिशाहीन असले, जसे ते बऱ्याचशा अभ्यासांमध्ये असते, तर द्वि-पुच्छ महत्त्वपूर्णतेची चाचणी आवश्यक असते.

पायरी 2: महत्त्वपूर्णतेची पातळी निवडा

संख्याशास्त्रीय महत्त्वपूर्णतेची परंपरागत पातळी p = .05 असते. काही क्वचित प्रसंगी एखादा p = .05 ह्या बिंदूपासून सुरुवात करण्यापासून बाजूला होतो. संख्याशास्त्रीय महत्त्वपूर्णतेची परंपरागत पातळी खूप कमी वेळा अल्फा (α; ग्रीक

लिपीतील लहान A) या नावाने ओळखली जाते, म्हणजेच, संख्याशास्त्रीय महत्त्वपूर्णतेची परंपरागत पातळी ही सुद्धा α = .05 असते.

पायरी 3: स्वतंत्रता पातळ्या ठरवा (डिग्रीज ऑफ फ्रीडम) (Degrees of freedom) (*df*)

df ही नमुन्याशी संबंधित अशी प्रगत संख्याशास्त्रीय संकल्पना आहे. आपण गोष्टी सोप्या ठेवूया: या t चाचणी सांख्यिकीचे सूत्र $df = N - 2$ असे आहे जेथे N ही प्राप्तांकांच्या जोड्यांची संख्या आहे. या उदाहरणात, प्राप्तांकांच्या नऊ जोड्या होत्या, म्हणून $df = 9 - 2 = 7$.

पायरी 4: सूत्राने मिळविलेले t चे मूल्य (याला काढलेला t असे म्हटले जाते) वितरणाच्या तक्त्यातील निर्णायक मूल्यापेक्षा जास्त आहे का ते ठरविणे

परिशिष्ट B मधील निर्णायक मूल्यांच्या t वितरणाद्वारा जसे ठरविता येऊ शकते, p = .05 आणि df = 7 असताना, द्विपुच्छ महत्त्वपूर्णता चाचणीसाठी, t ची निर्णायक मूल्ये $t = +2.365$ आणि $t = -2.365$ अशी आहेत. सूत्राने काढलेला t जर t = +2.365 पेक्षा मोठा असेल किंवा $t = -2.365$ पेक्षा लहान असेल, तर नल गृहीतप्रमेय अमान्य होईल आणि असा निष्कर्ष काढण्यात येईल की $r = -.61$ महत्त्वपूर्ण नसलेला संबंध दर्शवतो. या उदाहरणात, काढलेला $t = -2.042$ हा $t = -2.365$ पेक्षा लहान; म्हणून नल गृहीतप्रमेय अमान्य करता येणार नाही आणि असा निष्कर्ष निघेल की, $r = -.61$ महत्त्वपूर्ण नसलेला संबंध दर्शवित आहे. आश्चर्यकारकरित्या, जरी हा संबंध तीव्र ताकदीचा होता तरी महत्त्वपूर्णता चाचणी असे सूचित करत होती की हा मिळालेला संबंध केवळ योगायोगाने मिळालेला असू शकतो किंवा 100 मधील 5 पेक्षा जास्त वेळा हा संबंध केवळ योगायोगाने मिळालेला असू शकतो.

संशोधन पत्रिकेत, हा निकाल पुढीलप्रमाणे नमूद केला जाऊ शकेल:

> धूम्रपान आणि दीर्घायुष्य यामध्ये तीव्र ऋण सहसंबंध दिसून आला, परंतु हा सहसंबंध, r (7) = –.61, p >.05, संख्याशास्त्रीयदृष्ट्या महत्त्वपूर्ण नाही. नोंद घ्या की, स्वतंत्रता पातळ्या r च्या उजव्या बाजूस कंसामध्ये दाखविल्या जातात. सहसंबंध सहगुणकाच्या महत्त्वपूर्णतेवरील प्राप्तांकांच्या जोड्यांच्या संख्येचा होणारा परिणाम प्रदर्शित करण्यासाठी, जर जोड्यांची संख्या 12 असती, तर $r = -.61$ हा सहसंबंध संख्याशास्त्रीय दृष्ट्या महत्त्वपूर्ण ठरला असता. म्हणजेच, हे उपरोधिक आहे की, आपल्याला धूम्रपान आणि दीर्घायुष्य यामध्ये तीव्र ऋण सहसंबंध दिसून आला, परंतु हा सहसंबंध संख्याशास्त्रीयदृष्ट्या महत्त्वपूर्ण नव्हता (म्हणजेच, येथे निष्कर्ष योगायोगाने मिळालेले असण्याची संभाव्यता 5% पेक्षा जास्त होती). परंपरागत संख्याशास्त्रज्ञांच्या दुनियेत, हा निष्कर्ष संख्याशास्त्रीय दृष्ट्या महत्त्वपूर्ण म्हणण्याइतका चांगला नाही.

शक्तीच्या दुरुपयोगाचे हे एक चांगले उदाहरण ठरू शकेल. या प्रकरणात, संख्याशास्त्रीय महत्त्वपूर्णता प्राप्त करून घेण्यासाठी पुरेसे सहभागी घटक नव्हते.

जर नल गृहीतप्रमेय अमान्य करण्यात आले

जर नल गृहीतप्रमेय अमान्य करण्यात आले, तर प्रयोगकर्ता शक्य ती कमीतकमी p पातळी नमूद करेल, हे ही लक्षात ठेवा. त्या वेळी, काढलेल्या t ची .01 आणि .001 या पातळ्यांशी t च्या निर्णायक मूल्याशी तुलना केली जाईल. जर काढलेला t, .01 आणि .001 या दोन्ही पातळ्यांशी असलेल्या निर्णायक t पेक्षा मोठा असेल तर प्रयोगकर्ता $p < .001$ शी r महत्त्वपूर्ण असल्याचे नमूद करेल. $p < .01$ किंवा $p < .001$ असताना निष्कर्ष महत्त्वपूर्ण असल्याचे अनुमान काढणे, हे संख्याशास्त्रज्ञांसाठी (ते साधार असो वा नसो) अधिक प्रभावी ठरते. सामान्यतः संख्याशास्त्रज्ञ शक्य ती कमीतकमी p पातळी नमूद करतात (जी फक्त H_0 अमान्य केल्यास मिळते).

पिअरसनच्या सहसंबंधाची आलेखाद्वारे मांडणी करताना: स्कॅटरप्लॉट

स्कॅटरप्लॉट म्हणजे सहसंबंध सहगुणकातील प्राप्तांकांच्या जोड्या आलेखातून सादर करणे. ह्याला काही वेळा व्दिचल वितरण असेही म्हणतात. आपण सिगारेट्सची संख्या आणि दीर्घायुष्य या उदाहरणातील स्कॅटरप्लॉट तयार करू. स्कॅटरप्लॉट तयार करण्यासाठी आलेखाच्या प्रत्येक अक्षावर एक-एक चल घ्या. तुम्ही जोपर्यंत एका अक्षावर एक चल नोंदविता तोपर्यंत, कोणत्या अक्षावर कोणता चल घेतला, ह्यावर अंतिमतः काहीही अवलंबून नसते. (पाहा आकृती 6.1)

ज्या क्रमाने जोड्या आलेखावर नोंदविल्या तो महत्त्वाचा नसतो. म्हणजेच, तुम्ही प्राप्तांकांच्या शेवटच्या जोडीपासून सुरुवात केलीत की प्राप्तांकांच्या पहिल्या जोडीपासून, ह्याने काहीही बिघडत नाही. परंतु, प्राप्तांकांची प्रत्येक जोडी खूप महत्त्वाची असते, म्हणून प्रत्येक सहभागी घटकाच्या एका चलासबंधीचा प्राप्तांक त्याच्या किंवा तिच्या सुसंगत अशा दुसऱ्या चलाबरोबर नोंदविला गेला आहे ना याची खात्री करून घ्या. उदाहरणार्थ, आपण अशा सहभागी घटकापासून सुरुवात केली की जो प्रत्येक दिवशी सरासरी 85 सिगारेट्स ओढत होता आणि 65 वर्षे जगला. आपण प्रथम सिगारेट्सच्या अक्षावर 85 सिगारेट्स हे मूल्य स्थानबद्ध करू आणि आलेखावर तेथे एक आडवी रेषा काढू. नंतर आयुष्य मोजण्याच्या अक्षावर त्या सहभागी घटकाचे आयुष्य स्थानबद्ध करू आणि आलेखावर त्याठिकाणी एक उभी रेषा काढू. या दोन रेषांचा छेदन बिंदू म्हणजे जोडीच्या मूल्यांचे गणिती दोन मितींमधील आलेख स्वरूपातील प्रतिनिधित्व आहे. आकृती 6.1 मध्ये 5 व्या अभ्यासविषयाचे छेदन दाखविले आहे, जो प्रत्येक दिवशी 85 सिगारेट्स ओढत होता आणि 65 वर्षे जगला. आकृती 6.2 मध्ये संपूर्ण झालेला स्कॅटरप्लॉट सर्वोत्कृष्ट जुळणी रेषेसह दाखविला आहे.

आकृती 6.1 स्कॅटरप्लॉट दरदिवशीच्या सिगरेट्स (X अक्ष) आणि जीवनमान (Y अक्ष)

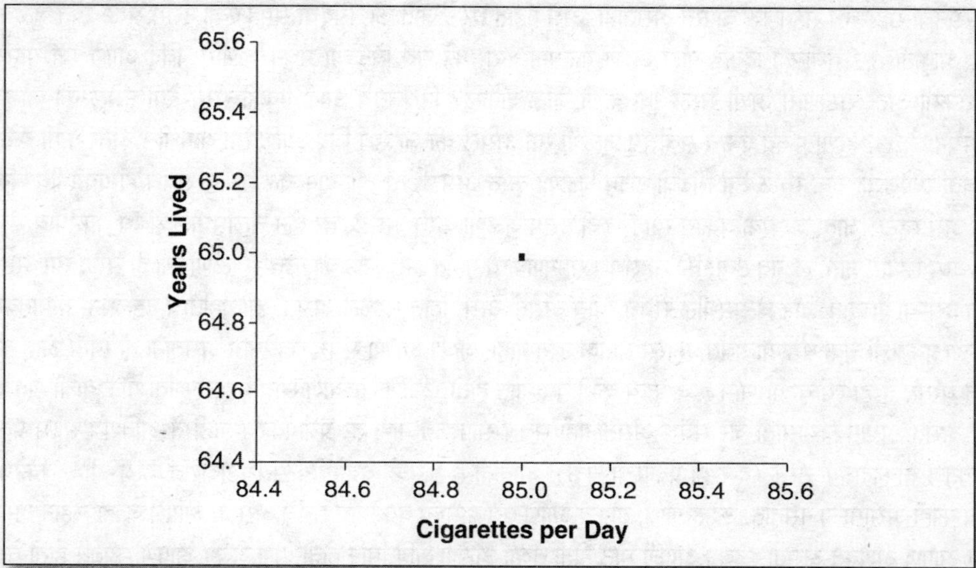

आकृती 6.2 संपूर्ण झालेला स्कॅटरप्लॉट

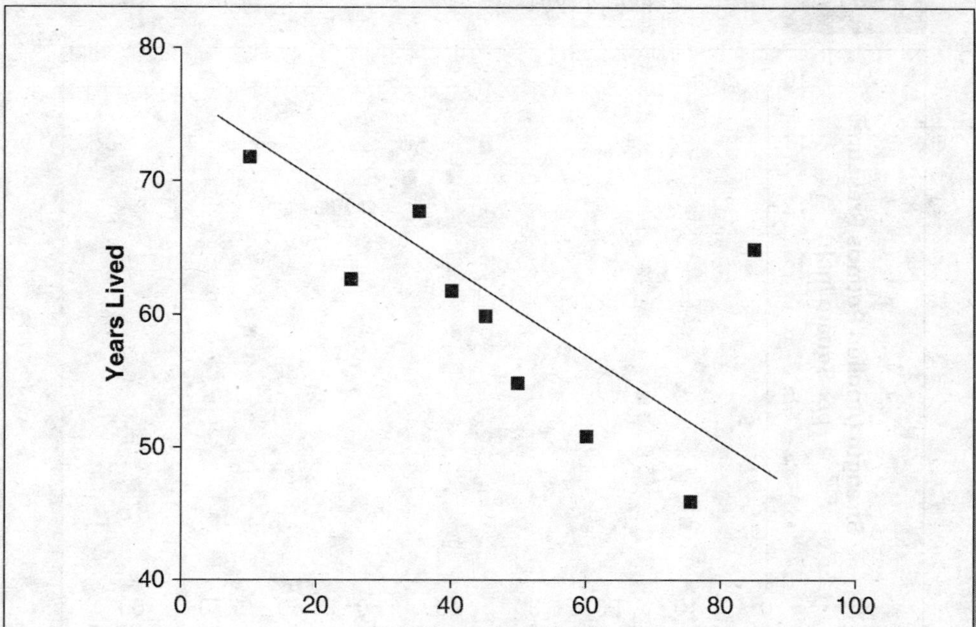

बिंदूंची सरळ रेषेत जुळणी करणे: रेषीय संबंधाचे गृहीत

पिअरसनचा सहसंबंध सहगुणक वापरत असताना, असे गृहीत धरले जाते की, बिंदूंचा समूह एका उत्तम सरळ रेषेत जुळवता येतो. आकृती 6.2 मधील बिंदूंकडे पाहा आणि कल्पना करा, की सर्व बिंदूंच्या मधून जाणारी, बिंदू आणि रेषा यामध्ये कमीतकमी अंतर राखणारी अशी सरळ रेषा कशी जाऊ शकेल? निश्चितच अशी एकही सरळ रेषा नसेल की जी सर्व बिंदूंमधून जाईल. अशी फक्त एकच सर्वोत्तम जुळणी रेषा असेल की जी सर्व बिंदू आणि रेषा यांमधील अंतरं कमी करेल. जर वक्र रेषेऐवजी, एक सरळ रेषा बिंदूंची उत्तम जुळणी करत असेल, तर त्या दोन चलांमधील संबंध हा एकरेषीय संबंध आहे असे म्हटले जाते. जर एक वक्रीय रेषा बिंदूंची उत्तम जुळणी करत असेल, तर दोन चलांमधील संबंध वक्ररेषीय संबंध आहे असे म्हटले जाते. लक्षात ठेवा, की सहसंबंध सहगुणकाचे गृहीत असे आहे की, उत्तम जुळणी रेषा ही सरळ रेषा असते, किंवा दुसऱ्या शब्दात, दोन चलांमधील संबंध रेषीय असतो असे गृहीत धरलेले असते. ह्या गृहीताचे उल्लंघन, कमीतकमी पहिल्या प्रकारची चूक घडण्याबाबत, फारसे घातक ठरत नाही. जेव्हा आपण संबंध वक्ररेषीय असताना तो रेषीय आहे असे गृहीत धरतो, तेव्हा त्याचा परिणाम r चे मूल्य कमी करण्यात होतो, आणि संख्याशास्त्रीय महत्त्वपूर्णता गाठण्याची शक्यता कमी असते. प्रयोगकर्त्यासाठी जर संबंध असतानाही संबंध सापडला नाही तर प्रयोगकर्त्यासाठी ते अतिशय सूक्ष्म प्रकारे निश्चितच धोकादायक ठरेल (दुसऱ्या प्रकारची चूक). आकृती 6.3 मध्ये वक्ररेषीय संबंध प्रदर्शित केला आहे. वक्ररेषीय संबंध काही असामान्य नसतात. उदाहरणार्थ, ताकद आणि वय यामध्ये वक्ररेषीय संबंध असतो. आपण जेव्हा लहान असतो तेव्हा आपण अशक्त असतो, जेव्हा आपण मोठे होतो तेव्हा आपण शक्तिमान होतो, पण जेव्हा आपण म्हातारे होतो तेव्हा आपण पुन्हा अशक्त होतो.

आकृती 6.3 स्कॅटरप्लॉट वक्ररेषीय संबंध

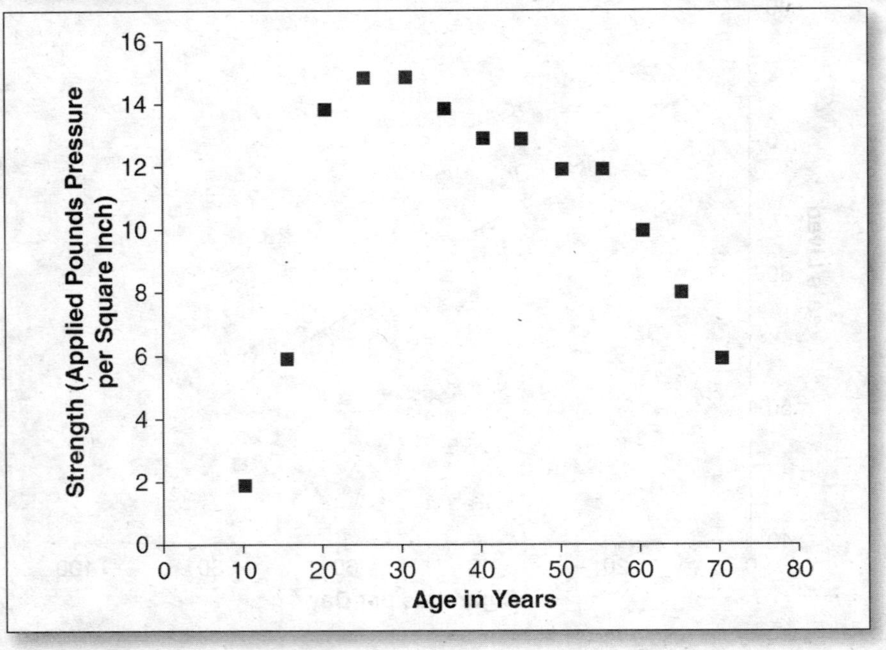

सर्वोत्कृष्ट जुळणी रेषेच्या उताराचा (स्लोप) अन्वयार्थ

दोन चलांमधील संबंधांचे स्वरूप आणि तीव्रता (ताकद) यांचा अन्वयार्थ लावण्यासाठी सर्वोत्कृष्ट जुळणी रेषेचा उपयोगही केला जाऊ शकतो. आधीच्या उदाहरणात, सर्वोत्कृष्ट जुळणी रेषा आलेखाच्या डाव्या बाजूकडून उजव्या बाजूकडे वरून खाली उतार असलेली आहे. ती असे निर्देशित करते की दोन चलांमध्ये ऋण सहसंबंध आहे. बिंदू आणि रेषा यामध्ये असलेले तुलनेने कमी असलेले सर्वसाधारण अंतर असे सूचित करते की, हा ऋण सहसंबंध तीव्र स्वरूपाचाही आहे; म्हणजेच, ती मोठी ऋण संख्या असेल.

धन स्वरूपाचा संबंध दर्शविणारी सर्वोत्कृष्ट जुळणी रेषा आलेखाच्या डाव्या बाजूकडून उजव्या बाजूकडे खालून वर जाणारी असेल. संबंध दुर्बल असेल किंवा संबंधच नसेल तर बिंदूंचा समूह यादृच्छिक पद्धतीने इतस्ततः पसरलेला मिळेल. येथे सर्वोत्कृष्ट जुळणी रेषा मिळणार नाही, किंवा असे म्हणता येईल की बिंदू समूहातून गेलेली आडवी सरळ रेषा ही कोणत्याही दुसऱ्या रेषेइतकीच चांगली असेल.

पूर्ण सहसंबंध ($r = 1$) असताना, स्कॅटरप्लॉट असा असेल की सर्वोत्कृष्ट जुळणी रेषा त्यावरील सर्व बिंदूंमधून जाईल, आणि माहितीच्या खऱ्या जगात अशी घटना अशक्य कोटीतील असते.

धन, ऋण, दुर्बल आणि पूर्ण सहसंबंधाच्या प्रातिनिधिक आलेखांसाठी आकृती 6.4 पाहा.

आकृती 6.4 स्कॅटरप्लॉट धन, ऋण, दुर्बल आणि पूर्ण सहसंबंध

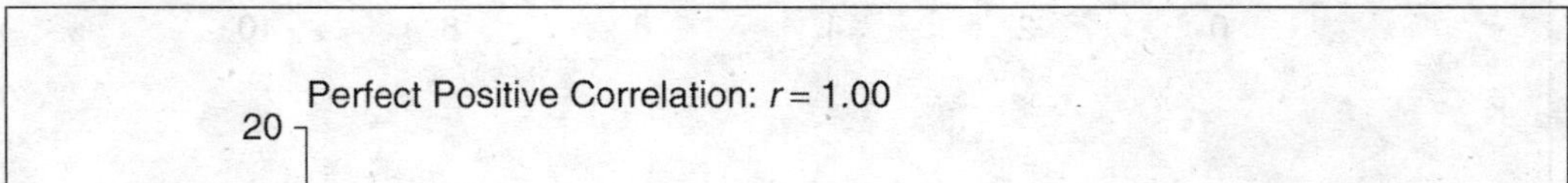

(पुढे चालू...)

आकृती 6.4 (पुढे चालू...)

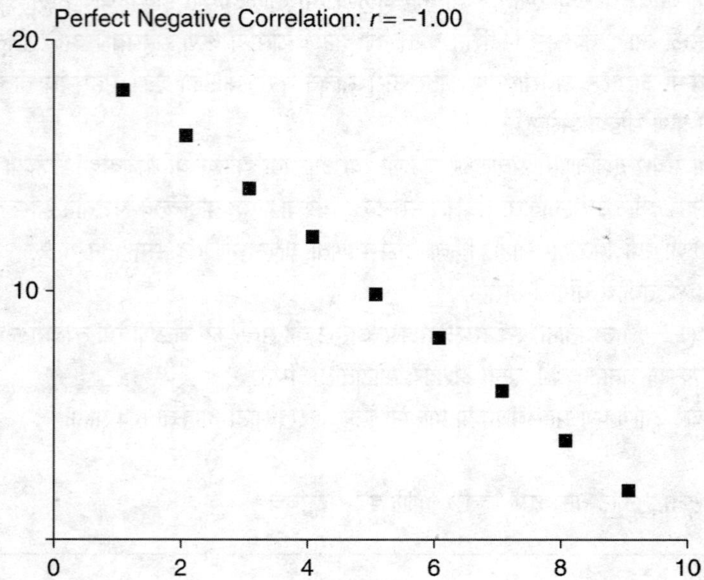
Perfect Negative Correlation: r = –1.00
20
10
0
2
4
6
8
10

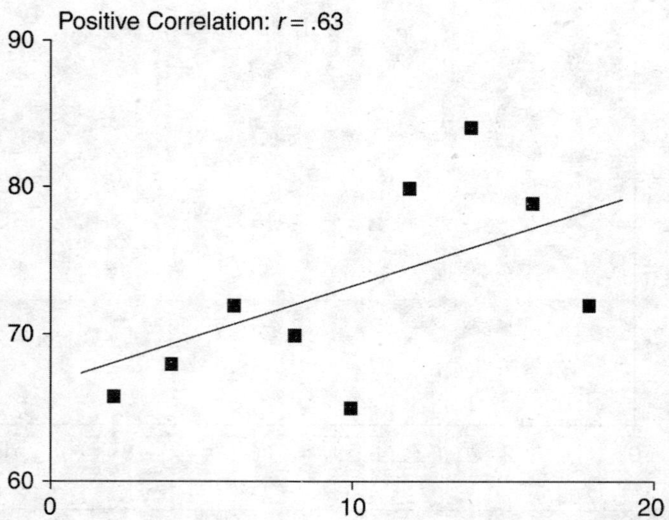
Positive Correlation: r = .63
90
80
70
60
0
10
20

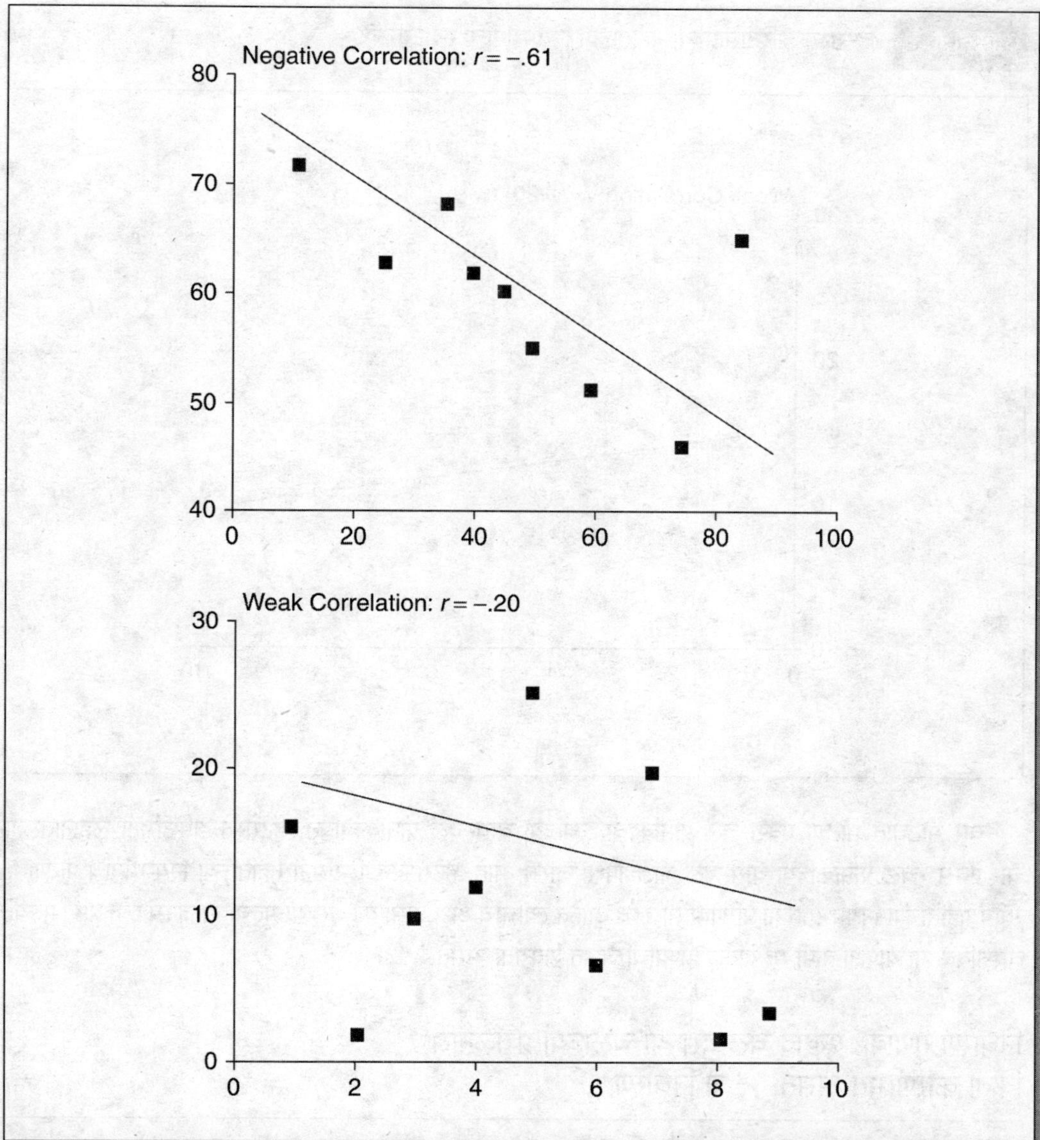

होमोस्केडास्टिसिटीचे गृहीत

सहसंबंध सहगुणकाचे दुसरे गृहीत होमोस्केडास्टिसिटी हे असते. जर संपूर्ण रेषेवर बिंदू आणि रेषा यांमधील अंतर तुलनात्मक दृष्ट्या सारखेच असेल, तर हे गृहीत पूर्ण होते. या गृहीताच्या नियमभंगाला (त्यागाला) हेटरोस्केडास्टिसिटी असे म्हणतात, आणि त्याचा प्रातिनिधिक आलेख आकृती 6.5 मध्ये दाखविला आहे.

आकृती 6.5 हेटरोस्केडास्टिसिटीच्या गृहीताच्या नियमभंगाचा स्कॅटरप्लॉट

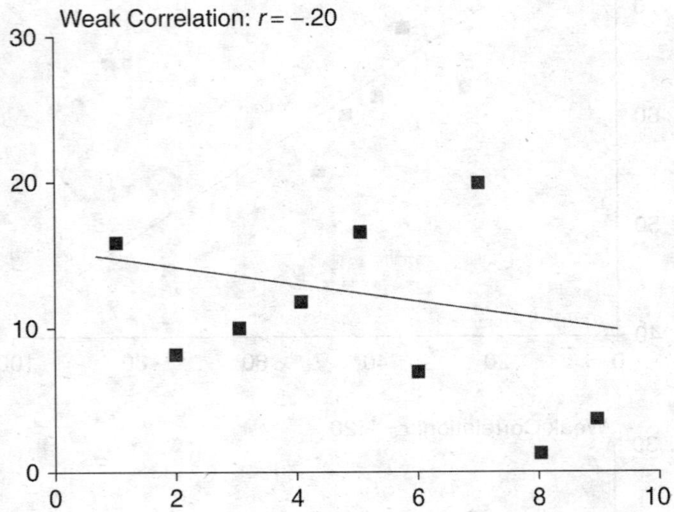

चार मोठ्यात मोठ्या एक्स-चल प्राप्तांकांची, त्यांच्या वाय-चल प्राप्तांकांबाबत, हेटरोस्केडास्टिसिटी लहानातलहान चार एक्स -चल प्राप्तांकांच्या वाय-चल जोड्यांपेक्षा जास्त आहे. हेटरोस्केडास्टिसिटी गृहीताच्या नियमभंगाचे परिणाम हे रेषीय गृहीताच्या नियमभंगाच्या परिणामांसारखेच आहेत त्याचाच अर्थ असा की, r च्या मूल्यातून जनसंख्येच्या r मूल्याचे वास्तविक मूल्यापेक्षा कमी मूल्यांकन होण्याची जास्त शक्यता असते.

निर्धारण गुणांक: एखादे चल दुसऱ्या चलाच्या प्रचलनास किती कारणीभूत असते: r^2 चे निर्धारण

सहसंबंध गुणांकाचा आणखी एक उपयोग त्याच्या वर्गाचे मूल्य हा आहे. r^2 याला निर्धारण गुणांक (coefficient of determination) असे म्हणतात, आणि त्याची दोन महत्त्वाची स्पष्टीकरणे आहेत. पहिले, तो एका चलाचे दुसऱ्या चलाच्या संदर्भात प्रमाणाचे स्पष्टीकरण देतो. उदाहरणार्थ, जर A आणि B या दोन चलांमधील सहसंबंध $r = .25$ असेल, तर $r^2 = (.25)(.25) = .0625$ होईल. म्हणून, A चल B चलाच्या प्रचलनातील साधारणपणे 6% चे स्पष्टीकरण देते. या उदाहरणातील r कडे पाहण्याचा दुसरा मार्ग, B चलाच्या प्रचलनातील 6% त्याच्या A चलाशी असलेल्या संबंधातून स्पष्ट होऊ शकतात, तसेच, A आणि B या चलांच्या एकूण प्रचलनाच्या 94% चे स्पष्टीकरण न मिळताच राहते, असे म्हणण्याचा आहे. आधीच्या प्रचलनाला *समाईक प्रचलन (shared variance)*,

आणि नंतरच्या प्रचलनाला *असमाईक अथवा अस्पष्ट प्रचलन (unshared, or unexplained variance)* असे म्हणतात.

दोन किंवा त्यापेक्षा जास्त मूल्यांमधील ताकदीचे मोजमाप करण्यासाठी r^2 चा उपयोग हे त्याचे दुसरे स्पष्टीकरण आहे. उदाहरणार्थ, जर $r = .25$ आणि $r = .50$ असे दिलेले असतील, तर हे स्पष्ट आहे की r चे दुसरे मूल्य r च्या पहिल्या मूल्याच्या दुप्पट आहे. परंतु, r^2 मूल्ये अनुक्रमे, 6.25% आणि 25% आहेत. अशा प्रकारे, $r = .25$ या प्रचलनापेक्षा प्रत्यक्षात $r = .50$ हे चार पट मोठे आहे हे स्पष्ट करते याचे तात्पर्य असे की, r मूल्यांची तुलना करून स्पष्टीकरण देताना आपण काळजी घ्यावी लागते, विशेषतः, r च्या लहान मूल्यांसाठी, जेव्हा $r < .31$ चे कोणतेही मूल्य दोन चलांमधील 10% पेक्षा कमी प्रचलनाचे स्पष्टीकरण देईल

r^2 चे तिसरे स्पष्टीकरण संख्याशास्त्रज्ञ आणि मानसोपचारतज्ज्ञ जेकब कोहेन (Jacob Cohen, 1988) यांनी दिलेल्या परिणाम आकाराच्या मार्गदर्शक तत्त्वांवर आधारित आहे. त्यांनी एका चलातील बदलाचा दुसऱ्या चलातील बदलांवर होणाऱ्या परिणामाच्या प्रमाणाचे खालील स्पष्टीकरण सुचविले आहे:

Effect Size	*Minimum* r^2 *Value*
Small	.01
Medium	.09
Large	.25

सोप्या r सहसंबंध गुणांकासाठी वापरलेली तीच कार्यकारण दक्षता r^2 चे स्पष्टीकरण देण्यासाठी वापरली होती. निर्धारण गुणांक निरीक्षणात मिळालेल्या संबंधाचे कोणतेही स्पष्टीकरण देत नाही, किंवा संबंधाचे कारणही देत नाही. निर्धारण गुणांक फक्त दोन चलांमधील संबंध पाहण्याचा वेगळा मार्ग सुचविते.

येथे, हे लक्षात घेणे महत्त्वाचे आहे की, निर्धारण गुणांकाला त्याचे स्वतःचे टीकाकार आहेत. रोस्नो आणि रोझेंनथॉल (Rosnow and Rosenthal, 1996) r मूल्याचा वर्ग करण्याबाबत असा इशारा देतात की r^2 ची, निरीक्षणातून मिळालेल्या निकालांचे व्यवहारातील महत्त्व कमी करण्याची प्रवृत्ती असते. उदाहरणार्थ, एड्सच्या उपचारात वापरल्या जाणाऱ्या एझेडटी (AZT) या औषधाच्या अभ्यासात $r = .23$ बार्नस (Barnes, 1986). हे मूल्य मिळाले होते. याचा, निर्धारण गुणांक होतो $r^2 = .05$ जे संख्याशास्त्रज्ञांना उल्हसित करू शकणाऱ्या मूल्याच्या साधारण निम्मे असेल. परंतु, एझेडटी अभ्यासात, एझेडटी गटाच्या आणि प्लॅसिबो गटाच्या तगून राहण्याच्या दरांमधील (survival rates) फरक, 23% च्या आसपास, म्हणजे व्यावहारिकदृष्ट्या जास्त महत्त्वपूर्ण आहे. या शिवाय, औषध आणि आरोग्य जगतात, तात्काळ इलाज हे तुलनात्मकदृष्ट्या दुर्लभ असतात. अनेकदा, आधुनिक वैद्यक संशोधक, एड्स आणि कर्करोग या सारख्या रोगांच्या व्यवस्थापनावरच खूष असतात. म्हणून, 20% पेक्षा जास्त सुधारणा व्यावहारिकदृष्ट्या महत्त्वपूर्ण ठरविली जाते. थोडक्यात सांगायचे तर, निर्धारण गुणांकाच्या वापराची अथवा न वापरण्याची कोणतीही स्वीकृत परिमाणे नाहीत. ते सामान्यतः वापरले जाते आणि त्याच्यावर नेहमी टीकाही होते.

महत्त्वपूर्ण असलेल्या आणि महत्त्वपूर्ण नसलेल्या सहसंबंध गुणांकांच्या अन्वयार्थातील वैचित्र्य

सहसंबंध गुणांकांच्या स्पष्टीकरणांमध्ये काही गंभीर वैचित्र्य आहे. या आधी धूम्रपान आणि दीर्घायुष्य या उदाहरणात आपण त्याचा प्रत्यय घेतला आहे. प्रत्यक्षात दोन चलांच्या संबंधातील ताकदीचे स्पष्टीकरण महत्त्वपूर्णता चाचणीपासून स्वतंत्र होते. आलेले $r = -.61$ असे दर्शवित होते की धूम्रपान आणि दीर्घायुष्य यामध्ये सामान्य बळकट असा ऋण सहसंबंध आहे. परंतु, आपल्याला असे लक्षात आले होते की हा संबंध $p < .05$ साठी संख्याशास्त्रीयदृष्ट्या महत्त्वपूर्ण नाही. यातील संख्याशास्त्रीय वैचित्र्य असे आहे की महत्त्वपूर्णता चाचण्या नमुन्याच्या आकारावर वाजवीपेक्षा जास्त अवलंबून असतातः मोठ्या आकाराच्या नमुन्यांमध्ये लहान आकाराच्या नमुन्यांपेक्षा महत्त्वपूर्णता दिसण्याची शक्यता जास्त असते. आपल्या उदाहरणात, $N = 9$ हा अपवादात्मकदृष्ट्या लहान होता; म्हणून,सामान्य बळकट असा r मूल्य असूनही, आपण नल गृहीतप्रमेय अस्वीकृत करू शकलो नव्हतो. जर आपल्याकडे मूल्यांच्या 30 जोड्या असत्या तर आपल्याला महत्त्वपूर्णता मिळाली असती.

अशा परिस्थितीत, हे नमुन्याच्या आकाराचे गमक सोडविण्यास आपल्याला निर्धारण गुणांकाची मदत होते. जेव्हा आपण $r = -.61$ चा वर्ग करतो तेव्हा आपल्याला .37 किंवा प्रचलनाच्या 37% दोन चलांचे समाईक प्रचलन आहे, आहे दिसले. इतर सर्व गोष्टी सारख्या असताना, ही प्रचलनाची किंमत कमी म्हणता येणार नाही. 1988 च्या पूर्वग्रह (prejudice) अभ्यासात, $r = .06$ ज्यूविरोधी आणि धूम्रपानविरोधी पूर्वग्रह (prejudice against smoking) यांच्यातील संबंधाबाबत $r = .06$ हा महत्त्वपूर्ण ठरला होता. जर आपला $r = -.61$ संख्याशास्त्रीयदृष्ट्या महत्त्वपूर्ण नसेल तर हा नंतरचा r संख्याशास्त्रीयदृष्ट्या महत्त्वपूर्ण कसा असू शकतो? पूर्वग्रह (prejudice) अभ्यासात, प्राप्तांकांच्या 5,977 जोड्या होत्या. जेव्हा आपण $r = .06$ चा वर्ग करतो तेव्हा $r^2 = .0036$ किंवा साधारणतः एकूण प्रचलनाच्या 1% च्या एक तृतीयांश प्रचलनाचे स्पष्टीकरण मिळते! हे देखील असेच दर्शविते की, दोन चलांमधील 99% जास्त प्रचलनाचे स्पष्टीकरण मिळत नाही. या दोन उदाहरणांमध्ये, निर्धारण गुणांकाने महत्त्वपूर्णता असण्याच्या अथवा महत्त्वपूर्णता नसण्याच्या स्पष्टीकरणाबाबत घोटाळा काही प्रमाणात कमी करण्यास मदत केली आहे.

एकरेषीय प्रतिगमन

आता तुम्ही पिअरसन यांच्या गुणन-मूल्य सहसंबंध गुणांकाबाबत अनेक व्यावहारिक पैलूंचा अभ्यास केल्यानंतर, आपण काही इतर सैद्धांतिक पैलूंचा खोलात जाऊन शोध घेऊया. सहसंबंधात आतापर्यंत आपण *क्ष* आणि *य* चले सममितपणे वापरली आहेत, असे म्हणता येईल; म्हणजेच, *क्ष* चा *य* शी असलेला सहसंबंध *य* च्या *क्ष* शी असलेल्या सहसंबंधाइतकाच होता. आता, आपण ते असममित आहेत असे मानू या, जिथे *य* चलाला अवलंबी चल म्हटले जाईल, आणि *क्ष* चल स्वतंत्र चल असेल. आपल्याला स्वतंत्र चलाची विविध मूल्ये त्यांच्या संबंधित अवलंबी चलाच्या मूल्यांचा अंदाज कसा बांधतात हे बघण्यात स्वारस्य असेल. अवलंबी चलाला प्रतिसाद चल असेही म्हणता येईल, आणि स्वतंत्र चलाला स्पष्टीकरणात्मक चलही म्हणता येईल. या संख्याशास्त्रीय तंत्राला प्रतिगमन विश्लेषण असे म्हटले जाते, आणि हे संभाव्यता व्यवसाय आणि अर्थशास्त्रातील अत्यंत सर्वसाधारण तंत्र आहे, शिवाय मानसशास्त्रासारख्या सामाजिक शास्त्रांमध्ये, नर्सिंग सारख्या वैद्यक शास्त्रांमध्ये, आणि मानव्यशास्त्रासारख्या नैसर्गिक शास्त्रांमध्ये ते बरेच लोकप्रिय आहे. आजकाल कोणीच प्रतिगमन विश्लेषणाचे मोजमाप हाताने करीत नसल्याने आपण त्याच्या उपयोगांवर, अर्थावर, आणि स्पष्टीकरणावर लक्ष केंद्रित करू या.

एक चल (Y) एखाद्या किंवा अनेक दुसऱ्या चलांमधील (X_1 आणि X_2 इत्यादी) बदलाप्रमाणे कसे बदलते याचा विचार प्रतिगमन विश्लेषणात केला जातो. जर आपल्याला सिझॉईड (schizoid) वर्तणूक (Y) ही लिंगामधील (X_1) फरकाने कशी बदलते, हे पाहण्यात स्वारस्य असेल, तर या प्रकारच्या संबंधाला साधे प्रतिगमन (simple regression) किंवा साधे एकरेषीय प्रतिगमन असे म्हणतात. जर आपल्याला सिझॉईड वर्तणूक (Y) ही लिंगामधील (X_1), वयामधील (X_2) आणि कदाचित याहून अधिक चलांमधील फरकाने कशी बदलते, हे पाहण्यात स्वारस्य असेल, तर या प्रकारच्या संबंधांच्या तपासास गुणज प्रतिगमन विश्लेषण (multiple regression analysis) असे म्हणतात. हे लक्षात घ्या की, प्रतिगमन विश्लेषणात विलग किंवा सलग अथवा या दोन्ही प्रकारच्या चलांचा समावेश करता येतो. साध्या प्रतिगमनात, स्कॅटरप्लॉटच्या मध्यातून एक सरळ रेषा काढण्यासाठी प्रतिगमन सूत्राचा वापर केला जातो. सूत्र खाली दिले आहे:

$$Y = a + bX$$

जेथे, Y हे अवलंबी चल किंवा ज्याच्या मूल्याचा अंदाज करण्याचा प्रयत्न करीत आहोत ते चल:

- a हा Y चा छेदनबिंदू आहे, जिथे सरळ रेषा ordinate ला किंवा X चे मूल्य 0 असताना y अक्षाला ज्या बिंदूवर ओलांडते,
- b हा सरळ रेषेचा उतार किंवा कोन दर्शविते.

प्रतिगमन सूत्र अनंत सरळ रेषांमधून, X चा प्राप्तांक दिलेला असताना Y प्राप्तांकाचा अंदाज करणारी एक सर्वात उचित रेषा निवडण्याचा प्रयत्न करते. अशी रेषा काढण्यासाठी न्यूनतम वर्ग पद्धत (least squares method) वापरली जाते. या पद्धतीत प्रत्येक बिंदूपासून सर्वात संभाव्य उचित रेषेपर्यंतच्या अंतराचा वर्ग काढून, नंतर सर्वात लहान मूल्य किंवा "न्यूनतम वर्ग" दर्शविणाऱ्या रेषेची निवड केली जाते. जर मूल्यांचे वर्ग न करता बेरीज घेतली, तर धन आणि ऋण अंतरांनी एकमेकांना खोडून काढू नये, म्हणून मूल्यांचे वर्ग केले जातात. अंतरांचे वर्ग केल्याने ऋण अंतरांची मूल्ये धन केली जातात. संख्याशास्त्रीय स्वारस्य, बिंदूचे सर्वात उचित रेषेपर्यंतचे खरे अंतर मोजण्यात नसते, तर सर्वात उचित रेषेचा अंदाज बांधणाऱ्या परिमाणात असते.

प्रतिगमन रेषा वाचणे

प्रतिगमनात आपण X प्राप्तांकांचा उपयोग Y प्राप्तांकांचा अंदाज बांधण्यासाठी करतो. जर X आणि Y मध्ये सहसंबंध असेल (जर X आणि Y मध्ये सहसंबंध नसेल तर X प्राप्तांक Y प्राप्तांकांचा अंदाज बांधू शकत नाहीत), तर X चे प्रत्येक मूल्य Y च्या स्वतंत्र मूल्याचा अंदाज वर्तविते. X चे विशिष्ट मूल्य दिलेले असताना Y चे एक विशिष्ट मूल्य काढण्यासाठी आडव्या x अक्षावर (abscissa) X चे मूल्य शोधा आणि त्यापासून y अक्षाला (ordinate) समांतर रेषा काढा. जेथे ती रेषा प्रतिगमन रेषेला मिळेल तिथून काटकोनात (x–अक्षाला समांतर) y अक्षाला जाऊन मिळेपर्यंत दुसरी रेषा काढली जाते. ज्या मूल्याला ती y अक्षाला छेदते ते, दिलेल्या X मूल्यासाठी, Y चे मूल्य असते. (आकृती 6.6 पाहा).

सिगारेट्स आणि दीर्घायुष्य यासंबंधी मागे दिलेल्या उदाहरणात, विषय 5 (जे दर दिवशी 85 सिगारेट्स ओढायचे आणि जे 65 वर्ष वयापर्यंत जगले) फक्त 52.5 वर्षे जगतील असा अंदाज बांधण्यात आला होता. SPSS नुसार a चे मूल्य (X शून्य असताना Y चा छेदन बिंदू) 70.3 आहे आणि b (सर्वात उचित रेषेचा उतार) –.21 आहे.

आकृती 6.6 X चे मूल्य दिलेले असताना Y चे संभाव्य मूल्य

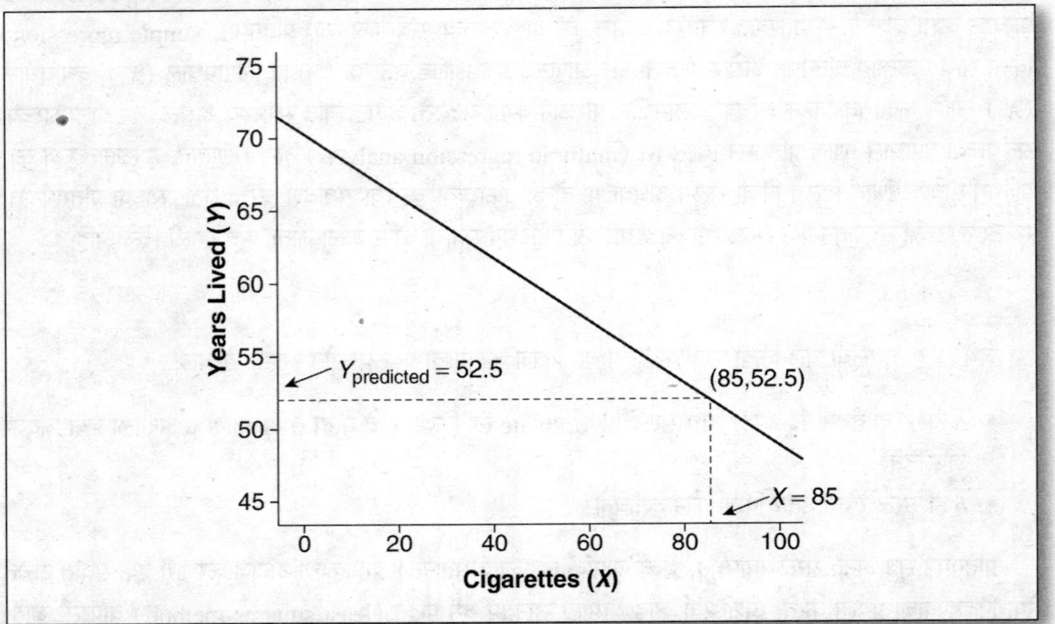

आपण ही a आणि b ची मूल्ये सूत्रात घालून विषय 5 बाबत, प्रत्येक दिवशी ओढलेल्या सिगारेट्सची संख्या (85) X म्हणून वापरू:

$$Y = a + bX$$

$$Y = 70.3 + (-.21)\ (85)$$

$$Y = 52.5$$

जर $b = -.21$ असेल, तर प्रतिगमन रेषा, क्रमवारीनुसार येणाऱ्या प्रत्येक X च्या एककासाठी, Y च्या .21 एककावर येईल (असेल). ऋण उतार असेल तर त्याचा अर्थ ऋण सहसंबंध (म्हणजेच प्रत्येक दिवशी ओढलेल्या सिगारेट्सची संख्या जशी वाढेल तसे दीर्घायुष्य कमी होत जाईल). या उलट, धन उतार म्हणजे, तेथे धन सहसंबंध असेल, आणि जर तेथे सहसंबंध नसेल तर प्रतिगमन रेषा x अक्षाला समांतर (एक सरळ रेषा) असेल जिचा उतार 0 असेल. जेव्हा $r = 0$ असेल, तेव्हा रेषा b चा उतार = 0, आणि प्रतिगमन रेषा, y अक्षाला, X च्या सर्व मूल्यांसाठी Y च्या मध्यमानाच्या मूल्याशी छेदते.

असे असले तरी, जग हे व्यामिश्र आहे. त्यामुळे, एकच चल किंवा प्राप्तांक बहुविध (अनेक) स्वतंत्र चलांवर अवलंबून आहे, असे फार जास्त सामान्यपणे आढळते; म्हणून, गुणज प्रतिगमन विश्लेषण नेहमी जास्त उपयोगी पडेल. आता आपण, व्यक्तिमत्वातील सिझॉईड विकार समजून घेण्यासाठी (या प्रकारचा विकार असलेले लोक अतिशय एकाकी असतात) प्रतिगमन विश्लेषण कसे वापरता येईल, ते पाहू या. एका मानसशास्त्रज्ञाला जनसांख्यिकी आणि व्यक्तिमत्व यासंबंधी चले, सिझॉईड वर्तणुकीवर, कोणता परिणाम करतात, हे जाणून घ्यायचे आहे. मानसशास्त्रज्ञांना असा संशय आहे की,

रोग-निदानावर रोग्याचे वय, उशिरा आलेली परिपक्वता, आणि मंत्रचळेपणाची लक्षणे, यांचा परिणाम होतो. मी SPSS मध्ये एका बाह्यरुग्ण औषधालयात मानसिक समस्या असलेल्या 183 मुलांचा डेटा घातला आहे. Analyze विकल्प सूचीतून मी *Regression* (प्रतिगमन) या पर्यायाची निवड केली. *Regression* (प्रतिगमन) या उप-विकल्प सूचीतून मी *Linear* (एकरेषीय) ची निवड केली. एक बहुपर्यायी विकल्प सूची समोर आली आणि मी *T* score for the Schizoid Personality Disorder scale हा पर्याय अवलंबी चल म्हणून घातला, आणि त्यानंतर मी रोग्याचे वय, उशिरा आलेली परिपक्वता, तसेच मंत्रचळेपणाची लक्षणे याबाबतचा *T* प्राप्तांक (T score for the Obsessive-Compulsive Personality Disorder scale) हे स्वतंत्र चल म्हणून घातले. मी *enter* ही प्रतिगमनाची स्वाभाविक पद्धत (default method) स्वीकारली. माहितीसाठी म्हणून सांगतो की, एकरेषीय प्रतिगमनाचे *enter, backward, forward, hierarchical* यासारखे अनेक प्रकार आहेत, आणि आश्चर्यकारक गोष्ट अशी की, यातील अनेक प्रकारांचे निकाल सारखेच असतात. गुणज प्रतिगमन आणि त्याच्या विविध प्रक्रिया याबाबत जास्त अभ्यास करण्यासाठी, एखाद्या बहुचलीय संख्याशास्त्राच्या पुस्तकाचा किंवा प्रतिगमन विश्लेषणासाठी विशेषकरून लिहिल्या गेलेल्या पुस्तकाचा (टॅबक्निक आणि फिडेल Tabachnick & Fidell, 2007) उपयोग करा.

SPSS निकालाचा प्राथमिक भाग खाली दिला आहे.

Variables Entered/Removed[a]

Model	*Variables Entered*	*Variables Removed*[b]	*Method*
1	Obsessive-Compulsive Personality Disorder scale *T* score, Age, Delayed Maturation scale *T* score		Enter

a. Dependent Variable: *T* score for Schizoid Personality Disorder scale.
b. All requested variables entered.

या सारिणीत तीन गोष्टी दिल्या आहेत. पहिली, varibles entered या शीर्षकाखाली, आसक्त-बाध्यकारक लक्षणांबाबत *T* score (Obsessive-Compulsive Personality Disorder scale *T* score), वय, आणि उशिरा आलेली परिपक्वता याबाबत *T* score (Delayed Maturation scale *T* score), या तीन स्वतंत्र चलांची माहिती दिली आहे. दुसरी, ते सांगते की, अवलंबी चल आहे *T* score for the Schizoid Personality Disorder scale. तिसरी, ते दर्शविते की, कोणती गुणज प्रतिगमन पद्धत वापरली होती, आणि ती SPSS मध्ये स्वाभाविक येणारी *enter* ही पद्धत होती. प्रिंटआउटमधील पुढची सारिणी, गुणज प्रतिगमन विश्लेषणातील तीन महत्त्वाची संख्याशास्त्रीय परिमाणे सादर करते: *R*, *R*-square, and adjusted *R*-square.

Model Summary

Model	R	R-*Square*	*Adjusted* R-*Square*	*Std. Error of the Estimate*
1	.405[a]	.164	.150	12.78

a. Predictors: (Constant), Obsessive-Compulsive Personality Disorder scale *T* score, age, Delayed Maturation scale *T* score.

R

या मॉडेल समरीतील *R* सहगुणकाचे स्पष्टीकरण पिअर्सन यांच्या गुणन-मूल्य सहसंबंध सहगुणकासारखेच देता येते.. या उदाहरणात, $R = .41$ असे दर्शविते की, अवलंबी चल (schizoid personality disorder) आणि तीन स्वतंत्र चले (Obsessive-Compulsive Personality Disorder scale *T* score, age, and Delayed Maturation scale *T* score) यांच्यात माफक धन (सकारात्मक) संबंध आहे. मी संबंध या शब्दावर भर देत आहे कारण *R* गुणांक सैद्धांतिकदृष्ट्या संबंधाचे मापक आहे, सहसंबंधाचे मापक नाही. जरी हा फरक किरकोळ वाटत असला, तरी तो तसा नाही. सर्व साधारणपणे, संख्याशास्त्रज्ञ *R* चे कोणतेही 30 किंवा 30 पेक्षा जास्त मूल्य ($R \geq .30$), हे अवलंबी आणि स्वतंत्र चलांमधील अर्थपूर्ण संबंधाची सुरुवात दर्शविते, असे मानतात.

R-वर्ग (*R*-Square)

R-square चे मूल्य तीन स्वतंत्र चलांमुळे (Obsessive-Compulsive Personality Disorder scale *T* score, age, and Delayed Maturation scale *T* score) अवलंबी चलात (schizoid personality disorder) घडणाऱ्या प्रचलनाची शेकडेवारी दर्शविते. दुसऱ्या शब्दांमध्ये सांगायचे तर, Schizoid Personality Disorder scale प्राप्तांकातील अंदाजे 16% (सारिणीत .164) प्रचलन किंवा बदल हे तीन स्वतंत्र चलांचा एकत्रित परिणाम आहेत असे म्हणता येईल. सर्वसाधारणपणे, संख्याशास्त्रज्ञ *R*-square चे कोणतेही 10 किंवा 10 पेक्षा जास्त मूल्य (*R*-square $\geq .10$), हे अवलंबी आणि स्वतंत्र चलांमधील प्रचलनाची अर्थपूर्ण सुरुवात दर्शविते, असे मानतात.

Adjusted *R*-Square

Adjusted *R*-square चे मूल्यसुद्धा तीन स्वतंत्र चलांमुळे अवलंबी चलात घडणाऱ्या प्रचलनाची शेकडेवारी दर्शविते. परंतु, adjusted *R*-square चे मूल्य नेहमी *R*-square मूल्यापेक्षा थोडे कमी असते. असा अंदाज कमी करणे, हे एकापेक्षा जास्त स्वतंत्र चले असण्याबाबत भरलेल्या दंडासारखेच आहे. विशेषकरून, जितकी जास्त स्वतंत्र चले तितके adjusted *R*-square चे मूल्य *R*-square मूल्यापेक्षा कमी असेल. जसे कोणत्याही नमुना वितरणात, नमुन्याचा आकार कमी झाला की दैवयोगाने घडणारे उतार-चढाव वाढू शकतात. त्यामुळे, *R*-square चा जास्तीचा अंदाज वर्तविण्याची प्रवृत्ती असते, म्हणजे, adjusted *R*-square चे नमुन्यातील हा अपेक्षित फुगवटा लक्षात घेऊन समायोजन करता येते. म्हणून, अवलंबी चलाच्या प्रचलनातील 15% चे स्पष्टीकरण तीन स्वतंत्र चलांच्या संचाकडून मिळते, आणि, पुन्हा, adjusted *R*-square चे 10 किंवा त्यापेक्षा जास्त मूल्य (Adjusted *R*-square $\geq .10$) ही अवलंबी आणि स्वतंत्र चलांमधील विवक्षित प्रचलनाच्या महत्त्वपूर्ण प्रमाणाची सुरुवात दर्शविते.

पुढील सारिणी अनोवा (ANOVA) ज्याचा अर्थ (analysis of variance) प्रचलनाचे विश्लेषण असा आहे, असे शीर्षक असलेली आहे. हे अनोवा, तीन प्रमुख प्रतिगमन गुणांकात 0 पासून महत्त्वपूर्णदृष्ट्या फरक आहे का, ते सांगते. त्यातील *F* मूल्यात आणि त्याची महत्त्वपूर्णता पातळी यात आपल्याला प्राथमिक स्वारस्य आहे. जर तीन प्रमुख प्रतिगमन गुणांक 0 च्या जवळ असतील, तर *F* चे मूल्य सुमारे 1.00 असेल. संख्याशास्त्रीयदृष्ट्या महत्त्वपूर्ण होण्यासाठी, महत्त्वपूर्णता पातळी पारंपरिक संख्याशास्त्रीय महत्त्वपूर्णता पातळीपेक्षा (म्हणजे, .05) लहान असली पाहिजे. आताच्या उदाहरणात मिळालेले $F = 11.68$ हे मूल्य संख्याशास्त्रीयदृष्ट्या महत्त्वपूर्ण आहे. संख्याशास्त्रीय परंपरा असे सांगते की, किमान संभाव्य महत्त्वपूर्णता पातळी नोंदविली पाहिजे. आतापर्यंतच्या निकालाबाबत माहिती लिहिताना ती अशी दिसेल:

बहुविध प्रतिगमन विश्लेषण असे दर्शवते की ऑब्सेसिव्ह कंपल्सिव्ह पर्सनॅलिटी डिसऑर्डर स्केल *T* प्राप्तांक, वय आणि डिलेड मॅच्युरेशन स्केल *T* प्राप्तांक हे सिझॉईड पर्सनॅलिटी डिसऑर्डर स्केल *T* प्राप्तांकाशी महत्त्वपूर्णरीत्या संबंधित होते, $R = .41$, *R-square* = .16 आणि adjusted *R-square* = .15, $F(3, 179) = 11.68$, $p < .001$ (किंवा $p < .0005$)

अनोवा[a]

Model		*Sum of Squares*	df	*Mean Square*	F	*Sig.*
1	Regression	5719.777	3	1906.592	11.682	.000[b]
	Residual	29212.989	179	163.201		
	Total	34932.766	182			

a. Dependent Variable: *T* score for Schizoid Personality Disorder scale.
b. Predictors: (Constant), Obsessive-Compulsive Personality Disorder scale *T* score, age, Delayed Maturation scale *T* score.

हे लक्षात घ्या की, SPSS च्या प्रिंटआउटमध्ये महत्त्वपूर्णता पातळी .000 (किंवा $p = .000$) इतकी होती. प्रमाणित संकेतानुसार $p = .000$ असे न नोंदविता कोणत्यातरी एका पूर्णांकापेक्षा कमी असे नोंदविले जाते. परंतु, SPSS मध्ये चार दशांश स्थानांपर्यंत राउंडिंग करून उत्तर काढले जाते, म्हणून आपल्याला हे माहिती आहे की, $p = .000$ म्हणजे प्रत्यक्षात आपण $p < .0005$ असे नोंदवू शकतो, जरी $p < .001$ हे जास्त सर्वसाधारण आहे.

आता आपण प्रतिगमन सूत्राचे महत्त्व प्रस्थापित केल्यानंतर, आपल्याला प्रत्येक स्वतंत्र चलाची, अवलंबी चलाचा अंदाज वर्तविण्यातील ताकद तपासण्याची गरज आहे. गुणज प्रतिगमन निकालाचा अंतिम भाग खाली दिला आहे.

Coefficients[a]

		Unstandardized Coefficients		*Standardized Coefficients*		
Model		B	*Std. Error*	*Beta*	t	*Sig.*
1	(Constant)	17.459	6.840		2.552	.012
	Age	1.134	0.293	.270	3.870	.000
	Delayed Maturation scale *T* score	0.126	0.064	.139	1.973	.050
	Obsessive-Compulsive Personality Disorder scale *T* score	0.359	0.084	.295	4.252	.000

a. Dependent Variable: TSZ.

अप्रमाणित गुणांक (Unstandardized Coefficients) यामधील *B* स्तंभात अवलंबी चलाचा अंदाज वर्तविण्यासाठी स्वतंत्र चलांच्या विशिष्ट मूल्यांना ज्या प्रत्यक्ष मूल्याने गुणले जाणार आहे, ती दिली आहेत. तथापि, स्वतंत्र चलांचे तुलनात्मक महत्त्व जाणून घेण्यासाठी *B* भारांचा फार उपयोग होत नाही. जर अवलंबी आणि स्वतंत्र चलांचे शून्य मध्यमान असलेल्या *z* प्राप्तांकात प्रमाणीकरण केलेले असेल आणि प्रमाण विचलन 1.00 असेल तरच हे भार जास्त निष्कर्ष काढण्याजोगे होतील. अशी प्रमाणित मूल्ये प्रमाणित गुणांक (Standardized Coefficients) यामधील beta स्तंभात दिसतात. या beta भारांचे सहसंबंध गुणांक म्हणून विवेचन होऊ शकते. Obsessive-Compulsive Personality Disorder scale *T* प्राप्तांकाचा beta भार .295 हा सिझॉईड वर्तणुकीचे भाकीत करण्यासाठी तिघांमध्ये सर्वात ताकदवान (बळकट) आहे, असे दिसून येते. यानंतर, Obsessive-Compulsive Personality Disorder scale *T* प्राप्तांकाचा beta भार शून्यापासून महत्त्वपूर्णदृष्ट्या वेगळा आहे का हे पाहाण्यासाठी t मूल्यांची महत्त्वपूर्णता तपासा. $t = 4.252$ आणि महत्त्वपूर्णता पातळी आहे $p < .001$ (किंवा $p < .0005$), जी पारंपरिक महत्त्वपूर्णता पातळीपेक्षा (.05) कमी आहे. म्हणून असे म्हणता येईल की, Obsessive-Compulsive Personality Disorder scale *T* प्राप्तांक हा सिझॉईड व्यक्तिमत्व विकारप्रमाणाच्या प्राप्तांकाचा (Schizoid Personality Disorder scale score) महत्त्वपूर्ण भविष्यवक्ता आहे. शिवाय, beta भार धन असल्याचा अर्थ असा आहे की Schizoid Personality Disorder च्या प्रमाणात Obsessive-Compulsive Personality Disorder चे प्रमाण वाढते. beta भाराच्या दुसऱ्या क्रमांकावर वय येते आहे, आणि त्याचे मूल्य आहे .270 ($t = 3.870$, $p < .001$ किंवा $p < .0005$). हे देखील धन असल्याने, त्याचा अर्थ असा होतो की, जसे वय वाढते तसे Schizoid Personality Disorder चे प्रमाण वाढते. शेवटी, Delayed Maturation scale प्राप्तांकाचा beta = .139 आहे आणि तोही महत्त्वपूर्ण भागीदार आहे ($t = 1.973$, $p = .05$). जरी हा सिझॉईड व्यक्तिमत्व विकारप्रमाणाच्या प्राप्तांकाचा (Schizoid Personality Disorder scale score) महत्त्वपूर्ण भविष्यवक्ता असला तरी, Delayed Maturation प्रमाणाचा beta दुसऱ्या दोन्ही भविष्यवक्त्यांपेक्षा निम्याने कमी ताकदवान आहे. तसेच, महत्त्वपूर्णता पातळीबाबत शोध ही महत्त्वाचा आहे कारण ती अगदी पारंपरिक महत्त्वपूर्णता पातळी, $p = .05$, इतकीच आहे. पारंपरिक महत्त्वपूर्णता पातळीपेक्षा लहान नसली तरीही, बहुतेक संख्याशास्त्रज्ञांनी नलगृहीतप्रमेय अस्वीकृत केले असते आणि निकाल संख्याशास्त्रीयदृष्ट्या महत्त्वपूर्ण ठरविले असते.

प्रतिगमन विश्लेषणासंबंधी अंतिम विचार

या आधी पाहिल्याप्रमाणे, सर्व विज्ञानांमध्ये प्रतिगमन विश्लेषण सामान्यतः वापरले जाते. ते खूप गुंतागुंतीचे होऊ शकते, आणि काहीवेळा, त्याचे निष्कर्ष वादग्रस्त ठरू शकतात. जर या प्रक्रियांसंबंधी तुम्हाला जास्त अभ्यास करायचा असेल तर संख्याशास्त्राचे प्रगत पुस्तक तुम्ही वापरावे. मी *Multivariate Statistics by Tabachnick and Fidell* (2007) हे पुस्तक तुम्हाला सुचवीन.

स्पिअरमन यांचा सहसंबंध

स्पिअरमन यांचा सहसंबंध गुणांक (काहीवेळा स्पिअरमन यांचा rho [ρ] किंवा r_s म्हणून ओळखला जातो, यातील छोटा *s* स्पिअरमन यांच्या सन्मानासाठी आहे) श्रेणीय डेटांच्या दोन संचाच्या संबंधाची पातळी ठरवितो. स्पिअरमन यांचा सहसंबंध (Spearman's correlation) श्रेणी-रचना सहसंबंध गुणांक म्हणूनही ओळखला जातो. जरी स्पिअरमन यांचा सहसंबंध

गुणांक हा पिअरसन यांच्या r पेक्षा कमी वापरला जात असला तरी, प्रसंगानुरूप काहीवेळा, चलांची रचना श्रेणीनुसार केली जाते (उदाहरणार्थ, 1 ते 10), किंवा, एखाद्या सलग चलाच्या आधारे चलांना श्रेणी दिली जाते. स्पिअरमन यांच्या सहसंबंध गुणांकाचे सूत्र खाली दिले आहे:

$$r_s = 1 - \frac{6\sum D^2}{N(N^2-1)}$$

जेथे, N = प्राप्तांकातील जोड्यांची संख्या.

अनेकवेळा, जेव्हा अनेक चले असतात आणि त्या सर्वांना दोन स्वतंत्र न्यायाधीशांनी श्रेणी दिलेल्या असतात, अशा परिस्थितीत स्पिअरमन यांचा सहसंबंध गुणांक, सामान्यतः वापरला जातो. उदाहरणार्थ, एका मानसशास्त्रज्ञाला हे पाहण्याची इच्छा आहे की पती-पत्नींच्या भाज्यांच्या निवडी किती सारख्या आहेत. पती-पत्नींच्या जोड्यांमधील प्रत्येकाला स्वतंत्रपणे त्यांच्या निवडी, अत्यंत आवडीची (# 1 श्रेणी) ते किमान आवडीची (# 7) या प्रमाणे प्राधान्यक्रमाने द्यायच्या होत्या. त्यांचा डेटा खालीलप्रमाणे:

	Husband	*Wife*	D *Score*	D^2
Broccoli	4	3	1	1
Cauliflower	3	1	2	4
Brussels sprouts	6	7	−1	1
Okra	1	2	−1	1
Cabbage	5	5	0	0
Spinach	2	4	−2	4
Turnips	7	6	1	1
				$\Sigma D^2 = 12$

हे लक्षात घ्या की, D प्राप्तांक हा श्रेणींच्या जोड्यांमधील पहिल्या श्रेणीच्या चलापासून शेवटपर्यंत काढलेला फरक आहे. सूत्रातील "6" ही संख्या हा एक स्थिरांक (constant) आहे आणि तो श्रेणीत चलांची कितीही संख्या असली तरी "6" च राहतो. N ही श्रेणींच्या जोड्यांची संख्या आहे (किंवा श्रेणीयुक्त चलांची संख्या).

या उदाहरणात, $N = 7$ आहे.

$$r_s = 1 - \frac{6\sum D^2}{N(N^2-1)}$$

$$r_s = 1 - \frac{6(12)}{7(49-1)}$$

$$r_s = 1 - \frac{72}{7(48)}$$

$$r_s = 1 - \frac{72}{336}$$

$$r_s = 1 - .214$$

$$r_s = .786$$

$$r_s = .79$$

हे लक्षात घ्या की, पिअरसनचा r आणि स्पिअरमनचा r बहुधा दोन दशांश स्थानांपर्यंत नोंदविले जातात.

स्पिअरमनच्या r चा अन्वयार्थ श्रेणींमधील रेषीय सहसंबंधांचा मापक ह्या दृष्टीने लावला जातो. एकाच श्रेणी डेटा संचासाठी पिअरसन r, स्पिअरमनच्या r इतकेच मूल्य मिळवून देईल. जेव्हा चल त्यांच्या मूळच्या अखंडित मापनाच्या स्वरूपात व्यक्त केलेले असतील, तेव्हा पिअरसनचा r, त्याचे श्रेणींमध्ये रूपांतर करून काढलेल्या स्पिअरमनच्या r एवढा (सारखा) असणार नाही.

स्पिअरमनच्या r साठी महत्त्वपूर्णता चाचणी

स्पिअरमनचा r, पिअर्सनच्या r प्रमाणे महत्त्वपूर्णतेसाठी तपासला जाऊ शकत नाही. परिशिष्ट C मधील स्पिअरमनच्या r साठी दिलेला महत्त्वपूर्णता तक्ता पाहा. ह्या तक्त्यात $p < .05$ आणि $p < .01$ या पातळ्यांशी नल गृहीतप्रमेय अमान्य करण्यासाठी स्पिअरमनच्या r चे किमान मूल्य प्रदर्शित केले आहे. हा तक्ता एकमेव आहे कारण येथे स्वतंत्रतेच्या पातळ्या मोजाव्या लागत नाहीत, कारण येथे N हा तक्त्यात प्रत्यक्षपणे वापरलेला आहे. आधीच्या उदाहरणात, नल आणि पर्यायी गृहीतप्रमेये खालीलप्रमाणे आहेतः

$H_0: \rho = 0$

$H_a: \rho \neq 0$

स्पिअरमनच्या महत्त्वपूर्णता तक्त्यात असे निदर्शनास येते की, $p < .05$ पाशी, H_0 अमान्य करण्यासाठी r चे किमान मूल्य .786 असणे आवश्यक आहे. मिळालेल्या r_s चे मूल्य बरोबर एवढेच आहे; म्हणून $p < .05$ पाशी, H_0 अमान्य करणे शक्य आहे. अमेरिकन सायकॉलॉजिकल असोसिएशन (2010) च्या पद्धतीप्रमाणे, काढलेले r_s मूल्य असे नोंदविता येईलः

$r_s(7) = .79, p = .05$

सारांशाने, आधीच्या उदाहरणाच्या बाबतीत, निकाल असे सूचित करतात की, पती आणि पत्नीच्या सात भाज्यांच्या संबंधीच्या गुणानुक्रमात तीव्र धन सहसंबंध आहे. r_s केवळ योगायोगाने .79 असण्याची संभाव्यता शंभर संधींमधील पाच संधी किंवा .05 आहे. म्हणून, $r_s = .79$ संख्याशास्त्रीय दृष्ट्या महत्त्वपूर्ण आहे असे म्हणता येईल.

श्रेणींमधील बरोबरी

खालील उदाहरण (Coolidge, 1983) वेश्सलर इंटेलिजन्स स्केल फॉर चिल्ड्रेन – रिवाईज्ड (WISC-R) मधील इमोशनली डिस्टर्ब्ड चिल्ड्रेन (EDC) आणि लर्निंग डीसएबल्ड चिल्ड्रेन (LDC) वर्णनांच्या अभ्यासावरून घेतले आहे. WISC-R मध्ये 10 वेगवेगळ्या उपचाचण्या आहेत. या अभ्यासाचा केंद्रबिंदू, दोन गटात, मुलांच्या प्रत्येक गटातील तुलनात्मक बलस्थाने आणि उणिवांमध्ये साधर्म्य आहे का, हा होता. गटाच्या एकूण कामगिरीसाठी उपचाचण्यांना सर्वोत्तम (1) आणि सर्वात वाईट (10) असे गुणानुक्रम दिले होते. डेटा खालील तक्त्याप्रमाणे दाखविण्यात आला:

Subtest	*EDC Rank*	*LDC Rank*	D	D^2
1	10	10	0	0
2	7	5.5*	1.5	2.25
3	9	9	0	0
4	8	8	0	0
5	3	1	2	4
6	6	7	−1	1
7	5	5.5*	−5	0.25
8	1	2	−1	1
9	2	4	−2	4
10	4	3	1	1
				$\Sigma D^2 = 13.5$

नोंद घ्या: दोन उपचाचण्यांच्या 5 व्या गुणानुक्रमाची बरोबरी होत असल्याने, 5 आणि 6 या स्थानांची एकत्र बेरीज करून त्याला 2 ने भागून दोन्ही उपचाचण्यांना 5.5 हा सरासरी गुणानुक्रम दिला आहे. बरोबरी दर्शविण्यासाठी तारांकित चिन्ह काढले. नोंद करा की, 5 व्या आणि 6 व्या जागा घेतल्या गेल्या आहेत, त्यामुळे आता पुढच्या खालच्या चाचणीचा गुणानुक्रम 7 व्या स्थानावर नोंदविला जाईल. 5 व्या गुणानुक्रमाच्या स्थानी जर तीन जणांची बरोबरी झाली असती, तर 5, 6, आणि 7 या स्थानांची बेरीज करून तिला 3 ने भागले असते. म्हणजेच, बरोबरी करणाऱ्या तिन्ही उपचाचण्यांना 6 हा गुणानुक्रम देण्यात आला असता. त्यानंतरच्या उपचाचणीला 8 वा गुणानुक्रम मिळाला असता.

$$r_s = 1 - \frac{6\sum D^2}{N(N^2-1)}$$

$$r_s = 1 - \frac{6(13.5)}{10(100-1)}$$

$$r_s = 1 - \frac{81}{990}$$

$r_s = 1 - .0818$

$r_s = .918$

$r_s = .92$

नल आणि पर्यायी गृहीतप्रमेये पुढीलप्रमाणे आहेतः

$H_0: \rho = 0$

$H_a: \rho \neq 0$

स्पिअरमनच्या महत्त्वपूर्णता तक्त्यानुसार, $p < .01$ ला H_0 नाकारण्यात आला आहे. अनुमान असे काढता येईल की, गुणानुक्रमांच्या दोन संचांमध्ये महत्त्वपूर्ण, तीव्र सहसंबंध आहे, दोन गटांमधील तुलनात्मक बलस्थाने आणि उणिवा दोन्ही गटांतर्गत समान आहेत. याचा अर्थ असा की, एका गटातील एका उपचाचणीचा गुणानुक्रम माहीत असल्यास, दुसऱ्या गटाच्या त्याच उपचाचणीच्या गुणानुक्रमाचे भाकीत करता येईल. $r_s = .92, p < .01$.

बिंदू-द्विश्रेणी सहसंबंध

दोन भागात विभाजन झालेल्या आणि अखंडित चलामधील संबंधाच्या पातळीचा अंदाज बिंदू-द्विश्रेणी सहसंबंध (r_{pb}) देतो. आधुनिक गणनयंत्रांचा शोध लागण्यापूर्वी, ज्या विद्यार्थ्यांना मंद, आवाज करणाऱ्या आणि यांत्रिक गणनयंत्रांचा उपयोग करावा लागत होता, ते दोन अखंडित चलांपैकी एकाचे दोन भागात विभाजन करत (उदा. त्या चलावरील मध्यांक दोन भागात विभागून) आणि नंतर पिअरसनच्या सह्संबंधाऐवजी बिंदू-व्दिश्रेणी सहसंबंध काढत, कारण त्याचे सूत्र सोपे होते. मजा म्हणजे, पिअरसनच्या सहसंबंध सहगुणकाचे मूल्य बिंदू-व्दिश्रेणी सहसंबंधाच्या सूत्राने मिळणाऱ्या मूल्याइतकेच येते.

r_{pb} चा नमुनेदार वापर एका चाचणीतील घटकाचा सहसंबंध काढण्यासाठी केला जातो, जेव्हा, तो Type equation here. दोन भागात विभागलेला (उदा. होय-नाही) असतो, आणि सर्वसाधारण चाचणी गुणांकांसह अखंडित असतो. तो संशोधकाला हे सांगू शकतो की, एक व्यक्तिगत घटक सर्वसाधारण चाचणी गुणांकाचा चांगला अंदाजकर्ता ठरू शकतो की नाही. याचे सूत्र पुढीलप्रमाणे आहेः

$$r_{pb} = \frac{\bar{x}_1 - \bar{x}_2}{S} \cdot \sqrt{pq}$$

येथे,

$\bar{x}_1$ = द्विभाजित चलाच्या फक्त पहिल्या पातळीवरील सहभागी घटकांच्या अखंडित चलाचे मध्यमान

$\bar{x}$ = द्विभाजित चलाच्या फक्त दुसऱ्या पातळीवरील सहभागी घटकांच्या अखंडित चलाचे मध्यमान

S = अखंडित चलाच्या सर्व सहभागी घटकांचे प्रमाण विचलन

p = द्विभाजित चलाच्या फक्त पहिल्या पातळीवरील व्यक्तींचे प्रमाण

$q = 1 - p$.

उदाहरणार्थ, एका न्युरोसायकॉलॉजिस्टला, वयस्कर स्त्रिया आणि पुरुषांच्या नमुन्यात, बोटांनी टकटक करण्याचा वेग मोजून, स्नायूंचे गतीप्रेरक कार्य लिंगाशी संबंधित असते का, हे ठरविण्याची इच्छा होती. या उदाहरणात, लिंग हे अंतर्निहित दोन भागात विभागलेले चल आहे, तर बोटांनी टकटक करणे (5 सेकंदांमधील टकटक करण्याची संख्या) एक अखंडित चल म्हणून मोजले आहे. डेटा खालीलप्रमाणे तक्त्यात दाखविला आहे:

Participants	*Finger Taps*
Male	10
Female	12
Female	14
Male	9
Male	11
Female	13
Female	14
Female	10
Male	8
Female	11

अहेतुकपणे, पुरुषांना द्विभाजित चलाची 1 ही पातळी आणि स्त्रियांना द्विभाजित चलाची 2 ही पातळी आहे, असे माना. मात्र क्रमाच्याबाबत दक्षता हवी! आधी नोंदविल्याप्रमाणे, कोणता द्विभाजित गट पातळी 1 किंवा 2 म्हणून नोंदविला जातो, हे पूर्णतः आपल्या मनावर अवलंबून आहे. परंतु, अंतिम चाचणी सांख्यिकीचा अर्थ नक्कीच या दोन पातळ्यांवर अवलंबून राहातो. हे मानवनिर्मित वैचित्र्य आहे, पण द्विभाजित मापनपट्टीत पातळी 1 ही "वरची" पातळी समजली जाते आणि पातळी 2 ही "खालची" पातळी समजली जाते. म्हणजेच, जर धन सहसंबंध असेल, तर द्विभाजित चलाचे वरचे गुणांक (1 ली पातळी) अखंडित चलाच्या वरच्या गुणांकांशी जोडले जातात. जर ऋण सहसंबंध असेल, तर द्विभाजित चलाचे वरचे गुणांक (1 ली पातळी) अखंडित चलाच्या खालच्या गुणांकांशी जोडले जातात.

पायरी 1. पहिल्या पातळीसाठी, म्हणजेच गट ($\bar{x}_1$) साठी अखंडित चलाचे मध्यमान काढा:

$$\bar{x}_1 = \frac{10+9+11+8}{4} = 9.50$$

पायरी 2. दुसऱ्या पातळीसाठी, म्हणजेच गट ($\bar{x}_2$) साठी अखंडित चलाचे मध्यमान काढा:

$$\bar{x}_2 = \frac{12+14+13+14+10+11}{6} = 12.33$$

पायरी 3. अखंडित चलाचे प्रमाण विचलन काढा (S):

$$S = \sqrt{\frac{\sum x^2 - \frac{(\sum x)^2}{N}}{N-1}}$$

$$S = \sqrt{\frac{1292 - \frac{(112)^2}{10}}{10-1}}$$

$$S = 2.044$$

पायरी 4. पहिल्या पातळीतील सदस्यांच्या संख्येचे एकूण सदस्य संख्येशी असलेले प्रमाण काढा (p):

$$p = \frac{4}{10} = 0.4$$

पायरी 5. दुसऱ्या पातळीतील सदस्यांच्या संख्येचे एकूण सदस्य संख्येशी असलेले प्रमाण काढा (q):

$$q = 1 - p = 1 - 0.4 = 0.6$$

पायरी 6. अखेरीस, वर काढलेली मूल्ये उचलून सूत्रात घाला आणि r_{pb} दोन दशांश स्थानांपर्यंत काढा (परंपरागत प्रमाणक):

$$r_{pb} = \frac{\bar{x}_1 - \bar{x}_2}{S} \cdot \sqrt{pq}$$

$$r_{pb} = \frac{9.50 - 12.33}{2.044} \cdot \sqrt{(0.4)(0.6)}$$

$$r_{pb} = -.679$$

$$r_{pb} = -.68$$

बिंदू-द्विश्रेणी सहसंबंध सहगुणकाच्या महत्त्वपूर्णतेची चाचणी

बिंदू-द्विश्रेणी सहसंबंध सहगुणकाची महत्त्वपूर्णता पिअरसनच्या r च्याच पद्धतीने तपासली जाते. नल आणि पर्यायी गृहीतप्रमेये पुढीलप्रमाणे असतात:

$$H_0: \rho = 0$$

$$H_a: \rho \neq 0$$

r चे मूल्य आणि प्राप्तांकांच्या जोड्यांची संख्या, $N - 2$ स्वतंत्रता पातळ्यांसह, t वितरणात रूपांतरित केले जातात, जेथे N ही प्राप्तांकांच्या जोड्यांची संख्या असते. t सांख्यिकी फक्त r चे मूल्य शून्य आहे का ते तपासण्यासाठी वापरता येते. त्याचे सूत्र पुढीलप्रमाणे:

$$t = \frac{r}{\sqrt{\frac{1-r^2}{N-2}}}$$

येथे, N = प्राप्तांकांच्या जोड्यांची संख्या. $df = N - 2$.

म्हणून,

$$t = \frac{-.6790}{\sqrt{\frac{1-0.4611}{8}}}$$

$$t = \frac{-.6790}{\sqrt{0.0674}}$$

$$t = \frac{-.6790}{0.2595}$$

$$t = -2.617$$

परिशिष्ट B मधील t वितरणापासून t चे निर्णायक मूल्य मिळवले. या उदाहरणात, $df = 8$ आणि $p = .05$ घेऊन, t चे निर्णायक मूल्य $\pm$ 2.306 आहे. आपण सूत्र वापरून काढलेला $t - 2.617$ हा निर्णायक मूल्यापेक्षा मोठा आहे; म्हणून आपण H_0 अमान्य करू आणि असा निष्कर्ष काढू की, आपला $r_{pb} = -.68$ संख्याशास्त्रीय दृष्टिकोनातून महत्त्वपूर्ण आहे. याचा अर्थ असा की, लिंग आणि बोटांनी टकटक करणे यांमध्ये महत्त्वपूर्ण संबंध आहे. पुरुष पहिल्या पातळीवर असल्याने, ऋण सहसंबंधाचा अन्वयार्थ असा लावता येईल की, पुरुषांचा संबंध अखंडित चलाच्या (बोटांनी टकटक करणे) खालच्या पातळ्यांशी आहे, आणि द्विभाजित चलाच्या खालच्या पातळीचा (स्त्रिया) संबंध अखंडित चलाच्या वरच्या पातळीशी (बोटांनी टकटक करणे) जोडला आहे.

संशोधन पत्रिकेत, r_{pb} चा अहवाल पुढीलप्रमाणे केला जाऊ शकेल:

लिंग आणि स्नायूंचे गतिप्रेरक कार्य यांमध्ये तीव्र आणि महत्त्वपूर्ण ऋण सहसंबंध आहे. r_{pb} (8) = – .68, $p <$ .05; दुसऱ्या शब्दात, वयस्कर पुरुषांचे स्नायूंचे गती प्रेरक कार्य वयस्कर स्त्रियांच्या तुलनेत मंदपणे होते.

फी (ϕ) सहसंबंध

फी सहसंबंध दोन द्विभाजित चलांमधील संबंधाच्या पातळीचा अंदाज देते. फी (ϕ) सहसंबंध सहगुणकाच्या मूल्याचा अन्वयार्थ अगदी पिअरसनच्या r सारखाच लावला जातो, म्हणजे, तो – 1.00 पासून ते + 1.00 पर्यंत बदलू शकतो.

उदाहरणार्थ, मुलांमधील अटेन्शन डेफिसिट/हायपर ॲक्टिविटी डिसऑर्डर (ADHD) ही अपोझिशनल डीफायंट डिसऑर्डर (ODD) या रोगासहित सापडते. 183 वर्तणुकीतील समस्या असलेल्या मुलांच्या गटाचे ADHD आणि/किंवा ODD च्या निदानासाठी परीक्षण केले. त्यांना क्रमाने मानसशास्त्रीय चाचण्या, उपचारात्मक मुलाखती, आणि वर्तणुकीसंबंधीची निरीक्षणे दिली; यानंतर, मुलांचे वर्गीकरण ADHD असलेली, ODD असलेली, दोन्ही असलेली किंवा दोन्ही नसलेली अशा गटांमध्ये करण्यात आले. या निदानात्मक संयोगांच्या वारंवारिता खालील तक्त्यात दाखविल्याप्रमाणे आहेत:

		ODD	
		No	*Yes*
ADHD	No	110[a]	19[b]
	Yes	22[c]	32[d]

या सारिणीतील व्यक्तिगत स्थानांना a पासून d पर्यंत नावे दिली, त्यामुळे सूत्रातील स्थाने ओळखणे सोयीचे होईल. ϕ साठी सूत्र पुढीलप्रमाणे:

$$\phi = \frac{ad - bc}{\sqrt{(a+b)(c+d)(a+c)(b+d)}}$$

$$\phi = \frac{(110)(32)-(22)(19)}{\sqrt{(110+19)(22+32)(110+22)(19+32)}}$$

$$\phi = \frac{3520-418}{\sqrt{(129)(54)(132)(51)}}$$

$$\phi = \frac{3102}{\sqrt{46,895,112}}$$

$$\phi = \frac{3102}{6848.000584}$$

$$\phi = .453$$

$$\phi = .45$$

फी च्या (phi) महत्त्वपूर्णतेसाठी चाचणी

फी सहसंबंधाच्या महत्त्वपूर्णतेची तपासणी फी मूल्याचे रूपांतर काई स्क्वेअर सांख्यिकीमध्ये (χ^2) करून आणि त्याची तुलना काई स्क्वेअर वितरणाबरोबर करून करता येते. नल आणि पर्यायी गृहीतप्रमेये पुढीलप्रमाणे असतात:

H_0: $\phi = 0$

H_a: $\phi \neq 0$

फी चे काई स्क्वेअरमध्ये रूपांतर करण्याचे सूत्र

$$\chi^2 = N(\phi)^2$$

जेथे, N = सहसंबंधात सहभाग घेणाऱ्या घटकांची संख्या, आणि df नेहमीच 1 इतका असतो.

परिशिष्ट D मध्ये काई स्क्वेअरची निर्णायक मूल्ये दिलेली आहेत. $df = 1$ आणि $p = .05$ ला काई स्क्वेअरचे निर्णायक मूल्य 3.84 आहे. काई स्क्वेअरचे काढलेले मूल्य (183) $(.453)^2$ = 37.55 आहे. काढलेले χ^2 मूल्य = 37.55 हे तक्त्यातील $df = 1$ आणि $p = .05$ ला निर्णायक χ^2 मूल्य = 3.84 पेक्षा मोठे आहे. म्हणून, H_0 अमान्य होते, आणि असा निष्कर्ष निघतो की, ADHD आणि ODD च्या निदानांमध्ये महत्त्वपूर्ण धन संबंध आहे, χ^2 (1, N = 183) = 37.55, $p < .001$. (लक्षात घ्या की शेवटच्या विधानात p ची कमीतकमी पातळी नोंदविण्यात आली होती कारण काढलेले काई स्क्वेअरचे मूल्य $p = .001$ ला असलेल्या निर्णायक मूल्यापेक्षाही मोठे होते.) संशोधन पत्रिकेत, ϕ सहसंबंध पुढीलप्रमाणे नोंदविला जाऊ शकेल:

> वर्तणुकीतील समस्या असलेल्या 183 मुलांच्या नमुन्यामध्ये, ADHD आणि ODD च्या निदानामध्ये तीव्र आणि महत्त्वपूर्ण धन सहसंबंध होता, $\phi = .45$, $p < .001$. दुसऱ्या शब्दात, ADHD चे निदान केलेल्या जवळजवळ 60% मुलांना ODD सुद्धा असल्याचे निदान करण्यात आले, आणि ODD चे निदान करण्यात आलेल्या जवळजवळ 63% मुलांना ADHD सुद्धा असल्याचे निदान करण्यात आले.

इतिहासाचा मागोवा

गाल्टन ते फिशर

सर फ्रान्सिस गाल्टन (1822–1911)

स्रोत: सार्वजनिक प्रक्षेत्र

फ्रान्सिस गाल्टन (1822–1911) यांना संख्याशास्त्रीय संबंध सर्वप्रथम औपचारिक पद्धतीने सादर करण्याचे श्रेय दिले जाते. त्यांच्यावर चार्ल्स डार्विन यांचा खोलवर प्रभाव पडला होता, वारशाच्या अभ्यासात 'अंदाज करणे' यास एक साधन म्हणून वापरण्यास गाल्टनच्या संशोधनाने वाहून घेतलेले होते. त्याच्या संशोधनाचा भाग म्हणून, गाल्टनने गोड वाटाण्याचा वापर केला, आणि पालक आणि छोट्या बियांना त्यांच्या आकारानुसार गुणानुक्रम दिले. त्याने वडील आणि मुलांच्या उंचींचाही अभ्यास केला. या संशोधनातून त्याने अशी नोंद केली की, मुले त्यांच्या परिपक्व उंचीमध्ये त्यांच्या पालकांपेक्षा कमी फरक आणि थोडेसेच पराकोटीचे बदल दाखवितात. या प्रक्रियेला त्याने "पूर्वस्थितीप्राप्त" असे नाव दिले, आणि अशा प्रकारे r ह्या चिन्हाचा उगम झाला जे आता सहसंबंध सहगुणक म्हणून प्रचारात आहे.

कार्ल पिअरसन (1857–1936) हा गाल्टनचा मित्र होता, आणि संख्याशास्त्राच्या सुरुवातीच्या इतिहासात तो असाच प्रसिद्ध आहे. 1893 मध्ये पिअरसनने *प्रमाण विचलन* ही संज्ञा प्रदर्शित केली. 1895 मध्ये, त्याने एक लेख प्रसिद्ध केला, त्यात त्याने सध्याच्या सहसंबंध सहगुणकाचे सूत्र आणि त्याच्या परीक्षणाची सांख्यिकी काढली होती. 1920 मध्ये, पिअरसनचा मुलगा ईगन, याने गृहीतप्रमेयाच्या परीक्षणाची कल्पना विकसित केली, आणि त्याच्या कामातून नल आणि पर्यायी गृहीतप्रमेयांच्या आत्ताच्या व्याख्या निर्माण झाल्या.

1904 मध्ये, चार्ल्स स्पिअरमनने (1863–1945) एक लेख प्रकाशित केला ज्यात त्याने श्रेणी-क्रम सहसंबंधाचे सूत्र मांडले होते. परंतु, सध्याचे सूत्र प्रत्यक्षात कार्ल पिअर्सनने 1907 मध्ये तयार केले. याशिवाय, बहुधा गाल्टन हा श्रेणी सहसंबंध विकसित करणारा पहिला (संख्याशास्त्रज्ञ) होता, जेव्हा त्याने त्याच्या स्वीट पी सीड्सना गुणानुक्रम दिले होते. यापुढे, श्रेणी-क्रम सहसंबंध सहगुणकासाठी ऱ्हो (ρ) हे चिन्ह वापरावे अशी सूचना पिअर्सन यांनी केली. बरेच संख्याशास्त्रज्ञ ऱ्हो (ρ) हे चिन्ह जनसंख्येच्या सहसंबंध सहगुणकासाठी पिअर्सनच्या गुणन मूल्य सहसंबंध सहगुणकाबाबत आणि श्रेणी-क्रम सहसंबंध सहगुणकासाठी वापरतात. r_s हे चिन्ह (ज्यात s हा स्पिअरमनच्या सन्मानार्थ येतो) अगदी अलीकडे नमुन्याच्या श्रेणी-क्रम सहसंबंध सहगुणकासाठी वापरले जाते.

1958 मध्ये रोनाल्ड फिशर, हा हौशी पाईप स्मोकर, तंबाखू कंपनीचा बचाव करण्यासाठी आला. धूम्रपान हे फुप्फुसाच्या कॅन्सरचे कारण असते यासंबंधी केवळ सहसंबंधात्मक पुरावा होता, ह्या गोष्टीचे त्याला महत्त्व वाटले. काही प्रमाणात, कार्यक्रम कोणताही असला तरी (नागरिकांच्या आरोग्याविषयी सुद्धा) सरकारी पैशाचा उपयोग सरकारी कार्यक्रमाच्या जाहिरातीसाठी केला जातो, या वस्तुस्थितीमुळे त्याच्या आक्षेपात आणखी भर पडली. याशिवाय, काही प्रमाणात, धूम्रपान फुप्फुसाच्या कॅन्सरचे नेमके कारण कसे ठरते, हे दर्शवणाऱ्या स्पष्ट प्रात्यक्षिक यंत्रणेचा अभाव असल्याबद्दलही त्याचा आक्षेप होता. याबाबतीत, फिशरने असा पुरावाही सादर केला की, धूम्रपानाची प्रवृत्ती पालकांकडून अनुवंशिकतेने आलेली

असते, आणि त्याने इतर संशोधकांना, फुफ्फुसाचा कॅन्सर धूम्रपानामुळे होत नसण्याची शक्यता असून तो अनुवंशिकतेनेच पालकांकडून येतो, हे दाखविण्याचे आव्हान दिले. 1960 मध्ये, या दबावाखाली अंतिम-विश्लेषण (जो अनेक अभ्यासांचा संख्याशास्त्रीय आढावा आहे) प्रकाशित करण्यात आले, ज्यात धूम्रपान आणि फुफ्फुसाचा कॅन्सर यांमधील नाकारता न येण्याजोगा दुवा स्पष्टपणे सिद्ध करण्यात आला होता. नियंत्रित प्रयोगाच्या पुराव्याअभावी देखील, इतर प्रकारच्या पुराव्यांच्या असंख्य मार्गांमुळे, जरी कारण-परिणाम संबंध विशेष निर्देशित नसला तरी, धूम्रपान आणि फुफ्फुसाचा कॅन्सर यांमधील थोड्याही कार्यकारण संबंधाकडे दुर्लक्ष करणे अशक्य होते. वैद्यक समूहाने, या अंतिम विश्लेषणाच्या आधारे, त्यावेळेपासून पुढे अशी वैचारिक भूमिका घेतली की, धूम्रपान घातक होते.

अशा प्रकारे, हा काही एकमेव, स्पष्ट आणि अंतिम, नियंत्रित प्रयोग नव्हता की ज्याने वैद्यक समूहास धूम्रपान विरोधी बनविले, परंतु अनेक निरनिराळ्या प्रकारच्या अभ्यासांमधील जवळजवळ सुसंगत एकवाक्यता, धूम्रपानाचा फुफ्फुसाच्या कॅन्सरशी कार्यकारण संबंध होता, ह्या गृहीतप्रमेयाची उपयुक्तता अखेरीस सिद्ध करू शकली. नियंत्रित प्रयोगाचा कट्टर पुरस्कर्ता असलेला फिशर, ही गोष्ट समजू शकला नाही की, कोणीही नैतिकदृष्ट्या यादृच्छिक पद्धतीने तरुणांच्या गटांना धूम्रपान सुरू करण्यास प्रवृत्त किंवा परावृत्त करू शकत नाही, आणि नंतर पुढची 30 वर्षे त्यांच्या आरोग्याचा पाठपुरावा करू शकत नाही. अशी परिस्थिती काही वेळा असते जेव्हा नियंत्रित प्रयोग करणे अशक्य असते. फिशर, बहुधा स्वतः अत्यानंदी पाईप स्मोकर असल्याने, त्याच्या ह्या व्यसनाने प्रभावित झालेला होता, त्याच्या ह्या व्यसनाचे कोणतेही दुष्परिणाम नसावेत अशी त्याची इच्छा होती, आणि नियंत्रित प्रयोगाखेरीज कार्यकारणसंबंधाचा दुसरा कुठलाही पुरावा न स्वीकारण्याची त्याची हट्टी वृत्ती होती. खरे तर, फिशर असे म्हणाला की, यादृच्छिक प्रायोगिक आराखड्याशिवाय किंवा नियंत्रित प्रयोगाशिवाय काहीच सिद्ध करता येत नाही. उपरोधिकपणे, हा गंमतशीर वाद अजूनही चालू आहे कारण दुसऱ्याच्या धूम्रपानाचे आरोग्यावर होणारे परिणाम वाद निर्माण करत आहेत. पुन्हा, ह्याची दखल घेणे आवश्यक आहे की, उदाहरणार्थ, दुसऱ्याच्या धूम्रपानाचा मुलांच्या आरोग्यावर होणारा परिणाम, असा नियंत्रित प्रयोग केला जाऊ शकत नाही. म्हणजेच, जरी पुरावे सहसंबंधात्मक स्वरूपाचे असले तरी, आपण पुराव्याच्या दुसऱ्या मार्गांचा स्वीकार करण्याची मानसिक तयारी केली पाहिजे.

महत्त्वाच्या संज्ञा, चिन्हे, आणि व्याख्या

अभिलेखीय डेटा (Archival Data) – पूर्वी गोळा केलेल्या डेटाचे पुनरावलोकन करण्याचा अभ्यासाचा एक प्रकार. प्रयोगकर्त्याला फक्त संख्याशास्त्रीय अधिकार असतात आणि मूळच्या प्रायोगिक संरचनेत बदल करण्याची कोणतीही साधने त्याला उपलब्ध नसतात.

कार्यकारण संबंध (Causal Relationship) – असा संबंध ज्यामध्ये एक घटक दुसऱ्याचे कारण आहे असे म्हटले जाते. कार्यकारण संबंध कधीही सहसंबंधात्मक संरचनेच्या किंवा सहसंबंधात्मक परीक्षण सांख्यिकीच्या आधारे अर्थ लावून सिद्ध करू नये; सहसंबंधात्मक संरचनेतून कार्यकारण संबंध सूचित केले जात असले तरी ते नियंत्रित प्रयोगांद्वारा तपासून घेतले जाऊ शकतात.

योग अनियमित असतो (Chance is lumpy) – संख्याशास्त्रात ढोबळ मानाने असे मानले जाते की एखादी घटनांची मालिका किंवा डेटातील असाधारण घटना प्रथमतः यादृच्छिकतेमुळे किंवा योगायोगाने घडते.

काइ स्क्वेअर वितरण (Chi-square (χ^2) distribution) – सैद्धांतिक नमुना वितरण जे फी सहसंबंधाच्या महत्त्वपूर्णतेच्या चाचणीसाठी वापरता येते, तसेच निकषविरहित (nonparametric) वारंवारिता डेटाच्या परीक्षणासाठीही वापरता येते.

निर्धारक गुणांक (Coefficient of determination (r^2)) – अशी सांख्यिकी जी एका चलातील बदल किती प्रमाणात दुसऱ्या चलामुळे घडून आला याचे स्पष्टीकरण देते आणि ती पिअरसनच्या सहगुणकाचा r चा वर्ग करून मिळवता येते.

स्थिरांक (Constant) – संख्याशास्त्रीय सूत्रात नेहमीच स्थिर, तोच राहाणारा एक विशिष्ट अंक.

सहसंबंध (Corelation) – दोन चलांमधील संबंधाची पातळी.

वक्ररेषीय संबंध (Curvilinear Relationship) – दोन चलांमधील आलेखीय प्रतिनिधित्व एका वक्र रेषेत उत्तम प्रकारे बसते असे गृहीत.

स्वतंत्रता पातळ्या (Degrees of Freedom) – असा निकष जो अभ्यासातील निरीक्षणांची किंवा गटांची संख्या वजा एक मूल्य (मूल्ये) असा ठरवला जातो, जो निरीक्षणांच्या किंवा गटांच्या बदलण्याच्या स्वातंत्र्यावर मर्यादा घालतो.

हेटरोस्केडास्टिसिटी (Heteroscedasticity) – अशी परिस्थिती जेथे व्दिचल वितरणातील एका चलाच्या काही मूल्यांचा व्हरायन्स दुसऱ्यांच्या तुलनेत जास्त असतो. ही होमोस्केडास्टिसिटीच्या उलट परिस्थिती असते.

होमोस्केडास्टिसिटी (Homoscedasticity) – पिअरसनच्या गुणन-मूल्य सहसंबंध सहगुणकाचे आणि रेषीय प्रतिगमनाचे गृहीत असते की वितरणात y प्राप्तांकांच्या सर्व मूल्यांचे x प्राप्तांकांसह प्रचलन सारखे असते.

किमान वर्ग पद्धत – प्रतिगमनातील एक पद्धत जी एकच सर्वोत्तम जुळणी रेषा निर्माण करते, ज्यामुळे X प्राप्तांक दिलेले असताना Y प्राप्तांकांचे भाकीत करता येते.

एकरेषीय संबंध – दोन अखंडित चलांच्या व्दिचल वितरणातील सरळ रेषेने सर्वोत्तम जुळणी होणारा संबंध.

गुणज प्रतिगमन विश्लेषण – अनेक स्वतंत्र चल आणि एका परावलंबी चलातील संबंधाची शक्ती मोजण्यासाठी केली जाणारी संख्याशास्त्रीय प्रक्रिया.

पिअरसनचा गुणन-मूल्य सहसंबंध (सहगुणक r) – दोन अखंडित चलांमधील संबंधाची शक्ती मोजण्याचे परिमाण. ते सहगुणक r ने दर्शविले जाते.

फी सहसंबंध – दोन व्दिभाजित चलांमधील संबंधाची शक्ती मोजण्याचे परिमाण. ते सहगुणक ϕ ने दर्शविले जाते.

बिंदू द्विश्रेणी सहसंबंध – एक अखंडित चल आणि एक व्दिभाजित चल यांमधील संबंधाची शक्ती मोजण्याचे परिमाण. सहगुणक r_{pb} त्याचे प्रतिनिधित्व करतो.

प्रतिगमन विश्लेषण (Regression analysis) – एक स्वतंत्र चल आणि एक अवलंबी चल यांच्यातील संबंधाची ताकद (बळकटी) मापनाची एक संख्याशास्त्रीय प्रक्रिया.

स्कॅटरप्लॉट (Scatterplot) – सहसंबंधीय संरचनांमध्ये दोन सलग चलांमधील संबंध दर्शविणारे आलेखीय सादरीकरण. हे एखाद्या व्दिचलीय वितरणाचे आलेखीय सादरीकरण असते.

साधे प्रतिगमन (Simple regression) – एखाद्या चलातील (X) बदलाप्रमाणे दुसरे चल (Y) कशाप्रकारे बदलते हे बघणारी संख्याशास्त्रीय प्रक्रिया.

स्पिअरमन यांचा सहसंबंध (Spearman's correlation) – गुणांक r_s ने दर्शविले जाणारे एकाच डेटा संचातील दोन क्रमवाचक श्रेणींमधील संबंधाचे परिमाण.

बळकट ऋण संबंध (Strong negative relationship) – ज्या संबंधात x चलाचा उच्च प्राप्तांक y चलाच्या कमी प्राप्तांकाशी जोडलेला आहे, आणि x चलाचा कमी प्राप्तांक y चलाच्या उच्च प्राप्तांकाशी जोडलेला आहे, असा संबंध.

बळकट धन सहसंबंध (Strong positive relationship) – ज्या संबंधात x चलाचा उच्च प्राप्तांक y चलाच्या उच्च प्राप्तांकाशी जोडलेला आहे, आणि x चलाचा कमी प्राप्तांक y चलाच्या कमी प्राप्तांकाशी जोडलेला आहे, असा संबंध.

t वितरण (t distribution) – सहसंबंधीय गृहीतप्रमेये तपासण्यासाठी वापरली जाणारी निर्णायक मूल्यांची सारिणी.

प्रकरण 6 सरावासाठी प्रश्न

1. एका मानसशास्त्रज्ञ ग्राहकाला प्रौढ स्त्रियांमध्ये बुटाचा आकार आणि त्यांचे वजन यांचा काही सहसंबंध आहे का, हे जाणून घ्यायचे होते. त्यांनी बुटांचे आकार मोजले आणि सलग 12 ग्राहकांना त्यांची वजने विचारली. ती खालील प्रमाणे आहेत. आकार 6, 116 पौंड; आकार 5.5, 121 पौंड; आकार 10, 165 पौंड; आकार 3, 101 पौंड; आकार 9.5, 148 पौंड; आकार 6, 150 पौंड; आकार 10, 167 पौंड; आकार 5.5, 134 पौंड; आकार 7.5, 145 पौंड; आकार 8, 201 पौंड; आकार 8.5, 138 पौंड; आणि आकार 5.5, 123 पौंड
   अ. या डेटासाठी पिअरसन यांचा सहसंबंध गुणांक काढा.
   ब. त्याची संख्याशास्त्रीय महत्त्वपूर्णता तपासा.
   क. या डेटासाठी स्कॅटरप्लॉट आलेख काढा.

2. दोन क्रीडा लेखकांनी 10 फूटबॉल संघांच्या 1990 मधील सर्वोत्तम संघ ठरविण्यासाठी श्रेणी निश्चित केल्या आणि दोन लेखकांनी अनुक्रमे दिलेल्या श्रेणी खालीलप्रमाणे आहेत:

49ers	#1	#2
Broncos	#2	#3
Cowboys	#3	#5
Packers	#4	#1
Raiders	#5	#4
Colts	#6	#8
Dolphins	#7	#6
Titans	#8	#10
Jaguars	#9	#9
Bills	#10	#7

   या डेटासाठी स्पिअरमन यांचा सहसंबंध गुणांक काढा आणि त्याची संख्याशास्त्रीय महत्त्वपूर्णता तपासा.

SPSS पाठ 6

सहसंबंधाचा उद्देश दोन चलांमधील संबंधाची ताकद मोजणे हा आहे. संबंधाची ताकद ही त्यांच्या मूल्यांचे अंदाज वर्तविणारे मापक देखील असते. जर दोन चलांमध्ये बळकट सहसंबंध असेल, तर त्या दोन चलांमध्ये बळकट संबंध देखील असतो. याचा अर्थ असा की, चलापैकी एका चलाचा पिअरसन यांचा गुणांक माहिती असल्यास दुसऱ्या चलाच्या प्राप्तांकाचा अंदाज बांधण्यास मदत होते.

SPSS प्रणालीत साधा सहसंबंध आणि आंशिक सहसंबंध (Simple Correlation and Partial Correlation) काढता येतात. या स्वाध्यायात (तसेच या पुस्तकात) फक्त साधा सहसंबंध किंवा ज्याला इतर वेळेस पिअर्सन यांचा गुणन-मूल्य सहसंबंध गुणांक असे म्हणतात, तो लक्षात घेतला जाणार आहे. पिअरसन यांच्या गुणन-मूल्य सहसंबंध गुणांकांची रचना दोन सलग चलांमधील संबंध मोजण्यासाठी केली गेली आहे. हा सहसंबंध गुणांक r ने दर्शविला जातो, ज्याचा विस्तार –1.00 (बळकट ऋण सहसंबंध) ते +1.00 (बळकट धन सहसंबंध) यामध्ये असतो. खऱ्या जगात, अगदी तंतोतंत $r = -1.00$

किंवा $r = +1.00$ असा सहसंबंध असत नाही. साधारणतः, कोणताही $r = -.50$ पेक्षा कमी किंवा $r = +.50$ पेक्षा जास्त हे बळकट संबंध मानले जातात. प्रत्यक्षात, $r = -.90$ पेक्षा कमी किंवा $r = +.90$ पेक्षा जास्त हे संबंध फार क्वचित आढळतात.

पिअर्सन यांच्या गुणन-मूल्य सहसंबंध गुणांकाचे विश्लेषण करणे

Total autistic symptoms (*SASTOT*) आणि schizoid personality disorder (*Schizoid*) या दोन चलांचा पिअरसन यांचा गुणन-मूल्य सहसंबंध काढण्यासाठी खालील टप्पे पूर्ण करा.

1. *Data Editor* मध्ये *Schizoid-Aspergers-Controls SPSS.sav* ही फाईल उघडा, ती www.uccs.edu/~faculty/fcoolidg/SPSS/Schizoid-Aspergers-Controls SPSS.sav. या संकेत स्थळावरून उतरवता येईल. आताचे विश्लेषण सुरू करण्यापूर्वी, या डेटातून Case #47 काढून टाकायची आहे हे लक्षात ठेवा (कारण Case #47 क्लिंकर होती.) जर तुम्ही या Schizoid-AspergersControls SPSS V1.sav ही फाईल या आधीच उतरविली असेल तर त्यातून Case #47 काढून टाकलेली असेल. ती तुम्हाला www.uccs.edu/~faculty/fcoolidg/SPSS/Schizoid-Aspergers-Controls SPSS V1.sav. या संकेतस्थळावरून तुमच्या संगणकावर घेता येईल.
2. अनुक्रमे Analyze > Correlate > Bivariate हे पर्याय निवडा.
3. *Bivariate Correlations* या संवादात, Total autistic symptoms हा पर्याय निवडा, Ctrl (Control) हे कीबोर्ड वरील बटण दाबून धरा, आणि नंतर schizoid personality disorder हा पर्याय निवडून arrow बटण वापरून एकाच वेळी, सर्व चले, निवडलेली चले या चौकटीत हलवा.

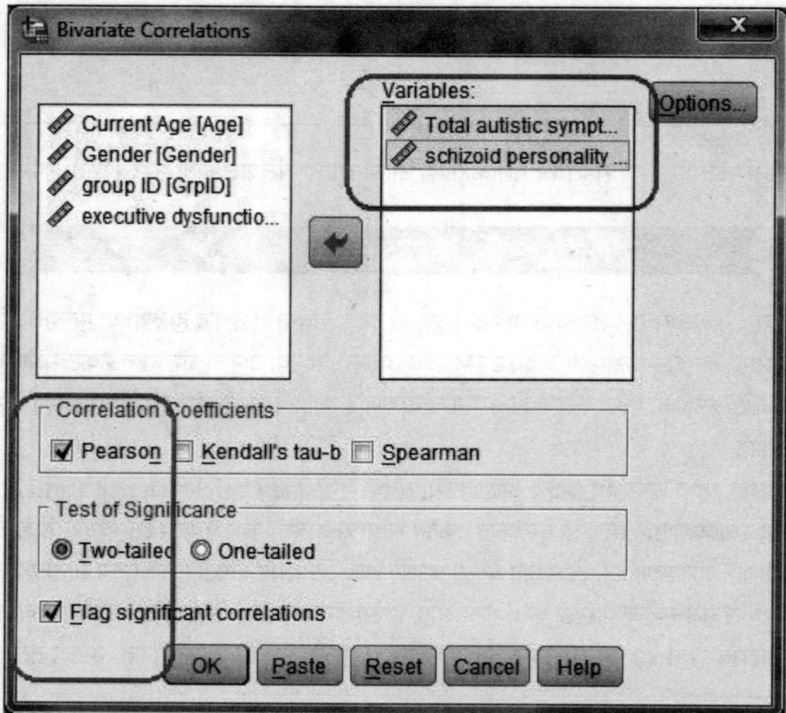

4. *Pearson* correlation coefficient या पर्याय निवड चौकटीसाठी विवक्षित (निवडलेली) सेटिंग्ज जशीच्या तशी ठेवा, the *Two-tailed* test of significance बटण, आणि *Flag significant correlations* पर्याय निवड चौकट निवडा आणि OK हा पर्याय वापरा.
5. *Statistics Viewer* मध्ये *Correlations* सारिणीचे परीक्षण करा.

Correlations

		Total autistic symptoms	schizoid personality disorder
Total autistic symptoms	Pearson Correlation	1	.730**
	Sig. (2-tailed)		.000
	N	71	71
schizoid personality disorder	Pearson Correlation	.730**	1
	Sig. (2-tailed)	.000	
	N	71	71

**. Correlation is significant at the 0.01 level (2-tailed).

आपल्याला दिसेल की पिअरसन सहसंबंध दोन चलांमधील आहे $r = .73$ आणि हा सहसंबंध $p < .0005$ (तिसरा दशांश 0 ला राउन्ड केला होता) साठी महत्त्वपूर्ण आहे. काही अज्ञात कारणांनी SPSS ने तळटिपेमध्ये सहसंबंध $p < .01$ (द्वि-पुच्छ) पातळीवर महत्त्वपूर्ण आहे असा अनावश्यक अहवाल दिला आहे.

स्कॅटरप्लॉट तयार करणे

1. *Data Editor* च्या main menu मध्ये, अनुक्रमे Graphs > Legacy Dialogs > Scatter/Dot हे पर्याय निवडा.
2. *Scatter/Dot* संवादात, Simple Scatter निवडा आणि Define हा पर्याय निवडा.
3. *Simple Scatterplot* या संवादात, Schizoid personality disorder हा पर्याय निवडा आणि arrow दाबून पर्यायाला *Y Axis* वर हलवा.
4. Total autistic symptoms ची निवड करा आणि arrow दाबून पर्यायाला *Y Axis* वर हलवा.
5. Title हा पर्याय निवडा.
6. *Titles* संवादात *dialog Line 1* या वर, enter Schizoid and Autistic Symptoms Scatterplot असे टाइप करा आणि Continue हा पर्याय निवडा.

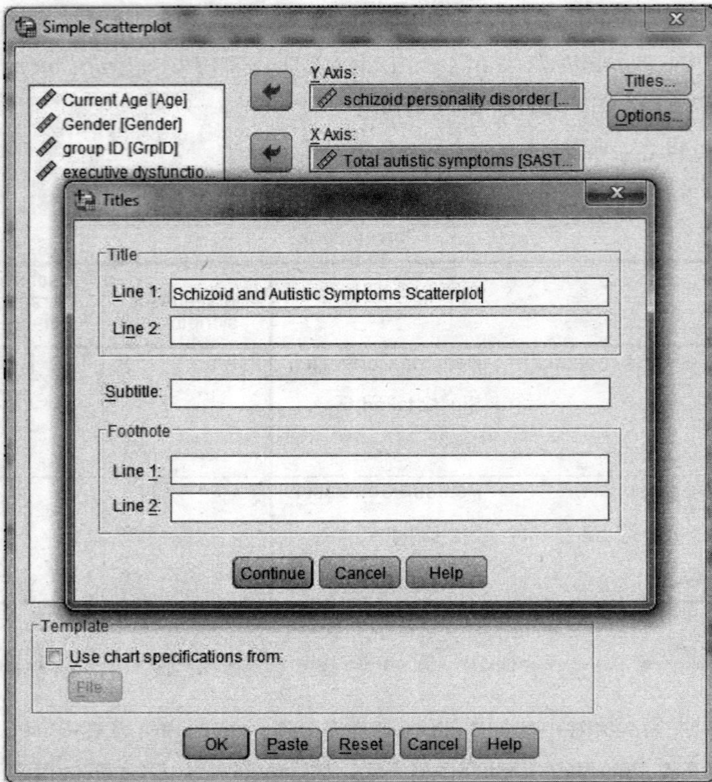

7. *Simple Scatterplot* संवादात, OK पर्याय निवडा.

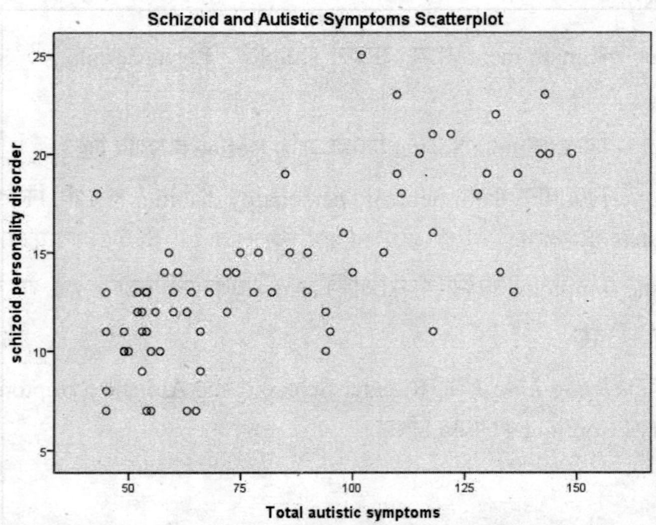

Statistics Viewer वर स्कॅटरप्लॉट दर्शविला जाईल.

8. सर्वोत्कृष्ट जुळणी रेषा घालण्यासाठी, *Statistics Viewer* मध्ये स्कॅटरप्लॉट वरच दोनदा स्पर्श करा. याने *Chart Editor* मध्ये स्कॅटरप्लॉट उघडून दिसू लागेल.
9. *Chart Editor* मध्ये, Add Fit Line at Total या चिन्हाची निवड करा.

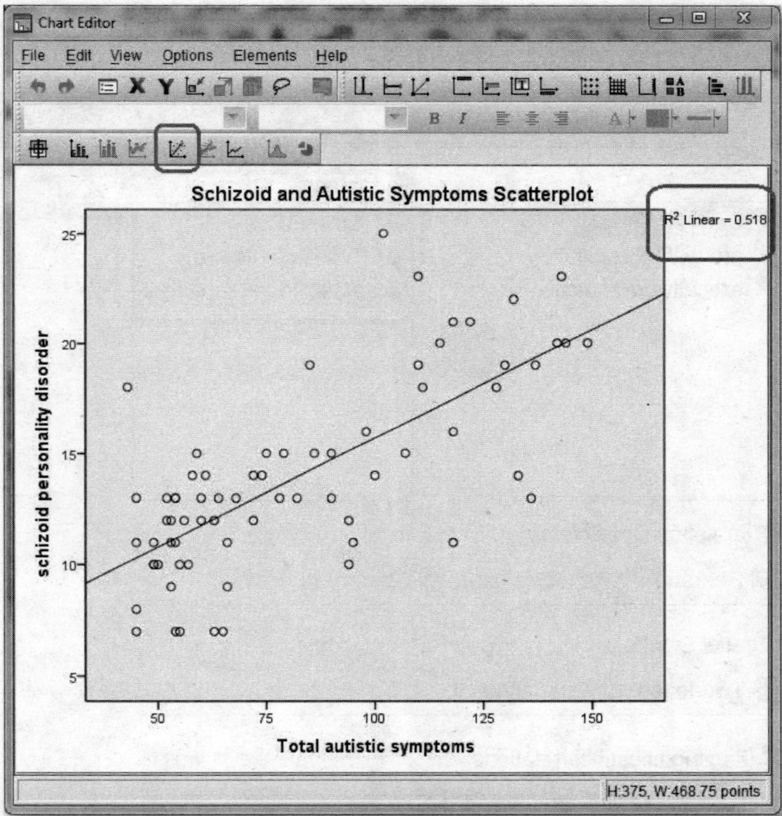

10. Chart editor मध्ये सर्वोत्कृष्ट जुळणी रेषेचे निरीक्षण करा, आणि R^2 चे एकरेषीय प्रतिगमन मूल्य 0.0518 हे आहे. जर तुम्ही 0.518 चे वर्गमूळ काढले तर तुम्हाला r चे या आधीच्या bivariate correlation मध्ये काढलेले .72 हे मूल्य मिळेल.

Syntax Editor मध्ये Paste Function चा वापर करणे

एखाद्या द्विचल सहसंबंधास दुरुस्त करून त्यात तिसरे चल घालणे, उदाहरणार्थ, वयाचा total autistic symptoms शी सहसंबंध होता आणि नंतर वयाचा schizoid personality शी सहसंबंध जोडला गेला. (total autistic symptoms

आणि schizoid personality disorder मधील सहसंबंध आपल्याला अपेक्षित नाही), *Syntax Editor* मध्ये सहसंबंध कार्य दुरुस्त करण्यासाठी या पायऱ्या वापरा.

1. *Data Editor* च्या main menu मध्ये, Analyze > Correlate > Bivariate हे पर्याय निवडा.
2. *Bivariate Correlations* संवादात, Current Age पर्याय निवडा Ctrl (Control) हे कीबोर्ड वरील बटण दाबून धरा, आणि नंतर Total autistic symptoms आणि schizoid personality disorder, हे पर्याय निवडून arrow बटण वापरून एकाच वेळी तिन्ही चले निवडलेली चले या चौकटीत हलवा.

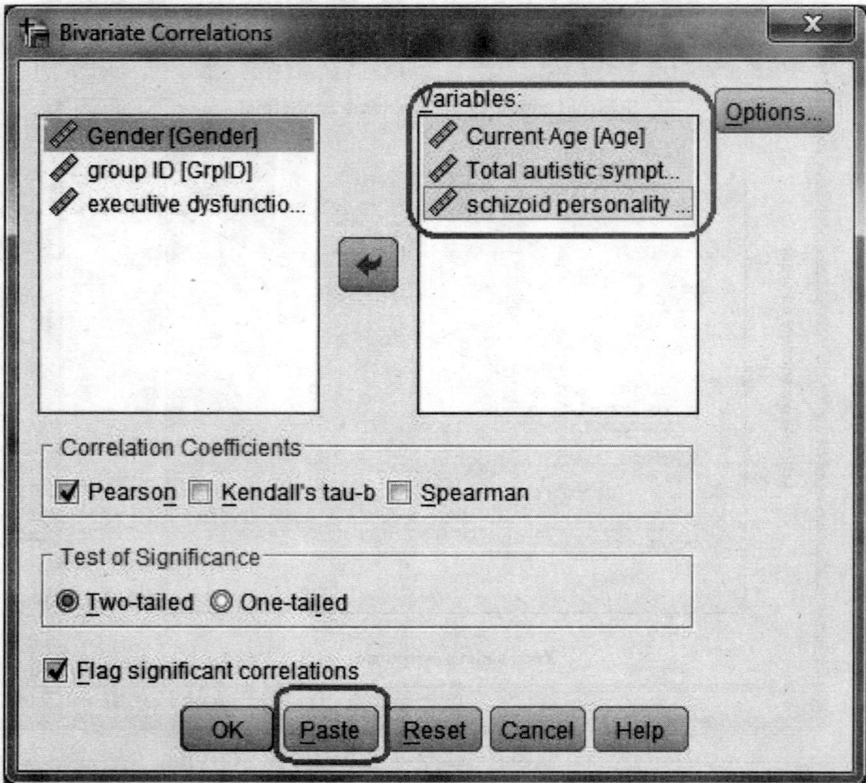

यामुळे, *Syntax Editor* उघडेल आणि bivariate correlation चा syntax तीन चलांसाठी दिसू लागेल.

3. *Syntax Editor* मध्ये, तुमचा कर्सर *Age* and enter with या शब्दांनंतर ठेवा आणि Run > All हे पर्याय वापरा.

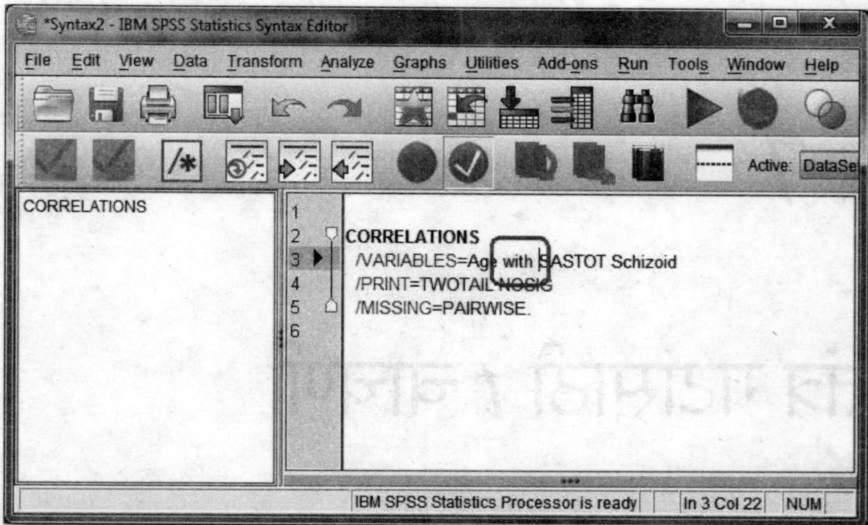

यामुळे *Age* and *SASTOT* यांच्यातील सहसंबंध काढला जाईल आणि नंतर *Age* and *Schizoid* यांच्यातील सहसंबंध काढला जाईल.

4. *Statistics Viewer* मधील *सहसंबंध* सारिणीचे निरीक्षण करा.

Correlations

		Total autistic symptoms	schizoid personality disorder
Current Age	Pearson Correlation	.096	.080
	Sig. (2-tailed)	.427	.509
	N	71	71

Current Age हे *Total autistic symptoms* साठी सहसंबंधित असून एका स्तंभात वेगळे काढले आहे आणि *schizoid personality disorder* साठी एका स्तंभात वेगळे काढले आहे.

प्रकरण 7

स्वतंत्र गटांसाठी *t* चाचणी

प्रकरण 7 उद्दिष्टे

- नियंत्रित प्रयोगाचे संख्याशास्त्रीय विश्लेषण शिकणे
- स्वतंत्र गटांसाठी *t* चाचणीची गृहिते अभ्यासणे
- स्वतंत्र गटांसाठी *t* चाचणीचे विश्लेषण करणे आणि अन्वयार्थ लावणे
- संख्याशास्त्रीय शक्ती आणि शक्तीच्या विश्लेषणाचे स्वरूप यासंबंधी अभ्यास करणे
- *t* चाचणीतील परिणामकारक आकारासाठी चाचणी (परिणामकारक आकार आणि कोहेनचा *d* यांमधील सहसंबंध)
- विश्वास मध्यंतर तयार करणे

नियंत्रित प्रयोगाचे संख्याशास्त्रीय विश्लेषण

आपण आधी शिकलो आहोत की सहसंबंध सहगुणक ही बहुधा सर्वात जास्त वापरली जाणारी निदानात्मक सांख्यिकी आहे. परंतु याला अशी मर्यादा आहे की दोन सहसंबंधित चलांमध्ये आपण कधीही कार्यकारण संबंध लागू करू शकत नाही. आपण आधी अत्यंत शक्तिशाली नियंत्रित प्रयोगाचाही उल्लेख केला, ज्यात सहभागींचा मोठा गट ($N \geq 30$) एकतर प्रायोगिक गटात किंवा नियंत्रण गटात यादृच्छिक पद्धतीने नेमला जातो. नियंत्रित प्रयोग आपल्याला स्वतंत्र चल आणि परावलंबी चलामध्ये कार्यकारण संबंध आहे असे गृहीत धरण्याची परवानगी देतो. ही प्रायोगिक संरचना आणि प्रक्रिया स्वतंत्र गट *t* चाचणी म्हणून ओळखली जाते आणि संख्याशास्त्रीयदृष्ट्या विश्लेषित केली जाते.

t चाचणीचा रोख, प्रायोगिक आणि नियंत्रण गटांच्या मध्यमानांमध्ये परावलंबी चलावर केवळ योगायोगाने येणाऱ्या तफावतीपलीकडे महत्त्वपूर्ण तफावत आहे का, हे ठरवण्यासाठी असतो. *t* चाचणीचा केंद्रबिंदू समजून घेण्यासाठी, आपण सांकेतिक खूण ओळखण्याच्या सिद्धांतातील साम्याकडे पुन्हा वळूया. जर स्वतंत्र चल खरोखर काम करत असेल तर हे

मोठा संकेत निर्माण करण्यासारखे आहे, कारण प्रायोगिक गटाचे मध्यमान आणि नियंत्रण गटाचे मध्यमान यांमध्ये मोठा फरक असेल. दोन गटांच्या मध्यमानातील फरकाचा आकार हा संकेत समजला जातो. जर स्वतंत्र चल खरोखर काम करत असेल (संकेत मोठा आहे), तर दोन गटांच्या परावलंबी चलांची मध्यमाने खूप वेगळी असतील म्हणजेच, दोन गटांच्या मध्यमानातील फरकाचा आकार मोठा असेल. स्वतंत्र चलामुळे किंवा उपचारामुळे होणाऱ्या दोन गटांमधील प्राप्तांकातील बदल आणि फरकाला, दोन गटांमधील प्रचलन (between-groups variance) असे म्हणतात.

आपण अशाही परिस्थितीची कल्पना करूया की जेथे स्वतंत्र चल काम करत नाही: दुसऱ्या शब्दात, दैवयोगाशिवाय दुसरे काहीच सहभागींच्या मध्यमान प्राप्तांकांवर परिणाम करत नाही. या परिस्थितीत, प्रायोगिक गटाचे मध्यमान आणि नियंत्रण गटाचे मध्यमान यांमध्ये योगायोगाने पडणाऱ्या फरकापलीकडे, मोठा फरक पडू नये. हे योगायोगाने असणारे फरक सांकेतिक खूण ओळखण्याच्या सिद्धांतातील आवाजासारखे असतात. हेही लक्षात घ्या की प्रायोगिक गटातील प्रत्येक सहभागी, गटाच्या मध्यमानापेक्षा वेगळा असेल. हा प्रचलन गटांतर्गत आवाज किंवा गटांतर्गत प्रचलन (within-group variance) मानला जातो. कोणत्याही प्रयोगात, गटातील सहभागी, जरी ते एकाच गटातील असले आणि त्यांना सर्वांना एकाच प्रकारचे उपचार मिळालेले असले तरी, ते एकमेकांपेक्षा नेहमीच वेगळे असतील. संख्याशास्त्रज्ञ गटांतर्गत प्रचलनाला चूक किंवा गटांतर्गत चूक (एरर) असे म्हणतात. खरे तर एका सहभागीनिशी असणाऱ्या कोणत्याही फरकाला "चूक" असे नाव देणे फारच विचित्र आहे, पण केवळ नावातच त्याला "चूक" मानले जाते. साधारण 1700 च्या पूर्वीच्या शास्त्रीय काळात जेव्हा शास्त्रे ही शाश्वत नियम आणि कायद्यांनी अनुशासित केली जातात असे जे मानले जात असे ते कालविपर्यस्त आहे. या नियमांपासून किंवा कायद्यांपासून वेगळी असणारी कोणतीही निरीक्षणे किंवा परिमाणे चुकीची समजली जात असत.

सारांशाने, आपल्यासाठी स्वतंत्र चलाचा परावलंबी चलावर खरोखरच परिणाम होत आहे हे ठरविण्यासाठी, नियंत्रित प्रयोगातील संकेत (दोन गटांच्या मध्यमानांतील फरक) हा आवाजापेक्षा (गटांतर्गत फरक) मोठा असला पाहिजे. गृहीतप्रमेय परीक्षणाच्या परिभाषेत, नियंत्रित प्रयोगाची नल आणि पर्यायी गृहीतप्रमेये पुढीलप्रमाणे असतील:

$H_0: \mu_1 = \mu_2$

$H_a: \mu_1 \neq \mu_2$

जेथे μ_1 = गट 1 मधील परावलंबी चलाचे मध्यमान, आणि μ_2 = त्याच परावलंबी चलाचे गट 2 मधील मध्यमान.

हीं जनसंख्येची मध्यमान मूल्ये प्रत्यक्षात या जनसंख्येतून काढलेल्या नमुन्यांच्या मध्यमानांबरोबर तपासली जातील.

एक *t* चाचणी परंतु दोन संरचना

प्रत्यक्षात येथे दोन लोकप्रिय प्रायोगिक संरचना आहेत ज्यांचे विश्लेषण *t* चाचणीने स्वतंत्र गटांसाठी केले जाऊ शकते. पहिली संरचना नियंत्रित प्रयोगाची आहे जेथे नमुन्यातील सहभागी जनसंख्येतून यादृच्छिक पद्धतीने निवडले जातात आणि नंतर यादृच्छिक पद्धतीनेच, प्रयोग गट आणि नियंत्रण गट, या दोन प्रायोगिक गटांपैकी एका गटात सहभागींची नेमणूक केली जाते. प्रयोग गटाला उपचार दिला जातो, आणि नियंत्रण गटाला अगदी प्रयोग गटासारखीच वर्तणूक दिली जाते, परंतु त्याला उपचाराऐवजी प्लॅसिबो मिळतो. उदाहरणार्थ, कॅफिनच्या पातळ्यांचा मन:स्थितीवर होणारा (आनंदी किंवा दु:खी मन:स्थिती) परिणाम तपासला जाऊ शकेल. दोन्ही गटांच्या मन:स्थितींचे मापन, एका गटाला कॅफिनसह कॉफी आणि दुसऱ्या गटाला कॅफिनविरहित कॉफी दिल्यानंतर करता येऊ शकेल. कॅफिनसह किंवा कॅफिनविरहित कॉफी प्यायल्यानंतर काही वेळाने

(आपण म्हणू की 10 मिनिटे), प्रत्येक सहभागीची, तिची किंवा त्याची मन:स्थिती एखाद्या अखंडित चलाच्या साहाय्याने 1 (सर्वात दु:खी) ते 10 (सर्वात आनंदी) अशा व्याप्तीत मोजली जाईल. स्वतंत्र *t* चाचणी, कॅफिनसह कॉफीच्या गटाच्या मन:स्थितीचे मध्यमान हे कॅफिनविरहित कॉफीच्या गटाच्या मन:स्थितीच्या मध्यमानापेक्षा महत्त्वपूर्णरित्या निराळे आहे का, हे आपल्याला सांगू शकेल. त्यानंतर, आपण प्राथमिकदृष्ट्या आणि सावधगिरीने असे अनुमान काढू शकू की सहभागींच्या मन:स्थितीवर कॅफिनमुळे किंवा कॅफिनच्या अभावामुळे निरनिराळ्या प्रकारे परिणाम झाला होता.

दुसऱ्या प्रायोगिक संरचनेला काही वेळा इन सीटू डिझाईन (in situ design) असे म्हणतात. *इन सीटू* हे लॅटिन आहे आणि त्याचा अर्थ "त्याच्या मूळच्या जागी" असा आहे. या संरचनेत सहभागी जसे असतात तसे येतात, देवाने किंवा निसर्गाने आधीच त्यांना दोन पैकी एका गटात नेमलेले असते. उदाहरणार्थ, कॉफीशॉपमध्ये कॅफिनसह कॉफी पिणाऱ्या आणि कॅफिनविरहित कॉफी पिणाऱ्या प्रत्येकाची मन:स्थिती आपण मोजू शकू. या परिस्थितीत, *t* चाचणी दोन गटांच्या मन:स्थिती मध्यमानाच्या प्राप्तांकातील फरक मोजेल. जर आपल्याला दोन मध्यमानांमध्ये महत्त्वपूर्ण फरक आढळला, तरी आपण असे अनुमान काढू शकणार नाही की कॅफिनमुळे किंवा कॅफिनच्या अभावामुळे मन:स्थितीमध्ये तफावत निर्माण झाली, कारण सहभागींना यादृच्छिक पद्धतीने दोन गटांमध्ये नेमलेले नव्हते.

इन सीटू प्रायोगिक संरचनेत दोन स्वतंत्र गट मिळू शकतात आणि *t* चाचणीने अगदी नियंत्रित प्रयोगाप्रमाणेच त्याचे संख्याशास्त्रीय विश्लेषण करता येते. परंतु पुन्हा, इन सीटू प्रायोगिक संरचनेतील मर्यादा अशी असते की आपण कार्यकारणभाव स्पष्ट करण्याबाबत खूपच कमी खात्री देऊ शकतो कारण इतर चलांच्या बेसुमार वाढीमुळे दोन गटांमध्ये तफावत निर्माण झालेली असू शकेल. ही मर्यादा असूनही, इन सीटू अभ्यास हा बरेचदा चलांमधील संबंध अभ्यासण्याचा एकमेव मार्ग असतो. उदाहरणार्थ, मोटारसायकलच्या ॲक्सिडेंटमुळे डोक्याला मार बसल्यावर हेल्मेट वापरल्याने स्मरणशक्ती जाणे टाळता येते का हे ठरवण्यासाठी, आपण नैतिक दृष्टिकोनातून यादृच्छिक पद्धतीने, लोकांना डोक्याला मार बसू देणे अथवा न बसू देणे ह्या क्रिया नेमून देऊ शकत नाही. परंतु, ज्यांनी हेल्मेट वापरले होते आणि ज्यांनी ते वापरले नव्हते त्यांची तुलना करून, मोटारसायकलच्या ॲक्सिडेंटनंतर दोन गटांच्या स्मरणशक्तीचे मापन आपण करू शकतो. इन सीटू प्रायोगिक संरचना कार्यकारणभाव स्पष्ट करता न येण्याची समस्या असूनही लोकप्रिय आहेत.

स्वतंत्र *t* चाचणीची गृहिते

t चाचणीचा योग्य वापर करण्यासाठी विशिष्ट गृहितांचे पालन करणे आवश्यक ठरते. ती गृहिते पुढीलप्रमाणे आहेत:

स्वतंत्र गट

प्रत्येक गटातील सहभागी निराळे असले पाहिजेत; म्हणजेच, कोणत्याही सहभागीस दोन्ही गटांमध्ये कार्य करण्यास परवानगी नाही. *t* चाचणीचा परावलंबी गटांची *t* चाचणी असा दुसरा एक प्रकार आहे, ज्यात प्रत्येक गटातील सहभागी सारखेच असतात असे गृहीत धरले जाते आणि याची चर्चा प्रकरण 8 मध्ये केली जाईल.

परावलंबी चलाची प्रसामान्यता

t चाचणी आणि तिची निर्णायक मूल्ये अशा गृहितावर आधारलेली असतात की, प्रसामान्य वितरण असलेल्या मूल्यांच्या जनसंख्येतून परावलंबी चलाच्या मूल्यांचा नमुना आलेला आहे. परंतु, *t* चाचणी मूल्ये, असाधारण परंतु टेकडीच्या

आकाराच्या वितरणांमध्येही बरीच विश्वसनीय मापक असल्याने, त्यांना उच्च स्थान दिले जाते. t चाचणीचा एक गमतीदार गुणधर्म म्हणजे ती जोमदार आहे. संख्याशास्त्रीय चाचणीचा जोमदारपणा म्हणजे तिच्या गृहितांचे काही प्रमाणात उल्लंघन झाले तरीही योग्य संख्याशास्त्रीय निर्णय घेतला जाईल, जो नल गृहीतप्रमेय योग्य प्रकारे नाकारण्याचा किंवा नाकारता न येण्याचा असेल.

प्रचलनाचा एकजिनसीपणा

t चाचणीत दोन गटांची मध्यमाने वेगळी असतील अशी जरी आपली अपेक्षा असली, तरी असे गृहीत धरले जाते की दोन गटांची त्यांच्या संबंधित मध्यमानांच्या संदर्भातील प्रचलने समान किंवा जवळजवळ समान असतील,तर दोन गटांची मध्यमाने भिन्न आहेत की नाहीत याने काहीही फरक पडत नाही. प्रत्यक्षात, हे गृहीत नेहमी सुरक्षित असते. खरोखरच दोन गटांचे प्रचलन मूलतः असमान असणे ही अगदी क्वचितच घडणारी गोष्ट आहे. शिवाय, ह्या गृहीताचे उल्लंघन करण्याचा परिणाम नमुने मोठे असण्यापेक्षा ते लहान असताना अधिक होतो. म्हणून, नमुन्याचा आकार मोठा ठेवून (उदा. प्रत्येक गटात $N = 15$ किंवा 20) असमान प्रचलनाचा धोका किमान करता येतो. प्रचलनामधील विभिन्नतेचा परिणाम कमी करण्याची दुसरी पद्धत म्हणजे प्रत्येक गटातील सहभागींची संख्या समान ठेवणे (याला समान N असेही म्हणतात). प्रत्येक गटात सहभागींची संख्या समान ठेवण्याचे काही संख्याशास्त्रीय गुणधर्मही आहेत. सरतेशेवटी, t चाचणी प्रचलनच्या एकजिनसीपणाच्या गृहिताच्या उल्लंघनाबाबतही जोमदार आहे आणि याचा अर्थ असा की, प्रचलनाच्या एकजिनसीपणाच्या गृहिताचे उल्लंघन होऊनही, आपण योग्य संख्याशास्त्रीय निर्णय घेण्याची शक्यता अधिक आहे.

स्वतंत्र t चाचणीसाठी सूत्र

दोन वेगळ्या गटांच्या प्राप्तांकांमधील t चाचणीचे सूत्र पुढीलप्रमाणे:

$$t = \frac{\bar{x}_1 - \bar{x}_2}{\sqrt{\left[\dfrac{\sum x_1^2 - \dfrac{(\sum x_1)^2}{N_1} + \sum x_2^2 - \dfrac{(\sum x_2)^2}{N_2}}{N_1 + N_2 - 2}\right]\left[\dfrac{1}{N_1} + \dfrac{1}{N_2}\right]}}$$

जेथे,

$\bar{x}_1$ = पहिल्या गटातील प्राप्तांकांचे मध्यमान

$\bar{x}_2$ = दुसऱ्या गटातील प्राप्तांकांचे मध्यमान

$\sum x_1^2$ = पहिल्या गटाच्या वर्गांची बेरीज

$\sum x_2^2$ = दुसऱ्या गटाच्या वर्गांची बेरीज

$(\sum x_1)^2$ = पहिल्या गटातील प्राप्तांकांच्या बेरजेचा वर्ग

$(\sum x_2)^2$ = दुसऱ्या गटातील प्राप्तांकांच्या बेरजेचा वर्ग

N_1 = पहिल्या गटातील प्राप्तांकांची एकूण संख्या

N_2 = दुसऱ्या गटातील प्राप्तांकांची एकूण संख्या

तुम्ही हे लक्षात ठेवलेच पाहिजे! *t* चाचणीच्या साहाय्याने गृहीतप्रमेयाच्या चाचणीचा आढावा

.05 ह्या महत्त्वपूर्णता पातळीशी, सूत्राने काढलेले *t* मूल्य, तक्त्यातील निर्णायक मूल्यापेक्षा मोठे असेल, तर नल गृहीतप्रमेय अमान्य केले जाते. त्यानंतर असे अनुमान काढले जाते की दोन मध्यमाने एकमेकांपेक्षा महत्त्वपूर्णरित्या वेगळी आहेत. जर सूत्राने काढलेले *t* मूल्य तक्त्यातील निर्णायक मूल्यापेक्षा मोठें नसेल, तर नल गृहीतप्रमेय अमान्य केले जाणार नाही, आणि असे अनुमान काढले जाईल की, दोन मध्यमानांमध्ये महत्त्वपूर्ण फरक नाही (फक्त योगायोगाने येणाऱ्या फरकांव्यतिरिक्त).

t चाचणी काय करते? *t* चाचणी सूत्राचे घटक

आपण *t* चाचणी सूत्राचे घटक तपासून पाहू. गणिती दृष्टिकोनातून, त्याचे तीन मुख्य भाग आहेत: (1) अंश, (2) छेदाचा डाव्या बाजूचा अर्धा भाग, आणि (3) छेदाचा उजव्या बाजूचा अर्धा भाग.

अंशामध्ये दोन गटांच्या मध्यमानांमधील फरक नोंदविला जातो. अंशाच्या आकारमानाचा अंतिम *t* मूल्यावर कोणता परिणाम होतो? हे सहजच दिसून येते की दोन मध्यमानांमधील फरकाचा आकार जेवढा मोठा असेल, तेवढे *t* चे मूल्य मोठे होत जाईल. सामान्यपणे, जर मध्यमानांमधील फरक लहान असेल तर *t* चे मूल्यही लहान असेल.

आता, आपण छेदाच्या डाव्या बाजूच्या अर्ध्या भागाचे परीक्षण करू. तुमच्यापैकी काही जण धक्क्यातून सावरल्यावर, तुमच्या असे लक्षात येईल की सूत्राचा हा भाग पुसटसा ओळखीचा वाटत आहे. हे प्रमाण विचलनाचे संगणन सूत्र आहे. परंतु, ह्या सूत्रात, आपण दोन गटांची प्रचलने एकत्र जोडली आहेत. ह्या प्रक्रियेची परिणती पूल्ड व्हरायन्स (pooled variance) या नावाने ओळखल्या जाणाऱ्या गोष्टीत होते. याचा अर्थ असा की दोन गटांच्या प्रचलनाचे आकार साधारणतः सारखे असतात (किंवा कमीतकमी एकमेकांपासून मूलतः भिन्न नसतात), आणि म्हणून प्रचलने एकाच सूत्रात एकत्र करता येतात. एकत्र केलेल्या प्रचलनाच्या आकाराचा *t* च्या अंतिम मूल्यावर काय परिणाम होतो? कारण प्रचलने छेदात असल्याने, याचा अर्थ असा की, ती जसजशी मोठी होत जातील, तसतसे *t* चे मूल्य कमी होत जाईल. जर हे अंतःप्रेरणेने जाणण्याइतके सहज नसले, तर एक पिझ्झा एका कुटुंबामध्ये वाटला गेला अशी कल्पना करा. जर कुटुंब मोठे असेल (मोठा छेद), तर वाट्याचे तुकडे लहान होतील (*t* मूल्य म्हणजे वाट्याच्या तुकड्याचा आकार आहे). जर कुटुंब लहान असेल (लहान छेद), तर वाट्याचे तुकडे मोठे होतील (कारण तो ज्यांच्यामध्ये वाटायचा त्या लोकांची संख्या कमी असेल). म्हणून छेदातील मोठे प्रचलन किंवा प्रमाण विचलन, *t* च्या अंतिम मूल्याचा आकार लहान करेल. छेदातील लहान प्रचलन किंवा प्रमाण विचलन, *t* च्या अंतिम मूल्याचा आकार मोठा करेल.

t च्या सूत्रातील शेवटचा घटक, छेदाचा उजव्या बाजूचा अर्धा भाग हा आहे. त्यामध्ये दोन गटांच्या आकारांचे अन्योन्य (reciprocals) गुणोत्तर असते. आपण अन्योन्य गुणोत्तरे का घेतो? अन्योन्य गुणोत्तरे घेतल्याने छेदातील मोठ्या आणि लहान मूल्यांचा परिणाम उलटवता येतो. सामान्यतः, छेदातील मोठे मूल्य t चे अंतिम मूल्य लहान करते. ह्या ठिकाणी, अन्योन्य गुणोत्तर घेतल्याने, नमुन्याचा मोठा आकार t चे मूल्यही वाढवतो आणि नमुन्याचा लहान आकार t चे मूल्य कमी करतो. हे जणू काही असे असते की, मोठा नमुना आपला विश्वास वाढवतो की, दोन मध्यमाने खात्रीने निराळी आहेत.

याचा सारांश पुढीलप्रमाणे:

1. मध्यमानांमधील मोठा फरक t चे मूल्य मोठे करतो; म्हणून, नल गृहीतप्रमेय अमान्य केले जाण्याची अधिक शक्यता असते.
2. दोन गटांची लहान प्रचलने किंवा लहान प्रमाण विचलने t चे मूल्य मोठे करतात; म्हणून, नल गृहीतप्रमेय अमान्य केले जाण्याची अधिक शक्यता असते.
3. नमुन्यांचे मोठे आकार t चे मूल्य मोठे करतात; म्हणून, नल गृहीतप्रमेय अमान्य केले जाण्याची अधिक शक्यता असते.

जर दोन प्रचलने एकमेकांपासून मूलतः भिन्न असतील तर काय?

प्रचलनाच्या एकजिनसीपणाचे गृहीत संख्याशास्त्रीय दृष्टिकोनातून पडताळून पाहण्याची एक पद्धत म्हणजे लेवेनेची प्रचलनाच्या एकजिनसीपणाची F चाचणी (Levene's F test of homogeneity of variance) होय. लेवेनेच्या चाचणीत, जर F चे मूल्य महत्त्वपूर्ण असण्यासाठी पुरेसे मोठे असेल, तर त्याचा अर्थ असा की, तुम्ही प्रचलनाच्या एकजिनसीपणाच्या गृहिताचे उल्लंघन केले आहेत. याचा अर्थ, t चाचणीतील प्रत्येक गटासाठी प्रमाण विचलन काढण्यासाठी स्वतंत्र सूत्रच वापरले पाहिजे, किंवा दुसऱ्या शब्दात, तुम्ही एकत्रित प्रचलनाचे सूत्र वापरू शकणार नाही. दुसरा पर्याय म्हणजे, एका गणिती सूत्राने दोन्ही गटांतील प्रत्येक प्राप्तांक रूपांतरित करणे आणि पुन्हा प्रचलनाच्या एकजिनसीपणसाठी F चाचणी लावून पाहणे (रूपांतरणाबाबतच्या चर्चेसाठी पाहा, कर्क, 1995). परंतु, आपण आधी उल्लेख केल्याप्रमाणे, नमुन्यांचे मोठे आकार आणि प्रत्येक गटातील सहभागी घटकांची समान संख्या यांचा परिणाम प्रचलनाच्या एकजिनसीपणाच्या गृहिताचे उल्लंघन कमीतकमी करण्यात होतो. याशिवाय, t चाचणी, तिच्या जवळजवळ सर्व गृहितांच्या उल्लंघनाबाबत जोमदार असते.

संगणनविषयक उदाहरण

आपण कल्पना करूया की एका मानसोपचारतज्ज्ञाला, प्रोझॅकपेक्षा (एक लोकप्रिय निराशानिवारक) अधिक चांगले असल्याचा अभिप्राय देण्यात आलेल्या एका नवीन औषधाचे, परीक्षण करायचे आहे. उपचारात्मक चाचणीत, नैराश्याने ग्रस्त रुग्णांच्या नमुन्याला यादृच्छिक पद्धतीने प्रायोगिक गटात किंवा नियंत्रित गटात नेमले गेले. प्रायोगिक गटाला युझॅक हे नवीन औषध देण्यात आले, आणि दुसऱ्या गटाला प्रोझॅक देण्यात आले. गटांमधील कोणालाच हे माहीत नव्हते की त्याने किंवा तिने युझॅक घेतले आहे की प्रोझॅक घेतले आहे. औषधोपचाराच्या 1 महिन्यानंतर, प्रत्येक रुग्णाला एक नैराश्य शोधन चाचणी देण्यात आली, जिच्या प्राप्तांकांची व्याप्ती 24 (निराश नाही) पासून ते 96 (अत्यंत निराश) पर्यंत होती.

Prozac Group	*Euzac Group*
64	53
68	44
84	61
65	50
50	40
60	39
81	58
76	42

सूत्राच्या संदर्भात, कोणत्याही गटाला गट 1 असे नाव दिले तरी चालेल. जर तुम्हाला धन t मूल्य हवे असेल, तर ज्या गटाचे मध्यमान सर्वात जास्त आहे, त्या गटाला गट 1 असे नाव द्या. या उदाहरणात, प्रोझॅक गटाचे मध्यमान सर्वात जास्त असल्याचे दिसते, म्हणून, त्याला गट 1 असे नाव दिले जाईल, आणि युझॅक गट हा गट 2 असेल.

t चाचणी सूत्राच्या पायऱ्या

पायरी 1. $\bar{x}_1$ काढा:

$$\bar{x}_1 = \frac{64+68+84+65+50+60+81+76}{8}$$

$$\bar{x}_1 = \frac{548}{8}$$

$$\bar{x}_1 = 68.500$$

पायरी 2. $\bar{x}_2$ काढा:

$$\bar{x}_2 = \frac{53+44+61+50+40+39+58+42}{8}$$

$$\bar{x}_2 = \frac{387}{8}$$

$$\bar{x}_2 = 48.375$$

पायरी 3. $\sum x_1^2$ काढा:

$$\sum x_1^2 = 64^2 + 68^2 + 84^2 + 65^2 + 50^2 + 60^2 + 81^2 + 76^2$$

$$\sum x_1^2 = 4096 + 4624 + 7056 + 4225 + 2500 + 3600 + 6561 + 5776$$

$$\sum x_1^2 = 38,438$$

पायरी 4. $\sum x_2^2$ काढा:

$$\sum x_2^2 = 53^2 + 44^2 + 61^2 + 50^2 + 40^2 + 39^2 + 58^2 + 42^2$$

$$\sum x_2^2 = 2809 + 1936 + 3721 + 2500 + 1600 + 1521 + 3364 + 1764$$

$$\sum x_2^2 = 19,215$$

पायरी 5. $(\sum x_1)^2$ काढा:

$$(\sum x_1)^2 = (64 + 68 + 84 + 65 + 50 + 60 + 81 + 76)^2$$

$$(\sum x_1)^2 = (548)^2$$

$$(\sum x_1)^2 = 300,304$$

पायरी 6. $(\sum x_2)^2$ काढा:

$$(\sum x_2)^2 = (53 + 44 + 61 + 50 + 40 + 39 + 58 + 42)^2$$

$$(\sum x_2)^2 = (387)^2$$

$$(\sum x_2)^2 = 149,769$$

पायरी 7. प्रत्येक गटातील प्राप्तांकांची संख्या काढा.

$N_1 = 8$ (गट 1 मधील प्राप्तांकांची संख्या)

$N_2 = 8$ (गट 2 मधील प्राप्तांकांची संख्या)

पायरी 8. पायरी 1 ते पायरी 7 मध्ये काढलेली मूल्ये t चाचणीच्या सूत्रात घाला.

$$t = \frac{\bar{x}_1 - \bar{x}_2}{\sqrt{\left[\frac{\sum x_1^2 - \frac{(\sum x_1)^2}{N_1} + \sum x_2^2 - \frac{(\sum x_2)^2}{N_2}}{N_1 + N_2 - 2}\right]\left[\frac{1}{N_1} + \frac{1}{N_2}\right]}}$$

$$t = \frac{68.500 - 48.375}{\sqrt{\left[\frac{38438 - \frac{(548)^2}{8} + 19125 - \frac{(387)^2}{8}}{8 + 8 - 2}\right]\left[\frac{1}{8} + \frac{1}{8}\right]}}$$

$$t = \frac{20.1250}{\sqrt{\left[\frac{38438 - 37538 + 19125 - 18721.125}{14}\right]\left[\frac{1}{4}\right]}}$$

$$t = \frac{20.1250}{\sqrt{\left[\frac{1393.875}{14}\right][.25]}}$$

$$t = \frac{20.1250}{\sqrt{24.890625}}$$

$$t = \frac{20.1250}{4.9890505}$$

$$t = 4.034$$

नल गृहीतप्रमेयाचे परीक्षण

नल गृहीतप्रमेयाचे परीक्षण करण्यासाठी तुम्ही काढलेल्या t मूल्याची तुलना निर्णायक t मूल्यांशी t वितरणावर करू शकता. परिशिष्ट B मधील तक्त्यात दिलेल्या निर्णायक t चाचणी मूल्यांचा आधार घ्या.

महत्त्वपूर्णता ठरविण्यासाठी पायऱ्या

पायरी 1. t मूल्यांचा तक्ता वापरण्यासाठी, तुम्हाला स्वतंत्रता पातळ्यांची आवश्यकता आहे (df). df चे सूत्र $N_1 + N_2 - 2$ किंवा आधीच्या उदाहरणात, $8 + 8 - 2 = 14$. df ची संकल्पना ही कठीण आहे, पण एक साधा दृष्टिकोन

असा की, t चाचणीसाठी df साधारणपणे सहभागी घटकांच्या एकूण संख्येशी संबंधित असतो, पण नेहमीच त्यापेक्षा कमी असतो.

पायरी 2. तुम्ही एक पुच्छ की द्विपुच्छ महत्त्वपूर्णतेची चाचणी घेणार ते ठरवा. जर तुम्ही दिशाहीन पर्यायी गृहीतप्रमेय (जसे या संपूर्ण पुस्तकात सुचविले आहे) निवडले असेल, तर तुम्ही आधीच द्विपुच्छ महत्त्वपूर्णतेची चाचणी घेण्याचे ठरविले आहेत. आपल्या उदाहरणात, आपण दिशाहीन पर्यायी गृहीतप्रमेय घेतले होते; त्यामुळे आपण द्विपुच्छ किंवा दिशाहीन महत्त्वपूर्णता चाचणीची निवड केली (जी परिशिष्ट B मध्ये पानाच्या डावीकडील अर्ध्या भागात आहे).

पायरी 3. नल गृहीतप्रमेयाचे परीक्षण ज्या महत्त्वपूर्णता पातळीशी करायचे ती पातळी ठरवा. जवळजवळ सर्व संख्याशास्त्रज्ञांचे असे एकमत आहे की महत्त्वपूर्णतेची सुरुवातीची पातळी $p = .05$ असावी (ह्या सुरुवातीच्या पातळीला परंपरागत महत्त्वपूर्णता पातळी असेही म्हणतात). म्हणून नल गृहीतप्रमेयाचे परीक्षण $p = .05$ ह्या परंपरागत महत्त्वपूर्णता पातळीशी केले जाईल.

पायरी 4. $p = .05$ सह $df = N_1 + N_2 - 2$ बरोबर t ची निर्णायक मूल्ये ठरवा. आपल्या उदाहरणात, $p = .05$ आणि $df =$ 14 बरोबर द्विपुच्छ चाचणीसाठी, परिशिष्ट B नुसार, t चे निर्णायक मूल्य = 2.145 आहे. लक्षात ठेवा की, महत्त्वपूर्णतेच्या द्विपुच्छ चाचणीमध्ये, परिशिष्ट B नुसार t ची निर्णायक मूल्ये प्रत्यक्षात $t = 2.145$ आणि $t = -2.145$ अशी आहेत. म्हणजेच, ह्या उदाहरणासाठी t ची निर्णायक मूल्ये $t = \pm 2.145$ आहेत.

पायरी 5. अखेरीस, सूत्राच्या साहाय्याने काढलेल्या t च्या मूल्याची तुलना t च्या निर्णायक मूल्याशी करा. जर t चे मूल्य या तक्त्यातील मूल्यापेक्षा मोठे असेल, तर नलगृहीतप्रमेय अमान्य होते, आणि असे अनुमान काढले जाते की मध्यमाने एकमेकांपेक्षा महत्त्वपूर्णरीत्या वेगळी आहेत. जर .05 महत्त्वपूर्णतेच्या पातळीशी काढलेले t चे मूल्य तक्त्यातील t च्या मूल्यापेक्षा मोठे नसेल तर नल गृहीतप्रमेय मान्य केले जाते, आणि असे अनुमान काढले जाते की मध्यमांमध्ये महत्त्वपूर्णरीत्या फरक नाही (याचा अर्थ असा लावता येत नाही की मध्यमाने समान आहेत, फक्त एवढेच की ती एकमेकांपेक्षा महत्त्वपूर्णरीत्या वेगळी नाहीत).

पायरी 6. निष्कर्षांचा अहवाल सादर करा. मानसशास्त्राची शाखा, तसेच इतर शेकडो जर्नल्स, यांनी संख्याशास्त्रीय चाचण्यांचे अहवाल सादर करण्यासाठी अमेरिकन सायकॉलॉजिकल असोसिएशन पब्लिकेशन मॅन्युअल (APA, 2010) च्या पद्धतीचे अनुकरण केले आहे. त्यांची शिफारस अशी आहे की चाचणीची सांख्यिकी (r किंवा t), त्याचे काढलेले मूल्य, स्वतंत्रता पातळ्या, आणि महत्त्वपूर्णता पातळी (p पातळी) यांची नोंद करावी.

आपल्या उदाहरणात, नल आणि पर्यायी गृहीतप्रमेये पुढीलप्रमाणे आहेत:

H_0: $\mu_{DI\text{-}1} = \mu_{DI\text{-}2}$

H_a: $\mu_{DI\text{-}1} \neq \mu_{DI\text{-}2}$

जेथे,

μ_1 = निराशा शोधन चाचणीच्या (DI) प्रोझॅक गटाचे (1) मध्यमान, आणि

μ_2 = निराशा शोधन चाचणीच्या (DI) युझॅक गटाचे (2) मध्यमान.

आपले अनौपचारिक लिखाण असे असू शकते:

> $p = .05$ आणि $df = 14$ साठी काढलेले t मूल्य ($t = 4.034$) निर्णायक मूल्यापेक्षा ($t = \pm 2.145$) जास्त आहे. म्हणून, H_0 अस्वीकृत होते, आणि असा निष्कर्ष निघतो की Euzac group च्या नैराश्य प्राप्तांकाचे मध्यमान (48.38) Prozac गटाच्या मध्यमानापेक्षा (68.50) महत्त्वपूर्णदृष्ट्या कमी होते, $t(14) = 4.034$, $p < .01$. संशोधनातील प्रश्नाबाबत, असे दिसते की मानसिक नैराश्य कमी करण्यासाठी नवीन औषध Euzac हे Prozac पेक्षा चांगले आहे.

संशोधन लेखात, t चाचणीचा निष्कर्ष खालीलप्रमाणे लिहिलेला असू शकेल:

> जसा अंदाज केला गेला होता, तसा ज्या रुग्णांना नवीन औषध Euzac दिले होते त्यांचा मानसिक नैराश्याचा प्राप्तांक ($M = 48.38$, $SD = 8.40$), ज्या रुग्णांना औषध Prozac दिले होते त्यांच्या मानसिक नैराश्याच्या प्राप्तांकापेक्षा ($M = 68.50$, $SD = 11.34$), महत्त्वपूर्णदृष्ट्या कमी होता, $t(14) = 4.034$, $p < .01$.

जेव्हा H_0 अस्वीकृत होते

जेव्हा H_0 अस्वीकृत होते, तेव्हा प्रमाणित संख्याशास्त्रीय प्रक्रियेप्रमाणे, न्यूनतम p पातळी (जिला अल्फा पातळी असेही म्हटले जाते) अहवालात वापरली जाते. आताच्या उदाहरणात, H_0 .05 या पातळीवर अस्वीकृत होते, परंतु, काढलेले t चे मूल्य t च्या $p = .01$ पातळीवरील निर्णायक मूल्यापेक्षा देखील जास्त आहे, परंतु, ते $p = .001$ या पातळीवरील निर्णायक मूल्यापेक्षा कमी आहे. म्हणून, $p = .01$ या पातळीवर t संख्याशास्त्रीयदृष्ट्या महत्त्वपूर्ण आहे असा अहवाल दिला जाईल.

हे लक्षात घ्या की, महत्त्वपूर्णता प्रक्रिया ही आपल्या अंतःप्रेरणेच्या विरोधी आहे. याचा अर्थ असा की, काढलेले t चे मूल्य, .05 या पातळीपेक्षा कमीसाठी, महत्त्वपूर्ण असल्याचा अहवाल देण्याकरता सारिणीतील t च्या निर्णायक मूल्यापेक्षा जास्त असावे लागते. तथापि, ही चाचणी प्रक्रिया कशाचे प्रतिनिधित्व करते हे तुमच्या लक्षात असेलच: दोन गटांमधील स्वतंत्र चलाचा परिणाम होत नसेल (उपचार निरुपयोगी असतील) तर, सैद्धांतिकदृष्ट्या, काढलेले t चे मूल्य शून्य किंवा शून्याच्या फार जवळ असले पाहिजे. जर उपचाराचा उपयोग झाला असेल, तर दोन गटांची मध्यमाने एकमेकांपासून फार दूर असली पाहिजेत, ज्यामुळे t चे मूल्य फार मोठे होते. म्हणून, जर स्वतंत्र चलाचा परिणाम दोन्ही गटांच्या मध्यमानांवर होत नसेल, तर नल गृहीतप्रमेय अस्वीकृत होईल कारण t चे काढलेले मूल्य फार मोठे असण्याची शक्यता असते.

एखाद्या संख्याशास्त्रीय चाचणीची ताकद

एखाद्या निदानात्मक संख्याशास्त्रीय चाचणीची, निराधार नल गृहीतप्रमेय किंवा दोन गटांच्या मध्यमानांमधील फरक शोधण्याची क्षमता म्हणजे तिची ताकद (power) होय. सर्वसाधारणपणे, स्वतंत्र t चाचणी ही एक शक्तिशाली चाचणी आहे कारण तिच्यात दोन मध्यमानांमधील वास्तविक उपचारातील फरक शोधण्याची भक्कम क्षमता आहे. तथापि, चाचणीच्या ताकदीवर कुशलतापूर्वक प्रयोग करता येतात, आणि संख्याशास्त्रीय चाचणीच्या ताकदीचा कमी वापर अथवा दुरुपयोग होऊ शकतो. आपण जर पुरेशा सहभागींचा वापर करू शकलो नाही तर संख्याशास्त्रीय चाचणीच्या ताकदीचा कमी वापर होऊ शकतो. या परिस्थितीत, जर आपल्याला प्रत्येक गटात पुरेसे सहभागी मिळविता आले नाहीत तर, जरी दोन गटांच्या

मध्यमानांमध्ये वास्तविक फरक असला (उपचाराचा खरा उपयोग होत असला) तरी आपण (द्वितीय प्रकारची चूक करून) नलगृहीतप्रमेय अस्वीकृत करू शकत नाही. लक्षात ठेवा की, जेव्हा एकूण *N* साधारणपणे 30 किंवा त्याहून जास्त असतो तेव्हा प्रयोग सायकोमेट्रिकली मोठा असतो. म्हणून, जरी पुरेशी ताकद असण्यासाठी, प्रत्येक गटात किमान 15 सहभागी असावेत असा सल्ला दिला जातो, तरी कोहेन (1992) त्यांच्या "अ पॉवर प्रायमर", या लेखात एखाद्या स्वतंत्र *t* चाचणीत $p = .05$, power = .80, साठी आणि मध्यम परिणामासाठी, प्रत्येक गटात किमान 64 व्यक्ती (सब्जेक्ट्स) असावेत, असे सुचवितात. प्रायोगिकरित्या सहभागींमध्ये शक्य तितका एकजिनसीपणा राखण्याचा प्रयत्न करणे (उदाहरणार्थ, सहभागींच्या वयावर बंधन घालणे) हा एखाद्या चाचणीची ताकद वाढविण्याचा आणखी एक मार्ग असू शकतो. सहभागींच्या वयावर असे बंधन घातल्याने आंतर्गटातील प्रचलनाचा किंवा प्रयोगातील आवाजाचा परिणाम कमी होऊ शकतो, आणि चाचणीची ताकद वाढते; या प्रक्रियेने, कदाचित, इतर वयोगटांतील निकालांच्या सार्वत्रिकीकरणावर मर्यादा येतात.

विज्ञानांत संख्याशास्त्रीय चाचण्यांच्या ताकदीचा दुरुपयोग झालेला देखील अनेकदा पाहायला मिळतो. या उदाहरणात, असा दुरुपयोग, अभ्यासात जेव्हा खूप जास्त सहभागींचा समावेश केला जातो तेव्हा होतो. "जितके मोठे, तितके चांगले" किंवा "जितके जास्त, तितके आनंददायी" हे सर्वेक्षणांच्या बाबतीत खरे आहे, असे जरी वाटत असेल, तरी स्वतंत्र *t* चाचणी सारख्या निदानात्मक संख्याशास्त्रीय चाचण्यांमध्ये, सहभागींची संख्या अतिशय जास्त असण्याने संख्याशास्त्रीय ताकदीचा दुरुपयोग होऊ शकतो. गरजेपेक्षा जास्त सहभागींच्या वापराने दोन मध्यमानांमधील फरक शोधला जाण्याची शक्यता वाढते. म्हणून, जास्त सहभागींच्या वापराने द्वितीय प्रकारची चूक (चुकीचे H_0 मान्य होणे) घडण्याची शक्यता कमी होते. तथापि, या वाढलेल्या शोधन क्षमतेचा एक तोटा आहे: जेव्हा आपण खूप जास्त सहभागी वापरतो तेव्हा आपण प्रथम प्रकारची चूक (योग्य H_0 अमान्य होणे) करण्याची शक्यता खूप जास्त होते. असे घडण्यामागचे कारण हे की, ही वास्तविक फरकांबाबत वाढलेली संवेदनशीलता आपल्याला दैवयोगाने दिसणारे फरक वास्तविक आहेत, असा दावा करण्यास प्रवृत्त करते. ताकदीचे विश्लेषण करणे हा ताकदीच्या या पेचप्रसंगावरील उपाय आहे. ताकदीच्या विश्लेषणाने, एखाद्या अभ्यासात किती सहभागी योग्य असतील हे ठरविता येते. ताकदीचे विश्लेषण हा संख्याशास्त्रातील एक प्रगत विषय असल्याने जर तुम्हाला तो शिकायचा असेल तर एखादे संख्याशास्त्राचे प्रगत पुस्तक वापरा किंवा कोहेन (1992) हे पुस्तक पाहा.

परिणाम आकार

सहसंबंधाबाबत आपण पाहिलेले कुतूहलजनक उदाहरण तुम्हाला आठवते का, जिथे सहसंबंध कमकुवत ($r = .06$ इतका देखील कमी) असूनही संख्याशास्त्रीयदृष्ट्या महत्त्वपूर्ण ठरतो किंवा बळकट सहसंबंध ($r = -.61$ सारखा) असूनही संख्याशास्त्रीयदृष्ट्या महत्त्वपूर्ण ठरत नाही? हे कुतूहल बऱ्याच वेळा संख्याशास्त्रीय चाचणीची ताकद आणि परिणाम आकार यांच्यातील अन्योन्यसंबंधातून निर्माण होते. परिणाम आकार म्हणजे स्वतंत्र चलाच्या अवलंबी चलावरील प्रभावाची ताकद होय. परिणाम आकाराकडे बघण्याचा आणखी एक मार्ग म्हणजे उपचार किती चांगले उपयोगी पडतात, हे पाहाणे. जर उपचारांचा खरोखरच उपयोग होत असेल (जे दोन गटांच्या मध्यमानांमधील खूप मोठ्या फरकातून दिसते), तर परिणाम आकार खूप मोठा आहे असे म्हटले जाते. जर दोन गटांच्या मध्यमानांमधील फरक लहान असेल, तर परिणाम आकार लहान आहे असे म्हटले जाते. तुम्हाला सहसंबंधाबाबत आपण पाहिलेली कुतुहलजनक दुविधा आता पुन्हा दिसून येईल: आपल्याला बळकट परिणाम आकार दिसूनही H_0 अस्वीकृत होत नाही. असे घडू शकते कारण आपण पुरेशी संख्याशास्त्रीय ताकद मिळवू शकलो नाही. (जसे की, प्रत्येक गटात खूप कमी सहभागी असणे, किंवा गटाच्या मध्यमानापासून आढळलेले फार जास्त प्रचलन). आपल्याला कमजोर परिणाम आकार दिसूनही H_0 अस्वीकृत होते असे ही घडू शकते. जेव्हा

आपल्याकडून अनेक सहभागी असल्याने संख्याशास्त्रीय ताकदीचा दुरुपयोग होतो, तेव्हा असे घडू शकते. पुन्हा एकदा, ताकदीचे विश्लेषण करणे हा परिणाम आकाराच्या या पेचप्रसंगावरील उपाय आहे.

परिणाम आकाराचा सहसंबंध गुणांक

स्वतंत्र t चाचणीचा परिणाम आकार ठरविण्यासाठी, परिणाम आकाराचा सहसंबंध गुणांक काढता येतो. त्याचे सूत्र खाली दिले आहे:

$$r = \sqrt{\frac{t^2}{t^2 + df}}$$

परिणाम आकाराचा सहसंबंध गुणांक नेहमीच धन मूल्य असेल आणि त्याचा विस्तार 0 ते 1.00 मध्ये असेल. परिणाम आकाराचे महत्त्व ठरविण्यासाठी खालील परिमाण (मापनपट्टी) वापरा:

Effect Size	*Minimum* r *Value*
Small	.100
Medium	.243
Large	.371

हे लक्षात घ्या की, r ची ही मूल्ये आपण जेव्हा पिअर्सन यांचा गुणन-मूल्य सहसंबंध गुणांक r वापरला त्यापेक्षा तुलनात्मकदृष्ट्या लहान आहेत. म्हणून, हे लक्षात ठेवा की, जरी दोन्हींमध्ये गुणांक r वापरला जात असला तरीही या दोन स्वतंत्र संख्याशास्त्रीय प्रक्रिया आहेत. मागील उदाहरणात, आपल्याला t चे मूल्य 4.034 इतके मिळाले होते. जर आपण हे मूल्य परिणाम आकाराच्या सहसंबंध गुणांकाच्या सूत्रात घातले तर आपल्याला खालीलप्रमाणे उत्तर मिळेल:

$$r = \sqrt{\frac{t^2}{t^2 + df}}$$

$$r = \sqrt{\frac{4.034^2}{4.034^2 + 14}}$$

$$r = .733$$

म्हणून, Euzac–Prozac प्रयोगात खूप मोठा परिणाम आकार दिसतो आहे, दुसऱ्या शब्दांत सांगायचे तर, नैदानिकदृष्ट्या नैराश्य आलेल्या रुग्णांच्या नैराश्यावर दोन्ही औषधांच्या होणाऱ्या परिणामात मोठा फरक होता. म्हणजेच, नैराश्य कमी करण्यासाठी Prozac पेक्षा Euzac फारच जास्त चांगले होते.

परिणाम आकाराचे आणखी एक परिमाण: कोहेन यांचा d

परिणाम आकाराचे आणखीन एक लोकप्रिय परिमाण आहे कोहेन यांचा d (Cohen's d):

$$d = \frac{Mean_1 - Mean_2}{SD_{\text{for all participants}}}$$

संगणनविषयक उदाहरणाप्रमाणे, दोन मध्यमाने खालीलप्रमाणे होती: Euzac गटाचे (*मध्यमान 1*) होते 48.375, आणि Prozac गटाचे (*मध्यमान 2*) होते 68.500. सर्व 16 सहभागींचे प्रमाण विचलन आहे 14.175. म्हणून, Cohen यांचा d खालीलप्रमाणे काढला जाईल:

$$d = \frac{Mean_1 - Mean_2}{SD_{\text{for all participants}}}$$

$$d = \frac{48.375 - 68.500}{14.175}$$

$$d = \frac{-20.125}{14.175}$$

$$d = -1.420$$

कोहेन यांच्या d बाबत एक महत्त्वाचा पैलू हा आहे की, d च्या मूल्यावरून दोन मध्यमाने एकमेकांपासून किती प्रमाण विचलने दूर आहेत, याचा अंदाज बांधता येतो. म्हणून, या उदाहरणात, दोन मध्यमाने एकमेकांपासून 1.42 प्रमाण विचलने दूर आहेत (ऋण चिन्हाने कोणताही फरक पडत नाही फक्त पहिले मध्यमान दुसऱ्या मध्यमानापेक्षा लहान होते, हे दर्शविले जाते). कोहेन यांच्या d बाबत आणखीन एक महत्त्वाचा मुद्दा असा की, परिणाम आकाराच्या सहसंबंध गुणांकापेक्षा हा वेगळा अशा अर्थाने आहे की कोहेन यांच्या d चे मूल्य 1.00 पेक्षा जास्त असू शकते. जेकब कोहेन (ज्यांनी Cohen यांचा d निर्माण केला) यांनी d च्या अंतिम मूल्याचा अर्थ लावण्यासाठी खालील मार्गदर्शक तत्त्वे सुचविली आहेत:

Effect Size	*Minimum* d *Value*
Small	0.20
Medium	0.50
Large	0.80

म्हणून, आपल्या असे लक्षात येते की, Cohen यांचा d सुद्धा, जसा आपल्याला परिणाम आकाराच्या सहसंबंध गुणांकामध्ये दिसला तसा, दोन मध्यमानांमधील फरकासाठी, खूप मोठा परिणाम आकार देतो.

विश्वासार्हता मध्यंतरे

संशोधकांनी संपूर्ण जनसंख्येची माहिती गोळा केली आहे, असे अगदी क्वचित घडते. जर असे घडले तर निदानात्मक संख्याशास्त्रातील अनेक गोष्टींची गरज राहणार नाही. या पुढे जाऊन, जर एखाद्या पराकोटीच्या क्वचित प्रसंगी आपल्याला संपूर्ण जनसंख्येवर काम करता आले, तर आपण त्याला कदाचित नमुनाच समजू, कारण, आपल्याला आत्ताच्या जनसंख्येत नसलेल्या, भविष्यातील घटकांनाही आपले निष्कर्ष लागू करण्याची इच्छा असेल. तरीही, प्रायोगिक प्रक्रिया किंवा सर्वेक्षणात त्रुटी असणे स्वाभाविक असते. असा युक्तिवाद केला जातो की (उदाहरणार्थ, श्मिड्ट, 1996) स्वतंत्र गटांसाठी वापरली जाणारी प्रतिष्ठित t चाचणी या सारख्या पारंपरिक महत्त्वपूर्णता चाचण्या एखाद्या निकालाचे वास्तव मोजण्यात कमी पडतात कारण (अ) जेव्हा नल गृहीतप्रमेय अमान्य होते तेव्हा p पातळ्यांचा चुकीचा अर्थ निघू शकतो, आणि (ब) स्वीकृत झालेले नल गृहीतप्रमेय आपल्याला फारच थोडी माहिती देते.

इतर अनेकांप्रमाणेच, श्मिड्ट (1996) हे विश्वासार्हता मध्यंतरे वापरण्याबाबत आग्रह धरतात. विश्वासार्हता मध्यंतरे आपल्याला डेटात असलेल्या त्रुटींबाबत अंदाज देतात. आपण काढलेल्या संख्याशास्त्रीय अंदाजांची (उदाहरणार्थ, मध्यमान, प्रमाण विचलन, सहसंबंध) अचूकता ती आपल्याला सांगतात. विश्वासार्हता मध्यंतरांचा संबंध ताकदीच्या संकल्पनेशी आहे. ही गोष्ट आपल्या अंतःप्रेरणेच्या विरोधी वाटली, तरी मोठे विश्वासार्हता मध्यंतर म्हणजे अभ्यासात, प्रयोगातील दोन उपचार परिस्थितींमधील किंवा सर्वेक्षण संशोधनातील सहभागींच्या गटांमधील वास्तविक फरक शोधण्याची कमी ताकद आहे.

विश्वासार्हता मध्यंतर तीन घटकांवर आधारित असते:

1. एखाद्या परिमाणाचे मूल्य (मध्यमान, सहसंबंध, इत्यादी) ज्यावर विश्वासार्हता मध्यंतर आधारलेले आहे,
2. परिमाणातील प्रमाणित त्रुटी, आणि
3. विश्वासार्हता मध्यंतराची अपेक्षित रुंदी (उदाहरणार्थ, 95% विश्वासार्हता मध्यंतर किंवा 99% विश्वासार्हता मध्यंतर).

या भागात, आपण एका मध्यमानाबाबत विश्वासार्हता मध्यंतर काढणार आहोत. मध्यमानाची प्रमाणित त्रुटी म्हणजे एखाद्या जनसंख्येतून वारंवार निवडलेल्या नमुन्याच्या सर्व मध्यमानाचे प्रमाण विचलन होय. उदाहरणार्थ, समजा आपण एका जनसंख्येतून प्रत्येकी 30 घटकांचे ($n = 30$) 200 नमुने यादृच्छिक पद्धतीने निवडले आहेत आणि 200 नमुन्यांमधील प्रत्येकाचे मध्यमान काढले आहे. शिवाय, जनसंख्येचे मध्यमान शून्य आहे. आपण असा प्रश्न विचारू शकतो की, "नमुन्यांच्या मध्यमानांच्या वितरणाचे मध्यमान शून्यापेक्षा वेगळे आहे का?" या प्रश्नाचे उत्तर देण्यासाठी, आपण मध्यमानांच्या वितरणाचे मध्यमानाबाबत विश्वासार्हता मध्यंतर काढू या. विश्वासार्हता मध्यंतर (CI) खालील सूत्राने काढले जाते:

$$95\%\ \text{CI} = M \pm (z \cdot SE) = M - (z \cdot SE) \text{ to } M + (z \cdot SE)$$

जेथे,

M = मध्यमानांच्या वितरणाचे मध्यमान,

SE = मध्यमानाची प्रमाणित त्रुटी, आणि

z = आपल्याला हव्या असलेल्या विशिष्ट विश्वासार्हता मध्यंतराचा z प्राप्तांक.

उदाहरणार्थ, जर आपल्याला 95% विश्वासार्हता मध्यंतर हवे असेल तर, z चे मूल्य असेल 1.96. आपल्याला प्रसामान्य वक्राच्या आधारे 1.96 हे मूल्य मिळते. जर मध्यमाने प्रसामान्यपणे वितरित झालेली असतील तर, मध्यमानाच्या प्रमाण विचलनात असलेल्या एकूण घटकांपैकी 95% घटक z वितरणाच्या ±1.96 क्षेत्रफळात समाविष्ट झालेले असतात. 95% CI च्या सूत्रात z च्या जागी 1.96 घालून सूत्र होईल.

$$95\%\ \text{CI} = M \pm (1.96 \cdot SE) = M - (1.96 \cdot SE)\ \text{to}\ M + (1.96 \cdot SE)$$

मध्यमानांच्या वितरणाच्या प्रमाण विचलनाला *प्रमाणित त्रुटी* असे म्हणतात. या नमुना मध्यमानांच्या वितरणाचे प्रमाण विचलन आहे 1.00, आणि म्हणून प्रमाणित त्रुटी देखील आहे 1.00. या वितरणाचे 95% विश्वासार्हता मध्यंतर आकृती 7.1 मध्ये फिकट निळ्या भागात दर्शविले आहे. या डेटा संचासाठी 95% विश्वासार्हता मध्यंतर –1.96 ते 1.96 या विस्तारात आहे कारण $M = 0$ आणि $SE = 1.00$ आहेत. म्हणून, 200 मध्यमानांपैकी 95% मध्यमाने 95% विश्वासार्हता मध्यंतरात असतील. या वितरणाच्या दोन्ही टोकांचे गडद भाग 95% विश्वासार्हता मध्यंतराच्या बाहेर असलेली क्षेत्रफळे दर्शवितात. 95% CI मध्ये शून्याचा समावेश आहे, म्हणून, प्राप्तांकांचे मध्यमान शून्यापासून महत्त्वपूर्णदृष्ट्या वेगळे नाही.

आकृती 7.1 95% विश्वासार्हता मध्यंतर: CI मध्ये शून्य

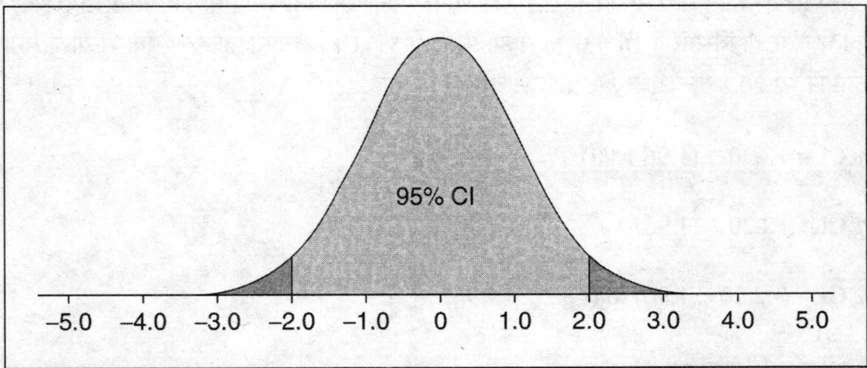

प्रत्येकी 30 घटकांचा संच अशा 200 संचांचा आणखी एक नमुना यादृच्छिक पद्धतीने निवडला आहे. मध्यमानांचे वितरण आकृती 7.2 मध्ये दिले आहे. येथे वितरणाचे मध्यमान 2.50 इतके आहे. मध्यमानांच्या वितरणाचे प्रमाण विचलन 1.00 आहे, आणि म्हणून, प्रमाणित त्रुटी 1.00 आहे. 95% CI साठी सूत्र वापरून:

$$95\%\ \text{CI} = 2.50 \pm (1.96 \cdot 1.00)$$

$$95\%\ \text{CI} = 2.50 \pm 1.96$$

$$95\%\ \text{CI} = (2.50 - 1.96)\ \text{to}\ (2.50 + 1.96)$$

$$95\%\ \text{CI} = 0.54\ \text{to}\ 4.46$$

आकृती 7.2 95% विश्वासार्हता मध्यंतर: CI मध्ये शून्य नाही

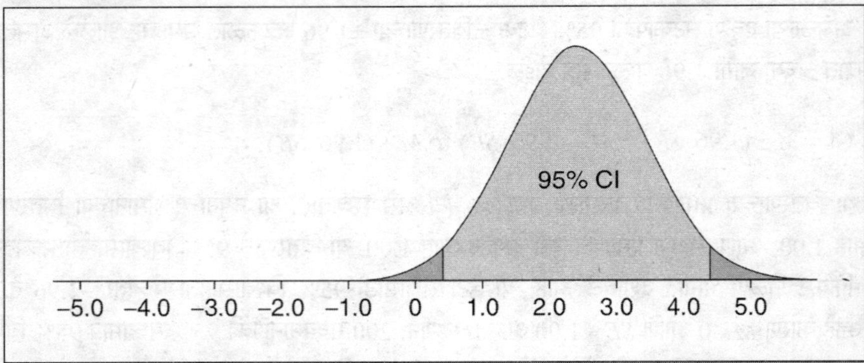

म्हणून, आपल्याला असे लक्षात येते की, 95% CI चा विस्तार 0.54 आणि 4.46 या मध्ये आहे. विश्वासार्हता मध्यंतरात शून्याचा समावेश नाही, म्हणजेच मध्यमानांच्या वितरणाचे मध्यमान $p < .05$ वर शून्यापेक्षा वेगळे आहे.

वितरण परिमाणाच्या ऋण बाजूकडे असू शकते. समजा, यादृच्छिक पद्धतीने निवडलेल्या प्रत्येकी 30 घटकांचा एक संच अशा 200 संचांच्या नमुन्याचे मध्यमान –2.20 आणि मध्यमानांच्या वितरणाचे प्रमाण विचलन 1.00 होते. तर, 95% विश्वासार्हता मध्यंतराचा विस्तार 4.16 ते 0.24 मध्ये असेल. 95% CI विश्वासार्हता मध्यंतरात शून्याचा समावेश नाही, म्हणून, मध्यमान –2.20 हे शून्यापेक्षा $p < .05$ वर बरेच कमी आहे.

$$95\%\ CI = -2.20 \pm (1.96 \cdot 1.00)$$

$$95\%\ CI = -2.20 \pm (1.96)$$

$$95\%\ CI = (-2.20 - 1.96) \text{ to } (-2.20 + 1.96)$$

$$95\%\ CI = -4.16 \text{ to } -0.24$$

प्रमाणित त्रुटीचा अंदाज बांधणे

दररोजच्या संशोधनात, आपण आपल्या जनसंख्येतून n घटकांचे खूप संच नमुना म्हणून निवडत नाही. आपण n घटकांचा एकच नमुना निवडतो, ज्यात n ही अभ्यासातील किंवा काहीवेळा, संरचनेतील प्रत्येक सेल मधील घटकांची संख्या असते. आपण आपल्या नमुन्याचे मध्यमान आणि प्रमाण विचलन काढू शकतो. परंतु, मागे दिलेली प्रमाणित त्रुटीची व्याख्या अशी आहे की ती जनसंख्येतील मोठ्या संख्येच्या नमुन्यांचे प्रमाण विचलन आहे. म्हणून, आता आपण एका मध्यमानासाठी 95% विश्वासार्हता मध्यंतर काढू या. प्रमाणित त्रुटी (SE) चा अंदाज खालील सूत्राने काढता येतो:

$$SE = \frac{SD}{\sqrt{n}}$$

जेथे,

SD = आपल्या नमुन्याचे प्रमाण विचलन, आणि

n = घटकांची (cases) संख्या.

म्हणजेच, काढलेल्या प्रमाण विचलनाला घटकांच्या संख्येच्या वर्गमुळाने भागून प्रमाणित त्रुटी काढली जाते. हे लक्षात घ्या की, जसजसा नमुन्याचा आकार वाढतो तसतशी प्रमाणित त्रुटी लहान होत जाते. जसा आपण आपल्या नमुन्याचा आकार वाढवतो, तसे प्रमाणित त्रुटी आणि विश्वासार्हता मध्यंतर कमी होतात. वेगळ्या शब्दांत सांगायचे तर, जर आपल्या नमुन्याचे आकार मोठे असतील तर आपल्याला मध्यमानांमध्ये लहान फरक आढळतील. आपण नमुन्याचा आकार वाढवून कोणताही फरक शोधण्याची ताकद वाढवू शकतो.

उदाहरणार्थ, जर नमुन्याचे मध्यमान 4.52, प्रमाण विचलन 6.28 आणि घटकांची संख्या 15 असेल, तर प्रमाणित त्रुटी असेल

$$SE = \frac{SD}{\sqrt{n}}$$

$$SE = \frac{6.28}{\sqrt{15}}$$

$$SE = \frac{6.28}{3.873}$$

$$SE = 1.62$$

95% CI साठी सूत्र वापरून,

$$95\%\ CI = M \pm (1.96 \cdot SE)$$

$$95\%\ CI = 4.52 \pm (1.96 \cdot 1.62)$$

$$95\%\ CI = 4.52 \pm 3.175$$

$$95\%\ CI = (4.52 - 3.175) \text{ to } (4.52 + 3.175)$$

$$95\%\ CI = 1.345 \text{ to } 7.695$$

95% CI चा विस्तार 1.345 पासून 7.695 पर्यंत आहे. त्यात शून्याचा समावेश नाही, म्हणून, मध्यमान 4.52, हे शून्यापासून $p < .05$ वेगळे आहे. 95% विश्वासार्हता मध्यंतराचे अंदाज वर्तविलेल्या प्रमाणित त्रुटीचा वापर करून केलेले आलेखीय सादरीकरण आकृती 7.3 मध्ये दिले आहे. 95% CI स्तंभामधील क्षेत्रफळ 4.52 मध्यमानापासून 95% विश्वासार्हता मध्यंतर दर्शविते.

आकृती 7.3 अंदाज वर्तविलेल्या प्रमाणित त्रुटीचा वापर करून केलेले 95% विश्वासार्हता मध्यंतर

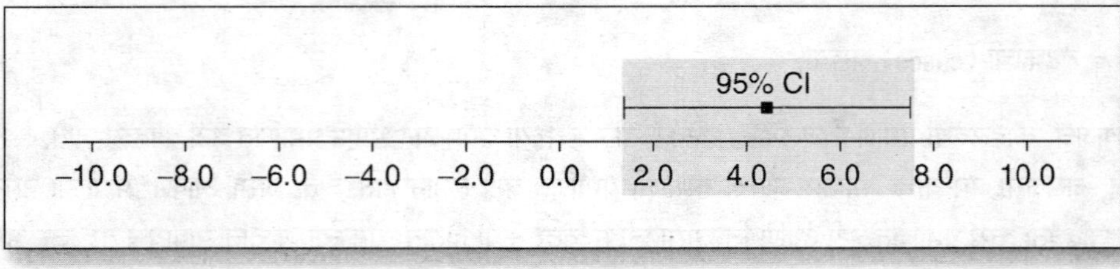

या उदाहरणांमध्ये, आपण विचारले की, "नमुन्याचे मध्यमान शून्यापेक्षा वेगळे आहे का?" साधारणतः, आपल्याला, "मध्यमान A मध्यमान B पेक्षा वेगळे आहे का?" या प्रश्नात अधिक स्वारस्य असते. या प्रश्नासाठी देखील विश्वासार्हता मध्यंतरांचा उपयोग होतो. मध्यमानांमधील एका मध्यमानाच्या 95% विश्वासार्हता मध्यंतरात दुसरे मध्यमान समाविष्ट झाले आहे का? असे असेल तर, मध्यमानांमध्ये एकमेकांपासून तफावत नाही. असे नसेल तर, $p < .05$ साठी मध्यमानांमध्ये फरक आहे.

1908 साली विल्यम गॉसेट (1876–1937) आणि गिनीज सेंट जेम्स ब्र्युअरी, डब्लिन, आयर्लंड (स्थापना 1759), चे जेकोस्लाव यांनी काढलेले छायाचित्र.

स्रोत: विल्यम गॉसेट: सार्वजनिक प्रक्षेत्र; Gvjekoslav यांनी Guinness St. James' Gate Brewery चे काढलेले छायाचित्र

इतिहासाचा मागोवा

गॉसेट आणि गिनिस ब्र्युअरी

विल्यम गॉसेट (1876–1937) याला t वितरण शोधण्याचे श्रेय दिले जाते. तो आयर्लंडमध्ये त्याचा पदवी अभ्यासक्रम पूर्ण करता करता गिनिस ब्र्युअरीसाठी अर्धवेळ काम करत असे. नंतर ब्र्युअरीने संशोधनाच्या कामासाठी त्याची नेमणूक केली, आणि त्याने असा शोध लावला की जर त्याने नमुना प्रक्रियांसाठी लहान नमुने वापरले, तर जनसंख्येच्या मूल्यांचे भाकीत करण्यात काही चुका होतात. ह्याची परिणती खूप छोट्या नमुन्यांवर आधारित t वितरणांचा संच शोधण्यामध्ये झाली. 1908

मध्ये, आपल्या निष्कर्षांबद्दल एक लेख त्याने प्रसिद्ध केला, पण कर्मचाऱ्यांच्या लेख प्रसिद्धीवर गिनिस ब्र्युअरीचे कडक निर्बंध होते (याचे स्पष्ट कारण असे होते की एका आधीच्या नोकराने गिनिसची बिअरची पाकक्रिया प्रसिद्ध केली होती), म्हणून गॉसेटने "स्टुडंट" असे टोपणनाव निवडले. त्याने या नवीन वितरणांना t हे नाव का निवडले ते नेमकेपणाने माहीत नाही, परंतु असे असू शकेल की दुपारच्या वेळच्या "टी" ब्रेक्सशी याचा काहीतरी संबंध असावा. हे ही नेमकेपणाने माहीत नाही की त्याने "स्टुडंट" असे टोपणनाव का निवडले, बहुधा असे सुचविले जाते की काही प्रमाणात त्याचा विनम्र स्वभाव त्यातून दिसून येतो.

1920 पर्यंत, गॉसेटने स्टुडंट या टोपणनावाने, t वितरणाचे तक्ते आणि t सांख्यिकी प्रसिद्ध केली. 1925 मध्ये, रोनाल्ड फिशर (1890–1962) यांनी त्यांची संख्याशास्त्रावरील *स्टॅटिस्टिकल मेथड्स फॉर रिसर्च वर्कर्स* (*Statistical Methods for Research Workers*) या नावाची दोन मोठी पुस्तके प्रसिद्ध केली. ह्या कामाचे मोठे योगदान म्हणजे स्टुडंटच्या t सांख्यिकीचा उपयोग एका मध्यमानाविषयीच्या गृहीतप्रमेयाच्या परीक्षणासाठी आणि दोन मध्यमानांमधील फरक तपासण्यासाठी करण्याची कल्पना होय. अशा प्रकारे, t चाचणी प्रत्यक्षात गॉसेटच्या t वितरण संचावरून फिशरने तयार केली.

विरोधाभास म्हणजे, सर्वात महत्त्वाची संकल्पना ज्याबद्दल फिशरने प्रत्यक्ष भाष्य केले नाही, ती म्हणजे, महत्त्वपूर्णता चाचणीनंतर p पातळीचा अन्वयार्थ लावणे. अर्थात, त्याने त्याच्या अन्वयार्थासाठी संदर्भ सोडला, आणि तो म्हणजे तोच निष्कर्ष पुन्हापुन्हा मिळण्याची क्षमता (प्रतिकृति). त्याने असे लिहिले की निकाल जेव्हा केवळ योगायोगाने मिळालेले नसतील आणि ते 20 चाचण्यांमध्ये एकापेक्षा जास्त वेळा योगायोगाने आलेले नसतील तेव्हाच संशोधकाने इतक्या मोठ्या प्रमाणात मिळालेले एखाद्या प्रयोगाचे निकाल महत्त्वपूर्ण मानावेत. मात्र, फिशरने संशोधकांना धोक्याची सूचना दिली की त्यांनी प्रत्येक 20 प्रयोगांपैकी एकातही स्वतःची फसवणूक होऊ देता कामा नये. फिशरने लिहिले की संशोधकाने प्रक्रिया खरी असल्याचा दावा तेव्हाच करावा जेव्हा त्यांनी प्रयोगाची संरचना अशी केली असेल की जो महत्त्वपूर्ण निकाल देण्याच्या बाबतीत क्वचितच अपयशी ठरेल. वेगळ्या काढलेल्या (isolated) महत्त्वपूर्ण निकालांबाबत फिशर अत्यंत संशयी होता. अशा प्रकारे, प्रयोगांच्या साखळीतून निष्कर्षांच्या प्रतिकृति प्रस्थापित करण्याच्या पद्धतीचा फिशर कट्टर पुरस्कर्ता होता.

महत्त्वाच्या संकल्पना आणि व्याख्या

कोहेनचा d (Cohen's d) – परिणामकारक आकारमानाचा मापक जो मध्यमानांमधील फरकाच्या आकाराचा अंदाज प्रमाण विचलनाच्या स्वरूपात देतो.

नियंत्रित प्रयोग (Controlled Experiment) – कार्यकारण संबंधाच्या अन्वयार्थास परवानगी देणारा अत्यंत शक्तिशाली प्रायोगिक आराखडा. जनसंख्येतून सहभागी घटकांची निवड यादृच्छिक पद्धतीने केली जाते आणि यादृच्छिक पद्धतीनेच त्यांची नेमणूक दोन (किंवा अधिक) गटांमधील एका गटात केली जाते. साधारणतः प्रायोगिक गटाला एखादा उपचार दिला जातो आणि नियंत्रण गटाला प्लॅसिबो दिले जाते.

परिणामकारक आकार (Effect Size) – स्वतंत्र चल परावलंबी चलावर किती जोरदारपणे परिणाम करतो. परिणामकारक आकाराचा विस्तार लहानापासून मोठ्यापर्यंत असतो.

प्रचलनातील बहुजिनसीपणा (Heterogeneity of Variance) – स्वतंत्र गटांच्या t चाचणीत दोन गटांची प्रचलने समान किंवा साधारणतः समान असतात ह्या गृहिताचे उल्लंघन; या परिस्थितीत, प्रचलने समान नसतात.

प्रचलनातील एकजिनसीपणा (Homogeneity of Variance) – स्वतंत्र गटांच्या t चाचणीत दोन गटांची प्रचलने समान किंवा साधारणतः समान असतात असे गृहीत.

स्वतंत्र गटांची t चाचणी (Independent Groups t test) – एकाच अखंडित चलावर दोन गटांच्या मध्यमानांमधील फरक तपासण्यासाठी तयार केलेली संख्याशास्त्रीय प्रक्रिया.

इन सीटू संरचना (In situ design) – "त्याच्या मूळ ठिकाणी" साठी लॅटिन शब्दप्रयोग. नेहमी वापरला जाणारा t चाचणी संरचना जेथे सहभागी घटकांची नेमणूक यादृच्छिक पद्धतीने दोन गटांमध्ये केली जात नाही परंतु निसर्गतः किंवा देवाने आधीच त्यांची विभागणी केलेली असते, जसे की शैक्षणिक अपात्रता असणारी मुले आणि शैक्षणिक अपात्रता नसणारी मुले, मेंदूला मार बसलेले रुग्ण आणि मेंदूला मार न बसलेले रुग्ण, आणि इतर अनेक.

लेवेनची प्रचलनाच्या एकजिनसीपणाची F चाचणी (Levene's F test of Homogeneity of Variance) – स्वतंत्र t चाचणीत प्रचलनाचा एकजिनसीपणा तपासण्यासाठी वापरली जाणारी संख्याशास्त्रीय चाचणी. लेवेनच्या चाचणीतील F चे महत्त्वपूर्णता मूल्य असे सूचित करते की दोन गटांची प्रचलने एकमेकांपासून महत्त्वपूर्णरित्या वेगळी आहेत, आणि प्रचलनाचा एकत्रित अंदाज वापरता येऊ शकणार नाही.

एकत्रित प्रचलन (Pooled Variance) – दोन गटांच्या स्वतंत्र प्रचलनांचे एकत्रीकरण करून काढलेला एकच अंदाजक. स्वतंत्र t चाचणी सूत्राचा छेदामध्ये एकत्रित प्रचलनाचा अंदाजक असतो. जर प्रचलनामधील एकजिनसीपणाच्या गृहिताचे पालन केलेले असले, तर दोन गटांचे प्रचलन एकमेकांबरोबर एकत्र आणून एकच अंदाज तयार करता येतो. जर एकजिनसीपणाच्या गृहिताचे पालन केलेले नसेल, तर दोन गटांसाठी प्रचलनांचे स्वतंत्र अंदाज काढणे आवश्यक असते.

ताकद (Power) – नलगृहीतप्रमेय योग्य प्रकारे नाकारले जाण्याची संभाव्यता. महत्त्वपूर्णता चाचणीत, चाचणीच्या शक्तीचा अंदाज 1-β असा केला जातो, जेथे β ही दुसऱ्या प्रकारची चूक केली जाण्याची संभाव्यता असते (H_0 खोटे असताना ते कायम ठेवणे). मानसशास्त्रीय संशोधनात किमान शक्तीचे प्रमाणित परिमाण .80 इतके असते.

जोम (Robustness) – संख्याशास्त्रीय चाचण्यांचा असा गुणधर्म जो संख्याशास्त्रीय चाचणीच्या गृहितांचे उल्लंघन होऊनही तिची दोन गटांच्या मध्यमानांमधील खरा फरक शोधून काढण्याची क्षमता किंवा गृहीतप्रमेय शोधून काढण्याची क्षमता सूचित करतो.

t चाचणी (t test) – एक चाचणी, जी एकाच परावलंबी चलावरील दोन स्वतंत्र गटांच्या मध्यमानांमध्ये महत्त्वपूर्ण तफावत आहे का, हे ठरविते.

प्रकरण 7 सरावासाठी प्रश्न

1. स्वतंत्र t चाचणीचा प्राथमिक भर कशावर आहे?
2. प्रचलनाच्या एकजिनसीपणाची गृहिते विशद करा.
3. प्रचलनाच्या विविधतेचे परिणाम कमी करण्यासाठी काय करता येऊ शकते?
4. t चे मूल्य वाढवू शकणाऱ्या तीन घटकांचे वर्णन करा.
5. जर t चे काढलेले मूल्य सारिणीतील निर्णायक t मूल्यापेक्षा जास्त असेल, तर निकाल संख्याशास्त्रीयदृष्ट्या महत्त्वपूर्ण असतात का?

SPSS पाठ 7

स्वतंत्र गटांसाठीच्या t चाचणीचा उद्देश, दोन गटांच्या मध्यमानांमध्ये महत्त्वपूर्ण फरक आहे का, की असलेला फरक दैवयोगाने पडला आहे, हे ठरविणे, हा असतो. या प्रकरणात, स्वतंत्र गटांसाठीच्या t चाचणीचा उपयोग करून पहिल्यांदा, *SASTOT* च्या मूल्यांच्या मध्यमानांमध्ये आढळलेला महत्त्वपूर्ण फरक स्त्री-पुरुष लिंगभेदाने निर्माण झाला आहे का, ते तपासा, नंतर,

Schizoid च्या मूल्यांच्या मध्यमानामध्ये आणि *Asperger* गटांच्या मूल्यांच्या मध्यमानांमध्ये महत्त्वपूर्ण फरक आढळतो का, ते तपासा. हे लक्षात ठेवा की, *SASTOT* च्या उदाहरणात अवलंबी चल हे प्रत्येक सहभागीची ऑटिस्टिक (autistic) विकृतीची लक्षणे तपासणाऱ्या 45 घटकांबाबतची बेरीज हे आहे. प्रत्येक उत्तर 1 ते 4 या मापनपट्टीवर (1 = संपूर्ण चुकीचे; 4 = संपूर्ण बरोबर) मोजले गेले होते.

स्वतंत्र गटांसाठी *t* चाचणी वापरणे

t चाचणी वापरून *SASTOT* च्या मूल्यांच्या मध्यमानांमध्ये आढळलेला महत्त्वपूर्ण फरक स्त्री-पुरुष लिंगभेदाने निर्माण झाला आहे का, ते तपासण्यासाठी खालील पायऱ्या वापरा.

1. *Data Editor* मध्ये *Schizoid-Aspergers-Controls SPSS.sav* ही फाईल उघडा, जी www.uccs.edu/~faculty/fcoolidg/SPSS/Schizoid-Aspergers-Controls SPSS.sav. या संकेत स्थळावरून उतरवून घेता येईल. या डेटातून Case #47 (क्लिंकर) काढून टाकली आहे, याची खात्री करा. किंवा तुम्ही www.uccs.edu/~faculty/fcoolidg/SPSS/Schizoid-Aspergers-Controls SPSS V1.sav. या संकेत स्थळावरून *Schizoid-AspergersControls SPSS V1.sav* ही फाईल उतरवून घ्या, त्यातून Case #47 काढून टाकलेली आहे.
2. अनुक्रमे Analyze > Compare Means > Independent-Sample t Test हे पर्याय निवडा.
3. *Independent-Samples T Test* या संवादात, Total autistic symptoms याची निवड करा आणि arrow बटणाचा वापर करून त्याला *Test Variable(s)* चौकटीत आणा.
4. Gender याची निवड करा आणि arrow बटणाचा वापर करून त्याला *Grouping Variable* चौकटीत आणा, आणि Define Groups पर्याय निवडा.
5. *Define Groups* संवादात, Use specified values ची निवड करा, enter in the *Group 1* स्थानात पुरुषांसाठी 1 आणि *Group 2* स्थानात स्त्रियांसाठी 2 टाका, आणि Continue पर्याय निवडा.

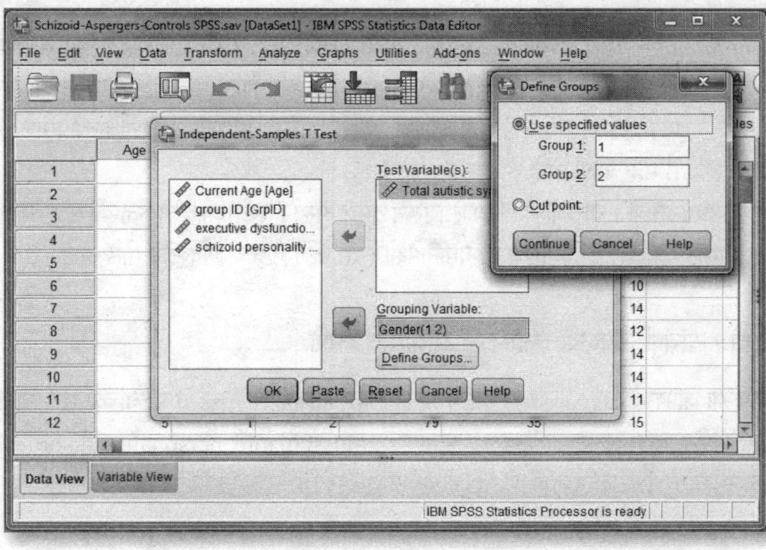

6. *Independent-Samples t Test* संवादात, OK पर्याय निवडा.

SPSS स्वतंत्र-नमुन्यांची t चाचणी वापरून (स्वतंत्र नमुन्यासाठी t चाचणी) *SASTOT* मूल्यांच्या मध्यमानातील स्त्री-पुरुष लिंगभेदाने निर्माण झालेले फरक काढते आणि *Statistics Viewer* वर निकाल दर्शविते.

स्वतंत्र गटांसाठी t चाचणीचा अन्वयार्थ लावणे

1. *Statistics Viewer* वर, गटाबाबत सांख्यिकीच्या सारिणीचे निरीक्षण करा.

Group Statistics

	Gender	N	Mean	Std. Deviation	Std. Error Mean
Total autistic symptoms	Male	43	88.07	32.341	4.932
	Female	28	70.96	28.866	5.455

Groups Statistics सारिणीत, पुरुषांसाठी *SASTOT* मूल्याचे मध्यमान आहे 88.07 आणि स्त्रियांसाठी 70.96, परंतु, प्रमाण विचलने बरीच मोठी आहेत (अनुक्रमे 32.341 आणि 28.866). स्वतंत्र गटांसाठी t चाचणी प्रचलनात एकजिनसीपणा म्हणजेच, प्रमाण विचलनाचे वर्ग समान किंवा जवळजवळ समान आहेत, असे गृहीत धरते.

2. *Independent Samples Test* सारिणीचे निरीक्षण करा.

Independent Samples Test

		Levene's Test for Equality of Variances		t-test for Equality of Means						
									95% Confidence Interval of the Difference	
		F	Sig.	t	df	Sig. (2-tailed)	Mean Difference	Std. Error Difference	Lower	Upper
Total autistic symptoms	Equal variances assumed	2.292	.135	2.270	69	.026	17.105	7.535	2.074	32.137
	Equal variances not assumed			2.326	62.385	.023	17.105	7.354	2.407	31.804

Independent Samples Test सारिणीत, *Levene* यांची *Equality of Variances* बाबत चाचणी F चाचणी चा वापर करून प्रचलनात एकजिनसीपणा आहे का ते तपासते. आलेल्या महत्त्वपूर्णता मूल्य .135 वरून आपल्याला कळते की फरक महत्त्वपूर्ण नाही, म्हणून प्रचलने समान मानली जातात. *Sig. (2-tailed)* स्तंभात दर्शविल्याप्रमाणे $p = .026$ साठी, t चाचणीचा निकाल 2.270 महत्त्वपूर्ण आहे असे स्पष्ट होते आहे.

म्हणून, स्वतंत्र गटांसाठीच्या t चाचणीच्या निकालावरून तुम्ही असा निष्कर्ष काढू शकता की पुरुषांच्या total autistic symptoms चे मध्यमान (88.07) स्त्रियांच्या मध्यमानापेक्षा (70.96) महत्त्वपूर्णदृष्ट्या मोठे आहे.

स्वतंत्र गटांसाठीची t चाचणी वेगळ्या चलासाठी आयोजित करणे

t test च्या या पायऱ्या वापरून, *Asperger's* आणि *Schizoid* गटांच्या *Schizoid* मूल्यांच्या मध्यमानात फरक आहेत का, ते पाहा. यात नवीन चल असेल *Schizoid* प्राप्तांक, ज्यात schizoid personality disorder मोजण्याच्या 7

घटकांची बेरीज आहे. प्रत्येक घटकाचे उत्तर 1–4 मापनपट्टीवर (जिथे 1 = संपूर्णपणे चूक आणि 4 = संपूर्णपणे बरोबर) करण्यात आले आहे.

1. *Data Editor* मध्ये *Schizoid-Aspergers-Controls SPSS.sav* उघडा (आणि केस Case #47 काढून टाका) किंवा *chizoidAspergers-Controls SPSS V1.sav* उघडा.
2. अनुक्रमे Analyze > Compare Means > Independent-Sample t Test हे पर्याय निवडा.
3. *Independent-Samples t Test* संवादात, Reset पर्याय निवडा.
4. Schizoid निवडा आणि arrow बटणाने त्याला *Test Variable(s)* स्थानावर हलवा.
5. GrpID ची निवड करा आणि arrow बटणाने त्याला *Grouping Variable* स्थानावर हलवा, आणि नंतर Define Groups पर्याय निवडा.
6. आता, *Grouping Variable* चे *Define Groups* संवादात नाव GrpID असे झाल्या नंतर, Use specified values हा पर्याय वापरून *Group 1* स्थानात Aspergers साठी 1 आणि *Group 2* स्थानात Schizoid साठी 2 टाका, आणि Continue पर्याय निवडा.

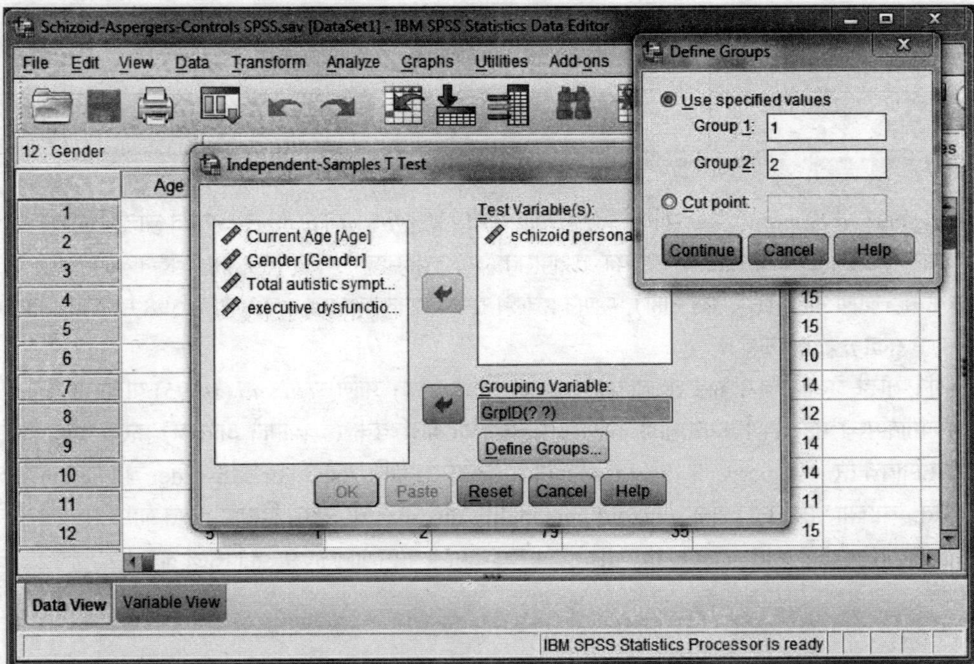

7. *Independent-Samples t Test* संवादात, OK पर्याय निवडा.

SPSS स्वतंत्र-नमुन्यांची *t* चाचणी वापरून (स्वतंत्र नमुन्यासाठी *t* चाचणी) *Schizoid* मूल्यांच्या मध्यमानातील *Aspergers* आणि *Schizoid* गटांमधील फरक काढते आणि *Statistics Viewer* वर निकाल दर्शविते.

स्वतंत्र गटांसाठीची t चाचणी दुसऱ्या चलासाठी वापरून अन्वयार्थ काढणे

1. *Statistics Viewer* मध्ये, *Group Statistics* सारिणीचे निरीक्षण करा.

Group Statistics

	group ID	N	Mean	Std. Deviation	Std. Error Mean
schizoid personality disorder	Asperger's	19	16.58	3.717	.853
	Schizoid	19	16.05	4.403	1.010

Groups Statistics सारिणीत, *Schizoid* मूल्याचे *Asperger* गटासाठी मध्यमान आहे 16.58 आणि *Schizoid* गटासाठी मध्यमान आहे 16.05, तसेच प्रमाण विचलने जवळजवळ समान आहेत. स्वतंत्र गटांसाठी t चाचणी प्रचलनात एकजिनसीपणा म्हणजेच, प्रमाण विचलनाचे वर्ग समान किंवा जवळजवळ समान आहेत, गृहीत धरते.

2. *Independent Samples* चाचणीच्या सारिणीचे निरीक्षण करा.

Independent Samples Test

		Levene's Test for Equality of Variances		t-test for Equality of Means						
									95% Confidence Interval of the Difference	
		F	Sig.	t	df	Sig. (2-tailed)	Mean Difference	Std. Error Difference	Lower	Upper
schizoid personality disorder	Equal variances assumed	.498	.485	.398	36	.693	.526	1.322	-2.155	3.207
	Equal variances not assumed			.398	35.013	.693	.526	1.322	-2.157	3.210

Independent Samples Test सारिणीत, *Levene* यांची *Equality of Variances* बाबत चाचणी F चाचणी चा वापर करून प्रचलनात एकजिनसीपणा आहे का, ते तपासते. आलेल्या महत्त्वपूर्णता मूल्य .485 वरून आपल्याला कळते की फरक महत्त्वपूर्ण नाही, ($p < .05$ नाही), म्हणून प्रचलने समान मानली जातात. t चे मूल्य 0.398 महत्त्वपूर्ण नाही ($p < .693$, हे सुद्धा $p < .05$ नाही).

म्हणून, तुम्ही असा निष्कर्ष काढू शकता की *Asperger's* (16.58) आणि *Schizoid* (16.95) या दोन्ही *Schizoid* च्या मध्यमानांमध्ये महत्त्वपूर्ण फरक नाही आणि असल्यास तो यादृच्छिक (दैवयोगाने आलेला) फरक आहे. दुसऱ्या शब्दांत सांगायचे तर – Asperger's disorder निदान झालेली मुले आणि Asperger's disorder चे निदान न झालेली मुले (परंतु, ज्यांच्या पालकांनी त्यांना schizoid personality disorder ची लक्षणे दिसण्याबाबत जास्त मूल्यांकन दिले आहे), यांच्यात – schizoid personality disorder लक्षणांमध्ये परिमाणानुसार फरक दिसला नाही.

प्रकरण 8

अवलंबी गटांसाठी *t* चाचणी

प्रकरण ८ उद्दिष्टे

- नियंत्रित प्रयोगाच्या संरचनेतील फरक ओळखणे
- अवलंबी गटांसाठी *t* चाचणीचा उपयोग करून नियंत्रित प्रयोगाचे विश्लेषण आणि स्पष्टीकरण करणे

नियंत्रित प्रयोगाच्या संरचनेतील फरक

असा विचार करा की एका मानसोपचारतज्ज्ञांना, एका नवीन प्रकारच्या मानसोपचार पद्धतीचा वापर करण्यापूर्वी आणि नंतर, रुग्णांच्या एका गटाची चाचणी घ्यायची इच्छा असेल तर, दोन गटांचे प्राप्तांक स्वतंत्र नसून एकमेकांशी संबंधित असतील, कारण एक प्राप्तांकांची जोडी एकाच रुग्णाचे उपचारपूर्व आणि उपचारपश्चात प्राप्तांक दर्शवेल. अवलंबी गटांसाठी *t* चाचणी (किंवा अवलंबी *t* चाचणी), हे या संरचनेसाठी योग्य संख्याशास्त्रीय विश्लेषण आहे. एखाद्या प्रायोगिक संरचनेत दोन्ही गटांमधील सहभागी कोणत्याही प्रकारे एकमेकांशी संबंधित असतात तेव्हा त्या गटांच्या मध्यमानांमधील फरकाचे विश्लेषण करण्यासाठी अवलंबी गटांसाठी *t* चाचणीचा वापर केला जातो. याबाबत दोन सर्वसामान्य संरचना आहेत, ज्यांच्यात, एकतर एकच सहभागी दोन्ही गटांमध्ये असतो किंवा जुळवलेल्या सहभागींच्या जोड्या दोन गटात विभागल्या जातात. अवलंबी *t* चाचणीला, जरी तिच्यात फारच थोड्या संरचना असल्या, तरी वेगवेगळी मनोरंजक नावे आहेत. उदाहरणार्थ, वारंवार-मोजमाप *t* चाचणी (repeated-measures *t* test), नमुन्यांच्या जोड्याची *t* चाचणी, अवलंबी-नमुने *t* चाचणी, विषयांतर्गत *t* चाचणी, जोड्यांसाठी *t* चाचणी, जुळणी t चाचणी (matched *t* test), जोड्यांमधील फरकाची *t* चाचणी, आणि सहसंबंधित *t* चाचणी. जरी स्वतंत्र *t* चाचणी, अवलंबी *t* चाचणीपेक्षा खूप जास्त प्रचलित असली तरी, अवलंबी *t* चाचणी, अनेक प्रसंगांमध्ये स्वतंत्र *t* चाचणीपेक्षा जास्त प्रबळ ठरते. हे लक्षात ठेवा की, एखाद्या संख्याशास्त्रीय चाचणीची

ताकद तिच्या दोन मध्यमानांमधील खरा फरक शोधण्याच्या क्षमतेत असते. अवलंबी t चाचणीची ताकद वाढण्यामागील कारणे तपासण्यापूर्वी, आपण या चाचणीच्या तीन आवश्यक प्रायोगिक संरचनांचे, त्यांच्या प्रभावांच्या क्रमाने परीक्षण करूया.

संरचना 1

दोन्ही गटांमध्ये एकच सहभागी वापरला जातो परंतु, स्वतंत्र चलाचे सादरीकरण देवाने किंवा निसर्गाने निश्चित केलेले असते.

संरचना 1 चे उदाहरण

तीन अवलंबी t चाचणीच्या संरचनांमधील ही सर्वात प्रचलित संरचना आहे. जेव्हा कोणत्याही सहभागींचे एखाद्या उपचारापूर्वी व नंतर मोजमाप केले जाते, आणि त्यांच्या "पूर्वीच्या" प्राप्तांकाची तुलना त्यांच्या "नंतरच्या" प्राप्तांकांशी केली जाते, तेव्हा या संरचनेचा वापर होतो. तिला "उपचारपूर्व आणि उपचारपश्चात" संरचना असेही म्हटले जाते. उदाहरणार्थ, आपण रुग्णांची मानसोपचारापूर्वीच्या नैराश्य पातळीची तुलना त्यांच्या उपचारांनंतरच्या नैराश्य पातळीशी करू शकतो. जर मानसोपचारानंतर नैराश्याचा प्राप्तांक खाली गेला असेल तर आपण सावधगिरी बाळगून तात्पुरता असा निष्कर्ष काढू शकतो की नैराश्याचा प्राप्तांक खाली जाण्यासाठी मानसोपचार हे कारण असू शकते. तथापि, हे फारच संदिग्ध गृहीतक आहे. कारण, आपण यादृच्छिक पद्धतीने स्वतंत्र चल सादर करू शकलो नव्हतो, आणि प्रत्यक्षात, साधे कालसंक्रमण या सारखे इतर अनेक घटक, त्यासाठी कारणीभूत असू शकतात. दुसरी शक्यता प्रतिगमन परिणामाची (regression effect) असू शकते, ज्यात पुनर्मोजणीत टोकाचे प्राप्तांक मध्यमानाच्या बाजूला "प्रतिगमित" होण्याची प्रवृत्ती असते. कारण, उपचार परिणामांव्यतिरिक्त अनेक घटक पूर्वी-आणि-नंतर च्या प्रायोगिक t संरचनेतील फरकास कारणीभूत असू शकतात.

संरचना 2

दोन गटांमध्ये वेगवेगळे सहभागी वापरलेले असतात, परंतु त्यांच्या काही निर्णायक चलांच्या आधारे (ते शक्य तितके सारखे होण्यासाठी) जोड्या लावलेल्या असतात. जुळणी करण्यासाठी वापरलेली निर्णायक चले ही अवलंबी चलाशी संबंधित असली पाहिजेत.

संरचना 2 चे उदाहरण

हे संरचना पहिल्या संरचने इतकी लोकप्रिय नाही. उदाहरणार्थ, संशोधकाला दीर्घकालीन स्मृतीचा अभ्यास करण्यात स्वारस्य आहे, अशी कल्पना करा. संशोधकाला हे माहीत आहे की लोकांमध्ये दीर्घकालीन स्मृतीत खूप तफावत असते, म्हणून, ही तफावत नियंत्रित करण्यासाठी, संशोधक जुळणी t चाचणी संरचना वापरतो कारण एकाच सहभागीबाबत कालांतराने आढळणारी तफावत दोन वेगवेगळ्या सहभागींच्या दीर्घकालीन स्मृतीमध्ये कालांतराने आढळणाऱ्या तफावतीपेक्षा कमी असेल. संशोधकाला हे पाहण्याची इच्छा आहे की दृश्य कल्पनांचा दीर्घकालीन स्मृतीवर चांगला परिणाम होतो की फक्त काही बाबींच्या श्रवण तालमींचा दीर्घकालीन स्मृती वाढविण्यासाठी जास्त उपयोग होतो. जर संशोधकाने सहभागींच्या जोड्या जुळविण्याचे ठरविले, तर ते दीर्घकालीन स्मृतीबाबत निर्णायक चलांवर आधारित असणे जास्त श्रेयस्कर ठरेल. दीर्घकालीन

स्मृतीबाबत असे एक निर्णायक चल आहे वय, आणि दुसरे निर्णायक चल असू शकते बुद्ध्यंक (IQ). म्हणून, अवलंबी चलावरील या घटकांचा परिणाम नियंत्रित करण्यासाठी संशोधकाने सहभागींच्या जोड्या वय आणि बुद्ध्यंकाप्रमाणे शक्य तितक्या काळजीपूर्वक केल्या पाहिजेत. म्हणजे, प्रत्येक जुळलेल्या जोडीतील एकाला दृश्य कल्पना आणि दुसऱ्याला श्राव्य तालीम करायला सांगितली जाईल. काही विशिष्ट काळानंतर ज्या प्रमाणात स्मृती साठवली गेली त्यासाठी दोन प्रकारच्या स्मृतीवर्धक मध्यमानांची अवलंबी t चाचणी तुलना करेल.

या संरचनेचा एक मोठा तोटा हा आहे की संशोधकाला नेहमीच सर्व निणायक चले माहिती असतातच किंवा ती नियंत्रित करता येतातच, असे होत नाही. आणि हे ही लक्षात ठेवा की या सर्व तिन्ही संरचनांसाठी प्रत्येक गटात प्राप्तांकांची संख्या समान असावीच लागते कारण ते प्राप्तांक एकतर प्रत्येक गटातील एकाच सहभागी गटाचे किंवा सहभागींच्या जुळवलेल्या जोड्यांचे प्रतिनिधित्व करतात.

संरचना 3

एकाच सहभागीचा दोन गटांमध्ये वापर केला जातो. सादरीकरणात सर्व सहभागींमध्ये स्वतंत्र चल संतुलित केले जाते (अर्ध्या सहभागींना स्वतंत्र चलाची पातळी 1 प्रथम मिळते, आणि दुसऱ्या निम्म्या सहभागींना स्वतंत्र चलाची पातळी 2 प्रथम मिळते).

संरचना 3 चे उदाहरण

ही संरचना मागील दोन संरचनांपेक्षा फारच कमी लोकप्रिय आहे. या संरचनेत, स्वतंत्र चलाच्या सादरीकरणाच्या क्रमाचा मुद्दा महत्त्वाचा असतो. स्वतंत्र चलाच्या दोन पातळ्यांच्या सादरीकरणाच्या क्रमामुळे (order of presentation) निकालांवर परिणाम होऊ शकतो कारण सहभागींना एका ठराविक कालावधीनंतर थकवा येऊ शकतो किंवा कंटाळा येऊ शकतो. म्हणून जर आपण स्वतंत्र चलाच्या दोन पातळ्यांच्या सादरीकरणाचे संतुलन करू शकलो तर आपण प्रायोगिकदृष्ट्या सादरीकरणाच्या परिणामाचा क्रम नियंत्रित करू शकतो. बुद्धिमत्तेच्या प्राथमिक चाचण्यांपैकी एकीत, असे लक्षात आले होते की बहुतांश लोकांना सहा तोंडी परीक्षांपेक्षा पाच कार्य-परीक्षा (परफॉर्मन्स) उपचाचण्यांमध्ये कमी गुण मिळाले होते. काही अंशी, हा शोध सादरीकरणाच्या क्रमाचा परिणाम असेल कारण पाच कार्यपरीक्षा उपचाचण्यांपूर्वी, सर्वच्या सर्व सहा तोंडी परीक्षा पहिल्यांदा, घेण्यात आल्या होत्या (साधारणतः एक तास लागणाऱ्या). जेव्हा सादरीकरणाचा क्रम कार्यपरीक्षा उपचाचण्या आणि तोंडी परीक्षांमध्ये संतुलित केला गेला तेव्हा असे लक्षात आले की दोन्हीतील फरकाची तीव्रता कमी झाली होती, परंतु फरक शिल्लक राहिला.

अवलंबी t चाचणीची गृहीतके

अवलंबी t चाचणीची गृहीतके स्वतंत्र t चाचणीच्या गृहीतकांसारखीच आहेत. अवलंबी चल प्रसामान्यपणे वितरित झालेल्या प्राप्तांक जनसंख्येतून आला आहे असे गृहीत धरले जाते. या आधी पाहिल्याप्रमाणे, ही प्रायोगिक संरचनेची तसेच संख्याशास्त्रीय गरज असली तरी प्रत्येक गटात प्राप्तांकांची संख्या समान असली पाहिजे. हे देखील गृहीत धरले जाते की गटातील प्राप्तांक एकमेकांपासून स्वतंत्र आहेत. नंतरच्या गृहीतकाच्या उल्लंघनाचे उदाहरण म्हणून, अशी कल्पना करा की सहभागींची परीक्षा घेताना स्वतःची प्रयोगशाळा अधिक गरम झाली व वास येऊ लागला. नंतर ज्या सहभागींची चाचणी घेण्यात आली त्यांच्या

प्राप्तांकांवर आधीच्या सहभागींचा परिणाम झाला असण्याची शक्यता आहे, म्हणजेच, गटातील प्राप्तांक एकमेकांपासून स्वतंत्र असावेत या गृहितकाचे उल्लंघन झाले आहे.

अवलंबी t चाचणी स्वतंत्र t चाचणीच्या पेक्षा जास्त प्रबळ का असू शकते

या आधी उल्लेख केल्याप्रमाणे, एकाच सहभागीबाबत कालांतराने आढळणारी तफावत दोन वेगवेगळ्या सहभागींच्या कालांतराने आढळणाऱ्या तफावतीपेक्षा कमी असते. उदाहरणार्थ, तुमच्या या वर्षीच्या बुद्ध्यंकाची तुलना पुढील वर्षीच्या बुद्ध्यंकाशी करणे आणि एकमेकांशी संबंधित नसलेल्या दोन सहभागींच्या बुद्ध्यंकांची तुलना करणे. अर्थातच, एकमेकांशी संबंधित नसलेल्या दोन सहभागींच्या बुद्ध्यंकांमध्ये जास्त फरक असेल. तसेच, दोन एकसमान जुळ्यांची जोडी (जुळलेली जोडी) जमविण्याचा आणि संबंधित नसलेल्या सहभागींच्या बुद्ध्यंकांची तुलना करण्याचा विचार करा. पुन्हा एकदा, दोन जुळलेल्या जोड्यांच्या प्राप्तांकात दोन एकमेकांशी संबंधित नसलेल्या सहभागींच्या प्राप्तांकापेक्षा कमी फरक असेल. म्हणजेच, अवलंबी t चाचणीची संरचना जास्त प्रबळ आहे कारण ती प्रयोगातील आवाज कमी करू शकते (प्रामुख्याने ज्याला विषयांतर्गत प्रचलन किंवा विषयांतर्गत त्रुटी असे म्हणतात).

t चाचणीची ताकद कशी वाढवावी?

स्वतंत्र t चाचणी किंवा अवलंबी t चाचणीची ताकद वाढविण्याचे तीन मार्ग आहेत. एक मार्ग असा आहे की, कदाचित अधिक तीव्र उपचाराचा परिणाम निर्माण करून दोन मध्यमानांमधील फरक वाढविणे . स्मृतीवर्धक प्रयोगात, उपचाराला बळकटी देण्यासाठी सहभागींना दृश्य कल्पनांचे आणि श्रवण तालमींचे जास्त वेळ, जसे की फक्त एका सत्राचे प्रशिक्षण न देता पाच सत्रांचे प्रशिक्षण देता येऊ शकते. पूर्वी-आणि-नंतरच्या मानसोपचार उदाहरणात, मानसोपचारामुळे नैराश्य कमी होण्याचा कालावधी 1 महिन्याऐवजी 3 महिन्यांपर्यंत वाढविता येऊ शकतो. t चाचणीची ताकद वाढविण्याचा दुसरा मार्ग म्हणजे, अभ्यासातील सहभागींची संख्या वाढविणे. लक्षात ठेवा की, संख्याशास्त्रीयदृष्ट्या मोठ्या आकाराचा नमुना $N = 30$ ने सुरू होतो. तरीही हेही लक्षात ठेवा की, निदानात्मक संख्याशास्त्रामध्ये आपण खूप जास्त सहभागींच्या वापराने ताकदीचा दुरुपयोग करू शकतो. ताकदीच्या विश्लेषणाने अभ्यासातील सहभागींची योग्य संख्या ठरविता येते. ताकद वाढविण्याचा तिसरा मार्ग म्हणजे, प्रत्येक गटातील आंतरविषयक प्रचलन कमी करणे, हा आहे. अवलंबी t चाचणी आपोआपच आंतरविषयक प्रचलन कमी करते कारण एकतर सहभागींचा दोनदा उपयोग केला जातो (स्वतंत्र चलाच्या दोन्ही परिस्थितींमध्ये) किंवा सहभागींच्या निर्णायक चलांच्या आधारे जोड्या करून प्रचलन कमी केले जाते. या शिवाय, आंतरविषयक प्रचलन कमी करण्यासाठी सहभागींच्या एकजिनसीपणाचा प्रयत्न, म्हणजे फक्त 18 ते 21 वयोगट, मध्यम वर्ग, या सारखे, एकाच प्रकारचे गट वापरून, करता येऊ शकतो. एकजिनसीपणाचा दुष्परिणाम म्हणजे निकालाच्या, इतर जनसंख्येसाठीच्या सामान्यीकरणास मर्यादा पडते., परंतु, प्रयोगाची डेटामधील खरे फरक शोधून काढण्याची ताकद वाढते.

अवलंबी t चाचणीच्या संरचनेच्या कमतरता

येथे एक धोक्याची सूचना देणे आवश्यक आहे. अवलंबी t चाचणीच्या काही कमतरता आहेत. एक प्रश्न स्वातंत्र्याच्या प्रमाणाच्या संकल्पनेशी संबंधित आहे. लक्षात ठेवा की स्वतंत्र t चाचणीसाठी स्वातंत्र्याच्या प्रमाणाचे सूत्र आहे $N_1 = N_2 - 2$. स्वतंत्र t चाचणीत प्राप्तांकांच्या जोड्यांमधील अवलंबित्व म्हणजे एका परिस्थितीतील प्राप्तांक माहिती असल्यास (काही प्रमाणावर) दुसऱ्या परिस्थितीतील प्राप्तांक माहिती होऊ शकणे होय. उदाहरणार्थ, जर एखाद्या संशोधकाने बुद्ध्यंक (IQ) अभ्यासात जुळ्यांचा वापर केला असेल, तर जुळ्यांपैकी एकाच्या बुद्ध्यंकाचे मध्यमान माहिती असल्यास दुसऱ्या जुळ्याच्या बुद्ध्यंकाचे मध्यमान दुसऱ्या परिस्थितीत फार बदलू शकत नाही तर त्याच्या अथवा तिच्या जुळ्या भावंडाच्या बुद्ध्यंकाशी उच्च स्तरावर सहसंबंधित असेल. म्हणून, अवलंबी t चाचणीत स्वतंत्रता प्रमाणाचे सूत्र स्वतंत्र t चाचणीतील स्वतंत्रता प्रमाणाच्या (निम्मे आहे, आणि ते $N - 1$ आहे, जेथे N आहे प्राप्तांकांच्या जोड्यांची संख्या. स्वतंत्रता प्रमाणातील (ही घट प्रत्यक्षात अवलंबी t चाचणीची संख्याशास्त्रीय ताकद कमी करते. कारण, या घटीमुळे t चे t वितरणांमधील t कुटुंबातील निर्णायक मूल्य मोठे होते (परिशिष्ट B पाहा). t चे निर्णायक मूल्य मोठे झाल्यास नल गृहीतप्रमेय अस्वीकृत करणे जास्त अवघड होते.

एक-पुच्छ किंवा द्वि-पुच्छ महत्त्वपूर्णतेच्या चाचण्या

ज्या पद्धतीने नल गृहीतप्रमेय लिहिले आहे त्यावरून महत्त्वपूर्णतेची चाचणी एक-पुच्छ का द्वि-पुच्छ आहे हे ठरते. जर पर्यायी गृहीतप्रमेय दिशादर्शीपणे लिहिले असेल तर ती एक-पुच्छ चाचणी असते (उदाहरणार्थ, चाचणी पूर्वीचे मध्यमान चाचणी नंतरच्या मध्यमानापेक्षा कमी असेल). जर पर्यायी गृहीतप्रमेय दिशादर्शीपणे लिहिले नसेल तर ती द्वि-पुच्छ चाचणी असते (उदाहरणार्थ, चाचणी पूर्वीच्या आणि चाचणी नंतरच्या मध्यमानांमध्ये फरक असेल, परंतु त्यातील कोणते मोठे असेल हे आपल्याला खात्रीपूर्वक सांगता येत नाही). आदर्शपणे, पर्यायी गृहीतप्रमेयाचे औपचारिक विधान प्रयोग सुरू करण्यापूर्वी केले जाते; परंतु, डेटाचे विश्लेषण सुरू होण्यापूर्वी ते निश्चितच केले जाते. प्रत्येक महत्त्वपूर्णता चाचणीला स्वतःचे फायदे आणि तोटे असतात. एक-पुच्छ चाचणी दोन मध्यमानांमधील खऱ्या फरकांच्याबाबतीत जास्त संवेदनशील असते, आणि दोन मध्यमानांमधील छोट्याशा वास्तविक फरकाबाबतही जास्त संवेदनशील असते. परंतु या संवेदनशीलतेची किंमत ही की ती दोन मध्यमानांमधील दैवयोगाने असलेल्या फरकाबाबत आणि त्यांचे वास्तविक फरक म्हणून अन्वयार्थ सांगण्याबाबतही संवेदनशील असते. (प्रथम प्रकारची चूक).

द्वि-पुच्छ चाचणी, एक-पुच्छ महत्त्वपूर्णता चाचणीपेक्षा, प्रथम प्रकारच्या चुकीपासून जास्त संरक्षण देते. दोन मध्यमानांमधील दैवयोगाने असलेल्या फरकाचे आपल्याला वास्तविक फरक म्हणून स्पष्टीकरण द्यायला भाग पाडण्याची शक्यता कमी असते. तथापि, ह्या संरक्षणाची ही एक किंमत द्यावी लागते: ती दोन मध्यमानांमधील छोट्याशा परंतु वास्तविक फरकाबाबत कमी संवेदनशील असेल. अनेक संख्याशास्त्रज्ञांना असे वाटते की दिशादर्शी नसलेले पर्यायी गृहीतप्रमेय वास्तविक फरकाबाबत पुरेशी संवेदनशीलता देते आणि एक-पुच्छ चाचणीपेक्षा, दैवयोगाने असलेल्या फरकांचे वास्तविक फरक म्हणून अन्वयार्थ लावण्यापासून, जास्त चांगले संरक्षण करते. या शिवाय, दिशादर्शी पर्यायी गृहीतप्रमेयांबाबत माझ्या मनात दोन विचार आहेत. पहिला, वैज्ञानिक संशोधनामध्ये केलेल्या भाकिताच्या अगदी विरुद्ध शोध लागणे फारच असामान्य नसते. एक-पुच्छ महत्त्वपूर्णता चाचणी संपूर्ण अस्वीकृती क्षेत्र (.05) t वितरणाच्या एकाच पुच्छात टाकते. जर निकाल भाकिताच्या अगदी विरुद्ध असतील, तर आपल्याला नल गृहीतप्रमेय स्वीकृत करण्यास भाग पाडले जाते कारण

आपण, जर शोधाची दिशा आपल्या भाकिताच्या बाजूला असेल तरच नल गृहीतप्रमेय अस्वीकृत करू शकतो, आणि म्हणून, एक-पुच्छ चाचणीत आपल्याकडे नल गृहीतप्रमेय स्वीकृत करण्याशिवाय दुसरा पर्याय राहात नाही. माझा दुसरा विचार असा आहे की जर प्रयोगाच्या अंतिम निर्णयाबद्दल एखाद्याची इतकी खात्री असेल तर मुळातच तो हा प्रयोग का करत आहे? खरे तर द्विपुच्छ चाचण्या संशोधनात इतक्या प्रचलित आहेत की ह्याबद्दल नेहमी आश्चर्य व्यक्त केले जाते की, ज्या प्रयोगांमध्ये महत्त्वपूर्णतेच्या एक-पुच्छ चाचणीचा उपयोग केल्याचे नमूद केले जाते, त्याबाबत द्विपुच्छ चाचणीने महत्त्वपूर्णता सिद्ध करण्यात अपयश आले आणि नंतर प्रयोगकर्ता महत्त्वपूर्णता सिद्ध करण्यासाठी तर एक-पुच्छ चाचणीकडे वळला नसेल ना?

गृहीतप्रमेयाची पडताळणी आणि अवलंबी t चाचणी: संरचना 1

अवलंबी t चाचणीच्या पहिल्या आराखड्यासाठी नल आणि दिशाहीन पर्यायी गृहीतप्रमेये पुढीलप्रमाणे असतील:

H_0: $\mu_1 = \mu_2$

H_a: $\mu_1 \neq \mu_2$

अवलंबी t चाचणीचे सूत्र पुढीलप्रमाणे आहे:

$$t = \frac{\bar{x}_1 - \bar{x}_2}{\sqrt{\dfrac{\sum D^2 - \dfrac{(\sum D)^2}{N}}{N(N-1)}}}$$

जेथे,

$\bar{x}_1$ = चाचणीपूर्व प्राप्तांकांचे मध्यमान,

$\bar{x}_2$ = चाचणीनंतरच्या प्राप्तांकांचे मध्यमान,

$\sum D^2$ = चाचणीपूर्व प्राप्तांक आणि चाचणीनंतरचे प्राप्तांक यांमधील फरकांच्या वर्गांची बेरीज,

$(\sum D)^2$ = चाचणीपूर्व प्राप्तांक आणि चाचणीनंतरचे प्राप्तांक यांमधील फरकांच्या बेरजेचा वर्ग,

N = प्राप्तांकांच्या जोड्यांची संख्या.

संरचना 1 (समान सहभागी घटक किंवा पुन:पुन्हा मापन): एक संगणनविषयक उदाहरण

एका पोलीस विभागाला गेल्या सहा महिन्यांपासून आत्यंतिक ताण अनुभवणाऱ्या त्यांच्या कर्मचाऱ्यांचा ताण कमी करायचा आहे. आत्यंतिक ताणाच्या परिस्थितीला सामोरे गेलेल्या अधिकाऱ्यांना मोफत (विभागाने पैसे भरलेल्या) मानसोपचारांसाठी प्रवेश घेण्यास प्रोत्साहन देण्यात आले आणि तीन मानसोपचारांच्या बैठकींनंतर बैठकपूर्व आणि पश्चात त्यांच्या ताणाच्या

पातळ्या तपासण्यात आल्या. या अभ्यासाचा हेतू नवीन प्रकारच्या त्रोटक मानसोपचारांना फक्त तीन बैठकांनंतर यश प्राप्त होते का ते ठरविणे हा होता. कर्मचाऱ्याच्या ताणाचे मापन प्रमाणित ताण प्राप्तांकांनी करण्यात आले (यांना T प्राप्तांक असे म्हटले जाते, जेथे मोठी मूल्ये मोठा ताण सूचित करतात; लक्षात ठेवा की, T प्राप्तांकांसाठी, मध्यमान $T = 50$ आणि $SD = 10$).

	Stress Scores (as T *Scores)*	
	Before Therapy	*After Therapy*
Employee 1	68	63
Employee 2	58	60
Employee 3	74	65
Employee 4	55	62
Employee 5	81	54
Employee 6	59	73
Employee 7	47	45
Employee 8	75	73

पायरी 1. खालील पद्धतीने प्राप्तांकांच्या जोड्या एकमेकींमधून वजा करा.

	Before		*After*		*Difference Scores (D Scores)*
Employee 1	68	−	63	=	5
Employee 2	58	−	60	=	−2
Employee 3	74	−	65	=	9
Employee 4	55	−	62	=	−7
Employee 5	81	−	54	=	27
Employee 6	59	−	73	=	−14
Employee 7	47	−	45	=	2
Employee 8	75	−	73	=	2

पायरी 2. चाचणीपूर्व प्राप्तांकांचे मध्यमान काढा ($\bar{x}_1$):

$$\bar{x}_1 = \frac{68+58+74+55+81+59+47+75}{8}$$

$$\bar{x}_1 = \frac{517}{8}$$

$$\bar{x}_1 = 64.625$$

पायरी 3. चाचणीनंतरच्या प्राप्तांकांचे मध्यमान काढा ($\bar{x}_2$):

$$\bar{x}_2 = \frac{63+60+65+62+54+73+45+73}{8}$$

$$\bar{x}_2 = \frac{495}{8}$$

$$\bar{x}_2 = 61.875$$

पायरी 4. चाचणीपूर्व प्राप्तांक आणि चाचणीनंतरचे प्राप्तांक यांमधील फरकांच्या वर्गांची बेरीज काढा ($\sum D^2$).

$$\sum D^2 = 5^2 + (-2)^2 + 9^2 + (-7)^2 + 27^2 + (-14)^2 + 2^2 + 2^2$$

$$\sum D^2 = 25+4+81+49+729+196+4+4$$

$$\sum D^2 = 1{,}092$$

पायरी 5. चाचणीपूर्व प्राप्तांक आणि चाचणीनंतरचे प्राप्तांक यांमधील फरकांच्या बेरजेचा वर्ग करा $(\sum D)^2$:

$$(\sum D)^2 = (5-2+9-7+27-14+2+2)^2$$

$$(\sum D)^2 = (22)^2$$

$$(\sum D)^2 = 484$$

पायरी 6. प्राप्तांकांच्या जोड्यांची संख्या ठरवा. सूत्रामध्ये, N म्हणजे प्राप्तांकांच्या जोड्यांची संख्या.

$$N = 8$$

पायरी 7. अवलंबी चाचणीच्या सूत्रात पायरी 1 ते पायरी 6 पर्यंत काढलेली मूल्ये घाला.

$$t = \frac{\overline{x}_1 - \overline{x}_2}{\sqrt{\dfrac{\sum D^2 - \dfrac{(\sum D)^2}{N}}{N(N-1)}}}$$

$$t = \frac{64.625 - 61.875}{\sqrt{\dfrac{1092 - \dfrac{(22)^2}{8}}{8(8-1)}}}$$

$$t = \frac{2.75}{\sqrt{18.4196}}$$

$$t = 0.641$$

पायरी 8. काढलेल्या t मूल्याची तुलना या पुस्तकातील परिशिष्ट B मधील t च्या निर्णायक मूल्याबरोबर करा. अवलंबी t चाचणीसाठी df चे सूत्र $df = N - 1$, असे आहे, जेथे N = प्राप्तांकांच्या जोड्यांची संख्या. आत्ताच्या उदाहरणात, प्राप्तांकांच्या 8 जोड्या आहेत, म्हणून, $df = 8 - 1$, किंवा $df = 7$.

पायरी 9. $p = .05$ शी $df = 7$ असताना, काढलेल्या t मूल्याची तुलना तक्त्यातील t च्या निर्णायक मूल्याबरोबर करून, H_0 मान्य करायचे की अमान्य करायचे ते ठरवा. जर काढलेले t चे मूल्य तक्त्यातील t च्या निर्णायक मूल्यापेक्षा मोठे असेल (किंवा ते तक्त्यातील t च्या ऋण निर्णायक मूल्यापेक्षा लहान असेल), तर H_0 अमान्य केले जाईल. जर तसे नसेल, तर H_0 स्वीकारले जाईल.

नल आणि पर्यायी गृहीतप्रमेये पुढीलप्रमाणे आहेत:

H_0: $\mu_{pretest} = \mu_{posstest}$

H_a: $\mu_{pretest} \neq \mu_{posstest}$

पायरी 10. तुमचे निष्कर्ष लिहून काढा आणि निर्णय घ्या. आपले अनौपचारिक लिखाण पुढीलप्रमाणे असू शकेल:

> काढलेला $t = 0.641$, $p = .05$ पाशी, $df = 7$ बरोबर, तक्त्यातील t च्या निर्णायक मूल्यापेक्षा $t = \pm 2.365$ पेक्षा मोठा नाही. म्हणून, H_0 स्वीकारले जाईल, आणि असा निष्कर्ष निघेल की उपचारानंतरचा कर्मचाऱ्यांचा मध्यमान ताण परिमाणावरील T प्राप्तांक (61.88; SD = 9.33) हा मानसोपचारापूर्वीच्या T प्राप्तांकापेक्षा (64.63; SD = 11.67), $t(7) = 0.641$, $p > .05$ महत्त्वपूर्णरित्या लहान नव्हता. संशोधनाच्या प्रश्नाच्या परिभाषेत, असे दिसते की या प्रकारचे मानसोपचार नमुन्यातील पोलीस अधिकाऱ्यांचा ताण कमी करण्यास परिणामकारक ठरले नाहीत.

संशोधनपर लेखात, अवलंबी t चाचणीचा निकाल पुढीलप्रमाणे नमूद केला जाऊ शकेल:

> नवीन मानसोपचार मिळालेल्या पोलीस अधिकाऱ्यांचा ताण महत्त्वपूर्णरित्या कमी झाला नव्हता. उपचारापूर्वीच्या ताणाच्या पातळीचे मध्यमान (M = 64.63, SD = 11.67) उपचारानंतरच्या ताणाच्या पातळीच्या मध्यमानापेक्षा (M = 61.88, SD = 9.33) महत्त्वपूर्णरित्या वेगळे नव्हते $t(7) = 0.641, p > .05$.

परिणाम आकार ठरविणे

आधी म्हटल्याप्रमाणे, संख्याशास्त्रीय चाचणीची महत्त्वपूर्णता चित्राचा फक्त एक भाग दर्शविते. H_0 स्वीकारले आहे की नाकारण्यात आले आहे याची पर्वा न करताही, परिणाम आकाराचा अंदाज स्वतंत्र चलाची ताकद ठरविण्यासाठी उपयुक्त ठरतो. आत्ताच्या उदाहरणात, परिणाम आकार निश्चिती अशी असेल:

$$r = \sqrt{\frac{t^2}{t^2 + df}}$$

$$r = \sqrt{\frac{.641^2}{.641^2 + 7}}$$

$$r = .235$$

प्रकरण 7 मधील परिणाम आकारांच्या तक्त्याशी या मूल्याची तुलना करून, आपल्याला असे दिसते की हे मध्यम आकारापेक्षा थोड्याशा कमी आकारात रूपांतरित होते. सारांशाने, परिणाम आकार निश्चिती असे सूचित करते की, संख्याशास्त्रीय महत्त्वपूर्णता नसूनही, मानसोपचारांचा नमुन्यातील रुग्णांवर ताण कमी करण्यास साधारण मध्यम ताकदीचा परिणाम दिसून येतो. प्राथमिकतः हा भेद असे सूचित करतो की महत्त्वपूर्णतेचा अभाव हा ताकदीच्या अभावातून (या प्रकरणात, अभ्यासातील सहभागींची पुरेशी नसलेली संख्या) निर्माण होतो. या साधारण मध्यम परिणाम आकाराचे व्यावहारिक मूल्य जाणून घेण्याचा दुसरा मार्ग म्हणजे, मध्यमानांमधील फरक काढणे आणि त्याला मूळच्या ताणाच्या पातळीने भागणे. ह्या प्रक्रियेतून उघड होते की कदाचित नवीन उपचारांचा परिणाम म्हणून 4.3% ने ताण कमी होतो. ह्या मुद्द्याशी, पोलीस विभागाने ताण निवारक उपचार घेण्याचे ठरवावे का हे ठरविण्यात व्यावहारिक घटक वेगळे वळण देऊ शकतील. उदाहरणार्थ, जर हे उपचार तुलनेने कमी खर्चात मिळत असतील, तर ताणात 4.3% घट स्वीकारली जाऊ शकेल. शिवाय, जर दुसऱ्या कुठल्याही प्रकारचे मानसोपचार ह्या ताण कमी करण्याच्या आकड्यापर्यंत पोहोचत नसतील, तर विभाग, खर्चाचा विचार न करताही, त्यांचा स्वीकार करेल.

संरचना 2 (बरोबरीच्या जोड्या): एक संगणनविषयक उदाहरण

संशोधकाची इच्छा आहे की वयस्कर व्यक्तींमध्ये स्मरणशक्ती प्रशिक्षणाच्या दोन पद्धतीपैकी कोणती पद्धत उत्तम काम करते ते ठरविणे. अभ्यासासाठी 65 वर्षांपुढील वयाच्या जुळ्यांची निवड करण्यात आली. त्यांच्यातील अर्ध्यांना (चित्रांच्या

साहाय्याने) दृश्य प्रतिमा पद्धतीने यादीतील वस्तू लक्षात ठेवण्यास सांगण्यात आले, तर तेवढ्याच वेळात बाकीच्या अर्ध्यांना (नुसतेच यादीतील शब्द) साध्या उजळणी पद्धतीने शब्द लक्षात ठेवण्यास सांगण्यात आले. 24 तासांनंतर दोन्ही गटांमधील बरोबर आलेल्या शब्दांची (जास्तीत जास्त 20 बरोबर) संख्या मोजण्यात आली. त्याचे निकाल पुढीलप्रमाणे आहेतः

Correct Number of Words			
Visual Imagery		*Simple Rehearsal*	
Twin 1a	15	Twin 1b	12
Twin 2a	10	Twin 2b	11
Twin 3a	12	Twin 3b	9
Twin 4a	9	Twin 4b	7
Twin 5a	16	Twin 5b	13
Twin 6a	18	Twin 6b	15
Twin 7a	11	Twin 7b	12
Twin 8a	14	Twin 8b	12

पायरी 1. जोड्यांचे प्राप्तांक एकमेकांमधून खालील पद्धतीने वजा करा.

Visual Imagery		*Simple Rehearsal*		*Difference Scores (D Scores)*
Twin 1a	15	Twin 1b	12	15 − 12 = 3
Twin 2a	10	Twin 2b	11	10 − 11 = −1
Twin 3a	12	Twin 3b	9	12 − 9 = 3
Twin 4a	9	Twin 4b	7	9 − 7 = 2
Twin 5a	16	Twin 5b	13	16 − 13 = 3
Twin 6a	18	Twin 6b	15	18 − 15 = 3
Twin 7a	11	Twin 7b	12	11 − 12 = −1
Twin 8a	14	Twin 8b	12	14 − 12 = 2

पायरी 2. दृश्य प्रतिमा परिस्थितीचे मध्यमान काढा ($\bar{x}_1$):

$$\bar{x}_1 = \frac{15+10+12+9+16+18+11+14}{8}$$

$$\bar{x}_1 = \frac{105}{8}$$

$$\bar{x}_1 = 13.125$$

पायरी 3. साध्या सराव परिस्थितीचे मध्यमान काढा ($\bar{x}_2$):

$$\bar{x}_2 = \frac{12+11+9+7+13+15+12+12}{8}$$

$$\bar{x}_2 = \frac{91}{8}$$

$$\bar{x}_2 = 11.375$$

पायरी 4. चाचणीच्या आधीचे प्राप्तांक आणि चाचणीच्या नंतरचे प्राप्तांक यांमधील तफावतीच्या वर्गांची बेरीज काढा ($\sum D^2$):

$$\sum D^2 = 3^2 + (-1)^2 + 3^2 + 2^2 + 3^2 + 3^2 + (-1)^2 + 2^2$$

$$\sum D^2 = 9+1+9+4+9+9+1+4$$

$$\sum D^2 = 46$$

पायरी 5. चाचणीच्या आधीचे प्राप्तांक आणि चाचणीच्या नंतरचे प्राप्तांक यांमधील तफावतींच्या बेरजेचा वर्ग करा $(\sum D)^2$:

$$(\sum D)^2 = (3-1+3+2+3+3-1+2)^2$$

$$(\sum D)^2 = (14)^2$$

$$(\sum D)^2 = 196$$

पायरी 6. प्राप्तांकांच्या जोड्यांची संख्या ठरवा. सूत्रामध्ये N म्हणजे प्राप्तांकांच्या जोड्यांची संख्या.

$$N = 8$$

पायरी 7. पायरी 1 ते पायरी 6 पर्यंत काढलेली मूल्ये अवलंबी t चाचणीच्या सूत्रात घाला.

$$t = \frac{\bar{x}_1 - \bar{x}_2}{\sqrt{\dfrac{\sum D^2 - \dfrac{(\sum D)^2}{N}}{N(N-1)}}}$$

$$t = \frac{13.125 - 11.375}{\sqrt{\dfrac{46 - \dfrac{(14)^2}{8}}{8(8-1)}}}$$

$$t = \frac{1.75}{\sqrt{\dfrac{21.5}{56}}}$$

$$t = \frac{1.75}{0.61962}$$

$$t = 2.824$$

पायरी 8. काढलेल्या t मूल्याची तुलना परिशिष्ट B मधील t च्या निर्णायक मूल्याशी करा. अवलंबी t चाचणीतील df साठीचे सूत्र $df = N - 1$, जेथे N = प्राप्तांकांच्या जोड्यांची संख्या. आत्ताच्या उदाहरणात, आठ जोड्या होत्या, म्हणून $df = 8 - 1$, किंवा $df = 7$.

पायरी 9. H_0 चा स्वीकार करायचा की ते नाकारायचे ते t च्या काढलेल्या मूल्याची t च्या तक्त्यातील $p = .05$ शी $df = 7$ बरोबर असणाऱ्या निर्णायक मूल्याबरोबर तुलना करून ठरवा. जर काढलेले मूल्य तक्त्यातील t च्या निर्णायक मूल्यापेक्षा मोठे असेल (किंवा जर ते t च्या ऋण निर्णायक मूल्यापेक्षा लहान असेल), तर H_0 नाकारण्यात येईल. जर तसे नसेल, तर H_0 चा स्वीकार करण्यात येईल.

नल आणि पर्यायी गृहीतप्रमेये पुढीलप्रमाणे आहेत:

H_0: $\mu_{pretest} = \mu_{posstest}$

H_a: $\mu_{pretest} \neq \mu_{posstest}$

पायरी 10. तुमचे निष्कर्ष लिहून काढा आणि निर्णय घ्या. आपले अनौपचारिक लिखाण असे दिसू शकेल:

काढलेल्या t चे मूल्य $t = 2.824$ हे तक्त्यातील $p = .05$ शी $df = 7$ असताना मिळणाऱ्या t च्या $t = \pm 2.365$ या निर्णायक मूल्यापेक्षा मोठे आहे. म्हणून, H_0 नाकारण्यात येईल असा निष्कर्ष मिळतो की दृश्य

प्रतिमा परिस्थितीमध्ये बरोबर येणाऱ्या शब्दांचे मध्यमान (13.13; $SD = 3.14$) साध्या श्राव्य उजळणी पद्धतीमध्ये बरोबर येणाऱ्या शब्दांच्या मध्यमानापेक्षा (11.38; $SD = 2.45$), मोठे आहे; $t(7) = 2.824$, $p < .05$. संशोधन समस्येच्या परिभाषेत, असे दिसते की या जुळ्यांच्या नमुन्यात दृश्य प्रतिमा साध्या सरावापेक्षा स्मरणशक्ती वाढविण्यास अधिक सरस असल्यासारखे वाटते.

संशोधनपर लेखात, अवलंबी t चाचणीचा निकाल पुढीलप्रमाणे नमूद केला जाऊ शकेल:

दृश्य प्रतिमा परिस्थितीतील जुळ्यांना, त्यांच्या जोडीतील श्राव्य उजळणी परिस्थितीतील जुळ्यांपेक्षा ($M = 11.38$; $SD = 2.45$); $t(7) = 2.824$, $p < .05$, महत्त्वपूर्णरित्या अधिक बरोबर शब्द ($M = 13.13$; $SD = 3.14$) मिळाले.

परिणाम आकार ठरविणे

परिणाम आकार ठरविणे पुढीलप्रमाणे करता येईल:

$$r = \sqrt{\frac{t^2}{t^2 + df}}$$

$$r = \sqrt{\frac{(2.824)^2}{(2.824)^2 + 7}}$$

$$r = .730$$

ह्या मूल्याची प्रकरण 7 मधील परिणाम आकार तक्त्यातील मूल्याबरोबर तुलना करता असे दिसते की ह्याचे रूपांतर खूप मोठ्या परिणाम आकारात होते. म्हणजेच, असे दिसते की, दृश्य प्रतिमा साध्या सरावापेक्षा फक्त संख्याशास्त्रीय महत्त्वपूर्णतेच्या दृष्टीनेच सरस आहे असे नाही तर या परिणामाची ताकदही खूप मोठी आहे.

संरचना 3 (समान सहभागी घटक आणि समतोल सादरीकरण): एक संगणनविषयक उदाहरण

एका संशोधकाची इच्छा होती की बुद्धिमत्ता चाचण्यांमधील मौखिक बुद्धिमत्तेचे गुणांक (verbal intelligence VIQ) हे कृती बुद्धिमत्ता गुणांकापेक्षा (performance intelligence PIQ) सुसंगतपणे मोठे असतात का हे ठरविणे. कारण सहा मौखिक उपचाचण्या पाच कृती उपचाचण्यांच्या आधी आयोजित केल्या जात असल्याने सादरीकरणाच्या क्रमाचा परिणाम होतो. संशोधकाने अर्ध्या सहभागींना आधी मौखिक उपचाचण्या देऊन आणि अर्ध्या सहभागींना कृती उपचाचण्या पहिल्यांदा देऊन, मौखिक आणि कृती उपचाचण्यांचे सादरीकरण, तोलास तोल केले. डेटाचे सारिणीकरण पुढीलप्रमाणे:

Participant 1	VIQ: 112	PIQ: 109
Participant 2	VIQ: 117	PIQ: 110
Participant 3	VIQ: 99	PIQ: 105
Participant 4	VIQ: 128	PIQ: 114
Participant 5	PIQ: 103	VIQ: 120
Participant 6	PIQ: 108	VIQ: 117
Participant 7	PIQ: 111	VIQ: 135
Participant 8	PIQ: 88	VIQ: 96

पायरी 1. खालील पद्धतीने जोड्यांमधील प्राप्तांक एकमेकांमधून वजा करा.

	VIQ		*PIQ*		*Difference Scores (D Scores)*
Participant 1	112	−	109	=	3
Participant 2	117	−	110	=	7
Participant 3	99	−	105	=	-6
Participant 4	128	−	114	=	14
Participant 5[a]	120	−	103	=	17
Participant 6[a]	117	−	108	=	9
Participant 7[a]	135	−	111	=	24
Participant 8[a]	96	−	88	=	8

a. नोंद घ्या की, 5 पासून 8 पर्यंतच्या सहभागी घटकांचे मूळच्या तक्त्यातील प्राप्तांक उलट क्रमाने घेतले आहेत. त्यामुळे सर्व VIQ प्राप्तांकांची तुलना सर्व PIQ प्राप्तांकांबरोबर करता येईल कारण आता प्रदर्शनातील क्रम तोलास तोल झाला आहे. याचा अर्थ असा की प्रदर्शनाचा क्रम हा VIQ नेहमी PIQ पेक्षा मोठा असतो का हे ठरविणारा घटक राहणार नाही.

पायरी 2. VIQ प्राप्तांकांचे मध्यमान काढा ($\bar{x}_1$):

$$\bar{x}_1 = \frac{112+117+99+128+120+117+135+96}{8}$$

$$\bar{x}_1 = \frac{924}{8}$$

$$\bar{x}_1 = 115.5$$

पायरी 3. PIQ प्राप्तांकांचे मध्यमान काढा ($\bar{x}_2$):

$$\bar{x}_2 = \frac{109+110+105+114+103+108+111+88}{8}$$

$$\bar{x}_2 = \frac{848}{8}$$

$$\bar{x}_2 = 106.0$$

पायरी 4. चाचणीच्या आधीचे प्राप्तांक आणि चाचणीच्या नंतरचे प्राप्तांक यांमधील तफावतीच्या वर्गांची बेरीज काढा ($\sum D^2$):

$$\sum D^2 = 3^2 + 7^2 + (-6)^2 + 14^2 + 17^2 + 9^2 + 24^2 + 8^2$$

$$\sum D^2 = 9+49+36+196+289+81+576+64$$

$$\sum D^2 = 1{,}300$$

पायरी 5. चाचणीच्या आधीचे प्राप्तांक आणि चाचणीच्या नंतरचे प्राप्तांक यांमधील तफावतींच्या बेरजेचा वर्ग करा $(\sum D)^2$:

$$(\sum D)^2 = (3+7-6+14+17+9+24+8)^2$$

$$(\sum D)^2 = (76)^2$$

$$(\sum D)^2 = 5{,}776$$

पायरी 6. प्राप्तांकांच्या जोड्यांची संख्या ठरवा. सूत्रामध्ये N म्हणजे प्राप्तांकांच्या जोड्यांची संख्या.

$$N = 8$$

पायरी 7. पायरी 1 ते पायरी 6 पर्यंत काढलेली मूल्ये अवलंबी t चाचणीच्या सूत्रात घाला.

$$t = \frac{\bar{x}_1 - \bar{x}_2}{\sqrt{\dfrac{\sum D^2 - \dfrac{(\sum D)^2}{N}}{N(N-1)}}}$$

$$t = \frac{115.500 - 106.000}{\sqrt{\frac{1300 - \frac{(76)^2}{8}}{8(8-1)}}}$$

$$t = 2.957$$

पायरी 8. काढलेल्या t मूल्याची तुलना परिशिष्ट B मधील t च्या निर्णायक मूल्याशी करा. अवलंबी t चाचणीतील df साठीचे सूत्र $df = N - 1$, जेथे N = प्राप्तांकांच्या जोड्यांची संख्या. आत्ताच्या उदाहरणात, आठ जोड्या होत्या, म्हणून $df = 8 - 1$, किंवा $df = 7$.

पायरी 9. H_0 चा स्वीकार करायचा की ते नाकारायचे ते t च्या काढलेल्या मूल्याची t च्या तक्त्यातील $p = .05$ शी $df = 7$ बरोबर असणाऱ्या निर्णायक मूल्याबरोबर तुलना करून ठरवा. जर काढलेले मूल्य तक्त्यातील t च्या निर्णायक मूल्यापेक्षा मोठे असेल (किंवा जर ते t च्या ऋण निर्णायक मूल्यापेक्षा लहान असेल), तर H_0 नाकारण्यात येईल. जर तसे नसेल, तर H_0 चा स्वीकार करण्यात येईल.

नल आणि पर्यायी गृहीतप्रमेये पुढीलप्रमाणे आहेत:

H_0: $\mu_{VIQ} = \mu_{PIQ}$

H_a: $\mu_{VIQ} \neq \mu_{PIQ}$

जेथे,

μ_{VIQ} = the mean VIQ,
μ_{PIQ} = the mean PIQ.

पायरी 10. तुमचे निष्कर्ष लिहून काढा आणि निर्णय घ्या. आपले अनौपचारिक लिखाण असे दिसू शकेल:

काढलेल्या t चे मूल्य $t = 2.957$ हे तक्त्यातील $p = .05$ शी $df = 7$ असताना मिळणाऱ्या t च्या $t = \pm 2.365$ या निर्णायक मूल्यपेक्षा मोठे आहे. म्हणून, H_0 नाकारण्यात येईल, आणि असा निष्कर्ष मिळतो की VIQ प्राप्तांकांचे मध्यमान (115.50; SD = 13.23) PIQ प्राप्तांकांच्या मध्यमानापेक्षा (106.00; SD =8.04), मोठे आहे; $t(7) = 2.957, p < .05$ महत्त्वपूर्णरित्या मोठे आहे. संशोधन समस्येच्या परिभाषेत, असे दिसते की या सहभागी घटकांच्या नमुन्यात, VIQ प्राप्तांक PIQ प्राप्तांकांपेक्षा मोठे आहेत, आणि सादरीकरणाच्याक्रमामुळे हे अनुमान मिळत असल्याचे दिसत नाही.

संशोधनपर लेखात, अवलंबी t चाचणीचा निकाल पुढीलप्रमाणे नमूद केला जाऊ शकेल:

निकाल असे सूचित करतात की VIQ प्राप्तांक (M = 115.50, SD = 13.23) हे PIQ प्राप्तांकांपेक्षा (M = 106.00, SD = 8.04), $t(7) = 2.957, p < .05$ महत्त्वपूर्णरित्या मोठे आहेत, आणि हा फरक सादरीकरणाच्या क्रमामुळे आहे, असे दिसत नाही.

परिणाम आकार ठरविणे

पुन्हा एकदा, संख्याशास्त्रीय चाचणीची महत्त्वपूर्णता केवळ चित्राचा एक भाग सादर करते. H_0 स्वीकारण्यात आले की नाकारण्यात आले याची दाखल न घेताही, परिणाम आकाराचा अंदाज स्वतंत्र चलाची ताकद ठरविण्यासाठी उपयुक्त ठरतो. परिणाम आकार निश्चिती पुढीलप्रमाणे केली जाईल:

$$r = \sqrt{\frac{t^2}{t^2 + df}}$$

$$r = \sqrt{\frac{(2.824)^2}{(2.824)^2 + 7}}$$

$$r = .745$$

ह्या मूल्याची तुलना प्रकरण 7 मधील परिणाम आकारांच्या तक्त्याशी करून, आपण हे पाहू की ते खूप मोठ्या परिणाम आकारात रूपांतरित होते.

इतिहासाचा मागोवा

फिशर ते पिअरसन

रोनाल्ड फिशर (1890–1962)

स्रोत: सार्वजनिक प्रक्षेत्र

रोनाल्ड फिशर डोळ्यात मोठा दोष असलेला आणि सतत आजारी असणारा मुलगा म्हणूनच वाढला. त्याची अधू दृष्टी सुरक्षित ठेवण्यासाठी त्याच्या डॉक्टरांनी त्याला विजेच्या प्रकाशात वाचण्यास मनाई केली. तो गणितात खूप हुशार होता, पण त्याच्या गणिताच्या शिक्षकांनी त्याला संध्याकाळी उजेड, पेन्सिल, पेपर, किंवा इतर कोणत्याही साधनाशिवाय शिकण्यास मदत केली. याचाच परिणाम म्हणून बहुधा, फिशरने गणितातील आणि संख्याशास्त्रातील प्रश्न अंत:प्रेरणेने जाणून घेण्याची आणि भूमिती पद्धतीने सोडविण्याची कुवत विकसित केली. केंब्रिजमध्ये पदवीपूर्व विद्यार्थी असतानाच, तो बरेचदा बहुमितीय भूमितीतील अवघड गणिते सोडवू शके. पदवीपूर्व विद्यार्थी असतानाच कार्ल पिअरसनच्या *बायोमेट्रिका* या त्या काळातील प्रमुख संख्याशास्त्रीय जर्नलमध्ये तो त्यातील एक उत्तर प्रसिद्ध करू शकला. पुढे काही दिवसांनी फिशर पिअरसनला भेटू शकला, ज्याने त्याला गाल्टनने तयार केलेल्या सहसंबंध सहगुणकाचे संख्याशास्त्रीय वितरण ठरविण्याचा अवघड प्रश्न दिला. फिशरने हा प्रश्न एका आठवड्यातच सोडविला आणि प्रसिद्ध करण्यासाठी पिअरसनला दिला. मात्र, पिअरसनला हे गणित कळले नाही आणि त्याने विल्यम गोसेटला ते स्पष्ट करण्यास सांगितले. परंतु, गोसेटलाही ते समजण्यात समस्या होती. त्यामुळे पिअरसनला ह्या तरुण हुशार मुलाविषयी असूया वाटली

आणि त्याने त्याचे प्रकाशन वर्षभर थांबवून ठेवले. फिशरचा लेख अखेरीस प्रसिद्ध झाला, पण तो पिअरसनच्या मोठ्या लेखाची तळटीप या स्वरूपात दिसला, आणि फिशर, पिअरसनच्या हस्तक्षेपामुळे, *बायोमेट्रिका* मध्ये किंवा दुसऱ्या प्रमुख संख्याशास्त्रीय जर्नल्समध्ये, पुन्हा कधीच दुसरा लेख प्रसिद्ध करू शकला नाही. तरीही फिशर आयुष्यभर त्याच्या स्वतःच्या प्रयत्नाने आणि विश्वासाने विरोधी भूमिकेत टिकून राहू शकला. आम्ही आधी उल्लेख केल्याप्रमाणे, 1950 मध्ये, धूम्रपान घातक असते या विषयावरील अभ्यासांच्या वैधतेविरुद्ध त्याने जोरदार युक्तिवाद केला होता. तो (युजेनिक्स) सुप्रजननशास्त्र चळवळीतही सहभागी झाला आणि त्याने खालच्या वर्गांमधील प्रजननाला परावृत्त करून व्यावसायिक आणि कलाकारांच्या वर्गांमधील प्रजननाला उत्तेजन देणाऱ्या राष्ट्रीय धोरणाची मागणी केली.

महत्त्वाच्या संकल्पना आणि व्याख्या

अवलंबी *t* चाचणी (Dependent *t* Test) – दोन मध्यमानांमधील संख्याशास्त्रीय फरक ठरविण्यासाठी तयार केलेली चाचणी, जेथे प्रत्येक गटातील सहभागी एकतर तेच असतात किंवा जुळविलेल्या जोड्या असतात.

जुळविलेल्या जोड्यांची *t* चाचणी (Matched *t* Test) – एक अवलंबी *t* चाचणी आराखडा जेथे सहभागी हे प्रयोगातील माहीत असलेल्या अवलंबी चलाशी संबंधित असलेल्या काही निर्णायक चलांशी जोडलेले किंवा बरोबर असतात.

सादरीकरणाचा क्रम (Order of Presentation) – स्वतंत्र चलाच्या पातळ्या सहभागींना ज्या क्रमाने सादर करायच्या तो क्रम. जर परिस्थिती तोलास तोल नसेल, तर सहभागी दमून जातील किंवा कंटाळतील आणि पुढच्या परिस्थितीत आणखी वाईट काम करतील.

प्रतिगमन परिणाम (Regression Effect) – संख्याशास्त्रातील एक ऐतिहासिक जुना निष्कर्ष जेथे पहिल्यांदा असे निदर्शनास आले की कुटुंबातील सर्वात उंच लोकांना त्यांच्यापेक्षा उंचीने कमी असलेली मुले होतात आणि या मुलांची उंची पूर्ण कुटुंबाच्या उंचीच्या मध्यमानाच्या जवळ जाणारी असते (ज्याला मध्यमानाचे प्रतिगमन असे म्हणतात). शिवाय, जे लोक चलाच्या एका अंतिम टोकाची मूल्ये गाठतात त्यांची नंतर अधिक मध्यम प्राप्तांक मिळवण्याची प्रवृत्ती असते.

पुनःपुन्हा मापन *t* चाचणी (Repeated Measures *t* Test) – एक अवलंबी *t* चाचणी आराखडा जेथे दोन्ही गटातील सहभागी समान असतात आणि नेहमी उपचारांच्या आधी व उपचारांच्या नंतर अशी त्यांची मोजणी केली जाते..

प्रकरण 8 सरावासाठी प्रश्न

एक मानसशास्त्रज्ञ, एक वादग्रस्त उपचार पद्धती, आय मूव्हमेंट डीसेन्सीटायझेशन रीप्रोसेसिंग (EMDR), प्लॅसिबो परिणामामुळे काम करते काय, हे ठरवू इच्छितो. EMDR उपचारकांच्या उत्साहाची, विश्वासाची आणि उत्कंठेची नक्कल करण्यासाठी एका नटाची भाड्याने नेमणूक करण्यात आली; परंतु आय मूव्हमेंट तंत्राची नक्कल करण्यासाठी नाही. अत्यंत क्लेशकारक स्मृती असणाऱ्या दहा रुग्णांना EMDR ला किंवा नटाच्या प्लॅसिबो उपचारांना सामोरे नेण्यात आले. अर्ध्यांना प्रथम EMDR आणि नंतर प्लॅसिबो देण्यात आले, आणि इतर अर्ध्यांना प्रथम प्लॅसिबो आणि नंतर EMDR देण्यात आले. उपचारांनंतर, रुग्णांनी त्यांच्या क्लेशकारक स्मृती 1 (आनंददायी भासणे) ते 10 (भयानक) या मापनपट्टीवर नोंदविल्या.

EMDR	*Placebo Therapy*
5	4
3	2
4	7
2	1
1	1
3	2
3	1
7	3
6	2
2	4

1. अवलंबी t चाचणी आणि महत्त्वपूर्णता चाचणी लागू करा.
2. काय निष्कर्ष निघू शकेल?

SPSS पाठ 8

अवलंबी गटांसाठी t चाचणीचा उद्देश, व्यक्तींच्या संपूर्ण गटात एकाच व्यक्तीच्या दोन प्राप्तांकांमध्ये फरक आहे का, हे पाहाणे, हा असतो. या प्रकरणात, तुम्ही अवलंबी गटांसाठी t चाचणी वापरून, मानसोपचारामुळे पोलिस अधिकाऱ्यांनी स्वतः नोंदविलेल्या ताणाच्या पातळीत महत्त्वपूर्ण घट होते की नाही, याबाबत निष्कर्ष काढण्यासाठी *Therapy for Stress.sav* हा डेटा संच (www.uccs.edu/~faculty/fcoolidg/SPSS/Therapy for Stress.sav या संकेत स्थळावर उपलब्ध असलेला किंवा तुम्ही पुस्तकातील उदाहरणांमधून डेटा पहिल्यापासून नव्याने घालू शकता) वापरणार आहात.

अवलंबी गटांसाठी t चाचणीचा वापर करणे

या पायऱ्या वापरून जोडी-नमुन्यांची t चाचणी (किंवा अवलंबी गटांसाठी t चाचणी) वापरून ताणाच्या *BeforeTherapy* आणि *AfterTherapy* चलांमध्ये नोंदविलेल्या T प्राप्तांकांच्या मध्यमान मूल्यांमध्ये फरक आहे का, ते तपासा. या निकालांचा वापर करून मानसोपचाराने, कायदा अंमलबजावणी अधिकाऱ्यांनी स्वतः नोंदविलेल्या ताणाच्या पातळीत महत्त्वपूर्ण घट होते की नाही, याबाबत निष्कर्ष काढा.

1. *Data Editor* मध्ये *Therapy for Stress.sav* ही फाईल उघडा.

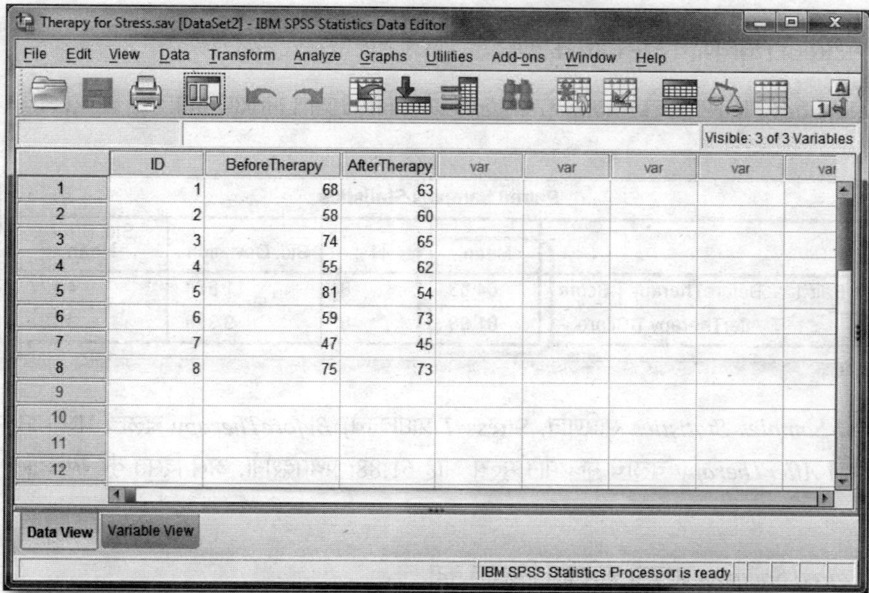

2. अनुक्रमे Analyze > Compare Means > Paired-Samples *t* Test हे पर्याय निवडा.
3. *Paired-Samples t Test* संवादात, Stress T Score [BeforeTherapy] निवडा आणि त्याला arrow बटणाच्या साहाय्याने *Paired Variable(s) Variable1* या स्थानावर हलवा.
4. Stress T Score [AfterTherapy] निवडा आणि त्याला बटणाच्या साहाय्याने *Paired Variable(s) Variable2* या स्थानावर हलवा, नंतर OK पर्याय वापरा.

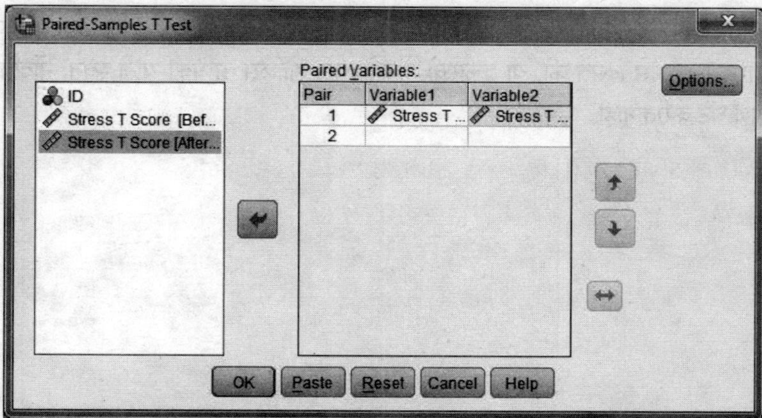

SPSS *BeforeTherapy* चल आणि *AfterTherapy* चलात नोंदविलेल्या Stress *T* प्राप्तांकांवर जोडी-नमुन्यांची *t* चाचणी (किंवा अवलंबी गटांसाठी *t* चाचणी) वापरते आणि निकाल *Statistics Viewer* मध्ये दर्शविते.

अवलंबी गटांसाठी *t* चाचणीचे अन्वयार्थ काढणे

1. *Statistics Viewer* मध्ये *Paired Samples* सांख्यिकी सारिणीचे निरीक्षण करा.

Paired Samples Statistics

		Mean	N	Std. Deviation	Std. Error Mean
Pair 1	BeforeTherapy T Score	64.63	8	11.673	4.127
	AfterTherapy T Score	61.88	8	9.326	3.297

Paired Samples Statistics सारिणीत, Stress *T* प्राप्तांकाचे, *BeforeTherapy* चलाचे मध्यमान मूल्य आहे 64.63 आणि *AfterTherapy* चलाचे मध्यमान मूल्य आहे 61.88; प्रथमदर्शनी, असे दिसते की त्यांच्यात फार फरक नाही.

2. *Paired Samples* चाचणी सारिणीचे निरीक्षण करा.

Paired Samples Test

		Paired Differences					t	df	Sig. (2-tailed)
					95% Confidence Interval of the Difference				
		Mean	Std. Deviation	Std. Error Mean	Lower	Upper			
Pair 1	BeforeTherapy T Score - AfterTherapy T Score	2.750	12.139	4.292	-7.399	12.899	.641	7	.542

Paired Samples चाचणी सारिणीत, *T* प्राप्तांकाचे, *BeforeTherapy* चलाचे मध्यमान मूल्य 64.63 हे *AfterTherapy* चलाच्या मध्यमान मूल्यापेक्षा महत्त्वपूर्णरित्या वेगळे नाही. सारिणीत असे दिसते की मध्यमानांच्या जोड्यांमध्ये 2.750 इतका फरक आहे. आणि *t* चाचणीचे मूल्य आहे 0.641. *t* चे $p = .542$ साठी मूल्य महत्त्वपूर्ण नाही. संशोधन प्रश्नाच्या दृष्टीने, असे दिसते की, या प्रकारचा मानसोपचार, पोलिस अधिकाऱ्यांनी स्वतः नोंदविलेल्या ताणाच्या पातळीत महत्त्वपूर्ण घट करीत नाही.

प्रकरण 9

प्रचलनाचे विश्लेषण (अनोवा)

एक-घटक संपूर्णपणे यादृच्छिक संरचना

प्रकरण 9 उद्दिष्टे

- गुणज t चाचणीच्या मर्यादा शिकणे
- F वितरणाचे अनोवामध्ये स्पष्टीकरण कसे दिले जाते, हे शिकणे
- ANOVA चे विश्लेषण आणि स्पष्टीकरण कसे करायचे, हे शिकणे
- गुणज तुलना चाचणी वापरणे
- omega-squared (ω^2) and eta (η) वापरून अनोवा मध्ये परिणाम आकाराचा अंदाज वर्तविणे

या प्रकरणात, नियंत्रित प्रायोगिक संरचनेचे एक प्रचलन अनोवा (ॲनालिसिस ऑफ व्हेरियन्स) शिकणार आहात. ही प्रामुख्याने एक बहुविध t चाचणीची संरचना आहे. यात, तीन किंवा त्याहून जास्त गट असतात, ज्यामुळे, सामान्यपणे दोन गट असलेल्या नियंत्रित दुहेरी – t चाचणी संरचनेपेक्षा बरीच जास्त माहिती मिळते. तीन गट असल्याने प्लॅसिबो मिळणाऱ्या नियंत्रित गटाबरोबच दोन वेगवेगळ्या पातळ्यांवरील उपचारांचीही तपासणी करता येते. एखाद्या प्रयोगकर्त्याला असा शोध लागू शकतो की एखादा खालच्या पातळीवरील उपचार प्लॅसिबोपेक्षा बरा असण्याची शक्यता नाही, परंतु, उच्च पातळीवरील उपचारांचा उपयोग होतो.

गुणज t चाचण्यांची एक मर्यादा आणि एक उपाय

आपण जेव्हा फक्त दोन गटांच्या मध्यमानांची तुलना करत असतो तेव्हा t चाचण्या खूप उपयोगी पडत असल्या तरी जेव्हा आपण तीन किंवा त्याहून जास्त गटांच्या मध्यमानांची तुलना करण्याचा प्रयत्न करतो तेव्हा एक समस्या निर्माण होते. उदाहरणार्थ, आपल्याला जर वाचन कौशल्य शिकविण्याच्या तीन वेगवेगळ्या पद्धतींसाठी (प्रकार A, B, आणि C) वाचन क्षमता आकलनाच्या पातळ्यांची तुलना करण्याचा प्रयोग करायचा असेल तर सर्व संभाव्य मध्यमानांच्या तुलना करण्यासाठी (A वि. B, A वि. C, आणि B वि. C) त्यासाठी तीन वेगवेगळ्या t चाचण्यांची गरज भासेल. ही प्रायोगिक संरचना सामान्यपणे वापरली जाते, आणि तिच्या t चाचण्यांच्या साहाय्याने केलेल्या विश्लेषणाला गुणज t (multiple ts) असे म्हणतात. त्यातही एक समस्या येते कारण प्रत्येक t चाचणी संख्याशास्त्रीय महत्त्वपूर्णतेच्या पारंपरिक पातळीवर (p किंवा $\alpha = .05$) करून, आपण प्रथम प्रकारची चूक करण्याची संभाव्यता वाढविलेली असते. गुणज t चाचणी संरचनेत, सर्वसाधारण α पातळी खालील सूत्राने मिळते: सर्वसाधारण $\alpha = 1 - (1 - \alpha)^n$, जेथे, n = दिलेल्या t चाचण्यांची संख्या आणि α असतो महत्त्वपूर्णतेची पारंपरिक पातळी (.05). म्हणून, मागील तीन t चाचण्यांच्या उदाहरणात, सर्वसाधारण $\alpha = 1 - (.95)^3$ किंवा $\alpha = .14$, आणि याबाबत तुम्हाला आत्तापर्यंत नक्कीच माहिती झाले आहे की हे सर्वसाधारण प्रथम प्रकारच्या त्रुटीचे अमान्य होणारे प्रमाण आहे. वाचन आकलन प्रयोगात, सातापैकी एक वेळा दोन पद्धतींमध्ये वास्तविक फरक आहे असा दावा केला जाण्याची शक्यता असेल तेव्हा तो प्रत्यक्षात फक्त दैवयोगाने दिसत असेल.

तितकेच अमान्य BONFERRONI बोनफेरोनी उत्तर

या पेचप्रसंगाचे उत्तर देण्यात आले आहे, ज्याला बोनफेरोनी दुरुस्ती/सुधारणा असे नाव आहे. ज्यात घेतलेल्या t चाचण्यांच्या संख्येला (k) पारंपरिक महत्त्वपूर्णतेच्या पातळीने ($\alpha = .05$) भागले जाते. आपल्या आधीच्या उदाहरणात, ते असे होईल $p = \frac{\alpha}{k}$ or $\frac{.05}{3} = .017$. म्हणून, $p = .017$ हे प्रत्येक घेतलेल्या t चाचणीचे त्रुटीचे प्रमाण होते. याचा अर्थ असा की, प्रत्येक t चाचणीने संख्याशास्त्रीयदृष्ट्या महत्त्वपूर्ण ठरण्यासाठी $p = .05$ च्या ऐवजी कमीतकमी $p = .017$ ही पातळी गाठावी लागेल. t वितरणातील $p = .017$ साठी t चे मूल्य $p = .05$ पेक्षा जास्त असेल. म्हणून, संख्याशास्त्रीय महत्त्वपूर्णता गाठणे अवघड होईल. Bonferroni दुरुस्ती किंवा सुधारणेची एक समस्या ही आहे की इतक्या आटोकाटपणे प्रथम प्रकारच्या त्रुटीपासून संरक्षण मिळविण्याच्या प्रयत्नात द्वितीय प्रकारची चूक घडण्याची संभाव्यता वाढते आणि आपल्या संख्याशास्त्रीय विश्लेषणाची ताकद कमी होते. दुसऱ्या शब्दांत सांगायचे तर, याचा अर्थ असा होईल की आपण शिकविण्याच्या तीन पद्धतींमध्ये, प्रत्यक्षात फरक असताना त्यांच्यात वास्तविक फरक नाही, असा निष्कर्ष काढू.

स्वीकारार्ह उत्तर: प्रचलनाचे विश्लेषण

अनोवाचा सैद्धांतिक पाया रोनाल्ड फिशर यांनी घातला. ही तीच व्यक्ती आहे ज्यांनी विल्यम गॉसेट यांना t चाचणी आणि तिचे वितरण विकसित करायला मदत केली होती. अनोवाचा एक प्राथमिक उद्देश, जेव्हा दोन पेक्षा जास्त गटांच्या मध्यमानांची तुलना केली जाते तेव्हा त्यातील आपोआप वाढणाऱ्या प्रथम प्रकारची त्रुटी घडण्याच्या संभाव्यतेचे नियंत्रण करणे, हा होता. जसे याचे नाव सूचित करते, त्याप्रमाणे, अनोवाचा संबंध गुणज मध्यमान तुलनांमध्ये निर्माण होणाऱ्या

प्रचलनाच्या विश्लेषणातून प्रतिसाद (किंवा अवलंबी) चलाच्या मध्यमानांमध्ये एखाद्या स्वतंत्र चलामुळे वास्तविक फरक पडतो का, हे पाहणे हा आहे.

अनोवातील नल आणि पर्यायी गृहीतप्रमेये

अनोवामध्ये, बहुविध गटांच्या संरचनेत अंतर्भूत असलेल्या विविध प्रचलनांच्या प्रकारावर भर दिलेला आहे, तरीही, अनोवा हे स्वतंत्र गटांसाठी असलेल्या t चाचणीचे विस्तारित रूपच आहे. एखाद्या प्रतिसाद चलाच्या अनेक गटांच्या मध्यमानांमध्ये फरक नाही, हे विधान नल गृहीतप्रमेय म्हणून तपासले जाईल. तरीही आपल्याला एकच काढलेले मूल्य प्राप्त होईल ज्याची तुलना F वितरणातील (फिशर यांच्या सन्मानासाठी दिलेले नाव) वितरण मूल्याशी केली जाईल. जर काढलेले मूल्य सारिणीतील महत्त्वाच्या F मूल्यापेक्षा जास्त असेल तर नल गृहीतप्रमेय अमान्य होईल. अनोवाचे नल गृहीतप्रमेय खालीलप्रमाणे:

$$H_0 = \mu_1 = \mu_2 = \cdots = \mu_k$$

जेथे,

μ_1 = प्रतिसाद चलातील गट 1 चे मध्यमान,

μ_k = शेवटच्या गटाचे मध्यमान.

आपण नेहमी नमुन्यांच्या मध्यमानांचे विश्लेषण करणार असलो तरी, हे लक्षात घ्या की, नल गृहीतप्रमेय म्हणते की, जनसंख्यांची मध्यमाने एकमेकांपेक्षा वेगळी नाहीत. म्हणून, जर स्वतंत्र चलाचा वास्तविक परिणाम अवलंबी चलावर होत नसेल तर त्याचा अर्थ असा होतो की यातील प्रत्येक नमुना एकाच जनसंख्येतून निवडला होता. जर सर्व नमुने एकाच जनसंख्येतून घेतले असतील, तर या पुस्तकात मध्यमानांचे नमुना वितरण आणि मध्यमानाची प्रमाणित त्रुटी याबाबत आधी सांगितल्याप्रमाणे, नमुन्यांची मध्यमाने एकमेकांपेक्षा वेगळी असता कामा नयेत. फक्त दैवयोगाने दिसणारे किंवा यादृच्छिक फरक गटांच्या मध्यमानांमध्ये दिसतील.

समजा, अवलंबी चलावर स्वतंत्र चलाचा महत्त्वपूर्ण परिणाम झाला आहे. या परिस्थितीत, जसे की प्रत्येक मध्यमान वेगवेगळ्या जनसंख्येतून निवडलेल्या नमुन्याचे असल्यासारखे, त्यातील एक नमुना किंवा सर्व एकमेकांपेक्षा वेगळे असतील. म्हणून, नल गृहीतप्रमेय खोटे ठरेल. तथापि, असे म्हटले जाते की, अनोवामधील नलगृहीतप्रमेय हे एक बहुप्रयोजित गृहीतप्रमेय (omnibus hypothesis) असते, आणि अनोवातील F सांख्यिकी ही एक बहुप्रयोजित चाचणी (omnibus test) असते. *Omnibus* म्हणजे, “एकाच वेळी अनेक परिस्थितींचा समावेश करणे”. याचा अर्थ असा की, अनोवा मध्ये, जर नल गृहीतप्रमेय जर अस्वीकृत झाले, तर विविध गटांपैकी कोणती मध्यमाने एकमेकांपेक्षा वेगळी आहेत, हे आपल्याला कळणार नाही. असे असू शकेल की गट 1 चे मध्यमान गट 2 च्या मध्यमानापेक्षा फार लहान आहे, पण गट 3 चे मध्यमान गट 2 च्या मध्यमानापेक्षा वेगळे नाही किंवा असे अनेक निकाल असू शकतील. म्हणून, अनोवामध्ये पर्यायी गृहीतप्रमेय फक्त “नल गृहीतप्रमेय सत्य नाही” असे असते. आणि पर्यायी गृहीतप्रमेय चिन्हांच्या साहाय्याने दर्शविता येत नाही.

F चाचणी सांख्यिकीचे सौंदर्य आणि डौल

F चे काढलेले मूल्य हे एक प्रचलनांचे प्रमाण असते. हे प्रमाण (अंशातील प्रचलनाचा अंदाज आणि छेदातील प्रचलनाचा अंदाज), त्याच्या अंतरंगात, दोन प्रकारच्या प्रचलनांची गटांमधील प्रचलन आणि गटांतर्गत प्रचलन (between-groups variance and within-groups) अशी एक चतुर आणि डौलदार अशी तुलना आहे. *F* प्रमाण खालीलप्रमाणे काढले जाते:

$$F = \frac{\text{Between-Groups Variance}}{\text{Within-Groups Variance}}$$

प्रथम आपण छेदातील प्रचलनाची परीक्षा करू या. गटांतर्गत प्रचलन हे गटातील प्रत्येक प्राप्तांकाचे गटाच्या मध्यमानापासूनचे अंतर असते. त्याला प्रचलन म्हटले जाते कारण आपण कोणत्याही प्राप्तांकाच्या गटाच्या मध्यमानापासूनच्या अंतराचा वर्ग करून, त्या वर्गांची बेरीज घेणार आहोत. उदाहरणार्थ, आपण A प्रकारच्या वाचन कौशल्य शिकविण्याच्या पद्धतीचे प्राप्तांक मोजू शकतो, परंतु, गटातील सर्व प्राप्तांक सारखे असणार नाहीत. जरी A प्रकारची वाचन कौशल्ये शिकविण्याची पद्धत प्रकार B किंवा प्रकार C पेक्षा चांगली असली, तरी त्या गटातील वाचन कौशल्य प्राप्तांक एकमेकांपासून वेगळे असतील. बहुतेक वेळा, सहभागींचे प्राप्तांक गटाच्या मध्यमानापेक्षा वेगळे असतील, याला कारण त्यांच्यातील “वैयक्तिक” फरक, हे असेल. या आधी पाहिल्याप्रमाणे, संख्याशास्त्रज्ञांनी या प्रकारच्या सहभागीच्या आणि त्याच्या किंवा तिच्या गटाच्या मध्यमानांतील फरकाला जरासे विचित्र, व्यक्ती त्रुटी (subject error) असे नाव दिले आहे. यातील *त्रुटीची* कल्पना, सर्व शास्त्रे ही क्वचितच बदलणाऱ्या, ठाम कायदे आणि नियम याच्या आधारे चालतात, या प्राचीन वैज्ञानिक दृष्टिकोनातून आली आहे. उदयोन्मुख विज्ञानांमध्ये जेव्हा स्वारस्य असलेला विषय संभाव्यता वितरणाने स्पष्ट करता येऊ लागला तेव्हा पहिल्यांदा असा विचार केला गेला की एखादा फरक असलेला प्राप्तांक ही चूक किंवा त्रुटी आहे.

विषय त्रुटी किंवा विषयांतर्गत प्रचलन हे प्रयोगकर्त्यांकडून पद्धतशीरपणे उपयोजिले जात नाही परंतु यादृच्छिक पद्धतीने नैसर्गिकरीत्या प्रयोगामध्ये आढळते. या शिवाय, प्रचलनाचा एक अशास्त्रीय आणि यादृच्छिक प्रकार अस्तित्वात आहे, ज्याला प्रायोगिक त्रुटी (experimental error) असे म्हणतात. याचा अर्थ असा की, चाचणीची परिस्थिती एका प्राप्तांकापासून दुसऱ्या प्राप्तांकापर्यंत किंवा सहभागी ते सहभागी अशी बदलू शकते: तापमान, उजेड, ध्वनीची पातळी, आणि असेच इतर अनेक बदलू होऊ शकतात. प्रायोगिक त्रुटी अशास्त्रीय आणि यादृच्छिक पद्धतीने दिसते म्हणून, साधारणतः, असे गृहीत धरले जाते की ती एखाद्या चाचणीच्या परिस्थितीत दुसऱ्या परिस्थितीपेक्षा जास्त परिणाम करणार नाही.

एखाद्या प्रयोगातील आणखीन एक महत्त्वाचा प्रचलनाचा प्रकार आणि *F* सांख्यिकीतील भाज्य म्हणजे गटांमधील प्रचलन. प्रयोगकर्ता वापरतो असा हा प्रचलनाचा पद्धतशीर प्रकार आहे. जेव्हा प्रयोगकर्ता वाचन कौशल्य शिकविण्याच्या तीन वेगवेगळ्या पद्धतींसाठी चाचणी वापरतो, तेव्हा तो साधारणपणे गृहीत धरतो की गटांमध्ये सरासरी फरक आढळतील. याला गटांमधील प्रचलन असे म्हणतात कारण यात प्रत्येक गटाच्या मध्यमानाची तुलना सर्व प्राप्तांकांच्या समग्र मध्यमानाशी किंवा अभ्यासातील सर्व सहभागींच्या प्राप्तांकांशी केली जाते आणि त्यांच्या वर्गांची बेरीज घेतली जाते. जर या मध्यमानांमध्ये वास्तविक फरक आढळले नाहीत (नल गृहीतप्रमेय खरे ठरले), तर प्राप्तांक किंवा सहभागी समग्र मध्यमानापासून, कदाचित वेगळे असतील कारण येथे, वैयक्तिक फरकांव्यतिरिक्त (विषयांतर्गत प्रचलन) जास्त फरक नाहीत. जर गटांच्या मध्यमानात वास्तविक फरक असतील (H_0 असत्य आहे) तर गटांतर्गत प्रचलन मोठे असेल कारण

गटांची मध्यमाने समग्र मध्यमानापासून फार वेगळी असतील. येथे हे लक्षात घ्या की, गटांमधील प्रचलनात फक्त गटांच्या मध्यमानांचा समग्र मध्यमानापासून फरक असणार नाही तर गटांमधील वैयक्तिक प्राप्तांकांचा गटाच्या मध्यमानापासूनचा फरकही (गटांतर्गत प्रचलन) असणार आहे.

F प्रमाण

काढलेल्या *F* प्रमाणात गटांमधील प्रचलन हे अंश आणि गटांतर्गत प्रचलन हे छेद असते. एखाद्या प्रयोगात नल गृहीतप्रमेय खरे ठरले, तर काय होईल? जसे आधी सांगितले आहे त्याप्रमाणे, गटांमधील प्रचलनाचे दोन स्रोत आहेत, गटांमधील फरकाचे प्रचलन (जर ते वास्तविकपणे एकमेकांपेक्षा वेगळे असतील तर) आणि गटांतर्गत प्रचलन (वैयक्तिक फरकांचे प्रचलन). जर नल गृहीतप्रमेय खरे असेल तर, अंशामध्ये गटांमधील प्रचलनात दैवयोगाचा फार थोडा किंवा अत्यल्प सहभाग असेल. अंशात प्रामुख्याने फक्त गटांतर्गत प्रचलनाचा सहभाग असेल. *F* प्रमाणातील छेद हा गटांतर्गत प्रचलनाचा दुसरा अंदाज असतो. जर नल गृहीतप्रमेय खरे ठरले तर आपल्याकडे अंश म्हणून गटांतर्गत प्रचलन आणि छेद म्हणूनही गटांतर्गत प्रचलन असेल, आणि *F* चे मूल्य 1.00 येईल कारण दोन्ही गटांतर्गत प्रचलनांचे अंदाज एकाच मूल्याचे परीक्षण करण्याचा प्रयत्न करत आहेत. उजळणीसाठी: अनोवामध्ये जर नल गृहीतप्रमेय खरे असेल तर सैद्धांतिकदृष्ट्या *F* चे काढलेले मूल्य 1.00 असेल. जर नल गृहीतप्रमेय खोटे ठरत असेल तर – म्हणजेच गटांच्या मध्यमानांमध्ये वास्तविक फरक असतील – तर काढलेल्या *F* मूल्याच्या अंशात गटांमधील आणि गटांतर्गत प्रचलन अंदाज असतील. याचाच अर्थ असा की, येणारे *F* चे मूल्य 1.00 पेक्षा बरेच मोठे असेल. आणि जर गटांचे मध्यमान फार वेगळे असेल (स्वतंत्र प्रचलनाच्या अनेक पातळ्या खरोखरच फार वेगळ्या असतात.) तर येणारे *F* चे मूल्य 1.00 पेक्षा खूप मोठे असेल.या प्रचलन विवेचनाचा सारांश सारिणी 9.1 मध्ये दिला आहे.

सारिणी 9.1 प्रचलन विवेचनाचा सारांश

When the Null Hypothesis Is True	*When the Null Hypothesis Is False*
$F = \frac{\text{Between-Groups Variance + Within-Groups Variance}}{\text{Within-Groups Variance}}$	$F = \frac{\text{Between-Groups Variance + Within-Groups Variance}}{\text{Within-Groups Variance}}$
yet between-groups variance is nil,	and the between-groups variance is substantial,
$F = \frac{\text{Within-Groups Variance}}{\text{Within-Groups Variance}}$	$F = \frac{\text{Between-Groups Variance + Within-Groups Variance}}{\text{Within-Groups Variance}}$
Thus, $F = 1.00$	Thus, $F > 1.00$

गटांतर्गत प्रचलनाचे दोन निरनिराळे अंदाज कसे असू शकतील?

जिज्ञासूंसाठी, एकाच गोष्टीचे दोन निरनिराळे गणिती अंदाज कसे असू शकतील याचे स्पष्टीकरण येथे दिले आहे. गटांतर्गत प्रचलनातील अंशाचा अंदाज नमुना वितरण नावाच्या संकल्पनेतून येतो. नमुना वितरण (Sampling distribution), या पुस्तकात आधी नमूद केल्याप्रमाणे, हे एकाच जनसंख्येतील सर्व शक्य असलेल्या यादृच्छिक नमुन्यांचे तयार केलेले सैद्धांतिक वितरण असते. प्राप्तांकांच्या जनसंख्येतून काढलेल्या मर्यादित नमुन्याचे मध्यमान सहसा अगदी थोडेसे वेगळे असते आणि कधीकधी त्याच जनसंख्येतील दुसऱ्या कोणत्याही नमुन्याच्या मध्यमानापेक्षा अगदी थोड्यापेक्षा जरा जास्त वेगळे असते. जनसंख्येच्या मध्यमानापासून या सर्व नमुन्यांच्या मध्यमानांसाठी काढलेले प्रमाण विचलन मध्यमानांची प्रमाणित चूक (standard error of the mean) म्हणून ओळखली जाते. मध्यमानांच्या प्रमाणित चुकीच्या वर्गाला (त्याचे प्रचलन बनवून) घेतलेल्या नमुन्यांच्या संख्येने गुणल्यास, मिळणारे मूल्य हा जनसंख्येच्या प्रचलनाचा अंदाज σ^2 असेल, जो गटांतर्गत प्रचलनाचा अंदाजही असतो.

गटांतर्गत प्रचलनातील छेदाचा अंदाज हा थोडा अधिक थेट असतो. छेदातील गटांतर्गत प्रचलन सरळ प्रत्येक गटाचे प्रचलन (प्रमाण विचलनांचे वर्ग) घेऊन, ते एकमेकांमध्ये मिळवून, आणि गटांच्या संख्येने त्यांना भागून मिळवता येते. याचे उत्तर (गटांच्या प्रचलनाचे मध्यमान) हे जनसंख्येच्या प्रचलनाचा, σ^2 चा, उत्तम अंदाज असते. आश्चर्यकारकरित्या, आणि येथे अनोवाचा कल्पकता दर्शविणारा भाग असा की गटांतर्गत प्रचलनातील अंशाचा अंदाज तेव्हाच अचूक असतो जेव्हा नल गृहीतप्रमेय सत्य असते आणि गटांच्या मध्यमानांमध्ये तफावत नसते. जर नल गृहीतप्रमेय असत्य असले, तर गटांतर्गत प्रचलनात गटांमधील प्रचलनही येते कारण, लक्षात ठेवा, की ते मध्यमानांच्या प्रमाणित चुकीपासून मिळवलेले असते. अशा प्रकारे, जेव्हा नल गृहीतप्रमेय असत्य असते, आणि खरोखरच गटांच्या मध्यमानांमध्ये तफावत असते, तेव्हा गटांतर्गत प्रचलनातील अंशाचा अंदाज फुगविला जातो. काढलेले F चे मूल्य हे ह्या दोन प्रचलनांचे गुणोत्तर असते त्यामुळे जसजसे नल गृहीतप्रमेय अधिकाधिक असत्य होत जाते (म्हणजेच, गटांच्या मध्यमानांमध्ये अधिकाधिक तफावत असते) तसतसे F चे मूल्य 1.00 पेक्षा अधिकाधिक मोठे होत जाते.

महाविद्यालयातील माझ्या एका मित्राने संख्याशास्त्र आणि गणित हे प्रमुख विषय असलेला प्रगत संख्याशास्त्राचा वर्ग घेतला. प्राध्यापकांनी एक अनोवा चा प्रश्न सोडवायला दिला आणि त्याच्या उत्तरातील F चे मूल्य 0 पेक्षा मोठे पण 1.00 पेक्षा लहान होते. विद्यार्थी ओरडले, “अशक्य आहे”. माझा मित्र ओरडला, “शक्य आहे”. अनुभवावर आणि प्रयोगांवर आधारलेल्या संशोधनामुळे त्याला माहीत होते की, F चे मूल्य काही वेळा 1.00 पेक्षा लहान असू शकते कारण गटांतर्गत प्रचलनांचे दोन अंदाज एकमेकांपासून स्वतंत्र असतात, आणि जरी ते एकाच मूल्याचे मापन करत असले, तरी ते थोडेसे वेगळे असू शकतात. जेव्हा नलगृहीतप्रमेय सत्य असते आणि जेव्हा अंशाचा अंदाज छेदाच्या अंदाजापेक्षा थोडा लहान असतो, तेव्हा अशी परिस्थिती येऊ शकते. F चे < 1.00 असलेले मूल्य असेही सूचित करू शकते की, अनोवाच्या गृहीतांचे उल्लंघन झाले आहे, ज्यातील एक असे असते की प्रत्येक गटाच्या मध्यमानांचे प्रचलन एकजिनसी असते.

अनोवा संरचना

सर्वात लोकप्रिय आणि शक्तिशाली अशा अनोवाच्या एका संरचनेस पूर्णतः यादृच्छिक अनोवा (completely randomised ANOVA) असे म्हटले जाते. ह्या संरचनेस एकघटक अनोवा, एकमार्ग अनोवा, आणि एक-स्वतंत्र-चल अनोवा असेही म्हटले जाते. पूर्णतः यादृच्छिक अनोवामध्ये एकच स्वतंत्र चल असतो पण दोन किंवा अधिक पातळ्या किंवा अटी असतात.

ह्या अटी गटांचा पाया निश्चित करतात. उदाहरणार्थ, तीन निरनिराळ्या मोबदल्यांच्या पर्यायांसाठी ($1, $5, आणि $20), एका खूप लांबलचक, कंटाळवाण्या पण सोप्या गणिती प्रक्रियेपासून विद्यार्थ्यांना मिळणाऱ्या समाधानाचे मापन करण्याच्या प्रयोगाची कल्पना करा. आपण असे मानू की तीस विद्यार्थ्यांनी यात स्वेच्छेने सहभाग घेतला. मोबदल्याचा प्रकार हा यातील स्वतंत्र चल आहे, आणि त्याच्या तीन पातळ्या किंवा अटी आहेतः $1, $5, आणि $20. संरचना पूर्णतः यादृच्छिक आहे असे म्हटले जाते कारण विद्यार्थी या तीनपैकी एका अटीशी यादृच्छिकपणे जोडले गेले आहेत. अखेरीस निर्माण होणारे तीन गट एकमेकांपासून पूर्णतः स्वतंत्र आहेत, आणि एकही सहभागी घटक, तो किंवा ती, त्यांच्याशी जोडलेल्या अटीशिवाय दुसऱ्या कोणत्याही अटीमध्ये असणार नाही.

पूर्णतः यादृच्छिक अनोवा शक्तिशाली असतो कारण, सहसंबंधासारखे नव्हे तर, आपण स्वतंत्र आणि अवलंबी चलामधील कार्यकारण संबंध जोडू शकतो. दुसऱ्या अनोवा संरचनेचे, इन सीटू संरचनेचे विश्लेषण पूर्णतः यादृच्छिक संरचनेच्याच सूत्राने केले जाते, परंतु कार्यकारणाने ध्वनित केलेला अर्थ कमकुवत असतो. जसे t चाचणीतील इन सीटू संरचनेप्रमाणे तुम्हाला आठवेल की, इन सीटू अनोवामध्ये सहभागी स्वतंत्र चलाच्या पातळ्यांशी यादृच्छिक पद्धतीने जोडलेले नसतात, परंतु देव अथवा निसर्गाने त्यांना आधीच जोडलेले असते. उदाहरणार्थ, एका विचित्र अभ्यासात, स्वाभिमानाचे (अवलंबी चल) मूल्यमापन महाविद्यालयीन विद्यार्थी आणि फाशीची शिक्षा झालेले कैदी यांमध्ये करण्यात आले. या प्रकरणात, स्वतंत्र चलाच्या दोन अटींमध्ये सहभागींना यादृच्छिक पद्धतीने नेमले नव्हते (निदान किंवा गट सदस्यत्व), तरीही पूर्णतः यादृच्छिक अनोवासूत्राने त्याच पद्धतीने या संरचनेतही F चे मूल्य काढले जाईल, फक्त कार्यकारणाने ध्वनित केलेला अर्थ कमकुवत असेल.

अनोवा गृहिते

अनोवाची गृहीते स्वतंत्र t चाचणीशी साधर्म्य दाखविणारी असतात. प्रथमतः, असे गृहीत धरलेले असते की, अवलंबी चल प्रसामान्य वितरणाच्या मूल्यांच्या जनसंख्येतून घेतलेला असतो (याला प्रसामान्यतेचे गृहीत असेही म्हटले जाते). दुसरे, असे गृहीत धरलेले असते की, सहभागींना प्रत्येक गटात यादृच्छिक पद्धतीने नेमलेले असते आणि प्रत्येक गटातील प्राप्तांक एकमेकांपासून स्वतंत्र असतात. तिसरे, असे गृहीत धरलेले असते की, प्रत्येक गटाच्या मध्यमानांसंबंधीची प्रचलने एकमेकांपासून फारशी वेगळी नसतात (याला प्रचलनांच्या एकजिनसीपणाचे गृहीत असेही म्हटले जाते).

परंतु, हे लक्षात घेणे महत्वाचे आहे, की अनोवा ही जोमदार संख्याशास्त्रीय चाचणी आहे, आणि गृहीतांच्या उल्लंघनानंतरही योग्य संख्याशास्त्रीय निर्णयाचा (गृहीतप्रमेय स्वीकारणे किंवा नाकारणे) निकाल मिळतो. शिवाय, मोठे नमुने (प्रत्येक गटात 10–15 सहभागी) प्रसामान्यतेच्या गृहीताचे उल्लंघन कमीतकमी करण्यास मदत करतात, आणि प्रत्येक गटात सहभागींची संख्या समान राखल्याने प्रचलनांच्या एकजिनसीपणाच्या गृहीताचे उल्लंघन किमान होण्यास मदत होते.

प्रागतिक आढावा

अनोवाचा संपूर्ण उद्देश दोन किंवा अधिक गटांच्या मध्यमानांमध्ये महत्त्वपूर्ण तफावत आहे का ते ठरविणे हा असतो. प्रयोगातील संपूर्ण डेटा एकच F मूल्य तयार करण्यासाठी एकत्रित केला जातो. ह्या मूल्याची तुलना निर्णायक F मूल्यांच्या वितरणाबरोबर केली जाते. जर मिळालेले F मूल्य तक्त्यातील निर्णायक F मूल्यापेक्षा मोठे असेल, तर नलगृहीतप्रमेय अमान्य केले जाईल, आणि असा निष्कर्ष काढला जाईल की किमान एक तरी मध्यमान दुसऱ्या एखाद्या मध्यमानापेक्षा महत्त्वपूर्णरित्या वेगळे आहे. जर मिळालेले F मूल्य तक्त्यातील निर्णायक F मूल्यापेक्षा मोठे नसेल, तर H_0 अमान्य केले

जाणार नाही, आणि असा निष्कर्ष काढला जाईल की कोणत्याही मध्यमानांमध्ये महत्त्वपूर्ण तफावत नाही (आकृती 9.1 पाहा).

आकृती 9.1 मिळालेले आणि निर्णायक *F* मूल्य

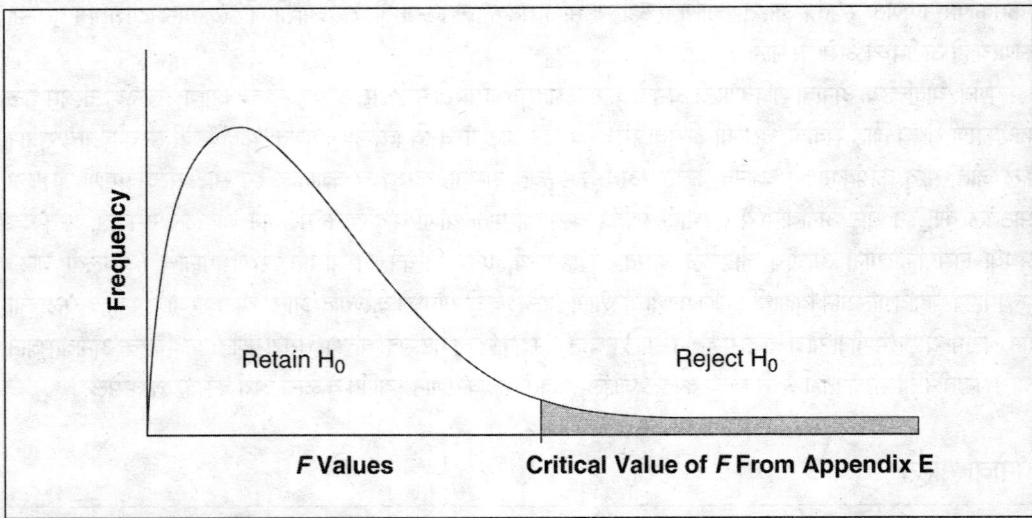

फक्त धन पुच्छामध्ये नकार प्रदेशासह *F* वितरण धन स्क्यु प्रकारचे असते. लक्षात ठेवा, जर नल गृहीतप्रमेय सत्य असेल, तर मिळणारे *F* मूल्य 1.00 च्या जवळ जाणारे असले पाहिजे. जर नल गृहीतप्रमेय असत्य असेल, तर मिळणारे *F* मूल्य *1.00* पेक्षा मोठे असले पाहिजे. निर्णायक *F* मूल्याला दोन प्रकारच्या स्वतंत्रता पातळ्या असतील, एक *F* गुणोत्तराच्या अंशाशी संबंधित (गटांमधील प्रचलन) आणि एक छेदाशी संबंधित (गटांतर्गत प्रचलन).

महत्त्वपूर्ण अनोवा काय सूचित करतो

अनोवाला दोन किंवा अधिक गटांच्या मध्यमानांमध्ये महत्त्वपूर्ण तफावत आहे का यात स्वारस्य असते. लक्षात ठेवा, अनोवा ही अनेक उद्दिष्टे एकाच वेळी साधणारी चाचणी आहे, आणि आणि महत्त्वपूर्ण *F* मूल्य कोणत्या गटांची मध्यमाने एकमेकांपासून वेगळी आहेत ते उघड करत नाही. अनोवामध्ये नल गृहीतप्रमेय नाकारण्यात आल्यानंतर एक चाचण्यांचा गट वापरावा लागतो. ह्या चाचण्यांना गुणज तुलना चाचण्या (multiple comparison tests), नंतर केल्या जाणाऱ्या चाचण्या (a posteriori tests) (लॅटिनमध्ये “जे नंतर येते” साठी), किंवा यानंतरच्या चाचण्या (post hoc tests) (लॅटिनमध्ये “यानंतर” साठी) असे म्हटले जाते. ह्या चाचण्या कोणती मध्यमाने एकमेकांपासून महत्त्वपूर्णरित्या वेगळी आहेत हे सांगण्यासाठी रचलेल्या असतात. महत्त्वपूर्ण अनोवा फक्त एवढेच स्पष्ट करतो की किमान एक तरी मध्यमान दुसऱ्या एखाद्या मध्यमानापेक्षा वेगळे आहे. गुणन तुलना चाचणी मध्यमानांमधील महत्त्वपूर्ण तफावतीची रचना स्पष्ट करते.

एक संगणनविषयक उदाहरण

आपण अशी कल्पना करूया की तुम्ही तुमच्या राज्याच्या मनोरुग्णालयात न्यायवैद्यक मानसशास्त्रज्ञ आहात. तुमच्या राज्याच्या वाहतूक विभागाला असे निदर्शनास आणून देण्यात आले आहे की तुमच्या राज्याच्या मनोरुग्णालयात भरती केलेल्या एकूण लोकांपैकी दोन तृतियांश लोकांची पाठोपाठ सुटका करण्यात आली, त्यांना औषधोपचार करण्यात आले आणि ते वाहने चालवीत आहेत. एक सर्वात सामान्य मनोविकार निवारक औषध वाहन चालविण्याच्या क्षमतेमध्ये अडथळा आणते याचा काही पुरावा आहे का हे तुम्ही कसे ठरवाल? एक घटक अनोवा हा आदर्श प्रायोगिक आराखडा ठरेल कारण तो एकाच वेळी एकापेक्षा जास्त औषधोपचार पातळ्यांचे मूल्यमापन करू शकेल. म्हणून, आपण समाजातील स्वेच्छेने सहभागी होणाऱ्यांवर एक प्रयोग करूया आणि थोराझीन, ताणाचे निवारण करण्यासाठी वापरले जाणारे एक महत्त्वाचे औषध जे सायकोसिसच्या उपचारासाठी वापरले जाते, ते वाहन चालविण्याच्या क्षमतेवर परिणाम करते का हे पाहण्यासाठी चाचणी घेऊया. वीस प्रौढ सहभागी घटकांनी अभ्यासात स्वेच्छेने भाग घेतला. पाच सहभागी घटक यादृच्छिक पद्धतीने चार वेगवेगळ्या गटांमधील प्रत्येक गटात नेमण्यात आले: (अ) प्लॅसिबो, (ब) 100 mg, (क) 250 mg, (ड) 500 mg. मिळालेले प्राप्तांक म्हणजे 10 बिंदू (10 = अत्युत्तम, 1 = वाईट) वाहन चालविण्याच्या कौशल्याची चाचणी (संगणक प्रतिकृती), जी औषध टोचल्यानंतर एका तासाने घेण्यात आली. डेटा खालील तक्त्यात दाखविल्याप्रमाणे:

1. Placebo	*2. 100 mg*	*3. 250 mg*	*4. 500 mg*
8	7	7	4
9	9	6	5
6	8	8	6
9	10	7	5
9	8	9	7

नोंद घ्या की प्रत्येक प्राप्तांक वेगळ्या सहभागी घटकाचे प्रतिनिधित्व करतो आणि येथे एकूण २० सहभागी घटक आहेत.

पायरी 1. प्रत्येक स्वतंत्र गटासाठी $\sum x$ आणि $\sum x^2$ काढा.

	1	*2*	*3*	*4*
$\sum x$	41	42	37	27
$\sum x^2$	343	358	279	151

पायरी 2. सर्वांसाठी एकत्रित $\sum x$ आणि $\sum x^2$ काढा.

Total $\sum x = 147$

Total $\sum x^2 = 1{,}131$

पायरी 3. मध्यमानासाठी दुरुस्ती (CM – correction for the mean) काढा. ही सर्वांची एकत्रित बेरीज करून, तिचा वर्ग करून, आणि त्याला एकूण निरीक्षणांच्या संख्येने भागून काढली जाते.

$$CM = \frac{(\text{Total } \sum x)^2}{\text{Total Number of Scores}}$$

$$CM = \frac{(147)^2}{20}$$

$$CM = 1080.450$$

पायरी 4. वर्गांच्या बेरजेची एकूण (sum of squares total SST) ही एकूण $\sum x^2$ काढून आणि त्यातून CM वजा करून मिळवता येते.

$$SST = \text{Total } \sum x^2 - CM$$

$$SST = 1131 - 1080.450$$

$$SST = 50.550$$

पायरी 5. गटांमधील वर्गांची बेरीज (sum of squares between groups SSB) ही प्रत्येक गटाच्या बेरजेच्या एकूणाचा वर्ग करून आणि त्याला प्रत्येक गटातील निरीक्षणांच्या संख्येने भागून, या भागाकारांची बेरीज करून, आणि आलेल्या उत्तरातून CM वजा करून मिळविली जाते.

$$SSB = \left[\frac{(\Sigma x \text{ for Group 1})^2}{\text{\# Scores in Group 1}} + \frac{(\Sigma x \text{ for Group 2})^2}{\text{\# Scores in Group 2}} + \frac{(\Sigma x \text{ for Group 3})^2}{\text{\# Scores in Group 3}} + \frac{(\Sigma x \text{ for Group 4})^2}{\text{\# Scores in Group 4}} \right] - CM$$

$$SSB = \left[\frac{(41)^2}{5} + \frac{(42)^2}{5} + \frac{(37)^2}{5} + \frac{(27)^2}{5} \right] - CM$$

$$SSB = 1108.600 - 1080.450$$

$$SSB = 28.150$$

पायरी 6. त्रुटीची गटांतर्गत वर्गांची बेरीज (SSW) SST मधून SSB वजा करून मिळते.

SSW = SST – SSB

SSW = 50.550 – 28.150

SSW = 22.400

पायरी 7. आता *df* काढायचे आहेतः

df_{SST} = एकूण प्राप्तांकांची संख्या – 1

$df_{SST} = 20 - 1 = 19$

df_{SSB} = एकूण गटांची संख्या – 1

$df_{SSB} = 4 - 1 = 3$

$df_{SSW} = df_{SST} - df_{SSB}$

$df_{SSW} = 19 - 3 = 16$

पायरी 8. वर्गांचे मध्यमान काढण्यासाठी वर्गांच्या बेरजेला योग्य *df* ने भागले जाईल.

$$\text{MSB} = \frac{\text{SSB}}{df_{\text{SSB}}} = \frac{28.150}{3} = 9.383$$

$$\text{MSW} = \frac{\text{SSW}}{df_{\text{SSW}}} = \frac{22.400}{16} = 1.400$$

पायरी 9. MSB ला MSW ने भागून *F* चे मूल्य मिळते.

$$F = \frac{\text{MSB}}{\text{MSW}} = \frac{9.383}{1.400} = 6.70$$

पायरी 10. स्वतंत्रता पातळी मिळवा. परिशिष्ट E मधील *F* वितरण सारिणीतून *F* चे निर्णायक मूल्य मिळविण्यासाठी आपल्याला SSB आणि SSW साठी *df* आवश्यक आहेत.

अंशासाठी स्वतंत्रता पातळी

अंशासाठी स्वतंत्रता पातळी किंवा df_1 हा df_{SSB} आहे. हे मूल्य पायरी 7 मध्ये काढले आहे. अभ्यासाचा भाग म्हणून ते पुन्हा देत आहेतः

df_1 = गटांची संख्या – 1. या उदाहरणात चार गट असल्याने,

$df_1 = 4 - 1$

$df_1 = 3$

छेदासाठी स्वतंत्रता पातळी

छेदासाठी स्वतंत्रता पातळी किंवा df_2 म्हणजे df_{SSW} आहे. हे मूल्य पायरी 7 मध्ये काढले आहे. अभ्यासाचा भाग म्हणून ते पुन्हा देत आहोत:

df_2 or $df_{SSW} = df_{SST} - df_{SSB} = 19 - 3 = 16$

पायरी 11. महत्त्वपूर्णता तपासा. काढलेले F मूल्य = 6.70 याची तुलना सारिणीतील F शी $p = .05$ साठी $df_1 = 3$ and $df_2 = 16$ करिता दिलेल्या निर्णायक मूल्याशी करा. जर F चे काढलेले मूल्य सारिणीतील निर्णायक मूल्यापेक्षा जास्त असेल तर H_0 अस्वीकृत होईल. असे जर नसेल तर H_0 स्वीकृत होईल.

नल आणि पर्यायी गृहीतप्रमेये खालीलप्रमाणे आहेत:

H_0: $\mu_{DS-1} = \mu_{DS-2} = \mu_{DS-3} = \mu_{DS-4}$

जेथे, μ_{DS-1} = पहिल्या गटाचे (1) वाहन चालन कौशल्य (DS) चाचणीतील मध्यमान आणि त्याचप्रमाणे पुढील.

H_a: H_0 is not true.

पायरी 12. अनोवामध्ये जिला "स्रोत सारिणी" ("source table") म्हणतात ती खाली दिली आहे:

Source	*Sum of Squares*	df	*Mean Squares*	F	p
Between groups	28.15 (SSB)	3	9.38 (MSB)	6.70	<.01
Within groups	22.40 (SSW)	16	1.40 (MSW)		
Total	50.55 (SST)	19			

पायरी 13. अनौपचारिक लिखाणात निष्कर्ष खालीलप्रमाणे दिसेल:

काढलेले $F = 6.70$ हे मूल्य $p = .05$ साठी $df_1 = 3$ आणि $df_2 = 16$ असताना सारिणीतील $F = 3.24$ या निर्णायक मूल्यापेक्षा जास्त आहे. म्हणून, H_0 अस्वीकृत होते, आणि किमान एक मध्यमान दुसऱ्या एखाद्या मध्यमानापेक्षा महत्त्वपूर्णदृष्ट्या वेगळे आहे, $F(3, 16) = 6.70$, $p = .01$. मध्यमानातील फरकाचा आकृतीबंध ठरविण्यासाठी गुणज तुलना चाचणीची गरज आहे. संशोधनाच्या प्रश्नासाठी, असे दिसत आहे की थोराझीनचा वाहन चालविण्याच्या क्षमतेवर महत्त्वपूर्ण परिणाम होतो.

हे लक्षात घ्या की, मागील परिच्छेदाच्या पहिल्या वाक्यात, आपण काढलेल्या F मूल्याची चाचणी करून पारंपरिक $p = .05$ या महत्त्वपूर्णता पातळीवर नल गृहीतप्रमेय स्वीकारू किंवा नाकारू. दुसऱ्या वाक्यात, आपण F चे शक्य तितक्या

खालच्या p पातळीचे मूल्य सांगू. शिवाय, F चाचणी सर्वसमावेशक असल्याने, आत्ता, गुणज तुलना चाचणी करेपर्यंत, आपल्याला महिती नाही की कोणत्या गटांची मध्यमाने वेगळी आहेत. जे वाक्य "संशोधनाच्या प्रश्नाच्या बाबतीत"ने चालू होते, त्यात हे लक्षात घ्या की, आपला निष्कर्ष फक्त असा आहे की स्वतंत्र चलाचा (थोराझीन) अवलंबी चलावर (वाहन चालविण्याची क्षमता) परिणाम होतो, परंतु, हा निष्कर्ष गुणज तुलना चाचणी करेपर्यंत संदिग्धपणे सांगितला पाहिजे.

संशोधन लेखात, अनोवाचे निष्कर्ष खालीलप्रमाणे लिहिले जाऊ शकतात:

थोराझीन पातळ्यांचा वाहन चालविण्याच्या क्षमतेवर महत्त्वपूर्ण परिणाम झाला आहे, $F(3, 16) = 6.70$, $p = .01$.

या वाक्यानंतर, गुणज तुलना चाचणीच्या निकालांचा सारांश दिला जाईल. गुणज तुलना चाचणीच्या चर्चेसाठी प्रकरण 10 पाहा. जर अनोवा चाचणीत F महत्त्वपूर्ण ठरला नाही, तर $p = .05$ किंवा जर अनोवा चाचणी संख्याशास्त्रीय संगणकप्रणालीने केली असेल तर p ची अचूक पातळी (उदाहरणार्थ, $p = .13$) नमूद करण्याचा पर्याय उपलब्ध असतो.

अनोवामध्ये परिणाम आकार निश्चित करणे: ओमेगाचा वर्ग (ω^2)

जरी आपल्याला या उदाहरणात महत्त्वपूर्णता दिसली, तरी आपल्याला स्वतंत्र चल (थोराझीन) आणि अवलंबी चल (वाहन चालविण्याच्या कौशल्याच्या चाचणीचे प्राप्तांक) यांच्यातील संबंधाची ताकद माहिती नाही. t चाचणीप्रमाणेच, येथे महत्त्वपूर्णता ही चित्राचा एक भाग आहे. अनोवासाठी स्वतंत्र चलाच्या अवलंबी चलावर होणाऱ्या परिणामाची ताकद मोजण्याचे एक लोकप्रिय परिमाण आहे ओमेगाचा वर्ग (omega-squared (ω^2) ओमेगाचा वर्ग काढण्यासाठी खालील सूत्र वापरले जाते:

$$\omega^2 = \frac{SSB - (k-1)\,MSW}{SST + MSW}$$

जेथे, k = स्वतंत्र चलाच्या पातळ्यांची संख्या.

या आधीच्या उदाहरणात,

$$\omega^2 = \frac{28.15 - (4-1)1.40}{50.55 + 1.40}$$

$$\omega^2 = \frac{23.95}{51.95}$$

$$\omega^2 = .46$$

खालील सारिणीत ओमेगा-वर्गाच्या स्पष्टीकरणाबाबत मार्गदर्शक तत्त्वे दिली आहेत:

Effect Size	*Minimum ω^2 Value*
Small	.01
Medium	.06
Large	.15

म्हणून, आपल्या उदाहरणात, $\omega^2 = 46$ मोठा परिणाम आकार दर्शवितो. ते अवलंबी चलामध्ये (वाहन चालविण्याच्या कौशल्याचे प्राप्तांक) स्वतंत्र चलामुळे (थोराझीन पातळ्या) होणाऱ्या प्रचलनाची शेकडेवारी दर्शविते. ओमेगा-वर्ग प्रचलन किती प्रमाणात उपचारामुळे होते आहे, आणि, स्वाभाविकपणे होते आहे, उरलेले किती अज्ञात किंवा यादृच्छिक घटकांमुळे आहे, हे मोजणारे एक परिमाण आहे. या उदाहरणात, प्राप्तांकांच्या एकूण प्रचलनाच्या 46% थोराझीन उपचार पद्धतीमुळे आहे आणि एकूण प्रचलनाच्या 54% अज्ञात किंवा यादृच्छिक घटकांमुळे आहे.

परिणाम आकार मोजणारे आणखीन एक परिमाण: ETA (η)

अनोवासाठी परिणामाचा आकार मोजणाऱ्या दुसऱ्या एका लोकप्रिय सहसंबंधीय परिमाणाचे (याचा अर्थ असा की त्याचा विस्तार 0.00 ते 1.00 या मध्ये असतो) नाव आहे eta (जे ग्रीक आद्याक्षर η याच्या लघुलिपीचे चिन्ह आहे). η चे सूत्र खालीलप्रमाणे आहे:

$$\eta = \sqrt{\frac{SSB}{SST}}$$

मागील मोजता येण्याजोग्या उदाहरणात, SSB चे मूल्य होते 28.150, आणि SST चे होते 50.550. त्यामुळे, Eta (η) खालीलप्रमाणे काढला जाईल:

$$\eta = \sqrt{\frac{SSB}{SST}}$$

$$\eta = \sqrt{\frac{28.150}{50.550}}$$

$$\eta = \sqrt{0.557}$$

$$\eta = .75$$

η च्या अंतिम मूल्याचे स्पष्टीकरण देण्यासाठी सुचविलेली मार्गदर्शक तत्त्वे वापरता येतील:

Effect Size	*Minimum* h *Value*
Small	.10
Medium	.25
Large	.40

म्हणून, आपण असे पाहू शकतो की, η देखील अवलंबी चलावर (वाहन चालविण्याची क्षमता) स्वतंत्र चलामुळे (Thorazine levels) होणाऱ्या प्रचलनाचा मोठा परिणाम आकार दर्शवितो, जसा तो आपल्याला ओमेगा-वर्गात (ω^2) मधूनही दिसला होता.

इतिहासाचा मागोवा

गोसेट ते फिशर

1908 मध्ये, विल्यम गोसेट (1876–1937) यांनी नमुना मध्यमाने आणि जनसंख्यांच्या मध्यमानांमधील फरकाचे प्रमाण दर्शविणारी सारिणी प्रसिद्ध केली. गोसेट यांनी फरकांच्या प्रमाणाला *z*s असे म्हटले आणि त्यांना असे लक्षात आले की ती प्रमाणे प्रसामान्य वितरणात बसली नाहीत. त्यांनी या लेखाला शीर्षक दिले होते, "The Probable Error of a Mean." त्यांनी, त्याच वर्षी, "Probable Error of a Correlation Coefficient." हे शीर्षक असलेला दुसरा लेख *Biometrika* मध्ये छापला.

रोनाल्ड फिशर (1890–1962) यांनी एका शेती विषयक काम करणाऱ्या प्रयोगशाळेत 14 वर्षे इतर डेटांबरोबर, गव्हाचे उत्पादन आणि हवामानाच्या आकृतीबंधाचे विश्लेषण केले. 1912 मध्ये, गोसेट होते 36 वर्षांचे आणि फिशर यांचे वय होते 22. फिशर यांनी नुकतीच केंब्रिज विद्यापीठाची पदवी घेतली होती, आणि त्यांच्या पहिल्या लेखात त्यांनी गोसेट यांच्यापेक्षा वेगळे प्रसामान्य नमुन्याबाबत प्रचलनाचे परिमाण शोधले होते. फिशरने n हा भाजक म्हणून वापरला होता, जेथे गोसेटने $n - 1$ चा वापर केला होता. फिशरच्या कॉलेजमधील सहशिक्षकाने गोसेटला लिहिण्याविषयी प्रोत्साहित केले, आणि त्याने त्याप्रमाणे केले. अशाप्रकारे त्यांची मैत्री झाली आणि पत्रव्यवहार १९३७ मध्ये गोसेटच्या मृत्युपर्यंत चालू राहिला.

फिशरने गोसेटला लिहिलेल्या पहिल्या पत्राने फिशरला दुसरी कल्पना दिली: n मितीच्या वातावरणात नमुन्याची घाटणी भूमिती पद्धतीने मांडणे पर्यायाने, यातून तो स्वतंत्रता पातळ्यांच्या संकल्पनेपर्यंत आणि प्रचलनाच्या अंदाजाच्या सूत्रातील योग्य भाजकापर्यंत ($n - 1$) पोहोचला. अखेरीस, यातून फिशरने गोसेटच्या z वितरणाची गणिती सिध्दता शोधून काढली. ही सिध्दता फिशरने गोसेटला पाठविली, आणि गोसेटने ती पिअरसनकडे प्रसिद्ध करण्याच्या शिफारशीसह पाठविली. या लेखाबद्दल, गोसेटने लिहिले, "मला त्याने जे काही पाठविले आहे ते आकलन होऊ शकले नाही. जरी मला दुसऱ्या प्रकारे ते कळले तरी मला तीनपेक्षा जास्त मिती फारशा परिचयाच्या वाटत नाहीत". परंतु गोसेटने निष्कर्ष काढला, "ते इतके छान आणि गणिती आहे की काही लोकांना ते आकर्षित करू शकेल" (Salsburg, 2001, पान 31–32). अशाप्रकारे त्यांच्यातील सहयोग सुरू झाला, ज्यातून गोसेटच्या *z*s चे *t*s मध्ये पुनर्सारणीकरण झाले आणि ते स्टुडंट्स t वितरण या नावाने ओळखले जाऊ लागले. गोसेटच्या 1908 मधील दुसऱ्या लेखात मांडलेली

फिशरचे मिलियनेअर गणनयंत्र

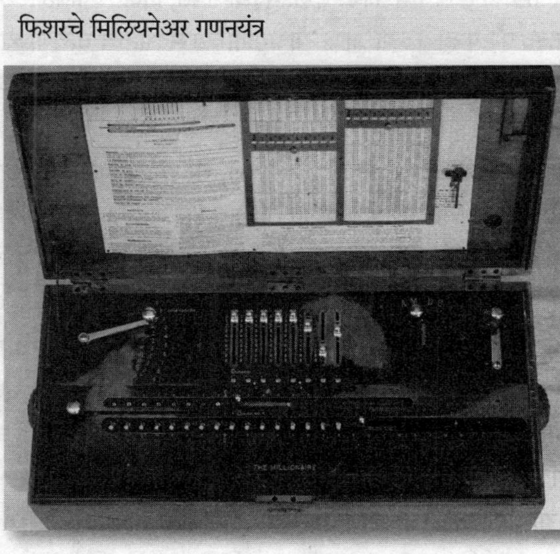

स्रोत: Ezrdr यांचे छायाचित्र
सूचना: याची निर्मिती 1893 ते 1935 च्या दरम्यान झाली

समस्या फिशरने सोडविण्यास घेतली आणि त्याने सहसंबंध सहगुणकाचे सामान्य नमुना वितरण शोधून काढले. फिशरचा लेख हाती पडल्यावर, गोसेटने त्याच्या नेहमीच्या नम्रतेने आणि औदार्याने लिहिले, "जेव्हा मी ते पहिल्यांदा पाहिले, तेव्हा तू ज्या दयाळूपणे माझ्या अशास्त्रीय प्रयत्नांचा संदर्भ दिला आहेस त्याबद्दल तुझे आभार व्यक्त करण्यासाठी मी लिहिले."

जेव्हा गोसेटला हे समजले की फिशर नोकरीच्या शोधात आहे आणि फिशर फळांच्या बागेवर संख्याशास्त्रीय काम करत आला आहे, तेव्हा गोसेटने फिशरला सांगितले की रोथॅमस्टीड कृषी प्रयोग केंद्रातील जॉन रसेल याला एका संख्याशास्त्रज्ञाला कामावर ठेवायचे आहे. आठ महिन्यांनंतर फिशरने गोसेटला खबर दिली की त्याची नेमणूक झाली आहे. फिशरच्या पत्रात त्याने कोणते गणनयंत्र खरेदी करावे आणि घरी दारू गाळण्याबाबत सल्ला विचारला होता. त्याच्या पत्रातील विनंतीसंबंधी, गोसेटने लिहिले, "गिनेस खरेदी करणे कमी त्रासाचे आहे; तुझ्यासाठी आपण ते करू." फिशरने "मिलियनेअर" नावाने ओळखले जाणारे गणनयंत्र घेतले. ते हाताने हँडल फिरवून चालवायचे आणि जुनाट होते परंतु ते दशलक्षांपर्यन्त अंक हाताळू शकत असल्याने त्याचे नाव मिलियनेअर होते.

रोथॅमस्टीड येथे, फिशरने दोन प्रचंड मोठी पुस्तके लिहिली. 1925 मध्ये, *Statistical Methods for Research Workers* प्रसिद्ध झाले, आणि 1935 मध्ये, *The Design of Experiments* प्रसिद्ध झाले. 1931 मध्ये फिशर अमेरिकेला आला आणि आयोवा आणि मिनेसोटा येथे शिकवू लागला. आयोवामध्ये त्याने जॉर्ज डब्लू. स्नेडेकोरला प्रभावित केले. 1937 मध्ये स्नेडेकोरने त्याचे स्वतःचे प्रभावी संख्याशास्त्राचे पाठ्यपुस्तक प्रकाशित केले, आणि शेतीतील संख्याशास्त्रीय विश्लेषणासाठी अनोवाचा वापर सामान्यतः केला जाऊ लागला. फिशरच्या लहान नमुन्यांमधील गृहीतप्रमेय पडताळणी आणि त्यांची चाचणी वितरणे या सर्जनशील नव्या कल्पनांपलीकडे, त्याने, t चाचणी आणि अनोवा या दोन संख्याशास्त्रातील अत्यंत लोकप्रिय चाचण्यांचे मूलभूत योगदान दिले आहे.

एक गमतीची नोंद म्हणजे फिशरने महत्त्वपूर्णता चाचणीत संभाव्यतेचा वापर अत्यंत मर्यादित पद्धतीने केला आहे. ही अशी एक समस्या आहे की जी आधुनिक संख्याशास्त्राला अजूनही काही प्रमाणात त्रास देत आहे. समस्या अशी आहे की, "$p < .05$ चा खरा अर्थ काय?" ह्या मुद्द्याबाबत, निदान व्यावहारिक पातळीवर तरी, फिशरला तुलनेने स्पष्टता होती. फिशरसाठी फक्त पुनःपुन्हा केल्या जाणाऱ्या प्रयोगांच्या संदर्भातच चाचणीच्या महत्त्वपूर्णतेला अर्थ प्राप्त होतो. हे प्रयोग विशिष्ट उपचारांचे विविध परिणाम ठरविण्याच्या उद्देशाने केले जातात. जर p मूल्य खूप लहान असेल (उदा. .01 पेक्षा लहान), तर त्याचा दावा असा होता की जर प्रयोग पुन्हा करण्याजोगा (प्रतिकृती करण्यासारखा) असल्यामुळेच परिणाम दाखविता आला.. जर p मूल्य मोठे असेल (उदा. $p > .20$), तर त्याचा युक्तिवाद असा होता की परिणाम होता, पण तो इतका लहान होता की त्या आकाराचा कोणताच प्रयोग तो शोधू शकणार नाही. जर p मूल्य .01 आणि .02 यादरम्यान कोठेतरी पडले, तर त्याचा युक्तिवाद असा होता की पुढच्या प्रयोगात उपचारांच्या परिणामांची अधिक चांगली कल्पना मिळण्यासाठी आखणी आणि सुधारणा केली जावी. जर्झी निमन यांनी नंतर संभाव्यतेच्या संकल्पनेचा आणि महत्त्वपूर्णता पातळ्यांचा विकास केला, आणि आता संख्याशास्त्रज्ञ म्हणतात की $p < .05$ म्हणजे नल गृहीतप्रमेय खरोखर सत्य असताना आपण नल गृहीतप्रमेय अमान्य करत असण्याची संभाव्यता (दुसऱ्या शब्दात, प्रकार 1 ची चूक घडण्याची संभाव्यता) 100 मधील 5 संधींपेक्षा कमी आहे. परंतु, त्याच्या मूळच्या कल्पनेमध्ये, महत्त्वपूर्णता म्हणजे कोणत्याही प्रकारच्या चुकीची संभाव्यता नव्हती. मुळात ही संकल्पना अशी होती की संभाव्यता म्हणजे आपण विचार करत आहोत त्यापेक्षा डेटावर परिणाम करणारे काहीतरी वेगळे, ज्यामुळे खरोखरच डेटावर परिणाम झाला.

कार्ल पिअरसनच्या काळात एक शिक्षिका युनिवर्सिटी कॉलेजमध्ये शिकविण्यासाठी गेली. ह्या प्रसिद्ध व्यक्तिमत्त्वांबद्दल तिची प्रतिक्रिया काय होती? कार्ल पिअर्सनबद्दल तिने लिहिले, "K. P. ला सहन केले" जर्झी निमनबद्दल तिने लिहिले,

"त्याला काय म्हणायचे आहे हे विद्यार्थ्यांना समजावून मी त्याला लहान मुलासारखे सांभाळले." "गोसेटबरोबर मासेमारी करायला जाता येईल असा एक चांगला माणूस, ज्याच्यात असूयेचा लवलेशही नव्हता."

महत्त्वाच्या संकल्पना आणि व्याख्या

प्रचलनाचे विश्लेषण अनोवा (Analysis of Variance ANOVA) – एक लोकप्रिय, ताकदवान आणि जोमदार संख्याशास्त्रीय चाचणी जी दोन किंवा अधिक गटांच्या मध्यमानांमधील तफावतींचे, गटांमधील आणि गटांतर्गत प्रचलन गुणोत्तरांचे विश्लेषण करून, परीक्षण करते.

गटांमधील प्रचलन (Between Groups Variance) – गटांच्या मध्यमानांची श्रेणी आणि जनसंख्येचे मध्यमान (किंवा मोठे मध्यमान) यांमधील तफावतींच्या वर्गांच्या बेरजेचा मापक. गटांमधील प्रचलन हे अनोवा Type equation here.ANOVA तील स्वतंत्र चल अवलंबी चलावर किती प्रमाणात परिणाम करतो ह्याचा मापक असतो.

बोनफेरोनी दुरुस्ती (Bonferroni Correction) – गुणन t चाचण्या वापरताना सर्वसाधारण उंच α पातळी दुरुस्त करण्यासाठी तयार केलेला उपाय जो α सर्वसाधारण पातळीला करावयाच्या t चाचण्यांच्या संख्येने भागतो. बोनफेरोनी दुरुस्ती प्रकार 1 ची चूक होण्याची संभाव्यता घटविते तर प्रकार 2 ची चूक घडण्याची संभाव्यता प्रचंड प्रमाणात वाढविते.

पूर्णतः यादृच्छिक अनोवा (Completely randomized ANOVA) – अनोवाची सर्वात बलशाली संरचना जेथे सहभागी घटक यादृच्छिक पद्धतीने दोन किंवा अधिक गटांपैकी एका गटात नेमले जातात. पूर्णतः यादृच्छिक अनोवा संरचनेतून कार्यकारणभाव सूचित केला जाऊ शकतो.

इटा (Eta: η) – अनोवातील परिणाम आकार (विस्तार 0.00 पासून 1.00 पर्यंत) मोजण्याचे सहसंबंधात्मक साधन.

प्रायोगिक चूक (Experimental Error) – यादृच्छिक किंवा पद्धतशीर नसलेल्या परिणामांचे संख्याशास्त्रीय नाव, जे प्रयोगावर प्रभाव टाकतात परंतु ते उपचारांमुळे किंवा स्वतंत्र चलामुळे झालेले नसतात. प्रायोगिक चुकांमधील सर्वात मोठी चूक म्हणजे विषय चूक आणि यात चाचणीच्या परिस्थितीतील बदलांचा जसे, तपमान, दिव्यांची सोय, प्रयोग करताना प्रयोगकर्त्याचा बदलणारा उत्साह, सहभागी घटकांचे बदलते हितसंबंध, कंटाळा आणि बरेच काही यांचाही समावेश होतो.

गुणज तुलना चाचण्या (Multiple Comparison Tests) – यांना नंतर केल्या जाणाऱ्या चाचण्या किंवा या नंतरच्या चाचण्या असेही म्हटले जाते. गुणन तुलना चाचण्या अनोवा संरचनेत नल गृहीतप्रमेय नाकारण्यात आल्यानंतर मध्यमानातील तफावतींची रचना ठरवितात.

गुणज ts (Multiple ts) – एक संरचना ज्यात तीन किंवा जास्त गटांमधील मध्यमानातील तफावतींचे परीक्षण एकापेक्षा अधिक t चाचण्यांनी केले जाते. गुणन ts चा परिणाम α सर्वसाधारण पातळी अस्वीकारार्ह उंच पातळ्यांपर्यंत ($p > .05$) फुगविण्यावर होतो (प्रकार 1 ची चूक केली जाण्याची संभाव्यता).

ओमेगा वर्ग (Omega-squared ω^2) – अनोवातील परिणाम आकार मोजण्याचे साधन ज्याचा अन्वयार्थ स्वतंत्र चलाने लेखांकित केलेल्या अवलंबी चलातील प्रचलनाचे प्रतिशत प्रमाण.

सर्वसमावेशक (ओम्निबस) गृहीतप्रमेय आणि ओम्निबस चाचणी (Omnibus hypothesis and omnibus test) – ओम्निबस या शब्दाचा अर्थ एकाच वेळी अनेक प्रसंग व्यापणे. अनोवामध्ये एकाचवेळी अनेक गृहीतप्रमेये असतात कारण मध्यमानांमधील तफावतींचा प्रत्यक्ष आकृतीबंध स्पष्ट केलेला नसतो. अनोवातही एकाच

वेळी अनेक चाचण्या असतात कारण मध्यमानांमधील तफावतीचा कोणताही आकृतीबंध नल गृहीतप्रमेय नाकारण्यास कारणीभूत ठरू शकतो.

नमुना वितरण (Sampling Distribution) – समान जनसंख्येतून काढता येण्याजोग्या सर्व मर्यादित यादृच्छिक नमुन्यांचे तयार होणारे सैद्धांतिक वितरण.

मध्यमानाची प्रमाणित त्रुटी (Standard Error of the Mean) – नमुना वितरणाच्या मध्यमानांचे प्रमाण विचलन.

व्यक्ती त्रुटी (Subject Error) – गटातील सहभागीचा प्राप्तांक आणि गटाचे मध्यमान यांमधील तफावतीचे विचित्र नाव.

गटांतर्गत प्रचलन (Within Groups Variance) – प्रत्येक सहभागीचा प्राप्तांक आणि गटाचे मध्यमान यांमधील तफावतींच्या बेरजेचा मापक. गटांतर्गत प्रचलन हे वैयक्तिक तफावती, जरी सर्व सहभागींना समान वर्तणूक दिली जात असली तरी, अवलंबी चलावर किती प्रमाणात परिणाम करतात हे मोजण्याचे साधन आहे.

प्रकरण 9 सरावासाठी प्रश्न

1. अनोवाचा सर्वसाधारण उद्देश काय असतो?
2. अनोवाची गृहीतके कोणती?
3. अनोवा सर्वसमावेशक चाचणी का असतो?
4. कोणत्या परिस्थितीत अनोवानंतर गुणज तुलना चाचणी करावी लागते?
5. अनोवामध्ये संपूर्णपणे यादृच्छिक या शब्दांचा अर्थ काय होतो?
6. एका बोधात्मक मानसशास्त्रज्ञाला अल्पकालीन तोंडी स्मरणशक्ती लक्ष विचलित करणाऱ्या तीन परिस्थितींमध्ये: विचलन न करणारी परिस्थिती, संगीत चालू असणे, संगीत आणि व्हिडीओ चालू असणे, कशा प्रकारे बदलते, हे निश्चित करण्याची इच्छा आहे. तीस महाविद्यालयीन विद्यार्थ्यांची निवड करून त्यांना या तीन परिस्थितीपैकी एका परिस्थितीमध्ये यादृच्छिक पद्धतीने ठेवले, त्यांना किती अंक यशस्वीपणे आठवता आले त्याचे प्राप्तांक (जास्त अंक आठवणे म्हणजे जास्त स्मरणशक्ती) खालीलप्रमाणे आहेत.

No Distraction	*Music*	*Music + Video*
7	7	4
9	8	5
6	7	3
8	6	6
7	8	3
8	7	2
9	7	4
6	9	3
7	5	4
7	9	2

अनोवा वापरून स्त्रोतसारिणी तयार करा आणि तुमचे निष्कर्ष लिहा.

SPSS पाठ 9

एक-घटक संपूर्णपणे यादृच्छिक अनोवा संरचना चाचणीचा उद्देश, दोन किंवा त्याहून जास्त गटांच्या मध्यमानांमध्ये फरक आहे का, हे पाहणे, हा असतो. या प्रकरणात, तुम्ही एक-घटक संपूर्णपणे यादृच्छिक संरचना अनोवा चाचणी, Coolidge Autistic Symptoms सर्वेक्षणातील (SASTOT) मुलांच्या तीन गटांवर: *Schizoid, Asperger,* आणि *नियंत्रित* मुले, वापरून त्यातील एखादे मध्यमान किमान दुसऱ्या एखाद्या मध्यमानापेक्षा वेगळे आहे का, हे निश्चित करणार आहात.

आवश्यक डेटा (Required Data)

या प्रकरणासाठी *Schizoid-Aspergers-Controls SPSS.sav* हा डेटा संच आवश्यक आहे. प्रकरणाचा अभ्यास सुरू करण्यापूर्वी, त्यातील Case #47 काढून टाकायला विसरू नका. किंवा जिच्यातून आधीच क्लिंकर काढून टाकलेला आहे अशी *Schizoid-Aspergers-Controls SPSS V2.sav* ही फाईल उतरवू शकता.

तुमच्या संगणकावर डेटा संच उतरविणे

1. www.uccs.edu/~faculty/fcoolidg/SPSS ह्या संकेत स्थळावर जा.
2. *Schizoid-Aspergers-Controls SPSS V1.sav* ही लिंक माउसच्या उजव्या बाजूचा वापर करून Save Link As याची निवड करा.
3. *Enter name of file to save to* या संवादात, डाव्या बाजूच्या पट्टीतून Desktop ची निवड करा आणि *File name* या स्थानात Schizoid-Aspergers-Controls SPSS V1.sav असे लिहून Save पर्याय निवडा.

यामुळे *Schizoid-Aspergers-Controls SPSS V1.sav* या नावाच डेटा संच तुमच्या संगणकाच्या प्रमुख पडद्यावर साचविला जाईल.

एक-घटक संपूर्णपणे यादृच्छिक अनोवा चाचणी घेणे

एक-घटक संपूर्णपणे यादृच्छिक संरचना अनोवा चाचणी घेऊन, मुलांच्या तीन गटांचे *Schizoid, Asperger,* आणि *नियंत्रित* मुलांचे total Autistic Symptoms प्राप्तांक वापरून त्यातील एखाद्या प्राप्तांकाचे total autistic symptoms बाबत मध्यमान इतर दोन प्राप्तांकापैकी किमान दुसऱ्या एखाद्याच्या मध्यमानापेक्षा महत्त्वपूर्णरित्या वेगळे आहे का, हे तपासण्यासाठी या पायऱ्या वापरा.

1. Data Editor मध्ये *Schizoid-Aspergers-Controls SPSS V1.sav* ही फाईल उघडा.
2. क्लिंकर (प्राथमिक डेटा संचातील *SASTOT* या चलासाठी 30 हे मूल्य असलेली Case #47) काढण्यासाठी Case #47 ला माउसचे उजवे बटण वापरून Clear हा पर्याय निवडा (किंवा तुम्ही *Schizoid-Aspergers-Controls SPSS V2.sav* उतरवून वापरू शकता).
3. अनुक्रमे Analyze > Compare Means > One-Way ANOVA हे पर्याय वापरा.

4. *One-Way ANOVA* संवादात, Total autistic symptoms ची निवड करून arrow बटणाच्या साहाय्याने त्याला *Dependent List* स्थानात हलवा.
5. group ID ची निवड करा आणि arrow बटणाच्या साहाय्याने त्याला *Factor* स्थानात हलवा.

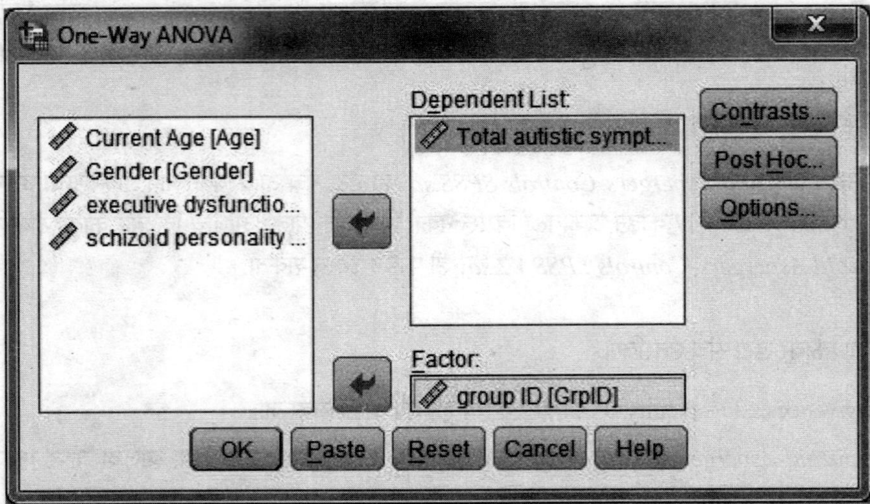

6. *One-Way ANOVA* संवादात, Options पर्याय निवडा.
7. *One-Way ANOVA: Options* संवादात, Descriptive पर्याय निवडा आणि Continue या पर्यायाची निवड करा.

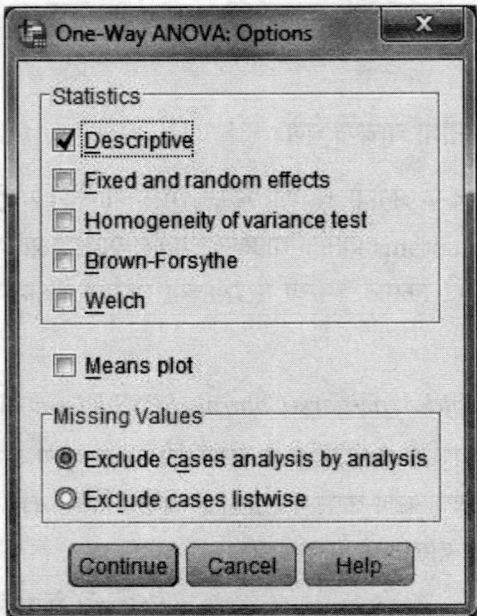

8. *One-Way ANOVA* संवादात, OK पर्याय निवडा.

SPSS एक-मार्ग (one-way) ANOVA चाचणी वापरते आणि *SASTOT* च्या मध्यमानाच्या मूल्यात विविध गटांमधील फरक तपासते आणि निकाल *Statistics Viewer* मध्ये दर्शविते.

एक-घटक संपूर्णपणे यादृच्छिक अनोवा चाचणीचे अन्वयार्थ काढणे

1. *Descriptives* सारिणीचे निरीक्षण करा.

Descriptives

Total autistic symptoms

	N	Mean	Std. Deviation	Std. Error	95% Confidence Interval for Mean		Minimum	Maximum
					Lower Bound	Upper Bound		
Control	32	56.47	8.941	1.580	53.25	59.69	43	78
Asperger's	19	116.53	18.155	4.165	107.78	125.28	90	149
Schizoid	19	90.68	29.218	6.703	76.60	104.77	49	143
Total	70	82.06	31.558	3.772	74.53	89.58	43	149

Descriptives सारिणीत, तीन मध्यमानांमधील फरक डोळ्यांना स्पष्ट दिसतो.

2. *Statistics Viewer* मध्ये, सर्व गटांसाठी *Total autistic symptoms* अनोवा सारिणीचे निरीक्षण करा.

ANOVA

Total autistic symptoms

	Sum of Squares	df	Mean Square	F	Sig.
Between Groups	44940.961	2	22470.480	63.319	.000
Within Groups	23776.811	67	354.878		
Total	68717.771	69			

अनोवा सारिणीत, गटांमधील *SASTOT* चे F मूल्य आहे 63.319, आणि ते $p < .001$ किंवा $p < .0005$ साठी महत्त्वपूर्ण म्हणता येईल. म्हणून, तुम्ही असा निष्कर्ष काढू शकता की, एक-घटक संपूर्णपणे यादृच्छिक संरचना अनोवा चाचणीप्रमाणे *नियंत्रित, Asperger* आणि *Schizoid* या मुलांच्या तीन गटापैकी किमान एकाच्या *SASTOT* मध्यमान मूल्यात इतरांपेक्षा संख्याशास्त्रीयदृष्ट्या महत्त्वपूर्ण फरक आहे.

प्रकरण 10

प्रचलनाच्या महत्त्वपूर्ण विश्लेषणानंतर

गुणज तुलना चाचण्या

प्रकरण 10 उद्दिष्टे

- गुणज तुलना चाचण्यांबद्दल शिकणे
- तुकेची HSD चाचणी घेणे व अन्वयार्थ लावणे

अनोवाचा उद्देश दोन किंवा अधिक गटांच्या मध्यमानांमध्ये, पहिल्या प्रकारची चूक होण्याची संभाव्यता न फुगवता महत्त्वपूर्ण तफावती आहेत का ते ठरविणे हा असतो. अनोवातील एक मर्यादा म्हणजे, जर नल गृहीतप्रमेय नाकारण्यात आले असेल तर अनोवा ही अस्पष्ट पर्यायी गृहीतप्रमेयासह असलेली एक सर्वसमावेशक चाचणी असते (H_0 सत्य नाही). अनोवा आपल्याला मध्यमानांच्या तफावतींचा आकृतीबंध नेमका कसा आहे ते सांगत नाही. गुणज तुलना चाचण्या, ज्यांना (posteriori) पॉस्टेरिऑराइ ("जे नंतर येते" साठी लॅटिन संज्ञा) किंवा (post hoc) पोस्ट हॉक ("यानंतर" साठी लॅटिन संज्ञा) असेही म्हटले जाते, या जेथे नल गृहीतप्रमेय नाकारण्यात आले आहे अशा महत्त्वपूर्णता अनोवा चाचण्यांनंतर वापरण्यासाठी तयार केल्या जात असत. गुणज तुलना चाचण्या मध्यमानांमधील महत्त्वपूर्ण तफावती निश्चित करण्यासाठी मदत करतात आणि गटांच्या मध्यमानांमध्ये दोन किंवा अधिक तुलना करायच्या आहेत का याच्या निरपेक्ष, पहिल्या प्रकारच्या चुकीचा दर स्वीकारार्ह पातळीएवढा ($p = .05$ किंवा कमी) राखतात;

तुकेची चाचणी, न्यूमन-केउल्सची चाचणी, शेफीची चाचणी, डंकनची चाचणी आणि इतर अशा अनेक निरनिराळ्या गुणज तुलना चाचण्या असतात (यातील बऱ्याच गुणज तुलना चाचण्यांच्या गुणधर्मांचे समालोचन करण्यासाठी पाहा कर्क

1995). त्यांच्यातील काही पहिल्या प्रकारची चूक नियंत्रित करण्यासाठी परंपरावादी समजल्या जातात आणि इतर अधिक उदारमतवादी मानल्या जातात. ह्या पुस्तकात फक्त एका, तुकेच्या HSD चाचणीचे सादरीकरण केले जाणार आहे. ही लोकप्रिय गुणज तुलना चाचणी आहे आणि ती फार परंपरावादी किंवा फार उदारमतवादी समजली जात नाही.

जॉन तुके (1915–2000)

स्रोत: आय हॅव अ फोटोग्राफिक मेमरी बाय पॉल आर हॅल्मोस © १९८७ अमेरिकन मॅथेमॅटिकल सोसायटी या पुस्तकातील फोटो.

ऐतिहासिकदृष्ट्या, महत्त्वपूर्ण अनोवानंतर वापरल्या जाणाऱ्या पहिल्या गुणज तुलना चाचण्यांपैकी एक किमान महत्त्वपूर्ण तफावत चाचणी (LSD: least significant difference test) ही होती. 1960 च्या दशकाच्या अखेरीस महाविद्यालयीन संख्याशास्त्राचे विद्यार्थी या आद्याक्षरांची चेष्टा करत असले, तरी लवकरच असे समजले की LSD चाचणी खूपच उदारमतवादी होती; म्हणजेच, पहिल्या प्रकारची चूक होण्याची संभाव्यता स्वीकारार्ह पातळीच्या पलीकडे वाढत होती (उदा. $p > .05$). प्रिन्स्टनचे प्राध्यापक जॉन तुके यांनी अधिक चांगली चाचणी तयार केली जी प्रामाणिक महत्त्वपूर्ण तफावत चाचणी किंवा तुकेची HSD चाचणी किंवा फक्त तुकेची चाचणी म्हणून ओळखली जाते. t चाचणीसाठी करण्यात आलेली मूलभूत गृहीते तुकेच्या चाचणीसाठीही गरजेची ठरतात (उदा. प्रसामान्य वितरण, प्रचलनाचा एकजिनसीपणा आणि सहभागी घटकांची साधारण समान संख्या).

तुकेच्या चाचणीचा संकल्पनात्मक आढावा

अमान्य झालेल्या नल गृहीतप्रमेयातील प्रत्येक मध्यमानाची तुलना दुसऱ्या प्रत्येक मध्यमानाबरोबर केली जाईल. जर तीन गट मध्यमाने असतील, तर तीन तुलना (गट 1 विरुद्ध गट 2, गट 1 विरुद्ध गट 3, गट 2 विरुद्ध गट 3) केल्या जातील. जर चार गट मध्यमाने असतील, तर सहा तुलना केल्या जातील, आणि जर पाच मध्यमाने असतील, तर 10 तुलना केल्या जातील. दोन मध्यमानांमधील अंतराची तुलना निर्णायक मूल्याबरोबर केली जाईल, जे तुकेचे HSD मूल्य या नावाने ओळखले जाते. संख्याशास्त्रीय महत्त्वपूर्णतेसाठी दोन मध्यमानांमधील अंतराचे निरपेक्ष मूल्य तुकेच्या HSD मूल्यापेक्षा मोठे असलेच पाहिजे.

तुकेच्या HSD चाचणीचे संगणन

पायरी 1. अमान्य झालेल्या नल गृहीतप्रमेयातील शक्य असलेल्या सर्व मध्यमानांमधील तुलना निश्चित करा. उदाहरणार्थ, जर अमान्य झालेल्या नलगृहीतप्रमेयात तीन मध्यमाने असतील, तर तेथे शक्य असलेल्या मध्यमानाच्या तीन तुलना असतील: गट 1 चे मध्यमान विरुद्ध गट 2 चे मध्यमान, गट 1 चे मध्यमान विरुद्ध गट 3 चे मध्यमान, गट 2 चे मध्यमान विरुद्ध गट 3 चे मध्यमान. जर अमान्य झालेल्या नल गृहीतप्रमेयात चार मध्यमाने असतील, तर तेथे सहा मध्यमानांमधील अंतरांच्या तुलना असतील.

उदाहरणार्थ, आधीच्या प्रकरणात (एक-घटक पूर्णतः यादृच्छिक आराखडा), महत्त्वपूर्ण F मूल्य काढले होते. नल गृहीतप्रमेयात चार मध्यमाने होती (प्लॅसिबो गट, 100 mg गट, 250 mg गट, आणि 500 mg गट). येथे सहा मध्यमानांमधील तुलना शक्य आहेत, त्या पुढीलप्रमाणे:

$\overline{x}_{placebo}$ vs. $\overline{x}_{100mg}$

$\overline{x}_{placebo}$ vs. $\overline{x}_{250mg}$

$\overline{x}_{placebo}$ vs. $\overline{x}_{500mg}$

$\overline{x}_{100mg}$ vs. $\overline{x}_{250mg}$

$\overline{x}_{100mg}$ vs. $\overline{x}_{500mg}$

$\overline{x}_{250mg}$ vs. $\overline{x}_{500mg}$

पायरी 2. प्रत्येक तुलनेतील अंतराचे निरपेक्ष मूल्य काढा.

Comparison	*Means*	*Absolute Value of Difference*
$\overline{x}_{placebo} - \overline{x}_{100mg}$	$= \lvert 8.20 - 8.40 \rvert$	$= 0.20$
$\overline{x}_{placebo} - \overline{x}_{250mg}$	$= \lvert 8.20 - 7.40 \rvert$	$= 0.80$
$\overline{x}_{placebo} - \overline{x}_{500mg}$	$= \lvert 8.20 - 5.40 \rvert$	$= 2.80$
$\overline{x}_{100mg} - \overline{x}_{250mg}$	$= \lvert 8.40 - 7.40 \rvert$	$= 1.00$
$\overline{x}_{100mg} - \overline{x}_{500mg}$	$= \lvert 8.40 - 5.40 \rvert$	$= 3.00$
$\overline{x}_{250mg} - \overline{x}_{500mg}$	$= \lvert 7.40 - 5.40 \rvert$	$= 2.00$

पायरी 3. खालील सूत्रानुसार तुकेचे HSD निर्णायक मूल्य काढा:

$$\text{HSD} = q\sqrt{\frac{\text{MSW}}{N}}$$

प्रथम परिशिष्ट F (तुकेचा निर्णायक मूल्यांचा HSD q तक्ता) मधून q चे मूल्य काढा. या तक्त्यात जाण्यासाठी, आपल्याला खालील तीन मूल्ये माहीत असणे आवश्यक आहे:

1. α पातळी किंवा p पातळी = .05 किंवा .01 (आपण .05 वापरू).
2. $r = H_0$ मधील (नल गृहीतप्रमेयातील) मध्यमानांची संख्या.
3. df_{MS} किंवा df_{error} = गटांतर्गत प्रचलन स्त्रोतांशी संबंधित स्वतंत्रता पातळ्या (SSW किंवा MSW).

आपली तुकेची चाचणी $p = .05$ शी लागू केली जाईल. F च्या महत्त्वपूर्णता पातळीचा विचार न करता, संख्याशास्त्रज्ञांना तुकेची चाचणी एकतर .05 किंवा .01 पातळीशी किंवा दोन्ही पातळ्यांवर करण्याचा पर्याय असतो. नंतरच्या पद्धतीत, निकाल अशा पातळीवर मांडले जातात जी अत्यंत संकल्पनात्मक जाणीव निर्माण करते. याचीही नोंद घ्या की, अनोवा F मूल्य महत्त्वपूर्ण नसल्यास, तुकेची पोस्ट हॉक चाचणी करू नये.

आपल्या आधीच्या उदाहरणात, नलगृहीतप्रमेयात चार स्वतंत्र मध्यमाने होती, म्हणून $r = 4$ आणि $df_{error} = 16$ (SSW आणि MSW साठी df). त्यामुळे, q चे मूल्य 4.05 आहे.

नंतर, MSW चे (किंवा गटांतर्गत MS) मूल्य काढा. ह्या मूल्याला MS एरर टर्म असेही म्हणतात. MSW चे मूल्य प्रकरण 9 मधील 13 व्या पायरीत गटांतर्गत स्त्रोतांसाठी मध्यमान वर्गांच्या स्वरूपात तक्त्यात दिले होते. ते F मूल्यातील अंशाचे मूल्यही होते. आत्ताच्या उदाहरणात, MSW = 1.4 आहे.

अखेरीस, N = मध्यमान ज्यावर आधारलेले होते त्या प्राप्तांकांची संख्या (जर सर्व N समान नसतील, तर या प्रकरणात नंतर वर्णन केलेले (harmonic) हार्मोनिक मध्यमान वापरा).

अशा प्रकारे,

$$HSD = 4.05\sqrt{\frac{1.400}{5}}$$

$$HSD = (4.05)(.5292)$$

$$HSD = 2.14$$

पायरी 4. मिळालेले HSD मूल्य हे निर्णायक मूल्य आहे. दुसऱ्या पायरीतील मध्यमानांमधील अंतरे, $p < .05$ पाशी महत्त्वपूर्णरित्या निराळी असण्यासाठी ह्या निर्णायक मूल्यापेक्षा मोठी असलीच पाहिजेत. म्हणजेच, महत्त्वपूर्णरित्या निराळे असण्यासाठी, मध्यमान जोडीतील फरकाचे निरपेक्ष मूल्य 2.14 पेक्षा मोठे असले पाहिजे.

आता, ज्या मध्यमान जोड्या निर्णायक HSD मूल्यापेक्षा मोठ्या असतील त्यांना (चांदणीचे) अस्टेरिस्क चिन्ह जोडा.

Mean Comparisons	*Means*	*Absolute Value of Difference*
$\bar{x}_{placebo} - \bar{x}_{100mg}$	$= \|8.20 - 8.40\|$	= 0.20
$\bar{x}_{placebo} - \bar{x}_{250mg}$	$= \|8.20 - 7.40\|$	= 0.80
$\bar{x}_{placebo} - \bar{x}_{500mg}$	$= \|8.20 - 5.40\|$	= 2.80 *
$\bar{x}_{100mg} - \bar{x}_{250mg}$	$= \|8.40 - 7.40\|$	= 1.00
$\bar{x}_{100mg} - \bar{x}_{500mg}$	$= \|8.40 - 5.40\|$	= 3.00 *
$\bar{x}_{250mg} - \bar{x}_{500mg}$	$= \|7.40 - 5.40\|$	= 2.00

*$p < .05$.

लक्षात घ्या की संख्याशास्त्रात अस्टेरिस्क चिन्हाला कोणताही विशिष्ट अर्थ नाही. ते संख्याशास्त्रज्ञाने नेमलेली कोणतीही महत्त्वपूर्णता पातळी सूचित करू शकते, किंवा ते स्वतंत्रता पातळ्या सूचित करते किंवा इतर संख्याशास्त्रीय निकष सूचित करते. परंतु, जर अस्टेरिस्क चिन्हाचा वापर केला जात असेल, तर त्याच ठिकाणी किंवा ज्याठिकाणी त्याचा पहिल्यांदा वापर झाला त्याच पानावर त्याची व्याख्या केली पाहिजे.

जर त्रुटी (चूक) स्वतंत्रता पातळ्यांची यादी तुकेच्या q मूल्ये तक्त्यात नसेल तर काय करायचे?

असे मानू की, एका अनोवासाठी चूक स्वतंत्रता पातळ्या 28 होत्या. तुकेच्या q मूल्यांच्या तक्त्यात 24 ची यादी आहे आणि नंतर एकदम 30 पर्यंत उडी मारते. जर चूक संज्ञेसाठी 28 स्वतंत्रता पातळ्या असतील, तर तेथे किमान 24 स्वतंत्रता पातळ्या आहेत का? होय. जर तुमच्याकडे 28 स्वतंत्रता पातळ्या असतील, तर तुमच्याकडे किमान 24 स्वतंत्रता पातळ्या असतील. जर तुमच्याकडे चूक संज्ञेसाठी 28 स्वतंत्रता पातळ्या असतील, तर तेथे किमान 30 स्वतंत्रता पातळ्या आहेत का? नाही. म्हणून, जर तुमच्याकडे 28 स्वतंत्रता पातळ्या असतील, तर चूक संज्ञेसाठी 24 स्वतंत्रता पातळ्यांसाठी असलेले तुकेचे q मूल्य वापरा. येथे दुसरे एक उदाहरण आहे. जर एका अनोवाला चूक संज्ञेसाठी 59 स्वतंत्रता पातळ्या असतील, तर तुम्ही 40 च्या की 60 च्या चूक स्वतंत्रता पातळीसाठी दिलेले तुकेचे q मूल्य वापराल? जरी 59 हे 40 पेक्षा 60 च्या जवळ असले, 59 स्वतंत्रता पातळ्यांमध्ये किमान 40 स्वतंत्रता पातळ्या असतात, परंतु त्यात किमान 60 स्वतंत्रता पातळ्या नसतात. म्हणून, जर अनोवामध्ये चूक संज्ञेसाठी 59 स्वतंत्रता पातळ्या असतील, तर तुम्ही 40 स्वतंत्रता पातळ्यांसाठी असलेले q मूल्य वापरले पाहिजे.

या सगळ्याचा अर्थ काय, ते ठरविणे

अनेकदा, महत्त्वपूर्ण असलेल्या आणि महत्त्वपूर्ण नसलेल्या मध्यमानांमधील तफावतींची सर्वसाधारण रचना लक्षात येण्याजोगी असते. हे लक्षात ठेवणे महत्त्वाचे आहे की *महत्त्वपूर्ण नसलेल्या तफावतींना महत्त्वपूर्ण असलेल्या तफावतींइतकाच अर्थ असतो.* आपण मध्यमानांच्या पहिल्या जोडीपासून सुरुवात करूया. त्या जोडीमधून (प्लॅसिबो आणि 100 mg गट), प्लॅसिबो गटाचा वाहन चालविण्याचा मध्यमान प्राप्तांक (8.20), 100 mg गटाच्या मध्यमान प्राप्तांकापेक्षा (8.40) महत्त्वपूर्णरित्या निराळा नाही, हे ठरविणे शक्य आहे. हे काय सूचित करते? ठीक आहे, आपले अनुमान असे असेल की, 100 mg थोराझीन वाहन चालविण्याची क्षमता महत्त्वपूर्णरित्या कमी करू (किंवा वाढवू) शकत नाही कारण त्या दोन मध्यमानांमध्ये महत्त्वपूर्ण तफावत नाही! तुमच्या हेही लक्षात आले असेल की गणिती दृष्टीने 100 mg गटाचे मध्यमान (8.40) हे प्लॅसिबो गटाच्या मध्यमानापेक्षा (8.20) मोठे आहे.तथापि जरी मध्यमाने गणिती दृष्टीने वेगळी असली तरी संख्याशास्त्रीय दृष्टीने ती वेगळी आहेत असा त्यांचा अन्वयार्थ लावू नये. म्हणून याचा अर्थ असा होईल की 100 mg च्या थोराझीनमुळे वाहन चालविण्याची क्षमता कमी होत नाही. हे लक्षात ठेवणे महत्त्वाचे आहे की तुकेच्या चाचणीने ही तफावत महत्त्वपूर्ण नाही असे निर्देशित केले आहे, त्यामुळे कोणत्याही गणिती फरकांकडे दुर्लक्ष करा. जर दोन मध्यमानांमध्ये संख्याशास्त्रीय दृष्टिकोनातून महत्त्वपूर्ण तफावत नसेल, तर त्यांच्यातील कोणतीही गणिती तफावत ही दैवयोगाशी जोडली जाते, आणि हे योगायोगाने आलेले फरक पूर्णतः दुर्लक्षिले पाहिजेत.

नंतरची मध्यमानांची जोडी (प्लॅसिबो आणि 250 mg गट) हे ही एकमेकांपासून महत्त्वपूर्णरित्या निराळे नाहीत. हे असे सूचित करते की प्लॅसिबो गटाचा वाहन चालविण्याचा मध्यमान प्राप्तांक (8.20) हा 250 mg गटाच्या मध्यमानापेक्षा (7.40) महत्त्वपूर्णरित्या मोठा किंवा लहान नाही. पुन्हा, अन्वयार्थ आधीसारखाच आहे. असे दिसते की 250 mg थोराझीनसुद्धा वाहन चालविण्याच्या क्षमतेवर परिणाम करत नाही. आपला प्राथमिक निष्कर्ष हा असला असता की 250 mg थोराझीन वाहन चालविण्याच्या क्षमतेवर परिणाम करत नाही.

पुन्हा एकदा, तुम्हाला धोक्याची सूचना देणे महत्त्वाचे आहे की, दोन मध्यमानांमधील गणिती तफावत चटकन लक्षात येणारी आहे. परंतु, या गणिती तफावतीचा अन्वयार्थ लावू नका. कारण ती तुकेच्या चाचणीनुसार संख्याशास्त्रीय दृष्टिकोनातून महत्त्वपूर्ण नाही, दोन मध्यमानांमधील तफावत योगायोगाने घडली आहे.

मध्यमानांची तिसरी जोडी (प्लॅसिबो आणि 500 mg गट) एकमेकांपासून महत्त्वपूर्णरित्या निराळे आहेत. त्यातून हे सूचित होते की प्लॅसिबो गटाचा वाहन चालविण्याचा मध्यमान प्राप्तांक (8.20) हा 500 mg गटाच्या वाहन चालविण्याच्या मध्यमान प्राप्तांकापेक्षा (5.40) महत्त्वपूर्णरित्या मोठा आहे. म्हणून आपले अनुमान असे असेल की 500 mg थोराझीनचा वाहन चालविण्याच्या क्षमतेवर अपायकारक परिणाम होतो, आणि जरी 250 mg पर्यंत थोराझीनचा वाहन चालविण्याच्या क्षमतेवर अपायकारक परिणाम होत नसला तरी 500 mg चा वाहन चालविण्याच्या क्षमतेवर अपायकारक परिणाम होतो.

आपल्याकडे मध्यमानांच्या आणखी तीन जोड्या अन्वयार्थ लावण्यासाठी आहेत, तरीही लक्षात घ्या की सर्वसाधारण अर्थपूर्ण आकृतीबंध आधीच दिसू लागला आहे: 100 mg आणि 250 mg थोराझीन वाहन चालविण्याच्या क्षमतेवर परिणाम करत नाहीत, परंतु 500 mg चा वाहन चालविण्याच्या क्षमतेवर नकारात्मक परिणाम होतो. आपण हा आकृतीबंध तीन थोराझीन गटांची (100 mg, 250 mg, आणि 500 mg) प्लॅसिबो गटाच्या मध्यमानाबरोबर तुलना करून शोधून काढला. तफावतींच्या शेवटच्या तीन जोड्या आपल्या एकूण आकृतीबंधास आणखी विशेष लक्षणीय अर्थ देत नाहीत. 100 mg गटाची वाहन चालविण्याची क्षमता 250 mg गटाच्या वाहन चालविण्याच्या क्षमतेपेक्षा निराळी नाही, 100 mg गटाची

वाहन चालविण्याची क्षमता 500 mg गटाच्या वाहन चालविण्याच्या क्षमतेपेक्षा महत्त्वपूर्णरित्या कमी आहे, आणि 500 mg गटाच्या वाहन चालविण्याच्या क्षमतेपेक्षा 250 mg गटाची वाहन चालविण्याची क्षमता महत्त्वपूर्णरित्या निराळी नाही.

महत्त्वपूर्ण नसलेल्या मध्यमानांमधील तफावतींच्या महत्त्वाबद्दल

ह्याची नोंद घेणे महत्त्वाचे आहे की बरेचसे संशोधक, सामान्य वाचक, जर्नल्सचे संपादक, आणि जगातील बाकीचे सर्वजण महत्त्वपूर्ण तफावतींच्या बाजूने झुकलेले असतात. हे लक्षात ठेवणे महत्त्वाचे आहे की *महत्त्वपूर्ण नसलेल्या तफावती महत्त्वपूर्ण तफावतींच्या इतक्याच महत्त्वाच्या असू शकतात.* आधीच्या उदाहरणात, मध्यमानांची पहिली आणि दुसरी जोडी महत्त्वपूर्णरित्या निराळी नाही, परंतु त्यांच्यात खूप महत्त्वाची माहिती आहे. पहिली जोडी हे उघड करते की प्लॅसिबो गटाचा वाहन चालविण्याचा मध्यमान प्राप्तांक (8.2), 100 mg गटाच्या मध्यमान प्राप्तांकापेक्षा (8.40) महत्त्वपूर्णरित्या निराळा नाही. ह्याचा अर्थ असा की थोराझीनचा 100 mg चा डोस वाहन चालविण्याच्या क्षमतेवर अपायकारक परिणाम करताना दिसत नाही, आणि ही अनेक लोकांसाठी अत्यंत महत्त्वाची माहिती असू शकेल. याशिवाय, प्लॅसिबो गटाचा वाहन चालविण्याचा मध्यमान प्राप्तांक (8.20) हा 250 mg गटाच्या मध्यमानापेक्षा (7.40) महत्त्वपूर्णरित्या निराळा नाही. याचा अर्थ असा की थोराझीनचा 250 mg चा डोस वाहन चालविण्याच्या क्षमतेवर अपायकारक परिणाम करत नसणे शक्य आहे. पुन्हा, संख्याशास्त्रीयदृष्ट्या महत्त्वपूर्ण नसली तरी ही महत्त्वाची माहिती असू शकेल. मात्र, लक्षात ठेवा की *महत्त्वपूर्ण* किंवा *महत्त्वपूर्ण नसलेला* हे शब्द संख्याशास्त्राच्या संदर्भात केवळ योगायोगाने घडलेले नसणे किंवा केवळ योगायोगाने घडलेले असणे या अर्थाने वापरले जातात, आणि ते निकालातील मूल्याची परिणामकारकता किंवा महत्त्व ठरविण्यासाठी प्रतिनिधित्व करत नाहीत. म्हणून लक्षात ठेवा, गुणज तुलना चाचणीच्या निकालाचा अन्वयार्थ लावताना महत्त्वपूर्ण आणि महत्त्वपूर्ण नसलेल्या मध्यमानांच्या जोड्यांकडे बारीक लक्ष ठेवा.

अनोवाचे अंतिम निकाल

संशोधन लेखामध्ये, अनोवाचे आणि तुके यांच्या पोस्ट हॉक चाचणीचे निकाल खालीलप्रमाणे नोंदविता येऊ शकतील:

> थोराझीन पातळ्यांचा वाहन चालविण्याच्या क्षमतेवर महत्त्वपूर्ण परिणाम झालेला होता, $F(3, 16) = 6.70$, $p < .01$. तुके यांच्या पोस्ट हॉक चाचणीत ($p < .05$) असे दिसले की वाहन चालविण्याच्या क्षमतेच्या चाचणीतील प्राप्तांकांच्या मध्यमानात प्लॅसिबो (8.20), 100-mg (8.40), आणि 250-mg (7.40) गटांमध्ये महत्त्वपूर्ण फरक नव्हता, त्यातून असे दिसते की थोराझीनच्या 250-mg आणि त्याच्यापेक्षा कमी डोसांचा वाहन चालविण्याच्या क्षमतेवर परिणाम होताना दिसत नाही. ज्या गटांना थोराझीन (5.40) चे 500 mg मिळाले, त्यांचे वाहन चालविण्याच्या क्षमतेच्या चाचणीतील प्राप्तांकांचे मध्यमान प्लॅसिबो आणि 100-mg गटांच्या प्राप्तांकांच्या मध्यमानापेक्षा महत्त्वपूर्णदृष्ट्या कमी होते. त्यातून असे दिसून येते की थोराझीनच्या 500 mg च्या डोसामुळे वाहन चालविण्याची क्षमता महत्त्वपूर्णदृष्ट्या कमी होते.

तुके यांच्या चाचणीच्या निकालांच्या सादरीकरणाचा एक सर्वसाधारण पर्याय म्हणजे, सारिणीतील मध्यमानांच्या वर आद्याक्षरे लिहिणे, हा आहे. संख्याशास्त्रीय परंपरेनुसार, जर मध्यमानांच्या वर सामाईक आद्याक्षर असेल, तर त्यांच्यातील फरक महत्त्वपूर्ण नसतो. या नुसार, मागील निकाल पुढीलप्रमाणे सारिणीत दर्शविता येतील:

Mean Driving Ability as a Function of Thorazine Levels			
Placebo	100 mg	250 mg	500 mg
8.20[a]	8.40[a]	7.40[a,b]	5.40[b]

सूचना: सामाईक आद्याक्षर, मध्यमानांमध्ये महत्त्वपूर्ण फरक नाही, असे दर्शविते.

असमान *N*S साठी तुके यांची चाचणी

जर मध्यमाने असमान *N*s वर आधारित असतील, तर तुके यांच्या सूत्रातील *N* हार्मोनिक मध्यमानावर ($\tilde{N}$) आधारलेला असतो. हार्मोनिक मध्यमान खालील सूत्राने काढले जाते:

$$\tilde{N} = \frac{k}{\frac{1}{N_1} + \frac{1}{N_2} + \cdots + \frac{1}{N_k}}$$

जेथे,

k = मध्यमानांची संख्या,

N_1 = गट 1 मधील प्राप्तांकांची संख्या,

N_k = शेवटच्या गटातील प्राप्तांकांची संख्या, आणि

$\tilde{N}$ = हार्मोनिक मध्यमान.

महत्त्वाच्या संज्ञा, चिन्हे, आणि व्याख्या

पॉस्टेरिऑराइ चाचणी (A posteriori test) – हे गुणज तुलना चाचणीचे दुसरे नाव आहे. *posteriori* या लॅटीन संज्ञेचा अर्थ आहे " जे मागून येते ते".

हार्मोनिक मध्यमान (Harmonic mean ($\tilde{N}$)) – अंकगणिती मध्यमानाला पर्यायी मध्यवर्ती प्रवृत्तीचे परिमाण. त्याची व्याख्या, प्राप्ताकांच्या अन्योन्यांच्या अंकगणिती मध्यमानाचा अन्योन्य, अशी आहे. तुके यांच्या HSD चाचणीत जेव्हा प्रत्येक गटातील प्राप्तांकांची संख्या असमान असते तेव्हा त्याचा वापर केला जातो.

न्यूनतम महत्त्वपूर्णता फरक चाचणी (Least significant difference test) – ऐतिहासिकदृष्ट्या पहिल्या काही गुणज तुलना चाचण्यांपैकी एक चाचणी, जिला आत्ता, खूप उदारमतवादी मानले जाते (कारण, *p* ची पातळी .05 पेक्षा जास्त असू शकते).

गुणज तुलना चाचणी (Multiple comparison test) – जी चाचणी फक्त अनोवा असल्यानंतरच वापरायची असते. तिच्या साहाय्याने कोणत्या मध्यमानांच्या जोड्यांमध्ये महत्त्वपूर्ण फरक आहे, हे ठरविले जाते.

पोस्ट हॉक चाचणी (Post hoc test) – गुणज तुलना चाचणीचे पर्यायी नाव. *post hoc* ही लॅटीन संज्ञा आहे जिचा अर्थ "या नंतर" असा आहे.

तुके यांची HSD चाचणी (Tukey's HSD test) – एक लोकप्रिय गुणज तुलना चाचणी, जी खूप उदारमतवादी किंवा खूप पुराणमतवादी नाही; आणि, जी तुलना करण्याच्या मध्यमानांची संख्या कितीही असली तरी प्रथम प्रकारच्या चुकीचे प्रमाण स्थिर राखू शकते, असे मानले जाते.

प्रकरण 10 सरावासाठी प्रश्न

1. जर अस्वीकृत झालेल्या नल गृहीतप्रमेयात पाच मध्यमाने असतील, तर संभाव्य मध्यमान तुलना किती असतील?
2. तुके यांच्या पोस्ट हॉक चाचणीची मूलभूत गृहीतके कोणती आहेत?
3. जर मध्यमाने असमान *N* च्या संख्येवर आधारित असतील तर काय करावे लागते?
4. LSD चाचणी आणि HSD चाचणी यामध्ये काय फरक आहे?

SPSS पाठ 10

गुणज तुलना चाचणी फक्त अनोवा महत्वपूर्ण असेल तरच करावी लागते. हे लक्षात ठेवा की, अनोवा ही एक समावेशक चाचणी आहे, याचा अर्थ असा की, ती फक्त गटांची मध्यमाने एकमेकांपेक्षा वेगळी आहेत का, हे ठरवू शकते, परंतु, फरकांचा अचूक आकृतिबंध देऊ शकत नाही. या प्रकरणात, तुम्ही महत्त्वपूर्ण अनोवासाठी, मुलांच्या तीन गटांच्या- *Schizoid स्किझॉइड, Asperger ॲस्पर्जर* आणि *नियंत्रित* मुले total autistic symptoms टोटल ऑटिस्टिक सिम्पटम्स प्राप्तांकाचे (*SASTOT*) पोस्ट हॉक विश्लेषण करून कोणता गट तीन गटांमधील प्रत्येक टोटल ऑटिस्टिक सिम्पटम्स प्राप्तांकाच्या मध्यमानात महत्त्वपूर्ण फरक दर्शवितो, याबाबत निष्कर्ष काढणार आहात. त्यानंतर तुम्ही एक-घटक संपूर्णपणे यादृच्छिक संरचना अनोवा करून महत्वपूर्ण अनोवासाठी, स्किझॉइड व्यक्तिमत्व स्वभाववैशिष्ट्ये चलाच्या (स्किझॉइड) आपल्या तीन विषय गटांच्या – *स्किझॉइड, ॲस्पर्जर* आणि *नियंत्रित* मुले – प्राप्तांकांवरून, कोणता गट प्रत्येक स्किझॉइड व्यक्तिमत्व स्वभाववैशिष्ट्ये चलाच्या प्राप्तांकांच्या मध्यमानात महत्त्वपूर्ण फरक दर्शवितो, याबाबत निष्कर्ष काढणार आहात.

आवश्यक डेटा

या प्रकरणासाठी *Schizoid-Aspergers-Controls SPSS.sav* या डेटा संचाची आवश्यकता आहे.

तुमच्या संगणकावर डेटा उतरविणे

1. तुमच्या वेब शोध स्थळातून www.uccs.edu/~faculty/fcoolidg/SPSS वर जा.
2. *Schizoid-Aspergers-Controls SPSS.sav* या लिंकला माउसच्या उजव्या बाजूने स्पर्श करून Save Link As हा पर्याय निवडा.
3. *Enter name of file to save to* संवादात, डाव्या बाजूतील Desktop ची निवड करा आणि File name स्थळात Schizoid-Aspergers-Controls SPSS.sav असे लिहा आणि Save पर्याय निवडा.

यामुळे, डेटा संच तुमच्या संगणकाच्या desktop वर *Schizoid-Aspergers-Controls SPSS.sav* या नावाने साठवला जाईल.

गुणज तुलना चाचणी करणे

या पायऱ्या वापरून, महत्त्वपूर्ण अनोवासाठी, मुलांच्या तीन गटांच्या – *Schizoid, Asperger,* आणि *नियंत्रित* मुले- total autistic symptoms प्राप्तांकाचे (*SASTOT*) पोस्ट हॉक विश्लेषण करून कोणता गट तीन गटांमधील प्रत्येक total autistic symptoms प्राप्तांकाच्या मध्यमानात महत्त्वपूर्ण फरक दर्शवितो याचे पोस्ट हॉक विश्लेषण पूर्ण करा.

1. *Data Editor* मध्ये *Schizoid-Aspergers-Controls SPSS.sav* ही फाईल उघडा.
2. क्लिंकर (प्राथमिक डेटा संचातील *SASTOT* या चलासाठी 30 हे मूल्य असलेली Case #47) काढण्यासाठी Case #47 ला माउसचे उजवे बटण वापरून Clear हा पर्याय निवडा (किंवा तुम्ही *Schizoid-Aspergers-Controls SPSS V2.sav* उतरवून वापरू शकता).
3. अनुक्रमे Analyze >Compare Means >One-Way ANOVA हे पर्याय वापरा.
4. *One-Way ANOVA* संवादात, Total autistic symptoms ची निवड करून arrow बटणाच्या साहाय्याने त्याला *Dependent List* स्थानात हलवा.
5. group ID ची निवड करा आणि arrow बटणाच्या साहाय्याने त्याला *Factor* स्थानात हलवा.

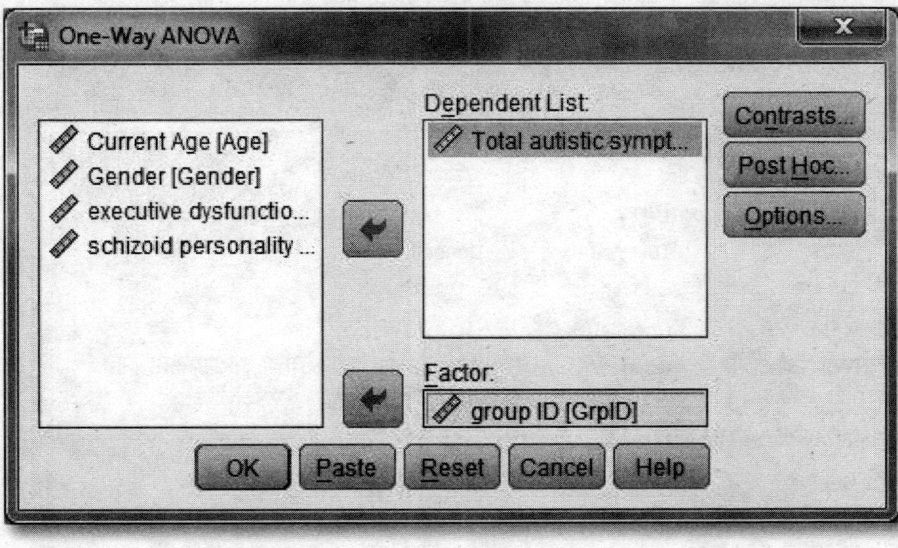

6. *One-Way ANOVA* संवादात, Options पर्याय निवडा.
7. *One-Way ANOVA: Options* संवादात, Descriptive पर्याय निवडा आणि Continue या पर्यायाची निवड करा.

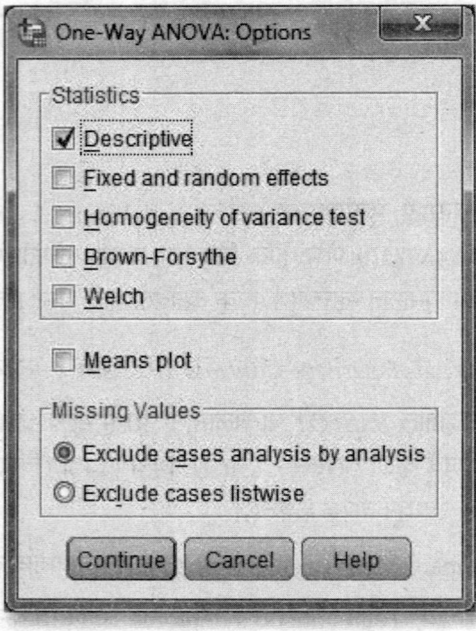

8. *One-Way ANOVA* संवादात, Post Hoc पर्याय निवडा.
9. *One-Way ANOVA: Post Hoc Multiple Comparisons* संवादात, *Equal Variances Assumed* या गट चौकटीतून Tukey या चौकटीची निवड करा आणि Continue पर्याय निवडा.

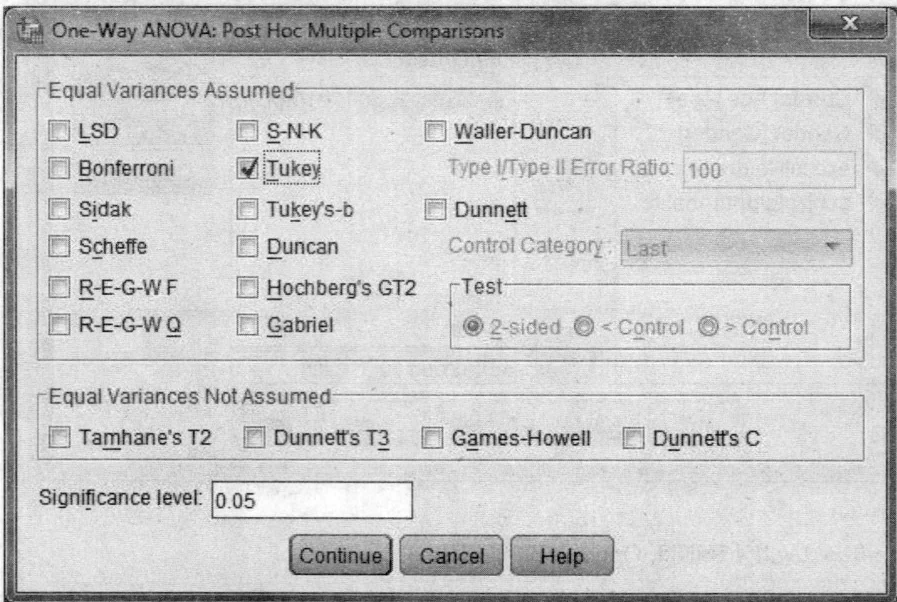

10. *One-Way ANOVA* संवादात, OK पर्याय वापरा.

SPSS पोस्ट हॉक Tukey चाचणी वापरून एक-मार्ग अनोवाचाचणी करून विविध गटांमधील *SASTOT* मध्यमान मूल्यांमधील विशिष्ट महत्त्वपूर्ण फरक शोधून काढेल आणि *Statistics Viewer* मध्ये निकाल दर्शविल.

गुणज तुलना चाचणीचा निष्कर्ष काढणे

1. *टोटल ऑटिस्टिक सिम्पटम्स* या चलाबाबत *Tukey HSD* साठी *Homogeneous Subsets* सारिणीचे निरीक्षण करा.

Homogeneous Subsets

Total autistic symptoms

Tukey HSD[a,b]

group ID	N	Subset for alpha = 0.05		
		1	2	3
Control	33	55.67		
Schizoid	19		90.68	
Asperger's	19			116.53
Sig.		1.000	1.000	1.000

Means for groups in homogeneous subsets are displayed.

a. Uses Harmonic Mean Sample Size = 22.129.

b. The group sizes are unequal. The harmonic mean of the group sizes is used. Type I error levels are not guaranteed.

Homogeneous Subsets सारिणीत, महत्त्वपूर्ण फरक दर्शविणारी मध्यमान मूल्ये त्यांच्या योग्य स्तंभात दर्शविली आहेत. म्हणून, *Homogeneous Subsets* या सारिणीवर एक नजर टाकल्यास असे दिसते की प्रत्येक गटाच्या *SASTOT* मध्यमान मूल्यात इतर दोन गटांच्या *SASTOT* मध्यमान मूल्यांपेक्षा महत्त्वपूर्ण फरक आहे, कारण प्रत्येक मूल्य त्याच्या स्वतःच्या स्तंभात दर्शविले आहे.

2. *Statistics Viewer* मध्ये, सर्व गटांबाबत *Total autistic symptoms* साठी *Post Hoc Tests Multiple Comparisons* सारिणीचे निरीक्षण करा.

Post Hoc Tests

Multiple Comparisons

Total autistic symptoms
Tukey HSD

(I) group ID	(J) group ID	Mean Difference (I-J)	Std. Error	Sig.	95% Confidence Interval	
					Lower Bound	Upper Bound
Control	Asperger's	-60.860*	5.461	.000	-73.95	-47.77
	Schizoid	-35.018*	5.461	.000	-48.10	-21.93
Asperger's	Control	60.860*	5.461	.000	47.77	73.95
	Schizoid	25.842*	6.153	.000	11.10	40.58
Schizoid	Control	35.018*	5.461	.000	21.93	48.10
	Asperger's	-25.842*	6.153	.000	-40.58	-11.10

*. The mean difference is significant at the 0.05 level.

तुके यांच्या चाचणीचा SPSS मधील निकाल वाचताना, मला *Homogeneous Subsets* सारिणी अत्यंत मौल्यवान वाटते. जर ती सारिणी तुम्ही परत पाहिलीत, तर तुम्हाला असे दिसू शकेल की तिन्ही गटांची मध्यमाने स्वतंत्र स्तंभात दिलेली आहेत. अर्थात, याचा अर्थ असा होतो की, ती सर्व मध्यमाने एकमेकांपेक्षा महत्त्वपूर्णदृष्ट्या वेगळी आहेत. दुसऱ्या शब्दांत सांगायचे तर, टोटल ऑटिस्टिक सिम्पटम्स सर्वेक्षणात *ॲस्पर्जर गटाचे* मध्यमान (116.53) स्किझॉइड गटाच्या मध्यमानापेक्षा (90.68) आणि नियंत्रित गटाच्या मध्यमानापेक्षा (55.67) महत्त्वपूर्णदृष्ट्या मोठे आहे. या शिवाय, स्किझॉइड गटाचे मध्यमान नियंत्रित गटाच्या मध्यमानापेक्षा महत्त्वपूर्णदृष्ट्या मोठे आहे. थोडक्यात, असे दिसते आहे की, टोटल ऑटिस्टिक सिम्पटम्स सर्वेक्षण तिन्ही गटांमधील फरक दर्शवू शकले आहे. जसे अपेक्षित होते तसे, या सर्वेक्षणातील *ॲस्पर्जर गटाचे* प्राप्तांक सर्वात जास्त होते. स्किझॉइड मुलांचे प्राप्तांक *नियंत्रित* गटापेक्षा महत्त्वपूर्णदृष्ट्या जास्त परंतु, *ॲस्पर्जर गटापेक्षा* महत्त्वपूर्णदृष्ट्या थोडे कमी होते. म्हणजेच, ऑटिस्टिक सिम्पटम्स बाबत हे नवे सर्वेक्षण, जी मुले एकलकोंडी (*स्किझॉइड* स्वभावविशेष) आहेत परंतु स्वमग्न नाहीत, त्यांच्यातील तफावत ओळखून त्याप्रमाणे वेगळी वागणूक देण्यासाठी उपयुक्त ठरेल असे वाटते.

Post Hoc Tests Multiple Comparisons सारिणीत *Sig.* स्तंभात दर्शविल्याप्रमाणे गटांमधील *SASTOT* $p < .0005$ पातळीवर महत्त्वपूर्ण आहे (जर ते p .0005 आणि .001 मध्ये असते तर SPSS ने ते मूल्य .001 ला राउंड केले असते).

म्हणून post hoc multiple comparison चाचणीच्या निकालांवरून, तुम्ही असा निष्कर्ष काढू शकता की, प्रत्येक गटाच्या *SASTOT* मध्यमान मूल्यात आणि इतर दोन गटांच्या *SASTOT* मध्यमान मूल्यात महत्त्वपूर्ण फरक आहे. उदाहरणार्थ, पहिल्या ओळीने नियंत्रित गटाची SASTOT मध्यमान मूल्ये *ॲस्पर्जर* आणि *स्किझॉइड* गटांच्या *SASTOT* मध्यमान मूल्ये यांच्यात महत्त्वपूर्ण फरक आहे, हे दर्शविले आहे. दुसरी ओळ *ॲस्पर्जर* गटाची *SASTOT* मध्यमान मूल्ये *नियंत्रित* आणि *स्किझॉइड* गटांच्या *SASTOT* मध्यमान मूल्ये यांच्यात महत्त्वपूर्ण फरक आहे, हे दर्शविते. शेवटची ओळ स्किझॉइड गटाची *SASTOT* मध्यमान मूल्ये *नियंत्रित* आणि *ॲस्पर्जर* गटांच्या *SASTOT* मध्यमान मूल्ये यांच्यात महत्त्वपूर्ण फरक आहे, हे दर्शविते.

दुसऱ्या चलासाठी गुणज तुलना चाचणी घेणे

या पायऱ्या वापरून, एक-घटक संपूर्णपणे यादृच्छिक संरचना अनोवा आणि महत्त्वपूर्ण अनोवाचे पोस्ट हॉक विश्लेषण करून, *स्किझॉइड* व्यक्तिमत्व गुणविशेष चलाचे प्राप्तांक *स्किझॉइड* आपल्या तीन विषय गटांपैकी – *स्किझॉइड, ॲस्पर्जर,* आणि *नियंत्रित* मुले – कोणत्या गटाच्या स्किझॉइड व्यक्तिमत्व गुणविशेष चलाच्या प्राप्तांकांमध्ये इतर गटांच्या प्राप्तांकांच्या मध्यमानापेक्षा जास्त महत्त्वपूर्ण फरक आहे ते निश्चित करा.

1. अनुक्रमे Analyze > Compare Means > One-Way ANOVA हे पर्याय वापरा.
2. *One-Way ANOVA* संवादात, Reset ची निवड करा.
3. *One-Way ANOVA* संवादात, schizoid personality traits ची निवड करून arrow बटणाच्या साहाय्याने त्याला *Dependent List* स्थानात हलवा.
4. group ID ची निवड करा आणि arrow बटणाच्या साहाय्याने त्याला *Factor* स्थानात हलवा.

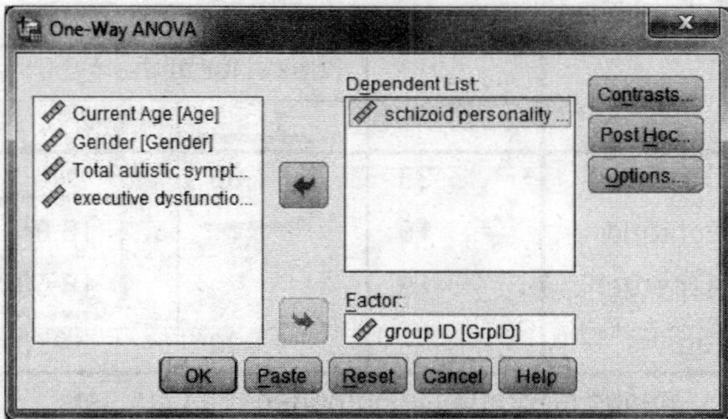

5. *One-Way ANOVA* संवादात, Post Hoc पर्याय निवडा.
6. *One-Way ANOVA: Post Hoc Multiple Comparisons* संवादात, *Equal Variances Assumed* या गट चौकटीतून Tukey या चौकटीची निवड करा आणि Continue पर्याय निवडा.

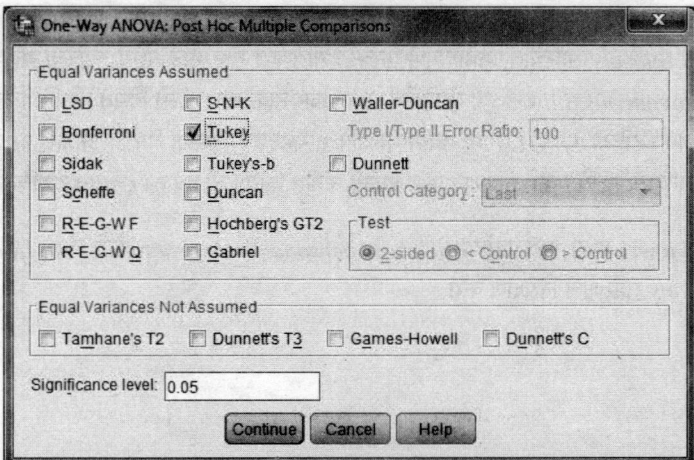

7. *One-Way ANOVA* संवादात, OK पर्याय वापरा.

SPSS पोस्ट हॉक तुकेचाचणी वापरून एक-मार्ग अनोवाचाचणी करून विविध गटांमधील *Schizoid* मध्यमान मूल्यांमधील विशिष्ट महत्त्वपूर्ण फरक शोधून काढेल आणि *Statistics Viewer* मध्ये निकाल दर्शवेल.

दुसऱ्या चलासाठी गुणज तुलना चाचणीचा निष्कर्ष काढणे

1. *schizoid personality traits* या चलाबाबत *Tukey HSD* साठी *Homogeneous Subsets* सारिणीचे निरीक्षण करा.

Homogeneous Subsets

schizoid personality disorder

Tukey HSD[a,b]

group ID	N	Subset for alpha = 0.05	
		1	2
Control	33	11.00	
Schizoid	19		16.05
Asperger's	19		16.58
Sig.		1.000	.870

Means for groups in homogeneous subsets are displayed.

a. Uses Harmonic Mean Sample Size = 22.129.

b. The group sizes are unequal. The harmonic mean of the group sizes is used. Type I error levels are not guaranteed.

Homogeneous Subsets सारिणीत, महत्त्वपूर्ण फरक दर्शविणारी मध्यमान मूल्ये त्यांच्या योग्य स्तंभात दर्शविली आहेत. म्हणून, *Homogeneous Subsets* या सारिणीवर एक नजर टाकल्यास असे दिसते की नियंत्रित गटाची *स्किझॉइड* मध्यमान मूल्ये इतर दोन गटांच्या *SASTOT* मध्यमान मूल्यांपेक्षा महत्त्वपूर्णदृष्ट्या वेगळी आहेत, परंतु, *स्किझॉइड* आणि *ॲस्पर्जर* या गटांची मध्यमान मूल्ये एकमेकांपासून फार वेगळी नाहीत कारण ती एकाच स्तंभात दर्शविली आहेत.

2. *Statistics Viewer* मध्ये, सर्व गटांच्या *schizoid personality disorder* साठी *Post Hoc Tests Multiple Comparisons* सारिणीचे निरीक्षण करा.

Post Hoc Tests

Multiple Comparisons

schizoid personality disorder
Tukey HSD

(I) group ID	(J) group ID	Mean Difference (I-J)	Std. Error	Sig.	95% Confidence Interval	
					Lower Bound	Upper Bound
Control	Asperger's	-5.579*	1.003	.000	-7.98	-3.17
	Schizoid	-5.053*	1.003	.000	-7.46	-2.65
Asperger's	Control	5.579*	1.003	.000	3.17	7.98
	Schizoid	.526	1.130	.888	-2.18	3.24
Schizoid	Control	5.053*	1.003	.000	2.65	7.46
	Asperger's	-.526	1.130	.888	-3.24	2.18

*. The mean difference is significant at the 0.05 level.

Post Hoc Tests Multiple Comparisons सारिणीत, *Sig.* स्तंभात दर्शविल्याप्रमाणे *Control/Asperger* आणि *Control/Schizoid* गटांमधील *स्किझॉइड* मध्यमान मूल्ये $p < .0005$ साठी महत्त्वपूर्ण आहेत. (जर ते p .0005 आणि .001 मध्ये असते तर SPSS ने ते मूल्य .001 ला राउंड केले असते). *ॲस्पर्जर* आणि *स्किझॉइड* गटांची *Sig.* मूल्ये .888 हे दर्शवितात की या दोन गटांच्या *स्किझॉइड* मध्यमान मूल्यांमध्ये महत्त्वपूर्ण फरक नाही.

म्हणून, post hoc multiple comparison चाचणीच्या निकालांवरून तुम्ही असा निष्कर्ष काढू शकता की, फक्त *नियंत्रित* गटाच्या आणि इतर दोन गटांच्या *SASTOT* मध्यमान मूल्यांमध्ये महत्त्वपूर्ण फरक आहे. उदाहरणार्थ, पहिल्या ओळीत *नियंत्रित* गटाची *SASTOT* मध्यमान मूल्ये *ॲस्पर्जर* आणि *स्किझॉइड* गटाची *SASTOT* मध्यमान मूल्ये यांच्यात महत्त्वपूर्ण फरक आहे, हे दर्शविले आहे. दुसरी ओळ *ॲस्पर्जर* गटाची *SASTOT* मध्यमान मूल्ये आणि *नियंत्रित* गटाची *SASTOT* मध्यमान मूल्ये यांच्यात महत्त्वपूर्ण फरक आहे, हे दर्शविते परंतु, *ॲस्पर्जर* गटाची *SASTOT* मध्यमान मूल्ये आणि *स्किझॉइड* गटाची *SASTOT* मध्यमान मूल्ये यांच्यात महत्त्वपूर्ण फरक नाही, हे देखील दर्शविते. शेवटची ओळ *स्किझॉइड* गटाची *SASTOT* मध्यमान मूल्ये आणि *नियंत्रित* गटांच्या *SASTOT* मध्यमान मूल्ये यांच्यात महत्त्वपूर्ण फरक आहे, परंतु, *ॲस्पर्जर* गटाची *SASTOT* मध्यमान मूल्ये आणि *स्किझॉइड* गटाची *SASTOT* मध्यमान मूल्ये यांच्यात महत्त्वपूर्ण फरक नाही, हे दर्शविते. दुसऱ्या शब्दांत सांगायचे तर, Schizoid Personality Disorder प्रमाण *स्किझॉइड* आणि, *ॲस्पर्जर* गटांमध्ये फरक करू शकले नाही. तथापि, ते दोन्ही प्राप्तांक *नियंत्रित* गटाच्या प्रमाणात जास्त आहेत.

प्रकरण 11

प्रचलनाचे विश्लेषण (अनोवा)

एक-घटक पुनरावृत्ती-परिमाणे संरचना

प्रकरण 11 उद्दिष्टे

- पुनरावृत्ती-परिमाणे अनोवा संरचना कशी उपयोगात आणायची आणि तिचा अन्वयार्थ कसा लावायचा हे शिकणे
- अनोवा मधील परिणाम आकार काढणे आणि त्याचे स्पष्टीकरण लिहिणे

पुनरावृत्ती परिमाण अनोवा

एक घटक अनोवा पुनरावृत्ती-परिमाण संरचना ही पुनरावृत्ती-परिमाण t चाचणी सारखीच असते. एकाच घटकाच्या सर्व पातळ्यांसाठी तेच सहभागी उपयोगी पडतात. पुनरावृत्ती-परिमाण t चाचणीत, तेच सहभागी दोन्ही गटांमध्ये काम करतात. एक घटक पुनरावृत्ती-परिमाण अनोवा मध्ये, तोच सहभागी एकाच घटकाच्या सर्व पातळ्यांसाठी काम करतो. पुनरावृत्ती-परिमाण अनोवा चा अन्वयार्थ पूर्णतः यादृच्छिक अनोवा सारखाच लावला जातो. दोन किंवा अधिक गटांच्या मध्यमानांमध्ये महत्त्वपूर्ण तफावती आहेत का हे अनोवात पाहणे रंजक असते. लक्षात ठेवा की महत्त्वपूर्ण अनोवा कोणत्या गटांची मध्यमाने एकमेकांपासून निराळी आहेत ते उघड करत नाही. गुणज तुलना चाचणी किंवा यानंतरची (पोस्ट हॉक) चाचणी कोणती मध्यमाने एकमेकांपासून महत्त्वपूर्णरित्या निराळी आहेत हे सांगण्यासाठी बनवलेल्या असतात. महत्त्वपूर्ण अनोवा फक्त

एवढेच सांगतो की किमान एकतरी मध्यमान दुसऱ्या एखाद्या मध्यमानापासून निराळे आहे की नाही. गुणज तुलना चाचणी मध्यमानांमधील महत्त्वपूर्ण तफावतींचा आकृतीबंध उघड करते.

एखाद्या निर्णायक चलाबरोबर किंवा चलांबरोबर जुळवलेल्या सहभागींच्या जोड्या असू शकतात हा पुनरावृत्ती-परिमाण t चाचणीचा एक चल असतो. हीच गोष्ट पुनरावृत्ती-परिमाण अनोवाच्या बाबतीतही सत्य आहे. पुनरावृत्ती-परिमाण अनोवाच्या चलाला यादृच्छिक गट संरचना असे म्हटले जाते. एकाच सहभागीने एका घटकाच्या सर्व पातळ्यांखाली काम करण्याऐवजी अगदी एकसारख्या असलेल्या सहभागींचा एक गट एकाच घटकाच्या प्रत्येक पातळीशी यादृच्छिकपणे जोडलेला असतो. यादृच्छिक गटसंरचना प्राण्यांवरील प्रयोगांमध्ये बहुधा बरेच वेळा सामयिक असते, जेथे उंदरांना किंवा अर्माडीलोंना एकाच वेळी झालेली पिल्ले विविध गट असतात (अर्माडीलोंना एकाच वेळी चार अगदी एकसारखी (आयडेंटिकल) पिल्ले होतात, जी एक घटक यादृच्छिक गट अनोवासाठी आदर्श सहभागी ठरतात.

काही प्रयोगांमध्ये, पुनरावृत्ती-परिमाण संरचना वापरली जाणार नाही. जेथे सहभागी प्रत्येक परिस्थितीत अनभिज्ञ असणे आवश्यक असते अशा प्रयोगांमध्ये पुनरावृत्ती-परिमाण अनोवाचा वापर करणे अशक्य असते. दुसरी उदाहरणे औषधांच्या अभ्यासांची असतात जेथे औषधाची एक पातळी दुसऱ्या पातळ्यांवर परिणाम करते किंवा अशा संरचना जेथे घटकाच्या पातळ्या स्थिर केलेल्या असतात, जसे तीन निरनिराळ्या प्रकारच्या व्यक्तिमत्व आजारांचे विश्लेषण किंवा चार निरनिराळ्या वयोगटांचा स्तरछेदीय (क्रॉस सेक्शनल) अभ्यास.

पुनरावृत्ती-परिमाण संरचनेचा एक लाभ असा होतो की तो पूर्णतः यादृच्छिक संरचनेपेक्षा कमी सहभागी वापरतो. दुसरा लाभ असा की चाचणीची संख्याशास्त्रीय ताकद वाढते कारण निरनिराळ्या सहभागींच्या घटकाच्या निरनिराळ्या पातळ्यांवर होणाऱ्या बदलांपेक्षा एका सहभागीचे घटकाच्या निरनिराळ्या पातळ्यांवर होणारे बदल सहसा कमी असतात.

एक घटक पुनरावृत्ती-परिमाण अनोवाची गृहिते

पुनरावृत्ती-परिमाण अनोवा ची गृहिते, आणखी एकाची भर टाकून, एक घटक पूर्णतः यादृच्छिक अनोवा सारखीच आहेत. म्हणून, येथे गृहीत धरले आहे की, प्राप्तांकांच्या जनसंख्यांची वितरणे प्रसामान्य आहेत, प्राप्तांक एकमेकांपासून स्वतंत्र आहेत, आणि जनसंख्यांची प्रचलने एकजिनसी आहेत. अतिरिक्त गृहिताचा संबंध सहभागींसाठी असलेल्या स्वतंत्र चलाच्या प्रत्येक पातळीमधील फरक प्राप्तांकाच्या प्रचलनाच्या एकजिनसीपणाशी आहे. फरक प्राप्तांक प्रत्येक सहभागी घटकासाठी त्याचा किंवा तिचा एका पातळीसाठी असलेला प्राप्तांक त्याच्या किंवा तिच्या दुसऱ्या पातळीवरील प्राप्तांकातून वजा करून काढला जातो. विविध प्राप्तांकांच्या जनसंख्येत सर्व सहभागीं मधून आलेल्या ह्या फरक प्राप्तांकांची प्रचलने समान (किंवा एकजिनसी) असतात असे गृहीत असते.

संगणनविषयक उदाहरण

अल्झायमरच्या आजाराचे निदान झालेल्या आठ रुग्णांची चाचणी एका न्युरोसायकॉलॉजिस्टने चार सलग वर्षे प्रत्येक वर्षाच्या अखेरीस घेतली. काळानुसार बोधात्मक उणिवांत वाढ होत जाते का ते ठरविण्यासाठी प्राप्तांकांचे परीक्षण करण्यात आले. रुग्णांना मापनपट्टीवर उणिवा नाहीत हे दर्शवण्यासाठी शून्य व महत्तम उणिवा आहेत हे दर्शवण्यासाठी 12 गुण देण्यात आले होते. डेटा पुढील तक्त्यात दाखविल्याप्रमाणे होता:

Patients	Year First	Second	Third	Fourth
P_1	7	8	8	7
P_2	9	8	10	11
P_3	5	6	8	7
P_4	10	9	10	11
P_5	4	5	7	8
P_6	5	4	5	5
P_7	6	5	6	7
P_8	8	9	9	10

पायरी 1. चार निरनिराळ्या वर्षांसाठी $\sum x$ आणि $\sum x^2$ आणि त्यांची बेरीज काढा.

	Year First	Second	Third	Fourth	Overall
$\sum x$	54	54	63	66	$\sum x = 237$
$\sum x^2$	396	392	519	578	$\sum x^2 = 1,885$

पायरी 2. $\sum x$ च्या बेरजेचा वर्ग करून आणि त्याला N ने (एकूण निरीक्षणांची संख्या) भागून मध्यमानांसाठी दुरुस्ती (CM) काढली.

$$CM = \frac{(\text{Total} \sum x)^2}{\text{Total Number of Scores}} = \frac{237^2}{32} = 1755.281$$

पायरी 3. वर्गांच्या बेरजेची बेरीज (SST) $\sum x^2$ ची बेरीज करून आणि त्यातून CM वजा करून मिळवली.

$$SST = \text{Total} \sum x^2 - CM$$

$$SST = 1885 - 1755.281$$

$$SST = 129.179$$

पायरी 4. प्रत्येक रुग्णासाठी चार वर्षांसाठी $\sum x$ काढा.

$P_1 = (7 + 8 + 8 + 7) = 30$

$P_2 = (9 + 8 + 10 + 11) = 38$

$P_3 = 26$

$P_4 = 40$

$P_5 = 24$

$P_6 = 19$

$P_7 = 24$

$P_8 = 36$

नंतर यातील प्रत्येक मूल्याचा वर्ग करा, मिळालेल्या मूल्यांची बेरीज करा, आणि प्रत्येक बेरीज जितक्या प्राप्तांक संख्यांवर आधारित होती त्या संख्येने भाग द्या.

$$\frac{30^2 + 38^2 + 26^2 + 40^2 + 24^2 + 19^2 + 24^2 + 36^2}{4} = 1857.250$$

नंतर विषयांसाठी वर्गांची बेरीज (SSS) आधी काढलेल्या मूल्यातून CM वजा करून काढली.

SSS = 1857.250 – CM

SSS = 1857.250 – 1755.28

SSS = 101.969

पायरी 5. उपचारांसाठी वर्गांची बेरीज (SSB) मिळवण्यासाठी, गटातील प्रत्येक सहभागी साठी घटकाच्या प्रत्येक पातळीवर $\sum x$ काढा (जे पायरी 1 मध्ये केले होते), ह्या प्रत्येक चार मूल्यांचा वर्ग करा आणि त्यांची एकत्र बेरीज करा, आणि जितक्या प्राप्तांक संख्यांवर प्रत्येक बेरीज आधारलेली होती त्या संख्येने भागा.

$$\frac{(\sum x_1)^2 + (\sum x_2)^2 + (\sum x_3)^2 + (\sum x_4)^2}{N} = \frac{(54)^2 + (54)^2 + (63)^2 + (66)^2}{8} = 1769.625$$

SSB काढण्यासाठी, मिळालेले मूल्य घ्या आणि त्यातून CM वजा करा.

SSB = 1769.625 – CM

SSB = 1769.625 – 1755.28

SSB = 14.344

पायरी 6. त्रुटीच्या वर्गांची बेरीज (SSW) मिळविण्यासाठी, SST घ्या आणि त्यातून SSS आणि SSB वजा करा.

SSW = SST – SSS – SSB

SSW = 129.719 – 101.969 – 14.344

SSW = 13.406

पायरी 7. आता स्वतंत्रता पातळ्या (*df*) काढल्या आहेत.

df_{SST} = the total number of scores – 1

$df_{SST} = 32 - 1 = 31$

df_{SSS} = the total number of groups – 1

$df_{SSS} = 8 - 1 = 7$

df_{SSB} = the total number of years – 1

$df_{SSB} = 4 - 1 = 3$

$df_{SSW} = df_{SST} - \mathrm{df}_{SSS} - \mathrm{df}_{SSB}$

$df_{SSW} = 31 - 7 - 3 = 21$

पायरी 8. आता मध्यमान वर्ग (MS) काढले आहेत आणि ते वर्गांच्या बेरजेला योग्य *df* ने भागून मिळविले आहेत.

$$\mathrm{MSB} = \frac{\mathrm{SSB}}{df_{SSB}} = \frac{14.344}{3} = 4.781$$

MSS = ह्या मूल्याची गरज नाही. ह्या आराखड्याला विषयांमधील तफावतीत रस नाही तर बोधात्मक उणिवांच्या काळानुसार असणाऱ्या स्थिरतेमध्ये आहे.

$$MSW = \frac{SSW}{df_{SSW}} = \frac{13.406}{21} = 0.638$$

पायरी 9. MSB ला MSW ने भाग देऊन महत्त्वपूर्णता तपासण्यासाठी F मूल्य काढले आहे.

$$F = \frac{MSB}{MSW} = \frac{4.781}{0.638} = 7.49$$

पायरी 10. महत्त्वपूर्णतेसाठी मिळालेले F मूल्य तपासण्यासाठी, परिशिष्ट E मधील F वितरणाचा संदर्भ घ्या. हा तक्ता वापरण्यासाठी df_{SSB} आणि df_{SSW} यांची गरज असते. अंशासाठी df, df_1, df_{SSB} शी संबंधित असतो (किंवा मुख्य घटकाच्या पातळ्यांची संख्या वजा 1). छेदासाठी df, किंवा df_2, df_{SSW} शी संबंधित असतो. या उदाहरणात, $df_1 = 3$ आणि $df_2 = 21$. $p = .05$ पाशी निर्णायक मूल्य 3.07 आहे. मिळालेले F चे मूल्य ह्या मूल्यापेक्षा मोठे आहे; म्हणून ते महत्त्वपूर्ण आहे, $F(3, 21) = 7.49, p < .05$. लक्षात घ्या की मिळालेले F मूल्य $p < .01$ पाशी ($F = 4.87$) या निर्णायक मूल्यापेक्षाही मोठे आहे. म्हणून, कमीतकमी शक्य असलेली महत्त्वपूर्णता पातळी नमूद करण्यास विसरू नका, आणि या उदाहरणात, ती $p < .01$ असेल.

नल आणि पर्यायी गृहीतप्रमेये पुढीलप्रमाणे आहेत:

H_0: $\mu_{CD\text{-}1} = \mu_{CD\text{-}2} = \mu_{CD\text{-}3} = \mu_{CD\text{-}4}$

जेथे, $\mu_{CD\text{-}1}$ = पहिल्या वर्षानंतर (1) सर्व सहभागींसाठी बोधात्मक उणिवा (CD) मध्यमान, आणि याप्रमाणे पुढे.

H_a: H_0 सत्य नाही.

F मूल्य महत्त्वपूर्ण असल्याने, नलगृहीतप्रमेय टिकू शकले नाही.

पायरी 11. विश्लेषण खालील तक्त्यात दिल्याप्रमाणे:

Source	*Sum of Squares*	df	*Mean Squares*	F	p
Between groups	14.34	3	4.78	7.49	<.01
Subjects	101.97	7			
Within groups (error term)	13.41	21	0.64		
Total	129.72	31			

पायरी 12. अंतिम अहवाल पुढीलप्रमाणे दिसेल:

> काढलेले F चे मूल्य $F = 7.49$ हे तक्त्यातील $p = .05$ पाशी $df_1 = 3$ आणि $df_2 = 21$ असताना असलेल्या निर्णायक मूल्यापेक्षा $F = 3.07$, मोठे आहे. म्हणून, H_0 अमान्य करण्यात आले आहे, आणि असा निष्कर्ष काढण्यात आला आहे की, किमान एक मध्यमान दुसऱ्या एका मध्यमानापेक्षा महत्त्वपूर्णरित्या निराळे आहे, $F(3, 21) = 7.49, p < .01$. मध्यमानांमधील तफावतीची रचना ठरविण्यासाठी, पोस्ट हॉक चाचणी करणे आवश्यक आहे. संशोधन समस्येच्या स्वरूपात, अल्झायमर रुग्णांच्या बोधात्मक उणिवा काळाबरोबर बदलत जातात असे वाटते.

लक्षात ठेवा, महत्त्वपूर्ण अनोवा कोणती मध्यमाने एकमेकांपासून महत्त्वपूर्णरित्या निराळी आहेत हे उघड करत नाही. मध्यमान तफावतींचा आकृतीबंध ठरविण्यासाठी, पोस्ट हॉक किंवा गुणज तुलना चाचणी वापरावीच लागते. ह्या संशोधन समस्येच्या परिभाषेत, चार वर्षांच्या कालावधीमध्ये बोधात्मक उणिवांमध्ये महत्त्वपूर्ण बदल होतात असे दिसते.

अनोवामधील परिणाम आकार काढणे

एक-घटक संपूर्णपणे यादृच्छिक अनोवा संरचनेप्रमाणेच, अनोवा चाचणीनंतरही, आपल्याला स्वतंत्र चल आणि अवलंबी चल यांच्यामधील संबंधाची ताकद (बळकटी) माहिती होत नाही. जर F चे मूल्य महत्त्वपूर्ण असेल, तर आपल्याला माहिती असते की एक मध्यमान दुसऱ्या मध्यमानापेक्षा महत्त्वपूर्णदृष्ट्या वेगळे आहे, पण फक्त परिमाण आकार विश्लेषणच आपल्याला स्वतंत्र चलाचा किती परिणाम अवलंबी चलावर होतो आहे, याचा अंदाज देईल. पुन्हा एकदा, स्वतंत्र चलाचा अवलंबी चलावर होणाऱ्या परिणामाचा आवाका ओमेगा-वर्ग (ω^2) सांख्यिकीने काढला जाईल. प्रकरण 9 मध्ये दिलेल्या, खालील सूत्रानेच ओमेगा-वर्ग काढला आहे:

$$\omega^2 = \frac{\text{SSB} - (k-1)\text{MSW}}{\text{SST} + \text{MSW}}$$

जेथे k = स्वतंत्र चलाच्या पातळ्यांची संख्या.

मागील उदाहरणात,

$$\omega^2 = \frac{14.34 - (4-1)0.64}{129.72 + 0.64}$$

$$\omega^2 = \frac{12.42}{130.36}$$

$$\omega^2 = .095$$

ओमेगा-वर्गाच्या स्पष्टीकरणाच्या मार्गदर्शक तत्त्वांनुसार,

$\omega^2 > .01$ = small effect

$\omega^2 > .06$ = medium effect

$\omega^2 > .15$ = large effect

म्हणून, या उदाहरणात, (ω^2) 10, परिणाम आकार मध्यम ते मोठा या मध्ये कुठेतरी आहे, हे सुचवितो. (ω^2) चे स्वतंत्र चल कारणीभूत असलेल्या प्राप्तांकांच्या प्रचलनाची शेकडेवारी, असेही स्पष्टीकरण देता येते. ओमेगा वर्ग (ω^2) हे, किती तफावत उपचारामुळे आहे आणि प्राप्तांकातील एकूण तफावत किती यादृच्छिक घटकांमुळे आहे, याचे परिमाण आहे. या उदाहरणात, बोधात्मक उणिवांमधील एकूण प्रचलनातील 10% ना चार वर्षं कारणीभूत आहेत, आणि एकूण प्रचलनातील 90% ना माहिती नसलेले किंवा यादृच्छिक घटक कारणीभूत आहेत.

महत्त्वाच्या संज्ञा आणि व्याख्या

पुनरावृत्ती-परिमाणे अनोवा संरचना (ANOVA repeated-measures design) – अवलंबी *t* चाचणी प्रमाणेच, येथे एकाच सहभागीचा वापर स्वतंत्र चलाच्या प्रत्येक पातळीसाठी केला जातो. स्वतंत्र चलाच्या प्रत्येक पातळीसाठी मध्यमाने एकमेकांपासून महत्त्वपूर्णदृष्ट्या वेगळी आहेत का, हे पाहाण्यात संशोधकाला स्वारस्य असते.

यादृच्छिक गट संरचना (Randomized block design) – पुनरावृत्ती-परिमाणे अनोवा संरचनेचा एक प्रकार जो समरूप सहभागींच्या गटांचा (उदाहरणार्थ, तिळी किंवा एकाचवेळी जन्मलेली चार मुले) वापर करतो, त्यामुळे, जरी स्वतंत्र चलाच्या प्रत्येक पातळीसाठी सहभागी वेगवेगळे असले, तरीही डेटाच्या विश्लेषणासाठी पुनरावृत्ती-परिमाणे अनोवा सूत्र वापरता येते.

प्रकरण 11 सरावासाठी प्रश्न

1. एक घटक पुनरावृत्ती-परिमाणे अनोवा हे अवलंबी *t* चाचणीचे विस्तारित रूप कसे आहे, याचे वर्णन करा.
2. यादृच्छिक गटसंरचनेचे स्पष्टीकरण द्या.
3. एक घटक पुनरावृत्ती-परिमाणे अनोवाच्या निश्चित गृहीतकांचे स्पष्टीकरण द्या.
3. सहा आठवड्यांच्या कालावधीत वाचनाचा प्राप्तांक वाढविण्यास शाळेतील नवीन अभ्यासक्रम उपयोगी पडतो का, हे ठरविण्याची. एका शाळेतील मानसशास्त्रज्ञाची इच्छा आहे. नऊ विद्यार्थ्यांच्या नमुन्यात सहा आठवड्यांच्या वाचनाचे प्राप्तांक मोजण्यात आले. एक घटक पुनरावृत्ती-परिमाणे अनोवा चाचणी वापरून निष्कर्ष लिहा. वाचनाचे प्राप्तांक राष्ट्रीय प्रमाणांकांनुसार, *T* प्राप्तांक म्हणून मोजण्यात आले आहेत (मध्यमान = 50, प्रमाण विचलन = 10).

	Period 1	*Period 2*	*Period 3*	*Period 4*	*Period 5*	*Period 6*
Student 1	49	50	51	52	52	54
Student 2	52	54	54	54	55	58
Student 3	50	51	50	53	52	53
Student 4	42	45	48	51	50	52
Student 5	57	56	59	62	63	65
Student 6	56	59	60	64	66	69
Student 7	52	52	55	55	58	59
Student 8	46	47	47	47	47	47
Student 9	48	51	55	54	55	57

SPSS पाठ 11

एक-घटक पुनरावृत्ती परिमाण अनोवा संरचनेचा उद्देश सहभागींचा एखादा गट एका स्वतंत्र चलाच्या विविध पातळ्यांवर बदलतो का, हे ठरविणे, हा असतो. या प्रकरणात, तुम्ही एक-घटक पुनरावृत्ती परिमाण अनोवा संरचनेचा वापर, *years* घटकाचा (वर्षांचा) विचार करता *CognitiveDeficits* मूल्यांच्या मध्यमानांमध्ये महत्त्वपूर्ण फरक आहे की नाही, हे ठरविण्यासाठी करणार आहात.

आवश्यक डेटा

या प्रकरणासाठी *Alzheimers Cognitive Deficits.sav* या डेटा संचाची आवश्यकता आहे. या फाईलत खालील चलांबाबत डेटा आहे:

Patient	Patient identification number
First	Measure of cognitive function 1 year after diagnosis, 0–12 scale
Second	Measure of cognitive function 2 years after diagnosis, 0–12 scale
Third	Measure of cognitive function 3 years after diagnosis, 0–12 scale
Fourth	Measure of cognitive function 4 years after diagnosis, 0–12 scale

तुमच्या संगणकावर डेटा उतरविणे

1. तुमच्या वेब शोध स्थळातून www.uccs.edu/~faculty/fcoolidg/SPSS वर जा.
2. *Alzheimers Cognitive Deficits.sav* या लिंकला माउसच्या उजव्या बाजूने स्पर्श करून Save Link As हा पर्याय निवडा.
3. *Enter name of file to save to* संवादात, डाव्या बाजूतील Desktop ची निवड करा आणि *File name* स्थळात Alzheimers Cognitive Deficits.sav असे लिहा आणि Save पर्याय निवडा.

यामुळे, डेटा संच तुमच्या संगणकाच्या desktop वर *Alzheimers Cognitive Deficits.sav.* या नावाने साचविला जाईल.

एक-घटक पुनरावृत्ती परिमाण अनोवा संरचनेचा वापर

एक-घटक पुनरावृत्ती परिमाण अनोवा संरचनेच्या या पायऱ्या वापरून, सहभागींचा एखादा गट एका स्वतंत्र चलाच्या विविध पातळ्यांवर बदलतो का, हे ठरवा. या प्रकरणात, तुम्ही एक-घटक पुनरावृत्ती परिमाण अनोवा संरचनेचा वापर, चाचणी सहभागींच्या संख्येसाठी सर्व वर्षे *years* घटकाचा विचार करता *CognitiveDeficits* मूल्यांच्या मध्यमानांमध्ये महत्त्वपूर्ण फरक आहेत की नाहीत, हे ठरविण्यासाठी करणार आहात.

1. *Data Editor* मध्ये *Alzheimers Cognitive Deficits.sav* ही फाईल उघडा.

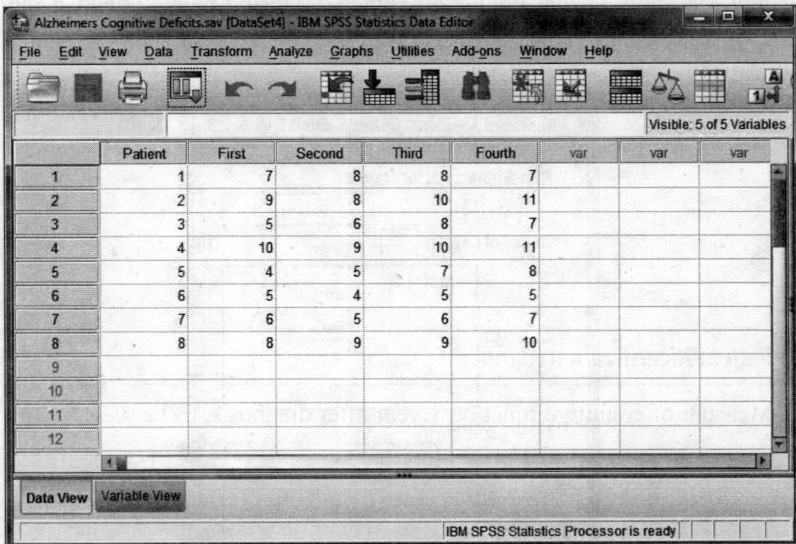

2. अनुक्रमे Analyze > General Linear Model > Repeated Measures हे पर्याय निवडा.

3. *Repeated Measures Define Factor (s)* संवादात, *Within-Subjects Factor Name* स्थानात years आणि *Number of Levels* स्थानात 4 लिहा आणि Add हा पर्याय वापरा.

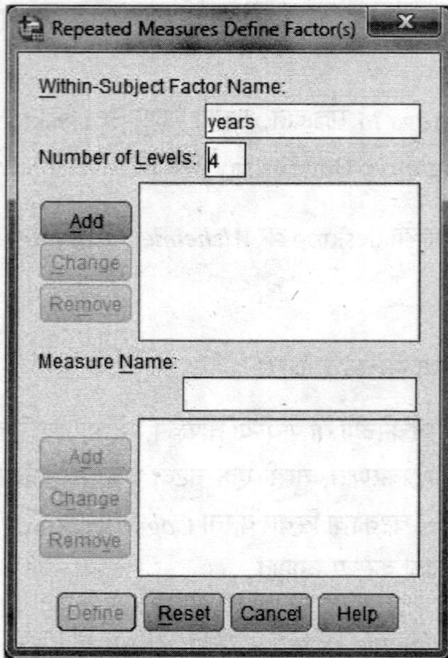

4. *Repeated Measures Define Factor (s)* संवादात, *Measure Name* स्थानात *CognitiveDeficits* लिहून Add, आणि त्यानंतर Define हे पर्याय निवडा.

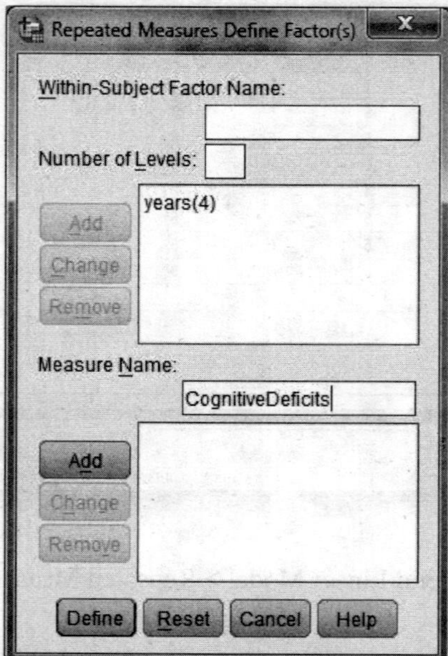

5. *Repeated Measures* संवादात, arrow बटणाचा वापर करून First, Second, Third, and Fourth चले *Within-Subjects Variables* स्थानात हलवा.

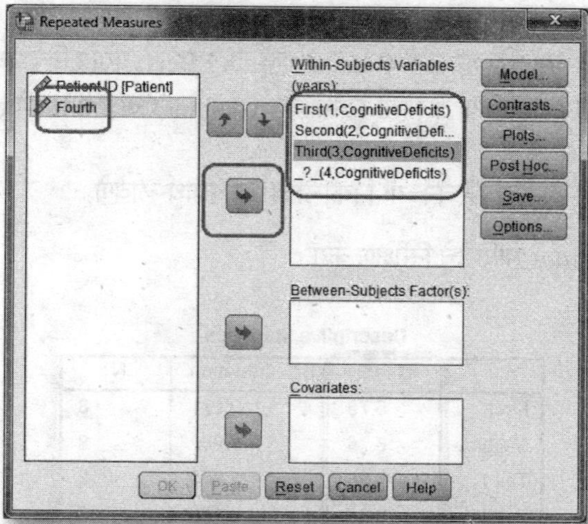

6. *Repeated Measures* संवादात, Options पर्याय निवडा.
7. *Repeated Measures: Options* संवादात, arrow बटणाचा वापर करून years हा घटक *Display Means for* या स्थानात हलवून, Compare main effects निवड चौकटीत बरोबरची खूण करून आणि Descriptive statistics निवड चौकटीत बरोबरची खूण करून, नंतर Continue पर्याय वापरा.

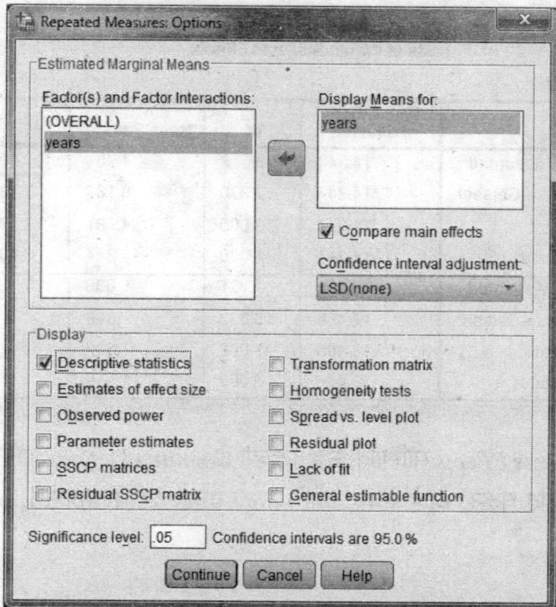

8. *Repeated Measures* संवादात, OK पर्याय निवडा.

SPSS एक-घटक पुनरावृत्ती परिमाण अनोवा संरचनेचा वापर करून, *years* घटकाचा (वर्षांचा) विचार करता *Cognitive Deficits* मूल्यांच्या मध्यमानांमध्ये महत्त्वपूर्ण फरक आहे की नाही, ते ठरविते आणि *Statistics Viewer* मध्ये निकाल दर्शविते. हे लक्षात घ्या की, जर तुम्ही Compare Main Effects पर्याय निवडला असेल तर SPSS Tukey यांचा HSD देणार नाही. कारण, जोड्यांच्या तुलनेची स्वाभाविक (default) चाचणी LSD ही आहे.

एक-घटक पुनरावृत्ती परिमाण अनोवा संरचनेच्या निकालांचा अन्वयार्थ लावणे

1. *Descriptive Statistics* सारिणीचे निरीक्षण करा.

Descriptive Statistics

	Mean	Std. Deviation	N
First	6.75	2.121	8
Second	6.75	1.982	8
Third	7.88	1.808	8
Fourth	8.25	2.188	8

Descriptive Statistics सारिणीत, असे दिसेल की, पहिल्या आणि दुसऱ्या वर्षीच्या मध्यमानात महत्त्वपूर्ण फरक नाही, आणि इतर मध्यमानांमधील फरक महत्त्वपूर्ण असेल अथवा नसेल.

2. *Statistics Viewer* मध्ये, *Tests of Within-Subjects Effects* सारिणीचे सर्व गटांच्या *Total autistic symptoms* साठी निरीक्षण करा.

Tests of Within-Subjects Effects

Measure:CognitiveDeficits

Source		Type III Sum of Squares	df	Mean Square	F	Sig.
years	Sphericity Assumed	14.344	3	4.781	7.490	.001
	Greenhouse-Geisser	14.344	2.320	6.183	7.490	.004
	Huynh-Feldt	14.344	3.000	4.781	7.490	.001
	Lower-bound	14.344	1.000	14.344	7.490	.029
Error(years)	Sphericity Assumed	13.406	21	.638		
	Greenhouse-Geisser	13.406	16.238	.826		
	Huynh-Feldt	13.406	21.000	.638		
	Lower-bound	13.406	7.000	1.915		

Tests of Within-Subjects Effects सारिणीत, सर्व गटांच्या *CognitiveDeficits* प्राप्तांकांचे *years* या घटकासाठी *F* चे मूल्य (sphericity गृहीत धरून) आहे 7.49, आणि *Sig* स्तंभात दर्शविल्याप्रमाणे, $p = .001$ या पातळीवर, ते महत्त्वपूर्ण आहे.

3. *Statistics Viewer* मध्ये, *Tests of Between-Subjects Effects* सारिणीचे *Error term* साठी निरीक्षण करा.

Tests of Between-Subjects Effects

Measure:CognitiveDeficits
Transformed Variable:Average

Source	Type III Sum of Squares	df	Mean Square	F	Sig.
Intercept	1755.281	1	1755.281	120.497	.000
Error	101.969	7	14.567		

Tests of Between-Subjects Effects सारिणीत, हे लक्षात घ्या की *Error term* मूल्य 101.969 हे स्रोत सारिणीत घालता येते (जसे, वरील पायरी 11 मध्ये दाखविले आहे).

4. *Statistics Viewer* मध्ये, *Pairwise Comparisons* सारिणीत विविध वर्षांच्या मध्यमानांमध्ये महत्त्वपूर्ण फरक असल्याचे दिसते का, ते पाहा.

Pairwise Comparisons

Measure:CognitiveDeficits

(I) years	(J) years	Mean Difference (I-J)	Std. Error	Sig.[a]	95% Confidence Interval for Difference[a]	
					Lower Bound	Upper Bound
1	2	.000	.378	1.000	-.894	.894
	3	-1.125*	.441	.038	-2.167	-.083
	4	-1.500*	.463	.014	-2.595	-.405
2	1	.000	.378	1.000	-.894	.894
	3	-1.125*	.295	.007	-1.823	-.427
	4	-1.500*	.463	.014	-2.595	-.405
3	1	1.125*	.441	.038	.083	2.167
	2	1.125*	.295	.007	.427	1.823
	4	-.375	.324	.285	-1.141	.391
4	1	1.500*	.463	.014	.405	2.595
	2	1.500*	.463	.014	.405	2.595
	3	.375	.324	.285	-.391	1.141

Based on estimated marginal means

a. Adjustment for multiple comparisons: Least Significant Difference (equivalent to no adjustments).

*. The mean difference is significant at the .05 level.

म्हणून, एक-घटक पुनरावृत्ती परिमाण अनोवा संरचनेच्या निकालांवरून तुम्ही असा निष्कर्ष काढू शकता की *CognitiveDeficits* च्या मध्यमान मूल्यांमध्ये वर्ष 1 आणि 3, 1 आणि 4, 2 आणि 3, 2 आणि 4, 3 आणि 1, 3 आणि 2, 4 आणि 1, तसेच 4 आणि 2, यांच्यामध्ये महत्त्वपूर्ण फरक आहे. दुसऱ्या शब्दांत सांगायचे तर, 1 आणि 2 या वर्षांमध्ये बोधात्मक फरक नव्हता. परंतु, बोधात्मक उणीव 2 आणि 3 या वर्षांमध्ये वाढलेली होती. शेवटी, 3 आणि 4 वर्षांमध्ये बोधात्मक फरक जाणवला नव्हता.

5. आता, आपण अनोवा स्त्रोत सारिणी तयार करूया. (जशी वर पायरी 11 मध्ये केली आहे):

Source	*Sum of Squares*	df	*Mean Squares*	F	p
Between groups	14.344	3	4.781	7.49	.001
Subjects	101.969	7			
Within groups (error term)	13.406	21	0.638		
Total	129.719	31			

जेथे,

Between-Groups	*Sum of Squares* (14.344), *df* (3), *Mean Square* (4.781), *F* (7.49), आणि *Sig.* (.001) हे *Tests of Within-Subjects Effects* सारिणीतून प्राप्त झाले आहेत;
Subjects	*Sum of Squares* (101.969) आणि *df* (7) *Tests of Between-Subjects Effects* सारिणीतून प्राप्त झाले आहेत;
Within-Groups	*Sum of Squares* (13.406), *df* (21), आणि *Mean Square* (0.638) *Tests of Within-Subjects Effects* सारिणीतून प्राप्त झाले आहेत; आणि
Total	*Sum of Squares* (129.719) आणि *df* (31) त्यांच्या आपापल्या स्तंभातील आधीच्या संख्यांची बेरीज करून प्राप्त झाले आहेत (म्हणजेच, *Total Sum of Squares* = 14.344 + 101.969 + 13.406 = 129.719, आणि *Total df* = 3 + 7 + 21 = 31).

प्रकरण 12

घटकात्मक अनोवा

दोन घटक संपूर्णपणे यादृच्छिक संरचना

प्रकरण 12 उद्दिष्टे

- दोन घटक अनोवा संरचनेचे विश्लेषण आणि स्पष्टीकरण करा
- अनोवामधील प्रमुख आणि सोपे परिणाम समजून घेणे
- अनोवामधील स्थिर आणि यादृच्छिक परिणाम समजून घेणे

घटकात्मक संरचना

एक घटक अनोवा संरचना शक्तिशाली आणि मोहक असल्या तरी, जग ही एक गुंतागुंतीची जागा आहे. असे क्वचितच आढळते की वर्तणुकीचे कारण एकच चल असतो. उदाहरणार्थ, युद्ध, गरिबी, आक्रमकता, गुन्हेगारी, आत्महत्या, किंवा इतर समाज विघातक गोष्टींचे मूळ केवळ एकाच कारणीभूत घटकामध्ये शोधता येत नाही. हे सत्य मान्य करून, संख्याशास्त्रज्ञांनी बहुघटक प्रायोगिक आराखडे (संरचना) शोधले आणि वर्तणुकीसाठी जबाबदार असणाऱ्या एकापेक्षा अधिक चलांच्या एकत्रीकरणाचे विश्लेषण केले. अनोवामध्ये ह्या आराखड्यांना घटनात्मक संरचना म्हणून ओळखले जाते. घटनात्मक संरचना एकाच अवलंबी चलावर दोन किंवा अधिक स्वतंत्र चलांच्या (ज्यांना घटक म्हणतात) एकाचवेळी होणाऱ्या परिणामांचे परीक्षण करते. सर्वात सोपी घटनात्मक अनोवा संरचना म्हणजे पूर्णतः यादृच्छिक घटनात्मक संरचना होय, ज्यामध्ये प्रत्येकी दोन किंवा अधिक पातळ्या असलेले दोन किंवा अधिक घटक (किंवा उपचार) असतात. "पूर्णतः यादृच्छिक" ही संज्ञा असे सूचित करते की सहभागी घटक यादृच्छिक पद्धतीने घटकांच्या एकमेव पातळ्यांपैकी एका

पातळीशी जोडलेले असतात. जर एका घटकाच्या x पातळ्या असतील, आणि दुसऱ्या घटकाच्या y पातळ्या असतील, तर तेथे x गुणिले y संख्येइतकी घटक संयुगे असतील आणि प्रत्येक सहभागी घटक फक्त एकाच विशिष्ट परिस्थितीत (जिला सेल असेही म्हटले जाते) काम करू शकत असेल. घटनात्मक संरचना कधीकधी 2×3 (टू बाय थ्री असे म्हटले जाते.) घटकात्मक किंवा $2 \times 3 \times 3$ घटकात्मक संरचना या नावानेही ओळखल्या जातात. एक संख्या प्रत्येक घटकाच्या पातळ्यांची संख्या निर्देशित करते, आणि या संख्यांची संख्या प्रयोगातील घटकांची संख्या दर्शविते. अशा प्रकारे, $2 \times 3 \times 3$ घटकात्मक अनोवा मध्ये तीन स्वतंत्र घटक असतील, आणि 18 निरनिराळ्या उपचार पद्धती असतील. माझ्या मास्टर्सच्या प्रबंधात, मी $2 \times 2 \times 2 \times 2 \times 3$ अनोवा संरचना केली होती. म्हणून, माझी पाच-घटक अनोवा संरचना होती, ज्यात मी पाच स्वतंत्र चलांचे परीक्षण करत होतो, आणि त्यातील चारांमध्ये दोन पातळ्या होत्या आणि एकामध्ये तीन पातळ्या होत्या.

घटकात्मक संरचनेचे सर्वात महत्त्वाचे गुणवैशिष्ट्यः अन्योन्यक्रिया

घटकात्मक संरचनेचे सर्वात महत्त्वाचे गुणवैशिष्ट्य म्हणजे दोन स्वतंत्र चलांमधील अवलंबी चलावर होणारी अन्योन्यक्रिया हे आहे. दोन घटकांमधील अन्योन्यक्रिया प्रयोगकर्त्याला दोन्ही स्वतंत्र चलांचा एकाच वेळी अवलंबी चलावर कोणता परिणाम होतो हे ठरविण्याची मुभा देते. जर आपण एक स्वतंत्र चल घेऊन एक प्रयोग केला आणि त्याचे विश्लेषण एक-घटक अनोवाने केले, आणि नंतर दुसऱ्या स्वतंत्र चलावर दुसरी एक घटक अनोवा केली, तरी आपल्याला दोन्ही चलांचे एकत्रित परिणाम समजणार नाहीत. दोन स्वतंत्र चलांमधील अन्योन्यक्रिया हा अनोवातील घटकात्मक संरचनांचा एक सशक्त लाभ आहे आणि तो शास्त्रीय लेखनातील त्यांची लोकप्रियता स्पष्ट करतो. दोन स्वतंत्र चलांमधील प्रत्येकाला प्रमुख परिणाम असे म्हणतात. म्हणजेच, दोन-घटक अनोवा मध्ये दोन मुख्य परिणाम आणि एक अन्योन्यक्रिया असते.

घटकात्मक अनोवा मध्ये सोपे परिणामही असल्याचे सांगितले जाते. या प्रकारात, प्रयोगकर्त्यास एका स्वतंत्र चलाच्या सर्व पातळ्या दुसऱ्या स्वतंत्र चलाच्या फक्त एका पातळीखाली असण्यात स्वारस्य असते. प्रयोगकर्त्याला साध्या परिणामांमध्ये रस वाटण्यासाठी अन्योन्यक्रिया महत्त्वपूर्ण असावी लागते, कारण जर तेथे महत्त्वपूर्ण अन्योन्यक्रिया नसेल, तर फक्त मुख्य परिणामच प्रयोगाच्या निकालाचे भाकीत करू शकतील.

घटकात्मक अनोवा संरचनेची काही किंमत द्यावी लागते, आणि ती म्हणजे आपण प्रयोगाच्या साधेपणाचा, विश्लेषणातील सोपेपणाचा, आणि संगणनातील सोपेपणाचा त्याग करतो. घटकात्मक संरचना हा बहुधा एक मोठा प्रयोग असतो, आणि जर अनेक उपचार पातळ्या समाविष्ट असतील, तर सहभागींची संख्या आवाक्यापलीकडे मोठी होते. परंतु, सर्वसाधारणतः, दोन-घटक अनोवाचे लाभ आणि त्याच्या अन्योन्यक्रिया ह्या द्याव्या लागणाऱ्या किंमतीपेक्षा खूप जास्त असतात.

स्थिर आणि यादृच्छिक परिणाम आणि इन सीटू संरचना

अनोवा संरचनांमधील स्वतंत्र चलांचे स्वरूप वेगळे असू शकते. जर प्रयोगकर्ता स्वतंत्र चलाच्या विशिष्ट पातळ्यांमध्ये फक्त रुची दर्शवित असेल, आणि प्रयोगात समाविष्ट नसलेल्या इतर पातळ्यांचे सामान्यीकरण करण्यात त्याला रस नसेल, तर स्थिर परिणाम आहे असे म्हटले जाते. उदाहरणार्थ, लिंग हा स्वतंत्र चल म्हणून निवडण्यात आला, तर हा *स्थिर परिणाम* होईल कारण लिंगाच्या (नेहमी) फक्त दोन पातळ्या असतात. ह्या प्रकारात, हा इन सीटू स्वतंत्र चलही समजला जाईल

प्रकरण 12

घटकात्मक अनोवा

दोन घटक संपूर्णपणे यादृच्छिक संरचना

प्रकरण 12 उद्दिष्टे

- दोन घटक अनोवा संरचनेचे विश्लेषण आणि स्पष्टीकरण करा
- अनोवामधील प्रमुख आणि सोपे परिणाम समजून घेणे
- अनोवामधील स्थिर आणि यादृच्छिक परिणाम समजून घेणे

घटकात्मक संरचना

एक घटक अनोवा संरचना शक्तिशाली आणि मोहक असल्या तरी, जग ही एक गुंतागुंतीची जागा आहे. असे क्वचितच आढळते की वर्तणुकीचे कारण एकच चल असतो. उदाहरणार्थ, युद्ध, गरिबी, आक्रमकता, गुन्हेगारी, आत्महत्या, किंवा इतर समाज विघातक गोष्टींचे मूळ केवळ एकाच कारणीभूत घटकामध्ये शोधता येत नाही. हे सत्य मान्य करून, संख्याशास्त्रज्ञांनी बहुघटक प्रायोगिक आराखडे (संरचना) शोधले आणि वर्तणुकीसाठी जबाबदार असणाऱ्या एकापेक्षा अधिक चलांच्या एकत्रीकरणाचे विश्लेषण केले. अनोवामध्ये ह्या आराखड्यांना घटनात्मक संरचना म्हणून ओळखले जाते. घटनात्मक संरचना एकाच अवलंबी चलावर दोन किंवा अधिक स्वतंत्र चलांच्या (ज्यांना घटक म्हणतात) एकाचवेळी होणाऱ्या परिणामांचे परीक्षण करते. सर्वात सोपी घटनात्मक अनोवा संरचना म्हणजे पूर्णतः यादृच्छिक घटनात्मक संरचना होय, ज्यामध्ये प्रत्येकी दोन किंवा अधिक पातळ्या असलेले दोन किंवा अधिक घटक (किंवा उपचार) असतात. “पूर्णतः यादृच्छिक” ही संज्ञा असे सूचित करते की सहभागी घटक यादृच्छिक पद्धतीने घटकांच्या एकमेव पातळ्यांपैकी एका

पातळीशी जोडलेले असतात. जर एका घटकाच्या x पातळ्या असतील, आणि दुसऱ्या घटकाच्या y पातळ्या असतील, तर तेथे x गुणिले y संख्येइतकी घटक संयुगे असतील आणि प्रत्येक सहभागी घटक फक्त एकाच विशिष्ट परिस्थितीत (जिला सेल असेही म्हटले जाते) काम करू शकत असेल. घटनात्मक संरचना कधीकधी 2×3 (टू बाय थ्री असे म्हटले जाते.) घटकात्मक किंवा $2 \times 3 \times 3$ घटकात्मक संरचना या नावानेही ओळखल्या जातात. एक संख्या प्रत्येक घटकाच्या पातळ्यांची संख्या निर्देशित करते, आणि या संख्यांची संख्या प्रयोगातील घटकांची संख्या दर्शविते. अशा प्रकारे, $2 \times 3 \times 3$ घटकात्मक अनोवा मध्ये तीन स्वतंत्र घटक असतील, आणि 18 निरनिराळ्या उपचार पद्धती असतील. माझ्या मास्टर्सच्या प्रबंधात, मी $2 \times 2 \times 2 \times 2 \times 3$ अनोवा संरचना केली होती. म्हणून, माझी पाच-घटक अनोवा संरचना होती, ज्यात मी पाच स्वतंत्र चलांचे परीक्षण करत होतो, आणि त्यातील चारांमध्ये दोन पातळ्या होत्या आणि एकामध्ये तीन पातळ्या होत्या.

घटकात्मक संरचनेचे सर्वात महत्त्वाचे गुणवैशिष्ट्य: अन्योन्यक्रिया

घटकात्मक संरचनेचे सर्वात महत्त्वाचे गुणवैशिष्ट्य म्हणजे दोन स्वतंत्र चलांमधील अवलंबी चलावर होणारी अन्योन्यक्रिया हे आहे. दोन घटकांमधील अन्योन्यक्रिया प्रयोगकर्त्याला दोन्ही स्वतंत्र चलांचा एकाच वेळी अवलंबी चलावर कोणता परिणाम होतो हे ठरविण्याची मुभा देते. जर आपण एक स्वतंत्र चल घेऊन एक प्रयोग केला आणि त्याचे विश्लेषण एक-घटक अनोवाने केले, आणि नंतर दुसऱ्या स्वतंत्र चलावर दुसरी एक घटक अनोवा केली, तरी आपल्याला दोन्ही चलांचे एकत्रित परिणाम समजणार नाहीत. दोन स्वतंत्र चलांमधील अन्योन्यक्रिया हा अनोवातील घटकात्मक संरचनांचा एक सशक्त लाभ आहे आणि तो शास्त्रीय लेखनातील त्यांची लोकप्रियता स्पष्ट करतो. दोन स्वतंत्र चलांमधील प्रत्येकाला प्रमुख परिणाम असे म्हणतात. म्हणजेच, दोन-घटक अनोवा मध्ये दोन मुख्य परिणाम आणि एक अन्योन्यक्रिया असते.

घटकात्मक अनोवा मध्ये सोपे परिणामही असल्याचे सांगितले जाते. या प्रकारात, प्रयोगकर्त्यास एका स्वतंत्र चलाच्या सर्व पातळ्या दुसऱ्या स्वतंत्र चलाच्या फक्त एका पातळीखाली असण्यात स्वारस्य असते. प्रयोगकर्त्याला साध्या परिणामांमध्ये रस वाटण्यासाठी अन्योन्यक्रिया महत्त्वपूर्ण असावी लागते, कारण जर तेथे महत्त्वपूर्ण अन्योन्यक्रिया नसेल, तर फक्त मुख्य परिणामच प्रयोगाच्या निकालाचे भाकीत करू शकतील.

घटकात्मक अनोवा संरचनेची काही किंमत द्यावी लागते, आणि ती म्हणजे आपण प्रयोगाच्या साधेपणाचा, विश्लेषणातील सोपेपणाचा, आणि संगणनातील सोपेपणाचा त्याग करतो. घटकात्मक संरचना हा बहुधा एक मोठा प्रयोग असतो, आणि जर अनेक उपचार पातळ्या समाविष्ट असतील, तर सहभागींची संख्या आवाक्यापलीकडे मोठी होते. परंतु, सर्वसाधारणतः, दोन-घटक अनोवाचे लाभ आणि त्याच्या अन्योन्यक्रिया ह्या द्याव्या लागणाऱ्या किंमतीपेक्षा खूप जास्त असतात.

स्थिर आणि यादृच्छिक परिणाम आणि इन सीटू संरचना

अनोवा संरचनांमधील स्वतंत्र चलांचे स्वरूप वेगळे असू शकते. जर प्रयोगकर्ता स्वतंत्र चलाच्या विशिष्ट पातळ्यांमध्ये फक्त रुची दर्शवित असेल, आणि प्रयोगात समाविष्ट नसलेल्या इतर पातळ्यांचे सामान्यीकरण करण्यात त्याला रस नसेल, तर स्थिर परिणाम आहे असे म्हटले जाते. उदाहरणार्थ, लिंग हा स्वतंत्र चल म्हणून निवडण्यात आला, तर हा *स्थिर परिणाम* होईल कारण लिंगाच्या (नेहमी) फक्त दोन पातळ्या असतात. ह्या प्रकारात, हा इन सीटू स्वतंत्र चलही समजला जाईल

पायरी 3. वर्गांच्या बेरजेची बेरीज (SST) $\sum x^2$ ची बेरीज करून आणि त्यातून CM वजा करून काढली.

SST = Total $\sum x^2$ – CM

SST = 2459 – 1645.021

SST = 813.979

पहिल्या प्रमुख परिणामाचे संगणन

या उदाहरणात, येथे दोन प्रमुख परिणाम आहेतः लिंग (त्याच्या दोन पातळ्यांसह, पुरुष किंवा स्त्री) आणि वय (त्याच्या तीन पातळ्यांसह, तरुण, मध्यम आणि वृद्ध). चौथ्या पायरीत, दोन प्रमुख परिणामांपैकी एकाची निवड करा. कोणता आधी निवडला याने काहीही फरक पडत नाही. सहाव्या पायरीत, दुसऱ्या प्रमुख परिणामाचे संगणन केले जाईल.

पायरी 4 पहिला प्रमुख परिणाम. लिंग या घटकाच्या (पुरुष किंवा स्त्री) परिणामाचे संगणन करण्यासाठी, पुरुष परिस्थितींची बेरीज एकमेकात मिळवा (वयाचे गट लक्षात न घेता), आणि स्त्री परिस्थितींची बेरीज एकमेकात मिळवा (वयाचे गट लक्षात न घेता).

पुरुष परिस्थितींची बेरीज: 106 + 38 + 18 = 162

स्त्री परिस्थितींची बेरीज: 45 + 40 + 34 = 119

नंतर, या बेरजांचे वर्ग करा आणि त्यांना ह्या बेरजा ज्या निरीक्षणांवर आधारलेल्या होत्या त्या निरीक्षणांच्या संख्येने भाग द्या आणि ह्या भागाकारांची बेरीज करा.

$$\frac{(162)^2}{24}+\frac{(119)^2}{24}=1093.500+590.042=1683.542$$

पायरी 5. लिंगासाठी वर्गांच्या बेरजेचे संगणन करण्यासाठी (SSG), पायरी 4 मध्ये मिळालेली उत्तराची संख्या घ्या आणि त्यातून CM वजा करा. लक्षात घ्या की मी लिंगासाठी *G* वापरला आहे. तुम्ही *T, W,* किंवा *B* सोडून कोणतेही अक्षर वापरू शकता कारण त्यांचा उपयोग नंतर मोजण्यासाठी केला आहे.

SSG = 1683.542 – CM

SSG = 1683.542 – 1645.021

SSG = 38.521

दुसऱ्या प्रमुख परिणामाचे संगणन

आपण आपल्या मनाप्रमाणे लिंग हा पहिला प्रमुख घटक म्हणून निवडल्याने, आता वयाचे (त्याच्या तीन पातळ्यांसह) दुसरा प्रमुख घटक म्हणून संगणन केले जाईल.

पायरी 6 दुसरा प्रमुख परिणाम. वयाच्या परिणामांचे संगणन करण्यासाठी (तरुण, मध्यम आणि वृद्ध), तरुण परिस्थितीच्या बेरजा एकमेकात मिळवा (लिंग लक्षात न घेता), मध्यम परिस्थितीच्या बेरजा एकमेकात मिळवा (लिंग लक्षात न घेता), आणि वृद्ध वयाच्या परिस्थितीच्या बेरजा एकमेकात मिळवा (लिंग लक्षात न घेता).

तरुण वयोगट परिस्थितीची बेरीज: 106 + 45 = 151

मध्यम वयोगट परिस्थितीची बेरीज: 38 + 40 = 78

वृद्ध वयोगट परिस्थितीची बेरीज: 18 + 34 = 52

नंतर, या बेरजांचे वर्ग करा, आणि त्यांना ह्या बेरजा ज्या निरीक्षणांवर आधारलेल्या होत्या त्या निरीक्षणांच्या संख्येने भाग द्या आणि ह्या भागाकारांची बेरीज करा.

$$\frac{(151)^2}{16}+\frac{(78)^2}{16}+\frac{(52)^2}{16}=1425.063+380.250+169.000=1974.313$$

पायरी 7. वयासाठी वर्गांच्या बेरजेचे संगणन करण्यासाठी (SSA), पायरी 6 मध्ये मिळालेली उत्तराची संख्या घ्या आणि त्यातून CM वजा करा.

SSA = 1974.313 – CM

SSA = 1974.313 – 1645.021

SSA = 329.292

दोन प्रमुख परिणामांमधील अन्योन्यक्रियेचे संगणन

पायरी 8 मध्ये, अन्योन्यक्रियेसाठी वर्गांच्या बेरजेचे संगणनकेले जाईल. 2 × 3 संरचनेमध्ये, सहा बेरजा असतील (दुसऱ्या शब्दात दोन गुणिले तीन).

पायरी 8. लिंग आणि वय यांमधील अन्योन्यक्रिया परिणामांचे संगणन करण्यासाठी, सहा परिस्थितींमधील किंवा गटांमधील प्रत्येकाची बेरीज घ्या, त्यांचे वर्ग करा, आणि त्यातील प्रत्येकाला त्या ज्या निरीक्षणांवर आधारलेल्या होत्या त्या निरीक्षणांच्या संख्येने भाग द्या, आणि ह्या भागाकारांची बेरीज करा.

$$\frac{(106)^2}{8}+\frac{(38)^2}{8}+\frac{(18)^2}{8}+\frac{(45)^2}{8}+\frac{(40)^2}{8}+\frac{(34)^2}{8}$$

$$=1404.500+180.500+40.500+253.135+200.000+144.500$$

$$=2223.125$$

पायरी 9. अन्योन्यक्रिया परिणामांसाठी वर्गांची बेरीज मिळविण्यासाठी (SSG × A), पायरी 8 मध्ये मिळालेले मूल्य घ्या आणि त्यातून CM, SSG आणि SSA वजा करा.

$$SS_{G\times A} = 2223.125 - CM - SSG - SSA$$

$$SS_{G\times A} = 2223.125 - 1645.021 - 38.521 - 329.292$$

$$SS_{G\times A} = 210.291$$

पायरी 10. वर्गांची बेरीज ही त्रुटी मिळविण्यासाठी (SSW), SST घ्या आणि SSG, SSA आणि SSG × A वजा करा.

$$SSW = SST - SSG - SSA - SS_{G\times A}$$

$$SSW = 813.979 - 38.521 - 329.292 - 210.291$$

$$SSW = 235.875$$

पायरी 11. आता स्वतंत्रता पातळ्या (*df*) मोजल्या आहेत:

df_{SST} = the total number of scores – 1

$df_{SST} = 48 - 1 = 47$

df_{SSG} = the total number of gender levels – 1

$df_{SSG} = 2 - 1 = 1$

df_{SSA} = the total number of age levels – 1

$df_{SSA} = 3 - 1 = 2$

$$df_{SS_{G\times A}} = df_{SSG} \times df_{SSA}$$

$$df_{SS_{G\times A}} = 1\times 2 = 2$$

$$df_{SSW} = df_{SST} - df_{SSG} - df_{SSA} - df_{SS_{G\times A}}$$

$$df_{SSW} = 47 - 1 - 2 - 2 = 42$$

पायरी 12. वर्गांच्या बेरजेला योग्य *df* ने भागून मध्यमान वर्गांचे संगणन केले आहे.

$$\text{MSG} = \frac{\text{SSG}}{df_{SSG}} = \frac{38.521}{1} = 38.521$$

$$\text{MSA} = \frac{\text{SSA}}{df_{SSA}} = \frac{329.292}{2} = 164.646$$

$$\text{MS}_{G\times A} = \frac{\text{SS}_{G\times A}}{df_{SS_{G\times A}}} = \frac{210.291}{2} = 105.146$$

$$\text{MSW} = \frac{\text{SSW}}{df_{SSW}} = \frac{235.875}{42} = 5.616$$

पायरी 13. दोन प्रमुख परिणामांची (लिंग आणि वय) महत्त्वपूर्णता तपासण्यासाठी आणि अन्योन्यक्रियेसाठी योग्य मध्यमान वर्गांना MSW ने भागून *F* मूल्ये काढली.

$$F \text{ value for gender} = \frac{\text{MSG}}{\text{MSW}} = \frac{38.521}{5.616} = 6.859$$

$$F \text{ value for age} = \frac{\text{MSA}}{\text{MSW}} = \frac{164.646}{5.616} = 29.317$$

$$F \text{ value for gender} \times \text{ age} = \frac{\text{MS}_{G\times A}}{\text{MSW}} = \frac{105.146}{5.616} = 18.723$$

पायरी 14. परिशिष्ट E मधील *F* वितरण तक्त्याचा संदर्भ घेऊन काढलेल्या *F* मूल्यांच्या महत्त्वपूर्णता पातळ्या ठरवा आणि डेटा तक्त्यात मांडा. महत्त्वपूर्णता तपासण्यासाठी, अंशातील स्वतंत्रता पातळ्या म्हणजे प्रश्नातील प्रमुख परिणामासाठीचा *df*, आणि छेदासाठीचा *df* म्हणजे त्रुटी साठीच्या स्वतंत्रता पातळ्या. आत्ताच्या उदाहरणात, लिंगासाठी *F* मूल्याची महत्त्वपूर्णता ठरविण्यासाठी, अंशासाठीचा *df* 1 असेल, आणि छेदासाठीचा *df* 42 असेल. वयाच्या मुख्य परिणामासाठी,

अंशासाठीचा *df* 2 असेल, आणि छेदासाठीचा *df* 42 असेल. अन्योन्यक्रियेसाठी, अंशासाठीचा *df* 2 असेल, आणि छेदासाठीचा *df* 42 असेल. अशा प्रकारे, $p = .05$ पाशी लिंगासाठी निर्णायक मूल्य 4.07 असेल, आणि वयाच्या प्रमुख परिणामासाठी आणि अन्योन्यक्रियेसाठी निर्णायक मूल्य 3.22 असेल. शक्य असलेली सर्वात खालची महत्त्वपूर्णता पातळी नोंदविणे ही नेहमीची संख्याशास्त्रीय रूढी आहे. जर मिळालेले मूल्य निर्णायक मूल्यापेक्षा मोठे असेल, तर त्या *p* पातळीशी *F* मूल्य महत्त्वपूर्ण आहे अशी नोंद केली जाईल.

दोन घटक अनोवा स्रोत सारिणी

Source	*Sum of Squares*	df	*Mean Squares*	F	p
Gender	38.521	1	38.521	6.86	<.05
Age	329.292	2	164.646	29.32	<.01
Gender × age	210.291	2	105.146	18.72	<.01
Error	235.875	42	5.616		
Total	813.979	47			

लक्षात घ्या की जर लिंगाचे *F* मूल्य $p = .01$ पाशी असलेल्या निर्णायक मूल्यापेक्षा मोठे असेल, तर सर्व चार *F* मूल्ये $p < .01$ पेक्षा मोठी असतील असे नोंदविले जाईल कारण शक्य असलेली सर्वात खालची महत्त्वपूर्णता पातळी नोंदविणे ही संख्याशास्त्रीय रूढी आहे. बरेच संख्याशास्त्रीय कार्यक्रम नेमक्या *p* पातळ्या मोजतील, आणि बरेचदा $p = .000$ पाशी मोठी *F* मूल्ये महत्त्वपूर्ण असल्याचे नोंदविले जाईल. परंतु, महत्त्वपूर्णता पातळी .000 किंवा .00 बरोबर नोंदविणे ही संख्याशास्त्रीय रूढी नाही. म्हणजेच, $p < .001$ पाशी हे महत्त्वपूर्ण असल्याची नोंद केली जाईल. जर कॉम्प्युटर प्रोग्राम मध्ये $p = .0000$ पाशी महत्त्वपूर्णता नोंदविली असेल, तर बरेचदा $p < .0001$ पाशी ते महत्त्वपूर्ण असल्याचे नोंदविले जाते.

निकालांचे स्पष्टीकरण

घटकात्मक अनोवा ही एक शक्तिशाली परंतु गुंतागुंतीची संरचना आहे. म्हणून, तिचे स्पष्टीकरण तुलनात्मकदृष्ट्या थोडे जटिल होईल. निकाल एका वाक्यात सांगता येत नाहीत. आत्ताच्या उदाहरणात, दोन प्रमुख परिणाम आहेत आणि एक महत्त्वपूर्ण अन्योन्यक्रिया आहे. अशा कोणत्याही परिस्थितीत जिथे अन्योन्यक्रिया महत्त्वपूर्ण असते, तिथे दोन प्रमुख परिणामांमधील अन्योन्यक्रिया अत्यल्प असेल कारण निकाल प्रमुख परिणामांवरून ठरविता आलेले नसणार. आपण, आत्ताच्या 2 × 3 अनोवा च्या निकालांचा अन्वयार्थ आणि इतर प्रश्नांचा विचार पुढील प्रकरणात करणार आहोत.

संशोधन लेखामध्ये, आत्तापर्यंतचे निकाल असे लिहिले जाऊ शकतात.

> जसा वयाचा प्रमुख परिणाम महत्त्वपूर्ण होता, $F(2, 42) = 29.32, p < .01$, तसाच लिंगाचा प्रमुख परिणाम महत्त्वपूर्ण होता, $F(1, 42) = 6.86, p < .05$. अन्योन्यक्रियेचा परिणामही महत्त्वपूर्ण होता, $F(2, 42) = 18.72$,, $p < .01$. अन्योन्यक्रियेच्या पोस्ट हॉक विश्लेषणात उघड केले...

हे लक्षात घ्या की, जरी वयाचा प्रमुख परिणाम महत्त्वपूर्ण होता तरी परिणामाच्या तीन पातळ्या होत्या ज्यांच्यासाठी सामान्यपणे आपल्याला पोस्ट हॉक विश्लेषण करावे लागले असते, ते करावे लागले नाही कारण अन्योन्यक्रिया महत्त्वपूर्ण होती. जेव्हा दोन प्रमुख परिणामांमधील अन्योन्यक्रिया महत्त्वपूर्ण असते, त्याचा अर्थ असा की असे काहीतरी घडले आहे जे फक्त दोन प्रमुख परिणामांच्या परीक्षेत दिसले नसते. म्हणून, जेव्हा अन्योन्यक्रिया महत्त्वपूर्ण असते, तेव्हा दोन प्रमुख परिणाम महत्त्वपूर्ण असोत किंवा नसोत, त्यांची (दोन प्रमुख परिणामांची) चर्चा कमीतकमी असते..

महत्त्वाच्या संज्ञा आणि व्याख्या

संपूर्णपणे यादृच्छिक घटकात्मक संरचना (Completely randomized factorial design) – एक अशी अनोवा संरचना जिच्यात परिस्थितीत सहभागींची नेमणूक यादृच्छिक पद्धतीने केली जाते. ही, प्रत्यक्षात, situ अनोवा संरचनेत, साधारणतः वापरली जाऊ शकते, आणि आधीच्या संरचनेत कार्यकारणभावाचा परिणाम शोधता येतो; आणि नंतरच्या संरचनेत तसे करता येत नाही.

घटकात्मक संरचना (Factorial design) – अनोवातील अशी एक संरचना जिच्यात एखाद्या अवलंबी चलासाठी दोन किंवा अनेक प्रमुख परिणाम आणि महत्वाच्या परिणामांमधील अन्योन्यक्रियाचे मूल्यमापन करता येते.

अन्योन्यक्रिया (Interaction) – घटकात्मक संरचनेतील एखाद्या अवलंबी चलावर होणाऱ्या स्वतंत्र चलांचा किंवा दोन प्रमुख परिणामांचा एक अद्वितीय संगम. जर प्रयोगात एकाच स्वतंत्र चलांच्या दोन स्वतंत्र एक-घटक अनोवा नसत्या तर अन्योन्य क्रियेच्या परिणामाने जे निकाल दिले त्याचे भाकीत करता आले नसते.

प्रमुख परिणाम (Main effect) – अनोवा संरचनांमधील एका स्वतंत्र चलाच्या परिणामाचे दुसरे नाव. प्रत्येक प्रमुख परिणामाच्या दोन किंवा जास्त पातळ्या असल्या पाहिजेत.

सोपे परिणाम (Simple effects) – अशी एक परिस्थिती जिच्यात अन्योन्यक्रिया महत्त्वपूर्ण आहे आणि प्रयोगकर्त्याला एका स्वतंत्र चलाच्या पातळी खालील दुसऱ्या स्वतंत्र चलाच्या सर्व पातळ्यांमध्ये स्वारस्य आहे.

प्रकरण 12 सरावासाठी प्रश्न

1. घटकात्मक अनोवा चे फायदे आणि तोटे लिहा.
2. $2 \times 2 \times 3$ घटकात्मक अनोवात किती घटक आणि प्रत्येक घटकात किती पातळ्या आहेत, ते लिहा.
3. *प्रमुख परिणाम, साधे परिणाम,* आणि *अन्योन्यक्रिया* या संज्ञा समजून घ्या.
4. अनोवा मधील स्थिर आणि यादृच्छिक परिणामांमधील फरक लिहा.
5. (situ) सीटू संरचनांमुळे अनोवा नंतर निष्कर्षांवर कशा मर्यादा पडतात, हे समजून घ्या.
6. एका किरकोळ ट्रँक्विलायझर (Valium) च्या तीन पातळ्यांचा ज्येष्ठ प्रौढ आणि तरुण प्रौढ यांच्यावर होणाऱ्या गुंतागुंतीच्या परिणामाच्या वेळेत फरक आहे का याचा जटिल प्रयोग औषध कंपनीसाठी करण्यात एका संख्याशास्त्रज्ञाला स्वारस्य आहे. पंधरा ज्येष्ठ प्रौढांची (वयाचे मध्यमान 65 वर्ष, विस्तार = 60–75 वर्ष) तुलना 15 तरुण प्रौढांशी (वयाचे मध्यमान 21 वर्ष, विस्तार = 18–23 वर्ष) संगणकाच्या साहाय्याने परिणाम होण्याचा वेळ मोजून करण्यात आली. परिणामाचा वेळ 2 सेकंद (एक अत्यंत जलद परिणाम होण्याचा वेळ किंवा चांगला प्राप्तांक)

ते 10 सेकंदांपेक्षा जास्त वेळ (एक अत्यंत धीमा परिणाम होण्याचा वेळ किंवा खराब प्राप्तांक). सहभागींची विभागणी यादृच्छिक पद्धतीने 0 mg (प्लॅसिबो), 5 mg, किंवा 10 mg, मिळणाऱ्या औषधानुसार केली गेली आणि अर्ध्या तासानंतर, त्यांच्यावर होणाऱ्या परिणामाचा वेळ एकूण सेकंदात (पूर्ण संख्येत राउंड करून) नोंदविण्यात आला. दोन-घटक अनोवा चाचणी घेऊन स्रोत सारिणीत निकालांचा सारांश लिहा.

Young			*Older*		
0 mg	*5 mg*	*10 mg*	*0 mg*	*5 mg*	*10 mg*
7	7	13	5	4	18
4	8	10	7	3	16
5	7	10	5	2	16
5	6	9	6	6	20
4	7	10	4	4	14

SPSS पाठ 12

दोन घटकांसाठीच्या घटकात्मक अनोवा संरचनेचा उद्देश, एखाद्या अवलंबी चलाशी दोन स्वतंत्र चलांची (प्रत्येकी किमान दोन पातळ्या असलेली) परिणाम करणारी अन्योन्यक्रिया कशी आहे, हे ठरविणे, हा असतो. दोन घटकांसाठीच्या अनोवा मध्ये, दोन प्रमुख परिणाम (प्रत्येक स्वतंत्र चलाचा एक) आणि एक अन्योन्यक्रिया परिणाम (दोन स्वतंत्र चलांमधील) असतात.

या प्रकरणात, या आधी सांगितल्या प्रमाणे, ADHD झालेल्या रुग्णांच्या एका गटात लिंग आणि वय याप्रमाणे दुर्लक्ष कसे बदलते, हे निश्चित करण्याची एका मानसशास्त्रज्ञाची इच्छा आहे. खालीलप्रमाणे तीन वयोगट निवडण्यात आले होते: तरुण= 16 ते 29 वर्ष, मध्यमवयीन = 30 ते 49 वर्ष, आणि वयस्कर = 50 वर्ष किंवा जास्त वय. 10-मिनिटांच्या वर्तणूक निरीक्षणात दुर्लक्ष झाल्याच्या प्रसंगांची संख्या ह्या प्राप्तांकातून कळते. प्राप्तांकांचा विस्तार 1 प्रसंग (तुलनात्मकदृष्ट्या कमी दुर्लक्ष) ते 16 प्रसंग (खूप जास्त दुर्लक्ष) असा होता.

आवश्यक डेटा

या प्रकरणासाठी *Age Gender and Inattention.sav* हा डेटा संच लागणार आहे. या फाईलमध्ये खालील चलांचा डेटा आहे:

Gender	1 = *male*, 2 = *female*
Age	1 = *young*, 2 = *middle*, 3 = *older*
Inattention	Inattention instances during a 10-minute observation, range = 1–16

तुमच्या संगणकावर डेटा उतरविणे

1. तुमच्या वेब शोध स्थळातून www.uccs.edu/~faculty/fcoolidg/SPSS वर जा.
2. *Age Gender and Inattention.sav* या लिंकला माउसच्या उजव्या बाजूने स्पर्श करून Save Link As हा पर्याय निवडा.
3. *Enter name of file to save to* संवादात, डाव्या बाजूतील Desktop ची निवड करा आणि *File name* स्थळात Age Gender and Inattention.sav असे लिहा आणि Save पर्याय निवडा.

यामुळे, डेटा संच तुमच्या संगणकाच्या desktop वर *Age Gender and Inattention.sav* या नावाने साचविला जाईल.

दोन घटकांसाठी संपूर्ण यादृच्छिक अनोवा संरचनेचा उपयोग करणे

खालील पायऱ्या वापरून, या प्रकरणातील पृष्ठ क्रमांक 327 वर दर्शविल्याप्रमाणे, एका गटातील सहभागींमध्ये एखाद्या स्वतंत्र चलाच्या पातळ्यांप्रमाणे फरक पडतो का, हे ठरविण्यासाठी दोन घटक पुनरावृत्ती परिमाण अनोवा संरचनेचा उपयोग करा. या प्रकरणात, तुम्ही दोन घटकांसाठी संपूर्ण यादृच्छिक अनोवा संरचनेचा उपयोग ADHD झालेल्या प्रौढ रुग्णांच्या एका गटात दुर्लक्षाचे परिमाण लिंग आणि वय या प्रमाणे महत्त्वपूर्णदृष्ट्या बदलते की नाही, हे ठरविण्यासाठी करणार आहात.

1. *Data Editor* मध्ये *Age Gender and Inattention.sav file* ही फाईल उघडा.

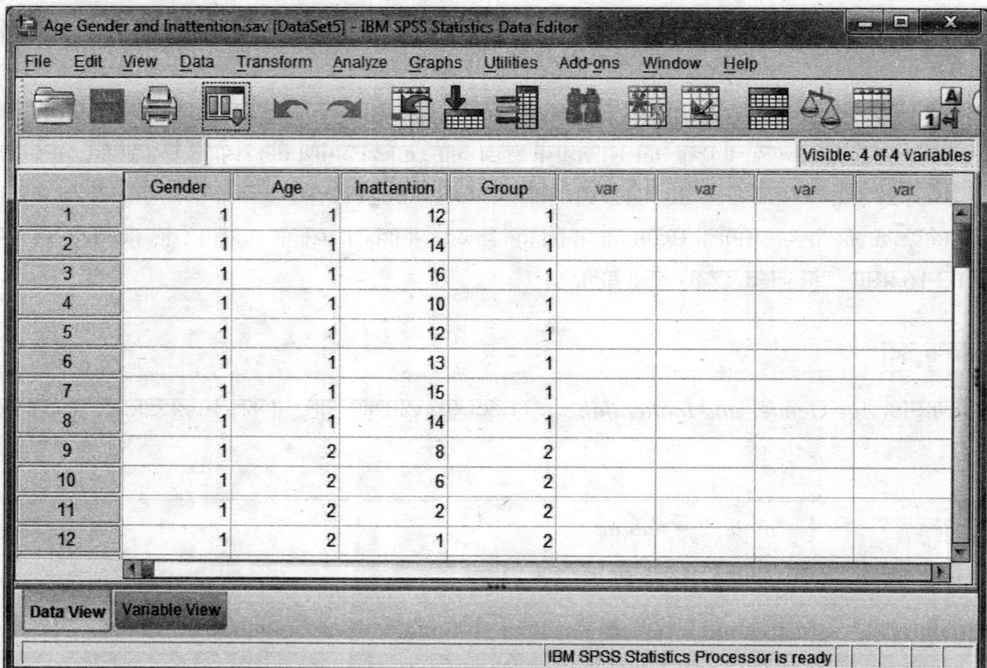

	Gender	Age	Inattention	Group	var	var	var	var
1	1	1	12	1				
2	1	1	14	1				
3	1	1	16	1				
4	1	1	10	1				
5	1	1	12	1				
6	1	1	13	1				
7	1	1	15	1				
8	1	1	14	1				
9	1	2	8	2				
10	1	2	6	2				
11	1	2	2	2				
12	1	2	1	2				

2. अनुक्रमे Analyze > General Linear Model > Univariate हे पर्याय निवडा.
3. *Univariate* संवादात, Inattention पर्याय arrow बटणाच्या साहाय्याने *Dependent Variable* स्थानावर हलवा.
4. Gender पर्याय arrow बटणाच्या साहाय्याने *Fixed Factor(s)* स्थानावर हलवा.
5. *Univariate* संवादात, Age पर्याय arrow बटणाच्या साहाय्याने *Fixed Factor(s)* स्थानावर हलवा आणि OK पर्याय वापरा.

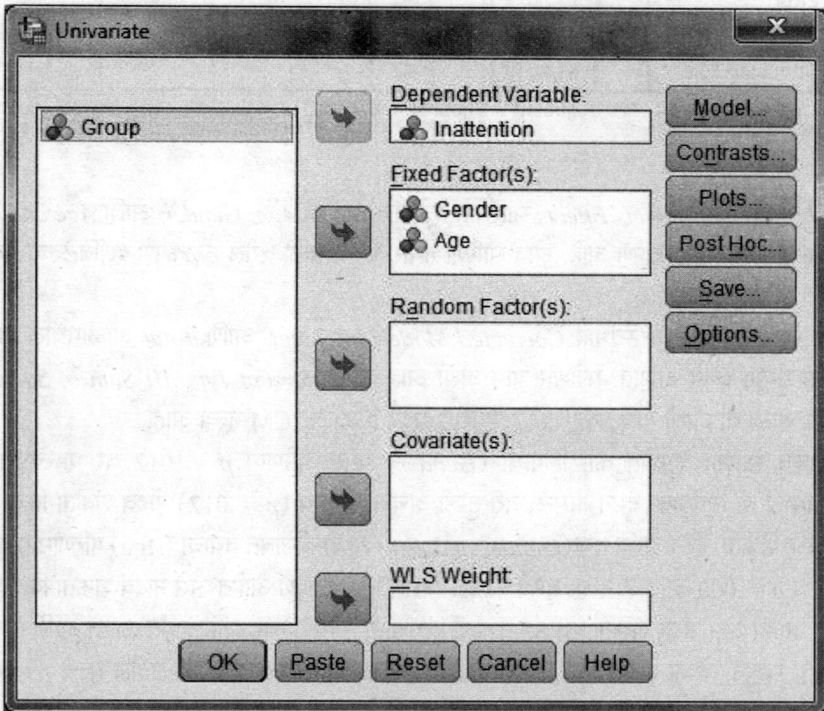

SPSS दोन घटकांसाठी संपूर्ण यादृच्छिक अनोवा संरचनेचा उपयोग दुर्लक्षाचे परिमाण लिंग आणि वय या प्रमाणे महत्त्वपूर्णदृष्ट्या बदलते की नाही, हे ठरविण्यासाठी करेल आणि निकाल *Statistics Viewer* वर दर्शवेल.

दोन घटकांसाठी संपूर्ण यादृच्छिक अनोवा संरचनेच्या निकालांचे स्पष्टीकरण लिहिणे

1. *Tests of Between-Subjects Effects* या सारिणीचे निरीक्षण करा.

Tests of Between-Subjects Effects

Dependent Variable:Inattention

Source	Type III Sum of Squares	df	Mean Square	F	Sig.
Corrected Model	578.104[a]	5	115.621	20.587	.000
Intercept	1645.021	1	1645.021	292.913	.000
Gender	38.521	1	38.521	6.859	.012
Age	329.292	2	164.646	29.317	.000
Gender * Age	210.292	2	105.146	18.722	.000
Error	235.875	42	5.616		
Total	2459.000	48			
Corrected Total	813.979	47			

a. R Squared = .710 (Adjusted R Squared = .676)

Tests of Between-Subjects Effects सारिणीत हे लक्षात घ्या की *Age, Gender,* आणि *Age and Gender* या सर्वांमधील अन्योन्यक्रिया महत्त्वपूर्ण आहे. स्रोत सारिणी तयार करण्यासाठी वरील ठळकपणे दर्शविलेल्या मूल्यांचा वापर करा.

हे लक्षात घ्या की, *Source* स्तंभात *Corrected Model, Intercept,* आणि *Total* ओळींमधील माहिती आपण लक्षात न घेता सोडून देणार आहोत. मजेशीर बाब अशी आहे की, *Intercept Type III Sum of Square* चे मूल्य प्रत्यक्षात आपल्याला या आधी याच प्रकरणातील पायरी 2 मध्ये मिळालेले CM मूल्य आहे.

SPSS स्रोत सारिणी दर्शविते की, लिंगाचा (*Gender*) प्रमुख परिणाम $p = .012$ वर महत्त्वपूर्ण होता. जरी नियतकालिकांमध्ये या विषयावर दुमत असले, तरी तुम्ही अचूक p मूल्य ($p = .012$) नोंदवू शकता किंवा ते $p < .02$ असे देखील लिहू शकता. लिंग आणि वय (*Gender and Age*) या दोन्हींबाबत वयाचा (*Age*) परिणाम महत्त्वपूर्ण आहे, परंतु त्यांची नोंद $p = .000$ वर करू नका. तुम्ही ते $p < .001$ वर महत्त्वपूर्ण आहेत असे नोंदवू शकता किंवा $p < .0005$ वर महत्त्वपूर्ण आहेत असे नोंदवू शकता. SPSS प्रणाली प्रत्यक्षात, p मूल्य चार दशांशांपर्यंत काढते आणि तीन पर्यंत राउंड करून नोंदविते. म्हणून, जेव्हा प्रणाली $p = .000$ नोंदविते, तेव्हा चार स्थानांपर्यंत प्रत्यक्षातील मूल्य $p < .0004$ किंवा त्यापेक्षा कमी असले पाहिजे, म्हणून त्याची नोंद $p < .0005$ अशी करता येऊ शकते.

प्रकरण 13

घटकात्मक अनोवाचे पोस्ट हॉक विश्लेषण

प्रकरण 13 उद्दिष्टे

- घटकात्मक अनोवामधील प्रमुख परिणामांचे पोस्ट हॉक विश्लेषण करणे आणि अन्वयार्थ लावणे
- घटकात्मक अनोवामधील अन्योन्यक्रियेचे पोस्ट हॉक विश्लेषण करणे आणि अन्वयार्थ लावणे
- घटकात्मक अनोवामधील परिणाम आकाराचे विश्लेषण करणे आणि अन्वयार्थ लावणे

या प्रकरणात, तुम्ही प्रमुख परिणामांचे आणि घटकात्मक अनोवामधील अन्योन्यक्रियेचे विश्लेषण कसे करायचे ते शिकाल. आपण प्रकरण 12 मधील उदाहरणातून मिळालेल्या निकालांबरोबर पुढे जाऊ.

प्रमुख परिणामाचा अन्वयार्थ: लिंग

लिंग या घटकाचे नल आणि पर्यायी गृहीतप्रमेय खालीलप्रमाणे आहेत:

$H_0: \mu_{I\text{-}M} = \mu_{I\text{-}F}$

$H_a: \mu_{I\text{-}M} \neq \mu_{I\text{-}F}$

जेथे,

$\mu_{I\text{-}M}$ = तीन वयोगटांच्या परिस्थितीतील सर्व पुरुषांची (M) दुर्लक्ष झालेल्या घटनांची (I) मध्यमान संख्या,

$\mu_{I\text{-}F}$ = तीन वयोगटांच्या परिस्थितीतील सर्व स्त्रियांची (F) दुर्लक्ष झालेल्या घटनांची (I) मध्यमान संख्या

प्रथम, आपण पहिल्या प्रमुख परिणामासाठीः लिंग या घटकासाठी, *F* मूल्याची महत्त्वपूर्णता कशी तपासायची याचा आढावा घेऊ. महत्त्वपूर्णता तपासण्यासाठी दोन प्रकारच्या स्वतंत्रता पातळ्या आवश्यक असतात. लिंगासाठीच्या प्रमुख परिणामासाठी df_1 किंवा अंशासाठीच्या *df* चा संदर्भ, लिंगासाठीच्या प्रमुख परिणामासाठी पातळ्यांची संख्या वजा 1 हा असतो. 11 व्या पायरीत हे मूल्य मिळाले होते (df_{SSG}): लिंगाच्या दोन पातळ्या असल्याने, 2 – 1 =1, df_1= 1. df_2 किंवा छेदासाठीच्या *df* चा संदर्भ df_{SSW} शी असतो, त्यासुद्धा 11 व्या पायरीत मिळाल्या होत्या. त्या अशाः $df_{SSW} = df_{SST} - df_{SSA} - df_{SSG\times A}$, किंवा 42. पूर्णतः यादृच्छिक दोन-घटक अनोवामध्ये, df_2 (किंवा छेदासाठीच्या *df*) दोन्ही प्रमुख परिणामांसाठी आणि अन्योन्यक्रियेसाठी सारखाच राहतो याची नोंद घ्या. $p = .05$ पाशी df_1=1 आणि df_2 = 42 बरोबर निर्णायक मूल्य $F = 4.07$ आहे. एक पूर्ण अनौपचारिक लेख असा दिसेल (पण अशा रूपात तो छापला जाणार नाही.):

> लिंग प्रमुख परिणामासाठी काढलेला $F = 6.86$ हा $p = .05$ पाशी $df_1 = 1$ आणि $df_2 = 42$ बरोबर तक्त्यातील निर्णायक *F* मूल्य = 4.07 पेक्षा मोठा आहे. म्हणून H_0 नाकारण्यात आले आहे, आणि असा निष्कर्ष काढला आहे की पुरुषांची दुर्लक्ष झालेल्या घटनांची मध्यमान संख्या ($M = 6.75$) स्त्रियांच्या दुर्लक्ष झालेल्या घटनांच्या मध्यमान संख्येपेक्षा $F(1, 42) = 6.86, p < .05$, महत्त्वपूर्णरित्या मोठी होती. संशोधन प्रश्नाच्या बाबतीत, असे दिसते की, पुरुष स्त्रियांपेक्षा अधिक दुर्लक्ष करणारे (जास्त अनवधानी) असतात.

लक्षात घ्या की आधीच्या परिच्छेदातील शेवटच्या वाक्याच्या आधीच्या वाक्यात "$F(1, 42) = 6.86, p < .05$" अशी ओळ होती. या ओळीत शक्य असलेली सर्वात खालची महत्त्वपूर्णता पातळी नोंदविता आली असती. परंतु, $p = .01$ पाशी लिंगासाठीचे निर्णायक *F* मूल्य 7.27 होते, आणि लिंगासाठी काढलेले *F* मूल्य ह्या मूल्यापेक्षा मोठे नव्हते, त्यामुळे या पातळीशी ते महत्त्वपूर्ण म्हणून नोंदविता आले नसते.

दोन-पातळी प्रमुख परिणामासाठी गुणज तुलना चाचणी अनावश्यक का असते, आणि गुणज तुलना चाचणी केव्हा आवश्यक असते?

लिंगासाठीच्या प्रमुख परिणामासाठी गुणज तुलना चाचणी अनावश्यक असते कारण त्याला फक्त दोन पातळ्या असतात. जर प्रमुख परिणामाला फक्त दोन पातळ्या असतील, आणि तो महत्त्वपूर्ण *F* निर्माण करत असेल, तर त्याची दोन मध्यमाने आपोआपच एकमेकांपासून महत्त्वपूर्णरित्या निराळी असतील. परंतु, जेव्हा महत्त्वपूर्ण प्रमुख परिणामाच्या दोनपेक्षा अधिक पातळ्या असतील, तर मध्यमानांमधील तफावतींच्या आकृतीबंधाचा अन्वयार्थ लावण्यासाठी गुणज तुलना चाचणी आवश्यक ठरते. जर पातळ्या कितीही असल्या तरी, प्रमुख परिणाम महत्त्वपूर्ण नसेल, तर निश्चितच, गुणज तुलना चाचणी लागू करू नये. परंतु, दोनपेक्षा जास्त पातळ्या असलेल्या महत्त्वपूर्ण प्रमुख परिणामात, जर दोन प्रमुख परिणामांमधील अन्योन्यक्रिया महत्त्वपूर्ण असेल तर गुणज तुलना चाचणी आवश्यक असणार नाही. येथे नंतरच्या मुद्द्यावर जोर देणे

महत्त्वाचे आहे. महत्त्वपूर्ण अन्योन्यक्रिया असे सूचित करते की, दोन प्रमुख परिणामांचे अन्वयार्थ लावून ज्याचे भाकीत करणे शक्य झाले नसते असे काहीतरी घडले आहे. म्हणून, जर अन्योन्यक्रिया महत्त्वपूर्ण असेल तर दोनपेक्षा जास्त पातळ्यांच्या महत्त्वपूर्ण प्रमुख परिणामाचे विश्लेषण पोस्ट हॉक चाचणीने करण्याची गरज नाही. जर अन्योन्यक्रिया महत्त्वपूर्ण नसेल, तर दोनपेक्षा जास्त पातळ्यांच्या प्रमुख परिणामातील कोणत्याही महत्त्वपूर्ण प्रमुख परिणामाचे पोस्ट हॉक विश्लेषण केले पाहिजे.

प्रमुख परिणाम: वय पातळ्या

वय पातळ्या घटकासाठी नल आणि पर्यायी गृहीतप्रमेये खालीलप्रमाणे असतील:

H_0: $\mu_{I\text{-}Y} = \mu_{I\text{-}M} = \mu_{I\text{-}O}$

H_a: नल गृहीतप्रमेय सत्य नाही.

जेथे,

$\mu_{I\text{-}Y}$ = तरुण वयाच्या परिस्थितीतील (Y) सर्व व्यक्तींची दुर्लक्ष झालेल्या घटनांची (I) मध्यमान संख्या

$\mu_{I\text{-}M}$ = मध्यम वयाच्या परिस्थितीतील (M) सर्व व्यक्तींची दुर्लक्ष झालेल्या घटनांची (I) मध्यमान संख्या

$\mu_{I\text{-}O}$ = वृद्ध वयाच्या परिस्थितीतील (O) सर्व व्यक्तींची दुर्लक्ष झालेल्या घटनांची (I) मध्यमान संख्या

वय पातळ्यांसाठी F ची महत्त्वपूर्णता तपासण्यासाठी सुद्धा दोन प्रकारच्या स्वतंत्रता पातळ्या आवश्यक असतात. वयासाठीच्या प्रमुख परिणामासाठी df_1 किंवा अंशासाठीच्या df चा संदर्भ वयासाठीच्या प्रमुख परिणामासाठी पातळ्यांची संख्या वजा 1 हा असतो. (दुसऱ्या शब्दात, 3 – 1 = 2) अकराव्या पायरीत हे मूल्य मिळाले होते (df_{SSA}). df_2 किंवा छेदासाठीच्या df चा संदर्भ df_{SSW} शी असतो, त्यासुद्धा अकराव्या पायरीत मिळाल्या होत्या. एक पूर्ण अनौपचारिक लेख असा दिसेल:

> वयासाठीच्या प्रमुख परिणामासाठी काढलेला $F = 29.32$ $p = .05$ पाशी $df_1 = 2$ आणि $df_2 = 42$ बरोबर असलेल्या निर्णायक $F = 3.22$ पेक्षा मोठा आहे. म्हणून H_0 नाकारण्यात आले आहे आणि असा निष्कर्ष काढला आहे की, तीन वय पातळ्यांपैकी किमान एकीचे दुर्लक्ष घटना मध्यमान दुसऱ्या एका वय पातळीच्या मध्यमानापेक्षा महत्त्वपूर्णरित्या निराळे आहे, $F(2, 42) = 29.32$, $p < .01$. मध्यमानांमधील तफावतींचा आकृतीबंध ठरविण्यासाठी, गुणज तुलना चाचणी गरजेची आहे. संशोधन समस्येच्या स्वरूपात, असे दिसते की वय पातळ्यांमध्ये दुर्लक्ष घटनांची संख्या महत्त्वपूर्णरित्या बदलते.

वयाच्या प्रमुख परिणामासाठी गुणज तुलना चाचणी

आधीच्या प्रकरणात नोंदवल्याप्रमाणे, दोन प्रमुख परिणामांमधील अन्योन्यक्रिया महत्त्वपूर्ण असेल, तर दोन किंवा तीन पातळ्या असलेल्या कोणत्याही महत्त्वपूर्ण प्रमुख परिणामासाठी गुणज तुलना चाचणी अनावश्यक असते. महत्त्वपूर्ण अन्योन्यक्रियेची उपस्थिती असे सूचित करते की दोन प्रमुख परिणामांचे अन्वयार्थ लावून ज्याचे भाकीत करणे शक्य झाले नसते असे काहीतरी घडले आहे. परंतु, येथे तीन पातळ्यांच्या महत्त्वपूर्ण प्रमुख परिणामाचे पोस्ट हॉक विश्लेषण पुढील विश्लेषणासाठी सादर केले जाईल, जेथे दोन प्रमुख परिणामांमध्ये महत्त्वपूर्ण अन्योन्यक्रिया नाही. तीन वयांच्या पातळ्यांसाठी दुर्लक्ष घटनांच्या संख्येच्या मध्यमानांची गरज आहे. पायरी 6 मध्ये वयांच्या तीन पातळ्यांसाठी बेरजा मिळविल्या होत्या. प्रत्येक मध्यमान 16 प्राप्तांकांवर (8 पुरुष आणि 8 स्त्रिया) आधारलेले आहे, म्हणून मध्यमाने सहाव्या पायरीतील मूल्यांच्या साहाय्याने सहज काढता आली. प्रकरण 10 मध्ये दाखविल्याप्रमाणे, प्रत्येक मध्यमानाची दुसऱ्याशी तुलना करा आणि तीन तुलनांची, मध्यमानांमधील तफावतींची निरपेक्ष मूल्ये काढा.

Mean Comparisons	*Means*	*Absolute Value of Difference*
$\overline{x}_{young} - \overline{x}_{middle}$	$= \lvert 9.44 - 4.88 \rvert$	$= 4.56$
$\overline{x}_{young} - \overline{x}_{older}$	$= \lvert 9.44 - 3.25 \rvert$	$= 6.19$
$\overline{x}_{middle} - \overline{x}_{older}$	$= \lvert 4.88 - 3.25 \rvert$	$= 1.63$

नंतर, खालील सूत्राप्रमाणे तुकेचे HSD निर्णायक मूल्य ठरवा.

$$\text{HSD} = q\sqrt{\frac{\text{MSW}}{N}}$$

प्रथम, परिशिष्ट F मधून (तुकेचा निर्णायक मूल्यांचा HSD q तक्ता) q चे मूल्य मिळवा. हा तक्ता पाहाण्यासाठी, आपल्याला तीन मूल्ये माहीत असणे आवश्यक आहे:

1. α पातळी किंवा p पातळी = .05 किंवा .01 (आपण .05 वापरणार आहोत). तुम्ही तुकेची चाचणी लागू करताना .05 किंवा .01 पाशी करण्याची निवड करू शकता याची नोंद घ्या, ती तुम्हाला डेटाचे, F च्या .05 किंवा .01 शी महत्त्वपूर्ण असण्याच्या निरपेक्ष अधिक चांगले आकलन करून देईल.

2. r = नल गृहीतप्रमेयातील मध्यमानांची संख्या; r म्हणजे प्रमुख परिणामातील पातळ्यांची संख्याही असते.

3. df_{MSW} किंवा df_{error} = महत्त्वपूर्ण F मूल्याच्या त्रुटी शी संबंधित असलेल्या स्वतंत्रता पातळ्या.

आपली तुकेची चाचणी $p = .05$ शी लागू केली जाईल. वयाच्या प्रमुख परिणामात तीन पातळ्या आहेत, म्हणून $r = 3$, आणि $df_{error} = 42$ (df_{SSW} किंवा df_{MSW}) . म्हणून, q मूल्य 3.44 आहे. लक्षात घ्या की तुकेच्या तक्त्यात 42 पाशी त्रुटी df ची यादी दिलेली नाही, म्हणून आपण 40 पाशी असलेले df मूल्य वापरू. पुन्हा, कारणमीमांसा अशी आहे की, आपल्याकडे 42 df आहेत, म्हणजे आपल्याकडे किमान 40 df आहेत का? होय! आपल्याकडे किमान 60 df आहेत का? नाही!

नंतर, MSW चे मूल्य ठरवा (मध्यमान वर्ग त्रुटी किंवा गटांतर्गत). ह्या मूल्याला मध्यमान वर्ग त्रुटी असेही म्हणतात. पायरी 14 मध्ये MSW च्या मूल्याचे सारिणीकरण केले होते. आत्ताच्या उदाहरणात, MSW = 5.616.

अखेरीस, N = प्रत्येक मध्यमान ज्यांवर आधारलेले आहे त्या प्राप्तांकांची संख्या (जर Ns सारखे नसतील, तर प्रकरण 10 मध्ये वर्णन केल्याप्रमाणे हार्मोनिक मध्यमान वापरा) प्रत्येक वय पातळी 16 प्राप्तांकांवर आधारलेली होती.

अशा प्रकारे,

$$HSD = 3.44\sqrt{\frac{5.616}{16}}$$

$$HSD = 2.04$$

मिळालेले HSD मूल्य हे निर्णायक मूल्य आहे. $p < .05$ पाशी महत्त्वपूर्णरित्या निराळे होण्यासाठी मध्यमानांमधील तफावती ह्या निर्णायक मूल्यापेक्षा मोठ्या असल्याच पाहिजेत. म्हणजेच, महत्त्वपूर्णरित्या निराळे असण्यासाठी, मध्यमान जोडी तफावतीचे निरपेक्ष मूल्य 2.04 पेक्षा मोठे असलेच पाहिजे.

आता ज्या मध्यमान जोड्या निर्णायक HSD मूल्यापेक्षा मोठ्या आहेत, त्यांना ॲस्टेरिस्क चिन्ह जोडा.

Mean Comparisons	*Means*	*Absolute Value of Difference*
$\bar{x}_{young} - \bar{x}_{middle}$	$= \lvert 9.44 - 4.88 \rvert$	= 4.56 *
$\bar{x}_{young} - \bar{x}_{older}$	$= \lvert 9.44 - 3.25 \rvert$	= 6.19 *
$\bar{x}_{middle} - \bar{x}_{older}$	$= \lvert 4.88 - 3.25 \rvert$	= 1.63

*p < .05.

याचा अन्वयार्थ लावण्यास मदत व्हावी, यासाठी मध्यमान तफावतींचा आकृतीबंध आकृती 13.1 मध्ये दाखविल्याप्रमाणे आलेखाद्वाराही प्रदर्शित करता येईल.

आता, अखेरीस आपण मध्यमान तफावतींच्या आकृतीबंधाचा अन्वयार्थ लावू शकू. तरुण गटासाठी असलेले दुर्लक्ष घटनांचे मध्यमान (9.44) हे मध्यम गटासाठी असलेल्या दुर्लक्ष घटनांच्या मध्यमानापेक्षा (4.88) महत्त्वपूर्णरित्या मोठे होते. तरुण गटासाठी असलेले दुर्लक्ष घटनांच्या संख्येचे मध्यमान (9.44) हे वृद्ध गटासाठी असलेल्या दुर्लक्ष घटनांच्या

आकृती 13.1 जोड्यांनुसार तुलनांचे आलेखीय सादरीकरण

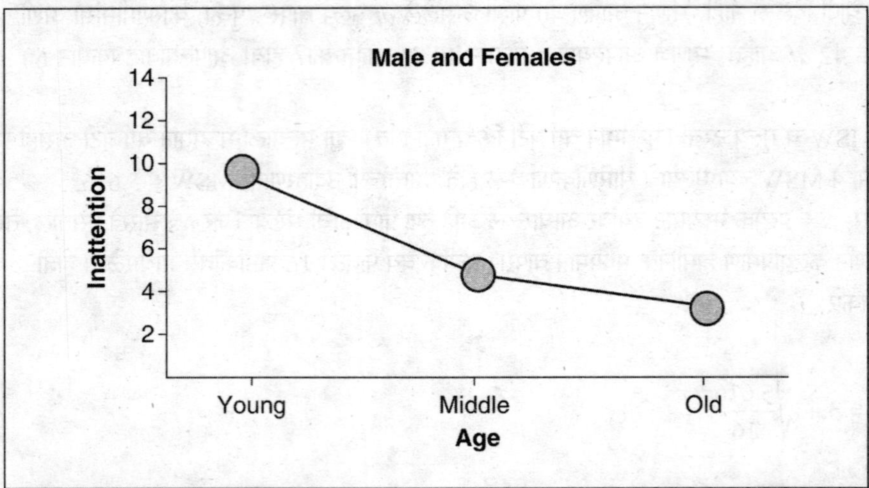

संख्येच्या मध्यमानापेक्षा सुद्धा (3.25) महत्त्वपूर्णरित्या मोठे होते. परंतु, मध्यम आणि वृद्ध गटांमधील मध्यमान तफावतींचे निरपेक्ष मूल्य तुकेच्या HSD मूल्यापेक्षा मोठे नव्हते; ही दोन मध्यमाने एकमेकांपेक्षा महत्त्वपूर्णरित्या निराळी नाहीत. हे अनुमान संकल्पनात्मक दृष्टिकोनातून महत्त्वाचे आहे कारण ते असे सूचित करते की जरी दोन मध्यमाने गणिती दृष्टीने निराळी असली (4.88 विरुद्ध 3.25), तरी संख्याशास्त्रीय दृष्ट्या आपल्याला असे समजले आहे की ह्या तफावतीला विश्वसनीय तफावत समजण्यासाठी ती फारच लहान आहे. अशा प्रकारे, आपण असे अनुमान काढू की तरुण लोक दोन वयस्कर गटांपेक्षा महत्त्वपूर्णरित्या अधिक गाफील असतात. परंतु, मध्यम वयोगटातील लोक वृद्ध लोकांपेक्षा जास्त गाफील नसतात किंवा याउलट.

धोक्याची सूचनाः जेव्हा अन्योन्यक्रिया महत्त्वपूर्ण असेल तेव्हा तुमच्या प्रमुख परिणामाच्या निष्कर्षांवर मर्यादा घाला

दोन-घटक अनोवामध्ये अन्योन्यक्रिया महत्त्वपूर्ण असेल, तर तेथे दोन चलांचा अवलंबी चलावर एकत्रितपणे काही विलक्षण परिणाम होत होता, ज्याचे भाकीत दोन प्रमुख परिणामांच्या स्वतंत्रपणे काढलेल्या निष्कर्षांमधून करता येण्यासारखे नव्हते. म्हणजेच, जर अन्योन्यक्रिया महत्त्वपूर्ण असेल, तर तुमच्या निष्कर्षांवर कडक मर्यादा घाला. खरे तर, काही संख्याशास्त्रज्ञ अन्योन्यक्रिया महत्त्वपूर्ण असल्यास प्रमुख परिणामांबाबत कोणतेही निष्कर्ष काढू नका अशी शिफारस करतात.

आधीच्या प्रकरणात नोंद केल्याप्रमाणे, जर्नलमध्ये प्रसिद्ध झालेल्या लेखात ह्या मुद्द्यावरील लिखाण असे दिसू शकेल:

> लिंगासाठीचा प्रमुख परिणाम महत्त्वपूर्ण होता, $F(1, 42) = 6.86$, $p < .05$, जसा वयासाठीचा प्रमुख परिणाम होता, $F(2, 42) = 29.32$, $p < .01$. अन्योन्यक्रियाही महत्त्वपूर्ण होती, $F(2, 42) = 18.72$, $p < .01$. अन्योन्यक्रियेचे पोस्ट हॉक विश्लेषण प्रकट करते...

गुणज तुलना चाचण्या

बऱ्याचशा गुणज तुलना चाचण्या, प्रमुख परिणाम किंवा अन्योन्यक्रिया $p < .05$ किंवा $p < .01$ ला महत्त्वपूर्ण आहेत की नाहीत याची दखल न घेताच, $p < .05$ किंवा $p < .01$ ला घेतल्या जात असतील. तुमची गुणज तुलना चाचण्या लागू करण्याची मार्गदर्शक तत्त्वे, कोणती p पातळी तुमच्या डेटाचे सर्वोत्तम स्पष्टीकरण देते, ही असली पाहिजेत. म्हणजेच, $p = .05$ आणि $p = .01$ ला मध्यमान तफावतींचे आकृतीबंध पाहणे आणि कोणता आकृतीबंध तुमच्या डेटाचे सर्वोत्तम स्पष्टीकरण देतो हे पाहणे, चांगले ठरेल.

अन्योन्यक्रिया परिणामाचा अन्वयार्थ

लिंग आणि वयाच्या पातळ्यांच्या प्रमुख परिणामांमधील अन्योन्य क्रियांसाठी नल आणि पर्यायी गृहीतप्रमेये खालीलप्रमाणे असतील:

H_0: लिंग आणि वयाच्या दुर्लक्ष घटनांच्या संख्येवर होणाऱ्या प्रमुख परिणामांमध्ये अन्योन्यक्रिया घडत नाही.

H_a: लिंग आणि वयाच्या दुर्लक्ष घटनांच्या संख्येवर होणाऱ्या प्रमुख परिणामांमध्ये अन्योन्यक्रिया घडते.

df_1 किंवा अंशासाठीचा अन्योन्यक्रियेचा df हा लिंगाच्या प्रमुख परिणामांचा df गुणिले वयाच्या प्रमुख परिणामांसाठीचा df_1 (दुसऱ्या शब्दात, $1 \times 2 = 2$). हे मूल्य पायरी 11 मध्येही मिळवले होते ($df_{SSG} \times A$). df_2 किंवा छेदासाठीचा df म्हणजे SSW साठीचा df, हा ही पायरी 11 मध्ये मिळवला होता (df_{SSW}). ह्याचे अनौपचारिक लिखाण असे दिसू शकेल:

> अन्योन्यक्रिया परिणामाचा काढलेला $F = 18.72$ हा $p = .05$ शी $df_1 = 2$ आणि $df_2 = 42$ बरोबर असलेल्या निर्णायक $F = 3.22$ पेक्षा मोठा आहे. म्हणून, H_0 नाकारण्यात आले आहे, आणि असा निष्कर्ष काढण्यात आला आहे की दुर्लक्ष घटनांच्या संख्येबाबत लिंग आणि वय यांमध्ये महत्त्वपूर्ण अन्योन्यक्रियाआहे, $F(2, 42) = 18.72, p < .01$. मध्यमानांमधील तफावतींचा आकृतीबंध ठरविण्यासाठी, गुणज तुलना चाचणी करावीच लागेल. संशोधन समस्येच्या बाबतीत, दुर्लक्ष घटनांच्या संख्येबाबत लिंग आणि वय यांमध्ये महत्त्वपूर्ण अन्योन्यक्रिया होते.

आता, अन्योन्यक्रियांच्या सहा मध्यमानांवर तुकेची पोस्ट हॉक चाचणी करावीच लागेल (2×3 अनोवा मध्ये अन्योन्यक्रियेत सहा मध्यमाने असतील, आणि 3×4 अनोवा मध्ये अन्योन्यक्रियेत 12 मध्यमाने असतील). प्रत्येक लिंगाच्या सर्व वयोगटांसाठी दुर्लक्ष घटनांच्या संख्येसाठी मध्यमाने गरजेची आहेत. आठव्या पायरीत, सहा बेरजा मिळाल्या होत्या, प्रत्येक मध्यमान आठ प्राप्तांकांवर आधारलेले होते. प्रकरण 10 मध्ये सादर केल्याप्रमाणे, प्रत्येक मध्यमानाची एकमेकांशी तुलना करा आणि तीन तुलनांसाठी मध्यमानांमधील निरपेक्ष तफावत काढा. लक्षात घ्या की जर मध्यमान तुलनेचे गट सोप्या प्रमुख परिणामासारखे केलेले असतील तर ते संकल्पनात्मक दृष्टिकोनातून सोपे होईल.–म्हणजे, एका प्रमुख परिणामाच्या सर्व पातळ्यांची (उदा. वय) दुसऱ्या प्रमुख परिणामाच्या फक्त एका पातळीशी (उदा. लिंग) तुलना केली जाईल. म्हणून, आपण सर्व पुरुषांच्या मध्यमानांची तुलना पहिल्यांदा सर्व तीन वयांच्या पातळ्यांशी

करू आणि नंतर सर्व स्त्रियांच्या मध्यमानांची तुलना सर्व तीन वयांच्या पातळ्यांशी करू. शेवटी वयाच्या प्रत्येक पातळीशी पुरुष विरुद्ध स्त्रियांच्या मध्यमानाची तुलना करू.

Mean Comparisons	*Means*	*Absolute Value of Difference*
For the males		
$\bar{x}_{\text{M-young}} - \bar{x}_{\text{M-middle}}$	$= \|13.25 - 4.75\|$	$= 8.50$
$\bar{x}_{\text{M-young}} - \bar{x}_{\text{M-older}}$	$= \|13.25 - 2.25\|$	$= 11.00$
$\bar{x}_{\text{M-middle}} - \bar{x}_{\text{M-older}}$	$= \|4.75 - 2.25\|$	$= 2.50$
For the females		
$\bar{x}_{\text{F-young}} - \bar{x}_{\text{F-middle}}$	$= \|5.63 - 5.00\|$	$= 0.63$
$\bar{x}_{\text{F-young}} - \bar{x}_{\text{F-older}}$	$= \|5.63 - 4.25\|$	$= 1.38$
$\bar{x}_{\text{F-middle}} - \bar{x}_{\text{F-older}}$	$= \|5.00 - 4.25\|$	$= 0.75$
Males vs. females at each age level		
$\bar{x}_{\text{M-young}} - \bar{x}_{\text{F-young}}$	$= \|13.25 - 5.63\|$	$= 7.62$
$\bar{x}_{\text{M-middle}} - \bar{x}_{\text{F-middle}}$	$= \|4.75 - 5.00\|$	$= 0.25$
$\bar{x}_{\text{M-older}} - \bar{x}_{\text{F-older}}$	$= \|2.25 - 4.25\|$	$= 2.00$

सूचना: $p < .05$.

नंतर, खालील सूत्रानुसार तुकेचे HSD निर्णायक मूल्य काढू:

$$\text{HSD} = q\sqrt{\frac{\text{MSW}}{N}}$$

प्रथम, परिशिष्ट F वरून q चे मूल्य काढा (तुकेचा निर्णायक मूल्यांचा HSD q तक्ता). हा तक्ता पाहण्यासाठी आपल्याला तीन मूल्ये माहीत असण्याची आवश्यकता असेल:

1. α पातळी किंवा p पातळी = .05 किंवा .01. (आपण .05 चा वापर करू)
2. r = अन्योन्यक्रियेतील एकमेवाद्वितीय मध्यमानांची संख्या. 2 × 3 अनोवा मध्ये 2 वेळा 3 एकमेवाद्वितीय मध्यमाने असतील, म्हणून ह्या उदाहरणात $r = 6$.
3. df_{MSW} किंवा df_{error} = महत्त्वपूर्ण F मूल्याच्या त्रुटीशी संबंधित स्वतंत्रता पातळ्या.

तुकेची चाचणी $p = .05$ शी लागू केली जाईल. म्हणजे, q मूल्य 4.23 आहे. नोंद करा की तुकेच्या तक्त्यात 42 पाशी त्रुटीचा df नोंदविलेला नाही, म्हणून आपण 40 पाशी असलेले df मूल्य वापरले आहे. पुन्हा, कारणमीमांसा अशी आहे की, आपल्याकडे 42 df आहेत, म्हणून आपल्याकडे किमान 40 df आहेत का? होय! आपल्याकडे किमान 60 df आहेत का? नाही!

नंतर, MSW चे मूल्य ठरवा. MSW च्या मूल्याचे सारिणीकरण पायरी 14 मध्ये करण्यात आले होते. आत्ताच्या उदाहरणात, MSW = 5.616.

अखेरीस, N = मध्यमान ज्यांच्यावर आधारित होते त्या प्राप्तांकांची संख्या (जर Ns ची संख्या समान नसेल, तर प्रकरण 10 मध्ये वर्णन केल्याप्रमाणे हार्मोनिक मध्यमान वापरा). प्रत्येक वय पातळी आठ प्राप्तांकांवर आधारलेली आहे. अशा प्रकारे,

$$\text{HSD} = 4.23\sqrt{\frac{5.616}{8}}$$

$$\text{HSD} = 3.54$$

मिळालेले HSD मूल्य हे निर्णायक मूल्य आहे. $p < .05$ शी महत्त्वपूर्णरित्या निराळ्या असण्यासाठी मध्यमानांमधील तफावती ह्या निर्णायक मूल्यापेक्षा मोठ्या असल्याच पाहिजेत. म्हणजेच,महत्त्वपूर्णरित्या निराळे असण्यासाठी, मध्यमान जोडी तफावतीचे निरपेक्ष मूल्य 3.54 पेक्षा मोठे असलेच पाहिजे.जर मध्यमान तफावतीचे निरपेक्षमूल्य निर्णायक मूल्यापेक्षा मोठे नसेल, तर मध्यमाने एकमेकांपासून महत्त्वपूर्णरित्या निराळी मानता येणार नाहीत.

आता, ज्या मध्यमान जोड्या HSD निर्णायक मूल्यापेक्षा मोठ्या आहेत त्या $p < .05$ पाशी महत्त्वपूर्णरित्या निराळ्या आहेत असे सूचित करण्यासाठी त्यांना ॲस्टेरिस्क चिन्ह जोडा.

Mean Comparisons	*Means*	*Absolute Value of Difference*
For the males		
$\bar{x}_{\text{M-young}} - \bar{x}_{\text{M-middle}}$	$= \|13.25 - 4.75\|$	$= 8.50^{*}$
$\bar{x}_{\text{M-young}} - \bar{x}_{\text{M-older}}$	$= \|13.25 - 2.25\|$	$= 11.00^{*}$
$\bar{x}_{\text{M-middle}} - \bar{x}_{\text{M-older}}$	$= \|4.75 - 2.25\|$	$= 2.50$

(पुढे चालू)

(पुढे चालू)

Mean Comparisons	*Means*	*Absolute Value of Difference*
For the females		
$\bar{x}_{F\text{-young}} - \bar{x}_{F\text{-middle}}$	$= \lvert 5.63 - 5.00 \rvert$	$= 0.63$
$\bar{x}_{F\text{-young}} - \bar{x}_{F\text{-older}}$	$= \lvert 5.63 - 4.25 \rvert$	$= 1.38$
$\bar{x}_{F\text{-middle}} - \bar{x}_{F\text{-older}}$	$= \lvert 5.00 - 4.25 \rvert$	$= 0.75$
Males vs. females at each age level		
$\bar{x}_{M\text{-young}} - \bar{x}_{F\text{-young}}$	$= \lvert 13.25 - 5.63 \rvert$	$= 7.62^{*}$
$\bar{x}_{M\text{-middle}} - \bar{x}_{F\text{-middle}}$	$= \lvert 4.75 - 5.00 \rvert$	$= 0.25$
$\bar{x}_{M\text{-older}} - \bar{x}_{F\text{-older}}$	$= \lvert 2.25 - 4.25 \rvert$	$= 2.00$

$^{*}p < .05.$

मध्यमान तफावतींचा आकृतीबंध आकृती 13.2 मध्ये दाखविल्याप्रमाणे, आलेखानेही दाखविता येतो.

अखेरीस, आपण मध्यमान तफावतींच्या रचनेचा अन्वयार्थ अन्योन्यक्रियेमध्ये लावू शकू. येथे कोणतेही सोपे विधान करणे शक्य नाही, म्हणून आपण निकालांच्या आकृतीबंधाची सोप्या प्रमुख परिणामांच्या परिभाषेत चर्चा करू (म्हणजे, एका स्वतंत्र चलाची एक पातळी दुसऱ्या स्वतंत्र चलाच्या सर्व पातळ्यांखाली). पहिली दोन विश्लेषणे एका लिंगाच्या पातळीसाठी वयाच्या सर्व तीन पातळ्यांशी असलेले सोपे प्रमुख परिणाम असतील, आणि शेवटचे विश्लेषण प्रत्येक वय पातळीसाठी दोन्ही लिंगांसाठी असलेले सोपे प्रमुख परिणाम असतील.

पुरुषांसाठी

अभ्यासातील ADHD एडीएचडी पुरुषांसाठी, तरुण पुरुषांसाठी दुर्लक्ष घटनांची मध्यमान संख्या (13.25) मध्यम वयोगटाच्या दुर्लक्ष घटनांच्या मध्यमान संख्येपेक्षा (4.75) आणि वृद्ध पुरुषांच्या मध्यमानापेक्षा (2.25) महत्त्वपूर्णरित्या मोठी होती. नंतरच्या दोन गटांच्या मध्यमानांमध्ये महत्त्वपूर्ण तफावत नव्हती.

स्त्रियांसाठी

अभ्यासातील एडीएचडी स्त्रियांसाठी, दुर्लक्ष घटनांच्या मध्यमान संख्येत तरुण गटासाठी (5.63), मध्यम गटासाठी (5.00) किंवा वृद्ध वयोगटासाठी (4.25) महत्त्वपूर्णरित्या तफावती नव्हत्या.

आकृती 13.2 जोड्यांनुसार तुलनांचे आलेखीय सादरीकरण (पुरुष, स्त्रिया, आणि पुरुष वि. स्त्रिया)

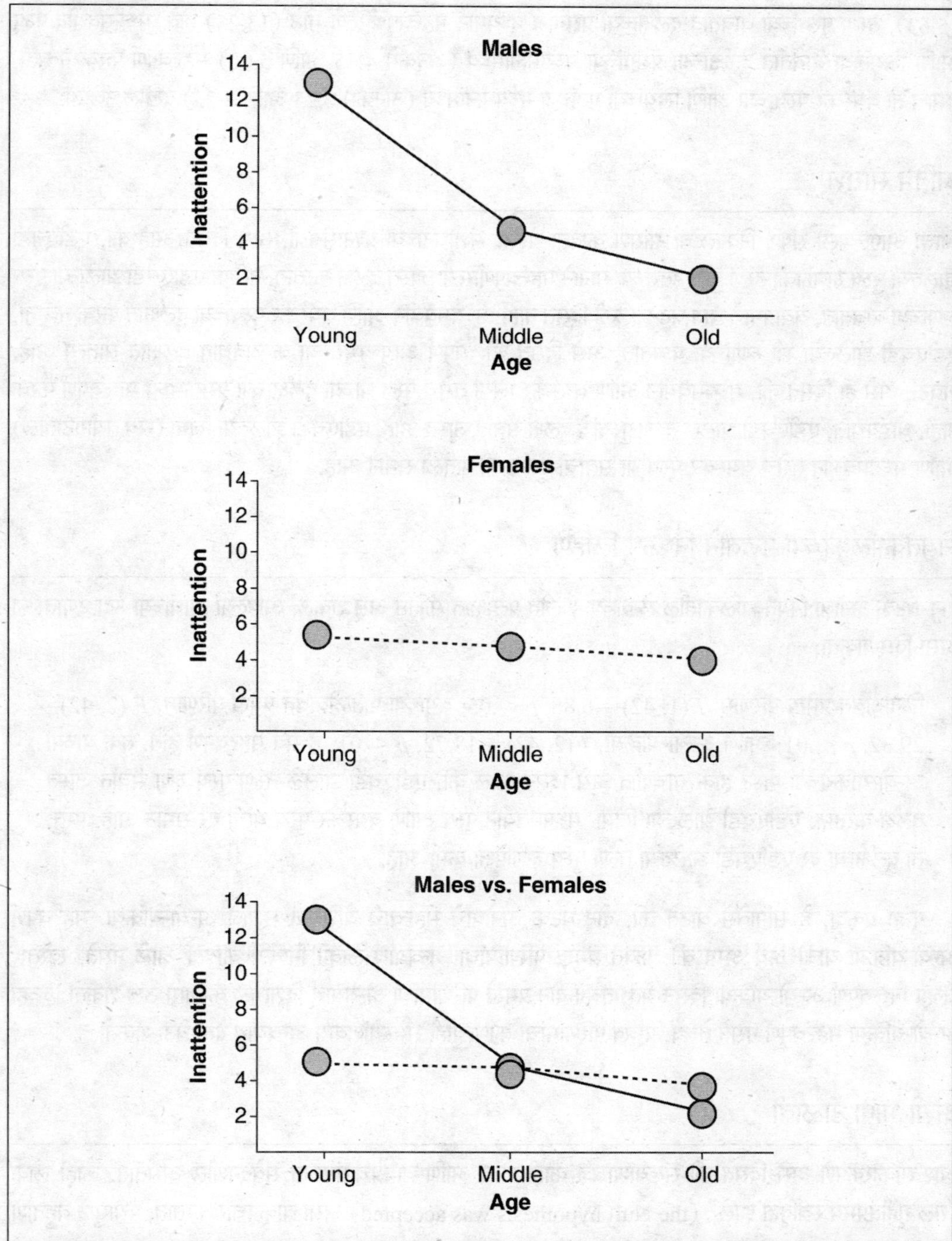

पुरुष विरुद्ध स्त्रिया

पुरुषांची आणि स्त्रियांची तुलना करताना, असे लक्षात येते की, तरुण स्त्रियांच्या बाबतीतील दुर्लक्षाच्या प्रसंगांच्या मध्यमानापेक्षा (5.63), तरुण पुरुषांच्या बाबतीत दुर्लक्षाच्या प्रसंगांचे मध्यमान महत्त्वपूर्णरित्या मोठे (13.25) होते. मध्यमवयीन पुरुष आणि स्त्रियांच्या बाबतीत दुर्लक्षाच्या प्रसंगांच्या मध्यमानांमध्ये (अनुक्रमे 4.75 आणि 5.00) महत्त्वपूर्ण फरक नव्हता, तसाच तो वयस्कर पुरुषांच्या आणि स्त्रियांच्या गटांच्या मध्यमानांमध्ये (अनुक्रमे 2.25 आणि 4.25) देखील नव्हता.

अंतिम सारांश

आत्ता आपल्याला संपूर्ण निकालांचा सारांश काढता येईल. संशोधनाच्या प्रश्नासंबंधी, असे दिसते आहे की, एडीएचडी झालेल्या पुरुष रुग्णांपैकी तरुण पुरुष इतरांच्या मानाने महत्त्वपूर्णरित्या जास्त दुर्लक्ष करतात. तरीही, एडीएचडी झालेल्या पुरुष रुग्णांच्या बाबतीत, वयाप्रमाणे यात घट झालेली दिसत नाही, मध्यमवयीन आणि वयस्कर पुरुषांच्या दुर्लक्षात फरक नव्हता. एडीएचडी झालेल्या स्त्री रुग्णांच्या बाबतीत, असे दिसते की, संपूर्ण आयुष्यभराच्या कालावधीत दुर्लक्षात सातत्य आहे. शेवटी, असे ही दिसते की, मध्यमवयीन आणि वयस्कर स्त्रिया तसेच पुरुष यांच्या दुर्लक्षांच्या प्रसंगामध्ये महत्त्वपूर्ण फरक नाही. थोडक्यात, एडीएचडी झालेले तरुण पुरुषांचे दुर्लक्ष सर्वात जास्त आहे. एडीएचडी झालेल्या स्त्रिया (सर्व वयोगटातील) आणि मध्यमवयीन तसेच वयस्कर पुरुष या सर्वांची दुर्लक्षाची पातळी समान आहे.

नियतकालिकांच्या पद्धतीने निष्कर्ष लिहिणे

दोन-घटक अनोवा नियतकालिकातील लेखाच्या शैलीत प्रत्यक्षात संक्षिप्त असू शकेल. आपल्या आधीच्या उदाहरणात, तो असा दिसू शकतो:

> लिंगाबाबत प्रमुख परिणाम, $F(1, 42) = 6.86, p < .05$; वयाच्या पातळीबाबत प्रमुख परिणाम, $F(2, 42) = 29.32, p < .01$; आणि अन्योन्यक्रिया, $F(2, 42) = 18.72, p < .01$, हे सर्व महत्त्वपूर्ण होते. तुके यांच्या अन्योन्यक्रियेच्या पोस्ट हॉक चाचणीत असे दिसून आले की, एडीएचडी झालेले तरुण पुरुष रुग्ण सर्वात जास्त दुर्लक्ष करतात. एडीएचडी झालेल्या स्त्रिया, मध्यमवयीन पुरुष आणि वयस्कर पुरुष यांचा दर समान आहे. परंतु, तो दुर्लक्षाचा दर एडीएचडी झालेल्या तरुण पुरुष रुग्णांपेक्षा कमी आहे.

पुन्हा एकदा, हे सांगावेसे वाटते की, दोन-घटक अनोवाचे महत्त्वाचे वैशिष्ट्य म्हणजे अन्योन्यक्रिया. महत्त्वपूर्ण अन्योन्यक्रिया याचा अर्थ असा की, फक्त प्रमुख परिणामांचा अन्वयार्थ लावून निष्कर्ष काढता आले नसते. खरेतर, जेव्हा महत्त्वपूर्ण अन्योन्यक्रिया दिसून येते, तेव्हा दोन प्रमुख परिणामांचा अन्वयार्थ दिशाभूल करणारा ठरू शकतो. जेव्हा अन्योन्यक्रिया महत्त्वपूर्ण नसते तेव्हा, प्रमुख परिणामांचा कोणत्याही समस्येशिवाय अन्वयार्थ देता येऊ शकतो.

अशी भाषा टाळावी

आश्चर्यकारकपणे असे दिसते की संख्याशास्त्रज्ञ काही शब्द आणि वाक्प्रचारांबाबत संवेदनशील असतात. काही लोक "नल गृहीतप्रमेय स्वीकृत झाले" (the Null hypothesis was accepted) असा वाक्प्रचार करतात, ज्यामुळे बहुतांश

संख्याशास्त्रज्ञ अतिशय चिडतात. (ही चीड,तिडीक यापेक्षा थोडी कमी गंभीर म्हणता येते) "नल गृहीतप्रमेय स्वीकृत झाले" याचा अर्थ असा होतो की, नल गृहीतप्रमेय सत्य आहे किंवा आपण त्यातील सत्य, ते तसे नसताना, मान्य करतो आहोत. आपण त्यातील सत्य अथवा असत्याशी संबंधित नसलेल्या अनेक कारणांनी नल गृहीतप्रमेय अस्वीकृत करू. उदाहरणार्थ, प्रयोगात खरोखरच ताकद नसू शकते (खूपच कमी व्यक्ती असल्याने), स्वतंत्र चलाचा परिणाम फारच कमजोर असेल, किंवा अवलंबी चल अयोग्य असेल किंवा संवेदनाशील नसेल. काही संख्याशास्त्रज्ञांना तर "नल गृहीतप्रमेय स्वीकृत झाले किंवा अस्वीकृत झाले' हे वाक्प्रचार आवडतच नाहीत. त्यांना असे वाटते की, नुसता शब्द स्वीकृत यालाच नल गृहीतप्रमेयातील सत्याला मान्यता दिल्याचा गर्भितार्थ आहे. हे संख्याशास्त्रज्ञ "नल गृहीतप्रमेय अस्वीकृत किंवा अस्वीकृत करता न येणे" असा वाक्प्रचार पसंत करतात.

काही संख्याशास्त्रज्ञांना त्रस्त करणारा दुसरा वाक्प्रचार म्हणजे "खूप महत्त्वपूर्ण" (highly significant). त्यांचा युक्तिवाद असा आहे की, .05 पातळीवर एकतर नल गृहीतप्रमेय अस्वीकृत होते किंवा होत नाही. कारण, महत्त्वपूर्णतेची पारंपरिक पातळी आहे $p = .05$, या p पातळीपेक्षा निर्णायक मूल्य मोठे असेल तर नल गृहीतप्रमेय अमान्य (अस्वीकृत) होते. त्यांचा युक्तिवाद असा आहे की, आपण $p < 01$ किंवा $p < .001$ या पातळ्यांवर नल गृहीतप्रमेय अस्वीकृत करत नाही. ते आधीच $p = .05$ पातळीवर अस्वीकृत झालेले असते. म्हणून, उदाहरणार्थ, जेव्हा आपण $p < .001$ पातळीसाठी निष्कर्ष नोंदवितो, तेव्हा तो "खूप महत्त्वपूर्ण" नसतो. तो फक्त महत्त्वपूर्ण (नल गृहीतप्रमेय $p = .05$ पातळीवर आधीच अस्वीकृत झालेले असते) असतो, आणि प्रथम प्रकारची त्रुटी घडण्याची संभाव्यता फार कमी असते (म्हणजे, $p < .001$ साठी 1,000 त एक पेक्षा कमी योग). "खूप महत्त्वपूर्ण" हा वाक्प्रचार सुद्धा गोंधळ निर्माण करू शकतो कारण महत्त्वपूर्ण या शब्दाचा उपयोग मूल्य निर्णय म्हणून (काहीतरी उपयुक्त किंवा मौल्यवान आहे) केला गेला आहे, की त्याचा उपयोग संख्याशास्त्रीय निर्णयासाठी (जर नल गृहीतप्रमेय अस्वीकृत झाले असेल तर निर्णय महत्त्वपूर्ण असतात) केला आहे, याबाबत संभ्रम निर्माण होऊ शकतो. "खूप महत्त्वपूर्ण" या वाक्प्रचाराला मूल्य निर्णय तसेच संख्याशास्त्रीय निर्णय या दोन्हीचा संमिश्र अन्वयार्थ असणे, हे जास्त असयुक्तिक ठरते. आपण "हा प्रथम प्रकारची त्रुटी असण्याची कमी संभाव्यता असलेला महत्त्वपूर्ण शोध आहे" असे नोंदविणे जास्त योग्य ठरेल.

संभाव्य निकालांचा दोन-घटक अनोवामध्ये शोध घेणे

दोन-घटक अनोवामध्ये दोन प्रकारचे प्रमुख परिणाम आणि एक अन्योन्यक्रिया परिणाम असल्यामुळे, गृहीतप्रमेय चाचणीचे फक्त दोन प्रकारचे निकाल (महत्त्वपूर्ण किंवा महत्त्वपूर्ण नाही) असू शकतात, एकूण संभाव्य निकालांची संख्या $2 \times 2 \times 2 = 8$ इतकी असते. या निकालांच्या सारांशासाठी आकृती 13.3 पाहा. हे लक्षात घ्या की, जिथे प्रमुख परिणामाच्या रेषा समांतर नाहीत त्या प्रत्येक परिस्थितीत अन्योन्यक्रिया महत्त्वपूर्ण आहे.

दोन-घटक अनोवामध्ये परिणाम आकार ठरविणे

F चे महत्त्वपूर्ण अथवा महत्त्वपूर्ण नसलेले मूल्य तरीही स्वतंत्र चलाच्या अवलंबी चलावरील परिणामाची ताकद दर्शवत नाही. ओमेगा-वर्ग (omega-squared) (ω^2) (एक-घटक अनोवाप्रमाणेच, फक्त यात प्रत्येक F मूल्यासाठी तीन स्वतंत्र विश्लेषणांची आवश्यकता असते. दोन-घटक अनोवासाठी सूत्र खालीलप्रमाणे आहेतः

आकृती 13.3 2 × 2 अनोवा परिणामाचा आकार आठ संभाव्य प्रमुख परिणाम आणि अन्योन्यक्रिया

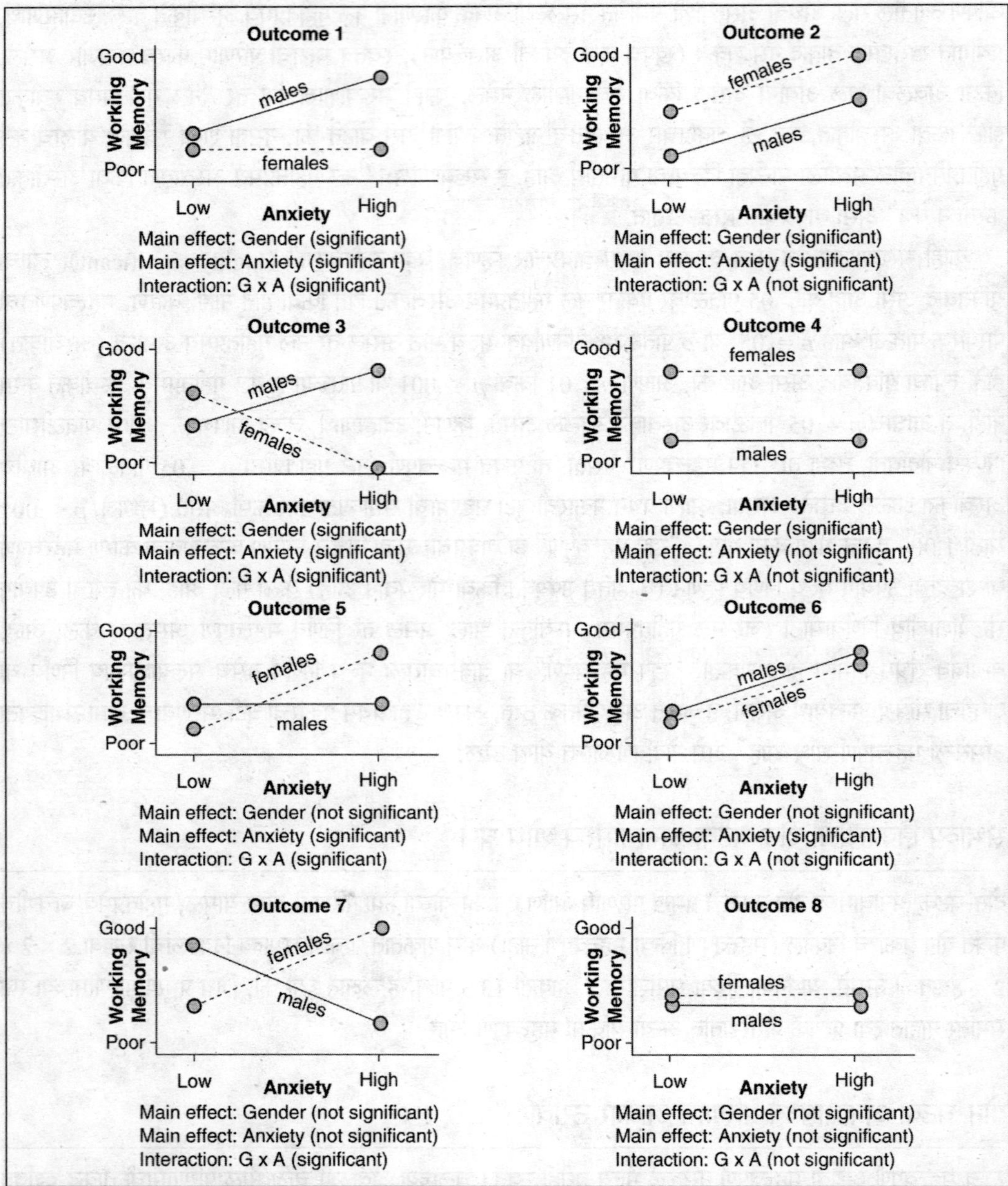

सूचना: या दोन-घटक अनोवाच्या उदाहरणात, लिंग (पुरुष वि. स्त्रिया) आणि चिंतेच्या पातळ्या (उच्च किंवा नीच) हे प्रमुख परिणाम होते.सक्रिय स्मरणशक्ती (अल्प-मुदतीच्या स्मरणशक्तीची क्षमता) हे अवलंबी चल होते. गडद रेषा पुरुषांची माहिती देतात आणि ठिपक्यांची रेषा स्त्रियांची माहिती देतात.

पहिल्या प्रमुख परिणामासाठी (ज्याला घटक A म्हटले आहे),

$$\omega_A^2 = \frac{\text{SSA} - (k-1)\text{MSW}}{\text{SST} + \text{MSW}}$$

जेथे,

SSA = पहिल्या प्रमुख परिणामाच्या किंवा प्रमुख परिणाम A च्या वर्गांची बेरीज,

k = पहिल्या प्रमुख परिणामाच्या पातळ्यांची संख्या.

दुसऱ्या प्रमुख परिणामासाठी (ज्याला घटक B म्हटले आहे),

$$\omega_B^2 = \frac{\text{SSB} - (k-1)\text{MSW}}{\text{SST} + \text{MSW}}$$

जेथे,

SSB = दुसऱ्या प्रमुख परिणामाच्या किंवा प्रमुख परिणाम B च्या वर्गांची बेरीज,

k = दुसऱ्या प्रमुख परिणामाच्या पातळ्यांची संख्या.

अन्योन्यक्रियेसाठी (जिला $A \times B$ म्हटले आहे),

$$\omega_{A\times B}^2 = \frac{\text{SS}_{A\times B} - (df_{A\times B} - 1)\text{MSW}}{\text{SST} + \text{MSW}}$$

जेथे,

$\text{SS}_{A\times B}$ = अन्योन्यक्रियेच्या वर्गांची बेरीज,

$df_{A\times B}$ = अन्योन्यक्रियेची स्वातंत्र्य पातळी.

अनेक परिस्थितींमध्ये, जेव्हा F चे मूल्य महत्त्वपूर्ण असते तेव्हा आपल्याला फक्त परिणामाचा आकार ठरवायचा असतो. तरीही, जेव्हा अनोवाची ताकद कमी (कदाचित फारच कमी सहभागी असल्याने) असते आणि F चे मूल्य महत्त्वपूर्णतेला पोहचत नाही परंतु तिच्या जवळ गेलेले असते (ज्याला बऱ्याचवेळा कल असे म्हटले जाते) तेव्हा, तुम्हाला महत्त्वपूर्णता नसतानाही स्वतंत्र चलाचा अवलंबी चलावर परिणाम होतो का, हे पाहण्यासाठी परिणामाचा आकार ठरविण्यात स्वारस्य असू शकते.

लिंगाच्या प्रमुख परिणामाबाबत, मागील संगणनविषयक उदाहरणात,

$$\omega_A^2 = \frac{38.521-(2-1)5.616}{813.979+5.616} = .04$$

वयाच्या पातळीच्या प्रमुख परिणामाबाबत, मागील संगणनविषयक उदाहरणात,

$$\omega_B^2 = \frac{329.292-(3-1)5.616}{813.979+5.616} = .39$$

अन्योन्यक्रियेबाबत, मागील संगणनविषयक उदाहरणात,

$$\omega_{A\times B}^2 = \frac{210.291-(2)5.616}{813.979+5.616} = .24$$

ओमेगा-वर्गाच्या अन्वयार्थाच्या मार्गदर्शक तत्त्वांनुसार,

$\omega^2 > .01$ = small effect

$\omega^2 > .06$ = medium effect

$\omega^2 > .15$ = large effect

म्हणून, आपल्याला असे दिसू शकते की, लिंगाबाबत प्रमुख परिणामासाठी ω^2 लहान किंवा मध्यम परिणाम आकाराच्या मध्ये असतो. वयाबाबत प्रमुख परिणामासाठी $\omega^2 = .39$ फार मोठा परिणाम आकार दर्शवितो. हे लक्षात ठेवा की, ω^2 याचा अन्वयार्थ अवलंबी चलाच्या प्रचलनातील स्वतंत्र चलामुळे होणाऱ्या प्रचलनाची शेकडेवारी असा देखील लावता येतो. म्हणून, ω^2 हे एकूण प्राप्तांकांच्या प्रचलनातील किती प्रमाणात उपचारामुळे होते आहे, आणि, स्वाभाविकपणे होते आहे, उरलेले किती यादृच्छिक घटकांमुळे आहे, हे मोजणारे एक परिमाण आहे. वयोगटांच्या प्रमुख परिणामासाठी, एकूण प्राप्तांकांच्या प्रचलनातील 39% वयाच्या परिणामामुळे आहे, आणि 61% माहिती नसलेल्या किंवा यादृच्छिक घटकांमुळे आहे, असे म्हणता येते. अन्योन्यक्रियेसाठी, $\omega^2 = .24$ असे दर्शविते की, परिणामाचा आकार मोठा आहे, आणि म्हणून, दोन प्रमुख परिणामांमधील अन्योन्यक्रिया अवलंबी चलाच्या जवळजवळ 24% प्रचलनास कारणीभूत आहे.

इतिहासाचा मागोवा

फिशर आणि धूम्रपान

1958 मध्ये, वयाच्या 68 व्या वर्षी, या आधी नमूद केल्याप्रमाणे, रोनाल्ड फिशर यांनी नामांकित नियतकालिकांमध्ये कर्करोग आणि धूम्रपान यांच्यातील संबंधांवर प्रश्नचिन्ह निर्माण करणारे तीन लेख लिहिले. ते दीर्घकाल पाईपने धूम्रपान करणारे असल्याने, त्यांनी अशी हटवादी भूमिका घेतली होती की, कर्करोग आणि धूम्रपान यांच्यातील संबंध, सहसंबंध या

प्रकारातला होता आणि त्यातून कोणताही कारणात्मक संबंध सूचित होऊ शकत नव्हता . इतिहासतज्ञ आणि संख्याशास्त्रज्ञ डेव्हिड साल्सबर्ग (2001) यांच्या मते, फिशर यांनी काही महत्त्वाच्या संशोधकांवर डेटा निर्माण केल्याबाबत दोषारोप देखील केले होते. 1959 मध्ये, संख्याशास्त्रज्ञ आणि कर्करोगतज्ज्ञांनी 30 पानी लेखात उपलब्ध असलेल्या सर्व अभ्यासांचा आणि फिशर यांनी, तसेच तंबाखूजन्य पदार्थ निर्माण करणाऱ्या कंपन्यांनी घेतलेल्या हरकतींचा परामर्श घेतला. त्यांच्या निष्कर्षांनुसार, कर्करोग आणि धूम्रपान यांच्यातील कारणात्मक संबंध सूचित करणारा जबरदस्त पुरावा मिळाला होता. फिशर यांनी त्यांच्या कारकिर्दीत अशी ठाम भूमिका घेणे हे उपरोधिक ठरते कारण त्यांनीच, त्या आधी, प्रतिकृतीच्या गरजेवर आणि प्रयोगांच्या श्रेणीवर, खूप भर दिला होता. तथापि, हे, यादृच्छिक निवड केल्याशिवाय आणि नियंत्रित प्रयोगाशिवाय काहीही सिद्ध होऊ शकत नाही, या त्यांच्या भूमिकेशी सुसंगत आहे.

1956 मध्ये रोनाल्ड फिशर (वयाच्या 66 व्या वर्षी)

स्रोत: Southampton विद्यापीठ

1962 मध्ये, त्यांना भारतीय संख्याशास्त्रीय संस्थेच्या 30 व्या वर्धापनादिनानिमित्त भारतात आमंत्रित करण्यात आले होते. या परिषदेस जर्झी नेमन (Jerzy Neyman), (Egon Pearson,) एगन पिअर्सन आणि जगभरातील इतर नामांकित संख्याशास्त्रज्ञ हजर होते, आणि ते सर्व उपस्थित, अक्षरशः इतर सर्व शाखांवर संख्याशास्त्राचा जो प्रभाव दिसत होता त्याबद्दल उत्तेजित झाल्याचा अहवाल देण्यात आला आहे. रोनाल्ड फिशर (Ronald Fisher) यांचे वयाच्या 72 व्या वर्षी परिषदेहून परतताना बोटीत निधन झाले. त्यांची धूम्रपानासंबंधी अशी ढळढळीत चुकीची भूमिका असली तरीही, त्यांच्या लेखांचा आणि पुस्तकांचा, आधुनिक संख्याशास्त्राच्या उपयोजनावर कदाचित एकमेव, अत्यंत सखोल प्रभाव पडला आहे.

महत्त्वाच्या संज्ञा, चिन्हे, आणि व्याख्या

अत्यंत महत्त्वपूर्ण (Highly significant) – या संज्ञेचा वापर टाळला पाहिजे कारण (a) तिला मूल्याधिष्ठित अनुमानाचा गर्भितार्थ आहे (म्हणजे निकाल महत्त्वाचे आणि मूल्यवान आहेत) आणि (b) ती असे सुचविते की नल गृहीतप्रमेय p च्या .05 पेक्षा खालच्या पातळीवर अस्वीकृत झाले आहे. बहुतांश संख्याशास्त्रज्ञांचा युक्तिवाद असा आहे की, जर नल गृहीतप्रमेय p =.05 किंवा त्यापेक्षा कमीसाठी अस्वीकृत झाले तर, फक्त p ची शक्य तेवढी कमीत कमी पातळी नोंदविली पाहिजे.

ओमेगा-वर्ग (Omega-squared) (ω^2) – स्वतंत्र चल कारणीभूत असलेली, अवलंबी चलाच्या प्रचलनाची शेकडेवारी.

नल गृहीतप्रमेय अस्वीकृत झाले होते (The null hypothesis was accepted) – या संज्ञेचा वापर टाळला पाहिजे कारण बहुतेक संख्याशास्त्रज्ञांना, फक्त नल गृहीतप्रमेय अमान्य होऊ शकले नाही म्हणून कोणत्याही प्रकारे नल गृहीतप्रमेयाला पुष्टी द्यायला आवडत नाही. खरोखरच, नल गृहीतप्रमेय बरोबर असू शकते, परंतु, प्रयोगाची ताकद कमी पडू शकते (खूपच कमी व्यक्ती असल्यास), कारण स्वतंत्र चल परिणाम करण्यास फारच कमी पडते किंवा अवलंबी चल अयोग्य असेल अथवा स्वतंत्र चलाबाबत संवेदनाशून्य असेल.

प्रकरण 13 सरावासाठी प्रश्न

1. महत्त्वपूर्ण प्रमुख परिणामासाठी गुणज तुलना चाचणी कधी आवश्यक असते?
2. महत्त्वपूर्ण अनोन्यक्रियेसाठी गुणज तुलना चाचणी कधी आवश्यक असते?
3. घटकात्मक अनोवा चाचणीत कोणत्या परिस्थितींमध्ये गुणज तुलना चाचणी गरजेची किंवा योग्य ठरत नाही?
4. काही संख्याशास्त्रज्ञांना "अत्यंत महत्त्वपूर्ण" हा वाक्प्रचार का त्रासदायक वाटतो?
5. काही संख्याशास्त्रज्ञ "नल गृहीतप्रमेय स्वीकृत झाले" या वाक्प्रचाराला का विरोध करतात?
6. प्रकरण 12 मधील प्रश्न 6 चे पोस्ट हॉक विश्लेषण करा.

SPSS पाठ 13

या प्रकरणात, घटकात्मक अनोवाचे पोस्ट हॉक विश्लेषण कसे करायचे, याचे विवेचन करू. घटकात्मक अनोवाचे पोस्ट हॉक विश्लेषण करण्यामागील हेतू अवलंबी चलाच्या कमीतकमी तीन पातळ्यांमध्ये महत्त्वपूर्ण फरक आहे की नाही, हे ठरविणे, हा असतो.

एका मानसशास्त्रज्ञाची, एडीएचडी झालेल्या प्रौढ रुग्णांच्या एका गटात लिंग आणि वयाच्या कार्याप्रमाणे झालेले दुर्लक्ष कसे बदलते, हे निश्चित करण्याची इच्छा आहे. खालीलप्रमाणे तीन वयोगट निवडण्यात आले होते: तरुण = 16 ते 29 वर्ष, मध्यमवयीन = 30 ते 49 वर्ष, आणि वयस्कर = 50 वर्ष किंवा जास्त वय. 10 मिनिटांच्या वर्तणूक निरीक्षणात दुर्लक्ष झाल्याच्या प्रसंगांची संख्या हे प्राप्तांक होते. प्राप्तांकांचा विस्तार 1 प्रसंग = तुलनात्मकदृष्ट्या कमी दुर्लक्ष ते 16 प्रसंग = खूप जास्त दुर्लक्ष, असा होता.

आवश्यक डेटा

या प्रकरणासाठी *Age Gender and Inattention.sav* हा डेटा संच लागणार आहे. या फाईलमध्ये खालील चलांचा डेटा आहे:

Gender	1 = *male*, 2 = *female*
Age	1 = *young*, 2 = *middle*, 3 = *older*
Inattention	Inattention instances during a 10-minute observation, range = 1–16

तुमच्या संगणकावर डेटा संच उतरविणे

1. तुमच्या वेब शोध स्थळातून www.uccs.edu/~faculty/fcoolidg/SPSS वर जा.
2. *Age Gender and Inattention.sav* या लिंकला माउसच्या उजव्या बाजूने स्पर्श करून Save Link As हा पर्याय निवडा.

3. *Enter name of file to save to* संवादात, डाव्या बाजूतील Desktop ची निवड करा आणि *File name* स्थळात Age Gender and Inattention.sav असे लिहा आणि Save पर्याय निवडा.

यामुळे, डेटा संच तुमच्या संगणकाच्या desktop वर *Age Gender and Inattention.sav* या नावाने साठविला जाईल.

घटकात्मक अनोवाचे पोस्ट हॉक विश्लेषण करणे

या प्रकरणात, तुम्ही दोन-घटक संपूर्णपणे यादृच्छिक अनोवा संरचना वापरून, एडीएचडी झालेल्या प्रौढ रुग्णांच्या एका गटात लिंग आणि वयाच्या कार्याप्रमाणे दुर्लक्षाच्या परिमाणात महत्त्वपूर्ण फरक दिसतो की नाही, हे पाहणार आहात.

1. *Data Editor* मध्ये *Age Gender and Inattention.sav* ही फाईल उघडा.

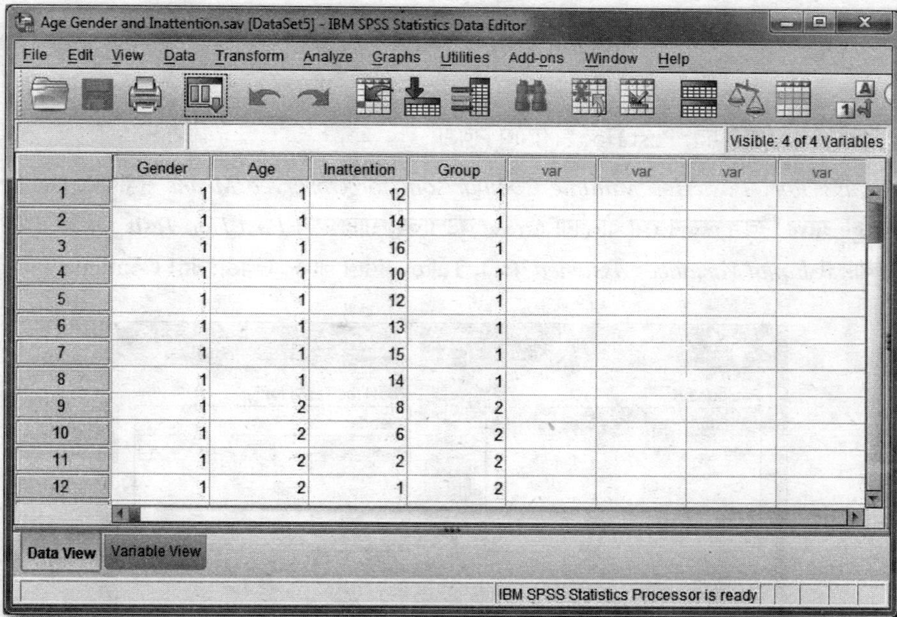

2. अनुक्रमे Analyze > General Linear Model > Univariate हे पर्याय निवडा.
3. *Univariate* संवादात, Inattention पर्याय arrow बटणाच्या साहाय्याने *Dependent Variable* स्थानावर न्या.
4. Gender पर्याय arrow बटणाच्या साहाय्याने *Fixed Factor(s)* स्थानावर न्या.
5. *Univariate* संवादात, Age पर्याय arrow बटणाच्या साहाय्याने *Fixed Factor(s)* स्थानावर न्या आणि OK द्या.

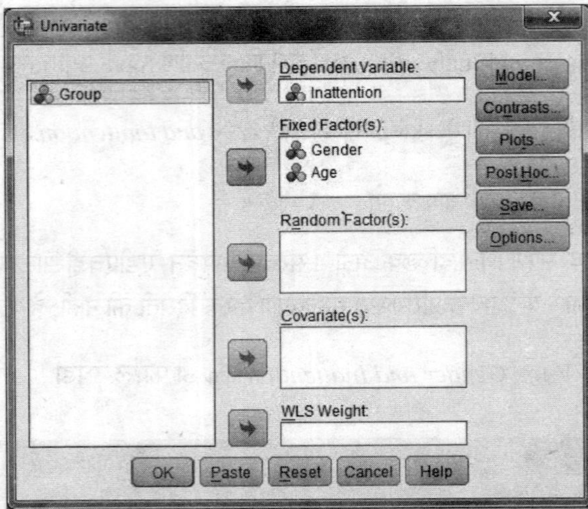

6. *Univariate* संवादात, Post Hoc हा पर्याय निवडा.
7. *Univariate: Post Hoc Multiple Comparisons for Observed Means* संवादात, Gender आणि Age यांची निवड करून त्या दोन्हींना arrow बटणाच्या साहाय्याने *Post Hoc Tests for* या स्थानात न्या; त्यानंतर *Equal Variances Assumed* गटात, Tukey पर्याय चौकट निवडा; नंतर Continue पर्याय निवडा.

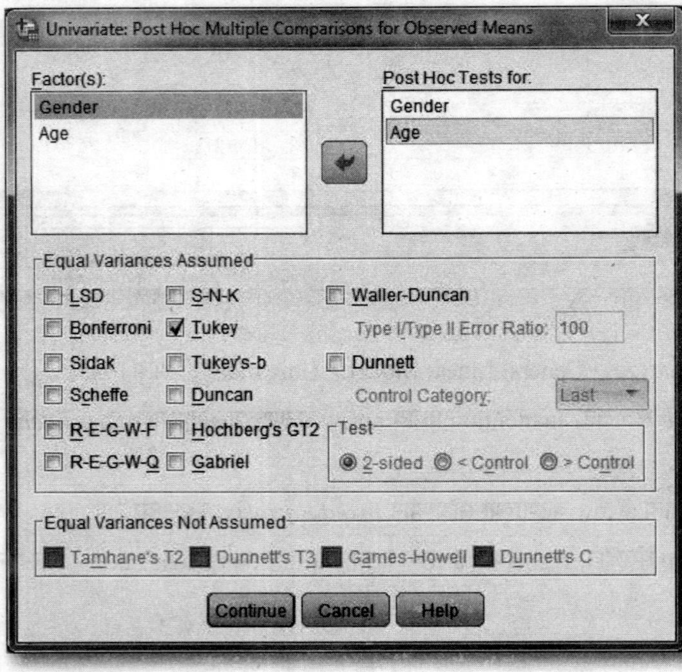

8. *Univariate* संवाद, Options पर्याय निवडा.
9. *Univariate: Options* संवादात, *Factor(s) and Factor Interactions* स्थानातील सर्व घटक निवडून arrow बटणाच्या साहाय्याने *Display Means for* स्थानात हलवा, आणि नंतर *Display group* मधील Descriptive statistics निवडून, Continue पर्याय वापरा.

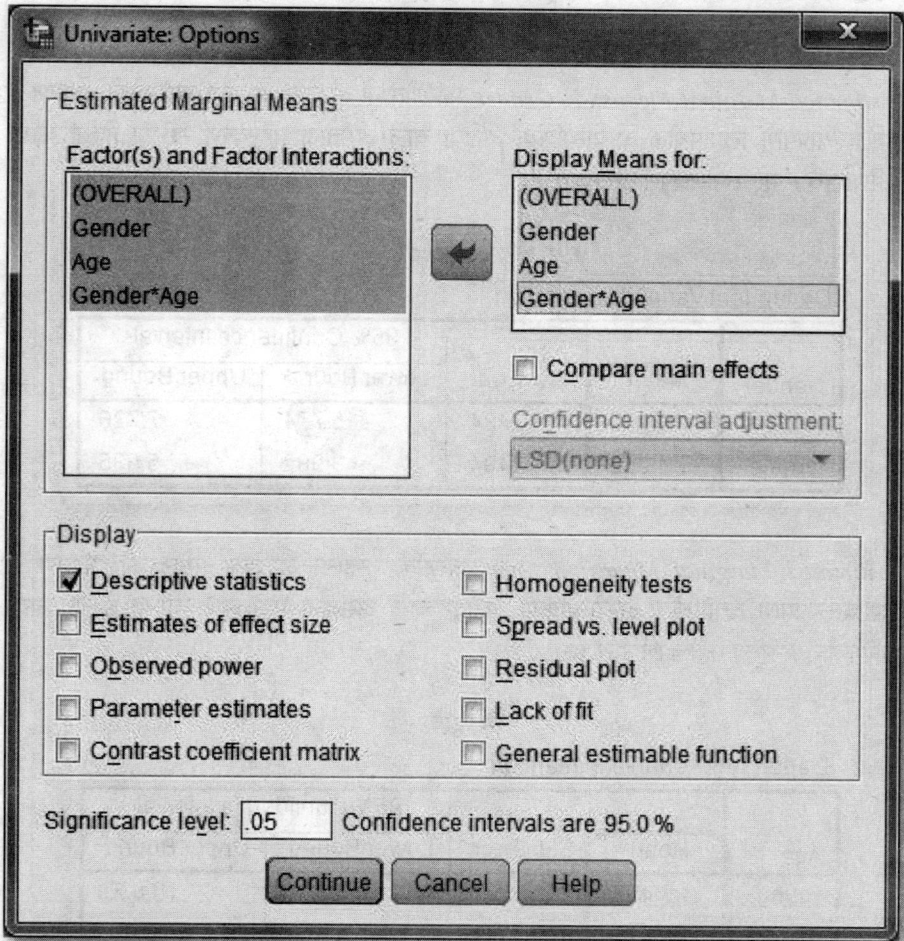

10. *Univariate* संवादात, OK पर्याय वापरा.

SPSS दोन-घटक संपूर्णपणे यादृच्छिक अनोवा संरचना आणि तुके यांची पोस्ट हॉक चाचणी वापरते आणि लिंग आणि वयाच्या कार्याप्रमाणे दुर्लक्षाच्या परिमाणात महत्त्वपूर्ण फरक दिसतो की नाही, हे ठरवून निकाल *Statistics Viewer* मध्ये दर्शविते. SPSS च्या पर्यायांमध्ये अन्योन्यक्रियेचे पोस्ट हॉक विश्लेषण करण्याचा पर्याय उपलब्ध नाही हे लक्षात घेणे महत्त्वाचे आहे! SPSS कडून गाळल्या गेलेल्या या गंभीर बाबीची दखल कशी घ्यायची हे आपण लवकरच शिकणार आहोत.

प्रमुख परिणामासाठी घटकात्मक अनोवा पोस्ट हॉक विश्लेषणाचा अन्वयार्थ लावणे

1. खालील इशाऱ्याकडे दुर्लक्ष करा.

Warnings

Post hoc tests are not performed for Gender because there are fewer than three groups.

2. *Estimated Marginal Means: 2. Gender* सारिणीत, हे तुम्हाला आठवत असेल की, प्रकरण 12 मध्ये दर्शविल्याप्रमाणे लिंगांमधील अन्योन्यक्रिया अनोवा चालू असताना महत्त्वपूर्ण ठरल्या होत्या कारण प्रमुख परिणामाचे *F* मूल्य महत्त्वपूर्ण ठरले होते.

2. Gender

Dependent Variable:Inattention

Gender	Mean	Std. Error	95% Confidence Interval	
			Lower Bound	Upper Bound
male	6.750	.484	5.774	7.726
female	4.958	.484	3.982	5.935

3. *Estimated Marginal Means: 3. Age* सारिणीत, तुम्हाला आठवत असेल की, प्रकरण 12 मध्ये दर्शविल्याप्रमाणे वयांमधील अन्योन्यक्रिया अनोवा चालू असताना महत्त्वपूर्ण ठरल्या होत्या कारण प्रमुख परिणामाचे *F* मूल्य महत्त्वपूर्ण ठरले होते.

3. Age

Dependent Variable:Inattention

Age	Mean	Std. Error	95% Confidence Interval	
			Lower Bound	Upper Bound
young	9.438	.592	8.242	10.633
middle	4.875	.592	3.679	6.071
older	3.250	.592	2.054	4.446

4. *Homogeneous Subsets: Inattention Tukey HSD* सारिणीत, उपसंच 1 आणि उपसंच 2 स्तंभांचे निरीक्षण करा.

Homogeneous Subsets

Inattention

Tukey HSD[a,b]

Age	N	Subset 1	Subset 2
older	16	3.25	
middle	16	4.87	
young	16		9.44
Sig.		.140	1.000

Means for groups in homogeneous subsets are displayed.
Based on observed means.
The error term is Mean Square(Error) = 5.616.

a. Uses Harmonic Mean Sample Size = 16.000.
b. Alpha = .05.

वयस्क आणि मध्यमवयीन वयोगटांच्या दुर्लक्षांची मध्यमाने एकाच स्तंभात दिलेली असल्यामुळे, ती एकमेकांपेक्षा महत्त्वपूर्णदृष्ट्या वेगळी नाहीत. परंतु, तरुण वयोगटाचे मध्यमान वेगळ्या स्तंभात दिले आहे म्हणजे तरुण वयोगटाच्या बाबतीत दुर्लक्षाचे मध्यमान वयस्क आणि मध्यमवयीन वयोगटांच्या दुर्लक्षांच्या मध्यमानांपेक्षा महत्त्वपूर्णदृष्ट्या वेगळे आहे.

चलाचा एक गट घेऊन घटकात्मक अनोवा मध्ये अन्योन्यक्रियेच्या महत्त्वपूर्णतेचे पोस्ट हॉक विश्लेषण करणे

घटकात्मक अनोवाचे पोस्ट हॉक विश्लेषण करण्यासाठी, प्रथम एक चलाचा एक गट तयार करा (ज्यात लिंग आणि वय याच्या आधारे विषयांची गटांमध्ये विभागणी केली जाते) आणि नंतर पोस्ट हॉक तुके चाचणीच्या साहाय्याने एक-मार्ग अनोवा विश्लेषण करा. *Age Gender and Inattention.sav* डेटा संचात Group नावाचे चल आधीपासून आहे. जर तुमचा डेटा संच 2 × 3 अनोवा असेल, तर तुमच्याकडे सहा अलगअलग गट आहेत. तुमच्या डेटा संचात एक Group चल घाला आणि सर्व विषय 1 मूल्य असलेल्या अलग गटातील सर्व विषयांना 1 मूल्य आहे असे लेबल लावा. याच पद्धतीने सर्व सहा गटांना लेबल लावा. आत्ताच्या उदाहरणात, एडीएचडी झालेले आठ तरुण पुरुष मूल्य = 1 असलेले होते. मध्यमवयीन पुरुषांचे मूल्य = 2 आणि या प्रकारे इतर होते.

1. *Data Editor* मध्ये, अनुक्रमे Analyze > Compare Means > One-Way अनोवा हे पर्याय निवडा.

2. *One-Way* अनोवा संवादात, Inattention निवडून arrow बटणाच्या साहाय्याने त्याला *Dependent Variable* स्थानात न्या, आणि नंतर Group निवडून arrow बटणाच्या साहाय्याने त्याला *Factor* स्थानात न्या, आणि नंतर Post Hoc पर्याय वापरा.

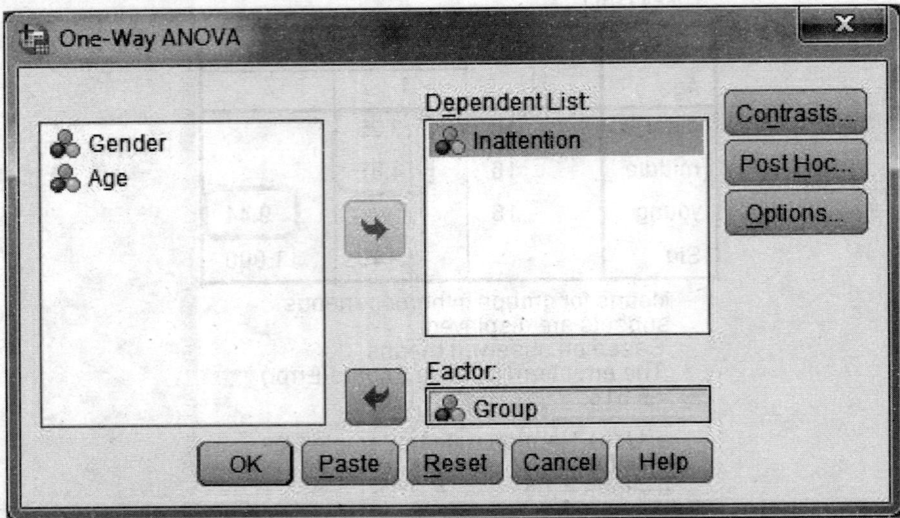

3. *One-Way ANOVA: Post Hoc Multiple Comparisons* संवादात, *Equal Variances Assumed group* मधून Tukey निवड चौकट निवडून नंतर Continue पर्याय वापरा.

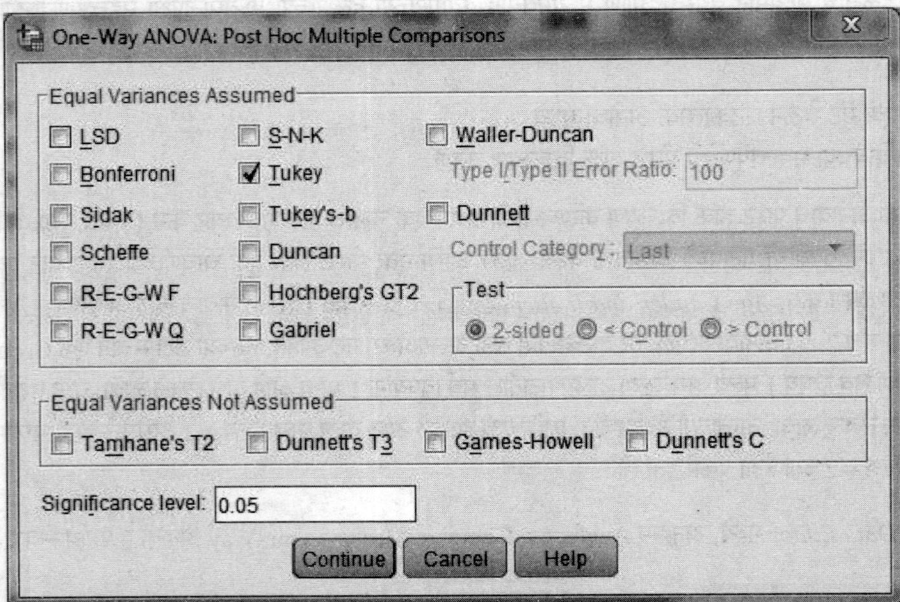

4. *One-Way अनोवा* संवादात, OK निवडा.

SPSS दोन-घटक संपूर्णपणे यादृच्छिक अनोवा संरचना आणि तुके यांची पोस्ट हॉक चाचणी वापरून लिंग/वय गटांच्या कार्याप्रमाणे दुर्लक्षाच्या परिमाणात महत्त्वपूर्ण फरक दिसतो की नाही, हे ठरवून निकाल *Statistics Viewer* मध्ये दर्शविते.

चलाचा एक गट घेऊन घटकात्मक अनोवामध्ये अन्योन्यक्रियेच्या महत्त्वपूर्णतेच्या पोस्ट हॉक विश्लेषणाचा अन्वयार्थ लावणे

1. *Homogeneous Subsets: Inattention Tukey HSD* सारिणीत, उपसंच 1 आणि उपसंच 2 स्तंभांचे निरीक्षण करा.

Homogeneous Subsets

Inattention

Tukey HSD[a]

Group	N	Subset for alpha = 0.05	
		1	2
old males	8	2.25	
old females	8	4.25	
middle age males	8	4.75	
middle age females	8	5.00	
young females	8	5.63	
young males	8		13.25
Sig.		.069	1.000

Means for groups in homogeneous subsets are displayed.

a. Uses Harmonic Mean Sample Size = 8.000.

फक्त एडीएचडीझालेल्या तरुण पुरुषांचा गट वगळता उरलेल्या सर्व गटांची दुर्लक्षाची मध्यमाने एकाच स्तंभात असल्यामुळे, ती एकमेकांपासून महत्त्वपूर्णरित्या वेगळी नाहीत, असे म्हणता येईल. परंतु, एडीएचडी झालेल्या तरुण पुरुषांच्या गटाचे मध्यमान वेगळ्या स्तंभात आहे, याचा अर्थ असा की, तरुण पुरुषांच्या गटाचे दुर्लक्षाचे मध्यमान इतर एडीएचडी झालेल्या गटांच्या दुर्लक्षाच्या मध्यमानापेक्षा महत्त्वपूर्णरित्या वेगळे आहे.

प्रकरण 14

घटकात्मक अनोवा

अतिरिक्त संरचना

प्रकरण 14 उद्दिष्टे

- दोन-घटक स्प्लिट-प्लॉट अनोवा संरचनेचे विश्लेषण करणे आणि अन्वयार्थ लावणे
- जेथे दोन्ही घटक पुनरावृत्ती परिमाण आहेत अशा दोन-घटक अनोवा चे विश्लेषण करणे आणि अन्वयार्थ लावणे

शेताचे तुकडे

स्त्रोत: ShutterStock.com.

स्प्लिट-प्लॉट संरचना

आधीच्या प्रकरणात पूर्णतः यादृच्छिक घटकात्मक अनोवाचा परिचय करून देण्यात आला. ह्या प्रकरणात दोन अतिरिक्त दोन-घटक अनोवा संरचना मांडल्या जातील: स्प्लिट-प्लॉट अनोवा आणि पुनरावृत्ती परिमाणे अनोवा. 12 व्या प्रकरणात, दोन-घटक पूर्णतः यादृच्छिक अनोवाचा परिचय करून देण्यात आला होता जेथे दोन्ही स्वतंत्र चल गटांमधील किंवा विषयांमधील चल मानले होते (म्हणजे, प्रत्येक चलाच्या प्रत्येक पातळीवर निरनिराळे सहभागी घटक नेमण्यात आले होते). स्प्लिट-प्लॉट संरचना ही पूर्णतः यादृच्छिक संरचना आणि पुनरावृत्ती परिमाणे संरचना यांचे संयुग

आहे. तिला एक गटांमधील चल लागतो (स्वतंत्र चलाच्या प्रत्येक पातळीवर निरनिराळे सहभागी) आणि एक विषयांतर्गत चल (दुसऱ्या स्वतंत्र चलाच्या प्रत्येक पातळीसाठी समान सहभागी मदत करतो). बरेचदा, विषयांतर्गत चल, सहभागींच्या एका संपूर्ण कालावधीमधील किंवा सातत्याने घेतलेल्या चाचण्यांच्या परिमाणांचा बनलेला असतो. गमतीची गोष्ट म्हणजे, स्प्लिट प्लॉट संरचनेने नाव शेतीतील संख्याशास्त्राच्या इतिहासातील मुळांपासून घेतले आहे. लक्षात ठेवा, गोसेट आणि फिशर या दोघांनीही वाढणाऱ्या पिकांशी संबंधित संख्याशास्त्रावर काम केले (गोसेटच्या प्रकरणात, बिअर गाळून तयार करण्यासाठी गहू, बार्ली आणि माल्ट वापरले). जमिनीच्या तुकड्याचे भाग पाडण्याची कल्पना आणि प्रत्येक तुकड्यावर पिके वाढविण्याच्या निरनिराळ्या तंत्रांचा वापर करून पाहणे (उदा. खते, पाण्याच्या पाळ्या) एका संख्याशास्त्रीय संरचना निर्माण होण्यास कारणीभूत ठरले जिला *स्प्लिट प्लॉट* असे नाव देण्यात आले.

दोन-घटक पुनरावृत्ती परिमाण अनोवा मध्ये प्रत्येक घटकाच्या दोन किंवा अधिक पातळ्या असलेले दोन घटक असतात, आणि दोन्ही घटकांच्या प्रत्येक पातळीवर तोच सहभागींचा गट काम करत असतो. ह्या संरचनेला शक्तीचा मोठा ऱ्हास होऊ न देता, दोन-घटक अनोवापेक्षा कमी सहभागी वापरण्याचा लाभ मिळतो. परंतु, अनेक प्रायोगिक संरचनांमध्ये पुनरावृत्ती परिमाण संरचना असाध्य असते. ह्या प्रकरणात नंतर दोन-घटक पुनरावृत्ती परिमाण संरचनेची अधिक सखोल चर्चा करण्यात येणार आहे.

स्प्लिट-प्लॉट अनोवाचा आढावा

स्प्लिट-प्लॉट अनोवाला अगदी दोन-घटक पूर्णतः यादृच्छिक अनोवाप्रमाणेच दोन प्रमुख परिणाम आणि अन्योन्यक्रियेसाठी एक अशी तीन F मूल्ये असतात. दोन संरचनांमधील फरक त्रुटी मध्ये असतो. दोन-घटक पूर्णतः यादृच्छिक अनोवामध्ये, दोन्ही प्रमुख परिणाम आणि अन्योन्यक्रियेसाठी फक्त एकच त्रुटी होती. F गुणोत्तरातील छेद सर्व तीनही परिणामांसाठी सारखाच होता. दोन-घटक स्प्लिट-प्लॉट अनोवामध्ये, आपण दोन निरनिराळ्या त्रुटी काढणार आहोतः विषयांमधील चलासाठी एक त्रुटी आणि विषयांतर्गत चल आणि अन्योन्यक्रियेसाठी दुसरी त्रुटी. अन्यथा, दोन्ही संरचनांसाठी नल आणि पर्यायी गृहीतप्रमेये, महत्त्वपूर्णतेची पडताळणी, आणि अन्वयार्थ तसेच गृहिते सारखीच आहेत.

संगणनविषयक उदाहरण

एक सामाजिक साह्यता प्रयोग करण्यात आला. येथे सामाजिक साह्यता घटकाच्या दोन पातळ्या होत्याः एका खोलीत एकटाच काम करत असलेला एक सहभागी आणि एका खोलीत दुसरा सहभागी (साथीदार) उपस्थित असताना काम करणारा एक सहभागी होते. निरनिराळ्या वजनांचा अंदाज घेऊन त्यांच्या आकाराप्रमाणे त्यांचा क्रम लावण्याचे काम देण्यात आले होते. खोलीत उपस्थित असलेल्या दुसऱ्या सहभागीने नुसते निरीक्षण करायचे होते आणि काहीही बोलायचे नव्हते किंवा सहभाग घ्यायचा नव्हता. प्रत्येक सहभागी घटकाला तीन संधी देण्यात आल्या, आणि वजनाच्या तीन निरनिराळ्या (श्रेणी) व्याप्ती सहभागींना यादृच्छिकपणे दिल्या गेल्या, ज्यामुळे प्रत्येक सहभागीला प्रत्येक संधीमध्ये वजनांची निराळी व्याप्ती मिळाली. एकूण बारा सहभागींमध्ये, दोन पैकी प्रत्येक सामाजिक साह्यता परिस्थितीत सहा सहभागी यादृच्छिकपणे नियुक्त करण्यात आले. प्रत्येक सहभागी साठी प्रत्येक संधीत एका सर्वसामान्य प्राप्तांकासाठी एका विशिष्ट पद्धतीने वेळ आणि चुकांची संख्या एकत्रित केली होती, आणि लहान प्राप्तांक हा अधिक चांगला प्राप्तांक आहे. डेटा खालील तक्त्याप्रमाणे नोंदविला आहे.

	Participants Alone				Participants Observed		
	Trials				Trials		
	1	*2*	*3*		*1*	*2*	*3*
P_1	9	7	7	P_7	6	7	5
P_2	8	9	7	P_8	8	6	5
P_3	10	6	8	P_9	5	5	4
P_4	7	8	8	P_{10}	6	6	5
P_5	9	8	8	P_{11}	7	5	4
P_6	8	9	8	P_{12}	6	6	4

पायरी 1. प्रत्येक संयुक्त हाताळणीसाठी $\sum x$ आणि $\sum x^2$ काढा आणि सर्वसाधारण $\sum x$ आणि $\sum x^2$ ही काढा.

	Alone			*Observed*			
	Trial 1	*Trial 2*	*Trial 3*	*Trial 1*	*Trial 2*	*Trial 3*	*Overall*
$\sum x$	51	47	46	38	35	27	244
$\sum x^2$	439	375	354	246	207	123	1744

पायरी 2. सर्वसाधारण $\sum x$ चा वर्ग करून आणि त्याला निरीक्षणांच्या एकूण संख्येने भागून मध्यमानाची दुरुस्ती (CM) मिळवली.

$$CM = \frac{(\text{Overall} \sum x)^2}{N}$$

$$CM = \frac{(244)^2}{36} = 1653.78$$

पायरी 3. सर्वसाधारण $\sum x^2$ घेऊन आणि त्यातून CM वजा करून वर्गांच्या बेरजेची एकूण (SST) मिळवली.

$$SST = \text{Total} \sum x^2 - CM$$

$$SST = 1744 - 1653.78$$

$$SST = 90.22$$

पायरी 4. विषयांमधील वर्गांची बेरीज (SSB) काढण्यासाठी, प्रत्येक सहभागीसाठी तीन चाचण्यांच्या प्राप्तांकांची एकत्र बेरीज करा.

Alone		*Observed*	
P_1	23	P_7	18
P_2	24	P_8	19
P_3	24	P_9	14
P_4	23	P_{10}	17
P_5	25	P_{11}	16
P_6	25	P_{12}	16

नंतर, यातल्या प्रत्येक अंकाचा वर्ग करा आणि त्यांची बेरीज घ्या.

$$23^2 + 24^2 + 24^2 + 23^2 + 25^2 + 25^2 + 18^2 + 19^2 + 14^2 + 17^2 + 16^2 + 16^2 = 5142$$

ह्या मिळवलेल्या मूल्याला चाचणीच्या बेरजेच्या संख्येने भागा आणि त्यातून CM वजा करून SSB मिळवा.

$$\text{SSB} = \frac{5142}{3} - \text{CM}$$

$$\text{SSB} = 1714 - 1653.78$$

$$\text{SSB} = 60.22$$

पायरी 5. सामाजिक साह्यता घटकासाठी (SSF) वर्गांची बेरीज काढण्यासाठी, सामाजिक साह्यता घटकाच्या प्रत्येक पातळीसाठी $\sum x$ मिळवा, प्रत्येकाचा वर्ग करा आणि प्रत्येक गटांतर्गत प्राप्तांकांच्या संख्येने प्रत्येकाला भाग द्या, आणि या भागाकारांची बेरीज करा.

Sum of participants alone: 51 + 47 + 46 = 144

Sum of participants with observer: 38 + 35 + 27 = 100

$$\frac{(144)^2}{18} + \frac{(100)^2}{18} = 1707.56$$

ह्या मूल्यामधून, CM वजा करून SSF मिळवा.

$$SSF = 1707.56 - CM$$

$$SSF = 1707.56 - 1653.78$$

$$SSF = 53.78$$

पायरी 6. विषयांमधील घटकासाठी वर्गांच्या बेरजेच्या त्रुटीचे संगणन करण्यासाठी (SSW_B), SSB मधून SSF वजा करा.

$$SSW_B = SSB - SSF$$

$$SSW_B = 60.22 - 53.78$$

$$SSW_B = 6.44$$

पायरी 7. सर्वसाधारण विषयांतर्गत वर्गांच्या बेरजेचे संगणन करण्यासाठी (SSW), SST मधून SSB वजा करा.

$$SSW = SST - SSB$$

$$SSW = 90.22 - 60.22$$

$$SSW = 30.00$$

पायरी 8. चाचण्यांसाठी वर्गांच्या बेरजेचे संगणन करण्यासाठी (SSTR), दोन्ही सामाजिक साह्यता परिस्थिती संपूर्ण घेऊन चाचणी 1 च्या प्राप्तांकांची बेरीज करा आणि चाचणी 2 आणि चाचणी 3 साठी पुन्हा असेच करा.

	Trials		
	1	*2*	*3*
$\sum x$	89	82	78

नंतर, ह्यातील प्रत्येक बेरजेचा वर्ग करा आणि ह्या मूल्यांना ही बेरीज जितक्या प्राप्तांकांवर आधारलेली होती त्या संख्येने भागा आणि या भागाकारांची बेरीज करा.

$$\frac{(89)^2}{12} + \frac{(82)^2}{12} + \frac{(73)^2}{12} = 1664.50$$

ह्या मूल्यामधून CM वजा करून, SSTR मिळवा.

$$SSTR = 1664.50 - CM$$

$$SSTR = 1664.50 - 1653.78$$

$$SSTR = 10.72$$

पायरी 9. चाचण्यांमधील अन्योन्यक्रियेच्या वर्गांची बेरीज आणि सामाजिक साह्यतेमधील ($SS_{F \times TR}$) संगणन करण्यासाठी, चाचण्यांच्या प्रत्येक संयुगासाठी आणि सामाजिक साह्यता घटकांसाठी बेरजा काढा.

	Alone			*Observed*		
	Trial 1	*Trial 2*	*Trial 3*	*Trial 1*	*Trial 2*	*Trial 3*
$\sum x$	51	47	46	38	35	27

नंतर, यातील प्रत्येक मूल्याचा वर्ग करा आणि प्रत्येकाला प्रत्येक बेरीज जितक्या प्राप्तांकांवर आधारलेली होती त्या संख्येने भागा आणि या भागाकारांची बेरीज करा.

$$\frac{(51)^2}{6} + \frac{(47)^2}{6} + \frac{(46)^2}{6} + \frac{(38)^2}{6} + \frac{(35)^2}{6} + \frac{(27)^2}{6} = 1720.67$$

$SS_{F \times TR}$ मिळवण्यासाठी ह्या मूल्यातून CM, SSF, आणि SSTR वजा करा.

$$SS_{F \times TR} = 1720.67 - CM - SSF - SSTR$$

$$SS_{F \times TR} = 1720.67 - 1653.78 - 53.78 - 10.72$$

$$SS_{F \times TR} = 2.39$$

पायरी 10. विषयांतर्गत प्रमुख परिणाम आणि अन्योन्यक्रियेसाठी, विषयांतर्गत वर्गांच्या बेरजेचे त्रुटीचे (SSWE) संगणन करण्यासाठी SSW घ्या आणि त्यातून SSTR आणि $SS_{F \times TR}$ वजा करा.

$$SSW_E = SSW - SSTR - SS_{F \times TR}$$

$$SSW_E = 30.00 - 10.72 - 2.39$$

$$SSW_E = 16.89$$

पायरी 11. आता *df* मोजल्या आहेत.

df_{SST} = the total number of scores − 1

$df_{SST} = 36 - 1 = 35$

df_{SSB} = the total number of participants − 1

$df_{SSB} = 12 - 1 = 11$

df_{SSF} = the total number of levels of the social facilitation factor − 1 $df_{SSF} = 2 - 1 = 1$

$df_{SSW_B} = df_{SSB} - df_{SSF}$

$df_{SSW_B} = 11 - 1 = 10$

$df_{SSW} = df_{SST} - df_{SSB}$

$df_{SSW} = 35 - 11 = 24$

df_{SSTR} = the number of trials (for each participant) − 1

$df_{SSTR} = 3 - 1 = 2$

$df_{SS_{F \times TR}} = df_{SSTR} \times df_{SSF}$

$df_{SS_{F \times TR}} = (2) \times (1) = 2$

$df_{SSW_E} = df_{SSW} - df_{SSTR} - df_{SS_{F \times TR}}$

$df_{SSW_E} = 24 - 2 - 2 = 20$

पायरी 12. मध्यमान वर्ग (MS) योग्य वर्गांच्या बेरजेला प्रत्येक वर्गांच्या बेरजेसाठी योग्य *df* ने भागून संगणन केले जाते.

$$MSF = \frac{SSF}{df_{SSF}} = \frac{53.78}{1} = 53.78$$

$$MSW_B = \frac{SSW_B}{df_{SSW_B}} = \frac{6.44}{10} = 0.64$$

$$MSTR = \frac{SSTR}{df_{SSTR}} = \frac{10.72}{2} = 5.36$$

$$MS_{F\times TR} = \frac{SS_{F\times TR}}{df_{SS_{F\times TR}}} = \frac{2.39}{2} = 1.19$$

$$MSW_E = \frac{SSW_E}{df_{SSW_E}} = \frac{16.89}{20} = 0.84$$

पायरी 13. खालील सूत्र वापरून योग्य F मूल्यांचे संगणन केले:

Main effect: Social Facilitation factor $F = \frac{MSF}{MSW_B} = \frac{53.78}{0.64} = 83.45$

Main effect: Trials factor $F = \frac{MSTR}{MSW_E} = \frac{5.36}{0.85} = 6.35$

Interaction: Social Facilitation × Trials $F = \frac{MS_{F\times TR}}{MSW_E} = \frac{1.20}{0.85} = 1.41$

पायरी 14. ह्या मिळालेल्या F मूल्यांची महत्त्वपूर्णतेसाठी पडताळणी करण्यासाठी, F वितरणासाठीच्या परिशिष्ट E चा संदर्भ घ्या. या तक्त्यात मूल्ये भरताना df_1 म्हणजे योग्य अंशाच्या वर्गांच्या बेरजेसाठीची df आहे, आणि df_2 म्हणजे ज्या त्या वर्गांच्या बेरजेच्या तपासणीसाठी वापरलेल्या त्रुटीसाठी असलेली df आहे.

म्हणून,

सामाजिक साह्यता घटक $df_1 = 1, df_2 = 10$

चाचण्या घटक $df_1 = 2, df_2 = 20$

सामाजिक साह्यता आणि चाचण्या $df_1 = 2, df_2 = 20$

पायरी 15. महत्त्वपूर्णता तपासल्यानंतर, पुढीलप्रमाणे डेटाचा तक्ता करा:

Source	*Sum of Squares*	df	*Mean Squares*	F	p
Social facilitation	53.78	1	53.78	83.45	<.01
Error (SSW_B)	6.44	10	0.64		
Trials	10.72	2	5.36	6.35	<.01
Social facilitation × trials	2.39	2	1.19	1.41	>.05
Error (SSW_E)	16.89	20	0.84		
Total	90.22	35			

पायरी 16. सर्व दोन-घटक अनोवा संरचनांप्रमाणे, येथे तीन नल आणि पर्यायी गृहीतप्रमेये आहेत.

प्रमुख परिणाम: सामाजिक साह्यता

ह्या उदाहरणात, सामाजिक साह्यता घटकासाठी नल आणि पर्यायी गृहीतप्रमेये पुढीलप्रमाणे आहेत:

H_0: $\mu_{alone} = \mu_{observed}$

H_a: $\mu_{alone} \neq \mu_{observed}$

सामाजिक साह्यता घटकासाठी F मूल्य महत्त्वपूर्ण असल्याने, H_0 अमान्य करण्यात आले आहे. अमान्य करण्यात आलेल्या H_0 शी फक्त दोन मध्यमाने संबंधित आहेत, आणि गुणज तुलना चाचणीची आवश्यकता नाही. मध्यमानांच्या तपासणीवरून हे उघड होते की निरीक्षण केलेल्या सहभागींचा मध्यमान त्रुटी प्राप्तांक (5.56) निरीक्षण न केलेल्या सहभागी घटकांच्या मध्यमान त्रुटी प्राप्तांकापेक्षा (8.00) महत्त्वपूर्णरित्या लहान आहे, $F(1,10) = 83.45, p < .01$.

प्रमुख परिणाम: चाचण्या

चाचण्या घटकही महत्त्वपूर्ण होता. H_0 आणि H_a पुढीलप्रमाणे आहेत:

H_0: $\mu_{Trial\text{-}1} = \mu_{Trial\text{-}2} = \mu_{Trial\text{-}3}$

H_a: H_0 is not true.

चाचण्या घटक नल गृहीतप्रमेय नाकारण्यात आल्याने, आणि त्यात दोनपेक्षा अधिक मध्यमाने असल्याने, कोणती मध्यमाने एकमेकांपासून महत्त्वपूर्णरित्या निराळी आहेत हे ठरविण्यासाठी गुणज तुलना चाचणी आवश्यक आहे. अनोवाच्या साहाय्याने, फक्त एवढेच अनुमान काढता येते की किमान एक चाचणी मध्यमान किमान दुसऱ्या एका चाचणी मध्यमानापेक्षा महत्त्वपूर्णरित्या निराळे आहे. मध्यमानांमधील तफावतींची रचना फक्त गुणज तुलना चाचणीच उघड करू शकते. $F(2, 20) = 6.35, p < .01$, अशी F ची नोंद केली जाऊ शकेल.

अन्योन्यक्रिया: सामाजिक साह्यता × चाचण्या

सामाजिक साह्यता आणि चाचण्या घटक यांमधील अन्योन्यक्रिया महत्त्वपूर्ण नव्हती. नल आणि पर्यायी गृहीतप्रमेये पुढीलप्रमाणे आहेत:

H_0: त्रुटी प्राप्तांकावर सामाजिक साह्यता आणि चाचण्या घटक यांमध्ये अन्योन्यक्रिया होत नाही.

H_a: त्रुटी प्राप्तांकावर सामाजिक साह्यता आणि चाचण्या घटक यांमध्ये अन्योन्यक्रिया होते.

अन्योन्यक्रियेसाठी मिळालेला F, $p = .05$ शी F च्या निर्णायक मूल्यापेक्षा मोठा नाही, त्यामुळे H_0 स्वीकारले जाते, आणि गुणज तुलना चाचणीची आवश्यकता नाही किंवा योग्य नाही. असा निष्कर्ष काढता येतो की त्रुटींच्या संख्येवर

सामाजिक साह्यतेचा प्रमुख परिणाम आणि चाचण्यांचा प्रमुख परिणाम यांमध्ये अन्योन्यक्रिया होत नाही. F ची नोंद $F(2, 20) = 1.41, p > .05$ अशी करता येईल.

दोन-घटक अनोवा: दोन्ही घटकांवर पुनरावृत्ती परिमाण संरचना

प्रत्येक घटकाच्या दोन किंवा अधिक पातळ्या असलेल्या दोन घटकांच्या विश्लेषणासाठी आणि जेथे सहभागींचा एकच गट प्रत्येक घटकाच्या प्रत्येक पातळीवर काम करत असतो, तेथे दोन-घटक पुनरावृत्ती परिमाण संरचना योग्य ठरते. या संरचनेचा एक लाभ असा की ती दोन-घटक पूर्णतः यादृच्छिक अनोवापेक्षा कमी सहभागी वापरते. परंतु, अशा अनेक परिस्थिती असतात जेथे ही संरचना वापरता येत नाही – उदाहरणार्थ, जेथे एका घटकाच्या दोन अटी मूलतःच स्थिर असतात (उदा० इन सीटू संरचना), जसे लिंग या घटकामध्ये असते. जर सर्व परिस्थितींमध्ये सहभागी घटक अनभिज्ञ राहणेच गरजेचे असेल, तर निरनिराळे सहभागी आणि विषयांमधील संरचना आवश्यक ठरते. आणि एक घटक दुसऱ्या घटकाच्या निकालावर प्रभाव टाकू शकतो का हे सुद्धा नोंदविणे महत्त्वाचे असते या उदाहरणात (औषध अभ्यास आणि इतर तपासणी अभ्यासांप्रमाणेच), घटकांमधील स्वतंत्रतेचे गृहीत उल्लंघिले जाईल, आणि दोन-घटक पुनरावृत्ती-परिमाण अनोवा पूर्णतः अयोग्य ठरेल. पुनरावृत्ती-परिमाण घटकात्मक अनोवाची गृहिते स्प्लिट-प्लॉट अनोवासारखीच आहेत.

पुनरावृत्ती-परिमाण अनोवाचा आढावा

पुनरावृत्ती-परिमाण अनोवा हा पूर्णतः यादृच्छिक आणि स्प्लिट-प्लॉट अनोवा संरचनांसारखाच असतो. येथे दोन प्रमुख परिणामांसाठी आणि अन्योन्यक्रियेसाठी तीन F मूल्ये असतील. गृहीतेही सारखीच राहतात, पण घटकांमधील स्वतंत्रतेचे गृहीत गरजेचे असते. मात्र अनोवाच्या ताकदीमुळे प्रचलनाच्या प्रसामान्यतेचे आणि एकजिनसीपणाचे गृहीत काही प्रमाणात उल्लंघिले तरी चालते, एका घटकाखालील प्राप्तांक दुसऱ्या घटकापासून स्वतंत्र असण्याचे गृहीत अपरिवर्तनीय असते.

गणनक्रियेत, दोन-घटक पुनरावृत्ती परिमाण अनोवाचा एक गमतीचा गुणधर्म असा की प्रत्येक प्रमुख परिणाम आणि अन्योन्यक्रियांची स्वतःची एकमेव त्रुटी असते. म्हणजेच, तीन F मूल्यांचे छेद सर्वच्या सर्व निराळे असतात.

संगणनविषयक उदाहरण

चिम्पान्झींच्या शिकण्याच्या क्षमतेत सकाळपासून संध्याकाळपर्यंत बदल होतो का ते पाहण्यात एका प्रयोगकर्त्याला रस होता. चक्रव्यूहातून बाहेर पडण्यास शिकण्याचे काम (कोडी) देण्यात आले होते, आणि तीन चाचण्यांतील होणाऱ्या चुकांची (चुकीचे वळण) नोंद ठेवण्यात आली होती. सकाळ आणि संध्याकाळच्या परिस्थितीत निरनिराळी कोडी वापरण्यात आली, आणि आधीच्या चाचणीत असे सूचित करण्यात आले की ती समान काठिण्यपातळी असलेली होती. डेटा खालील तक्त्यात नोंदविला आहे:

	Morning			Evening		
	Trial 1	*Trial 2*	*Trial 3*	*Trial 1*	*Trial 2*	*Trial 3*
Chimp 1	6	5	6	3	7	5
Chimp 2	8	4	4	5	5	6
Chimp 3	6	6	7	4	6	8
Chimp 4	7	8	7	4	4	1
Chimp 5	7	6	7	4	6	6
Chimp 6	6	5	6	4	6	6
Chimp 7	8	5	9	5	7	4
Chimp 8	7	6	6	4	6	5
Chimp 9	9	5	8	5	3	5
Chimp 10	6	7	6	4	5	3

पायरी 1. प्रत्येक संयुक्त हाताळणीसाठी $\sum x$ आणि $\sum x^2$ काढा आणि सर्वसाधारण $\sum x$ आणि $\sum x^2$ सहभागींच्या प्राप्तांकांसाठी काढा.

	Morning				Evening				Total
	Trial 1	*Trial 2*	*Trial 3*	*Row* $\sum x$	*Trial 1*	*Trial 2*	*Trial 3*	*Row* $\sum x$	*Row* $\sum x$
S_1	6	5	6	17	3	7	5	15	32
S_2	8	4	4	16	5	5	6	16	32
S_3	6	6	7	19	4	6	8	18	37
S_4	7	8	7	22	4	4	1	9	31
S_5	7	6	7	20	4	6	6	16	36
S_6	6	5	6	17	4	6	6	16	33
S_7	8	5	9	22	5	7	4	16	38
S_8	7	6	6	19	4	6	5	15	34
S_9	9	5	8	22	5	3	5	13	35
S_{10}	6	7	6	19	4	5	3	12	31
$\sum x$	70	57	66		42	55	49		
$\sum x^2$	500	337	452		180	317	273		

Overall $\sum x = 339$

Overall $\sum x^2 = 2059$

पायरी 2. सर्वसाधारण $\sum x$ चा वर्ग करून आणि त्याला निरीक्षणांच्या एकूण संख्येने भागून मध्यमानाची दुरुस्ती (CM) मिळवली

$$CM = \frac{(\text{Overall} \sum x)^2}{N}$$

$$CM = \frac{(339)^2}{60} = 1915.35$$

पायरी 3. सर्वसाधारण $\sum x^2$ घेऊन आणि त्यातून CM वजा करून वर्गांच्या बेरजेची एकूण संख्या (SST) मिळवली.

$$SST = \text{Overall} \sum x^2 - CM$$

$$SST = 2059 - 1915.35$$

$$SST = 143.65$$

पायरी 4. विषयांसाठी वर्गांची बेरीज मिळवण्यासाठी (SSS), प्रत्येक सहभागीच्या प्राप्तांकांची बेरीज करा, त्यांचे वर्ग करा, आणि या वर्गांच्या किमतींची बेरीज करा. ह्या बेरजेला प्राप्तांकांच्या बेरजांच्या एकूण संख्येने भाग द्या (प्रत्येकाच्या बेरजेत किती प्राप्तांक गेले) आणि त्यातून CM वजा करा.

$$\frac{(32)^2}{6} + \frac{(32)^2}{6} + \frac{(37)^2}{6} + \frac{(31)^2}{6} + \frac{(36)^2}{6} + \frac{(33)^2}{6} + \frac{(38)^2}{6} +$$

$$\frac{(34)^2}{6} + \frac{(35)^2}{6} + \frac{(31)^2}{6} = \frac{11,549}{6} = 1924.83$$

$$SSS = 1924.83 - CM$$

$$SSS = 1924.83 - 1915.35$$

$$SSS = 9.48$$

पायरी 5. (सकाळ विरुद्ध संध्याकाळ) दैनिक घटकासाठी बेरजेचा वर्ग (SSC) काढण्यासाठी, सर्व सकाळच्या चाचण्यांच्या प्राप्तांकांची बेरीज करा आणि नंतर संध्याकाळच्या चाचण्यांच्या सर्व प्राप्तांकांची बेरीज करा.

Sum for morning trials: 70 + 57 + 66 = 193

Sum for evening trials: 42 + 55 + 49 = 146

ह्या बेरजांचे वर्ग करा, मिळालेल्या मूल्यांची एकत्र बेरीज करा, आणि काढलेल्या सर्व प्राप्तांकांच्या संख्येने त्यांना भाग द्या आणि एक संख्या मिळवा.

$$\frac{(193)^2}{30}+\frac{(146)^2}{30}=\frac{58,565}{30}=1952.17$$

SSC मिळवण्यासाठी, ह्या उत्तराच्या मूल्यातून CM वजा करा.

$SSC = 1952.17 - CM$

$SSC = 1952.17 - 1915.35$

$SSC = 36.82$

पायरी 6. चाचण्यांच्या घटकाच्या वर्गांची बेरीज मिळवण्यासाठी (SSTR), चाचणी 1 साठी सर्व प्राप्तांकांची बेरीज करा, चाचणी 2 साठी सर्व प्राप्तांकांची बेरीज करा, आणि चाचणी 3 साठी प्राप्तांकांची बेरीज करा.

Sum for Trial 1: 70 + 42 = 112

Sum for Trial 2: 57 + 55 = 112

Sum for Trial 3: 66 + 49 = 115

आता या प्रत्येक बेरजेचा वर्ग करा आणि त्यांची एकत्र बेरीज करा, आणि उत्तरात येणाऱ्या मूल्याला प्रत्येक चाचणीसाठी बेरजेत असलेल्या प्राप्तांकांच्या संख्येने भाग द्या.

$$\frac{(112)^2}{20}+\frac{(112)^2}{20}+\frac{(115)^2}{20}=\frac{38,313}{20}=1915.65$$

आता SSTR मिळवण्यासाठी आलेल्या मूल्यातून CM वजा करा.

$SSTR = 1915.65 - CM$

$SSTR = 1915.65 - 1915.35$

$SSTR = 0.30$

पायरी 7. अन्योन्यक्रिया वर्गांची बेरीज ($SS_{C\times TR}$) मिळवण्यासाठी, प्रत्येक संयुक्त हाताळणीसाठी $\sum x$ घ्या, या प्रत्येक मूल्याचा वर्ग करा, $\sum x$ मध्ये गेलेल्या सर्व प्राप्तांकांच्या संख्येने त्यांना भाग द्या, आणि या भागाकारांची बेरीज करा.

$$\frac{(70)^2}{10}+\frac{(57)^2}{10}+\frac{(66)^2}{10}+\frac{(42)^2}{10}+\frac{(55)^2}{10}+\frac{(49)^2}{10}=1969.50$$

पायरी 8. $SS_{C\times TR}$ मिळविण्यासाठी पायरी 7 मध्ये मिळालेल्या मूल्यातून CM, SSC, आणि SSTR वजा करा.

$$SS_{C\times TR}=1969.50-CM-SSC-SSTR$$

$$SS_{C\times TR}=1969.50-1915.35-36.82-0.30$$

$$SS_{C\times TR}=17.03$$

पायरी 9. (सिर्काडीअन) दैनिक घटकासाठी त्रुटी मोजण्यासाठी (SSW_C), दैनिक घटकाच्या प्रत्येक पातळीसाठी प्रत्येक सहभागीसाठी $\sum x$ काढा (चाचण्या घटक विचारात न घेता), या बेरजांचे वर्ग करा, त्यांची बेरीज करा, आणि बेरीज केलेल्या प्राप्तांकांच्या संख्येने त्यांना भाग देऊन प्रत्येकाची बेरीज मिळवा.

	Circadian Factor	
	Morning	*Evening*
S_1	6 + 5 + 6 = 17	3 + 7 + 5 = 15
S_2	16	16
S_3	19	18
S_4	22	9
S_5	20	16
S_6	17	16
S_7	22	16
S_8	19	15
S_9	22	13
S_{10}	19	12

अशा प्रकारे,

$$\frac{(17)^2}{3}+\frac{(16)^2}{3}+\frac{(19)^2}{3}+\frac{(22)^2}{3}+\frac{(20)^2}{3}+\frac{(17)^2}{3}+\frac{(22)^2}{3}+\frac{(19)^2}{3}+\frac{(22)^2}{3}+\frac{(19)^2}{3}$$

$$+\frac{(15)^2}{3}+\frac{(16)^2}{3}+\frac{(18)^2}{3}+\frac{(9)^2}{3}+\frac{(16)^2}{3}+\frac{(16)^2}{3}+\frac{(16)^2}{3}+\frac{(15)^2}{3}+\frac{(13)^2}{3}+\frac{(12)^2}{3}$$

$$=\frac{5961}{3}=1987.00$$

पायरी 10. दैनिक घटकासाठी विषयांतर्गत वर्गांची बेरीज त्रुटी मिळवण्यासाठी (SSWC), पायरी 9 मध्ये मिळालेले मूल्य घ्या आणि त्यातून CM, SSS आणि SSC वजा करा.

$$SSW_C = 1987.00 - CM - SSS - SSC$$

$$SSW_C = 1987.00 - 1915.35 - 9.48 - 36.82$$

$$SSW_C = 25.35$$

पायरी 11. चाचण्या घटकासाठी त्रुटी मोजण्यासाठी (SSW_{TR}), प्रथम प्रत्येक सहभागीसाठी चाचणी घटकाच्या प्रत्येक पातळीसाठी $\sum x$ काढा (दैनिक घटक लक्षात न घेता), ह्या बेरजांचे वर्ग करा, त्यांची बेरीज करा, आणि बेरीज केलेल्या प्राप्तांकांच्या संख्येने त्यांना भाग देऊन प्रत्येकाची बेरीज मिळवा..

	Trials		
	1	*2*	*3*
S_1	6 + 3 = 9	5 + 7 = 12	6 + 5 = 11
S_2	13	9	10
S_3	10	12	15
S_4	11	12	8
S_5	11	12	13
S_6	10	11	12
S_7	13	12	13
S_8	11	12	11
S_9	14	9	13
S_{10}	10	12	9

अशा प्रकारे,

$$\frac{(9)^2}{2} + \frac{(12)^2}{2} + \frac{(11)^2}{2} + \frac{(13)^2}{2} + \frac{(9)^2}{2} + \frac{(10)^2}{2} + \frac{(10)^2}{2} + \frac{(12)^2}{2} + \frac{(15)^2}{2} + \frac{(11)^2}{2}$$

$$+ \frac{(12)^2}{2} + \frac{(8)^2}{2} + \frac{(11)^2}{2} + \frac{(12)^2}{2} + \frac{(13)^2}{2} + \frac{(10)^2}{2} + \frac{(11)^2}{2} + \frac{(12)^2}{2} + \frac{(13)^2}{2} + \frac{(12)^2}{2}$$

$$+ \frac{(13)^2}{2} + \frac{(11)^2}{2} + \frac{(12)^2}{2} + \frac{(11)^2}{2} + \frac{(14)^2}{2} + \frac{(8)^2}{2} + \frac{(13)^2}{2} + \frac{(10)^2}{2} + \frac{(12)^2}{2} + \frac{(9)^2}{2}$$

$$= \frac{3915}{2} = 1957.50$$

पायरी 12. चाचण्यांमधील वर्गांच्या बेरजेची त्रुटी काढण्यासाठी (SSW_{TR}), पायरी 11 मध्ये मिळालेले मूल्य घेऊन त्यातून CM, SSS, आणि SSTR वजा करा.

$$SSW_{TR} = 1957.50 - CM - SSS - SSTR$$

$$SSW_{TR} = 1957.50 - 1915.35 - 9.48 - 0.30$$

$$SSW_{TR} = 32.37$$

पायरी 13. अन्योन्यक्रियेच्या त्रुटीची मुदत ($SSW_{C\times TR}$) काढण्यासाठी SST मधून SSS, SSC, SSTR, $SS_{C\times TR}$, SSW_{TR}, आणि SSW_C वजा करा.

$$SSW_{C\times TR} = SST - SSS - SSC - SSTR - SS_{C\times TR} - SSW_{TR} - SSW_C$$

$$SSW_{C\times TR} = 143.65 - 9.48 - 36.82 - 0.30 - 17.03 - 32.37 - 25.35$$

$$SSW_{C\times TR} = 22.30$$

पायरी 14. आता *df* काढले जातील.

df_{SST} = the total number of scores – 1

$df_{SST} = 60 - 1 = 59$

df_{SSS} = the number of participants – 1

$df_{SSS} = 10 - 1 = 9$

df_{SSC} = the number of levels of the circadian factor – 1

$df_{SSC} = 2 - 1 = 1$

df_{SSTR} = the number of levels of the trials factor – 1

$df_{SSTR} = 3 - 1 = 2$

$$df_{SS_{C\times TR}} = df_{SSC} \times df_{SSTR}$$

$$df_{SS_{C\times TR}} = 1\times 2 = 2$$

$$df_{SSW_C} = df_{SSS}\times df_{SSC}$$

$$df_{SSW_C} = 9\times 1 = 9$$

$$df_{SSW_{TR}} = df_{SSS}\times df_{SSTR}$$

$$df_{SSW_{TR}} = 9\times 2 = 18$$

$$df_{SSW_{C\times TR}} = df_{SSS}\times df_{SSC}\times df_{SSTR}$$

$$df_{SSW_{C\times TR}} = 9\times 1\times 2 = 18$$

पायरी 15. आता वर्गांच्या बेरजेला योग्य त्या df (पायरी 14 पाहा) ने भागून वर्गांची मध्यमाने काढली जातील.

$$MSC = \frac{SSC}{df_{SSC}} = \frac{36.82}{1} = 36.82$$

$$MSTR = \frac{SSTR}{df_{SSTR}} = \frac{0.30}{2} = 0.15$$

$$MS_{C\times TR} = \frac{SS_{C\times TR}}{df_{SS_{C\times TR}}} = \frac{17.03}{2} = 8.52$$

$$MSW_C = \frac{SSW_C}{df_{SSW_C}} = \frac{25.35}{9} = 2.82$$

$$MSW_{TR} = \frac{SSW_{TR}}{df_{SSW_{TR}}} = \frac{32.37}{18} = 1.80$$

$$MSW_{C\times TR} = \frac{SSW_{C\times TR}}{df_{SSW_{C\times TR}}} = \frac{22.30}{18} = 1.24$$

पायरी 16. आता खालील सूत्रे वापरून योग्य F मूल्ये काढली जातील:

Main effect: Circadian factor $F = \frac{\text{MSC}}{\text{MSW}_\text{C}} = \frac{36.82}{2.82} = 13.06$

Main effect: Trials factor $F = \frac{\text{MSTR}}{\text{MSW}_\text{TR}} = \frac{0.15}{1.80} = 0.08$

Interaction: Circadian × Trials $F = \frac{\text{MS}_{\text{C}\times\text{TR}}}{\text{MSW}_{\text{C}\times\text{TR}}} = \frac{8.52}{1.24} = 6.87$

पायरी 17. ही काढलेली *F* मूल्ये महत्त्वपूर्ण आहेत का, हे तपासण्याकरिता, परिशिष्ट E मधील *F* वितरणाचा संदर्भ घ्या. सारिणीचा उपयोग करताना, *df*1 हा अंशाचा किंवा मिळालेल्या *F* मूल्यातील वर्गांच्या बेरजेचा *df* आहे, आणि *df*2 हा छेदाचा किंवा मिळालेल्या *F* मूल्यातील त्रुटीचा *df* आहे

म्हणून,

Circadian factor $df_1 = 1, df_2 = 9$

Trials factor $df_1 = 2, df_2 = 18$

Interaction factor $df_1 = 2, df_2 = 18$

पायरी 18. महत्त्वपूर्णता तपासल्यानंतर, डेटा खालीलप्रमाणे सारिणीत भरा:

Source	*Sum of Squares*	df	*Mean Squares*	F	p
Circadian (SSC)	36.82	1	36.82	13.06	<.01
Error (SSW_C)	25.35	9	2.82		
Trials (SSTR)	0.30	2	0.15	0.08	>.05
Error (SSW_TR)	32.37	18	1.80		
Circadian × Trials (C × TR)	17.03	2	8.52	6.87	<.01
Error ($\text{SSW}_{\text{C}\times\text{TR}}$)	22.30	18	1.24		
Subjects	9.48	9			
Total	143.65	59			

पायरी 19. सर्व दोन-घटक अनोवा संरचनांप्रमाणेच, येथे तीन नल आणि पर्यायी गृहीतप्रमेये आहेत. या उदाहरणात, (सिर्काडीअन) दैनिक घटकासाठी एक H_0 आणि H_a आहेतः

H_0: $\mu_{\text{errors-morning}} = \mu_{\text{errors-evening}}$

H_a: $\mu_{\text{errors-morning}} \neq \mu_{\text{errors-evening}}$

(सिर्काडीअन) दैनिक घटकासाठी F मूल्य महत्त्वपूर्ण असल्याने, H_0 अस्वीकृत होते. आणि, अस्वीकृत H_0 संबंधी फक्त दोन मध्यमाने आहेत, म्हणून, गुणज तुलना चाचणी करण्याची गरज नाही. नुसत्या मध्यमानांच्या निरीक्षणातून असे दिसून येते की, चिम्प्सच्या सकाळच्या चुकांचे मध्यमान (6.43) त्यांच्या संध्याकाळच्या चुकांच्या मध्यमानपेक्षा (4.87) महत्त्वपूर्णरित्या मोठे होते. अहवालात, F असे नोंदविले जाऊ शकते, $F(1, 9) = 13.06, p < .01$.

चाचणी हा घटक महत्त्वपूर्ण नव्हता. H_0 आणि H_a खालीलप्रमाणे आहेतः

H_0: $\mu_{\text{errors-Trial 1}} = \mu_{\text{errors-Trial 2}} = \mu_{\text{errors-Trial 3}}$

H_a: H_0 is not true.

चाचणी घटकाचा H_0 स्वीकृत झालेला असल्याने, गुणज तुलना चाचणी करण्याची गरज नाही. त्यामुळे, असा निष्कर्ष काढता येतो की, तीन चाचण्यांच्या मध्यमानांमध्ये महत्त्वपूर्ण फरक नाही. F अहवाल $F(2, 18) = 0.08, p < .05$ असा लिहिला जाऊ शकतो.

दैनिक घटक आणि चाचणी घटक यांच्यातील अन्योन्यक्रिया महत्त्वपूर्ण होती. नल आणि पर्यायी गृहीतप्रमेये खालीलप्रमाणे आहेतः

H_0: चुकांच्या संख्येबाबत, दैनिक आणि चाचणी या घटकांमध्ये अन्योन्यक्रिया दिसत नाही.

H_a: चुकांच्या संख्येबाबत, दैनिक आणि चाचणी या घटकांमध्ये अन्योन्यक्रिया घडते आहे.

अन्योन्यक्रियेसंबंधी काढलेले F चे मूल्य $p < .05$ पातळीवरील F च्या निर्णायक मूल्यापेक्षा जास्त असल्याने, H_0 अस्वीकृत होते, आणि असा निष्कर्ष काढता येतो की, या मध्यमानांमधील किमान एक मध्यमान दुसऱ्यापेक्षा महत्त्वपूर्णरित्या वेगळे आहे. सहा मध्यमानांमधील फरकाचा आकृतीबंध ठरविण्यासाठी, गुणज तुलना चाचणी आवश्यक आहे. F चा अहवाल, $F(2, 18) = 8.52, p < .01$, असा लिहिला जातो.

महत्त्वाच्या संज्ञा आणि व्याख्या

विषयांमधील चल (Between-subjects variable) – संपूर्णपणे यादृच्छिक अनोवा मधील एक घटक, जेथे घटकाच्या प्रत्येक पातळीत सहभागींची विभागणी यादृच्छिक पद्धतीने केलेली असल्याने प्रत्येक पातळीत वेगवेगळे सहभागी समाविष्ट असतात. यालाच सीटू स्वतंत्र चल असा संदर्भसुद्धा आहे ज्याच्यात चलाच्या प्रत्येक पातळीत वेगवेगळे सहभागी असतात, परंतु त्यांची पातळ्यांमध्ये विभागणी यादृच्छिक पद्धतीने झालेली नसते.

पुनरावृत्ती-परिमाणे अनोवा (Repeated-measures ANOVA) – अनोवातील एक प्रायोगिक संरचना जिच्यात एकच सहभागी किमान एका घटकाच्या प्रत्येक पातळीत समाविष्ट असतो.

स्प्लिट-प्लॉट अनोवा (Split-plot ANOVA) – एक दोन-घटक अनोवा ज्याच्यात स्वतंत्र चलांमधील एकात वेगवेगळ्या पातळ्यांमध्ये सहभागींची विभागणी यादृच्छिक पद्धतीने किंवा वेगवेगळ्या सहभागींची सीटूमध्ये प्रत्येक पातळीत विभागणी केलेली असते, आणि दुसरे स्वतंत्र चल पुनरावृत्ती परिमाण असते, ज्याच्यात तेच सहभागी अनेक पातळ्यांमध्ये असतात.

विषयांतर्गत चल (Within-subjects variable) – एक घटक ज्याच्यात सहभागींच्या एकाच गटाची स्वतंत्र चलाच्या प्रत्येक पातळीवर अवलंबी चलावर मोजणी केली जाते.

प्रकरण 14 सरावासाठी प्रश्न

1. एका शाळेतील मानसशास्त्रज्ञाला, शाळेतील दादागिरी करणाऱ्या विद्यार्थ्यांचा क्रोध शालेय वर्षाच्या सुरुवातीपासून वर्षाच्या शेवटपर्यंत बदलत जातो का, हे तपासण्याची इच्छा आहे. शाळेतील दादागिरी करणाऱ्या मुलांचे (ज्यांच्यावर अनेकवेळा शिस्तभंगाची कारवाई करण्यात आलेली आहे) तसेच वय आणि लिंगासंबंधी नियंत्रणांचे, शालेय वर्षाच्या सुरुवातीपासून वर्षाच्या शेवटपर्यंत, क्रोध-पट्टीवर (*T* प्राप्तांक), मापन केले गेले. स्प्लिट-प्लॉट अनोवा वापरून, अनोवा सारिणी तयार करा आणि निष्कर्ष लिहा.

	Time 1	*Time 2*		*Time 1*	*Time 2*
Bully 1	62	72	Control 1	45	45
Bully 2	75	80	Control 2	40	43
Bully 3	83	85	Control 3	38	44
Bully 4	66	90	Control 4	55	45
Bully 5	74	81	Control 5	57	51
Bully 6	78	78	Control 6	49	50
Bully 7	70	74	Control 7	42	45
Bully 8	81	85	Control 8	50	49

2. छिन्नमनस्कता कमी करणारे एक नवे औषध दीर्घकालीन स्मरणशक्ती वाढविण्यास उपयोगी पडते का, हे पाहण्यासाठी एका शासकीय मनोरुग्णालयातील सात छिन्नमनस्क (स्किझोफ्रेनिक) रुग्णांचे निरीक्षण करण्यात येत आहे. कोणतेही औषध न देता, या रुग्णांची तपासणी तीन दिवशी तीन वेगवेगळी, परंतु सममूल्य असणारी दीर्घकालीन स्मरणशक्तीसंबंधी कामे देऊन (0 = विस्मरण, 20 = संपूर्ण स्मरण) करण्यात आली. नंतर, त्यांना छिन्नमनस्कता कमी करणारे नवे औषध देऊन, त्यांची पुन्हा लागोपाठ तीन दिवस स्मरणशक्तीसंबंधी तीन नवीन कामे देऊन तपासणी करण्यात आली. पुनरावृत्ती-परिमाण अनोवा वापरून अनोवा स्त्रोत सारिणी तयार करा आणि निष्कर्ष लिहा.

	Unmedicated Trials			*Medicated Trials*		
	1	*2*	*3*	*1*	*2*	*3*
Patient 1	8	8	9	12	13	15
Patient 2	4	6	5	10	11	17
Patient 3	5	4	6	9	12	13
Patient 4	11	12	13	15	18	17
Patient 5	7	6	6	11	19	20
Patient 6	9	10	11	14	13	15
Patient 7	12	11	11	15	20	20

SPSS पाठ 14

स्प्लिट-प्लॉट अनोवा हे नाव प्रत्यक्षात संख्याशास्त्राच्या शेतीविषयक विद्याशाखेतून मिळाले आहे. याचा खराखुरा अर्थ, जमिनीचे तुकडे असलेली शेतजमीन, ज्यातील प्रत्येक तुकड्यावर एक वेगळी उपचार पद्धत (उदाहरणार्थ, वेगळेवेगळे खत) वापरली जाते, परंतु एका तुकड्यांवरील सर्व रोपांवर मात्र एकसारखेच उपचार केले जातात. त्यामुळे, स्प्लिट-प्लॉट अनोवा म्हणजे, संपूर्णपणे यादृच्छिक घटक अनोवा मध्ये (प्रत्येक पातळीत वेगळे सहभागी) एक प्रमुख परिणाम आणि एक पुनरावृत्ती-परिमाणाचा प्रमुख परिणाम (एकाच सहभागीला प्रमुख परिणामाच्या विविध पातळ्यांवर उपचार मिळतात).

आवश्यक डेटा

या पाठात *social facilitation.sav* या डेटा संचाची आवश्यकता आहे. हा डेटा अशा एका अभ्यासाबाबत आहे ज्याच्यात सहभागींनी एकच काम तीन चाचण्यांमध्ये केले होते. त्यातील सहा सहभागींचे तीन प्रयोगांमध्ये निरीक्षण केले गेले होते आणि सहांचे निरीक्षण केले गेले नव्हते. या अभ्यासाचा उद्देश, निरीक्षणामुळे त्यांचा कामाचा वेग आणि कामातील अचूकता यावर परिणाम होतो का, हे तपासणे, हा होता. या फाईलमध्ये खालील चलांची माहिती आहे:

socialfac	*1 = observed, 2 = not observed*
trial1	No. of errors (measure of speed/accuracy), low score good, high score bad
trial2	No. of errors (measure of speed/accuracy), low score good, high score bad
trial3	No. of errors (measure of speed/accuracy), low score good, high score bad

तुमच्या संगणकावर डेटा संच उतरविणे

1. तुमच्या वेब शोध स्थळातून www.uccs.edu/~faculty/fcoolidg/SPSS वर जा.
2. *social facilitation.sav* या लिंकला माउसच्या उजव्या बाजूने स्पर्श करून Save Link As हा पर्याय निवडा.
3. *Enter name of file to save to* संवादात, डाव्या बाजूतील Desktop ची निवड करा आणि *File name* स्थळात social facilitation.sav असे लिहा आणि Save पर्याय निवडा. यामुळे, डेटा संच तुमच्या संगणकाच्या desktop वर *social facilitation.sav* या नावाने साठविला जाईल.

स्प्लिट-प्लॉट अनोवा चाचणी घेणे

Data Editor मध्ये *social facilitation.sav* ही फाईलउघडा.

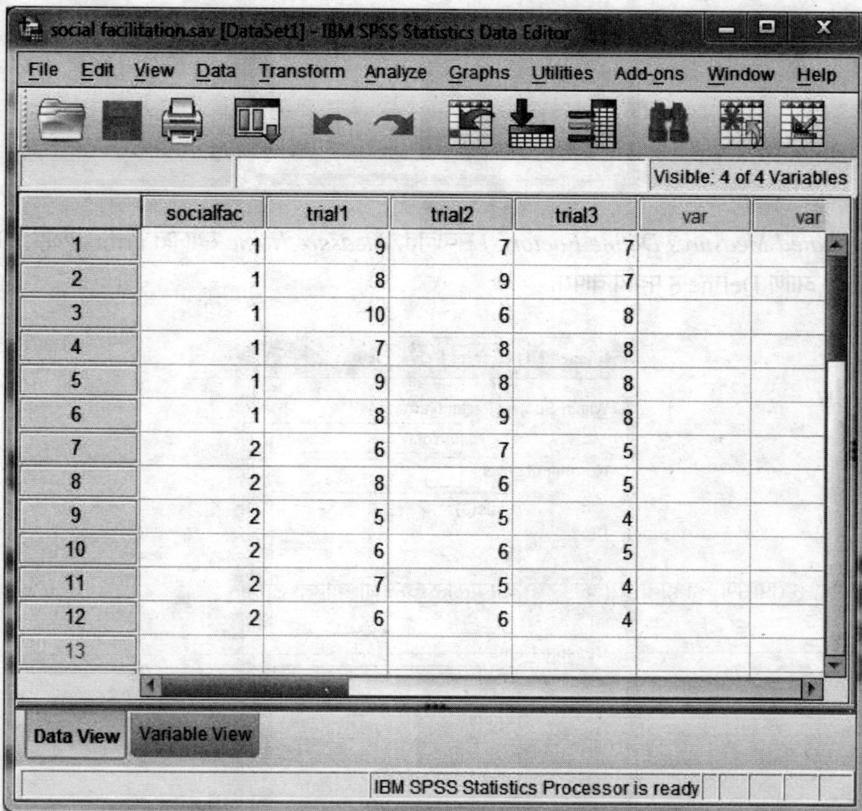

	socialfac	trial1	trial2	trial3	var	var
1	1	9	7	7		
2	1	8	9	7		
3	1	10	6	8		
4	1	7	8	8		
5	1	9	8	8		
6	1	8	9	8		
7	2	6	7	5		
8	2	8	6	5		
9	2	5	5	4		
10	2	6	6	5		
11	2	7	5	4		
12	2	6	6	4		
13						

1. अनुक्रमे Analyze > General Linear Model > Repeated Measures हे पर्याय वापरा.

2. *Repeated Measures Define Factor(s)* संवादात, *Within-Subject Factors Name* स्थानात trials लिहा, आणि *Number of Levels* स्थानात 3 लिहा आणि Add हा पर्याय निवडा.

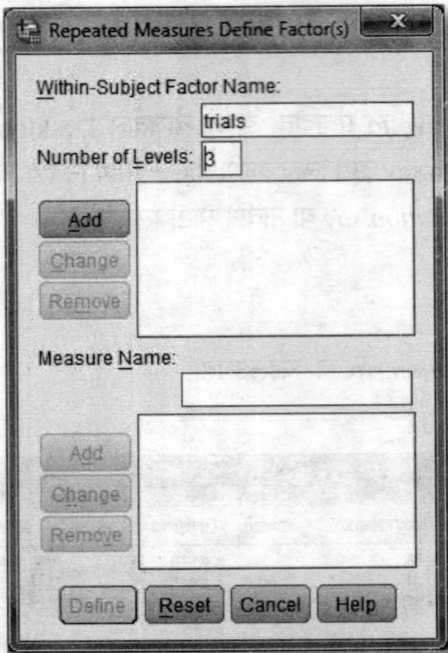

3. *Repeated Measures Define Factor(s)* संवादात, *Measure Name* स्थानात errors लिहा, आणि नंतर Add, आणि Define हे पर्याय वापरा.

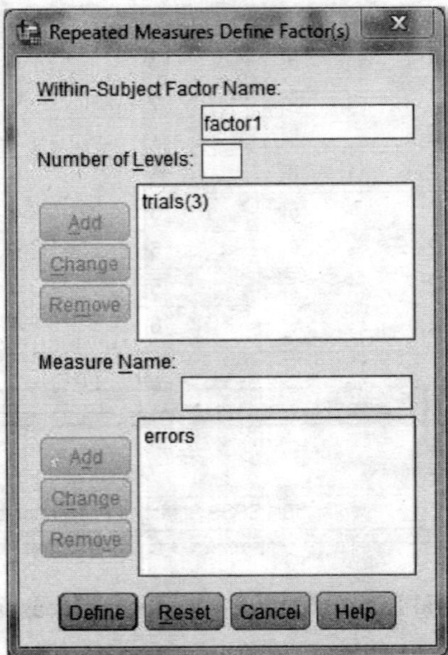

4. *Repeated Measures* संवादात, trial1 निवडा आणि arrow बटणाच्या साहाय्याने त्याला *Within-Subjects Variables* स्थानात न्या. हीच प्रक्रिया trial2 आणि trial3 साठी करा.
5. *Repeated Measures* संवादात, socialfac निवडा आणि arrow बटणाच्या साहाय्याने त्याला *Between-Subjects Factor(s)* स्थानात न्या, नंतर OK पर्याय वापरा.

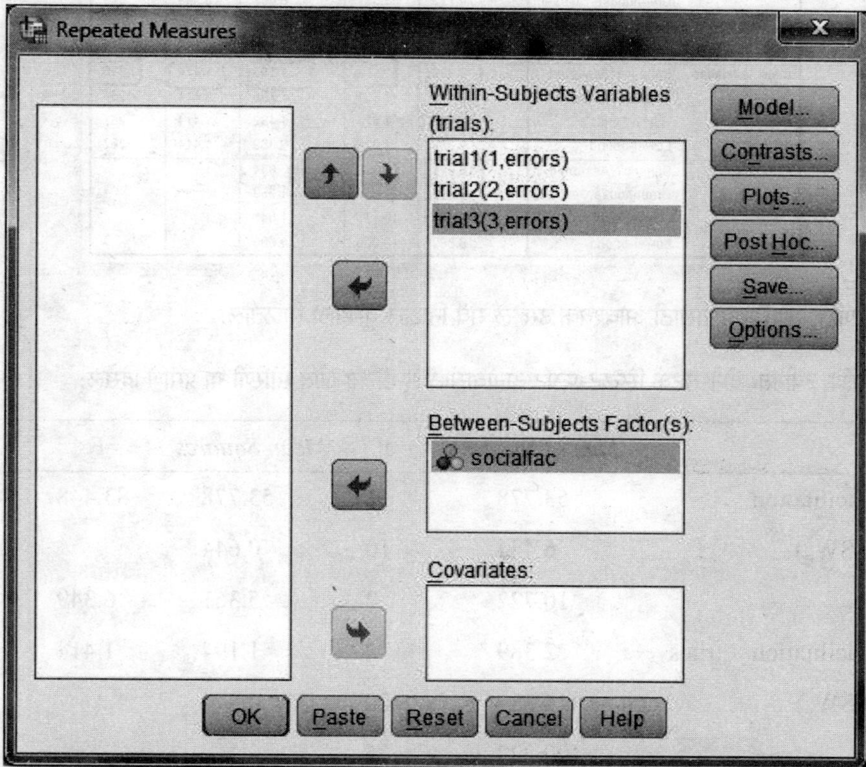

6. *Statistics Viewer* मध्ये *Tests of Between-Subjects Effects* चे निरीक्षण करा.

Tests of Between-Subjects Effects

Measure:errors
Transformed Variable:Average

Source	Type III Sum of Squares	df	Mean Square	F	Sig.
Intercept	1653.778	1	1653.778	2566.207	.000
socialfac	53.778	1	53.778	83.448	.000
Error	6.444	10	.644		

या सारिणीत, *F* मूल्या बरोबर, *socialfac* चलाच्या वर्गांची बेरीज आणि त्रुटी या गोष्टी दिसतील. ही माहिती वापरून प्रकरण 14 मध्ये दिल्याप्रमाणे स्त्रोत सारिणी तयार करा.

7. *Statistics Viewer* मध्ये *Tests of Within-Subjects Effects* चे निरीक्षण करा.

Tests of Within-Subjects Effects

Measure:errors

Source		Type III Sum of Squares	df	Mean Square	F	Sig.
trials	Sphericity Assumed	10.722	2	5.361	6.349	.007
	Greenhouse-Geisser	10.722	1.331	8.057	6.349	.019
	Huynh-Feldt	10.722	1.611	6.654	6.349	.013
	Lower-bound	10.722	1.000	10.722	6.349	.030
trials * socialfac	Sphericity Assumed	2.389	2	1.194	1.414	.266
	Greenhouse-Geisser	2.389	1.331	1.795	1.414	.266
	Huynh-Feldt	2.389	1.611	1.482	1.414	.267
	Lower-bound	2.389	1.000	2.389	1.414	.262
Error(trials)	Sphericity Assumed	16.889	20	.844		
	Greenhouse-Geisser	16.889	13.308	1.269		
	Huynh-Feldt	16.889	16.115	1.048		
	Lower-bound	16.889	10.000	1.689		

या सारिणीत, स्रोत सारिणीसाठी आवश्यक उरलेले सर्व निकाल तुम्हाला मिळतील.

8. आणि, त्यानंतर दोन-घटक स्प्लिट-प्लॉट अनोवासाठी पुनर्रचित स्रोत सारिणी या प्रमाणे दिसेल:

Source	*Sum of Squares*	df	*Mean Squares*	F	p
Social facilitation	53.778	1	53.778	83.448	<.001
Error (SSW_B)	6.444	10	0.644		
Trials	10.722	2	5.361	6.349	<.008
Social facilitation × trials	2.389	2	1.194	1.414	>.05
Error (SSW_E)	16.889	20	0.844		
Total	90.222	35			

हे लक्षात घ्या की, SPSS च्या प्रिंट आउटमध्ये वर्गांची एकूण बेरीज आणि एकूण *df* या दोन गोष्टी उपलब्ध नाहीत (सारिणीतील संख्या पाहा!), म्हणून ते मिळविण्यासाठी वर्गांची बेरीज आणि *df* स्तंभांची स्वतंत्रपणे बेरीज घेणे आवश्यक आहे. ही स्रोत सारिणी, या आधी प्रकरण 14 मध्ये दिलेल्या स्रोत सारिणीपेक्षा राउंडिंग त्रुटीमुळे थोडी वेगळी दिसते. येथील सारिणी आधीच्या सारिणीपेक्षा थोडी अधिक अचूक आहे.

SPSS मधील दुसरी दोन-घटक अनोवा संरचना

दुसऱ्या प्रकारची दोन-घटक अनोवा संरचना अशी निर्माण होते की जिच्यात दोन्ही घटक (किंवा दोन्ही प्रमुख परिणाम) पुनरावृत्ती परिमाणे असतात. म्हणजे, सर्व सहभागींना एकमेकांपासून स्वतंत्र असलेल्या दोन्ही परिणामांच्या सर्व पातळ्या मिळतात.

आवश्यक डेटा

या उदाहरणात, या प्रकरणातील संगणनविषयक उदाहरणातील डेटा वापरण्यात आला आहे. त्यांचे SPSS डेटा संचामधील मथळे जरा वेगळे दिसतात:

Participant	*Trial_1M*	*Trial_2M*	*Trial_3M*	*Trial_1E*	*Trial_2E*	*Trial_3E*
1	6	5	6	3	7	5
2	8	4	4	5	5	6
3	6	6	7	4	6	8
4	7	8	7	4	4	1
5	7	6	7	4	6	6
6	6	5	6	4	6	6
7	8	5	9	5	7	4
8	7	6	6	4	6	5
9	9	5	8	5	3	5
10	6	7	6	4	5	3

या डेटात चिंपान्झींच्या चक्रव्यूह(मेझ) शिक्षणासंबंधी, तीन सकाळी आणि तीन संध्याकाळी अशा करण्यात आलेल्या सहा प्रयोगांच्या अभ्यासातील माहिती आहे. या अभ्यासाचा उद्देश, एखादे काम करण्याच्या क्षमतेत, जी चुकांच्या संख्येतून (चुकीची वळणे (false turns)) मोजली जाते, वेळेनुसार (सकाळ किंवा संध्याकाळ) फरक पडतो का, हे तपासणे, हा होता. या डेटा संचात खालील चलांची माहिती आहे:

Participant	*1 Through 10*
Trial_1M	No. of errors in Morning Trial 1 (measure of speed/accuracy), low score good, high score bad
Trial_2M	No. of errors in Morning Trial 2 (measure of speed/accuracy), low score good, high score bad
Trial_3M	No. of errors in Morning Trial 3 (measure of speed/accuracy), low score good, high score bad
Trial_1E	No. of errors in Evening Trial 1 (measure of speed/accuracy), low score good, high score bad
Trial_2E	No. of errors in Evening Trial 2 (measure of speed/accuracy), low score good, high score bad
Trial_3E	No. of errors in Evening Trial 3 (measure of speed/accuracy), low score good, high score bad

पुनरावृत्ती-परिमाणे अनोवा चाचणी घेणे

1. डेटा संचात डेटा घालून तो *Data Editor* मध्ये *maze learning.sav* म्हणून साचवा.

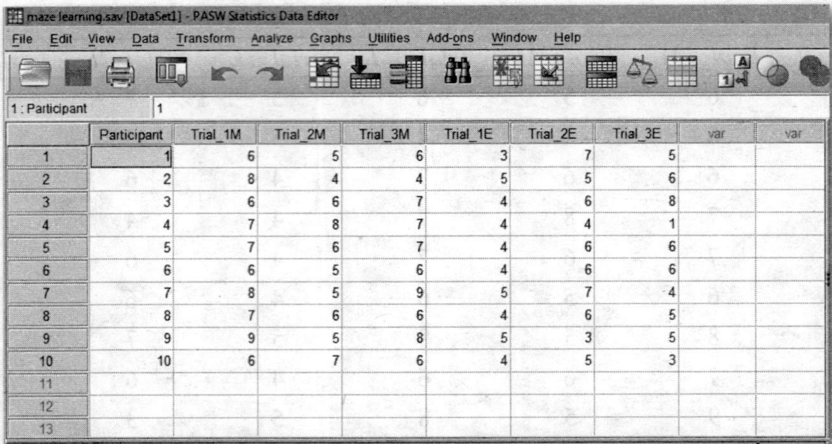

2. अनुक्रमे Analyze > General Linear Model > Repeated Measures पर्याय वापरा.

3. *Repeated Measures Define Factor(s)* संवादात, *Within-Subject Factors Name* स्थानात time लिहा आणि *Number of Levels* स्थानात 2 लिहून Add पर्याय वापरा.

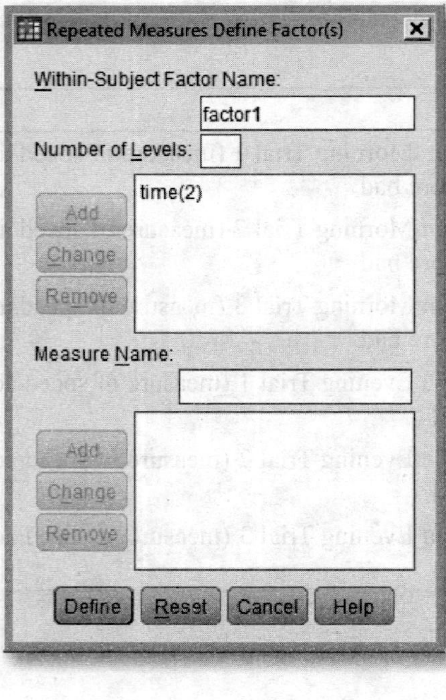

4. *Repeated Measures Define Factor(s)* संवादात, *Within-Subject Factors Name* स्थानात trials लिहा आणि *Number of Levels* स्थानात 3 लिहून Add पर्याय वापरा.

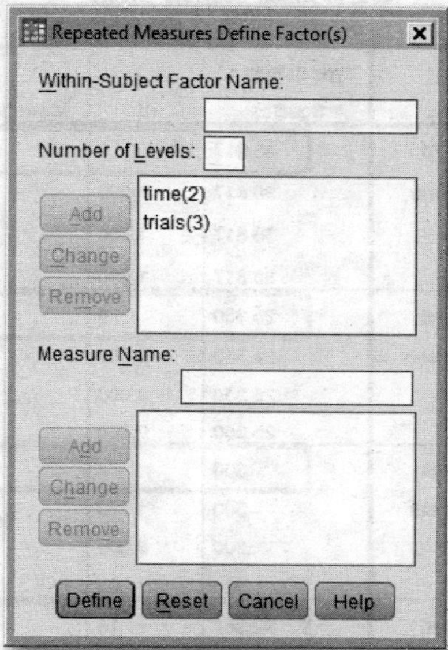

5. Define पर्याय वापरा.

6. *Within-Subjects Variables* संवादात, सर्व चाचण्या (Trial_1M, Trial_2M, Trial_3M, Trial_1E, Trial_2E, आणि Trial_3E) निवडा, आणि नंतर arrow बटण वापरून त्यांना *Within-Subjects Variables* स्थानात न्या.

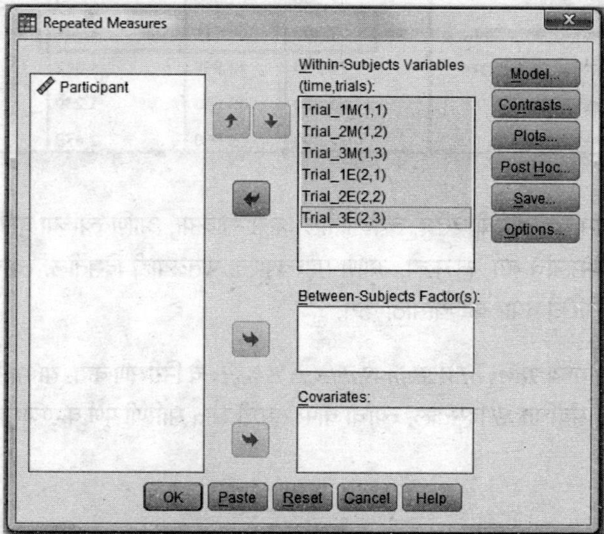

7. OK पर्याय निवडा.

8. *Statistics Viewer* मध्ये *Tests of Within-Subjects Effects* चे निरीक्षण करा.

Tests of Within-Subjects Effects

Measure:MEASURE_1

Source		Type III Sum of Squares	df	Mean Square	F	Sig.
time	Sphericity Assumed	36.817	1	36.817	13.071	.006
	Greenhouse-Geisser	36.817	1.000	36.817	13.071	.006
	Huynh-Feldt	36.817	1.000	36.817	13.071	.006
	Lower-bound	36.817	1.000	36.817	13.071	.006
Error(time)	Sphericity Assumed	25.350	9	2.817		
	Greenhouse-Geisser	25.350	9.000	2.817		
	Huynh-Feldt	25.350	9.000	2.817		
	Lower-bound	25.350	9.000	2.817		
trials	Sphericity Assumed	.300	2	.150	.083	.920
	Greenhouse-Geisser	.300	1.950	.154	.083	.916
	Huynh-Feldt	.300	2.000	.150	.083	.920
	Lower-bound	.300	1.000	.300	.083	.779
Error(trials)	Sphericity Assumed	32.367	18	1.798		
	Greenhouse-Geisser	32.367	17.551	1.844		
	Huynh-Feldt	32.367	18.000	1.798		
	Lower-bound	32.367	9.000	3.596		
time * trials	Sphericity Assumed	17.033	2	8.517	6.874	.006
	Greenhouse-Geisser	17.033	1.888	9.021	6.874	.007
	Huynh-Feldt	17.033	2.000	8.517	6.874	.006
	Lower-bound	17.033	1.000	17.033	6.874	.028
Error(time*trials)	Sphericity Assumed	22.300	18	1.239		
	Greenhouse-Geisser	22.300	16.994	1.312		
	Huynh-Feldt	22.300	18.000	1.239		
	Lower-bound	22.300	9.000	2.478		

या सारिणीत प्रमुख परिणामांच्या वर्गांची बेरीज, त्यांच्यातील अन्योन्यक्रिया, आणि त्यांच्या त्रुटी दिसतील त्याच बरोबर, स्वतंत्रता पातळ्या (*df*), मध्यमानांचे वर्ग, *F* मूल्ये, आणि महत्त्वपूर्णता पातळ्याही दिसतील. त्यांचा उपयोग तुम्ही प्रकरण 14 मध्ये दिल्याप्रमाणे स्त्रोत सारिणी तयार करण्यासाठी करा.

9. *Statistics Viewer* मध्ये *Tests of Within-Subjects Effects* चे निरीक्षण करा. या सारिणीत, विषयांच्या वर्गांची बेरीज आणि त्यांच्या संबंधित *df* दिसतील. त्यांचा वापर तुमची स्त्रोत सारिणी पूर्ण करण्यासाठी करा.

Tests of Between-Subjects Effects

Measure:MEASURE_1

Transformed Variable:Average

Source	Type III Sum of Squares	df	Mean Square	F	Sig.
Intercept	1915.350	1	1915.350	1817.731	.000
Error	9.483	9	1.054		

10. अशा प्रकारे, या दोन-घटक पुनरावृत्ती-परिमाणांची पुन्हा बनलेली अनोवा स्त्रोत सारिणी अशी दिसेल:

Source	*Sum of Squares*	df	*Mean Squares*	F	p
Time	36.817	1	36.817	13.071	.006
Error (time)	25.350	9	2.817		
Trials	0.300	2	0.150	0.083	.920
Error (trials)	32.367	18	1.798		
Interaction (time $\times$ trials)	17.033	2	8.517	6.874	.006
Error (time $\times$ trials)	22.300	18	1.239		
Subjects	9.483	9			
Total	143.650	59			

हे लक्षात घ्या की, SPSS च्या निष्कर्षांमध्ये वर्गांची एकूण बेरीज आणि एकूण df या दोन गोष्टी उपलब्ध नाहीत म्हणून ते मिळविण्यासाठी वर्गांची बेरीज आणि df स्तंभांची स्वतंत्रपणे बेरीज घेणे आवश्यक आहे. ही स्त्रोत सारिणी, या आधी प्रकरण 14 मध्ये दिलेल्या स्त्रोत सारिणीपेक्षा राउंडिंग त्रुटीमुळे थोडी वेगळी दिसते. येथील सारिणी आधीच्या सारिणीपेक्षा थोडी अधिक अचूक आहे.

प्रकरण 15

अप्राचलिक संख्याशास्त्र

काई-वर्ग चाचणी

प्रकरण 15 उद्दिष्टे

- प्राचलिक आणि अप्राचलिक संख्याशास्त्रातील फरक समजून घेणे
- काई-वर्ग वितरणाची पायाभूत तत्वे समजून घेणे
- 2 × 2 काई-वर्ग संख्याशास्त्रीय विश्लेषण करणे आणि त्याचा अन्वयार्थ लावणे

अलीकडच्या एका अभ्यासात असे दिसले होते की, जर खेळाडूंचे दोन संघ अगदी समान असले तर ज्या संघाच्या खेळाडूंनी लाल पोशाख घातला असेल तो संघ जिंकण्याची शक्यता महत्त्वपूर्णदृष्ट्या जास्त होती. या उत्तेजक शोधाच्या अनेक प्रतिकृतींचे निकाल येण्याची वाट बघण्याशिवाय, हा डेटा संरचना आणि विश्लेषणाबाबत रंजक समस्या उभ्या करतो. यातील एक चल रंग हे आहे असे दिसते, आणि त्याच्या दोन पातळ्या, लाल किंवा लाल नसणे या आहेत. दुसरे चल सामन्याचा निकाल, जिंकणे किंवा हरणे, हे आहे, असे दिसते. *T* चाचण्या आणि अनोवा संरचना यांसारख्या प्राचलिक संख्याशास्त्रीय चाचण्यांसाठी दोन किंवा जास्त गट आणि वैयक्तिक प्राप्तांकांचे मध्यमान यांची गरज असते. *T* चाचण्या आणि अनोवा यांना प्राचलिक संख्याशास्त्र मानले जाते कारण त्यात असलेली वितरणे प्रसामान्य आहेत असे गृहीत धरले जाते, आणि परिणामतः, या वितरणांचे वर्णन अंकगणिती मध्यमान, प्रमाण विचलन, आणि प्रचलन या सारख्या संख्याशास्त्रीय प्रचलांमधून करता येते. आत्ताच्या उदाहरणात, आपल्याकडे दोन वेगवेगळी चले आहेत, आणि आपल्याला एका चलाच्या पातळ्या दुसऱ्या चलाशी (म्हणजे, लाल रंग यशाशी महत्त्वपूर्णदृष्ट्या जास्त जोडला गेला आहे का) सुसंगतपणे जोडल्या गेल्या आहेत का, हे पाहण्याची इच्छा आहे. या सारख्या संरचनेसाठी, संख्याशास्त्रज्ञांनी एक संख्याशास्त्राची शाखा विकसित केली आहे. त्याला अप्राचलिक संख्याशास्त्र (nonparametric statistics) असे म्हणतात. जेव्हा डेटाची मोजणी नाममात्र

किंवा सुस्पष्ट मोजपट्टीत केली जाते किंवा जेव्हा अभ्यासातील वितरण प्राचलिक संख्याशास्त्राचे नियम उल्लंघते (जेव्हा ते प्रसामान्य नसते किंवा अनाकलनीय असते) तेव्हा अप्राचलिक संख्याशास्त्रांचा उपयोग केला जातो. संभाव्यता, अप्राचलिक संख्याशास्त्रांचा सर्वात सर्वसाधारण उपयोग नंतरच्या नाही तर आधीच्या परिस्थितीत होतो: जेव्हा डेटा फक्त नावांचा (उदाहरणार्थ, लिंग) आहे आणि त्याला स्वैरपणे दिलेल्या मूल्यांव्यतिरिक्त (उदाहरणार्थ, 1 = पुरुष, 2 = स्त्रिया किंवा 1 = लाल, 2 = लाल नसलेला) कोणतीही संख्यात्मक मूल्ये देता येत नाहीत.

साधारणतः, अप्राचलिक संख्याशास्त्र ही अनेक संख्याशास्त्रज्ञांची पहिली पसंती नसते. जवळजवळ प्रत्येक प्रायोगिक परिस्थितीत, प्राचलिक सांख्यिकीला अप्राचलिक सांख्यिकीपेक्षा जास्त प्राबल्य (योग्य संबंध, योग्य बदल, किंवा खरे फरक शोधण्याची क्षमता) असते. तरीही, काही प्रकारच्या संशोधनाचे डेटाच्या स्वरूपामुळे, अप्राचलिक विश्लेषण करणे अपरिहार्य ठरते. अप्राचलिक संख्याशास्त्रातील सर्वात लोकप्रिय चाचणी आहे काई-वर्ग किंवा χ^2 (ग्रीक आद्याक्षर χ पासून बनलेला शब्द ज्याचा उच्चार एकाच अक्षरात "का-इ" असा होतो).

कोक वि. पेप्सी

स्रोत: मार्केटिंग शिफ्ट ऑनलाईन मार्केटिंग ब्लॉगवरील छायाचित्र, http://www.marketingshift.com/images/mshift/marketing-shift-logo.png.

काई-वर्ग चाचण्या (chi-square tests) अनेक वेळा, मोजलेल्या संख्या किंवा वारंवारिता असलेल्या डेटाच्या विश्लेषणासाठी वापरल्या जातात. उदाहरणार्थ, एखाद्या गटात किती लोक किंवा घटना समाविष्ट होऊ शकतात, जसे की एका प्रयोगात किती लोक पेप्सी किंवा कोलाची चव घेतात. हे लक्षात घ्या की, या प्रकारच्या प्रयोगात फक्त साध्या संख्या गोळा होतात, उदाहरणार्थ, 110 लोकांनी कोकची आणि 123 लोकांनी पेप्सीची निवड केली. किती याचे उत्तर वारंवारिता विश्लेषणाने दिले जाते आणि वारंवारिता विश्लेषण दोन किंवा त्यापेक्षा जास्त गटांमधील फरकांची तुलना करू शकते..

काई-वर्गाचा सर्वसाधारण उद्देश

काई-वर्ग संख्याशास्त्राचा उद्देश अपेक्षित किंवा दैवयोगाने मिळणाऱ्या संख्यांपेक्षा निरीक्षणातील संख्या वेगळ्या आहेत का, हे ठरविणे, हा असतो. उदाहरणार्थ, सोप्यात सोप्या काई-वर्ग संरचनेत नाममात्र किंवा सुस्पष्ट मोजपट्टीवर एका स्वतंत्र चलाच्या दोन पातळ्यांचा उदाहरणार्थ, लिंग उपयोग करते. जर सैद्धांतिकदृष्ट्या आपल्याला असे वाटत असेल की, अर्भकांच्या लिंगावर फक्त दैवयोगाशिवाय दुसऱ्या कशाचाही परिणाम होऊ नये, आणि तसे झाल्यास, जन्मलेल्या एकूण अर्भकापैकी 50% मुलगे आणि 50% मुली असल्या पाहिजेत. या प्रयोगात किंवा अभ्यासात एखाद्या दवाखान्यातील किंवा एखाद्या शहरातील दवाखान्यांमध्ये जन्मलेल्या सर्व अर्भकांच्या लिंगांची सांकेतिक नोंद केली जाईल आणि काई-वर्गचाचणीचा वापर, निरीक्षणातील किंवा प्रत्यक्षातील जन्मदर सैद्धांतिक अपेक्षित दरापेक्षा वेगळा आहे का, हे ठरविण्यासाठी केला जाईल. आश्चर्यकारक गोष्ट अशी आहे की, या उदाहरणात, त्यांच्यात फरक आहे. अमेरिकेत, अर्भक मुलांचे प्रमाण अंदाजे 49% आहे तर अर्भक मुलींचा दर एकूण जन्मलेल्या बालकांच्या 51% इतका आहे. 1890 च्या दशकात, जेव्हा

कार्ल पिअरसन यांनी काई-वर्ग चाचणी विकसित केली, तेव्हा त्यांनी सैद्धांतिक निरीक्षणातील वारंवारिता किती उचित पद्धतीने अपेक्षित वारंवारितांशी जुळतात, हे ठरविणारी चाचणी म्हणून तिला उचिततेच्या गुणाची चाचणी (goodness-of-fit test) असे नाव दिले होते.

कोक आणि पेप्सीमधील चवी संबंधीच्या 1000 लोकांच्या चाचणीत जर दोन्ही उत्पादनांपैकी कोणालाच स्पष्ट प्राधान्य दिलेले नसेल, तर अशी अपेक्षा केली जाऊ शकते की 500 लोक पेप्सीला प्राधान्य देत असतील आणि 500 कोकला प्राधान्य देणारे असतील. ह्या उदाहरणात, जर आपण सुरुवातीला असा विचार केला असेल (नल गृहीतप्रमेय) की एकापेक्षा दुसऱ्याला प्राधान्य दिले जाऊ नये तर अपेक्षित परिणाम सम विभाजन असा असेल. दुसऱ्या संभाव्यता निरीक्षण केलेल्या वारंवारितांशी जुळणाऱ्या असू शकतील का याचेही परीक्षण काई-वर्ग चाचणी करेल. उदाहरणार्थ, जर तिसऱ्या जगातील एका देशाचा अभ्यास केला जाणार असेल जेथे कोक मागील 10 वर्षांपासून विकले जात होते आणि पेप्सी फक्त 2 वर्षे विकले जात होते, तर हे माहीत करून घेण्यासाठी अशा गृहीतप्रमेयाची पडताळणी केली जाऊ शकेल की निरीक्षण केलेल्या वारंवारिता आधीच्या गृहीताशी, म्हणजे (नल गृहीतप्रमेय) कोक पेप्सीपेक्षा 10 ला 1 असा अधिक विकला जात असेल याच्याशी जुळणाऱ्या आहेत का, किंवा अशा गृहीतप्रमेयाची पडताळणी केली जाऊ शकेल जेथे नल गृहीतप्रमेय असे असेल की कोक पेप्सीपेक्षा 3 ला 1 असा अधिक विकला जात असेल.

काई-वर्ग संरचनांचा आढावा

दोन उत्पादनांमधील चवीच्या परीक्षणाचे आधीचे उदाहरण दोन- सेल काई-वर्ग संरचनेचे मानले जाते कारण येथे फक्त एक स्वतंत्र चल आहे (या उदाहरणात, एक उत्पादन दोन पातळ्यांसह, पेप्सी आणि कोक) आणि एकच अवलंबी चल (वारंवारिता किंवा किती वेळा निवडले गेल्याची संख्या). पातळ्यांना काई-वर्ग विश्लेषणात सेल्स असे म्हटले जाते. ज्याप्रमाणे, अनोवा हे t चाचण्यांचे विस्तारित रूप होते (दोन-गट विश्लेषणापासून ते दोनपेक्षा अधिक गटांचे विश्लेषण करण्यापर्यंत), त्याप्रमाणे दोन-सेल काई-वर्ग दोन सेल असलेल्या एकाच स्वतंत्र चलाचा असू शकतो, किंवा तो दोनपेक्षा अधिक सेल्सचा असू शकतो. काई-वर्ग घटकात्मक अनोवा सारखाही असू शकतो, ज्यामध्ये काई-वर्ग दोन किंवा अधिक स्वतंत्र चलांचे एकाच वेळी विश्लेषण करू शकतो. सर्वांकडून जास्त वापरली जाणारी काई-वर्ग संरचना ही बहुधा 2×2 (टू बाय टू असा उच्चार केला जातो) संरचना असते जेथे दोन स्वतंत्र चले असतात आणि प्रत्येकाच्या दोन पातळ्या असतात. जन्माविषयीचे उदाहरण पुढे नेताना, युनायटेड स्टेट्समधील पुरुषांचे स्त्रियांशी जन्म गुणोत्तर भारतापेक्षा निराळे आहे का हे आपण तपासणी करून पाहू शकतो. एक स्वतंत्र चल लिंग हा आहे (पुरुष किंवा स्त्री), आणि दुसरा भौगोलिक देश हा आहे (युनायटेड स्टेट्स किंवा भारत). नल गृहीतप्रमेयाचे विधान असे आहे की हे दोन स्वतंत्र चल एकमेकांपासून स्वतंत्र आहेत (जरी भारतातील सर्वसाधारण जन्मसंख्या जास्त असली तरी मुलींच्या जन्मांचे मुलांच्या जन्मांशी असणारे गुणोत्तर दोन्ही देशात सारखेच आहे). पर्यायी गृहीतप्रमेयाचे विधान असे आहे की दोन स्वतंत्र चल अवलंबी आहेत (याचा अर्थ असा की मुलींची मुलांशी असणारी गुणोत्तरे दोन देशात निरनिराळी आहेत).

काई-वर्गचाचणी: दोन-सेल संरचना (समान संभाव्यता प्रकार)

काई-वर्ग चाचणीचा सर्वात सोपा प्रकार म्हणजे दोन-सेल प्रयोग जेथे प्रयोगाचा परिणाम असा असतो की प्रत्येक सहभागी किंवा घटना दोन सेल्सपैकी फक्त एका सेलमध्ये येते. आपण आपले लिंगविषयक उदाहरण पुढे चालू ठेवू. प्रयोगकर्त्याला

पाणबुड्या पुरुषांना मुलांपेक्षा मुली अधिक असतात का हे जाणून घेण्याची इच्छा आहे. बुडी मारण्याच्या खोलीत अनुक्रमाने येणाऱ्या खोल समुद्रात दीर्घकाळ काम करणाऱ्या 10 पाणबुड्यांना प्रयोगकर्त्यांनि त्यांच्या मुलांच्या लिंगाविषयी विचारले. नल गृहीतप्रमेय असे असेल की मुलगा असण्याची संभाव्यता ½ किंवा .5 आहे, आणि मुलगी असण्याची संभाव्यता ½ किंवा .5 आहे, आणि दोन्ही संभाव्यतांची बेरीज 1.0 आहे. आपण असे मानू की 10 पाणबुड्यांनी एकूण 25 मुले असल्याची नोंद केली: 10 मुले आणि 15 मुली. निरीक्षण केलेली ही मूल्ये आपण अपेक्षिलेल्या 50–50 विभागणीपेक्षा निराळी आहेत का?

दोन-सेल संरचनेचे संगणन

या प्रयोगाच्या काई वर्ग चाचणीत, नल आणि पर्यायी गृहीतप्रमेये अशी असतील

$H_0: p_B = p_G$

$H_a: p_B \neq p_G$

जेथे,

p_B = मुलगा (B) असण्याची संभाव्यता, आणि

p_G = मुलगी (G) असण्याची संभाव्यता.

पायरी 1. निरीक्षण केलेल्या आणि अपेक्षिलेल्या वारंवारिता सेल्सचा तक्ता तयार करा.

	Boy	*Girl*
Observed cell frequency	10	15
Expected cell frequency	12.5	12.5

नोंद करा की अपेक्षित सेल वारंवारिता मुलगा होण्याच्या सैद्धांतिक संभाव्यतेला (½ किंवा .5) अभ्यासातील सहभागींच्या एकूण संख्येने (10 + 15 = 25) गुणून मिळविली आहे. दोन्ही सेल्ससाठी अपेक्षित सेल वारंवारिता .5 गुणिले (वेळा) 25 = 12.5 आहे. या उदाहरणात, अपेक्षित सेल वारंवारिता एकमेकींबरोबर आहेत कारण नल गृहीतप्रमेयात ते त्याप्रकारे मांडले होते – म्हणून येथे "समान संभाव्यता प्रकार" असे नाव दिले आहे.

पायरी 2. काई-वर्ग मूल्य खालील सूत्र वापरून मिळवले आहे:

$$\chi^2 = \sum_{i=1}^{k} \frac{(\text{Observed Cell Frequency}_i - \text{Expected Cell Frequency}_i)^2}{\text{Expected Cell Frequency}_i}$$

जेथे, i = पहिली सेल, नंतर दुसरी सेल, आणि अशा प्रकारे k पर्यंत, जेथे k ही शेवटची सेल आहे. या उदाहरणात, आपल्याकडे सर्वसाधारण काई-वर्ग मूल्यात सहभाग घेणाऱ्या फक्त दोन सेल आहेत.

म्हणून,

$$\chi^2 = \frac{(10-12.5)^2}{12.5} + \frac{(15-12.5)^2}{12.5}$$

$$\chi^2 = \frac{(-2.5)^2}{12.5} + \frac{(2.5)^2}{12.5}$$

$$\chi^2 = \frac{6.25}{12.5} + \frac{6.25}{12.5}$$

$$\chi^2 = 0.50 + 0.50$$

$$\chi^2 = 1.00$$

पायरी 3. नंतर खालील सूत्राने स्वतंत्रता पातळ्या (df) काढल्या आहेतः

df = number of cells – 1

$df = 2 - 1 = 1$

पायरी 4. काढलेल्या काई-वर्ग मूल्याची तुलना काई-वर्ग वितरण असलेल्या परिशिष्ट D मधील निर्णायक मूल्याबरोबर करा. $p = .05$ पाशी $df = 1$ बरोबर काई-वर्गाचे निर्णायक मूल्य 3.84 आहे. आपले अनौपचारिक लिखाण खालीलप्रमाणे दिसू शकेल:

$\chi^2 = 1$ हे काढलेले मूल्य तक्त्यातील $p = .05$ पाशी $df = 1$ बरोबर असलेल्या निर्णायक $\chi^2 = 3.84$ मूल्यापेक्षा मोठे नाही. म्हणून H_0 स्वीकारले जाते, आणि असा निष्कर्ष काढला आहे की पाणबुड्यांना मुलगा असण्याची संभाव्यता मुलगी असण्याच्या संभाव्यतेपेक्षा निराळी नाही, χ_2 (1, N = 10) = 1.00, $p > .05$. म्हणून, जरी पाणबुड्यांना मुलांपेक्षा जास्त मुली असल्याचे निरीक्षण करण्यात आले होते, तरी ह्या तफावती केवळ योगायोगाने घडणे जेवढे अपेक्षिले असते त्यापलीकडे संख्याशास्त्रीयदृष्ट्या निराळ्या नव्हत्या.

लक्षात घ्या की χ^2 मूल्य नोंदविल्यानंतर, df च्या मागोमाग विषयांची एकूण संख्या येते, सर्व गोष्टी χ^2 नंतर कंसामध्ये येतात.

जर्नलमधील लेखातील औपचारिक विधान खालीलप्रमाणे असू शकेल:

काई-वर्ग चाचणीने असे दाखवून दिले की 10 पाणबुड्यांच्या मुलांमधील 1.5:1 (मुलींचे मुलांशी) हे निरीक्षण केलेले गुणोत्तर 1:1 ह्या अपेक्षित गुणोत्तरापेक्षा, $\chi^2(1, N = 10) = 1.00, p > .05$, महत्त्वपूर्णरित्या वेगळे नाही. संशोधन प्रश्नाचा विचार करता, पाणबुड्यांना महत्त्वपूर्णरित्या मुलांपेक्षा मुली अधिक नव्हत्या.

जर आपण मुलींच्या संख्येला (निरीक्षण केलेले मोठे मूल्य) मुलांच्या संख्येने भागले, तर आपल्याला मुलींचे मुलांशी असलेले गुणोत्तर 1.5:1 (1.5 स 1, असे वाचले जाते) असे मिळेल. आपण ह्याकडे मुलींचा मुलांपेक्षा 1.5 पट मोठा दर असेही पाहू शकतो, जरी आपण आधीच केलेल्या संख्याशास्त्रीय चाचणीतून असे ठरले की हा दर केवळ योगायोगाचा भाग असू शकतो; म्हणजेच तो 1:1 या गुणोत्तरापेक्षा महत्त्वपूर्णरित्या निराळा नाही.

काई-वर्ग चाचणी ही संख्याशास्त्रीय ताकदीचा तोच अभाव, किंवा ताकदीचा दुरुपयोग यांमुळे सहसंबंध, t चाचणी, किंवा अनोवा यांसारख्या प्राचलिक चाचण्यांप्रमाणेच, ग्रस्त होऊ शकते. म्हणून, या उदाहरणातील खूपच कमी निरीक्षणे (म्हणजे, 10 पाणबुडे आणि त्यांची 25 मुले) आपल्याला चाचणीच्या अल्प उपयोगाकडे घेऊन गेली असतील. निश्चितच, जर आपण 40 पाणबुड्यांची माहिती मिळवली असती आणि आपल्याला असे दिसले असते की ह्याच गुणोत्तरात (1.5:1, मुलींचे मुलांशी) त्यांना 100 मुले आहेत, तर काई-वर्ग चाचणीने आपण संख्याशास्त्रीय महत्त्वपूर्णता मिळवू शकलो असतो.

काई-वर्ग वितरण

t वितरण किंवा F वितरणासारखेच, काई-वर्ग वितरण हे प्रत्यक्षात सैद्धांतिक वितारणांचे कुटुंब आहे. अनोवा मधील F मूल्याप्रमाणे, काई-वर्ग मूल्य ही एक-पुच्छ चाचणी असते, पण F वितरणात जसा नसतो तसा, काई-वर्गमूल्यांना असा df असतो की जो सेल्सच्या किंवा प्रकारांच्या संख्येवर आधारित असतो आणि निरीक्षणांच्या किंवा सहभागींच्या संख्येवर आधारलेला नसतो.

काई-वर्ग चाचणीची गृहिते

काई-वर्ग चाचणी मूलभूत जनसंख्येच्या आकाराबद्दल कोणतेही गृहीत धरत नाही असे जरी म्हटले जात असले तरी काई-वर्ग चाचणी वापरताना काही थोडी महत्त्वाची गृहिते आहेत.

1. प्रत्येक सेलमधील प्राप्तांक एकमेकांपासून स्वतंत्र असले पाहिजेत. ह्याचा अर्थ, एका सेलमधील प्राप्तांकांचा दुसऱ्या सेलमधील प्राप्तांकांवर कोणताही परिणाम होता कामा नये. जर सहभागींना अशी जाणीव होईल की दुसऱ्या सेलपेक्षा पहिल्या सेलची निवड अधिक केली जात आहे, आणि त्याचा परिणाम म्हणून, प्रयोगात नंतर पहिला सेल आणखी जास्त वारंवारितेने निवडला गेला, कारण सहभागींना पहिल्या सेलची निवड काही कारणाने दुसऱ्या सेलपेक्षा अधिक सरस होती असे वाटू लागले, तर ह्या गृहीताचे उल्लंघन होऊ शकते. स्वतंत्रतेचा असाही अर्थ आहे की प्रत्येक प्राप्तांक (मोजणी किंवा वारंवारिता) फक्त एका सहभागीचे किंवा घटनेचे प्रतिनिधित्व करतो. त्याच एका सहभागीचे प्रतिनिधित्व एकापेक्षा जास्त प्राप्तांक करू शकत नाही. आपल्या पहिल्या उदाहरणात, जर सर्व पाणबुड्यांनी आणि त्यांच्या बायकांनी त्यांना एक मुलगा होईपर्यंतच मुले होऊ देण्याचे ठरविले असेल तर स्वतंत्रतेचे उल्लंघन झालेले असू शकते.

2. प्रत्येक सेलमध्ये किमान पाच सहभागी किंवा घटना असल्या पहिजेत. ह्या गृहिताच्या उल्लंघनामुळे काई-वर्ग सांख्यिकीचा वापर आपोआप अपात्र ठरत नाही, पण अप्राचलिक संख्याशास्त्राची निवड केल्याने आधीच ताकद कमी होते हे आपण पाहिले आहे, आणि डेटामधील तफावतींना वास्तविक किंवा खरोखर संवेदनशील असण्यासाठी काई-वर्ग चाचणीसाठी प्राप्तांकांची संख्या पुरेशी मोठी असणे आवश्यक असते.

3. काई-वर्ग चाचणीतील अवलंबी चल हा वारंवारिता किंवा मोजणी असतो असे गृहीत असते, जसे सहभागींची संख्या. अखंडित चलांचे दोन गटात विभाजन केल्याखेरीज त्यांचे विश्लेषण करणे योग्य नाही. दोन गट करण्याची एक पद्धत अशी की मध्यगेने डेटाचे दोन भागात विभाजन करणे. मध्यगेच्या वरच्यांचा गट 1 आणि मध्यगेच्या खालच्यांचा गट 2. परंतु, द्विभाजन केलेल्या अखंडित चलाचे वितरण प्रसामान्य असेल किंवा टेकडीच्या आकाराचे असेल तर त्याच्यावर अप्राचलिक सांख्यिकीचा उपयोग करणे चुकीचे ठरेल, कारण त्यासारख्या प्राचलिक चाचण्या अधिक ताकदवान आणि डेटामधील वास्तववादी तफावतीबाबत संवेदनशील असतील. अखंडित चल द्विभाजन करून सर्व प्राप्तांक मध्यंतरावर फक्त दोन गटात गोळा करतो, ह्या प्रक्रियेत अगदी विशिष्ट माहिती हरवून जाते.

काई-वर्ग चाचणी: दोन-सेल संरचना (भिन्न संभाव्यता प्रकार)

साध्या दोन-सेल काई-वर्ग चाचणीत जेथे दोन कक्षांसाठी सैद्धांतिक संभाव्यता समान असण्याऐवजी निराळ्या असण्याची अपेक्षा केली जाते, तेथे अल्प सामान्य बदल असतो. आपण हाताच्या वापराचे उदाहरण घेऊ. सर्वसाधारण जनतेत, 95% लोक उजव्या हाताचा वापर करणारे आणि 5% लोक डावखुरे असतात. अपस्माराचा आजार असणाऱ्या 100 लोकांच्या नमुन्यात उजव्या हाताचा वापर न करणारे लोक महत्त्वपूर्णरित्या अधिक आहेत का हे प्रयोगकर्ता ठरवू इच्छितो आणि प्रयोगकर्त्याला असे आढळले की उजव्या हाताचा वापर करणारे 85 लोक आहेत आणि उजव्या हाताचा वापर न करणारे 15 लोक आहेत. जनसंख्येमध्ये सैद्धांतिकदृष्ट्या अपेक्षिल्यापेक्षा हे निरीक्षण केलेले फरक महत्त्वपूर्णरित्या निराळे आहेत का?

दोन-सेल संरचनेचे मापन

नल आणि पर्यायी गृहीतप्रमेये पुढीलप्रमाणे आहेत:

H_0: $p_R = .95$ and $p_{NR} = .05$

H_a: H_0 सत्य नाही.

जेथे,

p_R = उजव्या हाताने काम करणारा (R) माणूस असण्याची संभाव्यता

p_{NR} = बिनउजव्या हाताने काम न करणारा (NR) माणूस असण्याची संभाव्यता

पायरी 1. निरीक्षण केलेल्या आणि अपेक्षित असलेल्या सेल वारंवारितांचा तक्ता तयार करा.

	Right-Handed	*Non–Right-Handed*
Observed cell frequency	85	15
Expected cell frequency	95	5

नोंद घ्या की अपेक्षित सेल वारंवारिता उजव्या हाताने काम करणारा माणूस असण्याच्या संभाव्यतेला (95/100 किंवा .95) अभ्यासात सहभागी झालेल्या घटकांच्या संख्येने (85 + 15 = 100) गुणून काढली आहे. म्हणून उजव्या हाताने काम करणाऱ्यांची अपेक्षित सेल वारंवारिता .95 × 100 = 95, आणि उजव्या हाताने काम न करणाऱ्यांसाठी, ती .05 × 100 = 5 आहे.

पायरी 2. खालील सूत्र वापरून काई-वर्ग मूल्य काढले:

$$\chi^2 = \sum_{i=1}^{k} \frac{(\text{Observed Cell Frequency}_i - \text{Expected Cell Frequency}_i)^2}{\text{Expected Cell Frequency}_i}$$

जेथे i = पहिला सेल, नंतर दुसरा सेल, आणि अशा प्रकारे k पर्यंत, जेथे k = शेवटचा सेल.

म्हणून,

$$\chi^2 = \frac{(85-95)^2}{95} + \frac{(15-5)^2}{5}$$

$$\chi^2 = \frac{(-10)^2}{95} + \frac{(10)^2}{5}$$

$$\chi^2 = \frac{100}{95} + \frac{100}{5}$$

$$\chi^2 = 1.05 + 20.00$$

$$\chi^2 = 21.05$$

पायरी 3. नंतर खालील सूत्राने df मिळविली.

df = number of cells – 1

df = 2 – 1 = 1

पायरी 4. काई-वर्गाचे निर्णायक मूल्य परिशिष्ट D मधून मिळविले, ज्यात काई-वर्ग वितरण दिले आहे.काई-वर्गाचे-निर्णायक मूल्य p = .05 पाशी df = 1 असताना 3.84 आहे. आपले अनौपचारिक लिखाण पुढीलप्रमाणे दिसेल:

> χ^2 चे काढलेले मूल्य = 21.05 हे तक्त्यातील काई-वर्गाचे निर्णायक मूल्यापेक्षा मोठे नाही. म्हणून H_0 अमान्य केले जाते आणि असा निष्कर्ष निघतो की निरीक्षण केलेल्या सेल वारंवारिता, सैद्धांतिक सेल वारंवारितापेक्षा केवळ अपेक्षिल्याप्रमाणे योगायोगाने घडणे यापलीकडे महत्त्वपूर्णरित्या निराळ्या आहेत, $\chi^2(1, N = 100) = 21.05$, $p < .001$. संशोधन प्रश्नाच्या बाबतीत, अपस्मार झालेल्या लोकांच्या नमुन्यात, अपस्मार नसलेल्या लोकांच्या जनसंख्येत अपेक्षिल्यापेक्षा महत्त्वपूर्णरित्या अधिक उजव्या हाताचा वापर न करणारे लोक होते असे निरीक्षण करण्यात आले.

जर्नलमधील लेखातील औपचारिक लेखन पुढीलप्रमाणे दिसेल:

> 100 अपस्मार रुग्णांच्या गटातील उजव्या हाताचा वापर न करण्याची घटना (.15) उजव्या हाताचा वापर न करणाऱ्या अपस्मार नसणाऱ्यांच्या नमुन्याच्या दरापेक्षा $\chi^2(1, N = 100) = 21.05, p < .001$ महत्त्वपूर्णरित्या मोठा होता. संशोधनप्रश्नाच्या बाबतीत, असे दिसते की अपस्मारांच्या या नमुन्यात, उजव्या हाताचा वापर न करणे हे जनसंख्येतील अपस्मार नसलेल्यांच्या अपेक्षेपेक्षा, तीन पट अधिक दराने घडते.

वर्तमानपत्रासाठी महत्त्वपूर्ण काई-वर्ग चाचणीचा अन्वयार्थ लावणे

आपण जे काही करतो आहोत त्याच्या संपूर्ण अर्थाची स्वतःला आठवण करून देणे हे सर्वच संख्याशास्त्रात महत्त्वाचे असते. एखाद्या अद्ययावत संख्याशास्त्रज्ञांच्या गटाला, अभ्यास महत्त्वपूर्ण आहे, $\chi^2(1, N = 100) = 21.05, p < .001$, असा अहवाल सादर करणे ठीक आहे, परंतु आपण काय करतो आहोत असे आपल्या आयांना किंवा वडिलांना सांगू शकू (ते संख्याशास्त्रज्ञ नाहीत असे गृहीत धरून)? समकालीन मानसशास्त्रज्ञ- संख्याशास्त्रज्ञ एबल्सन आपल्या विद्यार्थ्यांना विचारतो, “जर तुमचा अभ्यास वर्तमानपत्रात छापला गेला तर त्याचा मथळा काय असेल?” (Abelson, 1995, पान xiii).

मी सुद्धा माझ्या विद्यार्थ्यांना पूर्वीपासून सांगत आलो आहे की त्यांच्या अभ्यासाच्या अंतिम परिच्छेदात संख्याशास्त्रीय अनुमाने सारांशाने अशा प्रकारे लिहा की एखाद्या चौकस परंतु अज्ञानी वाचकालाही त्याचे आकलन होऊ शकेल. आपण जर प्रत्यक्षपणे प्रतिशत प्रमाणांची किंवा दरांची महत्त्वपूर्णता तपासत नसलो तरी संख्याशास्त्रीय महत्त्वपूर्णतेच्या विधानाबरोबर प्रतिशत प्रमाणे आणि दर नोंदविणे पूर्णतः वैध असते, कारण सामान्य माणसाला एखाद्या गटातील प्रतिशत प्रमाणातील फरक किंवा मोठे दर यांचे आकलन होऊ शकते. म्हणून, आधीच्या उदाहरणात, अपस्माराच्या रुग्णांमधील उजवा हात न वापरणाऱ्यांचे तीन पट मोठ्या प्रमाणाचे अनुमान तुलनेने समजण्यास सोपे आहे. खरे तर, संख्याशास्त्रज्ञ नसणाऱ्यांसाठी आणि संख्याशास्त्रज्ञांसाठी काई-वर्ग चाचणीचे निकाल अशा प्रकारे समजणे अधिक सोपे जाते.

काई-वर्ग चाचणी: तीन-सेल्सचा प्रयोग (समान संभाव्यता प्रकार)

काई-वर्ग चाचणीचा दुसरा सामान्य प्रकार म्हणजे तीन-सेल्सची संरचना (आणि पुढील सर्व चर्चा आणि सूत्रे तीनपेक्षा जास्त सेल्सनाही लागू पडतात) जेथे प्रयोगाचा परिणाम असा असतो की प्रत्येक निरीक्षण (लोक किंवा घटना) तीन मधल्या एका सेलमध्ये पडू शकते. या संरचनेत, सुरुवातीलाच असे गृहीत धरले जाते की कोणत्याही एका सेलमध्ये सामावले जाण्याची संभाव्यता दुसऱ्या सेलमध्ये सामावले जाण्याच्या संभाव्यतेइतकीच असते. उदाहरणार्थ, प्रयोगकर्त्याला चक्रव्यूहाच्या कोड्यात उंदीर उजव्या बाजूच्या दाराला (D1), मधल्या दाराला (D2) किंवा डाव्या बाजूच्या दाराला (D3) प्राधान्य देतात का हे जाणून घेण्याची इच्छा आहे. आपण असे मानू की 30 उंदीर चक्रव्यूहात पळाले, आणि तीन दारांच्या निरीक्षण केलेल्या वारंवारिता पुढीलप्रमाणे आहेत: दार 1 = 13, दार 2 = 10, आणि दार 3 = 7.

तीन-सेल संरचनेचे मापन

या प्रयोगातील काई-वर्ग चाचणीत, नल आणि पर्यायी गृहीतप्रमेये अशी असतील:

H_0: $p_{D1} = p_{D2} = p_{D3}$

H_a: H_0 सत्य नाही.

जेथे,

p_{D1} = दार 1 निवडण्याची संभाव्यता,

p_{D2} = दार 2 निवडण्याची संभाव्यता,

p_{D3} = दार 3 निवडण्याची संभाव्यता

पायरी 1. निरीक्षण केलेल्या आणि अपेक्षिलेल्या सेल वारंवारितांचा तक्ता तयार करा:

	Door 1	*Door 2*	*Door 3*
Observed cell frequency	13	10	7
Expected cell frequency	10	10	10

नोंद घ्या की दार 1 निवडण्याच्या सैद्धांतिक संभाव्यतेला (1/3 किंवा .33) सहभागी घटकांच्या (उंदरांच्या) एकूण संख्येने गुणून (या उदाहरणात 30) अपेक्षित सेल वारंवारिता काढली जाते. सर्व तीन कोठ्यांसाठी अपेक्षित सेल वारंवारिता याच पद्धतीने काढली जाते. अपेक्षित सेल वारंवारिता 1/3 × 30 = 10.

पायरी 2. खालील सूत्राने काई-वर्ग मूल्य काढा:

$$\chi^2 = \sum_{i=1}^{k} \frac{(\text{Observed Cell Frequency}_i - \text{Expected Cell Frequency}_i)^2}{\text{Expected Cell Frequency}_i}$$

जेथे i = पहिला सेल, नंतर दुसरा सेल, आणि अशा प्रकारे k पर्यंत, जेथे k = शेवटचा सेल.

म्हणून,

$$\chi^2 = \frac{(13-10)^2}{10} + \frac{(10-10)^2}{10} + \frac{(7-10)^2}{10}$$

$$\chi^2 = \frac{(3)^2}{10} + \frac{(0)^2}{10} + \frac{(-3)^2}{10}$$

$$\chi^2 = \frac{9}{10} + \frac{0}{10} + \frac{9}{10}$$

$$\chi^2 = 0.90 + 0.00 + 0.90$$

$$\chi^2 = 1.80$$

पायरी 3. खालील सूत्राने स्वतंत्रता पातळ्या (df) काढा:

$$df = \text{number of cells} - 1$$

$$df = 3 - 1 = 2$$

पायरी 4. काई-वर्गाचे निर्णायक मूल्य परिशिष्ट D मधील काई-वर्ग वितरणापासून मिळविले. $p = .05$ पाशी $df = 2$ बरोबर काई-वर्गाचे निर्णायक मूल्य 5.99 आहे. अनौपचारिक लिखाण पुढीलप्रमाणे दिसेल:

χ^2 चे काढलेले मूल्य = 1.80 काई-वर्गाच्या $p = .05$ पाशी $df = 2$ बरोबर तक्त्यातील निर्णायक मूल्यापेक्षा मोठे नाही. म्हणून, H_0 मान्य केले जाते, आणि असा निष्कर्ष काढला जातो की निरीक्षण केलेल्या सेल वारंवारिता, सैद्धांतिक सेल वारंवारितांपेक्षा योगायोगाने घडण्याच्या अपेक्षेपलीकडे महत्त्वपूर्णरित्या वेगळ्या नाहीत, $\chi^2(2, N = 30) = 1.80, p > .05$. संशोधन प्रश्नाच्या बाबतीत, असे दिसते की उंदरांना विशिष्ट दारासंबंधी दुसऱ्या कोणत्याही दारापेक्षा जास्त प्राधान्य नसते. जरी निरीक्षण असे होते की उजवीकडचे दार सर्वाधिक वारंवारितेने निवडण्यात आले होते आणि डाव्या बाजूचे दार सर्वात कमी वारंवारितेने निवडले गेले होते, तरी काई-वर्ग चाचणीने हे स्पष्ट होते की कोणतेही एक दार योगायोगाने अपेक्षिले जाईल त्यापेक्षा महत्त्वपूर्णरित्या जास्त किंवा कमी वारंवारितेने निवडले गेले नव्हते.

जर्नलमधील लेखात औपचारिक लेखन खालीलप्रमाणे दिसेल:

काई-वर्गचाचणीने हे स्पष्ट होते की चक्रव्युहातील तीन दारांपैकी कोणत्याही दाराला उंदरांनी अधिक प्राधान्य दिले नव्हते, $\chi^2(2, N = 30) = 1.80, p > .05$.

काई-वर्ग चाचणी: दोन-बाय-दोन संरचना

अधिक अद्ययावत आणि खूप अधिक सर्वमान्य काई-वर्ग संरचना म्हणजे दोन-बाय-दोन संरचना. संख्याशास्त्रीय विश्लेषणात तिचा वारंवार प्रत्यक्ष वापर केला जातो आणि अनेक प्रायोगिक प्रसंगांमध्ये ती उपयुक्त ठरते. काही बाबतीत ती प्रचलन संरचनामधील दोन-घटक विश्लेषणाशी साधर्म्य दर्शविते. दोन घटक एकमेकांपासून स्वतंत्र आहेत का हे माहीत करून घेण्यात प्रयोगकर्त्याला रस असतो. जर ते स्वतंत्र असतील, तर सहभागीच्या एका घटकातील प्राप्तांक प्रयोगकर्त्याला सहभागीच्या दुसऱ्या घटकातील प्राप्तांकाबद्दल काहीच सांगत नाही. जर घटक एकमेकांवर अवलंबून असतील, तर एका

घटकाची माहिती दुसऱ्या घटकाचा अंदाज देऊ शकते. जर दोन स्वतंत्र चल अवलंबी असतील आणि नल गृहीतप्रमेय अमान्य होत असेल, तर दोन चलांमध्ये महत्त्वपूर्ण आणि भाकीत करण्याजोगा संबंध असतो.

उदाहरणार्थ, आपण पुन्हा लिंग आणि हाताचा वापर या घटकांकडे वळू. हे दोन घटक एकमेकांपासून स्वतंत्र आहेत का? किंवा व्यक्तीचे लिंग माहीत असताना त्याचा कोणत्या हाताचा वापर केला जातो हे ओळखण्यास मदत होते का? आपण अशी कल्पना करू की एका प्राध्यापकाने 107 विद्यार्थ्यांच्या लिंग आणि हाताच्या वापराच्या वारंवारिता नोंदविल्या. तेथे 22 उजव्या हाताचा वापर करणारे पुरुष, 5 डावखुरे पुरुष, उजव्या हाताचा वापर करणाऱ्या 76 स्त्रिया आणि 4 डावखुऱ्या स्त्रिया होत्या. वारंवारितांचे निरीक्षण करून जरी हे सहज स्पष्ट होत नसले, तरी प्रयोगाचा प्रश्न पुरुषांचा डावखुरेपणाचा दर स्त्रियांच्या डावखुरेपणाच्या दरापेक्षा मोठा आहे का असा आहे. म्हणून, जर प्रयोगकर्त्याचा अंदाज खरा असेल, आणि दोन घटक अवलंबी असतील, तर व्यक्तीचे लिंग माहीत असताना ती उजव्या हाताचा वापर करणारी आहे की डावखुरी आहे ह्याविषयी भाकीत करण्यास मदत होईल.

काई-वर्ग चाचणीचे संगणनः दोन-गुणिले-दोन संरचना

नल आणि पर्यायी गृहीतप्रमेये पुढीलप्रमाणे असतील:

H_0: $p_{R\text{-}M} = p_{R\text{-}F}$ (पुरुषांची (M) उजव्या हाताचा वापर करण्याची (R) संभाव्यता स्त्रियांच्या (F) उजव्या हाताचा वापर करण्याच्या (R) संभाव्यतेबरोबर आहे).

H_a: $p_{R\text{-}M} \neq p_{R\text{-}F}$ (पुरुषांची (M) उजव्या हाताचा वापर करण्याची (R) संभाव्यता स्त्रियांच्या (F) उजव्या हाताचा वापर करण्याच्या (R) संभाव्यतेपेक्षा वेगळी आहे).

पायरी 1. निरीक्षण केलेल्या सेल वारंवरितांचा तक्ता तयार करा.

	Men	*Women*	*Total*
Right-handed	22	76	98
Non–right-handed	5	4	9
Total	27	80	107

पायरी 2. अपेक्षित सेल वारंवारिता मिळवा.संगणन सोपे व्हावे म्हणून, आपण सेल्सना पुढीलप्रमाणे नावे देऊः

	Men	*Women*	*Total*
Right-handed	22[a]	76[b]	98
Non–right-handed	5[c]	4[d]	9
Total	27	80	107

a. Cell A, b. Cell B, c. Cell C, d. Cell D.

सेल A ची अपेक्षित वारंवारिता सेल A च्या स्तंभाच्या बेरजेला (27) सेल A च्या रांगेच्या बेरजेने (98) गुणून आणि एकूण सर्वसाधारण बेरजेने (107) भागून मिळविली. म्हणून,

$$\text{Expected Cell A Frequency} = \frac{(\text{Column Total for Cell A} \times \text{Row Total for Cell A})}{\text{Overall Total}}$$

$$\text{Expected Cell A Frequency} = \frac{(27 \times 98)}{107}$$

Expected Cell A Frequency = 24.73

सेल B ची अपेक्षित वारंवारिता सेल B च्या स्तंभाच्या बेरजेला (80) सेल B च्या रांगेच्या बेरजेने (98) गुणून आणि एकूण सर्वसाधारण बेरजेने (107) भागून मिळविली. म्हणून,

$$\text{Expected Cell B Frequency} = \frac{(\text{Column Total for Cell B} \times \text{Row Total for Cell B})}{\text{Overall Total}}$$

$$\text{Expected Cell B Frequency} = \frac{(80 \times 98)}{107}$$

Expected Cell B Frequency = 73.27

सेल C ची अपेक्षित वारंवारिता सेल C च्या स्तंभाच्या बेरजेला (27) सेल C च्या रांगेच्या बेरजेने (9) गुणून आणि एकूण सर्वसाधारण बेरजेने (107) भागून मिळविली. म्हणून,

$$\text{Expected Cell C Frequency} = \frac{(\text{Column Total for Cell C} \times \text{Row Total for Cell C})}{\text{Overall Total}}$$

$$\text{Expected Cell C Frequency} = \frac{(27 \times 9)}{107}$$

Expected Cell C Frequency = 2.27

सेल D ची अपेक्षित वारंवारिता सेल D च्या स्तंभाच्या बेरजेला (80) सेल D च्या रांगेच्या बेरजेने (9) गुणून आणि एकूण सर्वसाधारण बेरजेने (107) भागून मिळविली. म्हणून,

$$\text{Expected Cell D Frequency} = \frac{(\text{Column Total for Cell D} \times \text{Row Total for Cell D})}{\text{Overall Total}}$$

$$\text{Expected Cell D Frequency} = \frac{(80 \times 9)}{107}$$

Expected Cell D Frequency = 6.73

आता आपण निरीक्षण केलेल्या आणि अपेक्षित असलेल्या सेल वारंवारितांचा तक्ता तयार करू.

	Men		*Women*	
	Observed	*Expected*	*Observed*	*Expected*
Right-handed	22	24.73	76	73.27
Non–right-handed	5	2.27	4	6.73

पायरी 3. काई-वर्ग चाचणीचे सूत्र तसेच राहते:

$$\chi^2 = \sum_{i=1}^{k} \frac{(\text{Observed Cell Frequency}_i - \text{Expected Cell Frequency}_i)^2}{\text{Expected Cell Frequency}_i}$$

जेथे i = पहिला सेल, नंतर दुसरा सेल, आणि अशा प्रकारे k पर्यंत, जेथे k हा शेवटचा सेल आहे.

म्हणून,

$$\chi^2 = \frac{(22-24.73)^2}{24.73} + \frac{(76-73.27)^2}{73.27} + \frac{(5-2.27)^2}{2.27} + \frac{(4-6.73)^2}{6.73}$$

$$\chi^2 = \frac{(-2.73)^2}{24.73} + \frac{(2.73)^2}{73.27} + \frac{(2.73)^2}{2.27} + \frac{(-2.73)^2}{6.73}$$

$$\chi^2 = 0.30 + 0.10 + 3.28 + 1.11$$

$$\chi^2 = 4.79$$

पायरी 4. नंतर, स्वतंत्रता पातळ्या (df) खालील सूत्राने मिळाल्या:

df = (number of levels of Factor 1 – 1) × (number of levels of Factor 2 – 1)

df = (2 – 1) (2 – 1) = 1 × 1 = 1

पायरी 5. काई-वर्गाचे निर्णायक मूल्य परिशिष्ट D मधील काई-वर्ग वितरणातून मिळवले. p = .05 पाशी df = 1 बरोबर काई-वर्गाचे निर्णायक मूल्य 3.84 आहे. अनौपचारिक लिखाण पुढीलप्रमाणे असेल:

> χ^2 चे काढलेले मूल्य = 4.79 हे तक्त्यातील χ^2च्या p = .05 पाशी df = 1 बरोबर असलेल्या निर्णायक मूल्यापेक्षा = 3.84 मोठे आहे. म्हणून H^0 अमान्य केले जाते, आणि असा निष्कर्ष काढला जातो की पुरुष डावखुरे असण्याची संभाव्यता (.23) स्त्रिया डावखुऱ्या असण्याच्या संभाव्यतेपेक्षा (.05), χ^2 (1, N = 107) = 4.79, p < .05,

मोठी आहे. संशोधनप्रश्नाच्या बाबतीत, असे दिसते की, या नमुन्यामध्ये स्त्रियांपेक्षा पुरुषांमध्ये डावखुरेपणाचा दर चार पट जास्त असतो.

जर्नलमधील लेखातील लेखन पुढीलप्रमाणे असू शकेल:

स्त्रियांपेक्षा पुरुषांमध्ये डावखुरेपणाचा दर चार पट जास्त असतो (23% पुरुष डावखुरे होते तर 5% स्त्रिया), χ^2 (1, N = 107) = 4.79, $p < .05$.

काई-वर्ग चाचणी महत्त्वपूर्ण असल्यानंतर काय करायचे

काई-वर्ग चाचणीत प्रचलनाच्या विश्लेषणाच्या गुणज तुलना चाचणीचा समसेल असतो, आणि त्याला प्रमाणित बाकीची चाचणी (test of the standardized residuals) असे म्हटले जाते. ही चाचणी प्रत्येक सेलचे परीक्षण करते आणि ही सेल चाचणीच्या सर्वसाधारण महत्त्वपूर्णतेमध्ये मोठा सहभाग घेते का ते ठरविते. प्रत्येक लागू केले जाणारे सूत्र पुढीलप्रमाणे आहे:

$$R = \frac{\text{Observed Cell Frequency} - \text{Expected Cell Frequency}}{\text{Expected Cell Frequency}}$$

जेथे R = प्रमाणित बाकीचे निरपेक्ष मूल्य.

नोंद करा की प्रमाणित बाकीचे निरपेक्ष मूल्य 2.00 ह्या मूल्यापेक्षा मोठे असले पाहिजे की जेणेकरून ती सेल चाचणीच्या सर्वसाधारण महत्त्वपूर्णतेमध्ये मोठा सहभाग घेते असे मानता येईल. मजा म्हणजे, आधीच्या 2 × 2 उदाहरणात, कोणतीच कक्षा 2.00 ह्या निर्णायक मूल्यापेक्षा मोठी नाही. ह्या उदाहरणात, असे दिसते की प्रमाणित बाकीची चाचणी खूपच परंपरावादी आहे. काई-वर्गाचे पोस्ट हॉक विश्लेषण तुलनेने क्वचितच केले जाते आणि सैद्धांतिक दृष्टीने, काई-वर्ग सांख्यिकीच्या सर्वसाधारण महत्त्वपूर्णतेत सर्वच सेल्सचा सहभाग असलाच पाहिजे, एक पोस्ट हॉक नीती (प्रमाणित बाकीच्या चाचणी व्यतिरिक्त) अशी आहे की प्रत्येक सेलचे काई-वर्ग मूल्य मूळ काई-वर्गसूत्रात किंवा प्रमाणित बाकीच्या चाचणीत पाहणे आणि त्यांची तुलनात्मक श्रेणी नोंदविणे. आधीच्या उदाहरणात (पायरी 3), असे निरीक्षण होते की सर्वसाधारण काई-वर्गमूल्यात सेल C आणि सेल D चा सहभाग सर्वात जास्त होता. म्हणून, असा निष्कर्ष निघू शकतो की तुलनेने पुरुषांच्या डावखुरेपणाचा जास्तदर आणि तुलनेने स्त्रियांच्या डावखुरेपणाचा कमी दर यांचे सर्वसाधारण काई-वर्गमहत्त्वपूर्णतेमध्ये सर्वाधिक योगदान होते. हे ही नोंदविले पाहिजे की मूळ काई-वर्गसूत्रामधील योगदानाच्या स्वरूपातील सेल्सच्या श्रेण्या आणि प्रमाणित बाकी चांचणीतील सेल्सच्या श्रेण्या यांमध्ये पूर्ण सहसंबंध असेल.

जेव्हा सेलच्या वारंवारिता 5 पेक्षा कमी असतात, याबाबत पुन्हा एकदा

काई-वर्गसंरचना फक्त दोन-गुणिले-दोन या सोप्या संरचनेपेक्षा जास्त किचकट होऊ शकते. तिच्यात एका घटकाच्या दोन किंवा त्याहून कितीही जास्त पातळ्या, उदाहरणार्थ, 2 × 3, 2 × 10, किंवा 2× 2 × 3 संरचना असू शकतात. अनेक वेळा, या जास्त गुंतागुंतीच्या संरचनांमध्ये, एकापेक्षा जास्त सेलमधील वारंवारिता किमान निरीक्षणातील 5 या वारंवारितेपेक्षा

कमी असू शकतात., सेल वारंवारिता वाढवण्यासाठी घटकांपैकी एक घटक फक्त दोन किंवा तीन सेल्समध्ये ठेवणे हा या संरचनांबाबत एक तोडगा आहे. या प्रक्रियेत काही महत्त्वाची माहिती अपरिहार्यपणे नष्ट होते, परंतु, काई-वर्गचाचणीचा निकाल, सेलचा आकार वाढल्याने त्यांच्यातील खऱ्या फरकांबाबत जास्त संवेदनाशील असेल.

उदाहरणार्थ, खालील वारंवारिता सारिणीचे निरीक्षण करा:

	Handedness by Education (In Years)					
	9	*10*	*11*	*12*	*Some College*	*BA or BS*
Right-handed	2	2	3	10	5	3
Non–right-handed	1	1	1	3	3	2

या 2 × 6 काई-वर्गसंरचनेत, 12 पैकी फक्त 2 सेल्सशिफारशीप्रमाणे आवश्यक किमान निरीक्षणातील वारंवारितेची पूर्तता करतात. परंतु, जर शिक्षण हा घटक, 12 वी किंवा त्यापेक्षा कमी शिक्षण आणि महाविद्यालयीन किंवा त्याहून जास्त शिक्षण अशा प्रकारच्या स्वतंत्र चलात मिसळला (एकत्र केला), तर निकाल खालीलप्रमाणे असेल:

	Handedness by Education (In Years)	
	12th Grade or Less	*Some College*
Right-handed	17	8
Non–right-handed	6	5

आता, सर्व सेलकिमान (वारंवारितेचा) निकष पूर्ण करतात.

इतिहासाचा मागोवा

पिअरसन आणि बायोमेट्रिका

कार्ल पिअरसन (1857–1936) यांनी 1890 च्या दशकात काई-वर्गचाचणी विकसित केली. त्यांनी तिला, संख्यांचे प्रत्यक्षातील वारंवारिता वितरण आणि गणितावर आधारित संभाव्यतेच्या सिद्धांतातील वारंवारिता वितरण यातील फरक मोजून, टेस्ट ऑफ गुडनेस ऑफ फिट (test of goodness of fit) असे नाव दिले. त्यांचा मुलगा इगन पिअरसन याने नंतर असे लिहिले होते की, "जे कट्टर जगतातील मिथकांविरुद्ध लढा देण्याचा प्रयत्न करतील त्यांच्या हातातील काई-वर्ग हे एक शक्तिशाली शस्त्र आहे", (Peters, 1987, पान 105). त्याने असे देखील लिहिले आहे की, "पिअर्सन यांचे काई-वर्ग हे संख्याशास्त्रीय सिद्धांतातील एकमेवाद्वितीय असे योगदान आहे". संख्याशास्त्रज्ञ आणि इतिहासतज्ज्ञ, हेलन वॉकर, कार्ल पिअरसन यांच्याबाबत असे लिहितात की, "संपूर्ण विज्ञानाच्या इतिहासात असे फार थोडे लोक आहेत की ज्यांनी इतर अनेक लोकांना त्यांच्या स्वतःच्या प्रांतात उन्नती आणि विकास करण्यास प्रेरित केले आहे" (Walker, 1929/1975).

1900 मध्ये, कार्ल पिअरसन यांनी वनस्पतींमधील साम्य आणि फरक याबाबत लिहिलेला एक पेपर रॉयल सोसायटी ऑफ इंग्लंड यांच्याकडे प्रसिद्धीसाठी पाठविला होता. पिअर्सन यांना असे वाटले होते की, पेपरबाबत परीक्षक जरा जास्तच

गुणदोष विवेचक झाले होते, आणि त्यांना असे ही वाटले होते की, मुख्य प्रवाहातील जीवशास्त्रज्ञांनी संपूर्णपणे संख्याशास्त्रीय पद्धतींचे महत्त्व ओळखलेच नाही. शेवटी, हा पेपर प्रसिद्ध झाला आणि, एक प्रसिद्ध प्राणीशास्त्रज्ञ W. F. R. Weldon यांना पिअरसन यांच्या कल्पनांबद्दल सहानुभूती वाटली, त्यांनी असे सुचविले की पिअरसन यांनी जीवशास्त्रात गणित आणि संख्याशास्त्र यांचे योगदान या विषयाला वाहिलेले नियतकालिक प्रसिद्ध करावे. या नवीन नियतकालिकाचे नाव होते *Biometrika* आणि पिअरसन हे या नियतकालिकाचे जवळजवळ 40 वर्ष संपादक होते.

महत्त्वाच्या संज्ञा, चिन्हे, आणि व्याख्या

काई–वर्ग चाचणी (Chi-square test) – अत्यंत लोकप्रिय अप्राचलिक चाचण्यांमधील एक चाचणी जिच्यात, प्रत्येकात दोन किंवा जास्त नाममात्र अथवा विभागीय डेटा आहे, अशा एक किंवा अनेक स्वतंत्र चलांचे, मूल्य निर्धारण केले जाते.

उचिततेच्या गुणाची चाचणी (Goodness-of-fit test) – कार्ल पिअर्सन यांच्या काई-वर्गसांख्यिकीचे पहिले नाव. उचिततेच्या गुणाची चाचणी हे, निरीक्षणातील वारंवारिता आणि सैद्धांतिक अपेक्षित वारंवारिता यांच्यातील साम्य, मोजण्याचे परिमाण आहे.

अप्राचलिक संख्याशास्त्र (Nonparametric statistics) – एक संख्याशास्त्रीय चाचण्यांचा प्रकार ज्याच्यात समाविष्ट जनसंख्येच्या वितरणाच्या आकाराबाबत कोणतेही गृहीतक मानले जात नाही. अप्राचलिक हा शब्द असे सूचित करतो की, या प्रकारच्या डेटाला मध्यमान आणि प्रमाण विचलन यासारखी प्रमाणित संख्याशास्त्रीय प्रमाणके लागू होत नाहीत किंवा योग्य ठरत नाहीत.

प्रमाणित अवशेषाची चाचणी (Test of the standardized residuals) – काई-वर्ग चाचणीचे पोस्ट हॉक विश्लेषण, हे अनोवा मधील गुणज तुलना चाचण्यांसारखेच असते. यात काई-वर्गचाचणीच्या सर्वसाधारण महत्त्वपूर्णतेत कोणतासेल) भरीव हातभार लावतो, हे ठरविले जाते.

प्रकरण 15 सरावासाठी प्रश्न

1. ह्यूमेन सोसायटी यांना पुढील वर्षाचे अंदाजपत्रक तयार करायचे आहे. त्यांच्या पुढे असा प्रश्न आहे की त्यांनी पुढील वर्षी कुत्र्यांचे जास्त अन्न खरेदी करावे की मांजरांचे. मागील वर्षात, त्यांच्याकडे 637 मांजरे आणि 725 कुत्री होती. जर, सैद्धांतिकदृष्ट्या कुत्री आणि मांजरे यांची संख्या समान असेल तर त्यांनी मागील वर्षी जपलेला नमुना नियमापेक्षा वेगळा होता का?

2. एका मानसोपचारतज्ज्ञाला, Tourette लक्षणे स्त्रियांपेक्षा पुरुषांमध्ये जास्त दिसतात का, हे पाहायचे आहे. त्यांनी एका मोठ्या दवाखान्यातील मागील सलग 5 वर्षातील रुग्णांचे लिंग आणि Tourette लक्षणांची उपस्थिती आणि अनुपस्थिती नोंदविली. लिंग आणि Tourette लक्षणे एकमेकांपासून स्वतंत्र आहेत का?

   1,024 Tourette लक्षणे नसलेले पुरुष

   27 Tourette लक्षणे असलेले पुरुष

   986 Tourette लक्षणे नसलेल्या स्त्रिया

   9 Tourette लक्षणे असलेल्या स्त्रिया

SPSS पाठ 15

जेव्हा संख्यांचे वितरण प्रसामान्य नसते किंवा जेव्हा डेटाची मोजणी नाममात्र किंवा सुस्पष्ट मोजपट्टीत केली जाते, तेव्हा अप्राचलिक संख्याशास्त्र वापरले जाते.

या पुस्तकाप्रमाणेच, या स्वाध्यायात, आपण फक्त एक अप्राचलिक सांख्यिकी, काई-वर्ग लक्षात घेणार आहोत आणि त्यातील फक्त एकाच संरचनेचे, 2 × 2 कायवर्ग, विश्लेषण करणार आहोत.

या प्रकरणात, तुम्ही तुमचा, कॉरोनरी हृदय विकाराबाबत दोन उपचार पद्धतींमधील: atherectomy आणि balloon angioplasty, जिवंत राहणाऱ्या रुग्णांचे प्रमाण ठरविण्यासाठी डेटा संच, स्वतः तयार करणार आहात.

काई-वर्ग चाचणीसाठी डेटा संच तयार करणे

1. *Data Editor* मध्ये, अनुक्रमे File > New > Data हे पर्याय वापरा.
2. Variable View पर्याय वापरून Row 1 ची निवड करा.
3. *Name* सेलला (चौकटीला) दोनदा स्पर्श करा आणि surgery असे लिहा.
4. *Values* cell सेलला (चौकटीला) दोनदा स्पर्श करा.
5. *Value Labels* संवादात, *Value* स्थानात 1 लिहा आणि *Label* स्थानात atherectomy लिहून Add पर्याय वापरा.
6. *Value Labels* संवादात, *Value* स्थानात 2 लिहा आणि *Label* स्थानात balloon angioplasty लिहून Add पर्याय वापरा आणि नंतर OK पर्याय वापरा.

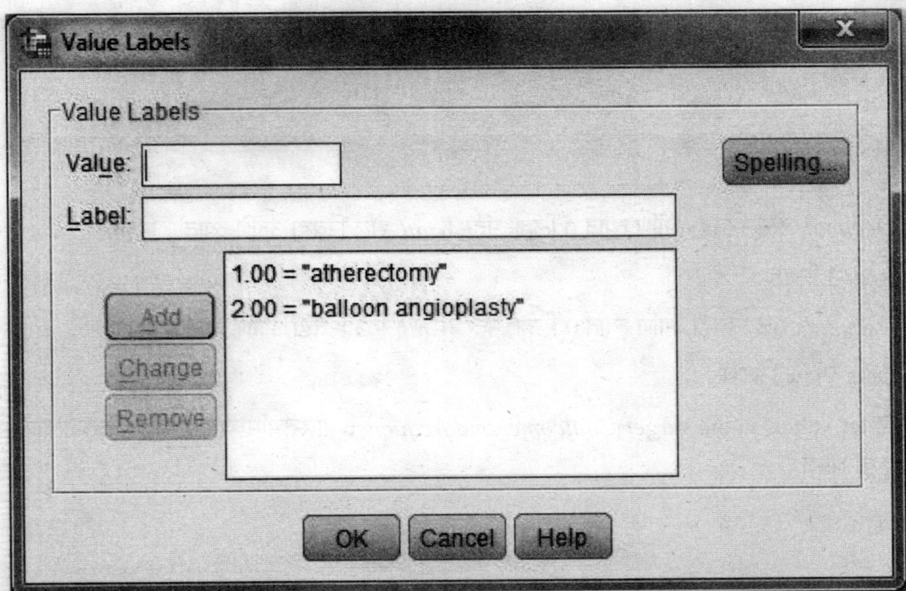

7. *Decimals* सेल निवडा आणि त्यात 0 लिहा, नंतर *Width* सेल निवडा आणि त्यात 1 लिहा.
8. Row 2 निवडा.
9. *Name* सेलला (चौकटीला) दोनदा स्पर्श करा आणि outcome असे लिहा.
10. *Values* सेलला (चौकटीला) दोनदा स्पर्श करा.
11. *Value Labels* संवादात, *Value* स्थानात 1 लिहा आणि *Label* स्थानात alive लिहून Add पर्याय वापरा.
12. *Value Labels* संवादात, *Value* स्थानात 2 लिहा आणि *Label* स्थानात dead लिहून Add पर्याय वापरा आणि नंतर OK पर्याय वापरा.

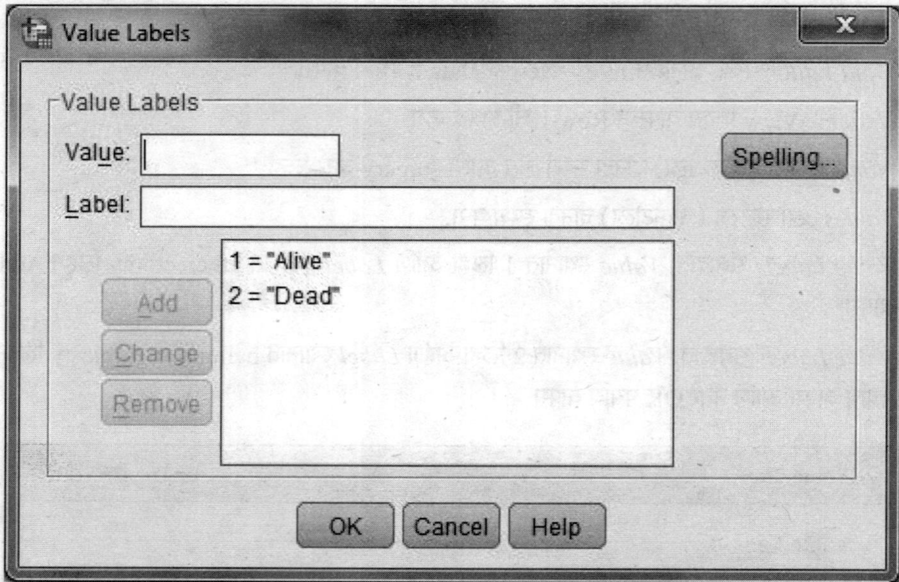

13. *Decimals* सेल निवडा आणि त्यात 0 लिहा, नंतर *Width* सेल निवडा आणि त्यात 1 लिहा.
14. Row 3 निवडा.
15. *Decimals* सेल निवडा आणि त्यात 0 लिहा, नंतर *Width* सेल निवडा आणि त्यात 3 लिहा.
16. Data View निवडा.
17. Enter values in the *surgery, outcome, and frequency* या स्तंभांमध्ये खाली दर्शविल्याप्रमाणे योग्य ती मूल्ये घाला.

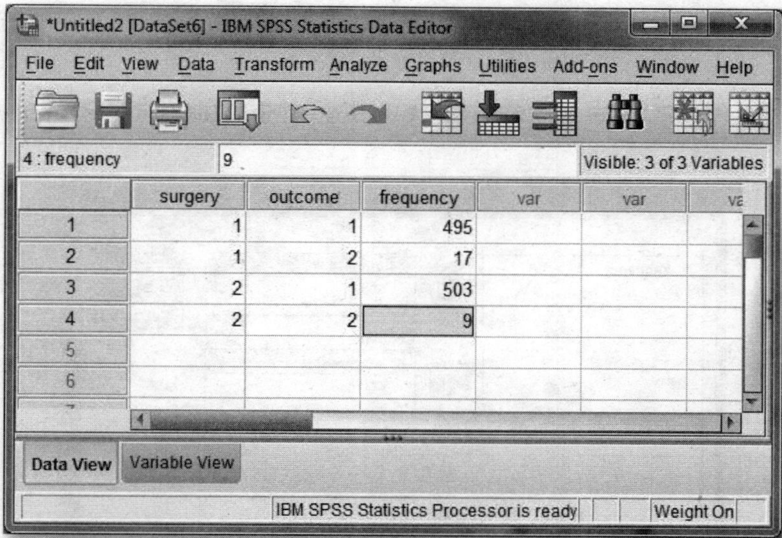

काई-वर्ग चाचणी करणे

1. अनुक्रमे Data > Weight Cases हे पर्याय निवडा.
2. *Weight Cases* संवादात, Weight cases by याची निवड करून frequency या चलाला दोनदा स्पर्श करून त्याला *Frequency Variable* या स्थानावर हलवा, आणि नंतर OK पर्याय निवडा.

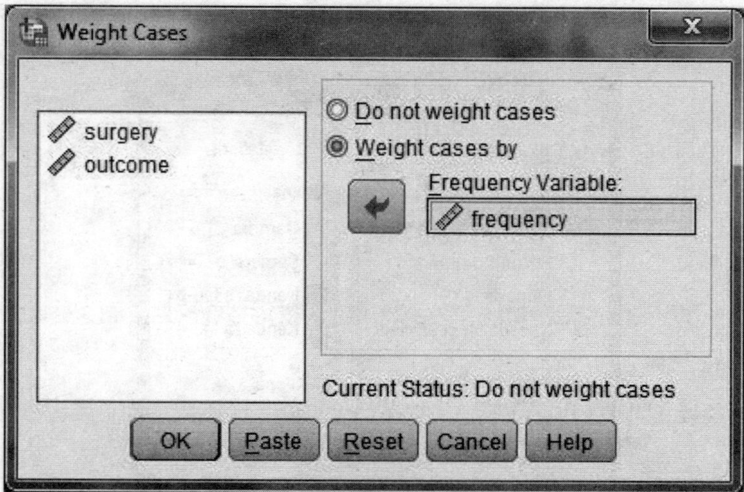

3. *Data Editor* मध्ये, अनुक्रमे Analyze > Descriptive Statistics > Crosstabs हे पर्याय वापरा.

4. *Crosstabs* संवादात, surgery याची निवड करून arrow बटणाच्या साहाय्याने त्याला *Row(s)* स्थानात हलवा.
5. *Crosstabs* संवादात, outcome याची निवड करून arrow बटणाच्या साहाय्याने त्याला *Column(s)* स्थानात हलवा.

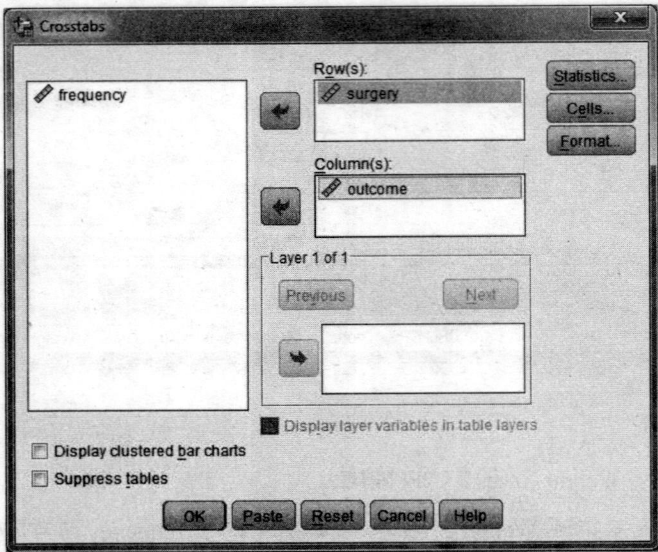

6. *Crosstabs* संवादात, Statistics पर्याय निवडा.
7. *Crosstabs: Statistics* संवादात, Chi-square निवड चौकट वापरून Continue हा पर्याय वापरा.

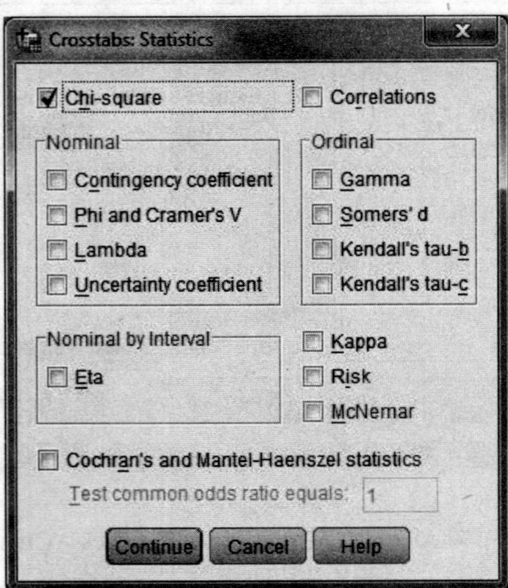

8. *Crosstabs* संवादात, Cells ची निवड करा.
9. *Crosstabs: Cell Display* संवादात, *Counts group* मध्ये अनुक्रमे Observed and Expected या निवड चौकटी वापरून, नंतर *Percentages* गटात Row आणि Column निवड चौकटी वापरून, नंतर Continue पर्याय वापरा.

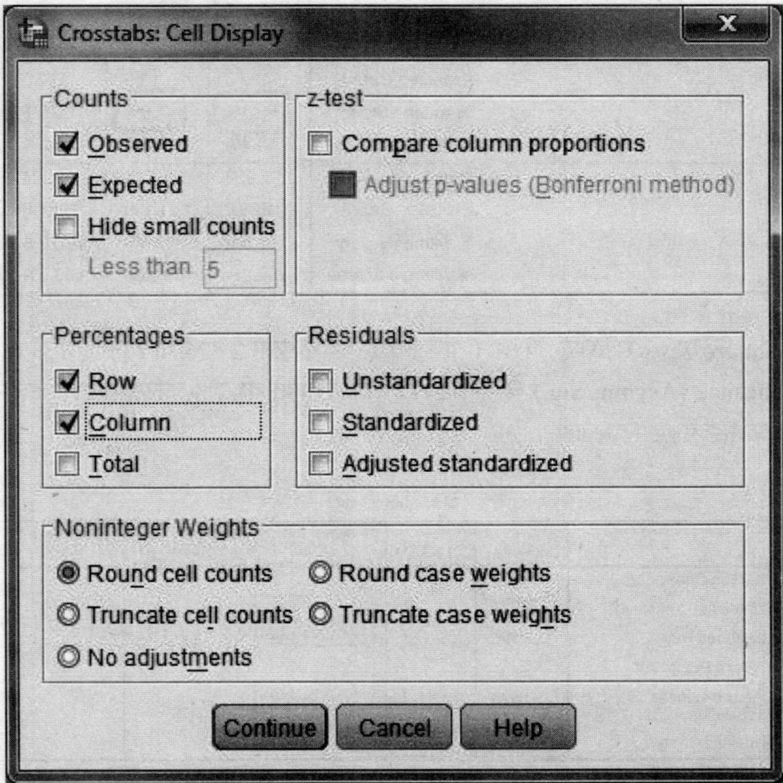

10. *Crosstabs* संवादात, OK पर्याय निवडा.

SPSS काई-वर्गचाचणी करते.

काई-वर्गचाचणीचा अन्वयार्थ लावणे

1. *surgery * outcome Crosstabulation* सारिणीत, atherectomy मुळे दगावणाऱ्या रुग्णांच्या शेकडेवारीचे (3.3%) निरीक्षण करता असे दिसते की ती balloon angioplasty मुळे दगावणाऱ्या रुग्णांच्या शेकडेवारीपेक्षा (1.8%) मोठी आहे, परंतु, पिअर्सन यांच्या कायवर्गाचे मूल्य महत्त्वपूर्ण आहे अथवा नाही हे काढल्याशिवाय, atherectomy शस्त्रक्रिया balloon angioplasty पेक्षा महत्त्वपूर्णदृष्ट्या जास्त घातक आहे की नाही, हे ठरविता येत नाही.

surgery * outcome Crosstabulation

			outcome		Total
			Alive	Dead	
surgery	atherectomy	Count	495	17	512
		Expected Count	499.0	13.0	512.0
		% within surgery	96.7%	3.3%	100.0%
		% within outcome	49.6%	65.4%	50.0%
	balloon angioplasty	Count	503	9	512
		Expected Count	499.0	13.0	512.0
		% within surgery	98.2%	1.8%	100.0%
		% within outcome	50.4%	34.6%	50.0%
Total		Count	998	26	1024
		Expected Count	998.0	26.0	1024.0
		% within surgery	97.5%	2.5%	100.0%
		% within outcome	100.0%	100.0%	100.0%

2. *Chi-Square Tests* सारिणीत, पिअर्सन यांच्या काई-वर्गाचे मूल्य 2.526 याचे निरीक्षण करा, आणि test of significance (Asymp. Sig.) चे मूल्य .112 असे दर्शविते की दोन प्रकारच्या शस्त्रक्रियांमध्ये घडणाऱ्या मृत्युदरात महत्त्वपूर्ण फरक नाही.

Chi-Square Tests

	Value	df	Asymp. Sig. (2-sided)	Exact Sig. (2-sided)	Exact Sig. (1-sided)
Pearson Chi-Square	2.526[a]	1	.112		
Continuity Correction[b]	1.934	1	.164		
Likelihood Ratio	2.566	1	.109		
Fisher's Exact Test				.163	.082
Linear-by-Linear Association	2.523	1	.112		
N of Valid Cases	1024				

a. 0 cells (.0%) have expected count less than 5. The minimum expected count is 13.00.
b. Computed only for a 2x2 table

3. नियतकालिकामधील लेखातील औपचारिक सादरीकरण खालीलप्रमाणे असू शकते:

काई-वर्गचाचणीत असे दिसते की जरी atherectomy मधील मृत्युदर (3.3%) जास्त असला तरी तो balloon angioplasty मधील मृत्युदरापेक्षा (1.8%) महत्त्वपूर्णदृष्ट्या जास्त नव्हता, $\chi^2(1, N = 1{,}024) = 2.53$, $p = .05$ (किंवा $p = .112$ एवढेच नोंदविता येईल).

हे लक्षात घ्या की, जर काई-वर्ग चाचणीचा निकाल महत्त्वपूर्ण आला असता तर, तुम्ही मोठ्या शेकडेवारीला लहान शेकडेवारीने भागून atherectomy किती प्रमाणात balloon angioplasty पेक्षा जास्त घातक आहे, ते काढले असते. म्हणून, जर मृत्युदरात महत्त्वपूर्ण फरक दिसला असता तर, असे नोंदविता आले असते की atherectomy मध्ये balloon angioplasty पेक्षा मृत्यू होण्याचा धोका 1.8 पट जास्त आहे.

प्रकरण 16

इतर संख्याशास्त्रीय प्रचले आणि चाचण्या

प्रकरण 16 उद्दिष्टे

- आरोग्यविज्ञान आणि रोगपरिस्थितीविज्ञानातील सर्वसामान्य संख्याशास्त्रीय मापदंड शिकणे
- तात्त्विकदृष्ट्या बहुचलीय संख्याशास्त्राचे आकलन करून घेणे
- धोरणात्मकदृष्ट्या बहुचलीय संख्याशास्त्राचे आकलन करून घेणे

या पुस्तकात सादर केल्या गेलेल्या प्रक्रियांपेक्षा इतर अनेक संख्याशास्त्रीय मापदंड, चाचण्या आणि तपासणी प्रक्रिया अस्तित्वात आहेत. अनेक वैज्ञानिक विद्याशाखांमध्ये अंकगणिती मध्यमान, प्रमाण विचलन, वारंवारिता वितरणे, गृहीतप्रमेय तपासणी, आणि सहसंबंधीय प्रक्रिया अशा पायाभूत संख्याशात्रीय मापदंडांसारखी संख्याशास्त्रातील सर्वसाधारण माहिती किंवा ज्ञान वापरले जाते. असे असले तरी, अनेक विद्याशाखा काही विशिष्ट संख्याशास्त्रीय चाचण्या आणि तपासणी प्रक्रिया पसंत करतात, आणि त्यांच्यातील अनेकांमध्ये, त्यांच्या स्वतःच्या विद्याशाखेचे विशिष्ट किंवा प्राधान्याने वापरले जाणारे संख्याशास्त्र असते. या प्रकरणाचा हेतू दुहेरी आहेः पहिला, वैद्यक, शुश्रुषा, रोगपरिस्थितीविज्ञान, आणि आरोग्यविज्ञान अशा काही विज्ञान शाखांमध्ये वारंवार वापरल्या जाणाऱ्या काही संख्याशास्त्रीय मापदंडांचा परिचय करून देणे, आणि दुसरा, काही लोकप्रिय परंतु जरा जास्त गुंतागुंतीच्या संख्याशास्त्रीय चाचण्या आणि प्रक्रियांचा, ज्यांना बहुचलीय संख्याशास्त्र (multivariate statistics) असे म्हटले जाते, त्यांचा आढावा घेणे, हा आहे. बहुचलीय संख्याशास्त्रातील प्रक्रियांची सूत्रे इतकी गुंतागुंतीची आहेत की त्यांची उत्तरे काढण्यासाठी संगणकाचा वापर करावाच लागतो, शिवाय त्यांचे अन्वयार्थ वादग्रस्त ठरत नाहीत, असे होत नाही.

आरोग्यविज्ञानातील संख्याशास्त्र

चाचणीची वैशिष्ट्ये

या पुस्तकात सादर केलेली बहुसंख्य संख्याशास्त्रीय परिमाणे, चाचण्या, आणि प्रायोगिक तपासणी प्रक्रिया जरी या विज्ञानांमध्ये वापरल्या जात असल्या तरी, ही शास्त्रे विद्याशाखेची स्वतंत्र अशी काही परिमाणे देखील वापरतात. त्यातील अनेक रोगांचा अभ्यास करणाऱ्या रोगपरिस्थितीविज्ञानातून आलेली आहेत. या शाखेतील अत्यंत आवश्यक संकल्पनांपैकी एक संकल्पना जी संकेत शोध सिद्धांताचाही एक भाग, ती या पुस्तकात या आधी चर्चिली गेली आहे. रोगपरिस्थितीविज्ञानातील वापरासाठी संकेत शोध सिद्धांताची पुनर्रचना करण्यात आली आहे आणि त्याचे आलेखीय सादरीकरण प्राप्तकर्ता प्रचालन वक्राच्या (receiver operating curve) (ROC)) साहाय्याने करता येते. कोणत्याही प्रकारची भीती तुमच्या मनात उत्पन्न होण्याआधी, सर्वात प्रथम मला हे स्पष्ट करू देत की या कल्पना तुलनात्मकदृष्ट्या सोप्या आहेत, त्यातील काही भाग तुम्ही निश्चितच वापरला आहे किंवा तुमच्या आयुष्यात तुम्ही अंतःप्रेरणेने समजून घेतला आहे. याचा गर्भितार्थ असा आहे की, आपल्याला हे जाणून घेण्याची गरज असते की एखादा रोग खराच आहे अथवा नाही. उदाहरणार्थ, कर्करोगाचे लवकरात लवकर निदान होणे, हे आपल्या दृष्टीने अत्यंत महत्त्वाचे असते कारण कर्करोगाचे उपचार कायमच पूर्वीसारखे प्राचीन राहिले आहेतः जाळून टाका, विषप्रयोग करा, किंवा कापून टाका. आणि संख्याशास्त्र असे दर्शविते की कर्करोगाचा निदान झाल्याझाल्या केलेला उपचार पूर्वानुमानाशी (prognosis) निगडीत आहे. अनेक प्रकारच्या कर्करोगांचे त्यांच्या प्राथमिक अथवा पूर्वावस्थेतच अनुमान बांधता यावे यासाठी चाचण्या तयार करण्यात आल्या आहेत. तथापि, या चाचण्या अचूक नसतात. खरेतर, या चाचण्या परिपूर्ण असाव्यात किंवा त्यांचे अंदाज कधीच चुकू नयेत, असे आपल्याला वाटते.

एखादी चाचणी दोन प्रकारांनी अचूक ठरू शकते आणि दोन प्रकारांनी चुकीचे निकाल देऊ शकते. चाचणी अचूक ठरण्याचा एक मार्ग म्हणजे जेव्हा प्रत्यक्षात खरेच एखाद्या रुग्णाला कर्करोग असेल तेव्हा तो असल्याचे निदान करणे. या परिस्थितीला सत्य/खरी सकारात्मकता (true positive) असणे, असे म्हटले जाते. या दोन शब्दांपैकी पहिल्या शब्दाचा अर्थ आहे चाचणीच्या निर्णयाबाबत निखळ/खरे सत्य किंवा खोटेपणा. दुसरा शब्द, चाचणी रोगाचे अस्तित्व (सकारात्मक) दर्शविते का, किंवा रोग नव्हता असे दर्शवते का (नकारात्मक) याचा संदर्भ देतो. खरी सकारात्मकता असणे यातून, चाचणीतून कर्करोग झाला आहे, असे सुचविले जाते (चाचणीचे निकाल सकारात्मक होते) आणि, खरोखरच रोग्याला कर्करोग झाला होता (खरी सकारात्मकता). चाचणी योग्य ठरण्याचा दुसरा मार्ग आहे ती सत्य/खरी नकारात्मकता (true negative) असणे. या परिस्थितीत, चाचणीतून असे ठरविले गेले आहे की रोग्याला कर्करोग झालेला नाही (चाचणीचे निकाल नकारात्मक होते), आणि नंतर असे दिसले की रोग्याला खरेच कर्करोग झाला नव्हता (खरी नकारात्मकता).

चाचणी चुकीची असल्याचा एक मार्ग ती असत्य/चुकीची सकारात्मकता (false positive) असणे, हा आहे. चुकीची सकारात्मकता यातून असे सुचविले जाते की चाचणीत कर्करोग आहे असे दिसले; म्हणजेच चाचणीचा निकाल सकारात्मक होता, परंतु चाचणी चुकीची होती आणि रोग्याला प्रत्यक्षात कर्करोग झाला नव्हता. चाचणी चुकीची असल्याचा दुसरा मार्ग ती असत्य/चुकीची नकारात्मकता (false negative) दर्शविते, हा आहे. या परिस्थितीत, चाचणी असे सुचविते की, रोग्याला कर्करोग झालेला नाही (चाचणीचे निकाल नकारात्मक आहेत) परंतु, प्रत्यक्षात रोग्याला कर्करोग झाला आहे (चुकीची नकारात्मकता). यातील, नंतरच्या चुकीचे विनाशी परिणाम आहेत, तसेच ते आधीच्या चुकीचेही असतील. चुकीच्या नकारात्मकतेमुळे, चाचणीतून कर्करोगाची प्राथमिक लक्षणे दर्शविता न आल्याने कर्करोग न बरा होण्याइतका बळावेल. कर्करोगाची प्राथमिक लक्षणे शोधणारी चाचणी वापरताना आपली कायमच अशी इच्छा असते की ती कर्करोगाच्या

अगदी सुरुवातीच्या लक्षणांबाबतही संवेदनशील असेल. म्हणून, संवेदनशीलता (sensitivity) हे एखाद्या उत्तम चाचणीचे वैशिष्ट्य असते.

ज्या चाचणीची खरी सकारात्मकता उच्च दर्जाची असते तिच्यात चांगली संवेदनशीलता असते. प्रत्यक्षात, हा दर्जा मिळण्यासाठी काही नुकसान सोसावे लागू शकते, म्हणजे उच्च दर्जाची खरी सकारात्मकता मिळविताना तिच्या बरोबर काही खोटी सकारात्मकताही येऊ / असू शकते. दुसऱ्या शब्दांत सांगायचे तर, जी चाचणी ज्या लोकांना रोग झाला आहे त्यांच्यातील जवळजवळ सगळ्यांना आणि ज्यांना झाला नाही त्यांनाही शोधू/ओळखू शकते, ती एक चांगली चाचणी असते. जरी खोट्या सकारात्मकतेचे खोट्या नकारात्मकतेइतके गंभीर परिणाम नसले तरी, परिणाम असतातचः खोट्या सकारात्मकतेमुळे एखाद्या रुग्णाला आवश्यकता नसताना नको असलेले उपचार किंवा शस्त्रक्रिया करून घ्यावी लागू शकते. कदाचित, रुग्णाला या उपचारांमुळे दुखापत होऊ शकते किंवा त्याचा मृत्यु होऊ शकतो. एखाद्या रोगावरील उपचारांच्या प्रतिकूल परिणामांना उपचारजन्य परिणाम (iatrogenic effects) असे म्हणतात. कर्करोगाच्या बाबतीत खोटी सकारात्मकता अथवा खोटी नकारात्मकता यांचे परिणाम घातक असू शकतात कारण कर्करोगावरील अनेक उपचार पद्धतींमध्ये मृत्युदर उपचारांशी जोडलेला (संबंधित) आहे. या निर्णयांच्या सारांशासाठी सारिणी 16.1 पाहा.

गणन सुलभतेसाठी आपण सेल्सना a, b, c, आणि d अशी नावे देऊ या.

आकृती 16.1 संभाव्य वैद्यकीय निर्णयाचा सारांश

		In reality, the patient	
		. . . has the disease	*. . . does not have the disease*
This test indicates:	Positive	True positive[a]	False positive[b]
	Negative	False negative[c]	True negative[d]

या रोगनिदानाच्या प्रारूपात, रुग्णांवर दीर्घकाळ उपचार चालू आहेत, आणि अंतिम विश्लेषणात रुग्णाला रोग झाला अथवा झाला नाही हा प्रश्न उद्भवत नाही, असे गृहीत धरले आहे. या गृहीतकावरच एक स्वाभाविक प्रश्नचिन्ह आहे, आणि या प्रकरणात नंतरच्या भागात चाचणीचे निकाल किंवा परिणाम कसे फसवे/चुकीचे असू शकतात, याबाबत आपण चर्चा करणार आहोत. असे असले तरी, रोगपरिस्थितीतज्ज्ञ या प्रारूपाचा उपयोग चांगल्या आणि खराब चाचण्यांची वैशिष्ट्ये स्पष्ट करण्यासाठी करतात, आणि रोगप्रतिबंधासाठी आणि रोगावर उपचार करण्यासाठी, हे प्रारूप निश्चितच उपयोगी पडते.

या आधी चर्चा केल्याप्रमाणे, एखाद्या चाचणीची संवेदनशीलता म्हणजे तिची, ज्या लोकांना रोग झाला आहे त्यांच्यातील जवळजवळ सगळ्यांना आणि ज्यांना झाला नाही त्यांनाही शोधून/ओळखून काढण्याची, क्षमता होय. खऱ्या सकारात्मक केसेसची संख्या भागिले रोग झालेल्या एकूण रुग्णांची संख्या हे प्रमाण काढून संवेदनशीलता मोजता येऊ शकते. म्हणून,

$$\text{Sensitivity} = \frac{a}{(a+c)}$$

जर चाचणीची संवेदनशीलता 87% नोंदविली गेली असेल तर, याचा अर्थ रोग झाला आहे असे माहिती असलेल्या एकूण 100 रुग्णांपैकी 87 जणांना रोग झाल्याचे सकारात्मक निदान (खरी सकारात्मकता) केले गेले आहे. उरलेल्या 13

रुग्णांबाबत चुकीची नकारात्मकता आहे, असे समजले जाते कारण चाचणीप्रमाणे त्यांना रोग झालेला नाही असे निदान केले गेले होते परंतु, त्यांना रोग झाला आहे.

चांगल्या चाचणीचे आणखी एक वैशिष्ट्य म्हणजे तिची विशिष्टता (specificity), आणि तिचा अर्थ असा की, जरी चाचणीने काही थोडे रोग न झालेले रुग्ण रोग झालेल्यांमध्ये (चुकीची सकारात्मकता) समाविष्ट केले, तरी तिने अचूकपणे रोग न झालेले रुग्ण वेगळे काढले पाहिजेत. एखाद्या चाचणीची विशिष्टता खालीलप्रमाणे काढता/मोजता येते:

$$\text{Specificity} = \frac{d}{(b+d)}$$

चाचणीच्या विशिष्टतेबाबत विचाराचा आणखी एक मार्ग म्हणजे या प्रश्नाचे उत्तर देणे होय: जर एखाद्या व्यक्तीला रोग झाला नसेल तर चाचणीचा निकाल नकारात्मक असण्याची संभाव्यता किती आहे? जर एखाद्या चाचणीची विशिष्टता 79% असेल तर, याचा अर्थ रोग झालेला नाही असे माहिती असलेल्या एकूण 100 रुग्णांपैकी 79 जणांना रोग न झाल्याचे नकारात्मक निदान (खरी नकारात्मकता) केले गेले आहे. उरलेल्या 21 रुग्णांबाबत चुकीची सकारात्मकता आहे, असे समजले जाते कारण चाचणीप्रमाणे त्यांना रोग झालेला आहे असे निदान केले गेले होते परंतु, त्यांना रोग झालेला नाही.

एकूण निदानात्मक अचूकता (diagnostic accuracy) एकूण बरोबर (खरी सकारात्मकता + खरी नकारात्मकता) भागिले एकूण सर्व निकालांचे एकत्रीकरण (खरी सकारात्मकता + खोटी सकारात्मकता + खरी नकारात्मकता + खोटी नकारात्मकता), या प्रकारे काढता येऊ शकते. निदानात्मक अचूकतेला काहीवेळा निदानात्मक चाचणीची कार्यक्षमता असे म्हटले जाते. म्हणून,

$$\text{Diagnostic Accuracy} = \frac{(a+d)}{(a+b+c+d)}$$

शक्यता प्रमाण (likelihood ratio) हे निदानात्मक अचूकतेचे आणखी एक वाढते लोकप्रिय परिमाण आहे. सकारात्मक चाचणीचे शक्यता प्रमाण (likelihood ratio for a positive test) संवेदनशीलता आणि अचूकता या दोन्हींना एकाच परिमाणात एकत्र करते. या प्रमाणातून रोग न झालेल्या व्यक्तींच्या तुलनेत, रोग झालेल्या व्यक्तींबाबत चाचणी सकारात्मक असण्याची शक्यता दर्शविली जाते. याच्या सूत्रात, चाचणीच्या संवेदनशीलतेला, 1 वजा चाचणीची विशिष्टता याने भागले जाते. म्हणून,

$$\text{Likelihood Ratio for a Positive Test} = \frac{\frac{a}{(a+c)}}{1-\frac{d}{(b+d)}}$$

सकारात्मक चाचणीसाठी शक्यता प्रमाण 8.5 असे नोंदविले जाऊ शकते, त्याचा अर्थ चाचणीचा सकारात्मक निकाल रोग झालेल्या व्यक्तीच्या बाबतीत रोग न झालेल्या व्यक्तीपेक्षा 8.5 जास्त वेळा सकारात्मक असण्याची शक्यता आहे, असा होऊ शकतो.

रोगाचे अस्तित्व/व्यापकता (prevalence) या आधी दिलेल्या वैशिष्ट्यांवरून सुद्धा काढता येऊ शकते. रोगाचे अस्तित्व म्हणजे, जनसंख्येतील एका विशिष्ट वेळी रोग झालेल्या व्यक्तींची संख्या भागिले संपूर्ण जनसंख्येतील एकूण व्यक्तींची संख्या (रोग झालेले आणि रोग न झालेले). म्हणून,

$$\text{Prevalence} = \frac{(a+c)}{(a+b+c+d)}$$

रोगाच्या घटनेची (incidence) व्याख्या, एखाद्या कालावधीत (साधारणतः 1 वर्ष), जनसंख्येतील नव्याने पडताळणी झालेल्या एखाद्या रोगाच्या केसेसची संख्या भागिले जनसंख्येतील लोकांची एकूण संख्या, अशी आहे. रोगासंबंधी अंदाज वर्तविण्यासाठी व्यापकता आणि घटना या परिमाणांचा उपयोग होतो, आणि रोगाच्या नियंत्रणाबाबत तसेच उपचाराबाबत निर्णय घेताना ते साहाय्य करतात. उदाहरणार्थ, मुलांमधील ऑटिस्टिक विकार सर्वमान्य आहेत आणि विकारांवरील कथा मीडियामध्ये कायमच लिहिल्या जातात, प्रत्यक्षात मात्र या विकारांची व्यापकता फारच कमी आहे, आणि त्याच्या घटनांमध्ये देखील अत्यंत स्थैर्य आढळते. या उलट, काही देशांमधील एड्स (AIDS) आजाराची व्यापकता ऑटिस्टिक विकारांइतकीच असायची, परंतु त्याच्या घटना प्रत्येक वर्षी नाट्यपूर्णदृष्ट्या वाढत गेल्या. याच प्रकारे, काही देशांमध्ये एड्स (AIDS) आजाराची व्यापकता वाढत वाढत गेली, आणि घटना कमी होण्यास सुरुवात झाली. काही रोगपरिस्थिती वैज्ञानिकांनी याचा अर्थ प्रतिबंध-उपाय योजना कार्यक्रमाचा उपयोग होऊ लागला आहे, असा काढला.

या आधी, प्रकरण 3 मध्ये, असे नोंदविले होते की, काही वेळा चाचणीचे निकाल फार स्पष्ट नसतात, आणि, काही वेळा तर, अंतिम निर्धारण अनिश्चित अथवा संदिग्ध असू शकते. संदिग्ध निकालांचे (equivocal results) एक सर्वसाधारण उदाहरण घरात करता येणाऱ्या गर्भधारणा चाचणीचे आहे. या प्रकारच्या काही किट्समध्ये, जर स्त्री गर्भवती असेल तर चाचणीत रंग लाल होणे आणि ती गर्भवती नसेल तर रंग पांढराच राहणे अपेक्षित असते. पण जर संकेतक गुलाबी झाला तर काय होते? हे एक मध्यम निकालाचे (intermediate result) उदाहरण आहे जेथे निकाल सकारात्मक नाही तसेच तो नकारात्मक ही नाही आणि तो दोन टोकांच्या मध्ये आहे.

अनिश्चित निकाल (indeterminate result) हा संदिग्ध निकालाचा दुसरा प्रकार आहे. याचा अर्थ असा की, चाचणीचा निकाल सकारात्मक नाही तसेच तो नकारात्मकही नाही आणि तो दोन टोकांच्यामध्ये देखील नाही. या परिस्थितीसाठी, योग्य नोंदींवर अवरोध करणारी विविध, चाचणीशी संबंधित अथवा असंबंधित असलेली कारणे, असू शकतात. क्ष-किरण यंत्र एखाद्या व्यक्तीचे हाड मोडले आहे की नाही, हे ठरवू न शकणे, किंवा MRI मधून एखाद्या व्यक्तीच्या डोक्याला गंभीर दुखापत झाली आहे का, हे न सांगता येणे, ही अनिश्चित निकालांची उदाहरणे आहेत.

संदिग्ध निकालाचा तिसरा प्रकार आहे अर्थ न लावता येणारा निकाल (uninterpretable result), ज्यात चाचणी प्रमाणित प्रक्रियेचा वापर करून घेण्यात आलेली नव्हती. चाचणी वापरणाऱ्या व्यक्तीला चाचणीची संपूर्ण प्रक्रिया माहिती नसेल तर अर्थ न लावता येणारा निकाल मिळू शकतो. संदिग्ध निकाल त्रासदायक ठरू शकतात, परंतु संपूर्ण संशोधन जगतात ते सामान्य असतात. तो संशोधकाचा दोष असेल किंवा नसेल. जर तो संशोधकाचा दोष नसेल, तर चाचणी अत्याधुनिक (स्टेट ऑफ दि आर्ट)असू शकते, परंतु, असे ही असू शकते, या वेळी, ही "कला" तितकीशी चांगली नाही. नंतरच्या बाबतीत, कोणालाही वैज्ञानिक प्रयोगांमधील प्रायोगिक आणि प्रमाणित प्रक्रियांची संपूर्णपणे माहिती असणे, आवश्यक ठरते. संदिग्ध निकालांबाबत, त्यांची वारंवारिता किंवा प्रमाण नोंदविणे ही संशोधकाची जबाबदारी असते कारण त्यांच्या प्रकाशनांतून इतरांना अस्तित्वात असलेल्या अपुऱ्या चाचण्या, चाचण्यांच्या प्रक्रिया इत्यादींमध्ये सुधारणा करण्यासाठी प्रोत्साहन मिळू शकते.

धोक्याचे मूल्यनिर्धारण

धोक्याचे संख्याशास्त्रीय मूल्यनिर्धारण ही आरोग्यविषयक व्यवसायांमध्ये कोणती प्रक्रिया निवडावी, हे निश्चित करण्याची सर्वसाधारण पद्धत आहे. या आधी नमूद केल्याप्रमाणे, निदानात्मक प्रक्रिया आणि उपचारांचे त्यांचे स्वतःचे असे हानिकारक आणि घातक (उपचारजन्य) परिणाम असू शकतात, त्यामुळे त्यांची निवड हा एक अत्यंत महत्त्वाचा निर्णय बनतो. धोक्यातील संपूर्ण घट (Absolute risk reduction) याचा अर्थ दोन वेगवेगळे उपचार मिळालेल्या गटांच्या निकालांच्या तुलनेतील धोका कमी करणे, हा आहे. उदाहरणार्थ, अशी कल्पना करा की, पहिल्या हृदयविकाराच्या झटक्यानंतर, 100 महिलांनी 3 वर्ष रोज E जीवनसत्व घेतले, तर तसाच झटका आलेल्या दुसऱ्या 100 जणींनी घेतले नाही.. तीन वर्षांच्या कालावधीत दोन्ही गटांसाठी हृदयविकाराच्या दुसऱ्या झटक्याच्या घटनेची निश्चिती केली गेली. आणि, जर E जीवनसत्व गटाबाबत ती 11% आणि E जीवनसत्व न दिलेल्या गटाबाबत ती 14% असेल, तर धोक्यातील संपूर्ण घट असेल 3% (किंवा 14% - 11%). सूत्रानुसार, उपचार मिळालेल्या लोकांच्या प्रमाणातून, उपचार न मिळालेल्या आणि अभ्यासातील निकालाच्या दृष्टीने ज्यांचे निकाल उपयुक्त आहेत अशा गटाचे प्रमाण वजा करून, धोक्यातील संपूर्ण घट काढली जाते. म्हणून,

धोक्यातील संपूर्ण घट = उपचार मिळालेल्या लोकांच्या निकालाचे प्रमाण – उपचार न मिळालेल्या लोकांच्या निकालाचे प्रमाण

धोक्यातील 3% संपूर्ण घट म्हणजे, E जीवनसत्वाने दिलेल्या जोडीने हृदयविकाराच्या झटक्याचा धोका 3% कमी होणे, होय. महत्त्वपूर्णता चाचणीच्या स्वतंत्र संख्याशास्त्रीय प्रक्रियेने, हे निकाल दैवयोगाने दिसले आहेत का, हे ठरविले जाते, आणि त्याच परिस्थितीमध्ये, इतर प्रयोगकर्त्यांनी निकालांच्या प्रतिकृतीतून शोध घेणे हे निकाल विश्वासार्ह असण्यासाठी आवश्यक ठरते. धोक्यातील संपूर्ण घट ही नेहमीच महत्त्वपूर्णता चाचणीशी जोडलेली असल्याने, तिला जास्त उपयुक्त बनवते तसेच ती एक सहज अन्वयार्थ लावता येण्यासारखे, सर्वसाधारण संख्याशास्त्रीय हितसंबंधांचे प्रचल बनते.

धोक्यातील सापेक्ष घट (RRR) हे असेच एक साधर्म्य असलेले प्रचल आहे, फरक फक्त इतकाच की ते शेकडेवारीत मांडले जाते. धोक्यातील सापेक्ष घट (Relative risk reduction) उपचार न मिळालेल्या गटाच्या निकालाच्या टक्केवारीच्या तुलनेत, वेगवेगळे उपचार मिळालेल्या दोन गटांमध्ये (सर्वसामान्यपणे, प्रायोगिक आणि नियंत्रित गट) धोक्यात किती घट झाली आहे हे मोजण्याचे परिमाण आहे. त्याचे सूत्र खालीलप्रमाणे आहेः

$$\text{RRR} = \frac{(P_C - P_E)}{P_C} \times 100\%$$

जेथे,

P_C = नियंत्रित गटातील उपयुक्त निकालाचे प्रमाण, आणि

P_E = प्रायोगिक गटातील उपयुक्त निकालाचे प्रमाण.

अलीकडील, बटाट्याचे वेफर्स खाणाऱ्या 1,100 व्यक्तींच्या अभ्यासात, प्रयोगकर्त्याला, वातसमस्या आणि उदरवायू यांबाबत घटनांची, डाएट बटाटा वेफर्स खाणाऱ्या व्यक्तींची साधे बटाटा वेफर्स खाणाऱ्या व्यक्तींशी तुलना करण्यात स्वारस्य होते. यात असे दिसले की, डाएट बटाटा वेफर्स खाणाऱ्या व्यक्तींबाबत घटना (48 तासांमधील संबंधित निकाल) 16%, तर साधे वेफर्स खाणाऱ्या व्यक्तींबाबत 18% होत्या. म्हणून, RRR असा काढला जाईलः RRR = [(18%

– 16%)/18%] × 100% किंवा 11%. प्रयोगकर्त्यांना नवीन डाएट बटाटा वेफर्सबाबत साध्या वेफर्सच्या तुलनेत, वातसमस्या आणि उदरवायू यांबाबत 11% घट दिसून आली. पुन्हा एकदा, येथे सांगावेसे वाटते की, हे RRR मूल्य दैवयोगाने दिसते आहे का, हे फक्त महत्त्वपूर्णता चाचणीच निश्चित करू शकेल.

मृत्युदर आणि रोगकारकता यांची प्रचले

जनसंख्येच्या तुलनेतील मृत्यूंचे प्रमाण मृत्युदराने दर्शविले जाते, तर रोगकारकता त्याच नमुन्यातील किंवा जनसंख्येतील रोगाच्या अथवा आजारपणाच्या घटना दर्शविते. मृत्युदर मोजण्यापेक्षा, मृत्यूच्या विशिष्ट कारणांची रोगकारकता मोजदाद करणे, जास्त अवघड असल्याने, रोगकारकतेपेक्षा मृत्युदराचे दर्शक जास्त आहेत. असे असले तरी, आरोग्यशास्त्रात, मृत्युदर आणि रोगकारकता यांसाठी दरांप्रमाणेच, शेकडेवारीच्या विविध श्रेणी उपलब्ध आहेत. वार्षिक ढोबळ मृत्युदर हे जनसंख्येच्या सर्वसाधारण आरोग्याच्या मापनाचे एक अत्यंत सोपे आणि सर्वमान्य परिमाण आहे. वार्षिक ढोबळ मृत्युदर (annual crude death rate) म्हणजे वर्षातील मृत्यूंची संख्या भागिले एकूण जनसंख्या (वर्षाच्या मध्यातील किंवा त्याच वर्षाच्या 1 जुलैची). बऱ्याचवेळा, संख्याशास्त्राचा अन्वयार्थ लावण्यासाठी, या निर्धारणाच्या भागाकारास 100 च्या अवयवाने किंवा त्याच्या उच्च गुणजाने (1,000, 1,000,000, इत्यादी) गुणले जाते. भागाकाराच्या आकारावरून गुणज निवडला जातो. जर भागाकार खूपच लहान असेल (उदाहरणार्थ, .000001) तर 1,000 हे पायाभूत मूल्य वापरणे निरर्थक ठरेल, तर मोठ्या भागाकारासाठी (.067) 1,000 हे पायाभूत मूल्य वापरणे, हे अगदी योग्य असू शकते. त्याचे सूत्र खालीलप्रमाणे आहे:

वार्षिक ढोबळ मृत्युदर = [वर्षातील मृत्यूंची संख्या/वर्षाच्या मध्यातील जनसंख्या] × [100 किंवा त्यापेक्षा मोठा गुणज]

उदाहरणार्थ, मागील वर्षी अमेरिकेत सुमारे 2,523,000 लोक मरण पावले. वर्षाच्या मध्यातील जनसंख्या सुमारे 290,000,000 इतकी होती (हे दोन्हीही अधिकृत अंदाज नाहीत). तर, गणना अशी होईल

$$\text{Annual Crude Death Rate} = \frac{2,523,000}{290,000,000} \times 1,000$$

वार्षिक ढोबळ मृत्युदर = प्रत्येक 1000 लोकांमध्ये 8.7 मृत्यू

वार्षिक ढोबळ मृत्युदराचा वापर बहुतेकवेळा, जगातील वेगवेगळ्या देशांच्या सर्वसाधारण आरोग्याची तुलना करण्यासाठी केला जातो. परंतु, यात वय, लिंग, वांशिकता, आणि युद्ध तसेच नैसर्गिक आपत्ती या सगळ्यांचा एकत्रित विचार केला जात असल्याने, तो देशाच्या आरोग्य-स्थितीचा अचूक दर्शक नाही, हे स्वीकारले गेले आहे. 1992 मध्ये, जगातील कमी मृत्युदरांपैकी कोस्टा रिकाचा वार्षिक ढोबळ मृत्युदर 1000 लोकांमागे 4.0 मृत्यू असा होता; तर जगातील सर्वात उच्च मृत्युदरांपैकी, अफगाणिस्तानचा वार्षिक ढोबळ मृत्युदर 1000 लोकांमागे 22.1 मृत्यू असा होता.

मृत्युदर वय-विशिष्ट कारण-विशिष्ट, वय-कारण विशिष्ट, किंवा इतर कोणत्याही संयोजनाने देखील नोंदविता येतो. वय-विशिष्ट मृत्युदरांत (age-specific death rates), वयाचा विस्तार निश्चित ठरविलेला असतो (उदाहरणार्थ, 16–24 वर्षे) आणि त्या वयाच्या कक्षेतील (दिलेल्या वर्षातील) मृतांच्या संख्येला त्या वयाच्या कक्षेतील, वर्षाच्या मध्यातील एकूण जनसंख्येने भागले जाते. विशिष्ट घटक विशिष्ट मृत्युदर, वय, लिंग, वांशिकता, आणि इतर चलांमुळे धोक्यात

असलेली जनसंख्या निश्चित करण्यासाठी, उपयोगी पडतात, आणि अनेकदा राजकीय गटांसमोर आरोग्यविषयक आणि रोग प्रतिबंधात्मक हस्तक्षेपासाठी युक्तिवाद म्हणून वापरले जातात. कारण, विशिष्ट मृत्युदरात, मृत्यूचे कारण (उदाहरणार्थ, वाहन, अपघात, आत्महत्या) निश्चित असते, आणि एका विशिष्ट कारणाने झालेल्या मृत्यूंच्या संख्येस वर्षाच्या मध्यातील जनसंख्येने भागले जाते. उदाहरणार्थ, अमेरिकेतील कारण- विशिष्ट अपघातांमध्ये होणाऱ्या एकूण मृत्यूंपैकी सर्वात जास्त, दर 100,000 पैकी सुमारे 17, हे मोटार वाहन अपघात असतात. जरी मृत्युदरापेक्षा रोगकारकता ठरविणे जास्त अवघड असले तरी, रोग प्रतिबंध आणि उपचारात रोगकारकतेच्या घटना, हे एक अत्यंत उपयुक्त प्रचल आहे. रोगकारकतेचा संबंध रोगाच्या मोजमापाशी असतो, आणि अनेकवेळा रोगासंबंधी कलंकाची कल्पना आणि पूर्वग्रह त्यांचे अचूक अहवाल तयार होऊ देत नाहीत. उदाहरणार्थ, रॉक गट क्वीनचा प्रमुख गायक फ्रेडी मर्क्युरी यांनी एड्सने झालेल्या त्यांच्या मृत्युच्या आदल्या दिवशी त्यांना एड्स झाला आहे, हे जाहीररित्या मान्य केले.

संभवतः, घटना दर हे रोगकारकतेचे अत्यंत सर्वमान्य प्रचल आहे. घटना दराची व्याख्या, एखाद्या वर्षातील एखाद्या रोगाच्या नवीन केसेसची संख्या भागिले वर्षाच्या मध्यातील जनसंख्या, अशी केली जाते. या भागाकारास, 1,000 किंवा त्याहून मोठ्या यथायोग्य गुणजाने गुणले जाते. उदाहरणार्थ, 1992 मध्ये, एड्स रोगाच्या 28,215 नवीन घटना नोंदविल्या गेल्या होत्या. अमेरिकेची एकूण जनसंख्या त्यावेळी सुमारे 257,000,000 इतकी होती. म्हणून, 1992 मध्ये एड्सच्या दर 100,000 मागे 11.0 घटना होत्या.

प्रभावाचे प्रमाण हे रोगकारकतेशी निगडीत आणखीन एक संख्याशास्त्रीय प्रचल आहे. प्रभावाचे प्रमाण (रोगाच्या) (prevalence proportion (of a disease)) याची व्याख्या, एखाद्या दिलेल्या कालावधीतील एखाद्या रोगाच्या केसेसची एकूण संख्या भागिले त्याच कालावधीतील एकूण जनसंख्या, अशी आहे. या भागाकारास देखील, 1,000, 100,000, अशा यथायोग्य गुणजांनी भागले जाते. प्रभावाचे प्रमाण, वय, लिंग, किंवा इतर जनसांख्यिकी एकीकरण विशिष्टतेनेही नोंदविता येते. उदाहरणार्थ, 1992 मध्ये डेनवर, कोलोरॅडोत एड्सच्या 1,991 ज्ञात केसेस होत्या. त्यावेळी, डेनवर येथील जनसंख्या सुमारे 1,700,000 इतकी होती. प्रभावाचे प्रमाण दर 10,000 मागे 11.7 इतके होते. त्याच काळात मियामी फ्लोरिडात प्रभावाचे प्रमाण दर 10,000 मागे 38.4 इतके होते.

केसच्या प्राणघातकतेच्या प्रमाणाचा उपयोग एखादा रोग किती गंभीर असू शकतो, याचे दर्शक म्हणून केला जाऊ शकतो. केसच्या प्राणघातकतेचे प्रमाण (case–fatality proportion) याची व्याख्या, एखाद्या विशिष्ट कालावधीतील एखाद्या रोगामुळे झालेल्या मृत्यूंची संख्या भागिले त्याच कालावधीतील प्रभावाचे प्रमाण, अशी केली जाते. हा भागाकार सार्थ गुणज म्हणून नोंदविला जातो. उदाहरणार्थ, 1992 मध्ये अमेरिकेत एड्स रोगाने मरण पावलेल्या ज्ञात व्यक्तींची संख्या होती 23,411. त्या वेळी, सुमारे 82,000 व्यक्तींवर एड्स रोगाचा प्रभाव झाला होता. म्हणून, केस-प्राणघातकता प्रमाण 100 केसेसच्या मागे 28.5 इतके होते. नंतरच्या संख्येतून हे उघडपणे दिसते आहे की, 1992 मध्ये एड्स अत्यंत गंभीर आणि घातक रोग होता. एड्सच्या उपचारासाठी नवीन औषधोपचार मिश्रणे उपलब्ध झाल्याने, एड्स झालेल्या लोकांमधील केस-प्राणघातकतेचे प्रमाण नाट्यपूर्णरित्या कमी झाले आहे. जरी नवीन औषधोपचार उपयुक्त आणि लोकप्रिय असले, तरी केस-प्राणघातकतेच्या प्रमाणाच्या अन्वयार्थात आणि गणनेत अद्याप भरपूर समस्या आहेत. कारण, एड्सच्या बाबतीत विशेषतः, या रोगाचे स्वरूप बदलत असल्याने, त्याच्या नवीन केसेसचा मृत्युदर आधीच्या केसेस इतकाच नसण्याची शक्यता असू शकते. शिवाय, एड्सच्या नवीन उपचारांच्या यशस्वितेमुळे, नवीन केसेसमधील मृत्युदर जुन्या केसेसपेक्षा किंवा आजार जास्त बळावलेल्या केसेसपेक्षा कमी झालेला असू शकतो. जास्तीत जास्त असे म्हणता येईल की, केस-प्राणघातकता प्रमाण हा, एक उपयुक्त परंतु रोगाच्या गंभीरतेचा ढोबळ, निर्देशक आहे.

सहप्रचलनाचे विश्लेषण

सहप्रचलनाचे विश्लेषण (ANCOVA) अनकोवा हे प्रचलनाच्या प्रमाणित विचलनाशी साधर्म्य दर्शविणारे असते. याचा मुख्य रोख एकतर दोन किंवा अधिक पातळ्या असलेल्या एकाच स्वतंत्र चलासाठी किंवा प्रत्येकी दोन किंवा अधिक पातळ्यांच्या अनेक स्वतंत्र चलांसाठी गटांच्या मध्यमानांमधील तफावती निश्चित करण्यावर असतो. येथे फक्त एक अवलंबी चलही असतो. म्हणून, अनोवा सारख्याच अनकोवाच्या संरचना असू शकतात; परंतु, अनकोवा अवलंबी चलावर परिणाम करणाऱ्या गोंधळात टाकणाऱ्या किंवा त्रासदायक चलावर संख्याशास्त्रीय नियंत्रण ठेवते. उदाहरणार्थ, अशी कल्पना करा की एक संशोधक वर्किंग मेमरीमधील (अल्पकालीन स्मरणशक्ती) वयाच्या तफावतीबाबत स्वारस्य दर्शवित होता. पंधरा तरुण लोक आणि पंधरा वृद्ध लोकांची वर्किंग मेमरीच्या संदर्भात (ऐकण्याच्या धारणेतील जास्तीत जास्त आकडे पुन्हा म्हणून दाखवण्याची) चाचणी घेण्यात आली. संशोधकाच्या गृहीतप्रमेयाशी सुसंगत असा, तरुण लोकांनी कमी परंतु संख्याशास्त्रीय दृष्ट्या महत्त्वपूर्ण वर्चस्व दर्शविले. छापण्यासाठी देण्याचे हस्तलिखित तयार करताना, संशोधकाने असे वाचले की, वर्किंग मेमरीचा IQ शी तीव्र धन सहसंबंध ($r = .50$) असतो. कदाचित अभ्यासातील तरुण लोकांचे IQs वृद्ध लोकांपेक्षा जास्त असतील आणि वय नव्हे, तर IQ मुळे वर्किंग मेमरीतील तफावत दिसत असेल. चाचणीपूर्व प्रदीर्घ प्रक्रियेमुळे संशोधकाजवळ सहभागी घटकांच्या IQs चा अंदाज मिळू शकला. अनकोवा बुद्ध्यंकाचा वर्किंग मेमरीवर होणारा परिणाम काढून टाकेल किंवा (covary out) होईल आणि तरीही वयाचा वर्किंग मेमरीवर होणारा परिणाम तपासण्याची परवानगी देईल.

अनोवाची सर्व गृहिते अनकोवामध्ये असतात, आणि शिवाय अनकोवा असे गृहीत धरतो की स्वतंत्र चलाच्या सर्व पातळ्यांवर सहचलाचा (त्रासदायक चल) अवलंबी चलावर होणारा परिणाम सारखाच असतो. हे ही नोंदविणे महत्त्वाचे आहे की अवलंबी चलाचे मापन करण्यापूर्वी सहचलाचे मापन केलेले असले पाहिजे. ह्या नंतरच्या गृहिताच्या उल्लंघनाचा अर्थ असा होईल की जर एकाच वेळी ते गोळा केले असतील तर अनकोवा अवलंबी चलातून महत्त्वाचे आणि उपयुक्त प्रचलन काढून टाकेल.

प्रचलनाचे बहुचलीय विश्लेषण

दोन किंवा अधिक अवलंबी चलांचे एकाचवेळी मापन हा एक अपवाद सोडता, प्रचलनाचे बहुचलीय विश्लेषण (MANOVA) मनोवा हे, अनोवाच्या सर्व संरचना प्रकारांसारखेच असते. मनोवा स्वतंत्र चलांच्या वर्तणुकीवर होणाऱ्या गुंतागुंतीच्या परिणामांचे अधिक चांगले चित्र देऊ शकते कारण ते फक्त एकापेक्षा अधिक अवलंबी चलांच्या मापनास परवानगी देते. परंतु, ह्या चित्राचा खर्च, म्हणजे संगणनातील गुंतागुंत (ते फक्त संगणकावरच केले जाऊ शकते) आणि अन्वयार्थ लावण्यातील क्लिष्टता, हे आहेत. जेव्हा एक घटक मनोवा संख्याशास्त्रीयदृष्ट्या महत्त्वपूर्ण असतो, तेव्हा तो स्वतंत्र चलाच्या पातळ्यांमध्ये अवलंबी चलांच्या संयुगांमधील बदल सूचित करतो. परंतु, अन्वयार्थ मात्र प्रत्येक अवलंबी चलाच्या त्याच्यापुरत्या एकचल पोस्ट हॉक अन्वयार्थाइतकाच मर्यादित राहतो. महत्त्वपूर्ण मनोवा महत्त्वपूर्ण तफावतींचा आकृतीबंध उघड करत नाही.

शिवाय, मनोवा जेव्हा अनेक अवलंबी चलांचा वापर करतो तेव्हा पहिल्या प्रकारच्या चुकीपासून संरक्षण देतो का याबद्दलही मतभेद आहेत. सुरुवातीला असा विचार मांडला जात होता की तो पहिल्या प्रकारच्या चुकीपासून संरक्षण देतो, परंतु मनोवा पहिल्या प्रकारच्या चुकीपासून संरक्षण देत असण्याच्या विरुद्ध एकमत होत असल्याचे दिसते. तो असे करतो

अथवा करत नाही हे माहीत नाही पण, मनोवामधील स्वतंत्र चलाचे फलन म्हणून बदलतात असे ज्यांच्याबद्दल वाटत नाही अशा अनेक अवलंबी चलांच्या समावेशामुळे दुसऱ्या प्रकारच्या चुकीची संभाव्यता वाढू शकते. ह्या परिस्थितीत, संबंध नसलेल्या अवलंबी चलांचा संयोग महत्त्वपूर्णतेची क्षमता असणाऱ्या अवलंबी चलाचा शोध घेण्यात अडथळा आणतो. ह्या गोष्टीचे एक तात्पर्य असे की आपण संख्याशास्त्रीय प्रक्रियांशी पूर्णतः परिचित असले पाहिजे, त्यांच्या वापराचे समर्थन करण्याची क्षमता आपल्यात असली पाहिजे, आणि त्यांचे दुरुपयोग माहीत असले पाहिजेत. अन्यथा, ज्या संख्याशास्त्रीय प्रक्रियांविषयी आपण समाधानी आहोत अशांचाच वापर करणे अधिक चांगले ठरते. एखादी सांख्यिकी प्रयोगकर्त्याला समस्येतील नैसर्गिक घटना अधिक चांगल्या प्रकारे समजून देण्यास मदत करते का हा संख्याशास्त्रीय निवडीचा अंतिम गुणधर्म हा असला पाहिजे. परंतु, पुन्हा, महत्त्वपूर्ण मनोवा फक्त हे सांगू शकतो की अवलंबी चलांच्या मध्यमानाचा व्हेक्टर गटांमध्ये महत्त्वपूर्णरित्या निराळा आहे. पोस्ट हॉक विश्लेषण परंपरागत अनोवाचे असेल. उदाहरणार्थ, 12 व्यक्तिमत्व बिघाड अवलंबी चल म्हणून मानून आणि मेंदूला झालेल्या दुखापतीचे निदान आहे किंवा नाही ह्या एकाच स्वतंत्र चलाच्या दोन पातळ्या घेऊन त्यावर मी एकदा मनोवा केले. मला महत्त्वपूर्ण नसलेला सर्वसाधारण मनोवा मिळाला, पण पोस्ट हॉक विश्लेषणाने दोन गटांमध्ये काही व्यक्तिगत व्यक्तिमत्व बिघाड महत्त्वपूर्ण असल्याचे उघड केले.

सहप्रचलनाचे बहुचल विश्लेषण

सहप्रचलनाचे बहुचल विश्लेषण (MANCOVA) मनकोवा एक किंवा अधिक स्वतंत्र चलांच्या एकापेक्षा अधिक अवलंबी चलांवर होणाऱ्या परिणामांचे एका किंवा अधिक सहचलांचा (त्रासदायक किंवा गोंधळात टाकणाऱ्या) ह्या अवलंबी चलांवरील परिणाम नियंत्रित करून विश्लेषण करतो. पुन्हा, मनोवा चा अन्वयार्थ लावणे अवघड असू शकते. पदवी महाविद्यालयातील माझ्या शेवटच्या तासांपैकी एक तास बहुचल संख्याशास्त्रातील अभ्यासक्रमाचा होता, आणि मी माझ्या प्रबंधामध्ये मनकोवांचा चा वापर केला. माझ्या अंतिम तोंडीपरीक्षेत, माझ्या प्रबंध परीक्षण समितीतील एक सदस्य भलताच शांत बसला होता. माझ्या यशस्वी प्रतिवादानंतर, मी त्याला त्याने मला काहीच प्रश्न का विचारले नाहीत असे विचारले. त्याचे प्रत्युत्तर असे होते की, “तू केलेली एकही गोष्ट मला समजली नाही”. माझ्या प्रबंधामध्ये, बदलत्या प्रमाणातील, डोळ्यांची जलद हालचाल (REM) असणारी झोप आणि मंदपणे येणारी झोप (स्वतंत्र चल) ह्यांचे फलन असलेल्या शाब्दिक आणि दृश्य अशा दोन प्रकारच्या स्मरणशक्तींचे (अवलंबी चल) मापन करण्यात मला रस होता. मला असे आढळले की दिवसा अवलंबी चलाच्या मापनात गोंधळ निर्माण होत होता, म्हणून मी मनकोवा मध्ये दिवसाचा वेळ हा सहचल म्हणून वापरला.

घटक विश्लेषण

घटक विश्लेषण म्हणून ओळखल्या जाणाऱ्या संख्याशास्त्रीय तंत्रांच्या कुटुंबाचे असंख्य उद्देश आहेत. घटक विश्लेषण (बरेचदा प्रमुख घटक विश्लेषण या संज्ञेऐवजी वापरले जाते) संचातील प्रत्येक चलाच्या दुसऱ्या प्रत्येक चलाशी असलेल्या सह्संबंधाचे परीक्षण करून अवलंबी चलांच्या संचाची अंतर्भूत संकल्पनात्मक रचना शोधते. संचातील कोणत्या चलांमध्ये उच्च सहसंबंध आहे ते ठरविण्यास घटक विश्लेषण मदत करते. अशा प्रकारे, अनावश्यक चल काढून टाकून चलांचा संच कमी करून तो लहान करण्यासाठी घटक विश्लेषण वापरता येते. चलांच्या मोठ्या संचातील अंतर्भूत घटक ओळखण्यासाठीही घटक विश्लेषण वापरता येते जेणे करून संपूर्ण संचाचे संकल्पनात्मक दृष्टिकोनातून अधिक चांगले

आकलन होऊ शकते. उदाहरणार्थ, IQ च्या संकल्पनेमध्ये घटक विश्लेषणाने महत्त्वाची भूमिका बजावली. अनेक बौद्धिक कामांच्या संचाला लागू केलेल्या घटक विश्लेषणाने एकच अंतर्भूत घटक उत्पन्न केला (म्हणजेच, कामांच्या संचातील बहुतेक सर्व चल आंतरसहसंबंधित होते, आणि सर्वांनी एकाच अंतर्भूत घटकावर भर दिला). आधुनिक संगणक कार्यप्रणालीही अंतर्भूत घटकाला नाव देत नाही. कोणत्या वैयक्तिक घटकांना महत्तम एकमेव भार दिला गेला आहे ते पाहून संख्याशास्त्रज्ञांनीच हे नाव द्यावे लागते. IQ च्या घटक विश्लेषणाच्या ह्या प्रकरणात, बौद्धिक कामांच्या संचासाठी अंतर्भूत असलेल्या एकमेव घटकाला नंतर "*g*" घटक असे नाव सामान्य बुद्धिमत्तेसाठी देण्यात आले.

घटक विश्लेषणातील प्रायोगिक आराखडा स्वतंत्र चलाच्या पातळ्यांचा बनलेला नसतो. येथे अनेक अवलंबी चलांचे मापन सहभागी घटकांच्या एकाच मोठ्या नमुन्यावर केले जाते. अवलंबी चलांच्या संख्येच्या 10 पट मोठी सहभागी घटकांची संख्या असावी अशी शिफारस केली जाते. जर येथे 15 कलमे, प्रश्न, किंवा अवलंबी चल असतील, तर घटक विश्लेषणात पुनर्निर्माण करता येण्याजोगे परिणाम मिळविण्यासाठी किमान 150 सहभागी घटक असले पाहिजेत.

उदाहरणार्थ, मानसशास्त्रातील व्यक्तिमत्वविषयक संशोधनाचा एक मुख्य भर लोकांच्या व्यक्तिमत्वातील अनेक मूलभूत घटकांवर असतो. ह्या संशोधनातील एक सुरुवातीची पायरी म्हणजे व्यक्तिमत्वाचे वर्णन करण्यासाठी वापरली जाणारी शेकडो विशेषणे गोळा करणे.नंतर, या विशेषणांची सारांश यादी जमविली जाते, आणि स्वयं-मूल्यांकन मापनपट्टी विकसित केली जाते, जसे की, 1 = *माझ्यासारखे नाही,* 2 = *कधीकधी माझ्यासारखे,* आणि 3 = *तंतोतंत माझ्यासारखे.* जर यादीमध्ये 50 विशेषणे गोळा केली असतील, तर योग्य घटक विश्लेषणासाठी 500 विषय लागतील. घटक विश्लेषणाचा निकाल, अर्थातच, विशेषणांच्या मूळ यादीवर मोठ्या प्रमाणात अवलंबून राहील. म्हणून, विशेषणांचे सर्वेक्षण सर्वसमावेशक आणि परिपूर्ण असले पाहिजे. एकदा ही माहिती प्रत्यक्षात घटक विश्लेषणाच्या अधिपत्याखाली आणली गेली, तेव्हा निकालात किमान एका घटकावर भर देणाऱ्या प्रत्येक विशेषणासह पाच मूलभूत घटक उघड झाले. काही प्रकारच्या घटक विश्लेषणांचे गणिती उद्दिष्ट असे असते की असा उपाय शोधण्याचा प्रयत्न करायचा की जेथे प्रत्येक विशेषण फक्त एकाच घटकावर भार देते. महत्तम भारांचे परीक्षण करून (जे प्रत्यक्षात सहसंबंध सहगुणकासारखे वाचले जातात), प्रत्येक घटकाला नाव दिले जाऊ शकते. उदाहरणार्थ, व्यक्तिमत्व संशोधकांना असा शोध लागला की, एका गटात बहिर्मुखता ते अंतर्मुखता यांच्या अखंड कक्षेत विशेषणांचे एकत्रीकरण झाल्यासारखे भासत होते. हा व्यक्तिमत्व घटक व्यक्तिमत्वात नेहमी आढळतो.

घटक विश्लेषणाची एक मजेदार बाजू अशी की येथे असंख्य बरोबर उत्तरे असू शकतात. संशोधन कर्त्यांच्या दृष्टीने जो उपाय संशोधन समस्येचे सर्वात चांगले निराकरण करत असेल तो 'बरोबर' असतो.

गुणज प्रतिगमन

प्रकरण 6 मध्ये नोंदविल्याप्रमाणे, गुणज प्रतिगमन हा द्विचल सह्संबंधाचा विस्तार आहे. प्रतिगमन ह्या शब्दाने साधारणतः भविष्यकथनाशी संबंध सूचित केला जातो, तर सहसंबंध ह्या शब्दाने चलांमधील संबंध सूचित केला जातो. गुणज प्रतिगमनात, एका अवलंबी चलाचे (किंवा निकष चल) अनेक स्वतंत्र चलांच्या आधारे (भविष्यवेत्ता चल) भविष्यकथन केले जाते. संशोधन बरेचदा दुहेरी हेतूने केले जातेः स्वतंत्र चल अवलंबी चलाविषयीचे भाकीत किती प्रमाणात वर्तवू शकतात, आणि अवलंबी चलाचे भाकीत करण्याची प्रत्येक स्वतंत्र चलात किती ताकद आहे? टप्प्यांमध्येप्रतिगमन, पुढचे प्रतिगमन, आणि मागचे प्रतिगमनअसे गुणित प्रतिगमनाचे अनेक निरनिराळे प्रकार आहेत. ज्याप्रकारे स्वतंत्र चलाचा प्रतिगमनसमीकरणात परिचय करून दिला जातो त्यानुसार ही सर्व तंत्रे बदलतात. विविध तंत्रे स्वतंत्र चल आणि अवलंबी चलांमधील आंतरसंबंधाची निरनिराळी चित्रे देऊ शकतात. आश्चर्यकारकपणे, निरनिराळी तंत्रे बरेचदा सारखे परिणाम दर्शवितात.

तात्त्विक सहसंबंध

तात्त्विक सहसंबंध हे खरोखर चलांचे दोन निरनिराळे संच एकमेकांशी कशा प्रकारे संबंधित असू शकतात याविषयी वेगवेगळे अंदाज देऊ करणाऱ्या घटक विश्लेषणाच्या संयोगासह सहसंबंध-प्रतिगमन तंत्र आहे. चलांचे दोन संच निकष संच आणि भविष्यवेत्ता संच असे नमूद करता येऊ शकतात, आणि निकष संचाचे भारित संयुग भविष्यवेत्ता संचाच्या भारित संयुगाशी किती प्रमाणात सहसंबंधित आहे हा ह्या प्रयोगाचा प्रश्न असतो. चलांचे दोन संच स्वतंत्र चलांचे दोन संच म्हणून नमूद केले जाऊ शकतात. निकालातील सहसंबंधाला तात्त्विक सहसंबंध सहगुणक असे म्हटले जाते. भविष्यवेत्त्या संचाने निकष संचात नोंदविलेल्या प्रचलनाची मात्राही तात्त्विक विश्लेषण काढते. तात्त्विक विश्लेषणाने काढलेल्या प्रचलनाच्या प्रमाणास निकष संचात भविष्यवेत्ता संच जबाबदार असतो. जरी तात्त्विक सहसंबंध आत्यंतिक लोकप्रिय नसला तरी तो दोन व्यक्तिमत्व चाचण्यांमधील गुंतागुंतीचे संबंध (जसे चाचणीच्या बांधणीतील बळकटीमधील) ठरविण्यास मदत करतो. उदाहरणार्थ, मी अलीकडेच एका व्यक्तिमत्व विकारांच्या 14 मापकांमधील तात्त्विक सहबंधाचे निकाल आणि अमेरिकन मानसविश्लेषक कॅरेन हॉर्नी यांच्या कार्यावर आधारित त्रिमिती व्यक्तिमत्व मापक (हॉर्नी- कूलिज थ्री डायमेन्शनल इनव्हेंटरी, किंवा HCTI) (Coolidge, 1998) यांमध्ये तुलना केली. मला असे आढळले की, दोन चाचण्यांमधील एकूण प्रचलनात पहिल्या तात्त्विक चलाचा सहभाग जवळजवळ 45% होता आणि तो HCTI च्या मान्यता परिमाणापासून ऋण सहभागाबरोबर आणि HCTI च्या आक्रमक परिमाणापासून धन सहभागाबरोबर, जवळजवळ सर्व 14 व्यक्तिमत्व विकारांमधील धन सहभागाने बनला होता. याचा अन्वयार्थ असा की हे निकाल असे दर्शवित होते की व्यक्तिमत्व विकार असलेल्या बऱ्याचशा लोकांमध्ये फार मोठ्या प्रमाणात आक्रमकता होती आणि ते जास्त नमते घेणारे नव्हते, ज्यामुळे त्यांच्या उपचारांमधील मोठ्या अडचणींचे स्पष्टीकरण मिळते. गुणित तात्त्विक चल काढता येतात, परंतु प्रत्येक पुढचा चल प्रचलनाची मात्रा घटवत नेतो.

रेषीय तफावत फलन विश्लेषण

स्वतंत्र चलांच्या किंवा भविष्यवेत्त्या चलांच्या संचाच्या आधारे निकष चलाचे भाकीत कसे करता येते ते ठरविण्यासाठी गुणज प्रतिगमन वापरले जात असे. स्वतंत्र चल गटाच्या सदस्यत्वाचे भाकीत करण्यासाठी वापरले जातात या दृष्टीने रेषीय तफावत फलन विश्लेषण (LDFA) एलडीएफए हे यासारखे असते. या संरचनेत, निकष चल अखंड असण्याऐवजी द्विभाजित असतो. एलडीएफए तंत्राचे एक असेही कुटुंब आहे की जे एलडीएफए समीकरणातील भविष्यवेत्त्या चलांच्या प्रवेशाबाबत फरक करते.

एलडीएफए आधीच्या उदाहरणातील डेटावरही वापरता येऊ शकते, परंतु सुरुवातीला निकष चलातील द्विभाजित गट सदस्यत्व सिद्ध करावे लागते. उदाहरणार्थ, आपण लोकांचे दोन गट निराळे करू शकू, ज्यांना व्यक्तिमत्व विकार आहे असे, आणि ज्यांना व्यक्तिमत्व विकार नाही असे, आणि नंतर मनाला वाटेल त्याप्रमाणे या गटांना गट 1 आणि गट 2 अशी नावे देता येतील. यानंतर, प्रत्येक व्यक्तीचे तीन HCTI प्राप्तांक (नमते घेण्याची वृत्ती, आक्रमकता, मनाचा अलिप्तपणा) हे भविष्यवेत्ता किंवा स्वतंत्र चल म्हणून वापरता येतील. खरोखरच, हे दोन गटांपैकी प्रत्येकामध्ये तीन स्वतंत्र *t* चाचण्या लागू करण्यासारखे असेल. प्रथमतः तीन भविष्यवेत्त्या चलांची महत्तम *t* मूल्ये रेषीय तफावत फलन समीकरण तयार करण्यासाठी निवडली जातील. नंतर, उरलेल्या दोन भविष्यवेत्त्या चलांची महत्तम *t* मूल्ये रेषीय तफावत फलन समीकरणात प्रविष्ट होतील. महत्त्वपूर्णता नसलेल्या *t* मूल्याचा सामना केला जाईपर्यंत (टप्प्यांमध्ये एलडीएफए) किंवा सर्व तिन्ही भविष्यवेत्ते

प्रविष्ट होईपर्यंत (सामान्य रेषीय तफावत फलन) ही प्रक्रिया पुनःपुन्हा केली जाईल. ह्या बिंदूशी, प्रत्येक गटासाठी रेषीय तफावत फलन समीकरण निर्माण केले जाईल, आणि प्रत्येक व्यक्तीसाठी गट सदस्यत्वाचे भाकीत केले जाईल आणि नंतर त्याच्या किंवा तिच्या प्रत्यक्षातील आधी नेमणूक केलेल्या गट सदस्यत्वाशी (व्यक्तिमत्व विकृत आहे अथवा नाही) त्याबरोबर तुलना केली जाईल. ह्या भाकितांचे यश नंतर नमूद करण्यात येईल.

नोंद करा की एलडीएफए साठी दोन निकष गट एलडीएफए पूर्वी नमूद करण्याची गरज असते. गट तफावती (जसे व्यक्तिमत्व विकृत आहे अथवा नाही मध्ये होते) हे आधी केलेले गृहीत असते. त्यानंतर केलेले एलडीएफए भविष्यवेत्त्या चलांप्रमाणे ह्या गटांचे किती प्रमाणात यशस्वीपणे वर्गीकरण केले जाऊ शकते ते ठरविते. एलडीएफएशी जोडली जाणारी एक समस्या म्हणजे आकुंचनाची समस्या. आकुंचन अशा प्रक्रियेसंबंधी निर्देश करते जेथे डेटाच्या एका नमुन्यावरून तयार केलेले एलडीएफए समीकरण नवीन नमुन्याला लागू केल्यास त्याची भविष्य कथनाची ताकद कमी होते. जेथे विशिष्ट नमुन्यावरील एलडीएफए चा वर्गीकरणाचा दर मोठा असतो (सर्वसाधारणतः 90% किंवा अधिक) तरीही जेव्हा तेच एलडीएफए समीकरण दुसऱ्या नमुन्याचे वर्गीकरण करण्यास वापरले जाते तेव्हा 50% च्या आसपास पडतो, तेथे हे बरेचदा दिसते. मोठा नमुना घेऊन आकुंचन कमी करता येते (दोन गटांमधील सर्वात लहानातील सहभागी घटकांची संख्या कमीतकमी भविष्यवेत्त्या चलांच्या संख्येपेक्षा 10 पट मोठी असली पाहिजे). कदाचित कमकुवत भविष्यवेत्त्या चलांमुळे एलडीएफए अयशस्वी होऊ शकते; म्हणजेच, भविष्यवेत्त्या चलांचा गट सदस्यत्वाशी संबंध नसू शकतो. गट सदस्यत्व बनावट असल्यासही एलडीएफए अयशस्वी होऊ शकते.

समूह विश्लेषण

समूह विश्लेषणाचा उद्देश भविष्यवेत्त्या चलांच्या आधारावर वस्तूंच्या (लोक, रोपे, बिअरचे प्रकार, इत्यादी) मोठ्या संचाचे वर्गीकरण पूर्णतः अलग अशा उपगटांमध्ये करणे हा असतो. जर समूह विश्लेषण यशस्वी असेल तर भविष्यवेत्त्या चलांवरील गटांच्या प्राप्तांकांच्या संदर्भात हे उपगट एकजिनसी असतील. समूह विश्लेषणाला श्रेणीनिहाय समूह विश्लेषण किंवा वर्गीकरण विज्ञानाचे (टॅक्सॉनॉमी) विश्लेषण असेही म्हटले जाते. समूह विश्लेषणाचा संख्याशास्त्रीय उद्देश प्रत्येक गटातील गटांतर्गत तफावत किमान करणे तर गटांमधील तफावत महत्तम करणे हा असतो. भविष्यवेत्त्या चलांची समूह वेगळे करण्याची क्षमता समूह विश्लेषणाचे यश मर्यादित करते. समूह निर्मितीच्या बऱ्याचशा प्रक्रिया प्रत्येक गटातील सदस्य किती सारखे आहेत याचा तुलनात्मक अंदाज देणारे गट समानतेचे सहगुणक देऊ करतात. उदाहरणार्थ, 100 प्रकारच्या बिअर्सच्या समूह विश्लेषणाची कल्पना करा. प्रथम बिअर्स रंगासारख्या भविष्यवेत्त्या चलाच्या आधारे मूल्यांकित केल्या जातील (लाल, पिवळी, पिवळसर, तपकिरी, इत्यादी), अल्कोहोलचे प्रमाण (आकारमानानुसार अल्कोहोलचे 1% ते 10%), स्वच्छपणा (पारदर्शी ते अपारदर्शी), आणि अशा प्रकारे पुढे. समूह विश्लेषण असे दाखवू शकेल की 1, 7, 23, 33, 39, 42, 67, आणि 88 ह्या बीअर्स असलेल्या गट 1 मध्ये समानतेचा सहगुणक $r = .58$ आहे, तर 2, 3, 5, 6, 19, आणि 55 ह्या बीअर्स असलेल्या गट 2 मध्ये समानतेचा सहगुणक $r = .89$ आहे. भविष्यवेत्त्या चलांवरील, प्रत्येक गटाच्या मध्यमानांच्या ग्राफिक प्लॉटच्या परीक्षणाच्या आधारे गटांना नावे देणे शक्य होते – जसे अल्कोहोल जास्त, पारदर्शक आणि लाल गट; अल्कोहोल कमी, अपारदर्शक, तपकिरी गट; आणि अशा प्रकारे पुढे. श्रेणीनिहाय समूह विश्लेषण संशोधकाला गटांची किती संख्या पर्याप्त ठरेल ते ठरविण्याची परवानगी देते कारण जोपर्यंत फक्त दोनच गट असतात तोपर्यंत वस्तूंचे संयोग करण्याची प्रक्रिया चालू राहाते (परंतु गट समानतेचे निकष खालच्या पातळीवर राहतात आणि कधीकधी त्या बिंदूशी निरर्थक ठरतात).

बहुचल संख्याशास्त्राचा सारांश

येल विद्यापीठाचा समकालीन संख्याशास्त्रज्ञ या नात्याने रॉबर्ट पी. एबल्सन यांनी अशी नोंद केली आहे की, "तुम्ही जर ग्रीक भाषा बोलत नसाल तर तिचा वापर करू नका." जरी बहुचल तंत्रे प्रभाव टाकणारी असली, तरी त्यांचा अन्वयार्थ लावणे गुंतागुंतीचे आणि वाद निर्माण करणारे असू शकते. जो कोणी बहुचल संख्याशास्त्रीय विश्लेषण करणे पसंत करेल त्याने त्याची गृहिते समजावून घेतली पाहिजेत, गृहितांच्या उल्लंघनाचे परिणाम जाणून घेतले पाहिजेत, संगणकाच्या छापील अहवालाचा अर्थ समजून घेतला पाहिजे, आणि ज्या सांख्यिकीची निवड केली त्याचे स्पष्टीकरण देण्याची क्षमता त्याच्यात असली पाहिजे. व्हान्डरबिल्ट विद्यापीठातील भूतपूर्व संख्याशास्त्रज्ञ जुम नुन्नल्ली यांनी लिहिले होते की, "शेपटीला कुत्रा हलवू देऊ नका." जर तुमच्या प्रयोगाच्या प्रश्नाचे उत्तर एकचल सांख्यिकीतून तितकेच चांगले मिळत असेल, किंवा जर बहुचल सांख्यिकीपेक्षा तुम्हाला तुमच्या डेटाचे एकचल विश्लेषण अधिक चांगल्या प्रकारे समजले असेल आणि तुम्ही ते अधिक चांगल्या पद्धतीने स्पष्ट करू शकत असाल, तर तुमची निवड अगदी स्पष्ट आहे. एखाद्याने नवीन तंत्रांपासून लांबही राहू नये, कारण या तंत्रांमुळे तुमच्या डेटातील आत्तापर्यंत लक्षात न आलेले काही नवीन आणि आश्चर्यकारक संबंध बाहेर येऊ शकतील. हे सुद्धा लक्षात ठेवा की, या संपूर्ण जगातील फार थोडे लोक त्यांच्या संख्याशास्त्राच्या ज्ञानाबद्दल पूर्णतः आणि सर्व दृष्टीने समाधानी असतात. संख्याशास्त्रज्ञ आणि संशोधक सातत्याने एकमेकांशी संपर्क साधत असतात, आणि सल्ला आणि मार्गदर्शन मागत असतात. म्हणून तुमच्या उर्वरित संख्याशास्त्रीय कारकिर्दीत, तुमची प्रायोगिक संरचना निवडण्यासाठी आणि तुमच्या संख्याशास्त्रीय विश्लेषणाची निवड

पुढील वाचनासाठी संख्याशास्त्राचे संदर्भ ग्रंथ

स्रोत: पुस्तकाचे मुखपृष्ठ: © १९९५ *स्टॅटिस्टिक्स अॅज प्रिन्सिपल्ड अर्ग्यूमेंट* बाय रॉबर्ट पी.अबेल्सन. टेलर अॅण्ड फ्रान्सिस ग्रुप, एलएलसी, अ डिव्हिजन ऑफ इनफॉर्मा पीएलसी, स्टॅक ऑफ बुक्स: क्लिपआर्ट.कॉम. यांच्याकडून पुनर्निर्मित.

करण्यासाठी मदत, सल्ला किंवा मार्गदर्शन मिळविण्यास मागे पुढे पाहू नका. शिवाय, तुमच्या सतत वाढत असलेल्या संख्याशास्त्रीय अंतःप्रेरणेने स्वतःला मार्गदर्शन करा.

सारांश

आता तुम्ही तुमचा संख्याशास्त्राचा पहिला अभ्यासक्रम पूर्ण केलेला असल्याने, मी अगदी मनापासून संख्याशास्त्राच्या दोन छान (रंजक) पुस्तकांची शिफारस करतो (संख्याशास्त्राची पुस्तके नव्हेत संख्याशास्त्रातील विज्ञानाविषयीची पुस्तके), ती म्हणजे, *The Lady Tasting Tea* हे डी. साल्सबर्ग (2001) ह्यांचे पुस्तक आणि *Statistics as Principled Argument* हे आर. एबल्सन (1995) ह्यांचे पुस्तक.

महत्त्वाच्या संज्ञा आणि व्याख्या

धोक्यातील संपूर्ण घट (Absolute risk reduction) – दोन भिन्न प्रकारांनी उपचार मिळालेल्या दोन गटांच्या निकालांच्या तुलनेतील धोक्यातील घट.

वय-विशिष्ट मृत्युदर (Age-specific death rate) – एखाद्या दिलेल्या वयोगटातील (दिलेल्या वर्षातील) मृत्यूंची संख्या भागिले त्या वर्षाच्या मध्यातील त्या वयोगटातील एकूण जनसंख्या.

सहप्रचलनाचे विश्लेषण (Analysis of covariance) (अनकोवा) – एका अवलंबी चलावर मध्यमानांमधील तफावती ठरविण्याची पद्धत, जेव्हा गोंधळात टाकणाऱ्या किंवा त्रासदायक चलाचे परिणाम संख्याशास्त्रीय दृष्ट्या जुळवून घेतले जातात.

वार्षिक ढोबळ मृत्युदर (Annual crude death rate) – वर्षातील मृत्यूंची संख्या भागिले त्याच वर्षाच्या मध्यातील एकूण जनसंख्या.

तात्त्विक सहसंबंध (Canonical correlation) – चलांचे दोन निरनिराळे संच एकमेकांशी कसे संबंधित असू शकतील याचे अंदाज दर्शविणारे एक संख्याशास्त्रीय तंत्र. चलांचे दोन संच बरेचदा निकष संच आणि भविष्यवेत्ता संच असे विशेष उल्लेख करून दाखविलेले असतात, आणि प्रयोगाचा प्रश्न असा असतो की, किती प्रमाणात निकष संचाचा भारित संयोग भविष्यवेत्त्या संचाच्या भारित संयोगाशी सहसंबंध ठेवत असेल?

केसच्या घातकतेचे प्रमाण (Case–fatality proportion) – एखाद्या विशिष्ट कालावधीतील एखाद्या रोगामुळे झालेल्या मृत्यूंची संख्या भागिले त्याच कालावधीतील प्रभावाचे प्रमाण. हा भागाकार एक अन्वयार्थी गुणज होऊ शकेल असा गुणज म्हणून 1,000 च्या पटीत नोंदविला जातो.

समूह विश्लेषण (Cluster analysis) – वस्तूंच्या मोठ्या संचाचे भविष्यवेत्त्या चलांवर आधारित अलग उपगटांमध्ये वर्गीकरण करण्यास परवानगी देणारे तंत्र. हे उपगट गटाच्या भविष्यवेत्त्या चलांवरील प्राप्तांकांच्या संदर्भात एकजिनसी असतील.

निदानात्मक अचूकता (Diagnostic accuracy) – एकूण बरोबर (खरी सकारात्मकता + खरी नकारात्मकता) भागिले एकूण सर्व निकाल (खरी सकारात्मकता + खरी नकारात्मकता + खोटीसकारात्मकता + खोटी नकारात्मकता).

संदिग्ध निकाल (Equivocal results) – अशी एक परिस्थिती जिच्यात चाचणीचे निकाल अस्पष्ट, अनिश्चित, किंवा अर्थ न लागणारे असतात.

घटक विश्लेषण (Factor analysis) – संचातील प्रत्येक चलाच्या संचातील प्रत्येक दुसऱ्या चलाबरोबर असलेल्या सहसंबंधांचे परीक्षण करून अवलंबी चलांच्या संचाची मूलभूत संकल्पनात्मक रचना शोधणारी संख्याशास्त्रीय प्रक्रिया. गरजेपेक्षा जास्त असलेल्या किंवा अनावश्यक गोष्टी ओळखून चलांचा संच घटविण्यासाठीही घटक विश्लेषण वापरले जाते.

असत्य/चुकीचे नकारात्मक (False negative) – अशी एक परिस्थिती जिच्यात रोग्याला प्रत्यक्षात रोग झालेला असताना चाचणी रोगाचे अस्तित्व दर्शवित नाही.

असत्य/चुकीचे सकारात्मक (False positive) – अशी एक परिस्थिती जिच्यात रोग्याला प्रत्यक्षात रोग झालेला नसताना चाचणी रोगाचे अस्तित्व दर्शविते.

उपचारजन्य परिणाम (Iatrogenic effects) – अशी एखादी परिस्थिती जिच्यात रोगाचे निदान किंवा स्थिती किंवा रोगावरील उपचारच अथवा स्थितीच घातक असतात.

घटना (Incidence) – एखाद्या कालावधीत (साधारणतः 1 वर्ष), जनसमूहात नव्याने प्रमाणित झालेल्या एखाद्या रोगाच्या केसेसची संख्या भागिले जनसमूहातील लोकांची एकूण संख्या (रोग झालेले आणि न झालेले).

अनिश्चित निकाल (Indeterminate results) – चाचणीचा निकाल सकारात्मक नाही तसेच तो नकारात्मक ही नाही आणि तो दोन टोकांच्या मध्ये देखील नाही, अशी परिस्थिती.

मध्यम निकाल (Intermediate results) – निकाल सकारात्मक नाही तसेच तो नकारात्मक ही नाही आणि तो दोन टोकांच्या मध्ये आहे, अशी परिस्थिती.

सकारात्मक चाचणीचे शक्यता प्रमाण (likelihood ratio for a positive test) – संवेदनशीलता आणि अचूकता या दोन्हींना एकाच परिमाणात एकत्र करते. या प्रमाणातून रोग न झालेल्या व्यक्तींच्या तुलनेत, रोग झालेल्या व्यक्तींबाबत चाचणी सकारात्मक असण्याची शक्यता दर्शविली जाते.

रेषीय तफावत फलन विश्लेषण (Linear discriminant function analysis) (LDFA) – एक बहुचल संख्याशास्त्रीय तंत्र जे भविष्यवेत्त्या किंवा स्वतंत्र चलांच्या संचाचा वापर द्विभाजित निकष चलाच्या गट सदस्यत्वाचे भाकीत करण्यासाठी करते. हेतू असा असतो की भविष्यवेत्ते चल आधी विशिष्ट पद्धतीने नमूद केलेल्या द्विभाजित निकष चलाचे अचूक वर्गीकरण करू शकेल का ते पाहणे.

गुणज प्रतिगमन (Multiple regression) – अनेक स्वतंत्र चलांपासून (किंवा भविष्यवेत्ते चल) एका अवलंबी चलाचे (किंवा निकष चल) भविष्यकथन करण्यास परवानगी देणारे तंत्र. बरेचदा शोधनाचा उद्देश दुहेरी असतो; स्वतंत्र चल अवलंबी चलाचे भाकीत किती प्रमाणात करू शकतात, आणि प्रत्येक स्वतंत्र चलाची अवलंबी चलाचे भाकीत करण्याची ताकद किती आहे?

सहप्रचलनाचे बहुचल विश्लेषण (Multivariate analysis of covariance) (MANCOVA) – एक किंवा अनेक स्वतंत्र चलांच्या एकपेक्षा अधिक अवलंबी चलांवर होणाऱ्या परिणामांचे एका किंवा अधिक सहचलांच्या (त्रासदायक किंवा गोंधळात टाकणारे चल) परिणामांचे नियंत्रण करून विश्लेषण करण्याचे तंत्र.

प्रचलनाचे बहुचल विश्लेषण (Multivariate analysis of variance) (MANOVA) – एक किंवा अनेक स्वतंत्र चलांच्या एकपेक्षा अधिक अवलंबी चलांवर होणाऱ्या परिणामांचे विश्लेषण करण्याचे तंत्र. अनेक अवलंबी चलांच्या विश्लेषणातून निर्माण होणारी पहिल्या प्रकारची चूक MANOVA नियंत्रित करत नाही याबाबत एकमत झालेले आहे, आणि भेदभाव न करता निवडलेल्या अवलंबी चलांच्या मोठ्या गटाच्या वापराबरोबर खरे महत्त्वाचे संबंध नजरेआड केले जाणे शक्य असते.

बहुचलीय संख्याशास्त्र (Multivariate statistics) – एकाच वेळी एकापेक्षा जास्त अवलंबी चलांचे विश्लेषण करणाऱ्या विविध संख्याशास्त्रीय संरचना आणि प्रक्रियांचे कुटुंब/गट. त्यांची उत्तरे काढण्यासाठी, जवळजवळ

नेहमीच, संगणकाचा वापर केला जातो, आणि त्यांचे निष्कर्ष गुंतागुंतीचे आणि काहीवेळा वादग्रस्त ठरू शकतात.

रोगाचे अस्तित्व/व्यापकता (Prevalence) – एखाद्या दिलेल्या कालावधीतील रोग झालेल्या व्यक्तींची संख्या भागिले संपूर्ण जनसमूहातील एकूण व्यक्तींच्या संख्या (रोग झालेले आणि रोग न झालेले).

प्रभावाचे प्रमाण (रोगाच्या) (Prevalence proportion (of a disease)) – एखाद्या दिलेल्या कालावधीतील एखाद्या रोगाच्या केसेसची एकूण संख्या भागिले त्याच कालावधीतील एकूण जनसंख्या. या भागाकारास देखील, एखाद्या अन्वयार्थी गुणज होऊ शकेल अशा, 1,000 सारख्या गुणजानी भागले जाते.

प्राप्तकर्ता प्रचालन वक्र (Receiver operating curve (ROC)) – संकेत शोध सिद्धांताचे एक आलेखीय सादरीकरण ज्यातून चाचणीची संवेदनशीलता आणि विशिष्टता याचे विश्लेषण सहज पाहून करता येते.

धोक्यातील सापेक्ष घट (Relative risk reduction) – हे एक, दोन स्वतंत्रपणे उपचार मिळालेल्या गटांच्या (सर्वसामान्यपणे, प्रायोगिक आणि नियंत्रित गट) निकालांची तुलना करता, उपचार मिळालेल्या लोकांच्या बाबतीत, उपचार न मिळालेल्या आणि अभ्यासातील निकालाच्या दृष्टीने ज्यांचे निकाल उपयुक्त आहेत अशा गटाच्या तुलनेत, किती घट झाली आहे, हे मोजण्याचे परिमाण आहे.

संवेदनशीलता (Sensitivity) – एखाद्या चांगल्या चाचणीचे असे एक वैशिष्ट्य, ज्यामुळे ती जेव्हारोग्याला प्रत्यक्षात रोग झालेला असतो तेव्हा प्रामुख्याने रोगाचे अस्तित्व दर्शवू शकते.

विशिष्टता (Specificity) – एखाद्या चांगल्या चाचणीचे असे एक वैशिष्ट्य, ज्यामुळे ती जेव्हारोग झाला आहे असे दर्शवित नाही, तेव्हा बरोबर/अचूक ठरू शकते.

सत्य/खरी नकारात्मकता (True negative) – अशी परिस्थिती, जिच्यात चाचणी रोग्याला प्रत्यक्षात रोग झालेला नसताना, तो झाला नाही असेच दर्शविते.

सत्य/खरी सकारात्मकता (True positive) – अशी परिस्थिती, जिच्यात चाचणी रोग्याला प्रत्यक्षात रोग झालेला असताना तो झाला आहे असे दर्शविते.

अर्थ न लावता येणारा निकाल (Uninterpretable result) – अशी एक परिस्थिती, जिच्यात चाचणीचा निकाल अवैध असतो, कारण तो त्याच्या अचूक सूचना आणि निर्देशानुसार दिलेला नसतो.

प्रकरण 16 सरावासाठी प्रश्न

1. संकेत शोध सिद्धांत आणि प्राप्तकर्ता प्रचालन वक्र समजून घ्या.
2. खरी आणि चुकीची सकारात्मकता आणि नकारात्मकता समजून घ्या.
3. संवेदनशीलता आणि विशिष्टता यांमधील फरक समजून घ्या.
4. प्रभाव आणि घटना यांच्या व्याख्या तसेच त्यांच्यातील फरक समजून घ्या.
5. चार प्रकारचे निकाल समजून घ्या.
6. मृत्युदर आणि रोगकारकता यांची प्रचले किंवा परिमाणे समजून घ्या.
7. बहुचलीय संख्याशास्त्राचे प्रमुख प्रकार ओळखायला आणि त्यांचे वर्णन करायला शिका.

परिशिष्ट A

z वितरण

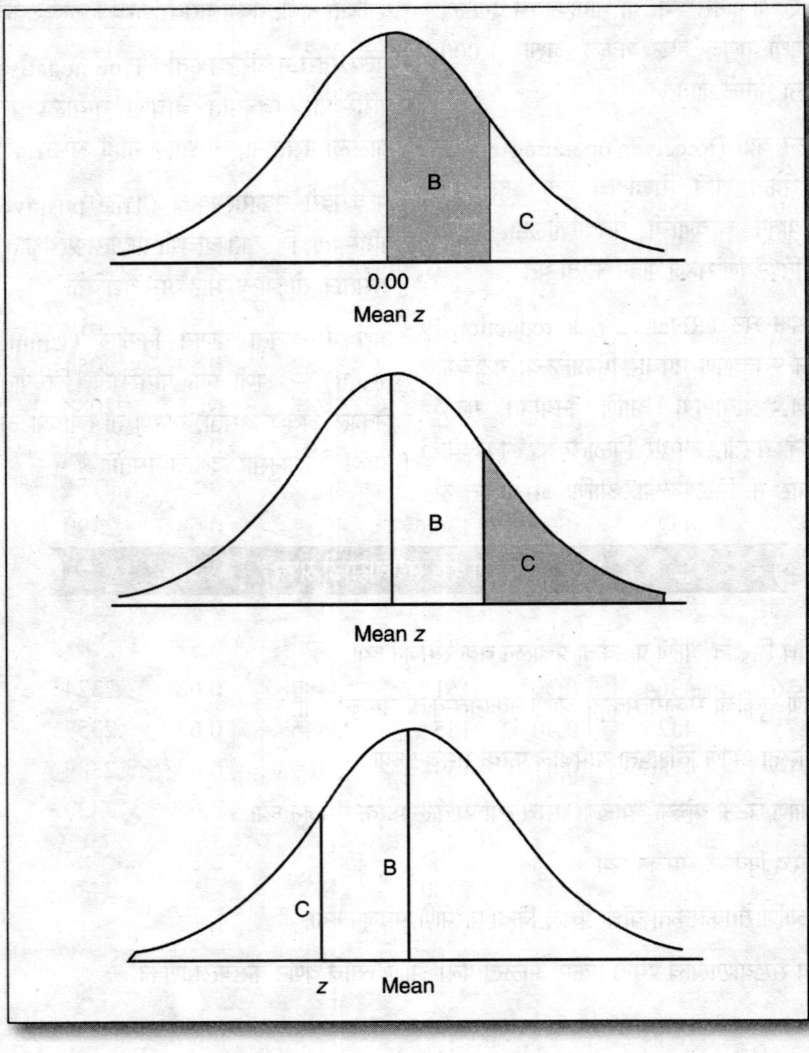

स्तंभ A मध्ये *z* प्राप्तांक दिले आहेत. स्तंभ B मध्ये, मध्यमान (म्हणजे $z = 0.00$) आणि *z* चे दिलेले मूल्य यामधील वक्रातील एकूण क्षेत्रफळाचे प्रमाण, दिले आहे. स्तंभ C मध्ये, *z* मूल्यापेक्षा जास्त मूल्यांबाबत वक्रातील एकूण क्षेत्रफळाचे प्रमाण दिले आहे.

z च्या ऋण मूल्यासाठी, स्तंभ B मध्ये मध्यमान (म्हणजे $z = 0.00$) आणि *z* चे दिलेले ऋण मूल्य यामधील वक्रातील एकूण क्षेत्रफळाचे प्रमाण दिले आहे. स्तंभ C मध्ये, दिलेल्या ऋण *z* मूल्यापेक्षा कमी मूल्यांबाबत वक्रातील एकूण क्षेत्रफळाचे प्रमाण दिले आहे.

(A) z	*(B)* *Area Between Mean and z*	*(C)* *Area Beyond z*
0.00	.0000	.5000
0.01	.0040	.4960
0.02	.0080	.4920
0.03	.0120	.4880
0.04	.0160	.4840
0.05	.0199	.4801
0.06	.0239	.4761
0.06	.0279	.4721
0.07	.0319	.4681
0.08	.0359	.4641
0.10	.0398	.4602
0.11	.0438	.4562
0.12	.0478	.4522
0.13	.0517	.4483
0.14	.0557	.4443
0.15	.0596	.4404
0.16	.0636	.4364
0.17	.0675	.4325
0.18	.0714	.4286
0.19	.0753	.4247
0.20	.0793	.4207
0.21	.0832	.4168
0.22	.0871	.4129
0.23	.0910	.4090
0.24	.0948	.4052
0.25	.0987	.4013
0.26	.1026	.3974
0.27	.1064	.3936
0.28	.1103	.3897
0.29	.1141	.3859
0.30	.1179	.3821
0.31	.1217	.3783
0.32	.1255	.3745
0.33	.1293	.3707
0.34	.1331	.3669
0.35	.1368	.3632
0.36	.1406	.3594
0.37	.1443	.3557
0.38	.1480	.3520
0.39	.1517	.3483
0.40	.1554	.3446
0.41	.1591	.3409
0.42	.1628	.3372
0.43	.1664	.3336
0.44	.1700	.3300
0.45	.1736	.3264
0.46	.1772	.3228
0.47	.1808	.3192
0.48	.1844	.3156
0.49	.1879	.3121
0.50	.1915	.3085
0.51	.1950	.3050
0.52	.1985	.3015
0.53	.2019	.2981
0.54	.2054	.2946
0.55	.2088	.2912
0.56	.2123	.2877
0.57	.2157	.2843
0.58	.2190	.2810
0.59	.2224	.2776
0.60	.2257	.2743
0.61	.2291	.2709
0.62	.2324	.2676
0.63	.2357	.2643
0.64	.2389	.2611
0.65	.2422	.2578
0.66	.2454	.2546
0.67	.2486	.2514
0.68	.2517	.2483

(पुढे चालू...)

(पुढे चालू...)

(A) z	(B) Area Between Mean and z	(C) Area Beyond z	(A) z	(B) Area Between Mean and z	(C) Area Beyond z	(A) z	(B) Area Between Mean and z	(C) Area Beyond z
0.69	.2549	.2451	0.98	.3365	.1635	1.27	.3980	.1020
0.70	.2580	.2420	0.99	.3389	.1611	1.28	.3997	.1003
0.71	.2611	.2389	1.00	.3413	.1587	1.29	.4015	.0985
0.72	.2642	.2358	1.01	.3438	.1562	1.30	.4032	.0968
0.73	.2673	.2327	1.02	.3461	.1539	1.31	.4049	.0951
0.74	.2704	.2296	1.03	.3485	.1515	1.32	.4066	.0934
0.75	.2734	.2266	1.04	.3508	.1492	1.33	.4082	.0918
0.76	.2764	.2236	1.05	.3531	.1469	1.34	.4099	.0901
0.77	.2794	.2206	1.06	.3554	.1446	1.35	.4115	.0885
0.78	.2823	.2177	1.07	.3577	.1423	1.36	.4131	.0869
0.79	.2852	.2148	1.08	.3599	.1401	1.37	.4147	.0853
0.80	.2881	.2119	1.09	.3621	.1379	1.38	.4162	.0838
0.81	.2910	.2090	1.10	.3643	.1357	1.39	.4177	.0823
0.82	.2939	.2061	1.11	.3665	.1335	1.40	.4192	.0808
0.83	.2967	.2033	1.12	.3686	.1314	1.41	.4207	.0793
0.84	.2995	.2005	1.13	.3708	.1292	1.42	.4222	.0778
0.85	.3023	.1977	1.14	.3729	.1271	1.43	.4236	.0764
0.86	.3051	.1949	1.15	.3749	.1251	1.44	.4251	.0749
0.87	.3078	.1922	1.16	.3770	.1230	1.45	.4265	.0735
0.88	.3106	.1894	1.17	.3790	.1210	1.46	.4279	.0721
0.89	.3133	.1867	1.18	.3810	.1190	1.47	.4292	.0708
0.90	.3159	.1841	1.19	.3830	.1170	1.48	.4306	.0694
0.91	.3186	.1814	1.20	.3849	.1151	1.49	.4319	.0681
0.92	.3212	.1788	1.21	.3869	.1131	1.50	.4332	.0668
0.93	.3238	.1762	1.22	.3888	.1112	1.51	.4345	.0655
0.94	.3264	.1736	1.23	.3907	.1093	1.52	.4357	.0643
0.95	.3289	.1711	1.24	.3925	.1075	1.53	.4370	.0630
0.96	.3315	.1685	1.25	.3944	.1056	1.54	.4382	.0618
0.97	.3340	.1660	1.26	.3962	.1038	1.55	.4394	.0606

(A) z	(B) Area Between Mean and z	(C) Area Beyond z
1.56	.4406	.0594
1.57	.4418	.0582
1.58	.4429	.0571
1.59	.4441	.0559
1.60	.4452	.0548
1.61	.4463	.0537
1.62	.4474	.0526
1.63	.4484	.0516
1.64	.4495	.0505
1.65	.4505	.0495
1.66	.4515	.0485
1.67	.4525	.0475
1.68	.4535	.0465
1.69	.4545	.0455
1.70	.4554	.0446
1.71	.4564	.0436
1.72	.4573	.0427
1.73	.4582	.0418
1.74	.4591	.0409
1.75	.4599	.0401
1.76	.4608	.0392
1.77	.4616	.0384
1.78	.4625	.0375
1.79	.4633	.0367
1.80	.4641	.0359
1.81	.4649	.0351
1.82	.4656	.0344
1.83	.4664	.0336
1.84	.4671	.0329

(A) z	(B) Area Between Mean and z	(C) Area Beyond z
1.85	.4678	.0322
1.86	.4686	.0314
1.87	.4693	.0307
1.88	.4699	.0301
1.89	.4706	.0294
1.90	.4713	.0287
1.91	.4719	.0281
1.92	.4726	.0274
1.93	.4732	.0268
1.94	.4738	.0262
1.95	.4744	.0256
1.96	.4750	.0250
1.97	.4756	.0244
1.98	.4761	.0239
1.99	.4767	.0233
2.00	.4772	.0228
2.01	.4778	.0222
2.02	.4783	.0217
2.03	.4788	.0212
2.04	.4793	.0207
2.05	.4798	.0202
2.06	.4803	.0197
2.07	.4808	.0192
2.08	.4812	.0188
2.09	.4817	.0183
2.10	.4821	.0179
2.11	.4826	.0174
2.12	.4830	.0170
2.13	.4834	.0166

(A) z	(B) Area Between Mean and z	(C) Area Beyond z
2.14	.4838	.0162
2.15	.4842	.0158
2.16	.4846	.0154
2.17	.4850	.0150
2.18	.4854	.0146
2.19	.4857	.0143
2.20	.4861	.0139
2.21	.4864	.0136
2.22	.4868	.0132
2.23	.4871	.0129
2.24	.4875	.0125
2.25	.4878	.0122
2.26	.4881	.0119
2.27	.4884	.0116
2.28	.4887	.0113
2.29	.4890	.0110
2.30	.4893	.0107
2.31	.4896	.0104
2.32	.4898	.0102
2.33	.4901	.0099
2.34	.4904	.0096
2.35	.4906	.0094
2.36	.4909	.0091
2.37	.4911	.0089
2.38	.4913	.0087
2.39	.4916	.0084
2.40	.4918	.0082
2.41	.4920	.0080
2.42	.4922	.0078

(पुढे चालू...)

(पुढे चालू...)

(A) z	(B) Area Between Mean and z	(C) Area Beyond z
2.43	.4925	.0075
2.44	.4927	.0073
2.45	.4929	.0071
2.46	.4931	.0069
2.47	.4932	.0068
2.48	.4934	.0066
2.49	.4936	.0064
2.50	.4938	.0062
2.51	.4940	.0060
2.52	.4941	.0059
2.53	.4943	.0057
2.54	.4945	.0055
2.55	.4946	.0054
2.56	.4948	.0052
2.57	.4949	.0051
2.58	.4951	.0049
2.59	.4952	.0048
2.60	.4953	.0047
2.61	.4955	.0045
2.62	.4956	.0044
2.63	.4957	.0043
2.64	.4959	.0041
2.65	.4960	.0040
2.66	.4961	.0039
2.67	.4962	.0038
2.68	.4963	.0037
2.69	.4964	.0036
2.70	.4965	.0035
2.71	.4966	.0034
2.72	.4967	.0033
2.73	.4968	.0032
2.74	.4969	.0031
2.75	.4970	.0030
2.76	.4971	.0029
2.77	.4972	.0028
2.78	.4973	.0027
2.79	.4974	.0026
2.80	.4974	.0026
2.81	.4975	.0025
2.82	.4976	.0024
2.83	.4977	.0023
2.84	.4977	.0023
2.85	.4978	.0022
2.86	.4979	.0021
2.87	.4979	.0021
2.88	.4980	.0020
2.89	.4981	.0019
2.90	.4981	.0019
2.91	.4982	.0018
2.92	.4982	.0018
2.93	.4983	.0017
2.94	.4984	.0016
2.95	.4984	.0016
2.96	.4985	.0015
2.97	.4985	.0015
2.98	.4986	.0014
2.99	.4986	.0014
3.00	.4987	.0013
3.01	.4987	.0013
3.02	.4987	.0013
3.03	.4988	.0012
3.04	.4988	.0012
3.05	.4989	.0011
3.06	.4989	.0011
3.07	.4989	.0011
3.08	.4990	.0010
3.09	.4990	.0010
3.10	.4990	.0010
3.11	.4991	.0009
3.12	.4991	.0009
3.13	.4991	.0009
3.14	.4992	.0008
3.15	.4992	.0008
3.16	.4992	.0008
3.17	.4992	.0008
3.18	.4993	.0008
3.19	.4993	.0007
3.20	.4993	.0007
3.21	.4993	.0007
3.22	.4994	.0006
3.23	.4994	.0006
3.24	.4994	.0006
3.30	.4995	.0005
3.40	.4997	.0003
3.50	.4998	.0002
3.60	.4998	.0002
3.70	.4999	.0001
3.80	.49993	.00007
3.90	.49995	.00005
4.00	.49997	.00003

परिशिष्ट B

t वितरण

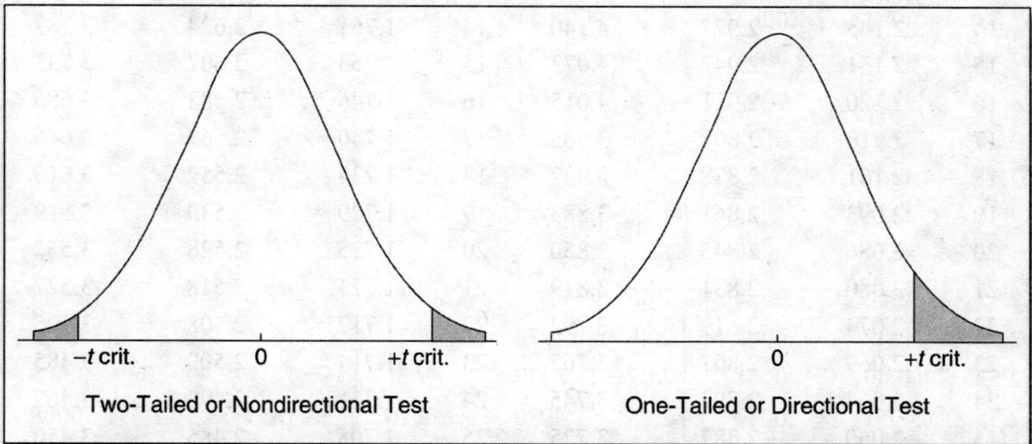

	Two-Tailed or Nondirectional Test				*One-Tailed or Directional Test*		
	Level of Significance				*Level of Significance*		
df	*.05*	*.01*	*.001*	df	*.05*	*.01*	*.001*
1	12.706	63.657	636.620	1	6.314	31.821	318.310
2	4.303	9.925	31.598	2	2.920	6.965	22.326
3	3.182	5.841	12.924	3	2.353	4.541	10.213
4	2.776	4.604	8.610	4	2.132	3.747	7.173
5	2.571	4.032	6.869	5	2.015	3.365	5.893
6	2.447	3.707	5.959	6	1.943	3.143	5.308
7	2.365	3.499	5.408	7	1.895	2.998	4.785

(पुढे चालू...)

(पुढे चालू...)

Two-Tailed or Nondirectional Test				*One-Tailed or Directional Test*			
Level of Significance				*Level of Significance*			
df	*.05*	*.01*	*.001*	df	*.05*	*.01*	*.001*
8	2.306	3.355	5.041	8	1.860	2.896	4.501
9	2.262	3.250	4.781	9	1.833	2.821	4.297
10	2.228	3.169	4.587	10	1.812	2.764	4.144
11	2.201	3.106	4.437	11	1.796	2.718	4.025
12	2.179	3.055	4.318	12	1.782	2.681	3.930
13	2.160	3.012	4.221	13	1.771	2.650	3.852
14	2.145	2.977	4.140	14	1.761	2.624	3.787
15	2.131	2.947	4.073	15	1.753	2.602	3.733
16	2.120	2.921	4.015	16	1.746	2.583	3.686
17	2.110	2.898	3.965	17	1.740	2.567	3.646
18	2.101	2.878	3.922	18	1.734	2.552	3.610
19	2.093	2.861	3.883	19	1.729	2.539	3.579
20	2.086	2.845	3.850	20	1.725	2.528	3.552
21	2.080	2.831	3.819	21	1.721	2.518	3.527
22	2.074	2.819	3.792	22	1.717	2.508	3.505
23	2.069	2.807	3.767	23	1.714	2.500	3.485
24	2.064	2.797	3.745	24	1.711	2.492	3.467
25	2.060	2.787	3.725	25	1.708	2.485	3.450
26	2.056	2.779	3.707	26	1.706	2.479	3.435
27	2.052	2.771	3.690	27	1.703	2.473	3.421
28	2.048	2.763	3.674	28	1.701	2.467	3.408
29	2.045	2.756	3.659	29	1.699	2.462	3.396
30	2.042	2.750	3.646	30	1.697	2.457	3.385
40	2.021	2.704	3.551	40	1.684	2.423	3.307
60	2.000	2.660	3.460	60	1.671	2.390	3.232
120	1.980	2.617	3.373	120	1.658	2.358	3.160
∞	1.960	2.576	3.291	∞	1.645	2.326	3.090

परिशिष्ट C

स्पिअरमन यांचा सहसंबंध

स्पिअरमन यांच्या श्रेणी-रचना सहसंबंध गुणांकासाठी निर्णायक मूल्ये

	Level of Significance for a One-Tailed Test			
	.05	*.025*	*.01*	*.005*
	Level of Significance for a Two-Tailed Test			
Number of Pairs (n)	*.10*	*.05*	*.02*	*.01*
5	0.900	1.000	1.000	—
6	0.829	0.886	0.943	1.000
7	0.714	0.786	0.893	0.929
8	0.643	0.738	0.833	0.881
9	0.600	0.683	0.783	0.833
10	0.564	0.648	0.746	0.794
12	0.506	0.591	0.712	0.777
14	0.456	0.544	0.645	0.715
16	0.425	0.506	0.601	0.665
18	0.399	0.475	0.564	0.625
20	0.377	0.450	0.534	0.591
22	0.359	0.428	0.508	0.562
24	0.343	0.409	0.485	0.537
26	0.329	0.392	0.465	0.515
28	0.317	0.377	0.448	0.496
30	0.306	0.364	0.432	0.478

सूचना: जर काढलेला स्पिअरमन यांचा गुणांक सारणीतील स्पिअरमन यांच्या सहसंबंध गुणांकाएवढा किंवा त्याहून मोठा असेल तर नल गृहीतप्रमेय अमान्य/अस्वीकृत करा.

परिशिष्ट D

काइ-वर्ग (χ^2) वितरण

काइ-वर्गाची निर्णायक मूल्ये

	a *levels*			
df	*.05*	*.02*	*.01*	*.001*
1	3.84	5.41	6.64	10.38
2	5.99	7.82	9.21	13.82
3	7.82	9.84	11.34	16.27
4	9.49	11.67	13.28	18.46
5	11.07	13.39	15.09	20.52
6	12.59	15.03	16.81	22.46
7	14.07	16.62	18.48	24.32
8	15.51	18.17	20.09	26.12
9	16.92	19.68	21.67	27.88
10	18.31	21.16	23.21	29.59
11	19.68	22.62	24.72	31.26
12	21.03	24.05	26.22	32.91
13	22.36	25.47	27.69	34.53
14	23.68	26.87	29.14	36.12
15	25.00	28.26	30.58	37.70
16	26.30	29.63	32.00	39.25
17	27.59	31.00	33.41	40.79
18	28.87	32.35	34.80	42.31
19	30.14	33.69	36.19	43.82
20	31.41	35.02	37.57	45.32

	a *levels*			
df	*.05*	*.02*	*.01*	*.001*
21	32.67	36.34	38.93	46.80
22	33.92	37.66	40.29	48.27
23	35.17	38.97	41.64	49.73
24	36.42	40.27	42.98	51.18
25	37.65	41.57	44.31	52.62
26	38.88	42.86	45.64	54.05
27	40.11	44.14	46.96	55.48
28	41.34	45.42	48.28	56.89
29	42.56	46.69	49.59	58.30
30	43.77	47.96	50.89	59.70

स्रोत: ही सारणी Longman Group Ltd., London (पूर्वी Oliver and Boyd, Ltd., Edinburgh यांनी प्रसिद्ध केलेल्या) यांनी प्रसिद्ध केलेल्या Fisher and Yates (1995), *Statistical Tables for Biological, Agricultural, and Medical Research* या पुस्तकातील Table IV मधून घेतली आहे.

सूचना: χ^2 चे काढलेले मूल्य सारणीतील χ^2 मूल्या इतके किंवा त्याहून मोठे असेल तर नल गृहीतप्रमेय अमान्य/अस्वीकृत करा.

परिशिष्ट E

F वितरण

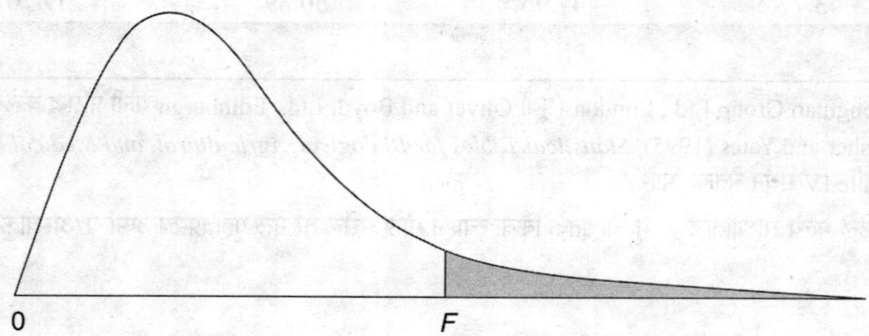

.05 level of significance (upper numbers)
.01 level of significance (lower numbers)

df_2	df_1 1	2	3	4	5	6	7	8	9	10
1	161.45	199.50	215.71	224.58	230.16	233.99	236.77	238.88	240.54	241.88
	4052.19	4999.52	5403.34	5624.62	5763.65	5858.97	5928.33	5981.10	6022.50	6055.85
2	18.51	19.00	19.16	19.25	19.30	19.33	19.35	19.37	19.39	19.40
	98.50	99.00	99.17	99.25	99.30	99.33	99.36	99.37	99.39	99.40
3	10.13	9.55	9.28	9.12	9.01	8.94	8.89	8.85	8.81	8.79
	34.12	30.82	29.46	28.71	28.24	27.91	27.67	27.49	27.35	27.23
4	7.71	6.94	6.59	6.39	6.26	6.16	6.09	6.04	6.00	5.96
	21.20	18.00	16.69	15.98	15.52	15.21	14.98	14.80	14.66	14.55
5	6.61	5.79	5.41	5.19	5.05	4.95	4.88	4.82	4.77	4.74
	16.26	13.27	12.06	11.39	10.97	10.67	10.46	10.29	10.16	10.05
6	5.99	5.14	4.76	4.53	4.39	4.28	4.21	4.15	4.10	4.06
	13.75	10.93	9.78	9.15	8.75	8.47	8.26	8.10	7.98	7.87
7	5.59	4.74	4.35	4.12	3.97	3.87	3.79	3.73	3.68	3.64
	12.25	9.55	8.45	7.85	7.46	7.19	6.99	6.84	6.72	6.62
8	5.32	4.46	4.07	3.84	3.69	3.58	3.50	3.44	3.39	3.35
	11.26	8.65	7.59	7.01	6.63	6.37	6.18	6.03	5.91	5.81
9	5.12	4.26	3.86	3.63	3.48	3.37	3.29	3.23	3.18	3.14
	10.56	8.02	6.99	6.42	6.06	5.80	5.61	5.47	5.35	5.26
10	4.97	4.10	3.71	3.48	3.33	3.22	3.14	3.07	3.02	2.98
	10.04	7.56	6.55	5.99	5.64	5.39	5.20	5.06	4.94	4.85
11	4.84	3.98	3.59	3.36	3.20	3.09	3.01	2.95	2.90	2.86
	9.65	7.20	6.22	5.67	5.32	5.07	4.88	4.74	4.63	4.54
12	4.75	3.88	3.49	3.26	3.11	3.00	2.92	2.85	2.80	2.76
	9.33	6.93	5.95	5.41	5.06	4.82	4.65	4.50	4.39	4.30

(पुढे चालू...)

(पुढे चालू...)

df_2	df_1 1	2	3	4	5	6	7	8	9	10
13	4.67	3.80	3.41	3.18	3.02	2.92	2.84	2.77	2.72	2.67
	9.07	6.70	5.74	5.20	4.86	4.62	4.44	4.30	4.19	4.10
14	4.60	3.74	3.34	3.11	2.96	2.85	2.77	2.70	2.65	2.60
	8.86	6.51	5.56	5.83	4.69	4.46	4.28	4.14	4.03	3.94
15	4.54	3.68	3.29	3.06	2.90	2.79	2.70	2.64	2.59	2.55
	8.68	6.36	5.42	4.89	4.56	4.32	4.14	4.00	3.89	3.80
16	4.49	3.63	3.24	3.01	2.85	2.74	2.66	2.59	2.54	2.49
	8.53	6.23	5.29	4.77	4.44	4.28	4.03	3.89	3.78	3.69
17	4.45	3.59	3.20	2.96	2.81	2.70	2.62	2.55	2.50	2.45
	8.40	6.11	5.18	4.67	4.34	4.10	3.93	3.79	3.68	3.59
18	4.41	3.55	3.16	2.93	2.77	2.66	2.58	2.51	2.46	2.41
	8.28	6.01	5.08	4.58	4.25	4.01	3.85	3.71	3.60	3.51
19	4.38	3.52	3.13	2.90	2.74	2.63	2.55	2.48	2.43	2.38
	8.18	5.83	5.01	4.50	4.17	3.94	3.77	3.63	3.52	3.43
20	4.35	3.49	3.10	2.87	2.71	2.60	2.52	2.45	2.40	2.35
	8.10	5.85	4.94	4.43	4.10	3.87	3.71	3.56	3.45	3.37
21	4.32	3.47	3.07	2.84	2.68	2.57	2.49	2.42	2.37	2.32
	8.02	5.78	4.87	4.37	4.04	3.81	3.65	3.51	3.40	3.31
22	4.30	3.44	3.05	2.82	2.66	2.55	2.47	2.40	2.35	2.30
	7.94	5.72	4.82	4.31	3.89	3.76	3.59	3.45	3.35	3.26
23	4.28	3.42	3.03	2.80	2.64	2.53	2.45	2.38	2.32	2.28
	7.88	5.66	4.76	4.26	3.94	3.71	3.54	3.41	3.30	3.21
27	4.21	3.35	2.96	2.73	2.57	2.46	2.37	2.30	2.25	2.20
	7.68	5.49	4.60	4.11	3.79	3.56	3.39	3.26	3.14	3.06

df_2	df_1									
	1	2	3	4	5	6	7	8	9	10
28	4.20	3.34	2.95	2.71	2.56	2.44	2.36	2.29	2.24	2.19
	7.64	5.45	4.57	4.07	3.76	3.53	3.36	3.23	3.11	3.03
29	4.18	3.33	2.93	2.70	2.54	2.43	2.35	2.28	2.22	2.18
	7.60	5.42	4.54	4.04	3.73	3.50	3.33	3.20	3.08	3.00
30	4.17	3.32	2.92	2.69	2.53	2.42	2.34	2.27	2.21	2.16
	7.56	5.39	4.51	4.02	3.70	3.47	3.30	3.17	3.06	2.98
32	4.15	3.30	2.90	2.67	2.51	2.40	2.32	2.25	2.19	2.14
	7.50	5.34	4.46	3.97	3.66	3.42	3.25	3.12	3.01	2.94
34	4.13	3.28	2.88	2.65	2.49	2.38	2.30	2.23	2.17	2.12
	7.44	5.29	4.42	3.93	3.61	3.38	3.21	3.08	2.97	2.89
36	4.11	3.26	2.86	2.63	2.48	2.36	2.28	2.21	2.15	2.10
	7.39	5.25	4.38	3.89	3.58	3.35	3.18	3.04	2.94	2.86
38	4.10	3.25	2.85	2.62	2.46	2.35	2.26	2.19	2.14	2.09
	7.35	5.21	4.34	3.86	3.54	3.32	3.15	3.02	2.91	2.82
40	4.08	3.23	2.84	2.61	2.45	2.34	2.25	2.18	2.12	2.07
	7.31	5.18	4.31	3.83	3.51	3.29	3.12	2.99	2.88	2.80
42	4.07	3.22	2.83	2.59	2.44	2.32	2.24	2.17	2.11	2.06
	7.27	5.15	4.29	3.80	3.49	3.26	3.10	2.96	2.86	2.77
44	4.06	3.21	2.82	2.58	2.43	2.31	2.23	2.16	2.10	2.05
	7.24	5.12	4.26	3.78	3.46	3.24	3.07	2.94	2.84	2.75
46	4.05	3.20	2.81	2.57	2.42	2.30	2.22	2.14	2.09	2.04
	7.21	5.10	4.24	3.76	3.44	3.22	3.05	2.92	2.82	2.73
48	4.04	3.19	2.80	2.56	2.41	2.30	2.21	2.14	2.08	2.03
	7.19	5.08	4.22	3.74	3.42	3.20	3.04	2.90	2.80	2.71

(पुढे चालू...)

(पुढे चालू...)

df_2	df_1 1	2	3	4	5	6	7	8	9	10
50	4.03	3.18	2.79	2.56	2.40	2.29	2.20	2.13	2.07	2.02
	7.17	5.06	4.20	3.72	3.41	3.18	3.02	2.88	2.78	2.70
55	4.02	3.17	2.78	2.54	2.38	2.27	2.18	2.11	2.05	2.00
	7.12	5.01	4.16	3.68	3.37	3.15	2.98	2.85	2.75	2.66
60	4.00	3.15	2.76	2.52	2.37	2.25	2.17	2.10	2.04	1.99
	7.08	4.98	4.13	3.65	3.34	3.12	2.95	2.82	2.72	2.63
65	3.99	3.14	2.75	2.51	2.36	2.24	2.15	2.08	2.02	1.98
	7.04	4.95	4.10	3.62	3.31	3.09	2.93	2.79	2.70	2.61
70	3.98	3.13	2.74	2.50	2.35	2.23	2.14	2.07	2.01	1.97
	7.01	4.92	4.08	3.60	3.29	3.07	2.91	2.77	2.67	2.59
80	3.96	3.11	2.72	2.48	2.33	2.21	2.12	2.05	1.99	1.95
	6.96	4.88	4.04	3.56	3.25	3.04	2.87	2.74	2.64	2.55
100	3.94	3.09	2.70	2.46	2.30	2.19	2.10	2.03	1.97	1.92
	6.90	4.82	3.98	3.51	3.20	2.99	2.82	2.69	2.59	2.51
125	3.92	3.07	2.68	2.44	2.29	2.17	2.08	2.01	1.95	1.90
	6.84	4.78	3.94	3.47	3.17	2.95	2.79	2.65	2.56	2.47
150	3.91	3.06	2.67	2.43	2.27	2.16	2.07	2.00	1.94	1.89
	6.81	4.75	3.91	3.44	3.14	2.92	2.76	2.62	2.53	2.44
200	3.89	3.04	2.65	2.41	2.26	2.14	2.05	1.98	1.92	1.87
	6.76	4.71	3.88	3.41	3.11	2.90	2.73	2.60	2.50	2.41

सूचना: काढलेले F चे मूल्य जर $p = .05$ आणि .01 साठी $df_1 = \infty$ आणि $df_2 = \infty$ असताना, सारणीतील निर्णायक मूल्या इतके किंवा त्यापेक्षा मोठे असेल तर नल गृहीतप्रमेय अमान्य/अस्वीकृत करा.

परिशिष्ट F

तुके यांची सारणी

q मूल्ये

		r = नल गृहीतप्रमेयातील मध्यमानांची संख्या[a]									
df_2	α	*2*	*3*	*4*	*5*	*6*	*7*	*8*	*9*	*10*	*11*
5	.05	3.64	4.60	5.22	5.67	6.03	6.33	6.58	6.80	6.99	7.17
	.01	5.70	6.98	7.80	8.42	8.91	9.32	9.67	9.97	10.24	10.48
6	.05	3.46	4.34	4.90	5.30	5.63	5.94	6.12	6.32	6.49	6.65
	.01	5.24	6.33	7.03	7.56	7.97	8.32	8.61	8.87	9.10	9.40
7	.05	3.34	4.16	4.68	5.06	5.36	5.61	5.82	6.00	6.16	6.30
	.01	4.95	5.92	6.54	7.01	7.37	7.68	7.94	8.17	8.37	8.55
8	.05	3.26	4.04	4.53	4.89	5.17	5.40	5.60	5.77	5.92	6.05
	.01	4.75	5.64	6.20	6.62	6.96	7.24	7.47	7.68	7.86	8.03
9	.05	3.20	3.95	4.41	4.76	5.02	5.24	5.43	5.59	5.74	5.87
	.01	4.60	5.43	5.96	6.35	6.66	6.91	7.13	7.33	7.49	7.65
10	.05	3.15	3.88	4.33	4.65	4.91	5.12	5.30	5.46	5.60	5.72
	.01	4.48	5.27	5.77	6.14	6.43	6.67	6.87	7.05	7.21	7.36
11	.05	3.11	3.82	4.26	4.57	4.82	5.03	5.20	5.35	5.49	5.61
	.01	4.39	5.15	5.62	5.97	6.25	6.48	6.67	6.84	6.99	7.13
12	.05	3.08	3.77	4.20	4.51	4.75	4.95	5.12	5.27	5.39	5.51
	.01	4.32	5.05	5.50	5.84	6.10	6.32	6.51	6.67	6.81	6.94
13	.05	3.06	3.73	4.15	4.45	4.69	4.88	5.05	5.19	5.32	5.43
	.01	4.26	4.96	5.40	5.73	5.98	6.19	6.37	6.53	6.67	6.79

(पुढे चालू...)

(पुढे चालू...)

		r = नल गृहीतप्रमेयातील मध्यमानांची संख्या[a]									
df_2	α	*2*	*3*	*4*	*5*	*6*	*7*	*8*	*9*	*10*	*11*
14	.05	3.03	3.70	4.11	4.41	4.64	4.83	4.99	5.13	5.25	5.36
	.01	4.21	4.89	5.32	5.63	5.88	6.08	6.26	6.41	6.54	6.66
15	.05	3.01	3.67	4.06	4.37	4.59	4.78	4.64	5.08	5.20	5.31
	.01	4.17	4.84	5.19	5.56	5.80	5.99	6.16	6.31	6.44	6.55
16	.05	3.00	3.65	4.05	4.33	4.56	4.74	4.90	5.03	5.15	5.26
	.01	4.13	4.79	5.19	5.49	5.72	5.92	6.08	6.22	6.35	6.46
17	.05	2.98	3.63	4.02	4.30	4.52	4.70	4.86	4.99	5.11	5.21
	.01	4.10	4.74	5.14	5.43	5.66	5.85	6.01	6.15	6.27	6.38
18	.05	2.97	3.61	4.00	4.28	4.49	4.67	4.82	4.96	5.07	5.17
	.01	4.07	4.70	5.09	5.38	5.60	5.79	5.94	6.08	6.20	6.31
19	.05	2.96	3.59	3.98	4.25	4.47	4.65	4.79	4.92	5.04	5.14
	.01	4.05	4.67	5.05	5.33	5.55	5.73	5.89	6.02	6.14	6.25
20	.05	2.95	3.58	3.96	4.23	4.45	4.62	4.77	4.90	5.01	5.11
	.01	4.02	4.64	5.02	5.29	5.51	5.69	5.84	5.97	6.09	6.19
24	.05	2.92	3.53	3.90	4.17	4.37	4.54	4.68	4.81	4.92	5.01
	.01	3.96	4.55	4.91	5.17	5.37	5.54	5.69	5.81	5.92	6.02
30	.05	2.89	3.49	3.85	4.10	4.30	4.46	4.60	4.72	4.82	4.92
	.01	3.89	4.45	4.80	5.05	5.24	5.40	5.54	5.65	5.76	5.85
40	.05	2.86	3.44	3.79	4.04	4.23	4.39	4.52	4.63	4.73	4.82
	.01	3.82	4.37	4.70	4.93	5.11	5.26	5.39	5.50	5.60	5.69
60	.05	2.83	3.40	3.74	3.98	4.16	4.31	4.44	4.55	4.65	4.73
	.01	3.76	4.28	4.59	4.82	4.99	5.13	5.25	5.36	5.45	5.53
120	.05	2.80	3.36	3.68	3.92	4.10	4.24	4.36	4.47	4.56	4.64
	.01	3.70	4.20	4.50	4.71	4.87	5.01	5.12	5.21	5.30	5.37
∞	.05	2.77	3.31	3.63	3.86	4.03	4.17	4.29	4.39	4.47	4.55
	.01	3.64	4.12	4.40	4.60	4.76	4.88	4.99	5.08	5.16	5.23

a. अन्योन्यक्रियेसाठी, r = (पहिल्या प्रमुख परिणामातील स्तरांची संख्या) × (दुसऱ्या प्रमुख परिणामातील स्तरांची संख्या).

संदर्भग्रंथसूची

Abelson, R. P. (1995). Statistics as principled argument. Hillsdale, NJ: Lawrence Erlbaum.

American Psychological Association. (2010). Publication manual of the American Psychological Association (6th ed.). Washington, DC: Author.

Bailey, J. M., Dunne, M. P., & Martin, N. G. (2000). Genetic and environmental influences on sexual orientation and its correlates in an Australian twin sample. Journal of Personality and Social Psychology, 78, 524–536.

Bailey, J. M., Pillard, R. C., Dawood, K., Miller, M. B., Rarrer, L. A., Trivedi, S., & Murphy, R. L. (1999). A family history study of male sexual orientation using three independent samples. Behavior Genetics, 29, 79–86.

Bailey, J. M., Pillard, R. C., Neale, M. C., & Agyei, Y. (1993). Heritable factors influence sexual orientation in women. Archives of General Psychiatry, 50, 217–223.

Barnes, D. M. (1986). Promising results halt trial of anti-AIDS drug. Science, 234, 15–16.

Brown, W. A. (1998). The placebo effect. Scientific American, 278, 90–95.

Cohen, J. (1988). Statistical power analysis for the behavioral sciences (2nd ed.). Hillsdale, NJ: Lawrence Erlbaum.

Cohen, J. (1992). A power primer. Psychological Bulletin, 112, 155–159.

Coolidge, F. L. (1983). WISC-R discrimination of learning-disabled and emotionally disturbed children: An intragroup and intergroup analysis. Journal of Consulting and Clinical Psychology, 51, 320.

Coolidge, F. L. (1998). Horney–Coolidge Tridimensional Inventory: Manual. Colorado Springs, CO: Author.

Coolidge, F. L., & Fish, C. E. (1983). Dreams of the dying. Omega: Journal of Death and Dying, 14, 1–8.

Coolidge, F. L., Thede, L. L., & Young, S. E. (2002). The heritability of gender identity disorder in a child and adolescent twin sample. Behavior Genetics, 32, 251–257.

Cronbach, L. J. (1957). The two disciplines of scientific psychology. American Psychologist, 12, 671–684.

Fisher, R. A. (1925). Statistical methods for research workers. Edinburgh, Scotland: Oliver & Boyd.

Fisher, R. A. (1935). The design of experiments. Edinburgh, Scotland: Oliver & Boyd.

Galton, F. (1889). Natural inheritance. London, England: Macmillan.

Herbert, J. D., Lilienfeld, S. O., Lohr, J. M., Montgomery, R. W., O'Donohue, W. T., Rosen, G. M., & Tolin, D. F. (2000). Science and pseudoscience in the development of eye movement desensitization and reprocessing: Implications for clinical psychology. Clinical Psychology Review, 20, 945–971.

Kirk, R. E. (1995). Experimental design: Procedures for the behavioral sciences (3rd ed.). Pacific Grove, CA: Brooks/Cole.

Kline, R. B. (2004). Beyond significance testing: Reforming data analysis methods in behavioral research. Washington, DC: American

Psychological Association.

Micceri, T. (1989). The unicorn, the normal curve, and other improbable creatures. Psychological Bulletin, 105, 156–166.

Needleman, H. L., Riess, J. A., Tobin, M. J., Biesecker, G. E., & Greenhouse, J. B. (1996). Bone lead levels and delinquent behavior. Journal of the American Medical Association, 275, 363–369.

Park, R. L. (2000). Voodoo science: The road from foolishness to fraud. Oxford, England: Oxford University Press.

Paulos, J. A. (1995). A mathematician reads the newspaper. New York, NY: Basic Books.

Pearson, K. (1911). The grammar of science (3rd ed., revised). London, England: Adam & Charles Black. (Original work published 1892)

Peters, W. S. (1987). Counting for something: Statistical principles and personalities. New York, NY: Springer-Verlag.

Rosnow, R. L., & Rosenthal, R. (1996). Beginning behavioral research: A conceptual primer. Englewood Cliffs, NJ: Prentice Hall.

Rosnow, R. L., & Rosenthal, R. (1989). Statistical procedures and the justification of knowledge in psychological science. American Psychologist, 44, 1276–1284.

Sagan, C. (1996). The demon-haunted world: Science as a candle in the dark. New York, NY: Random House.

Salsburg, D. (2001). The lady tasting tea: How statistics revolutionized science in the twentieth century. New York, NY: W. H. Freeman.

Schmidt, F. L. (1996). Statistical significance testing and cumulative knowledge in psychology: Implications for training of researchers. Psychological Methods, 1, 115–129.

Sugiyama, M. (2001). Narrative theory and function: Why evolution matters. Philosophy and Literature, 25, 233–250.

Tabachnick, B. G., & Fidell, L. S. (2007). Using multivariate statistics (5th ed.). Upper Saddle River, NJ: Allyn & Bacon.

Tufte, E. R. (1983). The visual display of quantitative information. Cheshire, CT: Graphics Press.

Tufte, E. R. (1997). Envisioning information. Cheshire, CT: Graphics Press.

Tufte, E. R. (2003). The cognitive style of PowerPoint. Cheshire, CT: Graphics Press.

Tufte, E. R. (2005). Beautiful evidence. Cheshire, CT: Graphics Press.

Tukey, J. W. (1969). Analyzing data: Sanctification or detective work? American Psychologist, 24, 83–91.

Walker, H. M. (1975). Studies in the history of statistical method. New York, NY: Arno Press. (Original work published 1929)

NOTES

NOTES

NOTES

NOTES